PAVALAR CHARITHTHIRA THEEPAKAM OR THE GALAXY OF TAMIL POETS

Late Mr. J. R. ARNOLD

PAVALAR
CHARITHTHIRA THEEPAKAM
OR
THE GALAXY OF TAMIL POETS

J. R. ARNOLD
WITH BIOGRAPHICAL SKETCH BY HIS SON
S. T. ARNOLD

GYAN

Published by

GYAN

Gyan Publishing House
5, Ansari Road
Daryaganj, New Delhi-110002
Phone: 011-47034999, 9811692060
E-mail: books@gyanbooks.com

Distribution Network
gyanbooks.com
India, USA, Canada, UK, Australia, France

ISBN : 978-81-212-3881-6 (PB)
First Published, Calcutta

2nd Impression 2020

Printed at: Gyan Press, Delhi.

The book at your disposal is the edition of an old book originally published long back. The Text quality of this book may not be at par as compared to our other books but many readers approached us to reprint this important book so that it could satiate their hunger. We request all the readers of this book to help us to improve its quality by providing the necessary text of those pages which are not properly visible. Your valuable support in this case will be highly appreciated and acknowledged and our future readers will be benefitted immensely.

பாயிரம்.

பூலோகத்திலே தற்காலம வழங்கிவரும் பாஷாபேதங்கள் ஈராயிரத் தெழுநூற்றிருபது என்ப. இத்தொகையுட் பூர்வம் பரதகண்டத்திலே நடைபெற்று வந்தன "பத்தோடொன்பது பாடை நூல்களும்" என்று ஈசான தேசிகர் சொல்லியபடி ஆரியமுட்பட்ட பத்தொன்பது பாஷைகளுமாம். இப் பத்தொன்பதனுள், இலங்கை இந்திய தேசங்களிலே வழங்கித், திருத்தம் பெற்றது என்னும் பொருளைத் தராநின்ற சமஸ்கிருதமும், மதுரமுற்றது என்னும் பொருளைத் தராநின்ற தமிழுமாகிய துவிதீய பாஷைகளின் பூர்வோற்பத்தியையும் அவற்றிற்குள்ள தாரதம்மிய சம்பந்தங்களையும் ஆராய்வு செய்தவர் வேறு வேறு சார்பினராகித், தாந்தாம் கண்டதே எதார்த்தம் என்றும், கொண்டதே கொள்கை என்றும் சாதிப்பர்.

ஆரியமே ஆதி பாடை என்பார், அதன் உற்பத்தியைக் கடவுளுடன் அடியெடுப்பாராகி, ஆதியிலே சிவன் அகாராதி அட்சரங்களைப் பிரணவத்தில் இருந்து தோற்றுவித்து, அவ் அட்சரங்களால் வேதாகமங்களை நிருமித்து, அவற்றில் உள்ள இலக்கண முடிபுடன் இன்னபதம் இன்ன பொருளது என்று தனித்தனி விளக்கி நந்தி தேவர்க்குப் போதிக்க, நந்தி தேவர் அந்த அட்சரங்களுக்கு வரிவடிவு கொடுத்த காரணத்தால் அவைகளுக்கு நந்தி நாகரம் என்னும் நாமதேயம் உற்றதென்றும், நந்தி, பிரகஸ்பதி, இந்திரன், சந்திரன் ஆதியாம் தேவர்களுக்குச் சமஸ்கிருத அட்சரங்களையும் தாம் நிருபித்த வரிவடிவுகளையும் கற்பிக்க, அவர்கள் அவற்றைச் சொற்ப பேதப்படுத்தி வழங்கி வந்தமையாற் தேவ நாகரம் என்னும் பெயர் வந்தது என்றும், அந்த அட்சரங்களை வாணியாகிய சரஸ்வதி தனக்கு அணியாக்கி நூலியற்றிய காரணத்தாற் கீர்வாணம் என்னும் பெயர் வந்தது என்றும், முனிவரர் அவற்றைக் கற்று எங்ஙனமும் பரப்பினர் ஆகலில் ஆரியம் என்னும் நாமம்வந்தது என்றும், தெக்கண தேயத்தார் அவற்றை வரிவடிவில் வரைய வருந்திய காரணத்தால் மலையாளத்தில் இருந்த ஆரியதரிசி முனிவர் நவமாய்க் கிரந்த எழுத்துகளை நியோகிக்க அவை நாகர அட்சரங்களுக்குத் தாரதம்மியமாய் வழிப்பட்டன என்றும், இவ்வாறே சமஸ்கிருதம் முதன்மை பெற்றது என்று சாதிப்பர்.

தமிழே இந்திக்கு ஆதி பாஷை என்றும் தற்பாஷை என்றும் கூறுவார், ஆரிய மொழியை வழங்கிய ஆரியபட்டர் ஆதியிலே இந்தியுள் நுழைந்து கங்காதீரத்தில் உள்ள தேசங்களைச் சயங்கொண்டு தம்மடிப்படுத்திய போது அங்ஙனம் வழங்கிவந்தது தமிழ்ப்பாஷை என்றும், இரு பட்சத்தாருக்கும் ஒவ்வாமை உண்டுபடத் தமிழர் ஆரியரோடு நிருவகிக்கமாட்டாது தென்தேசம் நாடி நடந்து அங்கே இராச்சியங்களை ஸ்தாபித்துத் தமிழை வளர்க்க, அது ஆரிய சகாயம் பெருது தனித்தமிழாய்த் தற்பாஷையாய் இருந்தது என்றும் சாதிப்பர்.

தமிழ் தற்பாஷை அன்றென மறுத்து ஆரியமே அதற்கு அன்னை என்பார், திருவேங்கடத்திலிருந்த கலாதரர், சிவயோகி முதலாய சிலமுனிவரர் சமஸ்கிருதம் பேசுதல் காடினியமாயிருத்தல் கண்டு, சுப்பிரமணியரிடம் சென்று சுலபமான பாஷை ஒன்றை அருளல்வேண்டும் என்று பிரார்த்திக்க. அவர் சமஸ்கிருதத்தினின்று தமிழைப் பிறப்பித்து அதற்குத் திரமிளம் என்னும் பெயரிட்டருளினர் என்றும், காசியிலுள்ள வடமொழிச் சங்கத்தார்க்கு

மாருகச் சுப்பிரமணியர் அருள் பெற்று அகஸ்திய மகா இருஷி தமிழைப் பெற்று வளர்த்துச் சமஸ்கிருதத்தைத் தலைகவிழ வைத்தார் என்றும், திராவிடம் தமிழ் என மருவு மொழியாயிற்று என்றும், "ஒன்றேயாயினுந் தனித்தமிழுண்டோ," —"ஐந்தெழுத்தாலொரு பாடையுமுண்டென்-றறையவு நாணுவரறிவுடையோரே" என்றும் முழக்கமிட்டுச் சாதிப்பர்.

சமஸ்கிருதம் தமிழ் என்னும் இரு பாஷைகளையும் சம நிலையில் ஸ்தாபிக்கக் கருதுவார்:

"இருமொழிக்குங் கண்ணுதலார் முதற்குரவரியல்வாய்ப்ப
இருமொழியும் வழிப்படுத்தார் முனிவேந்தரிசைபரப்பும்
இருமொழியுமான்றவரே தழீஇயினரென்றாலிவ்
இருமொழியுநிகரென்னு மிதற்கையமுளதேயோ"

என்று ஆரிய தமிழ்க் கடற் கரைகண்ட சிவஞான யோகீஸ்வரர் மொழியை ஆசிரிய வசனமாக்கி, இருபாஷைகளும் சமமே முதனிலைமையை உடையன என்று சாதிப்பர்.

இவ்வாறாய்ப் பல பாலாரும் பலவாறு சாதித்து முழங்கவே, எம்மூரில் வழங்கிவரும் தென்மொழியும் தேன்மொழியுமாகிய தமிழ்ப் பாஷை மற்றைய பாஷைகளில் நின்று மேன்மையும் விசிட்டமுமுற்றதென்று சாதிக்க எம்மனசோ நாத் துணியாதபோதும். அவ் இலட்சணம் அமையப் பெற்றவற்றுள் ஒன்றெனத் துணியப் பின்னிடா. சமஸ்கிருதம் கடலென்றால் தமிழும் அன்னதென்போம். சமஸ்கிருதம் திருத்தமுற்றதென்றால் தமிழும் அத்தன்மைத்து எனபோம். இத்தகைப் பெருமைக்குரிய தமிழ்ப்பாஷையிலே கத்திய ரூபமாகவும் பத்திய ரூபமாகவும் இயற்றப்பட்ட கிரந்தங்களோ அம்மம்ம! அபரிமிதமானவை. அவ் இருபகுப்புட் பத்திய ரூபங்கொண்டவற்றைக் கணக்கிட அப்பப்ப! யாராலாகும்?

வேதமாயினென், வாதமாயினென், வைத்தியமாயினென், சரித்திரமாயினென், ஆகமமாயினென், புராணமாயினென், சோதி சாத்திரமாயினென், நீதி சாத்திரமாயினென், கணித சாத்திரமாயினென், சிற்ப சாத்திரமாயினென், எல்லாம் புலமையே புலமை. தமிழ்மாதை மணந்து, அவளது மங்கல நாணொளிர வைத்த சேர சோழ பாண்டியர் எனும் முத்தமிழ் வேந்தரும் சங்கங்களை ஸ்தாபித்து, இடம்புரிச் சங்கு சூழ் வலம்புரிச் சங்கெனயாண்டும் பிரபை கான்றிராநின்ற பண்டித சிரோன்மணிகளை ஒருங்கு திரட்டிப் பரிபாலித்து, அவ்வவர் தந்த தொன்னூல் பன்னூல்களை அரங்கேற்றி, அவ்வவற்றை ஆக்கின கவிவாணருக்குப் பரியும் கரியும், குடையும் கொடியும், தனமும் கனமும், காணியும் பூமியும் கணக்கறப் பரிசளித்து, அவரைப் பாராட்டிச் சீராட்டிப் பரிபாலித்து வந்ததே அவரும் புலமையும் பழுகிய காரணம் என்க.

நாம் வசிக்கும் யாழ்ப்பாணந்தானும் அரசனொருவனாற் புலவரொருவர்க்கு அளிக்கப்பட்ட பரிசேயானாற் பண்டைக்காலத்து இருந்த புலவர் பவுசையும் வரிசையையும் பகர்வானேன்! பூர்வீகத்திலே அரசர்கள் வித்துவகோஷ்டிகளை ஸ்தாபித்துத் தமிழை வளர்த்து வந்தது மாத்திரம் அல்லத், தமது அரமனைகளிலே கலா வல்லவராகிய புலவர்களை நியோகித்து வாசல் வித்துவான்கள் என்று பட்டங்கட்டி, உம்பளங்கள் சம்பளங்கள் கொடுத்து வித்தியா விருத்தி செய்ததனாற், புட்பங்களிலுள்ள மகரந்தங்களைத் தேடிச் சேணின்று பறந்துவரும் அறுபதங்கள்போல எண்டிசாமுகங்களிலும் இருந்து புலவர்கள்

பிரபந்தங்களோடு விரைந்துபோய் மொய்த்து இராச அவைகளை விளக்கினர்.

ஆனால் மகமதியர் என்று தமிழ்த் தேயத்துட் கால் மிதித்தனரோ அன்றே அவர் முன்னிலையிற் பரிதிமுன் மின்மினி நிகராய்த் தமிழ் அரசர் சவிமழுங்கி ஒளி இழக்கத், தமிழ் மாதும் அட்டமத்துச் சனிவாய்ப்பட்டுத் தனது மங்கல சூத்திரத்தை வாங்கிக் குழியுட் புதைத்து, வைதவ்வியக் கோலம் பூண்டாள். எனினும் யானைக்கொருகாலமானாற் பூனைக்கும் ஒருகாலம் என்றாற்போல வைதவ்விய நிலையை அனுட்டித்து வந்த அவளுக்குக் கன்னிமைப் பருவம் திரும்ப, மங்களகாலம் மறுபடி பெயர்ந்தது.

ஆங்கிலேயர் வரவோடு அவள், தலையை நிமிர்த்திக் கண்ணீர் தொடைத்து மணக்கோலம் கொண்டு தாலியை எடுத்துத் தன் களத்திற் தொடுத்தாள். மிஷனரிமார் ஒருபாலும், அரசாட்சியார் மறுபாலுமாய், அவளுக்குத் தாதியரும் தோழியருமாகி அக்கம் பக்கம் பவனிவர, அச்சியந்திரசாலை ஒரு புறமும் வித்தியாசாலை மறுபுறமுமாய் நின்று கைலாகுகொடுத்து உடன்செல்லக், குருசந்திரயோகம் பிறந்ததால் அவளும் ஒய்யாரமாய், மயிலஞ்சாயலோடு சர்வாபரண அலங்கிருதமாய் அன்ன நடை நடந்து கன்னல் மொழிகூறி, மறுபடியும் பழயபடியே யாரையும் வசீகரணப்படுத்தத் தொடங்கினள். தேடுவாரின்றிச் செல்களுக்கு உணவாய் மூலைக்குமூலை துயின்று பூசணம் பிடித்துக் கிடந்த புத்தகங்களை எடுத்துப் பரோபகாரிகளும் தேசோபகாரிகளும் தொடைத்துக் காற்றுப்பட வைத்துக் கரலிகித அபத்தம் போக்கி யந்திரங்கள் மூலமாய் வெளிவிட்டனர். சவாசு! சந்தோஷம்!

ஆயின், அம்ம! ஓர் பெருங்குறை கண்டோம். எத்தனைக் கிரந்தங்கள் அச்சியந்திர வழியாய் வெளிவந்தும், எத்துணை நூல்கள் நிறைதபம் கண்டும் அன்றோ! அவ்வந்நூல்களைத் தந்து, பூத உடம்பு இறந்தும், புகழுடம்பு இறவாது வைத்துப்போன புலவர்களின் சரிதசங்கிரகமொன்றை இதுவரையும் யாரும் செய்திருக்கக் காணோம்! காலஞ்சென்ற செல்வச் சீமானாகிய சைமன் காசிச்செட்டித்துரை ஒன்று தந்தனராயினும் ஆங்கில பாடை கற்றோர்க்கன்றி மற்றோர்க்கு அது உபயோகப்படாது போயிற்று. அன்றியும் அவர் தர்தது ககூ பேர் சரிதம் மாத்திரமே.

ஆதலினன்றோ இப்பாவலர் சரித்திர தீபத்தை ஏற்றி, அந்தகாரக் குப்பாயம் போர்த்து அஞ்ஞாத வாசஞ்செய்த பாவலர் நாமங்களைத் தனித் தனி ஒன்றொன்றாய்த் துருவிப் பொறுக்கி, அரிவரிப்படுத்தி, அச்சீமான் தந்த தொகைக்கு மேற்படப் பின்னும் இருநூற்றுப் பதினான்கு சேர்த்து மொத்தம் சக௦ பாவலர் நாமங்களைத் தந்தோம். தந்துமென்ன? பூரணபபடுத்தினம் என்று புளுகுவமா? பூரணமாக்கல் முடிந்த காரியமா? விளங்காது மலைவாயிருப்பதை விசாரிப்பதுதான் யாரிடம்? பார்ப்பதுதான் எவ்விடம்? உமது முன்னோருட் புலவராயிருந்தாரது சரித்திர விவரம் தாரும் என்றாற் கரிசனை கொண்டு தந்தார் எத்தனைபேர்? சீவிய சரிதநிரம் எழுதும் வழக்கம் எம் ஊர்க்கு இன்னும் பழக்கமாகவில்லையே! என்றாலும் பிரயாசை கொண்டு அங்குமிங்கும் தேடி அகப்பட்டவற்றைத் தப்பவிடாது சேர்த்து விளக்கி, நெய்பெய்து, திரியிட்டு இத் தீபத்தை ஏற்றினம். சௌக்கியக் குறைவும், கல்லூரிக் கடமையும் "தாரகை" வேலையும், பிற தொல்லைகளும் எம்மனசோடு நேரத்தைக் கொள்ளைகொள்ள, இவற்றிற்கும் ஈடு கொடுத்து இயன்றபடி கிரமமாய் இயற்றி இதை முடித்தனம்.

தந்தன சில அபூரணமாகுமேற் பூரணமாக்கலும், தவறாகுமேற் திருத்த

னும், சுருக்கமாகுமேல் விரித்தலும், வேற்றுமையாகுமேல் ஒற்றுமையாக்கலும், நல்லோர், வல்லோர், எல்லோர்க்கும் கடன் என்று நினைந்து இதனை முற்றுவித்தனம். கண்டவற்றையும் கேட்டவற்றையும் அன்றி, நவமாயும் துணிவாயும் யாதும் கற்பித்திலம். சமய குரவர், சந்தான குரவர், திருத்தொண்டர் எனப்படுவோர் சிலருடைய சரித்திரம் புராணகாவியங்களிற் பரந்து கிடத்தலின் யாம் இதில் விரித்திலம். சில பாவலர் சரிதம் காலக்கிரமம் தப்பித் தாறுமாறுபட்டிருத்தலிற் கூடியமட்டிற் கிரம்மாக்கியும் கூடாத பட்சத்திற் கண்டபடியும் தொடுத்தனம். காசிச்செட்டித் துரை எழுதிய சிலவற்றுடன் மேலதிகம் சில சேர்த்தனம். தவறெனத் தோற்றியவைகளைத் திருத்தம் பண்ணினம். நம்பப்படக் கூடாதன சில எழுதினமாயின், உத்தரவாதம் நம்மேலதன்று என விளங்க எழுதினம். கம்பர், ஒட்டக்கூத்தராதிய சில பாவலர் சரிதங்களுக்கு விநோதரசமஞ்சரி ஆக்கியோராதியாம் சில வித்துவாமிசர்க்குக் கடமைப்பட்டிருக்கின்றோம். வாசிப்போர் எளிதில் விளங்குதற்கு உபயோகமாய்க் காடினிய சந்தி விகாரங்களை ஒழித்துச், செந்தமிழ் நடையாய்ப் பதங்களை ஒன்றுடனொன்று சொருகாது தனித்தனி பிரித்து எழுதினம். அரும்பதங்கள் திரிசொற்கள் சிலபல உண்டேல் ஆவசிய காரணமாய்த் தற்காலத்தார் வழக்கத்திற்கு இசையச் சேர்க்கப்பட்டன எனக்கொள்க. மதபேதம் கருதி அவரவர் கொள்கைகளை மறுத்தும், பொய்யிது மெய்யிதெனக் கண்டித்தும், பிறரைக் கோபம் மூட்டி வாதத்திற்கு இடங்கோலாது சரிதங்களை மாத்திரமே தெரிதந்து வரைந்தோம்.

வானத்தின்கீழே பூரணம் ஒன்றுமில்லை என்றது ஆன்றோர் வாக்காதலாலும், சந்திரனிற் களங்கமுளதேனும் அதனாலாய பயன்றூக்கி உலகம் அதனைக் கொண்டாடலானும், சீரிய அறிஞர் எமது துணிவையும், இத்தீபத்திற் காணும் குறைவையும் பாராட்டாது அங்கீகாரஞ்செய்வர் எனும் புன்மதி கொண்டே இதனை அரங்கத்தில் விடுகின்றோம். "பித்தர் சொன்னவும் பேதையர் சொன்னவும் பத்தர் சொன்னவும் பன்னப்பெறுபவோ" என்பது கவீச்சுரர் கருத்தாக, எமது துணிவையும் பேதைமையையும் யார்தாம் பொறார்? எல்லோரும் பொறுக்க. இதிலே சேராது தப்பிய சரிதங்கள் ஒன்று இரண்டு அல்ல என்பது யாம் அறிந்த விஷயமே, ஆதலின் அப்பெயர்ப் பட்டவற்றை அறிந்திருப்பார் எமக்கு எழுதி அனுப்புவரேல் மிகு நன்றியறிதலுடன் அங்கீகாரம் பண்ணி அனுபந்தமொன்றைச் செய்குவம்.

குற்றம் பிடித்தலேயே தொழிலும் பராக்குமாய்க் கொள்வார், [illegible] பலநாளை வேலையைத் தடியடி மிண்டன் ஒருகணத்திலே சரிப்பிடித்தல்போல, நாம் நெடு நாளைப் பிரயாசை கொண்டு இயற்றியதை ஒரே அடியில் எள்ளாது, தள்ளாது, இப் பெயர்ப்பட்ட புத்தகம் எம் பாஷைக்கும் தேசத்துக்கும் இன்றியமையா அவசியம் என உள்ளத்தெண்ணிக் கண்ட பிழைகளை நேரே எமக்கு அனுப்பக் கேட்கின்றோம்.

கிருபா சமுத்திரராகிய எம்பெருமான் எமது ஏழைப் பிரயத்தனத்தை ஆசீர்வதிப்பாராக.

அ. ச.

PREFACE.

In almost all languages and, in almost all times, poetry has had a prominent place. Although some critics may condemn it as purely imaginative, and hence inappropriate to the scientific mind, yet this can hardly be the case with Tamil Poetry.

Tamil is admitted, even by accomplished Orientalists, to be one of "the most copious, refined and polished languages" in the world. Hence its poetry holds a most conspicucos position. Our works on History, Mathematics, Metaphysics, Medicine, Theology, Chemistry, and, in fact, all that our ancestral sages possessed, or borrowed, in the shape of scientific, moral, and educational ideas, yea even our Dictionaries, are to be found written in poetry.

Although we Tamils can boast of our Poetic Science and Poetic Literature, and affirm that few nations on earth can boast of as many poets as the Tamils, yet it is strange and humiliating that no attempt has ever been made, either in ancient or modern times, to make a collection of the biographies of the numerous poets and potesses that lived in Southern India and Ceylon. True, there is the "Tamil Plutarch" written by the late S. Cassie Chetty, Esq. of Chilaw. But, with its indisputable merits and excellence, it has failed to supply the long felt want among the Tamils, as it was written in English, and contains the lives of only 196 poets & poetesses. To supply this want is the object of the present undertaking.

We commenced this work at the instance of a friend, who urged us to translate Mr. Cassie Chetty's Plutarch into Tamil. But instead of following our friend's advice, we set to work ourselves and collected the narratives of 214 poets and poetesses in addition to the 196 found in Mr. C's list, thus making the total number 410. We do not, and cannot, claim that we have done full credit to the subject, in this our attempt. For, it is undoubtedly a difficult task to collect authentic narratives among our people, since few biographical records have peen preserved. Even those which exist are more or less blended with fiction and poetical exaggerations.

Still, we have done what we could. We have spared no pains to make the collection complete. We have cut off the fictions, exaggerations, and fanciful descriptions, blended in many of them. We may have missed the names and narratives of not a few. This may demand a suppliment, at some furture time. We shall, therefore, thankfully receive any criticisms and corrections, as well as additional facts and narratives, which our friends may be disposed to send us.

Having done all that we could to make the work correct, good, and useful, we commend it to the public, trusting that it will have a cordial reception from all our readers and critics. May God bless our endeavours.

J. R. ARNOLD.

சிறப்புப்பாயிரம்.

இஃது

ஊர்காவற்றுறை நீதவானும்

உடுப்பிட்டி குமாரசுவாமிமுதலியார் புத்திரருமாகிய

ம. ா. ா. கதிரைவேற்பிள்ளை இயற்றியது.

கலித்துறை.

என்னாசைநண்பன் சதாசிவநாவலனித்தரையிற்
பொன்னாசை நாண்கினும் போற்றுபுலவர் புகழுடம்பு
மின்னைதொளித்திடக் காலவினைஞன் விளைத்தவிருள்
பின்னாகவித்தச் சரித்திர தீபத்தைப் பெய்தனனே.

சுன்னாகம்

ா. ா. அ. குமாரசுவாமிப்பிள்ளை இயற்றியது.

ஆசிரியப்பா.

பொன்கிளரிலங்கை மின்கிளர்முகமாய்
விளங்கியாழ்ப்பாண வளங்கொணாட்டில்
எப்பதிதனினு மொப்பிலதாகிக்
கல்விச்சிறப்புஞ் செல்வச்சிறப்பும்
மன்னவர்மதித்து நன்னயத்தீந்த
உத்தியோகத்தின் வித்தகத்தோடு
பாடவமமைந்த வாடவர்சமுகமு
மேயதோர் மானிப்பாயெனு நகரான்
கருணாசலகிரிக் கடவுட்கன்பன்
அருணாசலவே ளளித்திடுபுதல்வன்
கொழுந்தமிழ்வல்ல குலசேகரனாஞ்
செழுந்திருமுதலி செல்வப்பவுத்திரன்
சற்சனர்மதித்திடுஞ் சற்குணசம்பனன்
கற்றவர்சபைக்கொரு கண்ணியசிகாமணி
அங்கிலதிராவிட மாமிருபாடையு
மெங்கணுமதித்திட விதத்தொடுகற்றோன்
செவித்துணைக்கினிய செம்பொருட்சொல்லாற்
கவித்தொகையோடு சத்தியமமைத்துப்
புவித்தலத்தளித்துப் புலவர்மதிக்குங்
கவித்துவம்பெற்றுக் களிகூருளத்தன்
இலக்கணலக்கிய மென்பவையோடு
பலப்பலநீதிநூல் பழுதறவாய்ந்தோன்
சத்தியிற்கமையுஞ் சாருஞானத்தில்
உத்தமமௌனமு முறுதியாய்க்கொண்டோனா
முப்பதுவருட முறைப்படவொழுகித்
தப்பிலவுதய தாரகையென்னும்

பத்திராடாத்தும் படுத்துவமுடையோன்
சித்திரச்சோலை செறிந்துசூழும்
வட்டுமாநகர் வைத்தகல்லூரியிற்
சிட்டமெய்த்தமிழ் செப்புமாசிரியன்
சாற்றுமெய்வேத சாரத்தோடு
போற்றிப்பலரும் புகழ்திருச்சதகம்
நன்னெறிக்கொத்து நன்னெறிமாலை
நன்னெறிக்கதைய் னற்சங்கிரகம்
மதியமைபுத்தி வருசாதாரண
விதிகாசசதுட னில்லறநொண்டி
மண்ணவர்வியக்கும்வானசாஸ்திரம்
புண்ணியம்விளக்குசற் போதசரணம்
என்னும்பெயர்கொடுத் திலாகவபாடையில்
நன்னெறிநூல்களை நன்குறவமைத்துப்
பற்பலதிறத்தரும் பரிவுடனேற்றுக்
கற்றுணர்தரப்பிர கடனஞ்செய்தோன்
இனமதுதாங்கு மிருநிதித்தொகையிற்
றனதனேகர்க்குஞ் சதாசிவபண்டிதன்
பற்பலவிடந்தோறும் பாங்குடன்வசித்த
விற்பனமமைந்த வித்துவான்கள்
நாமமுஞ்சரிதமு நலம்பெறச்செய்த
ஏழுறுநூல்க ளிவையிவையென்பதும்
அன்னபிறவு மரும்பிரயாசத்
தின்னலுழந்தே யெடுத்துத்திரட்டிப்
புலவரறிவு புலரியிலினிதே
யில சமா போல யார்க்கும் விளங்க
விரித்து வரைந்து விளங்கிய பாவலர்
சரித்திர தீபத் தனிப்பெயர் சூட்டி
நச்சி நாவலர் கொள்ள
அச்சிற் பிரகட மாக்கினனன்றே.

பாலியர்நேசன் பத்திராதிபர்

ஸ்ரீ. ஸ்ரீ. சி. உ. சின்னத்தம்பி சோல்லியது.

பூவலயப்பரப்பிற் பரந்திருக்கின்ற சாதிகளுட் தமிழ்ச் சாதிக்குள்ளே போற் பாவலர் நிறைந்த சாதி மிகச்சில என்பதும், பாக்கள் மலிந்த பாஷை இன் மொழியாகிய தென் மொழியே என்பதும், இதரதேசநிறந்த கர்த்தாக் களுக்கும் ஒத்த கருத்து. இத்துணைச் சிறந்த தமிழரசிக்கு அணிமகுடமாக அளவிறந்த சிறந்த அரிய பெரிய செய்யுட்களை ஆக்கிய தமிழ்ப்பாவலருக்கு, யாழ்ப்பாணக் கல்லூரிச் சுபாஷாசாரியரும், உதயதாரகாதிபருமாகிய ம. ஸ்ரீ.ஸ்ரீ. சதாசிவம்பிள்ளை ஞாபக மணிமாடமாக அமைத்த பாவலர் சரித்திரதீபகம் என்னும் இந் நூலைப் பன்முறைவாசித்தது மாத்திர மன்றிச் சொன்மாண்பு

பொருண்மாண்பு தெரிய நன் மானங்கொண்டு விமர்சனம் பண்ணிப்படித்தேன். படிக்கப்படிக்கச்சொல்லும் பொருளும் அமிழ்தெனச் சுவைத்தன. சுயபாஷையாகிய தமிழ் மங்கையைப் புறமனைக் கிடத்தி, அரச பாஷையாகிய ஆங்கில பாஷா நங்கையை அகமனையிற் பஞ்சணை பொலிந்த சப்பிரமஞ்சத்திற் படுத்தி அடுக்களை அம்மைமாரும் ஆநந்த நிருத்தஞ்செய்யும் இக்காலத்திற்:

"பொருப்பிலேபிறந்து தென்னன் புகழிலே கிடந்து சங்கத்
திருப்பிலேயிருந்து வைகையேட்டிலேதவழ்ந்த பேதை"

யாகிய தமிழின் பூர்வ ஸ்திதி துலங்கத், தமிழ்ப்பாவலரின் திறமைகாட்டுவான் இந்நூலாக்கிய பேருபகாரத்தை நினைத்து, இத் தமிழ் நாட்டார் ஆக்கியோனுக்குப் பூமழை பொழிந்து நன்றி பாராட்டக் கடமையுடையார்.

அதி தூர ஆராய்வு செய்து உருவாக்கப்பட்ட இந்நூலில், அந்தந்தப்புலவர் சரிதம் எழுதபபட்ட அளவு எவரும் ஆசிக்கத்தக்கது. "மிகைபடக்கூறல்" எனும் நூற் குற்றம் நுழையாமற் காத்து, நூலழகமைத்துச் சுருங்கச் சொல்லி நவின்றோர்க்கு இனிமை பெருகத் தக்க நன்மொழி புணர்த்திச், சந்தவின்பமுடைத்தாய்ச் செய்யப்பட்டிருப்பதால், இது எவர்க்கும் தீம் யாழிசையாகும் என்பது என்னபிப்பிராயம். ஆக்கியோன், சுபாபமே சிந்தைக்கினிய செவிக்கினிய வாய்க்கினிய அலங்காரவசனமழை பொழியும் மேகமென்பதும், பஞ்சலக்கணத்தில் இசைவாங்கின பண்டிதர் என்பதும் இவர் முன் செய்த நன்னெறிக்கொத்து முதலிய பன்னூல்களிற்றுலங்கிக்கிடக்கின்றன. முன்னாளிற் செருக்கி நடித்த தமிழ் மாது இந் நாளில் வார்த்திகம் எய்திப் பெயர்த்தடிவைத்து நடக்க இயலாதிருப்பதினால், மேதையர் சிலர்க்கன்றிப் பேதையர் எவர்க்கும் எளிதிற் பயன்பட அந் நூல்களிற் சேர்த்ததுபோல், அரும்பொருட் பதங்களை இந்நூலிற் சேராதொழித்ததும், வன்மையாகிய இலக்கணப் புணர்ச்சியைத் தவிர்த்ததும் இந்நூற்குக் காலத்துக்கேற்ற வியப்புக்குரிய சிறப்பிலட்சணங்களேயாம்.

கத்திய பத்திய ரூபங் கலந்து அரச அம்சமுடைய அன்ன சுரூபம் போல், எம் முன்னூலாவும் இந்நூலே, எவரும் சங்கப்பலகையிலேறிய துங்க நூல்களில் ஒன்றெனக்கொண்டு மடியிடை வைத்துத் தாராட்டி மனமிடை வைத்துப் பாராட்டி மதித்துத் துதிப்பாராக.

From R. O. D. ASBURY, Esq.

Head Master, Canadian Mission High School, Indore.

I have carefully read Mr. Arnold's "*Galaxy of Tamil Poets*" It supplies a real deficiency in our literature and may help much in increasing a regard for the national authors. Its popular form and interesting style make it very readable. I have no doubt that both in India and Ceylon it will be universally sought after and read with avidity.

By devoting his excellent talents to the work the author, whose literary abilities are widely known, has conferred a boon on the Tamil people: and he has besides, most acceptably accomplished the self imposed task Mr. Arnold will be only doing justice to the merits of his work by securing for it an Indian copyright also and by getting it recognised by the University of Madras.

No educated Tamil man or woman should be without a copy of the *Galaxy*.

R. O. D. ASBURY.

பாவலர்

சரித்திர தீபகம்.

அகஸ்தியர்.—Agastyar.

இவர் பூலோக ஆசையை முற்றத்துறந்து, குணமென்னுங் குன்றேறித் தபோமகிமையாற் சிறந்த இருஷிகளுட் சிரேட்டமுற்றவர். அருளொடு கூய்மையாலுயர்ந்த இவ்வித்துவசிரோமணி, வலம்புரிச்சங்குகளுட் பாஞ்சசன்னியம்போலவே, கலாவல்லவருள் அதுல்லியராய் மதிக்கப்படுகின்றார். பஞ்ச திராவிட பாஷைகளிலொன்றாய்க் "குணகடல் குமரி குடகம் வேங்கடமெனு நான்கெல்லையுள்" வழங்கி, இருங்கடலென்னும் பெரும்பெயர் தாங்கிய செந்தமிழ்க்கடலைத் தோண்டி ஆழமாக்கினார் இவராதலின், இவர்க்குத் தமிழ்முனியென்னுமோர் காரணநாமமுளது. பிரமன் செய்த யாகத்திலே வைக்கப்பட்டிருந்த ஓர் கும்பத்தில் உற்பவஞ் செய்தாரெனுங் காரணத்தாற் கும்ப சம்பவர் என்றும், உருவத்திலே மிகக் குள்ளராயினதுபற்றிக் குறுமுனிவரென்றும் பிற காரண நாமதேயங்களும் இவர்க்குள.

இவர் பாரியார் புலத்திய இருடியின்சகோதரியாகிய குமரியார் லோபாமுத்திரையென்றும், "விதர்ப்பகோன்பயந்த லோபாமுத்திரை"யென்றும், இவர் சுதன் சித்தனென்றுஞ் சொல்லப்படுகின்றனர். உலகத்திலே எந்நாளும் உலவாப் பெரும்புகழ் படைத்த இவரைப்பற்றிய விநோத அபூருவமான கதைகள் எண்ணில "காந்தமாகியபெருங்கடலா"திய காவியங்களுட் காணப்படுகின்றன. ஒருமுறை பார்ப்பதியின் மணக்காட்சி காண்டற்பொருட்டுத் தேவரும், முனிவரும், பிறரும் இமயமலைமீது ஈண்டியகாலத்து, அவ்வடதிசை தாழத் தென்றிசை யுயர்ந்ததால், அவ்விரு திசைகளையுஞ் சமப்படுத்துதற்பொருட்டுச் சிவன் இவரைத் தெரிந்தழைத்து, விசுவமந்திர உபதேசம்பண்ணித் தெக்கணத்ததாகிய "சந்தனப்பொதிய" மலைக்கு அனுப்பினரென்றும், நாரத இருடியின் சூழ்ச்சியால் ஏவப்பட்டு அகம்பிரமங்கொண்டெழுந்து, ஆகாயத்தை யளவுசெய்து, பிரமலோகம் வரைக்குங் கிளர்ந்து சோமசூரிய கிரகபாதைகளைத் தடுத்து, அவைக்கு இடையூறுவருவித்த விந்த "வெற்பினதும்பர் தன்னின் மீதுயர் குடங்கைசேர்த்தி," அதற்குக் கர்வபங்கஞ் செய்து, அதைப் பாதலத்திற் புகுவித்தனரென்றும், இந்திரனது வேண்டுகோளின்படி விருத்திராசுரனை அவன் கொல்வதற்காகக் "குடங்கையினெடுங்கடலடக்கி"அதை ஆசமனஞ் செய்தாரென்றும், கிரவுஞ்சனெனும் அவுணனைக் கைத்தண்டத்தாற் குற்றி மலையாக்கினரென்றுஞ் சரித்திரமுளது. சமுத்திர கன்னிகையை மணம்புரிந்து, பெருஞ் சாகரரைப் பெற்றனர் என்னுங் கதைசொல்வர். இவரது சுதனாகிய சித்தமுனியின் புத்திரர் சபதிட்ட

முனிவர் யாழ்ப்பாணத்தையாண்ட பரராசசேகரச் சக்கரவர்த்தியின் கொலு மண்டபத்துக்கு வந்து, அவனைத் தரிசித்துப் பறங்கிகள், உலாந்தர், அங்கிலேயராதிய ஐரோப்பியர் எம்மூரில்வந்து ஆளுகை செய்வரெனத் தீர்க்க தரிசனஞ் செப்பிப்போயினரென்றும் பாரம்பரையுளது. கதைகள் எவ்வாறிருப்பினும் இவர் ஓர் மகானென்றதற்கு எட்பிளவளவாயினுஞ் சமுச்சயமின்று.

இவரது சென்னபூமி ஆரியவர்த்தமென்ப. புண்ணியபூமியென்று சொல்லப்படும் அத்தேசம் இமயமலைக்கும் விந்தமலைக்குமிடையே உள்ளது. மதுரை ராசாங்கத்துக்கு அத்திபாரமிட்ட முதலாம் அரசனாகிய குலசேகர பாண்டியன்காலத்தே, உத்தரநாட்டிலிருந்த ஆரியப் பிராமணர் அகஸ்தியரைத் தலைவராகக்கொண்டு உண்ணாட்டுள் நுழைந்தார்களென்றும், அவர்கள் பாஷை ஆரியபாஷையாகுஞ் சம்ஸ்கிருதமேயென்றும், அவர்கள் வந்தபோது தமிழ்ப்பாஷை அங்கிலத்தில் வழங்கியதென்றும், ஆரியர் தமிழர்க்கு மேலாட்டங்கொண்டு அவரை ஒடுக்கப் பார்த்துழி, அவர்கள் தென்றிசைக்கேகினரென்றும், அங்கிருந்த அரசர்கள் தமிழைப் பரிபாலித்தாரென்றும், ஆகவே, அகஸ்தியர் தமிழுக்குத் தந்தையரல்லரென்றும், ஆரியம்போலவே தமிழும் மூலபாஷையென்றும் ஒருசாரார் சாதிப்பர். தமிழ்க் குழந்தைக்குத் தந்தையராகாதபோதும், அதையெடுத்துத் தாராட்டிப் பாராட்டிப் பாலூட்டிவளர்த்த செவித்தாயர் இவரே.

> "சந்தனப்பொதியச்செந்தமிழ்முனியுஞ்
> சவுந்தரபாண்டியனெனுந்தமிழ்நாடனுஞ்
> சங்கப்புலவருந் தழைத்தினிதிருந்த
> மங்கலப்பாண்டிவளநாடென்ப"

என்றபடி பாண்டிதேசத்திலிருந்தே இவர் தமிழைப் பரிபாலித்தனர்.

"அகத்தியன்பயந்தசெஞ்சொலாரணங்கு" எனவும், "பொருப்பிலேபிறந்து" எனவும், வில்லிபுத்தூரர் பாரதத்திற் சொல்லப்பட்டிருக்கிறதை உப சாரவழக்கென்றூர் சிலர்.

"ஆதியிற்றமிழ்நூலகத்தியர்க்குணர்த்தியமாதொருபாகனை" என்று சிவஞான தேசிகர் தருக்கசங்கிரகத்திலும்,

> "வடமொழியைப்பாணினிக்குவகுத்தருளியதற்கிணையாத்
> தொடர்புடையதென்மொழியையுலகமெலாந்தொழுதேத்துங்
> குடமுனிக்குவற்புறுத்தார்கொல்லேற்றுப்பாகரெனிற்
> கடல்வரைப்பினிதன்பெருமையாவரேகணித்தறிவார்"

என்று காஞ்சிபுராணத்திலும் மொழிந்தனர். "அகஸ்தியர்க்குத் தமிழைச் செவியறிவுறுத்தப் பரமாசாரியராகிய ஆறுமுகக்கடவுள்" என்று பிறருஞ்செப்பியிருக்கின்றனர்.

> "விடையுகந்தவன்பாணினிக்கிலக்கணமேனாள்
> வடமொழிக்குரைத்தாங்கியன்மலயமாமுனிக்குத்
> திடமுறுத்தியம்மொழிக்கெதிராக்கியதென்சொன்
> மடமகட்காக்கென்பதுவழுதிநாடன்றே"

என்று திருவிளையாடற் புராணத்திற் பரஞ்சோதித் தம்பிரான் சொற்றனர். அவ்வவர் ஆட்சேபங்கள் அவ்வவ்வாறிருக்கப், பண்டிதர் பெருமானாகிய இவ் அகஸ்தியர் செய்த இலக்கணநூல்களிரண்டுள. அவைகள், முறையே பேரகத்தியஞ் சிற்றகத்தியமென நாமதேயம்பெறும். இவர் தமது இலக்கணத்தில் இயல் இசை நாடகமெனு முத்தமிழையும் விரித்து விளக்கினர். இவற்றுள்

இயற்றமிழைத் தொல்காப்பியர் வழிப்படுத்தெழுத, இசைத்தமிழைப் பெருநாரை பெருங்குருகு முதலிய நூலுடையாரும், நாடகத்தமிழை முறுவல், சயந்தம், குணநூல், செயிற்றியம் முதலிய நூலுடையாரும் வழிப்படுத்தெழுதினர். இலக்கணநூலில் இவரெழுதிய சூத்திரங்கள் பன்னீராயிரமெனக் கதையுளதெனினும், இவர் சீடர் தொல்காப்பியனார் மேற்கோளாக எடுத்துரைத்தன சிலவன்றி மற்றவை காலக்கிரமத்திற் சிதைந்தனபோலும்.

" இலக்கியமின்றியிலக்கணமின்றே
எள்ளின்றாயினெண்ணெயுமின்றே
எள்ளினின்றெண்ணெயெடுப்பதுபோல
இலக்கியத்தினின்றெடுபடுமிலக்கணம்"

என்பது இவர் செய்த பேரகத்தியம். சம்ஸ்கிருதத்திற்குப் பாணினிமுனிவர் செய்த பாணினீயம் சிரேட்டமானாற்போலத், தமிழிற்கு இவர் செய்த அகத்தியமே மா சிரேட்டமுற்றது. காசியிலிருந்த சங்கத்தவரது கருத்துக்கும் மதத்துக்கும் மாறாகவே அகத்தியநூலை இவர் எழுதினரென்ப.

இவர் மதுரைத் தலைச்சங்கத்தைச் சேர்ந்திருந்த புலவர் ௫௪௯ பேருட் தலைமை பெற்றிருந்தாரன்றி, இடைச்சங்கத்தைச் சேர்ந்திருந்த புலவர்மார் ௫௯ பேருளும் ஒருவராயிருந்தாரென்பதுஞ் சிலபண்டிதர் கருத்து. கடைச் சங்கத்திலே திருக்குறளை அரங்கேற்றிய திருவள்ளுவர் பொதியமலை சென்று தாஞ் செய்தநூலை இவர்க்குக் காட்ட, இவரதைப் பாராட்டிப் பூச்சியப் படுத்தினாரென்று திருவள்ளுவர் சரித்திரத்திற் காண்கிறோம். இவரது அகத்தியமே தலைச்சங்கத்துக்குத் தலைமை இலக்கணமாயிருந்தது. தலைச் சங்கத்திலே, இவருடன் விரிசடையத்தனார் முதலாம் புலவர்களிருந்தார்கள். தமிழ்வல்லராய் அகத்தியமென்னு முதனூலை இவரியற்றினாரன்றிச், சம்ஸ்கிருதத்திலும் வல்லராதலின் அதிலுஞ் சில எழுதியிருக்கின்றார். இலக்கணங்களல்லன்றிப் பதிசாஸ்திரம், வைத்தியசாஸ்திரம், இரசவாதமாகிய இவைகளிலும் இவர் மகா வல்லவர். பதிசாஸ்திரத்திலே ஓரிலக்கம்பாட்டும், வைத்தியத்திலே ஈரிலக்கம்பாட்டும், இரசவாதத்திலே ஓரிலக்கம்பாட்டும், இவரால் பாடப்பட்டனவென்று பரம்பரையாய்ச் சொல்வாரெனினும், அகப்பட்டன சிலமாத்திரமேயாம். இவர் வைத்தியக்கும்மி, குணவாகடம், வைத்தியசாரம், நோயின்சாரம், அவிழ்தசாரம், அமுதகலைக்கியானம், பஞ்சகாவிய நிகண்டு, கன்மகாண்டம், பூரணசூத்திரம், சங்குசுத்தி, செந்தூரமுறை ஆதியாம் பலநூல்கள்பாடினர். இவர் பாடிய வைத்தியசாரத்தில் ௫௯ செய்யுளும், நோயின் சாரத்தில் ௯௭ செய்யுளும், அவிழ்தசாரத்தில் ௬௧ செய்யுளும், அமுதகலைக்கியானத்தில் ௧௨00 செய்யுளும், பஞ்சகாவியநிகண்டில் ௮00 செய்யுளும், கன்மகாண்டத்தில் ௧௫00 செய்யுளும், பூரண சூத்திரத்தில் ௨00 செய்யுளுமுள. அமுதகலைக்கியானத்துக்குச் சகல கலைக்கியானமென்றும்பேர். வைத்தியநூல் இருநூற்றைந்திலும், பூரணசூத்திரத்திலும் பிறவற்றிலும் பறங்கிநோய், பறங்கிப்பாஷாணம், பறங்கிக்கிழங்கு என்னும் பதங்கள் வைத்துப்பாடப்பட்டதாலும், பறங்கிக்காரர் இந்தியாவுக்கு வந்தது கிறிஸ்தாப்தம் ௧௫00ம் ஆண்டளவிலாதலாலும், இவரிருந்தகாலம் புராணகாவியங்கள் கூறுமாறு மிகத் தூரித்ததல்லவென்று உத்தேசிக்க இடமுண்டு. ஆயின் இவர் நெடுவயசினர்; தற்காலத்திலும்: பொதியமலையில் வாசஞ்செய்கின்றனர்; கண்ணுக்குத் தென்படாரென்று சொல்வாருமுளர். மதுரை ராச்சியம் கிறிஸ்தாப்தத்துக்கு

முன் கஙு00 ம் வருஷமளவில் ஸ்தாபிக்கப்பட்டதென்பது பல இதிகாசர் கருத்தாதலால், இவர்காலம் மிக முந்தியே யிருத்தல்வேண்டும். கிறிஸ்தாப்தம் கூ00 த்திற்கு முன்னிருந்தாரென்றுர் சிலர். துவாபரயுகத்திலிருந்த இராமருஞ், சீதையும், இலக்குமணரும் இவரைத் தரிசித்தார்களென்றும், இவர் தாம் வைத்திருந்த விட்டுணுவின் வில்லை இராமர்க்குக் கொடுத்தாரென்றும், இராமாயணஞ் சொல்லுகின்றது. காலமெதுவாயினும், இவ்விருடி மகாநுப்பாவர், அதுல்லிய வித்துவாமிசர் என்பதை நிராகரிக்கத் துணிவாரார்? இப்போகிரதீஸ் (Hyppocrates) என்னு மகான் பூருவகிரேக்கரால் எப்பெயர்ப்பட்ட நிலையிலும் அந்தஸ்திலும் கவனித்துக் கொண்டாடப்பட்டாரோ, அவ்வாறே, இந்த அறிஞர் சிரோமணி பூருவ இந்திய புலவர் கலைஞரெவராலும் கொண்டாடப்பட்டவர். ஆயுள்வேதத்திலன்றி அதையடுத்த சத்திரீகத்திலும் இவர் தேர்ந்த நிபுணராயிருந்தார் என்றதற்குத் திருட்டாந்தமுண்டு. சில அவுடதங்கள் இவரது காமத்தால் இந்நிமிடவரையிலும் அழைக்கப்படுகின்றன. இவர்க்கு முதல் மாணுக்கராகிய தொல்காப்பியரை விட, அதங்கோட்டாசிரியர், துராலிங்கர், செம்பூட்சேய், வையாபிகர், வாய்ப்பியர், பனம்பாரர், கழாரம்பர், அவினயர், காக்கைபாடினியர், நற்றத்தர், வாமனர், என்னும் பின்னும் பதினொருமாணவருவர். இப்பன்னிருவரும் தனித்தனி இலக்கணங்கள் செய்தார்களன்றி ஒருங்குகூடிப் பொருட் பன்னிருபடலம் எனு நூல் செய்தனர். இம்மாணுக்கர் பன்னிருவருள் முதல்வர் தொல்காப்பியராயினும் அவர்க்கும் இவர்க்குந் தீராப்பகைமை பிற்காலத்திருந்ததால், ஒருவர்மேலொருவர் பொறாமைகொண்டு சாபம்போட்டனரென்ற சரிதமுமுளது. அதனைப் பின்னர்த் தொல்காப்பியர் சரிதத்திற் கூறுவாம். மதவிஷயத்தில் இவர் ஏகேச்சுரவாதியென்பது புலப்பட இவர் சம்ஸ்கிருதத்திலெழுதிய அகஸ்திய அஷ்டகமென்னும்பாடலிலோர் சுலோகத்தை இவ்விடந் தருவம். அதுவருமாறு;—

> "பரமானந்தம்பரசுகதம்கேவலஞானமூர்த்திம்
> துவந்தவாதீதம்ககனசதிரிசம்தத்வம்அசியாதிலக்ஷ்யம்
> ஏகம்நித்தியம்விமலமசலம்சர்வதாசாக்ஷிபூதம்
> பாவாதீதம்திரிகுணரகிதம் சத்குரும்தம்நமாமி."

அகஸ்தியர் வடதென்றிசைகளைச் சமஞ்செய்யும்படி பொதியநோக்கிச் சென்ற கதையைக் கட்டுரையாக எடுத்து, வடதிசையார் போற் தென்றிசையாரும் கல்வி நாகரீகங்களில் விருத்தியடைய இவர் பிரயத்தனம்பண்ணியதே அதன் தாற்பரியம் என்பாருமுளர். தமிழைக் கந்தசுவாமியிடமும் அவர் தந்தையாரிடமுங் கற்றனரென்று சைவசமயிகள் சொல்வதற்குமாருக, இவர் அவலோகமுனிவர்பாற் தமிழ் கற்றுணர்ந்தாரென்பர் அருகமதத்தார். இக்கருத்தைப் பின்வரும் வீரசோழியச் செய்யுளாலுணர்க:-

> "ஆயுங்குணத்தவலோகிதன்பக்கலகத்தியன்கேட்
> டேயும்புவனிக்கியம்பியதண்டமிழீங்குரைக்க
> நீயுமுளையோவெனிற்கருடன்சென்றநீள்விசும்பில்
> ஈயும்பறக்குமிதற்கென்கொலோசொலுமேந்திழையே."

எழுத்து, சுவடி முதலான சொற்கள் பல பண்டுதொட்டிருப்பதாற் தமிழ் ஆரியம்போல முதற்பாடையென்பது பலர் கருத்தாயினும், ஆரியமே அதன் தாபரபாடையென்பதும், அகஸ்தியரே அதன் தாதாவென்பதுங் கரதலாமலகம்போல வெளிப்படை யென்பது பொதுப்பக்கத்தார் கருத்தாம்.

மேற்கூறிய பன்னிருமாணவரன்றித் தேரையரென்னும் வைத்தியவித்தியார்த்தியும் இவராற் பாடமோதப்பெற்றார்.

அகஸ்தியர் காசியிலேயிருந்த வடமொழிச் சங்கத்தாரோடு பிணங்கி வடமொழியிலுஞ்சிறந்த பாடையொன்று செய்யவேண்டுமெனும் ஆசையோடு கந்தசுவாமியை நோக்கி வேண்டுதல் பண்ணின ஓர்காலத்திலே, இருவரும் இருந்தவீட்டிலே சட்டெனப் பரிமளவாசனையொன்றுண்டாக, இஃதியாது என்று அகஸ்தியனார் வினவ, அந்த மூலையிற் போய்ப்பார் என்று கந்தசுவாமி சொல்ல, இவர்போய் ஒருபெரும் பொட்டணத்திலிருந்து அவ்வாசனைபிறக்கக்கண்டு, ஓ! ஓ! தமிழ்! தமிழ்! என்று வியந்து கூறி, அப்பொட்டணத்துள்ளிருந்த ஏடுகளையெடுத்து அவரிடம் பாடங்கேட்டுத் தென்றேயத்திற் தமிழ்ப்பாடையெனப் பரப்பினரென்றும், தமிழ் வந்தவழி இதுதானென்றும் பரம்பரையுளது.

மேற்சொல்லப்பட்ட நூல்கள் பாடல்களன்றிப் பஞ்சபட்சிச் சாத்திரம், குருநாடிச் சூத்திரம், இரத்தினச் சுருக்கம், இவைகளையும் இம்மகான் பாடினர். இவரது பாடல் மாதிரிக்காகப் பூரணத்திலிருந்து ஓர் விருத்தம் தருகின்றோம்.

"பூரணமாய் நிறைபரிபூரணத்தைப்போற்றிப் புகழ்பெரிய வயித்திய பூரணத்தைக்—காரணமாய்ச் சுருவருவாய் எங்குந்தானாய்க் கண்மணியினடுவானகருணைதன்னை--ஆரணமாய் முக்கோண நிலைவினின்ற அம்பரத்தை அனுதினமுமறிவாற்போற்றி--வாரணமாமுகத்தோனை அனுதினமும்போற்றி மகத்தானவேதியனை வணங்கினேனே."

அக்காரக்கனி நச்சுமனார்.—**Akkarakkani Nachchumanar.**

இவர் மதுராபுரியிலிருந்த முதற்சங்கம், இடைச்சங்கம், கடைச்சங்கம் எனு மூன்று சங்கங்களுட் கடைச்சங்கத்தைச்சேர்ந்த புலவர்மார் நாற்பத்தொன்பதின்மருள் ஒருவர். முதற்சங்கப் புலவர் அகஸ்தியர்முதல் ௫௪௯ பேர். இடைச்சங்கப்புலவர் வெள்ளூர்க்காப்பியன், சிறுபாண்டரங்கன்முதல் ௫௯ பேர். கடைச்சங்கத்தில் நக்கீரர் முதல் ௪௯ பேர். திருவள்ளுவர் தாமியற்றிய திருக்குறளை அச்சங்கத்தில் அரங்கேற்றினபோது மற்றைச்சங்கப்புலவர் ஒவ்வொருவரும் அதை வியந்து அதற்குச் சாத்துகவி சொன்னாற்போல இவரும் அதற்குப் புகழ்மாலையாக,—

" கவலநிரம்பிக்காண்டற்கினிதாகிக்கண்ணின்
நிலநிரம்பு நீர்மைத்தெனினும்—தொலைவிலா
வானூர்மதியந்தனக்குண்டோ வள்ளுவர்முப்
பானூனயத்தின்பயன்"

என்ற வெண்பாவைப் பாடினர். இவர் அச்சங்கத்தின் அங்கத்தவராயிருந்து இச்செய்யுளை இயற்றினரென்றதற்கு மேற்பட இவரைப்பற்றி ஏதோர் சரிதமுந் தெரிந்ததில்லை.

அஞ்சனாட்சி.—**Anchanadchy.**

இவர் தஞ்சாவூரிலிருந்த வித்துவ சிரோமணியாகிய ஓர்தாசி. புலவர் பெருமானாகிய கம்பர் தாம்பாடிய இராமாயணத்தை அரங்கேற்றும் பொருட்சே

சிறீரங்கத்துக்குப் போனபொழுது அங்குள்ள பிராமணர் அவரைநோக்கி: நீர் இன்னவின்ன இடஞ்சென்று இன்னின்னார் கவியுங் கையொப்பமுங்கொண்டுவரல் வேண்டுமென்று சொன்னபோது, தஞ்சாவூரிலே அஞ்சனாட்சியென்னுந் தாசியொருத்தி பிரபல வித்துவாமிசையாயிருக்கிறாள், அவளிடமுஞ் சென்று கையொப்பத்தோடு துதிகவியும் வாங்கி வாருமென்றுசொல்ல, அவ்வாறே கம்பர் இசைந்து அவ்வூர் சென்று தாம்வந்த நோக்கத்தை இவர்க்குக் கூற, இவர் அதிவியப்புற்றவராய், ஆ! தாமிந்த அற்பகாரியத்தையிட்டு இவ்வளவுதூரம் பாதநோவ நடக்கவேண்டுமா? தாமோராள்விடுத்தால் வாரேனா? நாய் சிங்கத்துக்குப் பட்டங்கட்டலொப்ப யான் தங்கள் காப்பியத்திற்குத் துதிகவிசொல்லவா? என்றாற்போல உபசார இங்கிதவுரை கூறித் துதிகவியாகப் பின்வருஞ் செய்யுளைப் பாடிக் கையொப்பத்தோடு கொடுத்தனர். அக்கவிவருமாறு:—

" அம்பராவணிசடையரனயன்முதல்
உம்பரான்முனிவரால்யோகராலுயர்
இம்பராற்பிணிக்கருமிராமவேழஞ்சேர்
கம்பராம்புலவரைக்கருத்திருத்துவாம்."

இவ்வாறு இத்துதிகவியைப் பாடினரென்றதற்கு மேற்பட வேறியாதும் இவரைப்பற்றிக் கண்டிலம், அறிந்திலம். எனினும் அக்காலத்துச் சிறந்த கல்வி வல்லவருள் இவரொருவரென்றதில் ஐயமேயில்லை. இவரிருந்தகாலம் கம்பர் காலமே. சுமார் ஆயிரம் வருடங்களின் முன்னாகும்.

அஷ்டாவதானியார்.—Ashdavathaniar.

இவர் திருச்சிராப்பள்ளிக்குச் சமீபத்திலேயுள்ள சிறீரங்கத்திற் பிறந்தவோர் பிராமணர். வைஷ்ணவ சமயிகளாகிய இவரது பெற்றார் தனவந்தர்கள்.

" காரங்கமேனிக்கடவுளிருக்குமந்தச்
சீரங்கத்தேபிறந்தேன் செல்வத்தில்—ஈரைந்தோ
டாறுவயசினுக்குளாரியமும்வேதமுரா
ஏறித்தமிழ்நூலிலக்கணத்தில்—மீறினேன்"

என இவர் சொல்லியபடி இளவயசில் வித்தியாரம்பஞ்செய்து, பதினாறு வயசுக்குள் ஆரியம், தமிழ் என்னும் இருபாடைகளின் கரைகண்டு, திருப்பதியென்னுமூரிலே வாசுதேவர் மகளாகும் பூங்காவனம் என்னும் மயிலஞ்சாயலையுடைய கன்னிகையை விவாகஞ்செய்தவர்.

" திருப்பதியிலேவாசுதேவன்மகளைக்
கருப்புருவவின்பக்கனியை—விருப்பமுள்ள
பூங்காவனத்தைப்பொருந்தவுடன்வேட்டுப்
பாங்கானவாழ்விற்பயிலுநாள்,"

இவர் தூர்த்த வியாபாரத்துக்கு உடன்பட்டுத் துன்மார்க்கராய் நடந்ததால் மனைவி இவருடன் விகாதப்பட்டு வெறுப்படைய, ஒருநாள் அர்த்தராத்திரி இவர் தம் வீட்டிலிருந்த திரவியங்கள் சிலவற்றை எடுத்துக்கொண்டு பிரஸ்தானப்பட்டு, அங்கங்கே பற்பல ஸ்தானங்களைத் தரிசித்து மதுரைப்பதிபோன

பொழுது, மதனாபிஷேகம் என்னும் ஓர் தாசிப்பெண்ணின் ஆசைவலையால் மோசப்பட்டுக், கொண்டுபோன சகல திரவியங்களையுமிழந்து, அவள் வீட்டாற் துரத்துண்டபின்பு, தாம்பட்டபாடு கேடுகளை நினைந்து பச்சாத்தாபம் அடைந்து, மாயப்பரத்தையரின் உபாயமோசத்தைபிட்டு உலகத்தாரை எச்சரித்தற்பொருட்டு, விறலிவிடு தூது என்னுமோர் பாடல்செய்து, அதைத் திண்டுக்கல் சீமையிலிருந்த நெல்லிக்கோட்டை ஜமீன்தாராகிய நாகம கூழப்ப நாயக்கருக்குப் பிரதிஷ்டைபண்ணினர். விறலியென்றது ஓர் பாடகி. தம் மனைவியைச் சமாதானப்படுத்துதற்காக இவளை அனுப்பினரென்று விளங்குகிறோம். இவர் பாடியதூதில் ககசாசு கண்ணிகளுள. பாடற்சந்தம், பொருட்சிறப்பு, வருணனையாதியயாவினும் அது வியப்பிற்குரியவோர் பாடலாயினும், சிற்றின்ப லீலாவிநோத வரலாறுகள் நிரம்பியதாற் "காக்கையுவக்கும் பிணம்" எனத் துன்மார்க்கருக்குக் கரும்பாயிருக்குமல்லாது. சன்மார்க்க நேயருக்குப் பிரீதிதருவதொன்றன்றாம். இவர் புலமையாற் சிறந்தவோர் வித்துவானன்றி, அஷ்டாவதானஞ் செய்யும் நிபுணத்துவத்திலும் பிரஸ்தாபம் பெற்றவர்.

"வாலசரஸ்வதியென்வாக்கிற்ப்ரசன்னமதால்
நாலுகவித்திறமுநானறிந்து—வேலும்
மயிலுமெனச்சொன்னவுரை மாருமற்சொல்லைக்
கயிலாடசிங்கக்கழற்ற—அயலொருவன்
சொன்னவினைச்சொல்லவெதிர்சூதாடப்பின்முதுகு
தன்னிலெறிந்தகல்லுத்தானெண்ணப்—பன்னுசது
ரங்கவிளையாட்டுக்கடிப்பார்க்கச் சொற்புலவோர்
தங்கள்கவியையவதானிக்கச்—சங்கத்தில்
எட்டெட்டெழுத்தாணிக்கேற்றகவிதைசொல்லும்
அட்டவவதானியென்பதாயினேன்"

எனத் தனக்குள்ள திறமையைத் தம்பாடலிற் சொற்றனர். இவ் அவதானங்களினாற்றான் இப்பெயர் இவர் பெற்றிருத்தல் வேண்டும். இவரது சுயநாமமே தோ தெரிந்ததில்லை. மேற்சுட்டிய கூழப்ப நாயக்கன் பிற்காலத்தில் இவரைப்பரிபாலனம் பண்ணினனாதலின் இவர் அவன் சமுகஞ் சென்று நூறுகவி பாடி "அஷ்டாவதானமரங்கேற்றி"க் கவிச்சக்கரவர்த்தியென்றபட்டத்துடன், முத்துக்கடுக்கன், அஸ்தகடகம், ஆரம், சரப்பணி, வச்சிரக்கன்மோதிரம், குதிரை, கசம், சிவிகை, குடையாதிய வெகுபரிசுபெற்றார். மேற்சொல்லப்பட்ட கண்ணிகளே இவர் பாடற்றிறமைக்கு மாதிரியாகும். இவரிருந்த காலம் கூழப்ப நாயக்கன் காலமே.

அதங்கோட்டாசிரியர். — **Athangkoddasiriar**.

இவர் பண்டிதர் சிரோமணியாகிய அகஸ்திய மகா இருடியின் பன்னிரு மாணாக்கருளொருவர். தென்மதுரையிலிருந்த இடைச்சங்கப்புலவர் ருகு பேருள் அதி கீர்த்தி பெற்றவர். இவரது சகபாடியாகிய தொல்காப்பிய முனிவர் தாம் இயற்றிய தொல்காப்பியத்தை அரங்கேற்றியபோது, சங்கத்திலிருந்த மற்

றைய புலவரினின்று இவர் சிரேட்டமுற்றவராய் இருந்தனரென்றது அந் நூற்பாயிரத்தில்,—

" நிலந்தருதிருவிற்பாண்டியனவையத்
தறங்கரைநாவினான்மறைமுற்றிய
அதங்கோட்டாசாற்கரிறபத்தெரித்து"

என்று சொல்லப்பட்டதால் விளங்கலாகும். இவ்வாசிரியர் வசித்தவூர் அதங்கோடு என்றிருப்பதால், அதங்கோட்டாசிரியர் என்பது இவர்க்கு அவ்வூரையிட்டுச் சிறப்புப்பெயராய் வந்திருத்தல் வேண்டும். இவரது இயற்பெயரேதோ தெரிந்திலது. தொல்காப்பியர் காலமே இவர்காலம். சங்கப்புலவருள் ஒருவராயிருந்தாரல்லாது, ஏதும் நூல் செய்தார், பாடினாரென யாதும் இவரைப்பற்றித் தெரிந்திலது.

அதிகமான்.—Athikamaan.

இவர் "தெய்வப்புலமைத் திருவள்ளுவ நாயனார்" எனப் புகழ்படைத்த வள்ளுவரது சகோதரர். அவர்க்குச்சேட்டர். இவர் பிதா சோழநாட்டிற் பிறந்த பகவன் என்னுமோர் பிராமணன். இப் பகவன் தன் தாயை விட்டுப்பிரிந்து போன தந்தையைத் தேடி ஊர்தோறுந் திரியும்போது, அழகு சௌந்தரிய ரூபியாகிய கருவூர்ப்பறைச்சி ஆதியென்பவளுடன் கூடிப்பெற்றபிள்ளைகள் எழுவருள் இவரொருவர். கணவனாகிய பகவனுக்கு மனைவியாகிய ஆதி செய்துகொடுத்த உடன்பாட்டின்படி இப்பிள்ளையைப் பிறந்தவிடத்திற்றானே அவன் விட்டுப்போவது கடமையாயினும், பெற்ற மாதாவானவள் மனங்கலங்க, அம் மலக்கத்தைக் கண்ட இப்பிள்ளை,-

" கருப்பைக்குண்முட்டைக்குங்கல்லினுட்டேரைக்கும்
விருப்புற்றமுதளிக்குமெய்யன்—உருப்பெற்றால்
ஊட்டிவளர்க்கானோவோகெடுவாயன்னாய்கேள்
வாட்டமுனக்கேன் மகிழ்"

என்று பாடிற்றென்பர். சோழநாட்டிலேயுள்ள கருவூர்ச்சோலைதான் இவர் பிறந்தவிடமென்றுர். இவரது பிறப்பு வளர்ப்பின்பேரில், "அரும்பார்சோலைச் சுரும்பார் வஞ்சி-அதிகனில்லிடை யதிகமான் வளர்ந்தனன்" என்று, இவர் சகோதரராகிய கபிலர் தம் அகவலிற் கூறினர். ஆயின், இவரைப்பெற்ற காட்டிற்றானே தாய்விட்டுப்போகத், தமிழ் நாட்டு மூவேந்தருள் ஒருவரான சேரமான்பெருமான் இவரை அங்கே கண்டெடுத்து வளர்த்தானென்றும், அவ் இராசா இறந்துபோனபின்பு இவரவ்விராசனது நாமத்துடன் அரசுரிமைபெற்று இராச்சியபாரஞ் செய்தாரென்றும், பாணபத்திரரெனும் பாடகரைப் பரிபாலித்தவர் இவர்தானென்றும், பொன்வண்ணத்தந்தாதிபாடிச் சிதம்பரத்தில் அரங்கேற்றினாரிவரென்றுங் கதையிருப்பினும், அவற்றை நம்புகிறதற்கு இடங்காணோம். சேரமான்பெருமான் சங்கரநாதசேரனது குமாரனென்றும், அவன் கிறிஸ்தாப்தம் ௬௯௨ க்குச் சரியான கலியப்தம் ௩௭௯௩ ற் பட்டத்துக்கு வந்து மகுடாபிஷேகம் பெற்றானென்றும் பிறசரிதங் கூறுகின்றது. ஆயிற் திருவள்ளுவர்காலம் மிகப் பிந்தினதென்று வரலாறிருப்பதால் இரண்டையுங் காலநிரூபணப்படி சரிப்பிடித்தல் கூடாது. இவர் புலவர்

சிகாமணியாயிருந்து பற்பல பாடல்கள் சொன்னரென்று சொல்லப்பட்டிருப்பினும், இவர் பெயர் வகித்த ஓர் பாடலையுங் காணேம்.

அதிமதுரகவி.—Athimathurakavi.

இவர் திருமலைராயனது சமஸ்தான வித்துவாமிசருட் சிரேட்டர். இவர்க்கு அறுபத்துநான்கு கனக தண்டிகைப் புலவர்மார் சற்றுச்சொல்லிகளாயுள்ளர். அவர்கள் தம் இருபக்கமும், பூரணசந்திரனைச் சூழ்ந்துவருந் தாரகாகணம் போல நெருங்கிச் சூழ்ந்துவர, இவர் வழக்கமாய் மதயானையொன்றில் ஏறித் துவசம், ஆலவட்டம், கொடி, குடை யாதியாம் வரிசைகளோடு இராசசபை போய்த் திரும்புவர். இப்படியொருநாள் இராசசபைக்கு இவர் போகும்போது, காளமேகம் எனும் மகா வரகவி வழியில் இவரைச் சந்தித்து, இவரது கட்டியகாரன் ஓ! மகா கவியாகிய மதுரகவி வருகிறார், அவர்க்குப் பராக்கு! வெகுபராக்கு! எனச் சொல்லிப் போவதைக் கேட்டு உள்ளம் புழுங்கி,

“அதிமதுரமென்றேயகிலமறியத்
துதிமதுரமாயெடுத்துச்சொல்லும்—புதுமையென்
காட்டுச்சரக்குலகிற்காரமில்லாச்சரக்குக்
கூட்டுச்சரக்கதனைக்கூறு”

எனுங் கவியைச் சொல்லிப் பரிகாசம்பண்ணியதால், இவர்க்கும் அவர்க்கும் வாக்குவாதம் நேரிட்டது. இவ் வாது காளமேகத்தின் சரிதத்தில் விபரமாய்ச் சொல்லப்படுமாதலால் இவ்விடத்தில் விரித்திலம். இவருங் கற்றுச்சொல்லிகளுங் காளமேகத்தை மோடிசெய்து தோற்கடிக்க நினைந்துந் தாமே தோற்றனர். இவையன்றி இவரைப்பற்றிய பிறவரலாறுகள் தெரிந்ததில்லை. இவரது பாடல் மாதிரிக்காக, இவர் காளமேகத்துக்கு முன்னே தன்னை வியந்து பாடிய கவியை இவ்விடங்கூறுவம்.

“மூச்சுவிடுமுன்னேமுந்நூறுநானூறும்
ஆச்சென்றலைந்நூறுமாகாதோ—பேச்சென்ன
வெள்ளைக்கவிகாளமேகமேயுன்னுடைய
கள்ளக்கவிக்கடையைக்கட்டு.”

இத் தனிப்பாவன்றி இவர் பாடிய பிறபாக்களைக் கண்டிலம். இருவர்க்குமுண்டுபட்ட வாதிலே இவர் தோல்விபோக, இவர்பேரிலும், இவர்க்குவாரப்பாடாய்நின்ற அரசன்பேரிலுங் காளமேகஞ் சாபஞ் சொல்லிப் போயினர். அவர் சாபவார்த்தைப்படி திருமலைராயன் பட்டினம் மண்மேடாயிற்று என்றது பரம்பரை.

அதிவீரராமபாண்டியன்.—Athivirarama Pandyan.

சூரியவமிசம், சந்திரவமிசம், அக்கினிவமிசம் என்று சொல்லப்படும் மூன்று வமிசங்களுள் ஒன்றாகிய சந்திரவமிசத்தவராய், மதுரையிலிருந்து அரசுபுரிந்த பாண்டியராசர்களுள் ஒருவர் இவராயினும், கலாமுயற்சியில் விடாமுயற்சிகொண்டவோர் பெரும் புலவர். இவர்காலநிரூபணம் உறுதியாய்த் திருட்டாந்த பூருவமாய்ச் சொல்லப்படக் கூடாததாயிருப்பினும், கிறிஸ்து வருடம் பதினோராம் பன்னிரண்டாம் சதாப்தங்களுக்கிடைக்காலமே இவர்

இருந்தகாலமென்று உத்தேசிக்கலாம். இவரது சரிதம் துலாம்பரமாய்ச் சொல்லப்படாதபோதும், இவரது பாடல்களால் இவர் நாமந் துலமாய் உலகத்தில் என்றும் நிலைநிறுத்தப்பட்டிருக்கிறது. "நைடதம் புலவரௌடதம்" எனும் பழமொழிக்கு இலக்கான நைடதத்துடன், காசிகாண்டம், இலிங்கபுராணம், கூர்மபுராணம் இவைகளுக்கும் இவரே ஆக்கியோன். சந்திரகுல திலதனுகிய நளச்சக்கிரவர்த்தி, அவன் மனைவி தமயந்தி என்பவர்களின் சரிதமாகிய நைடதத்தை வடமொழியிலிருந்த வண்ணம் இவர் தமிழ்மொழியிற் செய்தனர் என்றதற்கு:-

"நிலவுபொழிதனிக்கவிகைநிடதர்கோன்புகழ்ச்சரிதநெடுநீர்வைப்பிற்
புலவர்களிப்பமுதொழுதபுதுமொழிகூட்டுணத்தமிழாற்புனைதல்செய்தான்
வலனுயர்த்தவண்ணலஞ்சேல்வான்றோய்பொற்கோட்டிமையவரையிற்றீட்டி
அலர்தவலமாநிலம்புரக்குமதிவீரராமனிகலரசரேறே"

எனுங்கவி பிரமாணமாம். உ௲ படலமுடைத்தாய், ககளஅ விருத்தங்கொண்ட இப்பாடல் உருவகவணியாதிய இலட்சணங்களாற் சிறந்ததேலுஞ் சிற்றின்ப சாரத்தாற் றேங்குவதாற், சன்மார்க்க வாலிபர் விரும்புதற்குரிய நறும் பாடலன்று. இவரது அலங்கார வர்ணிப்போ அளவிற்கு மிஞ்சியது. தமயந்தியின் வதனத்தை வர்ணித்தபோது,-

"ஒழுகொளிவிரிந்தகதிர்மணிவண்ணனுந்தியந்தாமரையுறைவோன்
முழுமதிக்கலையுணிறைந்தபோழகைமொண்டுகொண்டரிபரந்தகன்ற
மழைமதர்நெடுங்கட்டமயந்திவதனம்வகுத்தனன்கரத்திலெடுத்த
புழைவழித்தோன்றும்விசும்பினையன்றேகளங்கமென்றின்னமும்புகல்வார்"

எனப் பாடிய பாட்டாலும் பிறவற்றாலும் இக்கருத்து வெளிப்படையாம். நைடதத்துக்குத் திருத்தணிகைச் சரவணப் பெருமாளையரும், களத்தூர் வேதகிரிமுதலியாரும் உரையெழுதினர். மேற்சொன்ன புராண காவியங்களன்றிக் கருவூரிலுள்ள சிவன்கோவிலின்மேற் திருக்கருவைக் கலித்துறையந்தாதி, திருக்கருவைப் பதிற்றுப்பத்தந்தாதி, திருக்கருவை வெண்பா அந்தாதி என்னு மூன்று அந்தாதிகளையும், இளைஞர்க்கு உபயோகப்பட்டுவரும் வெற்றிவேற்கை என்னுஞ் சிறுபாடலையுஞ் செய்தனர். பிந்தினதைத் தேலர் தேசிகர் (Rev. Mr. Taylor) இங்கிலிஷில் மொழிபெயர்த்திருக்கின்றார். இப்பாடலன்றி வடநூற்கவிராயராகிய கொக்கோகர் என்பவர் வடமொழியிற்செய்த கொக்கோக நூலையும் இவர் தமிழாற் செய்தனரென்று கதையிருப்பினுங் காமாசமமாகிய அத் துர்நூல் செய்தவர்:-

"புதியவமிர்தமெனவிதனைத்தமிழாற்புகன்றான்புகழ்வழுதி
மதிவெண்குடையோன்வரதுங்கராமனென்னும்மன்னவனே"

என்றதின்படி வரதுங்கராமபாண்டியன் என்றிருப்பதால், இவ் இருபாண்டியரும் ஒருவராகும்வழி அவ்வெண்ணம் ஒக்குமெனத் துணிகின்றோம். பாடல் மாதிரிக்காகக் கூர்மபுராணத்திலிருந்து ஓர் விருத்தம் தருகுவம்.

"கள்விலைபகர்வோர்கள்ளினைநுகர்ந்தோர்கள்ளருந்துதற்குடன்படுவோர்
கள்ளருந்தநரைமகிழுநர்நரகிற்கற்பகாலங்கிடந்தழுந்தி
எள்ளுறுந்தீயமலப்புழுவாகிமலத்தினைநுகர்ந்தபினிறந்து
விள்ளருங்கொடியரௌரவநரகில்மீட்டுமீட்டுழந்துநாட்கழிப்பார்."

அந்தகக்கவிவீரராகவமுதலியார். **Anthakakaviverarakava Modr.**

இவர் பிறவிக் குருடராயிருந்தும் தெய்வ வரப்பிரசாதத்தினுற் புகழ்பெற்ற கவிவாணராயினர் என்று கதையுளதாயினும், இவரது செனனதேச மரணகாலங்கள் ஆதியவற்றைக் குறித்து ஓர் சத்திய சரிதத்தையுங் கேட்டிலம். இவர் பாடினுரென்று வழங்கிவருங் கழுக்குன்றப்புராணம், கழுக்குன்றமாலையெனும் இருபாடல்களேயும் நோக்குவார் இவரது வித்தியாசாமர்த்தியத்தைப் புகழ்ந்து பாராட்டப் பின்னில்லார். இவ்விருபாடல்களுஞ் சென்னைக்கு வடமேற்கிலுள்ள கழுக்குன்றமலையிற் கட்டப்பட்டிருக்குஞ் சிவாலயத்தின்பேரிற் பாடப்பட்டன. இவ்விரண்டனுட் கழுக்குன்றமாலை முக்கியமுற்றதாயினும், மற்றுஞ் சில புலவர் பாடல்கள்போல் மட்டுக்கு மிஞ்சிய வர்ணனைகளாற் தேங்குகின்றது. அதற்குப் பின்வருவன திருட்டாந்தம் என்க.

" மாடேறுநாளுமதியேறுசென்னியுமாமறையோன்
ஒடேறுகையுமுடையார்தமக்கிடமூருழவர்
சூடேறுசங்கஞ்சொரிமுத்தைமுட்டையென்றேகமலக்
காடேறுமன்னஞ்சிறகாலணைக்குங்கழுக்குன்றமே."

இப் புலவரது சமாளத்துக்கும் பாடுந் திறமைக்கும் பின்வருஞ் சீட்டுக் கவிதையுஞ் சான்ருகும்.

"ஏடாயிரங்கோடிபெழுதாமறன்மனத் தெழுதிப்படித்தவிரகன்
இமசேதுபரியந்தமெதிரிலாக் கவிவீரராகவன்விடுக்குமோலை
சேடாதிபன்சிரமசைத்திடும்புகழ்பெற்ற திரிபதகைகுலசேகரன்
தென்பாவலசேலம் புரந்துதாகந்தீர்த்த செழியனெதிர்கொண்டுகாண்க
பாடாதகந்தருவ மெறியாதகந்துகம் பற்றிக்கோலாதகோணம்
பறவாதகொக்கனற்பண்ணுதகோடைவெம்படையிற்ருடாதகுந்தந்
சூடாதபாடலம்பூவாதமாவொடு தொடுத்துமுடியாதசடிலஞ்
சொன்னசொற்சொல்லாத கிள்ளையொன்றெங்குந் ததிக்கவரவிடல்வேண்டுமே."

இவரது பௌத்திரனெருவர் சிலகாலத்துக்குமுன் இருந்தாரென்று கேள்வி. இப்போதும் இருக்கிருரோ அன்ருே அறியோம். இவர் செனன மரணகாலம் மிகத்தூரமன்ரும்.

அங்தோனிக்குட்டியண்ணுவியார்.—**Anthonikuddy Annaviar.**

இவர் திருநெல்வேலியைச் சேர்ந்த மணற்பாறையிலே பிறந்தவர். பண்டிதர் பெருமானெனப் பேர்பெற்ற வீரமாமுனிவர் இந்து தேசத்தில் வந்திருந்த காலமே இவர் காலம். ஆதலால், இற்றைக்குச் சுமார் ௱௫0 வருடங்களின் முன் இவர் இருந்தவரென்று உத்தேசிக்கலாம். இவர் பரவசாதியாரென்று சிலர் உத்தேசிக்க, வேறுசிலர் அதை மறுத்து, இழுவசாதியாரென்பர். சாதியைப்பற்றி இழுவல் நழுவலாய் இருப்பினும் மதத்தால் இவர் கதலிகர். சாதியுஞ் சமயமும் ஒருவாறிருக்கப், புலமையிற் சிறந்த இவர் எவ்வளவு தூரங் கல்விமானுய் இருந்தபோதினும் "ஒள்ளியர் தெள்ளியராயினுமூழ்வினை—மெல்லநுழைந்துவிடும்" என்ருற்போலச் சிற்றின்ப தூர்த்தவியாபாரங்களில் மனசுசெலுத்தி அவற்றில் அகோராத்திரங்காதல் வைத்திருந்ததனுல், இவரது குருமார் இவரைத் தம் இனத்தால் நீக்கிவைக்க, அப்புறம் ஏதோ ஆச்சரியமான விதமாய்த் தமது இழுக்குற்ற நடையைத் திருத்தி, ஒழிந்த தமது வாணுளை

இரட்சாமூர்த்திபேரிற் கீர்த்தனம் பாடிச் செலவிட்டார். இவரது கீர்த்தனதிரட்டுக்குக் கிறிஸ்து சங்கீதம் எனப்பெயர். இதை மானிப்பாய் அச்சியந்திரசாலையிற் பல ஆண்டுகளின்முன் பிரசுரித்தனரென்று கதையிருப்பினும், அதை நாம் இதுவரையுங் கண்ணாரக் காணாமையால் அதன் யுக்தாயுக்தங்களின்பேரில் யாதுஞ் சொல்லல் கூடாது. அப்புத்தகத்தைப் பதிப்பித்தோர் அது உச்சித பேரின்பப் பாடலெனப் பாராட்டிப் பேசியிருக்கக் கண்டோம்.

அபிராமிப்பட்டர்.—Apiramippaddar.

இவர் சோழமண்டலத்திலுள்ள திருக்கடவூரிலே பிராமணர் மரபிலே பிறந்தவராயினும், சாராயங் கள்ளாதிய மஸ்து வஸ்துகளை வைத்துச் சத்திபூசைசெய்து, அபிராமி அருள்பெற்று விளங்கியவர் எனப் புகழ்நாமஞ் சூட்டப்பெற்றவோர் புலவர். இவர் தென்மொழியிலன்றி வடமொழியிலும் ஆழியராய்ச், சிவபாரியாகிய பார்வதிபேரில் நூறுசெய்யுட்கொண்ட அந்தாதியொன்று பாடினர். அதற்கு அபிராமியந்தாதியென்றுபேர். இவ்வந்தாதி செம்பாகமாய் ஆற்றுநீர்போல ஒழுகிய வோசையும் விழுமிய பொருளுங் கொண்டது. இப்பாடல் நூற்றையும் மனனஞ்செய்து காலைமாலைகடோறும் வட்டம் பண்ணி வருவார் நினைத்தவை யாவையாயினுஞ் சித்திபெறுவாரெனும் விசுவாசஞ் சைவ சமயிகளுக்குள் இருப்பதால், அவ்வாறு அவற்றைத் தினந்தம் வட்டம்பண்ணிவருவார் பலர் இந்நாளிலுமுளர். பாடற் செம்பாகத்தையுஞ் சந்தத்தையும் உணர்த்தற்காக அதில் இரண்டு செய்யுட்களை இங்ஙனம்வரைவம்.

> "மணியேமணியினொளியேயொளிருமணிபுனைந்த
> அணியேயணியுமணிக்கழகேயணுகாதவர்க்குப்
> பிணியேபிணிக்குமருந்தேயமரர்பெருவிருந்தே
> பணியேனொருவரைநின்பத்மபாதம்பணிந்தபின்னே."

> "கிளியேகிளைஞர்மனத்தேகிடந்துகிளர்ந்தொளிரும்
> ஒளியேயொளிருமொளிக்கிடமேயெண்ணிலொன்றுமில்லா
> வெளியேவெளிமுதற்பூதங்களாகிவிரிந்தவம்மே
> அளியேனறிவளவிற்களவானததிசயமே."

இந்த அபிராமிப்பட்டர் ஒருநாளோர் சபையிலே அமாவாசித் தினத்தைப் பௌரணைத்தினமென வகைமோசமாய்ச் சொல்லித், தாஞ்சொல்லியது சரியென்று ரூபித்தற்காக நூறுவடந் தாங்கிய உறியொன்றில் ஏறியிருந்து, இவ்வந்தாதியில் ஒவ்வொரு பாவைப்பாடி ஒவ்வொரு வடத்தையறுத்து, நூறும்பாட்டுடன் நூறும்வடத்தை அறுக்குந்தருணம் அபிராமியருளினாற் பௌர்ணிமி தோன்றிற்றென்று இப்பாடற் காரணங்கூறுங் கன்னபரம்பரையும் நங் கன்னத்தில் விழுந்ததுண்டு. கதை எவ்வாறாயினுமாகுக, பாடல் உத்தமமே. இவர் இருந்த இறந்த காலவரலாறு இதுவரையும் எங்கைக்கு அகப்படவில்லை. கி. பி. 1கள ம் சதாப்தத்தில் இருந்தாரென்றது உத்தேசம்.

அப்பர்.— Appar.

சைவ சமயிகள் பாராட்டி நன்கு மதித்துக் கொண்டாடுஞ் சமயகுரவர்கள் நான்குபேருள் இவரொருவர். இவர் திருமுனைப்பாடி நாட்டிலே, பொருநை நதிக்கரையிற் கட்டப்பட்ட திருவாமூரிலே, வேளாளர்குலத்திலே, குறுக்கையர்குடியிலே அவதாரஞ்செய்தவர். இவரது அருமைத்தந்தையார்க்குப் புகழனாரென்றும் அன்புற்ற தாயார்க்கு மாதினியாரென்றும் நாமதேயங்கள்,

இவர் பாலிய வயசிலே வித்தியாரம்பஞ்செய்து: "மகன்றந்தைக்காற்றுமுதவியிவன்றந்தை-யென்னோற்றான்கொல்லெனுஞ்சொல்" எனும் ஆன்றோர் வாக்கைத் தம்மில் நிறைவேற்றினர். பெற்றோரால் இடப்பட்ட மருணீக்கியாரெனும் நாமதேயமன்றி, வாகீசராதிய வேறு நாமதேயங்களும் இவர்க்குள. இவர்க்குத் திலகவதியார் எனும் மூத்த சகோதரி ஒருவருளர். பெற்றோர் இருபேருஞ் சைவசமயத்திற் பிடிவாதக்காரராய்ச் சைவப்பழங்களாய்த் தம் கணமணிநேரும் இவ்விரு நன் மணிகளையும் அச்சமயாசாரநிலை தவறாது அருமைப் பெருமையாய் வளர்த்தனர்களாயினும், அவர்கள் தேகவியோகமாகிய பின்னர், மருணீக்கியார் செல்வ தேகபந்த நிலையாமையை உணர்ந்து, அறச் செயலிற் காமுற்று, அனேக திரவியங்களை வாரி இறைத்துக் குளங்கள் கூபங்களை வெட்டிச், சோலைகளோடு அறச்சாலைகளை நாட்டித், தண்ணீர்ப் பந்தர்களை வைத்துப், புலவர்களுக்குக் கனகமாரிபொழிந்து, துறவறம்பூண்டும், நற்கதிதரும் மெய்ந்நிலை யாதெனத் தேறாராகிச், சேற்றில் நட்ட கம்பம் போல மனநிலைதளர்ந்தனர் ஈற்றில் இவர் பாடலிபுரத்தில் இருந்த சமணமுனிவர்வாசத்தையடைந்து, அவர்கள் புத்தகங்களை ஆசையோடு வாசித்து அவர் கோட்பாடுகளில் மருண்டு, அவர் மதமே தம்மதமெனச் சம்மதமாய் அதைத் தழுவிப், புத்தர்களை வாதிற் பறக்கடித்துத் தருமசேனர் எனு நாமத்துடன் ஆருகர்குரவருள் ஒருவராயினர்.

இப்படியிருக்கவே, குரூரசூலைநோய் ஒன்றுண்டாய் இவர் வருத்தமுறக் கண்ட சமணர் தம்மாலடுத்த சிகிச்சைகள் செய்துங் குணமாகாமையால், இவர் தம் நோயைத் தமக்கையார் திலகவதியார்க்கு உணர்த்தற்பொருட்டு ஓராளை அந்தரங்கத்தில் அனுப்பினர். அவரோ நான் சமணர் பள்ளியுள் வரேன் என்று மறுத்ததனால், இவரோர்நாளிரவு தம்பாயுடுப்பையுங் கமண்டலத்தையும் மயிற்பீலியையும் விட்டுக், காந்தத்தால் ஈர்க்கப்படும் உருக்கூசிபோலத் திருவதிகையில் வசித்த தமக்கையாரண்டை ஓடிப், பழையபடியே விபூதி உருத்திராட்சம் தரித்துச் சைவராகித் திருப்பதிகம்பாடிச் சூலைநோய் நீங்கினரென்ப. இக்காரியம் சமணர்காதில்விழ, அவர்கள் கோப முற்றுத் தம் அரசனாகிய பல்லவராயனுக்குத் தெரிவிக்க, அவன் இவரை அழைப்பித்துக் கோபதீரனாய் அச்சமணர்போதனைப்படி கொல்வது கருத்தாய், ஏழுநாள் நீற்றறையில்விட்டுக் கதவைப்பூட்டியும், யானையைக்கொண்டு உழக்குவிக்கப்பார்த்தும் பிரதிகூலப்பட்டு, ஈற்றிற் கல்லுடன்பிடித்துக் கட்டிக் கடலுட் போடுவிக்க, இவரோ அந்தக்கல்லையே புணையாக்கித் திருப்பாதிரிப் புலியூர்க்கரை சேர்ந்தனரென்ப. இச்செயலாற் சைவர் இவர்பேரில் மிகமானமாகச், சமணர் சொற்படி இவரை வருத்தின பல்லவராயனுஞ் சைவனாயினன். அதுமுதல் இவர் ஓரிடந்தரியாது சிவஸ்தலங்கள் தரிசித்துப், பப்பத்துச்செய்யுட்கொண்ட நாற்பத்தொன்பதினாயிரம் பதிகம் பாடினரெனச் சொல்லப்படினும், தற்காலம் மீந்திருப்பன ௩௧௨ மாத்திரமே. இவர் மிகு மதுரங்கொண்ட தேவாரங்களைப்பாடிய காரணத்தால் இவர்க்குத் திருநாவுக்கரசர் எனுங் காரணநாமம் உளது. இவர் இருந்த காலத்தைச் சரிவரக் குறித்தல் எளிதல்ல. பின்னே கூறப்படுஞ் சம்பந்தர் இருந்தகாலமே இவர் காலமெனலாம். இவரைப்பற்றி.-

"பொய்யுரைநூல்சிலபுகலுந்தீயமண்
கையர்கள்பிடித்தமுன்கடலகத்திடு
வெய்யகற்றோணியாய்மிதப்பமேற்படு
தய்யசொல்லரசர்தாடொழுதுபோற்றுவாம்"

என்று கந்தபுராணங் கடவுள் வாழ்த்திற் குறிப்பாய்ச் சொல்லப்பட்டிருக்கிற தன்றி, இவரது சரித விரிவு திருத்தொண்டர் புராணம் எனப்படும் பெரியபுரா ணத்திற் சொல்லப்பட்டிருக்கிறது. இவர் திங்களூரிலே அப்பூதி நாயனாரு டைய வீட்டிலிருந்தபோது, பாம்புகடித்திறந்த அவரது மூத்தமகனைப் பிழைப்பித்தனர் எனவுஞ் சொல்லப்பட்டிருக்கிறது. ஒருமுறை இவர் சம்பந் தமூர்த்தி தன்னைக்காண வருகின்றாரெனக் கேள்வியுற்றுத் தாம் அவர்க்கு முந்திவிடவேண்டுமென நினைந்து, ஒருவரும் அறியாதுபோய், அவர் ஏறிவந்த சிவிகையைத் தாங்கிவர, இவரைத் தேடிச்சென்ற சம்பந்தர், அப்பரெங்குற் றாரென வினவ, இவர்: சுவாமீ, அடியேன் தங்கள் சிவிகை பொறுக்குஞ் சிலாக்கியம் பெற்றேனாய் இங்குற்றேன் என்றார். இதைக்கேட்ட சம்பந்தர் விரைவிற்றஞ் சிவிகையால் இறங்கி இவரை வணங்க, இவர் அவரைவணங்க இவ்வாறு இருபேரும் ஒருவர்க்கொருவர் முந்திக் கனம்பண்ணித் தத்தம் உச்சி த சுகுணத்தை விளக்கி அளவளாய் ஆனந்தங்கொண்டனர். இதற்குமுன் சீகா ழியிலே முதன்முதல் இவர் சம்பந்தரைத் தரிசித்தபோது, இருவரும் ஒருவ ரையொருவர் வணங்கிய தருணத்துச், சம்பந்தர், அப்பரே என்று இவரை அழைத்த காரணத்தால், அப்பெயர் இவர்க்கு இடுகுறிப்பெயராயிற்று. இவர் தமது அந்தியகாலத்திலே திருப்புகலூரிலே வதிந்து எண்பத்தொரு பிராயத் திற் சித்திரைமாதத்திற் தேகவியோகமாயினர். இவரிறந்தகாலத்திற்கு:-

"பாடியசம்பந்தர்வைகாசிமூலம்பயிலுமப்பர்
நீடியசித்திரைமாதச்சதையநிறைவன்றொண்டர்
ஆடியிற்சோதிதிருவாதவூரர்நல்லானிமகம்
தேடியசேக்கிழார்வைகாசிப்பூசஞ்சிறந்தனரே"

என்னும் பாடல் சான்றாகும். இவர்க்கு வயசு அக என்றதற்கு:-

"அப்பருக்கெண்பத்தொன்றருள்வாதவூரருக்குச்
செப்பியநாலெட்டினிற்றெய்வீகம்—இப்புவியிற்
சுந்தரர்க்குமூவாறுதொன்ஞானசம்பந்தர்க்
கந்தம்பதினாறறி"

என்னும் பாட்டுஞ் சான்றாகும். இவரிருந்தகாலம் கி. பி. சுமார் 600 வரு ஷமென்றது சிலரது உத்தேசம். பாடல் மாதிரிக்குப் பின்வரும் பாட்டைத் தருவம். நமச்சிவாயப்பதிகம், பண் காந்தார பஞ்சமம்.

"சொற்றுணைவேதியன்சோதிவானவன்
பொற்றுணைதிருந்தடிபொருந்தக்கைதொழக்
கற்றுணைப்பூட்டியோர்கடலுட்பாய்ச்சினும்
நற்றுணையாவதுநமச்சிவாயவே."

அப்பாவையர்.—Appavyar.

இவர் புலவரும் வானசாஸ்திரியுமாய் இருந்தாரென்றது யாவராலும் ஒப் புக்கொள்ளப்பட்டதாயினும், இவர் பிறந்ததேயம், காலம், இறந்தவிடமாதிய தெளிவாயாவது, குறிப்பாயாவது சொல்லப்பட்டிருக்கக் கண்டிலம். செல் விக்குப்பத்திலே வசித்த தாண்டவராயன் என்னுந் தனவந்தர் ஒருவர், இவர்க்கு நேசருந் தாதாவுமாய் இருந்ததனாற், தாம் செய்த வானசாஸ்திர நூலுக்கு, அவரது நாமதேயத்தைச் சார்த்தித் தாண்டவமாலை என்னும் பெய ர் சூட்டினர். அது சம்ஸ்கிருத பாடையிலிருந்த ஓராசாரம், பராசரியம் முத லான நூல்களின் சாரம். அவற்றிலிருந்து வடித்துத்திரட்டி எடுத்தபொழிப்பை

அறுபத்தொரு பாட்டுகளில் விம்பிக்கச் செய்தார். இந்நாலைத் தென் இந்தியாவிலுள்ள சாஸ்திரிகள் மிகவும் அபிமானித்துப் பாராட்டுகிறார்கள். இவர் சமயாசாரத்திற் சமணர், சாதியிற் பிராமணர்.

அப்புக்குட்டி ஐயர். — Appukutty Ayar

யாழ்ப்பாணம் நல்லூர் சிதிவாகன ஐயர் புத்திரராம் இவர் கலியப்தம் ௪௮௮௮-க்குஞ் சாலிவாகன சகாப்தம் ௧௭௱௯-க்குஞ் சமமான பிலவங்க வருஷம் மாசிமாதம் ௨௮ந் தேதி பிறந்து, ௭௬ பிராயத்தில் ருத்திரோற்காரி வருஷம், கார்த்திகை மீ, சோமவாரத்தில் இறந்தனர். சமஸ்கிருதம், தமிழெனும் இருபாஷைகளிலும் மிக வல்லவரும், நல்லூர்க்கந்தசுவாமிகோவில் அருச்சகர்களில் ஒருவரும் ஞாபகத்திற்காய் யாவராலும் இனிது பாராட்டப்பட்டவருமாகிய இவ்வித்துவான் பாடிய பிரபந்தங்கள் சூதபுராணம், நல்லூர்ச் சுப்பிரமணியர் பிள்ளைத் தமிழ் எனும் இரண்டு. இவ் இரண்டன்றித் தனிப் பாடல்களும்பல இவராற் பாடப்பட்டன. இவர்க்கு வாலசுப்பிரமணிய ஐயர் எனு மறுநாமமும் உளது.

அமிர்தகவிராயர். — Amirthakavirayar.

இவர் பொன்னங்கால் என்னும் இடத்திற் பிறந்து, பாலியப் பிராயத்திற்றானே கல்விமானெனப் பெயர் படைத்தவர். கல்வி ஆராய்வில் மேம்பட்ட இவரது புலமைத் திறமையும், புகழும், தன் சன்னத்துவாரத்தில் விழப்பெற்ற இராமநாதபுர இராசாவாகிய இரகுநாத சேதுபதி இவரை அழைப்பித்துத் தம் சமஸ்தான வித்துவான்களுட் சிரேஷ்டராக்கினர். இற்றைக்கு ஏறக்குறைய இருநூறு வருடங்களின் முன், அதாவது கி. பி. ௧௬௪௧-௧௬௮௫-க்கு இடையே செங்கோலோச்சி அரசுபுரிந்த இவ்விராசனது பரிபாலனத்தின் கீழிருந்து இவர் புகழ்பெற்று வருநாளில், பாரம்பரைக் கதைப்படி, இவர்க்கும் வேறுசில புலவர்க்கும், பாடுந் திறமையையிட்டு ஓர் வாதநிகழ்ந்துழி, எதிர்க்கட்சிப் புலவர்மார் ஒவ்வொருவரும் யாம் இன்ன துறையில் இன்ன தொகைகொண்ட பாடல் பாடவல்லேம் என்று சொல்ல, இப்புலவர் ஒரு துறையில் நான் நூறுபாடுவேன் என்றனர். எனவே எதிர்க்கட்சியார், இவர் சொன்ன சொற்களை வேறுவகையாய் இசையறத்துப் பொருளையுஞ் சந்தியையும் மாற்றி, இவர் நானூறு பாடுவேன் என்றாரென்று உறுத்திப்பேச, அதற்கென்ன, நன்று. நன்று. யான் அப்படியும் பாடுவேன் என்று கூறி, நாணிக் கண்புதைத்தல் என்னும் ஒருதுறைமேல் நானூறு கோவைபாடி, இரகுநாதசேதுபதி ஒருதுறைக்கோவை எனத் தமது இராசருக்கு அதைப் பிரதிஷ்டை செய்தனர். இக்கோவை நானூற்றின் ஒவ்வொருபாட்டின் இறுதியடிகள் இரண்டும் உபயார்த்தங்கொண்டன. சொற்சுவை பொருட்சுவையாற் சிறந்த இக்கோவை நானூற்றிலும் இரகுநாத சேதுபதியின் நாமம் விளித்துக் கூறப்பட்டிருக்கிறது. மாதிரிக்காய் இவ்விடம் அவற்றுளொன்று கூறுகின்றோம்.

"நாகஞ்சேறிமலர்ப்பூங்காவும்பொய்கையுநான்மறையும்
நாகஞ்சேறிதமிழ்த்தேவையர்கோன்ரகுநாதன்வெற்பில்
நாகஞ்சேறிகின்றதென்மதிசாயநற்பார்வைதன்னை
நாகஞ்சேறிவஞ்சியாய்மறைத்தாயதுநன்றல்லவே."

அமிர்தசாகரமுனிவர். — Amirthasakara Munivar.

இவர் பூர்வீக வித்துவான்களுள் மிகச் சிரேட்டராயினும், எவ்வூரார், எக்காலத்தார் என யாதுந் தெரிந்திலது. எழுத்து முதலாம் பஞ்சலக்கணங்களுள் ஒன்றாய யாப்பைக் காரிகையாய்ச் செய்தார் இவரே. 'ஆரியமென்னும் பாரிரும்பௌவத்தைக் காரிகையாக்கித் தமிழ்ப்படுத்திய வருந்தவத்துப் பெருந்தன்மை அமிர்தசாகரர்" என இவர் கூறப்பட்டிருக்கின்றார். இவர் இயற்றிய காரிகை, ஒத்துவகையான் மூன்றும், காரிகைவகையால் நாற்பத்துநான்கும், கிரந்தவகையாற் றொண்ணூற்றாறு கிரந்தமும் இருபத்தெட்டு எழுத்துங்கொண்டது. பாழித்தியம் எனும் பிராகிருத இலக்கணமும், பிங்கலமென்னுஞ் சந்தோபிசிதியும் போலக் காரிகையாப்பிற்றாய். குணகாங்கியம் எனுங் கருநாடகசந்தமே போல மகடூஉ முன்னிலையுடைத்தாய இவ் அரிய நூலுக்குக் குணசாகர முனிவர் எனும் பண்டிதர் திட்ப நுட்பஞ் சிறந்த அரிய உரை எழுதினர். இவ்வுரையோடு இந்நூலைப் பலர் அச்சிட்டுப் பிரசுரித்திருக்கின்றார். பாடல்மாதிரிக்காக அதன் காப்பை இதன்கீழ்த் தருகின்றோம்.

"கந்தமடிவில்கடிமலர்ப்பிண்டிக்கணார்கிழற்கீழ்
எந்தமடிகளிணையடியேத்தியெழுத்தசைசீர்
பந்தமடிதொடைபாவினங்கூறுவன்பல்லவத்தின்
சந்தமடியவடியான்மருட்டியதாழ்குழலே."

கடவுள் வணக்கத்தை உணர்த்தும் இப்பாவின் முதலாம் அடி தெரிவிக்கிற படி சமயாசாரத்தால் இவர் அருக சமயத்தவர்.

அம்பிகாபதி—Ambikapathi.

இவர் புலவர் பெருமான் கம்பர்க்கு அருமைப் பெருமையான புத்திரர். குலோத்துங்க சோழராசாவின் சமஸ்தான வித்துவான்களுள் ஒருவர். கம்பர் இராமாயணம் பாடி அரங்கேற்றக் கொண்டுபோனபொழுது சிறீரங்கத்துப் பிராமணர் அவரைநோக்கி, நீர் மற்றும் புலவர்மார் சாற்றுகவியோடு உமது புத்திரன் அம்பிகாபதியின் சாற்றுகவியுங் கொண்டுவரல்வேண்டுமென்று கேட்க, அக்கேள்விக்கிசைந்து தம்புத்திரராம் இவரை அழைப்பிக்க, இவர் தம் தந்தையார் சொற் பிந்தத் தாம் முந்தியோடி, அவரது வேண்டுகோளின்படி பின்வருஞ் சாற்றுகவியைக் கொடுத்தனர்.

"சம்பமுடனுரைசெவிசாற்றுபூங்
கோம்பனுடன்கொழுநனிராமப்பேர்
பம்பநாடழைக்குக்கதை பாச்செய்த
கம்பநாடன் கழறவலயிற்கொள்வாம்."

இச் சாற்றுகவியைக் கொடுத்தபின்னர்த் தந்தையாருடன் கூடி வித்துவசபைக்கு ஏகி, அவ்விடம் குழுமிய வித்துவான்கள் இராமாயணப் பாக்கள் சிலவற்றிற்கொண்டுவந்த ஆட்சேபங்களுக்குச் சமாதானஞ்சொல்லித் தம்புகழைச் சபையில் நிறுவினர். இவரது கலியாணச்சடங்கிற்குச் சோழன் முதலாம் அரசர்கள், சடையப்ப முதலியார் முதலாம் பிரபுக்கள் எனப் பலதிறத்தார் திரளாய்க்கூடினர். இவ்வளவு பிரபலியம் பெற்றவராயிருப்பினும் அரசன் மகளைக் காமித்துக் கழுவேற்றப்பட்டார். கழுவில் இருந்தபோது இவர் பாடிய தனிப்பா ஒன்றை இவ்விடந் தருவம்.

" உருசியுடல்கருகியுள்ளிரக்பற்றி
எரிவதலியாதென்செய்வேன்—வரியரவ
நஞ்சிலேதோய்ந்த நளினவிழிப்பெண்பெருமாள்
நெஞ்சிலேயிட்ட நெருப்பு."

அம்பிகாபதி காலம் அவர் தந்தை காலமாதலிற் சுமார் ஆயிரம்வருஷத்துக்கு முன் இருந்தார் என்பது திட்டம். இவர் தனிப் பாக்கள் பாடினரன்றி ஏதும் ஓர் நூல் செய்ததாய்க் காணேம். பஞ்சலக்கணங்களுள் ஒன்றாகிய அலங்காரஞ் செய்தார் இவரென்று சிலர் சாதித்தும் அக்கூற்றை மறுப்பாரும் உளராதலில் யாமதனை இவ்விடம் நிறுத்திப் பேசாது விட்டனம். அம்பிகாபதி கழுவிலிருந்து உயிர் துறந்த சமயத்தில்:-

" பட்டுப்பட்டாயினுந்தேறுவையேயென்றுபார்த்திருந்தேன்
வெட்டுப்பட்டாய்மகனேதலைநாளின்விதிப்படியே"

என்று கம்பர் சொல்லி அழுது தம் மகனுக்காகப் பிரலாபித்தார்.

அம்பலவாணக் கவிராயர்.—**Ambalavanak kavirayar**.

சதுரகிரி அறப்பளீசுரர் சதகம் பாடினர் இவரே. இவர் அருணசலக் கவிராயர் புத்திரன் என்பதற்கு மேற்பட இவரைப்பற்றி யாதுங் கூற வாய்க்கவில்லை.

அம்பலவாணதேசிகர்.—**Ambalavanadesikar**.

நமச்சிவாயதேவர் எனுந் தேசிகரிடந் தீக்ஷை பெற்ற பல பெரியோருள் இவர் ஒருவர். செனன மரண வரலாறுகள் விளங்காத போதும் தாஞ்செய்த பல நூல்களாற் தம்மை உலகத்துக்குத் தெளிவாய் இவர் விளக்கினர். இவர் இயற்றிய நூல்கள் பத்து. அவையாவன:-

க. தசகாரியம்.	சு. உபாய நிட்டை வெண்பா.
உ. சன்மார்க்க சித்தியார்.	எ. உபதேச வெண்பா.
ஈ. சிவாச்சிரமத் தெளிவு.	அ. நிட்டை விளக்கம்.
ச. சித்தாந்தப் பஃறொடை.	கூ. அதிசய மாலை.
ரு. சித்தாந்த சிகாமணி.	கய. நமச்சிவாய மாலை.

இவர் செய்த இப் பத்துநூல்களுடன் தக்ஷிணமூர்த்தி செய்த தசகாரியம், உபதேசப் பஃறொடை வெண்பா என்னும் இரண்டும், சுவாமிநாத தேசிகர் செய்த தசகாரியம், பின் வேலப்ப தேசிகர் செய்த பஞ்சாட்சரப் பஃறொடை இரண்டுங் கூட, அப்பதினன்கையும் ஆன்றோர் பண்டார சாத்திரம் என்பர். பத்திய ரூபமாக இயற்றிய இப் பத்து நூல்களையுந் தவிர, பூப்பிள்ளை என்னும் பெயருடைய ஒருவருக்காகப் பூப்பிள்ளை அட்டவணை அல்லது உயிரட்டவணை என்னுமொரு ஞான நூலைக் கத்திய ரூபமாக இயற்றினர். உலகுடைய காயனர் எனும் பெயருடைய வைஷ்ணவப் பிராமணர் ஒருவர் இவர்க்கு மாணக்கர்.

அம்பலவாண பண்டிதர்.—**Ambalavana Panditthar**.

இவர் கோப்பாயில் இருந்தவரும், தற்காலம் யாழ்ப்பாணத்தில் வழங்கிவராநின்ற தேச வளமை என்னும் நியாயப் பிரமாணத்தைச் சேர்த்தவருள் ஒருவரும், உலாந்தாத் துரைத்தனத்தாரிடம் வண்ணார அதிகாரம் எனுங் கண்ணியங் கொண்ட உத்தியோகம் பெற்று விளங்கிய வேளாளப் பிரபுவுமாகிய அருளம்பல முதலியாருடைய கனிட்ட புத்திரர். இருபாலைச் சேனாதிராய முதலியாருடைய மாணாக்கர் பலருள் ஒருவர். இலக்கண இலக்கியம் பழுதறக் கற்றுத் தேர்ந்த பண்டிதர். முன்னே யாழ்ப்பாணத்தில் இருந்த பேர்சிவல் தேசிகருக்குத் தமிழ் ஆசிரியராய்ச் சிலகாலங் கல்வி கற்பித்தவர். பலதருணங்களில் இவரைக் கண்டு சம்பாஷித்திருக்கிறோம். இவரது தௌகித்திரி யாழ்ப்பாணம் மாகாணக்கோட்டில் நியாயதுரந்தரராய் இருக்கும், மெஸ். பிறக்தர் அருளம்பலத்துக்குப் பாரியாய்ச் சீவிக்கிறார். சுற்றமித்திரராம் பலர் கோப்பாய் ஆதியாம் இடங்களில் உளர். வழக்கமாய் மூத்தப்பு எனு நாமத்தால் அழைக்கப்பட்ட இவர் எதும் ஓர் நூலியற்றாத போதும், பல தனிப்பாக்கள் பாடினர். பாடல் மாதிரிக்காக அவற்றுள் ஒரு கட்டளைக் கலித்துறையை இவ்விடந் தருகுவம்.

"சீரானகோளுபசாரமலர்க்கணைதிக்குமுனி
ஏரானநோக்கமுருத்திரர்வாழ்மனுவெல்லிசுவம்
நேரானமங்கலநீங்காப்பதவிசிகழிரசந்
தாராமரோ நேர்நேசந்தியிலைசார்றுகவே."

அரசகேசரி.—**Arasakasari**.

இந்த வித்துவான் எமது யாழ்ப்பாணத்தை அரசாண்ட பரராசசேகரச் சக்கரவர்த்திக்கு மருகரும், அச் சக்கரவர்த்திக்கு இரண்டாம் மனைவி ஆகிய வள்ளியம்மை பெற்ற பரநிருபசிங்கத்துக்கு மைத்துனருமானவர். தமிழிலன்றி ஆரியத்திலும் வல்லவராதலாற் காளிதாசப் புலவர் சம்ஸ்கிருதத்திற் செய்திருந்த இரகு வமிசம் என்னும் மகா காவியத்தை இவர் தமிழிற் திருப்பிப் புராண நடையாய்ப் பாடி, "முதனூல் கருத்த னளவு மிகுதி-பொருள் செய்வித்தோன் றன்மை முதனிமித்தினும்" எனும் இலக்கணத்துக்கேற்ப, அதன் முதனூல் போலவே இதற்கும் இரகு வமிசம் என்னும் நாமகாரணஞ் சூட்டினர். இது எந்த வித்துவான்களையுங் கலங்கச்செய்யும் ஆழ்ந்த பொருள் அமைந்த அரிய காவியம். இருபத்தாறு படலங்களாகப் பிரிக்கப்பட்டிருக்கும் இப் பாடலில், ஈராயிரத்து நானூற்று நான்கு செய்யுளுள. இது திருவாரூரில் அரங்கேற்றப் பட்டதென்பர். சம்ஸ்கிருதத்தில் இருந்த இக்காவியத்தை ஸ்தென்ஸ்லர் (Stenzler) என்பவர் லத்தீன் பாஷையிலும், இப்போவிற் பிராஞ்சி (Hyppolyte Franche) என்பவர் பிராஞ்சிய பாஷையிலும் எலவே மொழிபெயர்த்தனர். இந்தக் காவியஞ் சூரிய வமிச இராசாக்களுள் ஒருவரும், அயோத்திராசனான தசரத இராமனின் முப்பாட்டனும், திலீபன் குமாரனுமாகிய இரகு மகா ராசாவின் மேற்று.

இராச குடும்பத்தைச் சேர்ந்த இப்புலவர் இற்றைக்கு எகதேசம் நானூறு வருடங்களின் முன் சீவித்தாரென்று உத்தேசிக்கின்றோம். இவர் காலத்தில், இவர் மாமன் பரராசசேகரனது தம்பியாகிய செகராசசேகரனால், யாழ்ப்பாணத்திலே தமிழ் வித்துவ கோஷ்டியொன்று சேர்க்கப்பட்டது.

அரிசிற்கிழார்.—Arisitkilar.

மதுரைக் கடைச் சங்கப் புலவர்மார் நாற்பத்தொன்பதின்மருள் இவரும் ஒருவர். அநேகர் சரிதம் போலவே இவர் சரிதமுந் தெரிந்திலது. திருவள்ளுவர் நூல் அரங்கேறியபோது அதற்குப் புகழ்மாலையாய் இவரும் ஓர் கவி சொற்றனர். அது வருமாறு:-

> "பரந்தபொருளெல்லாம் பாரறியவேறு
> தெரிந்ததிறந்தோறுஞ்சேரச்—சுருங்கிய
> சொல்லால்விரித்துப் பொருள்விளங்கச்சொல்லுதல்
> வல்லாரார் வள்ளுவரல்லால்."

அரிதாசர்.—Aridasar.

இவர் கிறிஸ்தாப்தம் க,எ00 வரையில் இருந்தவர். சைவர், வைஷ்ணவர், வேதாந்திகளைக் கண்டித்து அவர்க்கு விரோதமாய் உதும் பாட்டுகள் அடங்கிய ஓர் கிரந்தஞ் செய்தார். அதற்கு இருசமய விளக்கம் என்று பேர்.

அருணகிரிநாதர்.—Arunagirinathar.

சிவதொண்டிற் சிரத்தையுற்றுத் துறவறம் பூண்ட இவ் வித்துவான் சென்னைத் துரைத்தனத்திலுள்ள திருவண்ணாமலைக் கோயிலையே தமக்கு உறைவிடமாகக் கொண்டவர். ஆறுமுகன் எனப் பேர் படைத்த ஸ்கந்தசுவாமி என்பவர்க்கு ஸ்துதியாகக் கந்தரனுபூதி, கந்தரலங்காரம், கந்தரந்தாதி என்னும் மூன்று பாடல்கள் பாடினர். இவற்றுட் கந்தரலங்காரத்திலே நூற்றொரு செய்யுட்களும் (சில எட்டுப் பிரதிகளின்படி நூற்றேழு செய்யுட்கள்), கந்தரனுபூதியிலே ஐம்பது செய்யுட்களும் உள. கந்தரலங்காரத்தையுங் கந்தரனுபூதியையும் யாழ்ப்பாணம், நல்லூர் ஶ்ரீ. ஶ்ரீ. ஆறுமுக நாவலர் அச்சிடுவித்திருக்கிறார். கந்தரலங்காரத்துக்கு, வல்லுவெட்டித்துறைவாசராகிய இயற்றமிழ்ப் போதகாசிரியர் ஶ்ரீ. ஶ்ரீ. ச. வைத்திலிங்க பிள்ளை உரை இயற்றி அச்சிடுவித்திருக்கிறார். வில்லிபுத்தூராழ்வாரோடு திருவண்ணாமலையிலே இவர் தருக்கமாடிய தருணத்திற் கந்தரந்தாதி பாடப்பட்டது. இவரும் வில்லிபுத்தூரரும் வாதிட்ட சரிதச் சுருக்கத்தைப் பிந்தினவர் கதையுடன் சேர்த்திருக்கிறோம்; அங்ஙனம் பார்க்க. மேற்சொல்லிய நூல்களன்றி, வேத விருத்தம், திருவகுப்பு, திருப்புகழ் என்னும் பிற பாக்களும் பாடினர். இவற்றுட் திருப்புகழ் பா நூறு கொண்டது. மாந்தர் வாணாளின் ஆதி மத்தி யாந்த நிலைமையை உணர்த்தும் உடற் கூற்று வண்ணமும் ஒன்றை இவர் பாடினர். அதன் அலங்காரம், செம்பாகம், பொருளாதிய, எவரையும் வசியம் பண்ணுமல் இரா. அதன் பொருணயம் விளங்கிய றொப்பேட் தேசிகர் (Rev. Mr. Robert) அதனை இங்கிலிஷ் பாஷையில் மொழி பெயர்த்திருக்கிறார். இப்புலவர் பாடல் மாதிரிக்காக அவ்வண்ணத்தை இவ்விடம் நாமுந் தருகிறோம். அது வருமாறு:-

> "ஒருமடமாது மொருவனுமாகி—இன்பசுகந்தரு மன்புபொருந்தி
> உணர்வுகலங்கி யொழுகியவிந்து—ஊறுசுரோணித மீதுகலந்து
> பனியிலோர்பாதி சிறுதுளிமாது-பண்டியில் வந்து புகுந்து திரண்டு

பதுமவரும்பு சமடமிதென்று-பார்வை மெய் வாய் செவி கால் கைகளென்ற
உருவமுமாகி யுயிர்வளர்மாதம்-ஒன்பதுமொன்று நிறைந்து மடந்தை
உதரமகன்று புவியில் விழுந்து-யோகமும் வாரமும் நாளுமறிந்து
மகளிர்கள் சேனை தரவணையாடை-மண்படவுந்தி யுதைந்து கவிழ்ந்து
மடமயில் கொங்கை யமுதமருந்தி-ஓரறிவீரறி வாகி வளர்ந்து
ஒளிநகையூற லிதழ்மடவாரும்-உவந்து முகந்திட வந்து தவழ்ந்து
மடியிலிருந்து மழலைமொழிந்து-வாவிருபோவென நாமம் விளம்ப
உடைமணியாடை யரைவடமாட-உண்பவர் தின்பவர் தங்களொடுண்டு
தெருவிலிருந்து புழுதியளைந்து-தேடிய பாலரொ டோடி நடந்து
அஞ்சுவயதாகி விளையாடியே,

உயர்தருஞான குருவுபதேச-முந்தமிழின்கலையுங்கரைகண்டு
வளர்பிறையென்று பலரும் விளம்ப-வாழ்பதினாறு பிராயமும் வந்து
மயிர்முடிகோதி யறுபதநீல-வண்டிமிர் தண்தொடை கொண்டைபுனைந்து
மணிபொனிலங்கு பணிகளணிந்து-மாகதர்பூசுரர் கூடிவணங்க
மதனசொருப னிவனெனமோக-மங்கையர் கண்டு மருண்டு திரண்டு
வரிவிழிகொண்டு சுழியவெறிந்து-மாமயில்போலவர் போவது கண்டு
மனதுபொறாம லவர்பிறகோடி-மங்கல செங்கலசந் திகழ் கொங்கை
மருவ மயங்கி யிதழமுதுண்டு-தேடியமாமுதல் சேரவழங்கி
ஒருமுதலாகி முதுபொருளாகி-இருந்த தனங்களும் வம்பிலிழந்து
மதனசுகந்த விதனமிதென்று-வாலிபகோலமும் வேறுபிரிந்து
வளமையுமாறி யிளமையுமாறி-வன்பல்விழுந்திரு கண்களிருண்டு
வயதுமுதிர்ந்து நரைதிரைவந்து-வாதவிரோத குரோதமடைந்து
செங்கையினிலோர் தடியுமாகியே,

வருவதுபோவ தொருமுதுகூனும்-மந்தியெனும்படி குந்தி நடந்து
மதியுமழிந்து செவிதிமிர்வந்து-வாயறியாமல் விடாமன்மொழிந்து
துயில்வருநேர மிருமல்பொருது-தொண்டையுநெஞ்சு முலர்ந்துவரண்டு
துகிலுமிழந்து சுணையுமழிந்து-தோகையர்பாலர்கள் கோறணிகொண்டு
கலியுகமீதி லிவர்மரியாதை-கண்டிடுமென்பவர் சஞ்சலமிஞ்ச
கலகலவென்று மலசலம்வந்து-கால்வழிமேல்வழி சாரநடந்து
தெளிவுமிராம லுரைதடுமாறிச்-சிந்தையுநெஞ்சு முலைந்து மருண்டு
திடமுமலைந்து மிகவுமலைந்து-தேறினலாதர வேதெனநொந்து
மறையவன்வேத னெழுதியவாறு-வந்ததுகண்டமு மென்றுதெளிந்து
இனியெனகண்ட மினியெனதொந்த-மேதினிவாழ்வு மிலாதினிநின்ற
கடன்முறைபேசு மெனவுரைநாவு-றங்கிவிழுந்து கைகொண்டுமருந்து
கடைவிழிகஞ்சி யொழுகிடவந்து-பூதமுநாலு சுவாசமுநின்று
நெஞ்சுதடுமாறிவருநேரமே,

வளர்பிறைபோல வெயிறுமுரோம-முஞ்சடையுஞ்சிறு குஞ்சியும்விஞ்சு
மனதுமிருண்ட வடிவுமிலங்க-மாமலைபோல் யமதூதர்கள்வந்து
வலைகொடுவீசி யுயிர்கொடுபோக-மைந்தரும்வந்து குனிந்தழநொந்து
மடியில்விழுந்து மனைவிபுலம்ப-மாழ்கினரேயிவர் காலமறிந்து
பழையவர்காணு மெனுமயலோர்கள்-பஞ்சுபறந்திட நின்றவர்பந்தர்
இடுமெனவந்து பறையிடமுந்த-வேபிணம்வேக விசாரியுமென்று
பலரையுமேவி முதியவர்தாமும்-இருந்தசவங்கழு வுஞ்சிலரென்று
[illegible] சமயமணிந்து-பாவகமேசெய்து நாறுமுடம்ப

வரிசைகெடாம லெடுமெனவோடி-வந்திளமைந்தர் குனிந்து சுமந்து
கடுகிநடந்து சுடலையடைந்து-மானிடவாழ்வென்ன வாழ்வெனநொந்து
விறகிடைமூடி யழல்கொடுபோட-வெந்துவிழுந்து முறிந்துநிணங்கள்
உருகியெலும்பு கருகியடங்கி-ஒருபிடிநீறுமிராத வுடம்பை
நம்புமடியேனையினியாளுமே".

அருணந்தி சிவாசாரியர்.—**Arunanthi Sivasariar**.

இவர் பெண்ணை நதிக்கு அணித்தாயுள்ள திருத்துறையூரிற் பிறந்த ஆதிசைவர். இவரது செனன மரண காலங்களை வரையறையாய் நிச்சயித்துரைத்தல் கூடாது. சிலர் இவர் இற்றைக்கு ஏறக்குறைய அறுநூறு வருஷங்களின் முன் இருந்தாரென்றனர். இவர் இலக்கண இலக்கிய நூல்களை முற்றக் கற்றுணர்ந்தவரன்றிப், பசு, பதி, பாச, லட்சணங்களைச் சவிஸ்தாரமாய்க் கூறும் ஆகம நூல்களையுந் தேர்ந்த கலை வல்லராய் இருந்ததால், இவருக்குச் சகலாகம பண்டிதர் என்னும் ஓர் நாமதேயமுண்டு. திருவெண்ணெய் நல்லூரிலே, வேளாளர் மரபிலே பிறந்து விளங்கியிருந்த மெய்கண்ட தேவனார்க்கு இவர் மாணாக்கராய் வந்த வரலாறு வாசிப்பார்க்குப் பிரீதி தருமெனக் கருதி அதை இவ்விடந் தருகின்றோம். துறவறம்பூண்டொழுகிய இச்சிவாசாரியர் திருவெண்ணெய் நல்லூர்க்குச் சென்று, பல வித்தியார்த்திகளுக்கு வேதாகமங்களிற் பாடஞ்சொல்லி வருநாட்களில், அவர்கள் தொகை நாளாந்தரங் குறைகின்றதைக் கண்டு, காரணம் ஏதென வினாவியவிடத்து, தம் மாணவர்களில் அநேகர் சுவேதவனப் பெருமாள் என்னும் மெய்கண்ட தேவனாரிடம் பாடங் கேட்கப் போய்விட்டார்களென்றறிந்து, அத்தல விசேஷம் உணர்ந்து வருகுவமெனத் தமது சிஷ்ய கூட்டத்துடன் அவ்விடஞ் சென்றார்.

சென்ற இவரோ தாம் வயசில் முதிர்ந்தவராயிருக்க இளைஞராகிய அம் மெய்கண்ட தேவனார் தம்மைக் கண்டும், ஆசனம் விட்டெழாமலும் யாதோர் மரியாதை செய்யாமலும், தலைகுனிந்து உளுக்கார்ந்திருப்பதைப் பார்த்துக் கர்வித்து உலாவிக்கொண்டு நின்று, அவர் தம் மாணாக்கருக்கு ஆணவ மலத்தின்மேற் பிரசங்கிக்கத் தொடங்கவே அவரை நோக்கி: ஆணவ மலம் யாதெனக் கேட்டு, மறுபடியும் முன்போல உலாவிக்கொண்டு நிற்க, அவர் இவரை நோக்கி: நீர் இப்போது நிற்கிற நிலைதானஃதென்று சொன்னாற்போல், அவரைக் குறிப்பாய் உற்றுப்பார்க்க, இவர் உடனே தக்ஷணந் தம் நிலையை உணர்ந்து தாழ்வோடு அவரை வணங்கி, அவர்க்குச் சிஷ்யனாகி, அவர் சிஷ்யர் நாற்பத்தொன்பதின்மருட் தலைமைபெற்று, அவர் சம்ஸ்கிருதத்திலிருந்து மொழிபெயர்த்துச் செய்த சிவஞானபோத நூலையும் அவரிடம் வாங்கி, அதை முதனூலாய்க் கொண்டு, சிவஞான சித்தியாரென்னும் அரிய நூலைச் செய்தனர். இவர்க்கு மெய்கண்ட தேவனார் குரு என்றதைப் பின்வரும், சிவஞான சித்தியார் சுபக்கம், பாயிரம் உம் பாட்டாலுணர்க.

"என்னையிப்பவத்திற்சேராவகையெடுத்தென்சித்தத்தே
தன்னைவைத்தருளினாலேதாளிணைதலைமேற்சூடும்
மின்னமர்பொழில்சூழ்வெண்ணெய்மேலிவாழ்மெய்கண்டானூல்
சென்னியிற்கொண்டுசைவத்திறத்தினைத்தெரிக்கலுற்றாம்."

இந்நூல் மான்மியத்தைவிட்டே "சிவஞான சித்திக்குமேற் சாத்திரம் இல்லை" எனும் பழமொழி வழங்கும். திராவிட சித்தாந்தம் பதினான்கனுள் இது

மிக விரிந்ததும் சிறந்ததுமாயிருத்தல் பற்றிப்: "பாரிலுள்ள நூலெல்லாம் பார்த்தறியச் சித்தியிலே-ஓர் விருத்தப்பாதி போதும்" என்றார் சிவபோகசார நூலார். சைவ சித்தாந்தங்கள் பதினான்கிலும் இதுவே பசு பதி பாசங்களின்பேரில் விரிவாய்ப் பேசுவது. இதிலே பரபட்சம் சுபட்சம் என இருபகுதிகளுள. பரபட்சத்திலே பாயிரம் உட்பட ௩௦௧ செய்யுளும், சுபட்சத்தில் ௩௨௮ செய்யுளும் உண்டு.

பரபட்சத்துக்குத் திருவொற்றியூர் ஞானப்பிரகாசர், அவர் மாணாக்கரான தத்துவப்பிரகாசர், வேலப்பபண்டாரம் முதலானோரும், சுபட்சத்துக்கு, மறைஞானதேசிகர், சிவாக்கிரயோகியர், சிவஞான சுவாமிகள், நிரம்பவழகியர், திருவண்ணாமலையாதீனம், யாழ்ப்பாணம் ஞானப்பிரகாசர், சிவஞானத் தம்பிரான், இராமலிங்கத் தம்பிரானுதியரும் உரைசெய்தனர்.

சொக்கபுரம் இராமலிங்கத் தம்பிரான் அவர்கள் செய்த உரையை அரங்கசுவாமி முதலியார் அச்சிடுவித்தனர். பரபட்சத்தைத் தத்துவப் பிரகாசர் செய்த உரையோடு சண்முக சுந்தர முதலியார் அச்சிடுவித்தனர். சுபக்கத்துக்குச் செய்யப்பட்ட உரைகளுள் இற்றைக்குச் சுமார் நூறுவருஷங்களின் முன்னர்த் திருவாவடுதுறை ஆதீனஞ் சிவஞான சுவாமிகள் செய்த உரை, சம்ஸ்கிருத பதங்கள் அதிகங் கலவாது எளிதில் விளங்கத்தக்கதாய் இருந்தமை பற்றி, யாழ்ப்பாணம் நல்லூர் ஸ்ரீ. ஸ்ரீ. ஆறுமுக நாவலரவர்களது தமயன் புத்திரராகிய ஸ்ரீ. ஸ்ரீ. கயிலாயபிள்ளை அவர்களாற் சுபானுவருஷம் ஆனி மீ அவரது வித்தியானுபாலன யந்திரசாலையிற் பதிப்பிக்கப்பட்டது. தமிழிலன்றி வடமொழியிலும் மகா வல்லவராம் அருணந்தி சிவாசாரியர், சிவஞான சித்தியாரென்னும் இச் சித்தாந்த நூலையல்லாது, இருபாவிருபஃது என்னும் பின்னோர் நூலையும் இயற்றினர். இதற்குத் திருவாவடுதுறை ஆதீனத்தைச் சேர்ந்த நமச்சிவாயத் தம்பிரான் உரை அருளினர். இதிலே, வெண்பா, அகவல் எனும் இரு பாவகையில் இருபது பாவுள. இவரது பாடல் மாதிரிக்காகச் சிவஞான சித்தியார் உ ம் சூத்திரம் ௨௰ ம் விருத்தந் தருகின்றோம்.

"யாதொருதெய்வங்கொண்டீரத்தெய்வமாகியாங்கே
மாதொருபாகனார்தாம்வருவர்மற்றத்தெய்வங்கள்
வேதனைப்படுமிறக்கும்பிறக்குமேல்வினையுஞ்செய்யும்
ஆதலாலிவையிலாதானறிந்தருள்செய்வனன்றே."

இம் மகானுக்குத் திருப்பெண்ணாகடத்திலே பிராமண குலத்தில் அவதரித்த மறைஞான சம்பந்த சிவாசாரியர் மாணாக்கர். அவர்க்கு இவர் தாஞ்செய்த இரு நூல்களோடு சிவ ஞான போதத்தையும் போதித்தருளினர்.

அருணாசலம்.—Arunasalem.

இவர் யாழ்ப்பாணம் அராலியைச் சேர்ந்தவர். ஆசையர் என்னும் மறுநாமத்தால் அழைக்கப்பட்ட இவர் சோதிடம், காரிகை என்னு நூல்களில் முக்கியம் பேறெய்ப்புற்றவர். மாதகலைச்சேர்ந்த வித்துவ சிரோமணியாகிய சிற்றம்பலப் புலவர்க்கு நன்மாணாக்கராகும் இவரிடம் பாடங் கேட்ட மாணவர் பலருள் நவாலியில் வசித்த காசி உடையார் மகன் முத்துக்குமாரு அல்லது தம்பையா எனபவர் சிரேட்டர். சில தனிப்பாக்களைப் பாடினர் என்று கேள்விப்பட்டும் எமது கைக்கு ஒன்றும் அகப்படவில்லை. இவரது சுற்றத்தார் பலர் இப்போதும் உயிரோடிருக்கிறார்கள்.

அருணாசலக் கவிராயர்.--**Arunasalak kavirayar**.

இவர் தரங்கம்பாடியைச்சேர்ந்த தில்லையாடியிலே, கிறிஸ்தாப்தம் ௧௭௧௨க்குச்சரியான சாலிவாகன சகவருடம் ௧௬௩௪ம் ஆண்டிலே பிறந்தவர். இவர் பிதாவுக்கு நல்லதம்பியாபிள்ளை என்றும் மாதாவுக்கு வள்ளியம்மாள் என்றும் பேர். வேளாண் மரபினராகிய இவ்விருவரையும் அன்னை தந்தையராய்ப் பெற்ற இவர், ஐந்து வயசில் வித்தியாரம்பஞ் செய்து, கல்வி கற்றுப் பன்னிரு வயசினராகவே, அவ்விரு பெயரும் ஒருவர் பின் ஒருவராய் இறந்துபோக, இவரோ தமக்குத் தமயமார் மூவரிருந்தும், தாவிப் படரக் கொழுகொம்பு ஊன்றப் படாததாற் தனித்த படர்கொடிபோலத் துவண்டுந் தாம் பாலியத்திற் கொழுத்திய கல்விச் சுவாலையை அணைந்து போகவிடாது, அதற்கு நெய்யுந் திரியுந் தேடுவாராய்த் தம்மூர்க்குச் சமீபத்திலுள்ள தருமபுர ஆதீனத்துக்குச் சென்று, அங்கிருந்த தம்பிரான்மாரிடம் பாடங் கேட்டார். இவரது கூர்ந்த விவேகத்தைக் கண்ட தம்பிரான்மார்: "நெஞ்சுறவருங்கலைகள் கற்குமவர் தம்மளவினையமறிழாதவர்களியார்" என்ற ஆன்றோர் வாக்குப் பொய்ப்படாது, இவர்மேல் அதி கரிசனை கொண்டு, சமஸ்கிருதம், தெலிங்கு, தமிழ் எனு மூன்றிலும் இவரை வல்லவராக்கினார்களன்றி, விசேஷமாய்ச் சைவசித்தாந்த நூல்களுக்குப் பாடமுஞ் சொன்னார்கள். பிரதானமாக, அம்மடத் தம்பிரான்களில் அம்பலவாணக் கவிராயரே இவர்க்குத்தமிழ் ஆசானாயினர்.

கல்வி கற்று அரங்கேறிய பின், இவர் தம்மைவிட்டகல்வது அத் தம்பிரான்மார்க்குப் பிரீதியாய்க் காணாமையால், இவரை அவர்கள் நோக்கி: நீர் இவ்விடம் எங்களோடு தங்குவிரேல், இம்மடாதிக்கத்தை உமக்களிப்போம் என்று வாக்குப்பண்ண, அக்கருத்துக்கு இவர் இசையாது, துறவறத்திலும் இல்லறம் உத்தம அறமெனத் தெரிந்தும், "விவாகம் வித்தியாநாசம்" என உட்கொண்டு, கல்விப் பயிரைப் பின்னும் வளர்த்து, அப்பால் முப்பது பிராயத்தில் மன்றல் செய்தார். இல்லறந் தொடங்கிய பின்னர்ச் சீவனார்த்தோபாயமாய்க் காசுக் கடை ஒன்றை ஸ்தாபித்தார், ஆரியப் பாவை ஆட்டினுங் காரியத்திற் கண்ணெனன்றூர் போலக் கலாமுயற்சியையுங் கைவிடாது, இராமாயணத்தைத் தாமே கருத்தோடோதிப் பிறர்க்குப் பிரசங்கஞ் செய்து இடை நேரத்தைக் கழித்தனர். ௧௭௫௨ம் ஷூ இவர் புதுச்சேரிக்கு வர்த்தக விஷயமாய்ப் பிரயாணப்பட்டு, ஓரிராத்திரி சீகாழி மடத்திற் தங்கினர்.

தங்கவே அங்கிருந்த கட்டளைத் தம்பிரானும், முன்னே தரும புர ஆதீனத்திலே இவர் கூடக் கல்வி கற்றவருமாகிய ம. ா. ா. சிதம்பரப்பிள்ளை என்பவர், இவரது வரவிற் சூரியனைக்கண்ட செந்தாமரைப் புட்பம் போல அகமுகம் மிக மலர்ந்து கொண்டாடி "உவப்பத்தலைக்கூடியுள்ளப்பிரித-லனைத்தேபுலவர்தொழில்" ஆதலாற் காலையில் இவர் பிரிவிற்காற்றாது எதுவகையும் இவரை அவ்விடஞ் சிலதினம் மறிக்கவேண்டுமென நினைந்து அதற்கு உபாயமாய், நெடுநாளைக்கு முன் தாம் பீடிகை போட்டதும், முடிக்கத் தருணம் வாயாது விட்டுவைத்ததுமான பள்ளொன்றைக் கையிற் கொடுத்து, தாம் இவ்விடத்தால் அகலமுன் இதை முடித்துத் தந்துபோதல் வேண்டும் எனக் கேட்டனர். இவரோ அப்பீடிகையை வாங்கிப் பார்த்து ஆகட்டும் என்று சொல்லி, அவரைப் பள்ளிகொள்ள அனுப்பி, பின்பு தாந் தனியே ஓரிடத்திருந்து இராவிராவாய் அதைப் பாடி முடித்து, காலையில் அவரை எழுப்பாது அப்பள்ளையுந் தமது அவசியப் பிரயாணச் செய்தியையும், நூர் வேலையாளிடம் ஒப்புவித்துப் பிரஸ்தானப்பட்டார். சிதம்பரப்பிள்ளை

தம்பிரான் காலையில் எழுந்து, இவர் போன செய்தி கேட்டுத் துன்புற்றும் பள்ளு முடிந்திருக்கக் கண்டு இன்புற்று, இவர் திறமையை வியந்து, இப்பெயர்ப்பட்டவரைத் தமது அயலிற் குடியிருத்தல் வேண்டும் என்று அபிப்பிராயங் கொண்டு, இவர் திரும்பச் சற்றே கால நீடித்ததால் அதற்கிடையில் ஓர் வளவு வாங்கி, வீடு கட்டி, இவர் சமுசாரத்தவரை அழைப்பித்து, அவர் திரும்புகிறவரையில் இவ்விடம் இருங்களென்று கிரகப் பிரவேசம் பண்ணுவித்தனர். புதுச்சேரி சென்ற இப்புலவனார் தம் அலுவல் ஒதுக்கி மறுபடியும் அம்மார்க்கர் திரும்பினபோது, தம்பிரான் இவரைக் கண்டு முன்னே தமக்குப் பயணஞ் சொல்லாது போனதிற் கோபித்தார் போல நடித்துப், பின்பு இவரை வாருந் தெருவுலாத்தி வருவோமென்று அழைத்துப்போய் அணிமையிற் புதுக்குடியாராகி வந்திருந்த இவரது சமுசாரத்தாரை இவர்க்குக் காட்டினர். முதல் இவர் ஆச்சரிய வசத்தராய்த் தம்மை மறந்துந் திரும்பக் காரியம் வெளியானவுடனே தம்பிரானது உள்ளன்பு வெள்ளத்தில் முழுக்காடி அன்று முதற் சீகாழியைத் தமக்கு வாசஸ்தானமாக்கி வசித்ததாற் சீகாழி அருணாசலக் கவிராயர் என்ற நாமகாரணம் இவர்க்கு இடப்பட்டது.

அங்கிருந்தபோதே, அசோமுகி நாடகம், சீகாழிக்கோவை, சீகாழிப்புராணம், அனுமார் பிள்ளைத்தமிழ், இராமநாடகம் என்னும் பல பாடல்கள் செய்தார். அவற்றுள்: கம்பநாட்டாழ்வார் செய்த இராமாயணத்தின் கீர்த்தனரூபமாகிய இராம நாடகமே இவர் கீர்த்தியை மலைமேலேற்றிய தீபம் போல் எங்குஞ் சாசுவதமாய் விளங்க வைத்தது. ஓ! இராம நாடகத்தின் சிறப்பால் மருளாவொருவன் உளனேல் அவன் பாலுக்கும் மோருக்கும் விகற்பம் அறியா மூடனன்றி மற்றும்படியன்றாம். அறுபது பிராயத்திற்றான் அதனை இவர் பாடினர். சீகாழிக்கடுத்த சட்டைநாத புரத்தால் வந்து இவரிடம் இராமாயணத்துக்குப் பொருள் கேட்ட வேங்கட்டராமையர், கோதண்டராமையர் என்னும் இரு பிராமணர் சங்கீத சாஸ்திர வல்லவர்களாய் இருந்தார்களாதலாற் தாள ராகங்களுக்கு அவர்கள் உதவியைக்கொண்டே அதைப் பாடி நிறைவேற்றிச் சிறீரங்கத்திலே பெருமாள் கோவிலில் முதன் முதல் அரங்கேற்றினர். அப்பாற் தஞ்சாவூர்த் துளசிமகாராசர் முன்னிலையில் அரங்கேற்றக் கருதியும், அப்போது சந்திர நாகூர்ப் பாளையப்பட்டுக் காரனாகிய சென்னப்பன் நாமப்படி பெயர் பெற்ற சென்னபட்டின நபாபு மதார்மல்க் தஞ்சைக் கோட்டைக்கு முற்றுகை இட்டிருந்ததால் அவ் எண்ணத்தை விட்டுப், புதுச்சேரி சென்று ஆனந்தரங்க பிள்ளை என்னும் மகா பிரபுவின் சபையில் அரங்கேற்றக் கேட்க, அவர்: யானுந் தஞ்சை ராசரும் நேசர்களானோமாதலால் அவர் கேட்குமுன் நான் கேட்டல் தகுதியன்று; நீர் சென்னை வாழ் மணலி முத்துக் கிஷ்ண முதலியார் சமுகத்திற்றான் அதை அரங்கேற்றி வாருமென்று சொல்லி, அவர்க்கோர் தகவுரைப் பத்திரங் கொடுக்க, இவர் அத்தகவுரைப் பத்திரத்தோடு சென்னை சென்று அதனுடன்,

"சித்திதருகிறவல்லி புத்திதருகிறவல்லி தேவர்கள்வணங்குவல்லி
தில்லைநாயகவல்லி சிவகாமவல்லியிருதிருவிழிக்கருணையாலே
சத்தியவாசகனென்று பூமண்டலாதிபர்கள் தாமெங்கணுந்துதிக்குஞ்
சகலபாஷாநிபுண மணலிமுத்துக்கிஷ்ணசதுரநீ வாழிகண்டாய்
நத்துமலர் குவளைநான் மதியநீ செஞ்சாலிநான் கருவிமழைமேகநீ
நளினநான் பருதிநீ பிள்ளைநான் அன்னைநீ நான்கவிஞன் வழுதிநீகாண்
சுத்தமுளராமாயணந்தனைக்கொண்டுனது சமுகமதுபெறவருகிறேன்
சொற்பொருளறிந்தளவு சொல்லுவேன்கேட்கவேதுரைமனது பாகவேணுமீதே."

என்னும் ஒரு சீட்டுக் கவிதையையும் பாடி முதலியார்க்கு விடுக்க, அவர் அதை வாசித்து மகிழ்ந்து இவரை அழைப்பிக்க, இவர் அவரது சமுகம் பெற்றுத் தம் பாடலை அரங்கேற்றியபின், அவர் தமக்குக் கொடுத்த பரிசுகளைப் புகழ்ந்து பின்வருங் கவி பாடினர். அக்கவி வருமாறு:-

" கனந்தந்தான்கனகாபிஷேகந்தந்தான்
களங்கமிலாக்கருப்பொருளையழைத்தத்தந்தான்
மணந்தந்தான்முடிசூட்டுமோவலதந்தான்
வாணிசிங்காசனத்திருத்திவரிசைதந்தான்
இனந்தந்தானிராமகதையெவர்க்குந்தந்தான்
எவனராமாயணக்கவிஞனெனப்பேர்தந்தான்
அனந்தந்தான் மணலிமுத்துக்கிஷ்ணபூபன்
அகந்தந்தானிருமையிலுஞ்சுகந்தந்தானே."

இவ்வாறு, முத்துக்கிஷ்ண முதலியாரால் சம்மானஞ் செய்யப்பட்ட பின்பு இலிங்கப்ப செட்டியார் குமாரர் தெப்பெருமாள் செட்டியாருக்கு,

" கணிகொண்டபஞ்சலட்சணமுராமாயணக்கடலையுமுணர்ந்தபுலவன்
கவிராசர்புகழ்கின்றகாழியருணசலக்கவிராயனெழுதுமோலை
மணிகொண்ட மார்பிலிங்கப்பமகிபாலன்மகிழ்ந்தசுதன் வணிகாதிபன்
வருசீர்பலடத்ததெப்பெருமாள் மகீபனிதைமனமுவந்தினிதுகாண்க
அணிகொண்டதியாகேசர்வண்ணமுரைசெய்ததுமதற்குவேதுமதிசெய்ததும்
அதுநமக்குபகாரமானதமிப்புவியிலறியாதபேருமுளரோ
பணிகொண்டராமகீர்த்தனையுமப்படியேபரிந்துநீகேட்கவேணும்
பாரிலோராயிரம்பிறைகண்டுநீபொருள்படைத்துவாழ்ந்திடுகமாதோ"

என்னுஞ் சீட்டுக் கவிதை அனுப்பிப் பரிசுபெற்றனர். அப்புறம் நபாபும் துளசி மகா இராசனுஞ் சமாதானமானபின்பு, ராசா இடம் போய்க் கீர்த்தனை அரங்கேற்றிப் பரிசுபெற்று, ஆனந்தரங்கபிள்ளையையுஞ் செமிந்தார்களையுங் கண்டு கவி பாடிப் பரிசுவாங்கினர். இவ்வாறு கீர்த்திப் பிரஸ்தாபம் பெற்ற இவர்க்குப் பிற்காலம் மனமருளுண்டுபட்டதால், சைவப்பண்டார வேடந் தரித்து, கிறிஸ்தாப்தம் ௧௭௭௯ ௵ சுஎ பிராயத்திற் சீகாழியிலே தேகவியோகம் அடைந்தார். இவர்க்குக் குமாரர் மூவர். மூத்தபுத்திரன் அம்பலவாணக் கவிராயர். அவர் மகன் சுப்பராயக் கவிராயர். பாடல் மாதிரிக்கு மேலே தோற்றிய சீட்டுக் கவிதைகளையே பார்க்க.

அருணாசலமுதலியார்.—**Arunasala Mudaliar.**

திருமயிலை தாச்சி அருணாசல முதலியார் எனச் சொல்லப்படும் இவர் ஓர் சிறந்த புலவர் என்பதிற் சமுச்சயம் இன்றாம். இவரது செனன மரண விவரம் ஒன்றையும் நாம் காணாதபோதும், இவர் பாடிய சிதம்பரஞ் சிவகாமி அம்மை பதிகத்தையும் ஐந்து கட்டளைக் கலித்துறைகளையுங் கண்டோம். மாதிரிக்காய் அவற்றுள் ஓர் ஆசிரிய விருத்தப் பாவை இவ்விடந் தருவம்:—

" நித்தியகல்யாணிசுபமங்களசவுந்தரிநிரந்தரவனந்தரூபி
நிக்கிரகியனுக்கிரகிநிரஞ்சனிதயாவதனிநிதானசிவைசேகரட்சகி
சுத்தபரிபூரணகிர்பாகரைசதாநந்திமூலசூட்சுமகாரணி
சூலிதுணைசாலிடிரிபாலியென்றனுதினந்ததிசெய்தாசதிபெறவே"

புத்தமிர்தமொத்தவசனத்தியமயத்தரசுபொற்புடனளித்தபுதல்வி
பொங்குபாற்கடலில்வளர்செங்கண்மால்சோதரி புராந்தகர்க்கினியமனைவி
சத்தமறையாகமபுராணசாத்திரவொலிதழைத்திடும்புலியூரில்வாழ்
சலசமகலாதவல்லிகலையினிருவாகவல்லிதவலவிசிவகாமவல்லியே."

மற்றைய பத்து விருத்தங்களும் இதனைப்போலவே பன்னிரு சீர்க் கழிநெடில் ஆசிரியங்களாம். திருமுல்லை வாயில் மாசிலாமணீசர் பதிகம், கொடியிடைமாலை எனும் பாடல்களையும் இவரே பாடினர்.

அருளாள்பெருமாள். Arulal Perumal.

கி. பி. ௧௨௭௦ சதாப்தத்திற்குரியர். பிரமேய சாரம் எனு நூலை இவர் இயற்றினர். இவர் சரித்திரமொன்றுந் தெரிந்ததில்லை. இவர் பாடலையும் நாங் கண்டதில்லை.

அலியார்புலவர். Aliar Pulavar.

இஸ்லாமியப் புலவருள் ஒருவராம் இவர், இந்திராயன் படைப்போர், இபுனியந்தன் படைப்போர் எனப் பெயரிய இருபாடல்கள் இயற்றினர். இவ்விரண்டும், பிந்தினது 500 முழவுயரமும் 130 முழவகலப் பேழ்வாயுமுள்ள ஓர் இராக்ஷதனுடைய சண்டை வரலாறும். இப் பாடல்கள் எங்கண்ணுர்க்குத் தென்படவில்லை.

அவிநயனார்.—Avinayanar.

முன்னே நாம் தெரிவித்தபடி அகஸ்திய மகா இருஷியின் மாணாக்கர் பன்னிருவருள் இவர் ஒருவர். இவர் எவ்வூர் பிறந்தார், இருந்தார், எங்கே மரித்தார் என்றது தெரிந்ததில்லை. இவர் யாப்பு இலக்கண நூலொன்றைச் செய்திருக்கிறார். அதன் கர்த்தாவாகிய இவரது நாம காரணப்படி அதற்கு அவிநயம் என்றுபேர். "அவிநயர் யாப்பிற்கு நாலடி நாற்பது போல்" என்று காரிகையிற் பேசப்பட்டிருக்கின்றதன்றி, அந்நூலில் இருந்து பல ஆசிரிய வசனம் அல்லது மேற்கோள்களுங் காரிகையிலே கொடுக்கப்பட்டிருக்கின்றன. அவற்றுள் ஒன்றை இவ்விடந் தருகிறோம்:-

"குறட்பாவிரண்டடிநால்வகைத்தொடையான்
முதற்பாத்தனிச்சொலினடிமூவிருவகை
கிகர்ப்பநடத்தனேரிசைவெண்பா."

செந்தமிழ் இலக்கணம் எழுதிய வீரமாமுனிவரும் (Rev. Father Beschi) தம் நூற் பாயிரத்தில் இவரைப்பற்றி இரண்டோர் வார்த்தை பேசியிருக்கிறார். தற்காலத்தில் அவிநயம் என்ற பேரன்றி அந்நூலைக்காணோம். காலாந்தரத்தில் அது மோசம்போயிற்று என்று எண்ணவேண்டி இருக்கிறது.

"காலமறிதோறிழ்கருத்தனேடியையப்
பால்வகைதோறும்படுமொழிவேறே"

என "ஆசிரியர் அவிநயனார் கூறிய வாறு" என்று நன்னூல் விருத்தியில் மேற்கோள் காட்டியிருப்பதால் இலக்கணம் முழுவதற்கும் நூல் செய்தார் போலும்.

அநந்தசுப்பையர். — **Ananthasuppyar**.

இவர் யாழ்ப்பாணம் வண்ணார்பண்ணையில் வசித்த ஓர் வேதியர். பிராமண முதலியார் என்று வழக்கமாய் அழைக்கப்படுவாருந், திகாந்தம் பெரும்பேர் படைத்தவரும், அநேக பிரபந்தங்களுக்கு இலக்கானவரும், உலாந்தாக் கொம்மிந்தானால் ஸ்தாபிக்கப்பட்ட "கொஞ்சொலி" எனுஞ் சங்கத்தின் தலைவருமாயிருந்த கெனேசையரெனும் பிராமணோத்தமர்க்குப் பௌத்திர முறை கொண்டவர். இவரை நாம் கண்டிருக்கிறோம். இலக்கண வித்துவானோ அறியோம். ஆயினுங் கவிவரங்கொண்டவராய் அநேக பதங்கள், கீர்த்தனங்கள் பாடி இருக்கிறார். தாசிப்பிரியர் ஆதலாற் சிற்றின்பமே இவர் கீர்த்தனைகளின் முக்கிய சாரம். இவர் பாடிய பதங்கள் ஒவ்வொன்றும், "அநந்த சுப்பையன்" என்றே முடியும்.

அநந்த பாரதி ஐயங்கார்.—**Ananthaparathi Ayankar**.

இவர் கிறிஸ்தாப்தம் ௧௭௮௬ ம் ௵ அதாவது சுமார் தொண்ணூற்று நான்கு வருடங்களின் முன் தஞ்சாவூர்ச் சமஸ்தானத்தைச் சேர்ந்த உமையம்மாள்புரத்திற் பிறந்த ஓர் ஐயங்கார். சிறீநிவாசக ஐயங்கார் என்று பேர் பெற்ற இவர் பிதா ஒரு மிராசுதார். தற்காலப் புலவர் சிரேஷ்டருள் ஒருவராகிய இவர் ஐந்து வயதில் வித்தியாரம்பஞ் செய்து, கல்வியிற் பால சந்திரன் போல் வளர்ந்து, பதின்மூன்று வயசளவிலே தம்மூர்க் கிராமதேவதையாகிய யானைமேலழகர்மீது கொண்டிச் சிந்தொன்று பாடிப் புகழ் பெற்றார். இதன் பின் இவர் தமது பிதாவுடன் கூடித் திருவாரூருக்குப் போய், அங்கே மூன்று வருடமாய்ப் பாடசாலையொன்றிற் படிப்பித்தும், பதினைந்து பிராயத்திற் தஞ்சாவூர்க் கோவில்களுக்குக் காரணஞ் சம்பிரதி என்னும் உத்தியோகங்களில் அமர்ந்திருந்தும், இருபத்தைந்து பிராயத்தில் இவற்றை விட்டுத் திருவிடை மருதூர்க்குப் போய், மேலுங் கலா விஷய சிந்தை கொண்டவராய் அங்குள்ள கோவிலின்மேல் ஒருநாடகம் பாடி அரங்கேற்றினர். அதைக்கேட்டு, அதன் சிறப்பால் மருண்டு சந்தோஷங் கொண்ட அக்கோவிற் தரும கர்த்தாவாகிய ஐயாரப்ப தம்பிரான் இவர்க்குக் கவிராசசுவாமி என்னும் பட்டத்தைக் கொடுத்து இவரைக் கண்ணியப்படுத்தி, ஓர்தோட்டத்தையும் வீட்டையும் உபகாரமாய் அளித்துத் தமக்கு அருகில் இவரைக்குடிநிறுத்திக்கொண்டார். அங்கிருந்தே உத்தர ராமாயணக்கீர்த்தனை, தேசிகப்பிரபந்தம், பாகவத சமஸ்தகந்தநாடகம், மருதூர்வெண்பா, முப்பாற்றிரட்டு முதலாம் பலபாடல்கள் செய்தாரன்றித், திருச்சிராப்பள்ளி, திருவாவடுதுறை, திருக்குடந்தை என்னும் இடங்களிலுள்ள சைவாலயங்கள் மேலும் பல கீர்த்தனைகளுஞ்சொல்லி ௧௮௪௬ ம் ௵ ௬௰ பிராயத்தில் நிரியாணமடைந்தார். இவர் இறந்து இப்போது முப்பத்தெட்டு வருடங்கள் மாத்திரமே.

ஆசிரியர் நல்லந்துவனார்.—Asiriar Nallanthuvanar.

மதுரைக் கடைச்சங்கப் புலவர் நாற்பத்தொன்பதின்மருள் இவரும் ஒருவர். திருவள்ளுவ மாலையிற் கண்ட ஓர் கவியன்றி இவராற் பாடப்பட்ட பிற பாடல்களை ஆவது, இவரது ஜனன தேச மரண வரலாறுகளை ஆவது நாங் கேட்டிருக்கவில்லை. குறித்த பாடல் வருமாறு:-

"சாற்றியபல்கலையுந்தப்பாவருமறையும்
போற்றியுரைத்தபொருளெல்லாந்—தோற்றவே
முப்பான்மொழிந்தமுதற்பாவலரொப்பார்
எப்பாவலரினுமில்."

ஆண்டிப்புலவர்.—Arndip Pulavar.

இவர் சஞ்சிக்கோட்டையைச் சார்ந்த ஊற்றங்கால் என்கிற கிராமத்திலே பிறந்தவர். இவர் பிதாவுக்குப் பவதேவதியார் என்று நாமதேயம். ஆசிரியப்பாடலே இவர்க்கு மிகப் பிரீதிகரம். "பன்னருஞ் சிறப்பிற் பவணந்தி" முனிவர் செய்த நன்னூலின் முதல் இயல்கள் இரண்டிற்கும் இவர் ஓர் வியாக்கியானம் எழுதி இருக்கின்றார். அதற்கு உரையறி நன்னூல் என்று நாமமுனது. இவ்வியாக்கியானமன்றி ஆசிரிய நிகண்டெனப் பெயரிய ஓர் நிகண்டுஞ் செய்தனர். இவ்விருபாடல்களும் ஆசிரியப் பாக்கள். மாதிரிக்காய் ஆசிரிய நிகண்டுள் ஓர் விருத்தத்தை இவ்விடந் தருவம்:-

" சங்கரன்சம்புசதாசிவனுமாபதிதாணுவேபூதநாதன்
சந்திரசேகரனீலகண்டனீமத்தாடி தற்பரன்பேயோடாடி
அங்கணன்பசுபதியரன்சிவனுருத்திரனழலாடிபாண்டரங்கன்
அந்திவண்ணன்பகவனந்திநண்பன்சோதியமலனுணந்தனுதி
மங்கைபாகன்சுடலையாடியரவாபரணன்மழுவாளிகைலயாளி
மாதேவனிருமலன்மறைமுதலியோகிமானிடமேந்திகாமதகனன்
கங்காதரன்கறைமிடற்றண்ணலைம்முகன்காலகாலன்கிரீசன்
கங்காளன்முத்தனித்தன்பரமனுலமர்கடவுணீறணிகடவுளே."

ஆதிமூலமுதலியார்.—Athimoola Muthaliar.

இவர் சென்னைபுரியிலிருந்த ஒரு பண்டிதர். தற்காலம் பிரதாபம் பெற்று வழங்கி வரும் உவின்ஸ்லோ அகராதி எனும் பெயரிய திராவிட அங்கிலோ அகராதி முற்றுப் பெறற்கு உபயோகிகளாய் இருந்த வித்துவான்கள் பலருள் இவரும் ஒருவர். கதாசிந்தாமணி செய்தாரும் இவரே.

ஆரியப்ப புலவர்.—Ariyappa Pulavar.

திருக்குடந்தை ஊரிலே அவதரித்த வித்துவ சிரோமணியாகும் இவர் பதினெண்புராணத்துள்ள விஷ்ணு புராணம் நான்கனுள் ஒன்றாகிய பாகவதபுராணத்தைப் பாடினர். அதிலே கஉ கந்தங்களிலும் கஙிஙி அத்தியாயங்களும்,

சகூஎ௦ விருத்தங்களும் உள: இதனைப் பாடிய இப்புலவரது பெருமையைக் குறித்து அபியுக்தர் ஒருவர் சொல்லிய புகழ்ப்பா பின்வருவது:-

" கம்பனென்றுங்கும்பனென்றுங்காழிபொட்டக்கூத்தனென்றுங்
கும்பமுனியென்றும்பேர்கொள்வாரே—அம்புலியில்
மன்னுவலர்புடைசூழ்வாழ்குடந்தையாரியப்பன்
அந்நாளிலேயிருந்தக்கால்."

இப் புலவரது பாடல் மாதிரிக்காக அப்புராணத்தின் காப்பை இங்ஙனந் தருவம். அது வருமாறு:-

" சீர்பூத்தபாஞ்சுடராய்ச்சித்தாகிக்கானலிடை
நீர்பூத்ததெனவுலகநிறைந்தொளிதன்பாற்றேன்ற
ஏர்பூத்தமுத்தொழிலுமினிதியற்றித்தனிநின்ற
கார்பூத்ததிருமேனிக்கடவுண்மலரடிநினைவாம்."

இப்புராணத்தைச் சென்னைச் சருவ கலாசாலைத் தமிழ்த் தலைமைப் புலவர் கோமளபுரம் இராசகோபாலபிள்ளை கரலிகித அபத்தம்போக்கி அச்சிடுவித்தார்.

ஆலங்குடிவங்கனர்.—Alankudi Vankanar.

இவருங் கடைச் சங்கப் புலவர் நாற்பத்தொன்பதின்மருள் ஒருவர். ஆலங்குடி என்னும் ஊரிற் பிறந்தவர் ஆதலால் இப்பெயரைப் பெற்ற இவர் திருக்குறளின் சிறப்புப் பாயிரம் ஆகிய திருவள்ளுவ மாலைப் பாக்களுள் ஒன்றைச் சொற்றனர் என்றதற்கு மேற்பட இவரைப் பற்றிய சரித வரலாறு யாதுந் தெரிந்திலது. குறளின்மேல் இவர் சொற்ற வெண்பா வருமாறு:-

" வள்ளுவர்பாட்டின்வளமுரைக்கின்வாய்மடுக்கும்
தெள்ளமிழ்தின்றீஞ்சுவையுமொவ்வாதாற்—றெள்ளமுதம்
உண்டறிவார்தேவருலகடையவுண்ணுமால்
வண்டமிழின்முப்பான்மசிழ்ந்து."

ஆளவந்தார்.—Alavunthar.

இவர் வீரையூரில் வசித்த மகாதேவப்பட்டர் என்னும் ஓர் பூர்வீக பிராமண குருமரபிற் பிறந்தவர். இம்மகான் தமிழ் ஆரியம் என்னும் இருபாஷைகளிலும் வல்லரன்றிச் சிறந்த புலவரும் வேதாந்தியுமாய் இருந்தாராதலில் ஆரியபாஷையில் இருந்த ஞானவாசிட்டம் என்னு நூலைத் தமிழில் மொழிபெயர்த்து உ௦௫௫ பாடல்களாக்கினர். அநேக சத்தியக் கதைகளன்றிக் கற்பிதக் கதைகளுங் கலந்திருக்கின்ற இந்நூல், இந்நாட்டில் இங்கிமிஷத்திலும் உச்சிதமான ஓர் அரிய நூலெனக் கொண்டாடப் படுகின்றது. இவரது வேதாந்த நூற்கருத்தை உணர்த்தற்காகவும் பாடல் மாதிரிக்காகவும் தெய்வீக லட்சணத்தை விளக்கும் ஓர் பாட்டோடு பின்னும் ஒன்றை இங்ஙனந் தருகின்றனம்.

" அத்தமியாதசோதி யருக்கனுபளவிலாதாய்
மெத்தியபிணியிலாதாய் மேவரும்பிறப்பிலாதாய்
எத்தலங்களினுமென்று மியாவுமாயாவுஞ்செய்த
முத்தியுமாகியோங்கு முதற்பரம்பொருளோகிறுண்டு."

ஞான விண்மகன் கதை. ௩௦-ம் பாட்டு.

" அவ்வறிவுசங்கற்பத்தாற்கட்டுண்ணுமதுவிடில்வீடுறுமந்தவறிவுதல்வனச்--செவ்விதினீயறிந்தவனையாற்போதத்திச்சை செககாட்சியவனத்திவனையுந் தீர்த்தியானுய்--எவ்வமறநிறைமனத்தாலடையற்பாலயாவுமடைந்தாய்காட்சிக்கேட்டாதோன்றில்-தவ்வையறவடைகின்றாய் முத்தனுனாய் கருத்திலுறுமயக்கமெனுங் கவலைதீர்வாய்."

இந்நூற்கு அருணாசலசுவாமிகள் உரைசெய்திருக்கின்றார்.

க-ம் ஆறுமுகசுவாமிகள்.—Aroomooka Suvamikal.

இப்பெயருடையார் இருவர். இருபெயரையும் க-ம், உ-ம் ஆறுமுக சுவாமிகள் என எண்ணிட்டுப் பேசுவம். க-ம் ஆறுமுக சுவாமிகளாகும் இவர் திருக்கோவலூரைச் சேர்ந்தவர். திருவண்ணாமலையிலே சந்நியாசியாய் இருந்த குகை நமச்சிவாயருக்கு மாணாக்கர். பெண்ணை நதியோரத்திருந்து தவஞ்செய்த இப் பெரியோர் நிஷ்டானுபூதி எனு நூல் செய்தார். இதற்குத் திருமூலர் மரபில் எழுந்தருளிய முத்திராமப்பிரம்ம தேசிகரது மருகரும் அவரது திருக்கூட்டத்தாரில் இளவரசுப்பட்டம் பெற்றவருமாகிய முத்துக்கிஷ்ணப்பிரமம் என்பார் "போற்றுறுகருத்துப் பொழிப் பொடகலம்-தாற்பரியாத்த முதாரணமமைய" ஓர் சிறந்த உரை எழுதினர். இந்நூலிற் பாயிரமுட்பட ௩௦ பாக்களும், உதாரணப்பாடல்கள் ௪௬௦ மாக ௫௦௦ பாக்களுள. நிஷ்டானுபூதி பாடினவர் இவர் என்றதற்குப்பின்வரும் பாட்டுப் பிரமாணமாகும்.

" பாவனுதீதநிட்டானுபூதிபரசிவனுமைதனக்கருளத்
தேவியுமகிழ்ந்தவடமொழியதனைச்செஞ்சடைப்பிரான்றிருவருளாற்
கோவல்வாழாறுமுகசிவஞானகுருபரன்றமிழிறனுரைத்தான்
மேவுதற்பயனையுணர்ந்துசாதித்தோர்மேன்மைவீடடைவதுநிசமே."

வடமொழியில் இருந்தே இந்நூலை இவர் தென்மொழியில் மொழிபெயர்த்தார். இப்புலவர் பாடற்றிறமை மாதிரிக்காக அதிலோர்பாட்டை இவ்விடம் வரைகின்றோம்.

"அன்னமயம் பிராணமயமனோமயவிஞ்ஞான மானந்தமயத்தினுட வணகோசமயமாய்--இன்னன்மயனீங்கியமெஞ்ஞானியுளங்குகையாமெப்போதுநீங்காமலிசைந்துமிகவாழ்வோன்--பன்னரியவிரிவுவாஞ்சமனதிசமிவைகள்பகர்வரிதாற்பிரமன் முதற்பண்ணவர்தமுளத்தில்--உன்னரியவோநமச்சிவாய குருராசனுபயசரணைமதுளத்துமுச்சியினும்வைப்பாம்."

இப்பா இப்புலவரது குருவணக்கங் கூறிற்று.

௨-ம் ஆறுமுகசுவாமிகள்—Arumuka Suvamikal.

இரண்டாம் ஆறுமுக சுவாமிகளாம் இவர் திருவெண்காட்டில் வசித்தவர். சாதியிற் பண்டாரம். இவர் திருப்புகழ் முதலாம் பல நூல்களைப் பார்வையிட்டு வெளிப்படுத்தினர். ஏகாம்பர நாதர் விருத்தம் இவராற் பாடப்பட்டது என்பர். இவர் இற்றைக்குப் பத்து வருஷங்களின் முன்தேகவியோகமாயினர்.

ஆறுமுகத்தம்பிரான்.—Arumuka Thambiran.

"தருமபுர ஆதீனத்தின் வித்துவான்" எனும் பெயரால் விளங்கியிராநின்ற இப்புலவர் தஞ்சாவூர்க்குச் சமீபமான கருவூரைத் தம் ஜெனனநாடாய்க் கொண்டவர். எட்டு வயசிலே கோவில்களுக்குரிய கைங்கரியங்களில் ஏற்பட்டு இருபது வயசிலே தருமபுர ஆதீனத் தம்பிரான் எனும் பட்டம் பெற்றுக் கீர்த்தி யுற்றவர். கலாவல்லபத்தாற் சிறந்த இவர் குருப்பட்டம் பெற்றும் மவுனத்தோடிராது தம் ஆற்ம ரட்சணியத்திற் பேராசை தூண்டப்பெற்றவராய்ப் புண்ணிய ஸ்தலங்களைத் தரிசிக்கவும் புண்ணிய தீர்த்தங்களில் ஆடவும் வேண்டுமென்று தீர்மானித்துக், காசி, செகநாதம், காஞ்சிபுரம், திருவொற்றியூர், திருச்சிராப்பள்ளி, மதுரை, திருக்கோணமலை, கதிர்காமம் முதலிய, ஸ்தலங்களுக்குச் சென்று தரிசனை செய்தும், தீர்த்தமாடியும், பாவ விமோசனம் பெற்றேனெனுந் திருத்திகரமின்றிச் சென்னைபுரிக்கு வந்து பத்துவருடந் தங்கியிருந்தபோது, தேடிய பூடு காலுக்குள் அகப்பட்டாலெனச், சுத்த சத்திய வேதாகமத்தை வாங்கி வாசித்து, அப்போது அவ்விடம் வசித்த வெஸ்லியன் மிஷன் வேத போதகராகிய கார்வேர் தேசிகரோடு சம்பாஷித்துக், கிறிஸ்துமதமே சத்திய மதமென்று மனசிடைப் பதித்து, ௧௮௬௬ ம் ௵ ஆவணி ௴ ௭ ந் தேதி ஞாயிற்றுக்கிழமை ஞானஸ்நானம் பெற்றார். அப்போது இவர்க்கு வெஸ்லி ஆபிரகாம் எனும் நாமதேயம் இடப்பட்டது. இவர் கிறிஸ்தவரானவன்றே தாம் தரித்த காவி காம்பரத்தோடு தாமணிந்து பூசித்த லிங்கமும் சடையும் வைத்திருந்த பேடகத்தையும் தம் தேசிகர் கையிற் கொடுத்துத், தாம் இன்று தொடங்கி ஓர் நவ புருடனென்றதைத் தம் சொல்லாலுஞ் செயலாலுந் தெரிவித்தனர். இவர் வித்துவானாய் இருந்ததனால் இரட்சாபெருமானை நினைக்குந்தோறும் அனல் முன் வெண்ணெய் என மனமுருகி அவர்பேரிற்பலகீர்த்தனங்கள் இசைசத்தனர். இரட்சணிய மார்க்கம் உணராது வழி விலகித் தடுமாற்றங்கொண்ட பாவிகள் பேரிற் கரிசனை கொண்டாராய்,

"மலையேறிக்குகைதனில் மண்டிபோட்டிருந்தது போரும் போரும்
மகத்துவமானயேசுவந்திரட்சிப்பதைப் பாரும் பாரும்"

என்பது முதலாம்பல பாடல்கள் மூலமாக அவரை வசிகரித்து அழைத்தனர்.

௯௯ கண்ணிகள் கொண்ட இத்தோத்திரத்தை ஞானஸ்நானம் பெறமுன் பாடினாரன்றிப், பெற்றபின்பு, "சேவித்துக்கொண்டேனே," "சத்தியவேதத்தின் மார்க்கத்தை," "கண்டுகும்பிட்டேனே" என்பன முதலாம் பல கீர்த்தனங்களும் பாடினர். கீர்த்தனங்களுடன் இவரது கீர்த்தியும் இவர் கிறிஸ்தவ ஞானசங்கதியும் நெடுங்காலம் அட்டதிசாமுகங்கள் எங்குந் தொனித்தவண்ணமாகவே இருந்தன. பின்னும் பல பாக்கள் இயற்றினர். செகவுற்பத்தி, அஞ்ஞானம், இரட்சகர் அவதாரம், மோட்சம், நரகம், வாழ்த்து எனும் பல இவர்

பாடல்களுக்குப் பீடிகையாய் இருந்தன. ௧௭௭ கண்ணிகள் அடங்கிய அஞ்ஞானக் கும்மி எனும் நூலுக்கும் இவர் ஆக்கியோன். அதனை ௧௮௭௮ ம் ௵ சென்னைச் சிறுபுத்தக சங்கத்தார் அச்சடித்துப் பரப்பினர். பாடல்மாதிரிக்காக ௧-ம், ௧௭௭-ம், கண்ணிகளை இதன்கீழ் வரைவம்.

௧. "சீர்ஞானக்கும்மிதமிழ்ப்பாடச்சர்வசீவதயாபரன்காப்பாமே
பார்ஞானச்சத்தியவேதச்சுடரெங்கும்பாய்ந்தொளிசெய்யுமேஞானப்பெண்ணே."

௧௭௭. "இங்கிலிஷராசதுரைத்தனத்தோர்களும் எப்போதுமேகளிப்பாய்வாழத்
தங்கும்பராபரனன்னவர்க்கேசெயந்தந்தெங்கும்வாழ்கவே ஞானப்பெண்ணே."

இவர் தம்பிரான் வேடத்தோடு காசிக்குப் போனபோது இவருடன் கூடிச் சென்ற சிஷர் பன்னிருபேரும் சென்னைபுரியில் இவர் கிறிஸ்து மதானுசாரியானதைக் கண்டு இவரை விட்டுத் திக்குத்திசை கெட்டுப்போக, அவர்களில் ஒருவன் மதுரைக்குச் சென்று அவ்விடந் தனது பழைய கொள்கைப்படி சிலகாலம் நடந்தும், மறுபடி கிறிஸ்தவர்கள் சிலரோடு கொண்டாடிச் சந்தனமரத்தின் சமீபத்திலுள்ள மரங்கள் அம்மர மணத்தை அடைந்தாற்போலக் கிறிஸ்துமதக் கொள்கைக்கு உடன்பட்டுக் கிறிஸ்தவனாகிக் கிறிஸ்த சமுசாரத்துட்பட்டான். இம்மனுஷனுடைய மக்கள் இருபேரை (இருவருங் கிறிஸ்தவர்கள்) இங்கே எம்மூரிற் கண்டிருக்கிறோம்.

ஆறுமுக நாவலர்.—**Arumuka Navalar**.

இவர் யாழ்ப்பாணம் நல்லூரிலே கார்காத்த வேளாளர் மரபிலே, பாண்டி மழவர் குடியிலே, சாலிவாகன சகாப்தம், ௧௭௪௪ க்குச் சரியான கி. பி. ௧௮௨௨ ம் ௵ மார்கழி மாதத்திலே பிறந்தவர். இவர் தந்தையார்நாமம் கந்தப்பிள்ளை. தாயார் நாமம் சிவகாமியார். தியாகராசர், பரமானந்தர், தம்பு முதலிய ஐவர் இவர்க்குத் தமயமார். அரசாட்சியாரிடம் ஆராச்சி உத்தியோகத்தில் அமர்ந்தமையால் ஆராச்சி கந்தப்பிள்ளை எனச் சிறப்புப் பெயர் பெற்ற இவர் தந்தையார்க்கு ஆறாங் குமாரராகப் பிறந்த இவர் ஐந்துவயதில் வித்தியாரம்பஞ் செய்து, சுப்பிரமணியர் என்னும் உபாத்தியாயரிடம் கல்விகற்று, அப்பாற் பன்னிரு வயதில் அவ்வூரிலிருந்த வேலாயுத முதலியாரிடஞ் சென்று அவர் புத்திரராகிய சம்பந்தர் என்பவருடன் கூடி இலக்கண இலக்கியம் வாசித்து, மறுபடி இருபாலையில் இருந்த வித்துவ சிரோமணியாகிய சேனாதிராய முதலியாரிடமும், வண்ணார்பண்ணையில் இருந்த மனப்புலி முதலியார் சரவணமுத்துப் புலவரிடமும் அரிய நூல்களைக் கற்றனர். வளருங்காயைப் பிஞ்சிலே தெரியுமெனல் போல இவர் பிற்காலம் மேன்மை பெற்று விளங்குவாரெனல் இளவயதிற்றானே தெரிந்தமை பற்றி, இவரைக் கண்டார் அறிந்தார் எவரும் சிறுமையிற்றொடுத்தே நன்குமதித்தனர். இவர் தமிழ் வித்துவான்களின் சகாயத்தால் அரிய நூல்களை உணர்ந்து பாண்டித்தியம் பெற்றன்றிச் சம்ஸ்கிருதத்திலும் பயிற்சி உடையராய் உவெஸ்லியன் மிஷன் பாடசாலையில் ஆங்கில பாஷையுங் கற்று, ௨௦ வயதில் அப்பாடசாலைத் தலைவரான பீற்றர் பேர்சிவல் தேசிகருக்குத் (Rev. P. Percival) தமிழ்ப்பண்டிதராகி வேதாகம மொழிபெயர்ப்பில் அவர்க்கு நல்ல உபயோகியாகி அவருடன் கூடிச் சென்னைபட்டினம் போய்த் திரும்பினவர். ௧௮௪௮ ம் ௵ வரையிலும் அவருக்குத் துணைசெய்து அப்பால் அவரது வேலையை

விட்டுத் தம்மூரிலே சைவ சமயத்தை வளர்க்கவும், பாடசாலைகளை ஸ்தாபிக்கவும் பிரசங்கஞ் செய்யவும், கருத்துட்கொண்டாராகி, முன்பின் முப்பத்திரண்டு வருடங்களாக அம்முயற்சியிற் காலம்விட்டார். வண்ணார்பண்ணை, புலோலி முதலான இடங்களில் அன்றிச், சிதம்பரத்திலும் ஓர் பாடசாலையை ஸ்தாபித்தார். இவர் சைவரிடங் காணுங் குற்றங்களை வழக்கமாய்க் கண்டிப்பாராதலில் அவருட் பலபேர் இவர்க்குச் சத்துருக்களானார்கள். சைவ சமயிகளைச் சாடுவாரன்றித் தம் மதச் சிரத்தை மேற்கொண்டு கிறிஸ்து மார்க்கத்தையுஞ் சாடுவாராகி, அம்மதத்துக்கு விரோதமாய்ச் சில புத்தகங்களை வரைந்து அச்சடித்துப் பிரசரித்தனர். சைவரிற் சிலரும் கிறிஸ்தமதத்தவரும் இவர் செய்த புத்தகங்களுக்கு எதிர்ப் புத்தகங்கள் எழுதி அச்சடித்துப் பரப்பினர். சிதம்பரத்தில் வசித்த கருங்குழி இராமலிங்கபிள்ளை என்பவராலும் அங்குள்ள பிராமணர் சிலராலும் அவ்விடம் இவர்க்குத் தொல்லைகள் நேரிட்டன.

ஆயினும் அவற்றாற் தம் உச்சாகத்திற் தளர்ச்சிகொள்ளாது, எடுத்த கருமத்தில் முன்னேறிப் போகுந் தஞ் சுபாபத்தை மேன்மேலுந் திருட்டாந்தப்படுத்தினர். இவர் முன்னர் வண்ணார்பண்ணையிலும் பின்னர்ச் சென்னபட்டணத்திலும் அச்சியந்திரசாலைகளை ஸ்தாபித்தார். சென்னபட்டணத்திற்குப் பலமுறையுஞ் சென்று திரும்பினர். அவ்விடத்தில் இவரது அச்சுச்சாலை இப்போதும் இருக்கின்றது. இவர் மாணாக்கருள் ஒருவரான யாழ்ப்பாணம் நல்லூர்ச் சதாசிவம்பிள்ளை என்பவரே அதையும் வண்ணார்பண்ணையிலுள்ள பாடசாலையையும் நடப்பித்துவருகிறார். கந்தபுராணம், சேதுபுராணம், பிரயோக விவேகவுரை, திருவள்ளுவர் பரிமேலழகருரை, தொல்காப்பியம் சேனாவரையருரை, நன்னூல் காண்டிகையுரை விருத்தியுரை, நிகண்டுசூடாமணியுரை, இலக்கணக்கொத்து, இலக்கண விளக்கச் சூறாவளி, கோயிற் புராணவுரை ஆதியாய்ச் சிறியவும் பெரியவுமான அறுபதுக்குமேற்பட்ட புத்தகங்களைத் திருத்தி அச்சிட்டுப் பிரசரித்தாரன்றி, அவ்வாறு செய்தற்காக வேறு சிலவற்றைப் பாதிவரையில் முடித்தும், சிலவற்றிற் கையிட்டுமிருக்கவே, காத்திராப்பிரகாரம் வயது ஐம்பத்தாறு, மாதம் பதினொன்றிற் பிரமாதி வருஷம். அதாவது பிறகிட்ட ௲அ௭௯ம் ௵, தேகவியோகமாயினர். இவரது மரணத்தின்பேரிற், புலவர்கள் பலர் பற்பல சரமகவிகள் சொற்றனர். அவற்றுட், சுன்னாகம் ா. ா. அ. குமாரசுவாமிப்பிள்ளை சொன்ன வினாவுத்தரவெண்பாவை இவ்விடந் தருகிறோம்.

"ஐந்தின்பின் னாவதென்ன வானனத்தின்பேரென்ன
முந்தகடுவிற்கு மொழியென்ன — இந்திரற்கு
மாறுகொல்லோன்பேரென்ன வாக்கில் மிகவல்ல
ஆறுமுகநாவலனேயாம்."

இவரது மாணாக்கர் இலை மறைகாய்கள்போல யாழ்ப்பாணத்திலும் வடதேசத்திலும் வசிக்கின்றார். பழையபாடல்கள் உரைகளைத் திருத்தி அச்சிடுவித்தாரன்றிச் சிலவற்றிற்குப் புத்துரைகளை எழுதியும், பாலபாடம், சைவ வினாவிடை, இலங்கைப் பூமிசாஸ்திரம், இலக்கணச்சுருக்கம் ஆகிய பாடசாலைப்புத்தகங்கள் பலவற்றைப் பிரயாசையோடு புதிதாயும் இயற்றினர். பெரியபுராணத்தோடு சிதம்பரமான்மியத்தை வசனநடையிற் செய்தனர். பாடுந்திறமையிலும் இவர் குறைந்தவரல்லர். இவர் பாடிய கீர்த்தனங்கள் சில கதிரையாத்திரை விளக்கத்திற் பதிப்பிக்கப்பட்டிருக்கின்றன. கீர்த்தனங்கள் அன்றித் தனிப்

பாக்களும் பாடினர். இரகுவம்சத்தை அச்சடிப்பிக்க முயன்றாரென்றும். நாட்டுக்கோட்டைச் செட்டிகள் சிலருடைய வேண்டுகோளின்படி தேவகோட்டைத் தலபுராணத்தை ஐந்நூறு செய்யுள் வரையிற் பாடினரென்றுங் கேள்வி. இவரது மரணத்தாற் தமிழ் நங்கை மிக நஷ்டமுற்றாள். இந்நாவலரது பாடல் மாதிரிக்காக ஓர் தனி விருத்தத்தைப் பின்வரைகின்றோம்.

"சீர்பூத்தகருவிநூலுணர்ச்சிதேங்கச் சிவம்பூத்தபிரணவமேயோர்வடிவமானோன்
ஏர்பூத்தவடியர்செயன்முற்றுமாற்றுனியல்பூத்ததிருவருள்செய்தெங்குநின்றோன்
பார்பூத்தவீழவளநாட்டின்மேவும்பயன்பூத்ததிருநல்லைப்பதியில்வாழுங்
கார்பூத்தகரிமுகவன்றனதுபாதங்கரம்பூத்தமலர்கொண்டேகருத்தில்வைப்பாம்."

சிலகாலமாக யாழ்ப்பாணத்தில் நடைபெற்றுவரும் சைவ உதயபானுப் பத்திரிகையும் இவர் செய்த முற்பிரயத்தனங்களை வித்தாய்க்கொண்டே உற்பத்திபெற்றது.

இடைக்காடர்.—Ednikkadar.

இடைக்கழி நாடு என்னும் ஊரிற் பிறந்தவராதலால் இடைக்காடர் என்றும், பதினெண் சித்தரில் ஒருவராதலின் இடைக்காட்டுச்சித்தர் என்றும், இரு சிறப்புப்பேர் தாங்கிய இவரை மகாவிஷ்ணுவின் அவதாரம் என்பர். இவர் இளவயதில் வித்தியாரம்பஞ்செய்து கலாவல்லவராகிப், புலவர்பெருமான் என ஏத்தப்பட்டு, ஊசிமுறி என்னும் இலக்கண நூலை இயற்றினர். இவர் காலத்திலே மதுராபுரியிலே குலேசபாண்டியன் என்பான் செங்கோலோச்சி அரசுசெலுத்திக் கொண்டிருந்தது மாத்திரமன்றிச், சர்வகலா வித்வானாய்த் தென்மதுரையில் அப்போதிருந்த சங்கப்புலவருட் டானும் ஒருவனாயிருந்தான். இது செய்திகேட்டிருந்த இடைக்காடர் அவ் அரசனிடம் வெகுமதி பெறும் அபிப்பிராயங்கொண்டவராய் அவன்மேற் சிலபிரபந்தங்கள் பாடி, அச்சங்கப் புலவருளொருவரான கபிலரோடு உறவுபூண்டு, அவற்றை அரங்கேற்றப் போனபோது, அவ் அரசனே இவரைச் சம்மானம் பண்ணாது அலட்சியம் பண்ணினான். ஆதலால் இவர் உள்ளம் புழுங்கி அவ்வரசனை வணங்காது வடமதுரைக் கோவிலிற் போயிருந்தனர். அரசன் செய்கையை மெய்ச்சிக்கொள்ளாக் கபிலர் ஆதிய சங்கப்புலவரும் இவருடன் கூடி அவ்விடம் போயினராதலால், அரசன் தான் செய்தது மரியாதைத் தவறு என்றுணர்ந்து, மற்றைநாள் இவரிருக்கும் இடந்தேடிப் போய், இவரையும் இவருடன் போன மற்றைய புலவரையும் மிகவேண்டுமையாய் அழைத்துவந்து, இவர் பாடிவைத்திருந்த பிரபந்தங்கேட்டு அகமிகமகிழ்ந்து, இவர்க்கு வெகுமதியாக யானைகளோடு குதிரைகளையும், காணிபூமியோடு பொன்னையும் கொடுத்தான். பாண்டியராசனது மரியாதையில் இவர் திருத்திபெற்றுத் தம்மூர்க்குச் சென்று, மறுபடி தமது நேசர் திருவள்ளுவர் குறள் அரங்கேற்றச் சென்றபோது தாம் உடன்சென்று, அது அரங்கேறியபின் சங்கத்தார் அதன்மேற் சிறப்புப்பாயிரங் கூறக்கேட்டுத் தாமும்,

"கடுகைத்துளைத் தேழ்கடலைப்புகட்டிக்
குறுகத்தறித்த குறள்"

என்று அதன்மேற் புகழ்ப் பாச் சொற்றார். சங்கத்தார் கேட்ட வினாக்களுக்கெல்லாம் வள்ளுவர் சரி உத்தரஞ் சொன்னபின், அவர்கள் இவரிற் றிரும்பிச் சிலவற்றை வினாவ, இவர் எழுத்தாணி முறியாக,

"ஆற்றங்கரையினருகிருந்தமாமரத்திற்
காக்கையிருந்துகஃகஃகெனக்—காக்கைதனை
யெய்யக்கோலிலெ லாமலிச்சிச்சௌவிருந்தான்
வையக்கோனார்தன்மகன்"

என்னும் வெண்பாவை எழுத்தொன்று ஒலியுடன் பாடச், சங்கத்தார் தமது நிறமையோடு தம் அகம்பிரமம் இவரிற் பலியாமை கண்டு வெட்கினார்களாம். குணசாகர முனிவர் தாம் செய்த காரிகைக்கு இவர் செய்த ஊசிமுறியில் இருந்து மேற்கோள் எடுத்துச் சொற்றனர். அறுபது வருஷப்பலன் என்னும் நூல்செய்தாரும் இவரே. இவரது பாடல் யாதிரிக்கு முன்னர்ச் சொல்லிய பாக்கள் இரண்டையும் எடுக்க.

இரட்டையர்.—Eraddaiyer.

ஒரு தாய் வயிற்றிற் பிறந்த இரட்டைப்பிள்ளைகள் ஆதலால் இவர்கள் இரட்டையர் எனுங் காரணப்பேர் பெற்றார்கள். கிறிஸ்தாப்தம் ௧௪௦௦ ம் ஆண்டளவிலே மதுராபுரியில் இருந்து செங்கோலோச்சிய பராக்கிரம பாண்டியன் காலத்தில் இவர்கள் இருந்தவர்கள். வறுமைப் பிணியாற் பந்திக்கப்பட்ட இவ்விருவரும் அங்க பங்கம் உடையராதலால், இவர்கள் நிலைமை கொசுகுக்கு நீரிழிவு உண்டுபட்டாற்போல் மிகப் பரிதபிப்பிற்கு இடமாய் இருந்தது. இளையவர் குருடன், மூத்தவரோ சப்பாணி. இந்நிலைமையில் இருந்தபோதும், தேவ வரப்பிரசாதத்தாலோ, கல்வி கற்றோ யாமறியோம், இருவரும் நினைத்தவுடன் பாடுஞ் சித்தி பெற்றோராய்த் தம் பாடற்றிறத்தை இட்டே யாசகம்பண்ணி வயிறுவளர்த்து வந்தார்கள். யாசகத்துக்குப் போம் போது குருடன் சப்பாணியைத் தூக்கித் தோளில் இட்டுச் சுமந்து காலாய்ச் செல்லச், சப்பாணி குருடனுக்குக் கண்ணாகி வழிநடத்த, இவ்வாறு இருவரும் பிரயாணஞ்செய்வர். பாடும்போதெல்லாம் இளையவர் ஓர் பாட்டின் முதல் அடி இரண்டையும் முதற் சொல்ல, மூத்தவர் எஞ்சிய இரண்டடிகளையுஞ் சொல்லி அதைச் சமாப்தியாக்குவதே வழக்கமாம். இவ்விருவரும் ஒருநாட் திருவேங்கடேசன் என்னும் ஓர் சுகுண தனவந்தன் வீட்டுக்கு யாசகம் பண்ணப்போனபோது, அம்மனுஷன் இவர்களுக்கு ஏதும் பரிசுகொடுத்தற்கு எழும்ப, அவனது சகோதரன், "இடுவார் இடுவதைக் கெடுவார் கெடுப்பார்" என்னுற்போலக் கொடாது தடைசெய்ததை இவர்கள் கண்டு, இளையவர்,

"தேன்பொழியும்வாயான்றிருவேங்கடேசனுடன்
ஏன்பிறந்தானிந்தவினியான்காண்—
(என்று பாட, மூத்தவர்,) யான் சொலக்கேள்
சீதேவியார்பிறந்தசெய்யதிருப்பாற்கடலுள்
மூதேவியேன்பிறந்தாள்முன்"

என்று பாடி முடித்தார். இவ்விருவரையும் பற்றிய கதைகள் பல இருப்பினும் இங்ஙனம் ஒன்று மாத்திரம் கூறுவம். ஒருதினம் இவ்விரட்டையர் தாம் உழைத்த ஒருநாளை ஐபத்தைப் பொட்டணமாகக் கட்டி, ஓர் பிள்ளையார் கோவிற் பலிபீடத்தின் கீழ்வைத்து, அன்றிரவு அவண் துஞ்சிக் காலையிலே எழுந்து அப்பொட்டணத்தைப் பார்த்து, அதை ஆரோ களவாண்டு போயிருக்கக் கண்டு அதன்மேல் ஓர் வெண்பாச் சொன்னார்கள்.

" தம்பியே! பெண்டிருடி தாயாருடன்பிறந்த
வம்பனேநெய்திருடுமாமாயன்—அப்புவியில்
(என்று இளையவர் இரண்டடிபாட, மூத்தவர்,)
மூத்தபிள்ளையாரேமுடிச்சவிழ்த்தீர்போமோ
கோத்திரத்துக்குள்ளகுணம்"

என்று மற்ற இரண்டடியையும் முடித்தார். இவ்விருவருமாகப் பராக்கிரம பாண்டியனைப் புகழ்ந்தும் சோழ இராசனைத்தாழ்த்தியும் பாடிய அம்மானைப் பாடற் கண்ணிகளை இவருடையபாடற் திறமைக்குச் சான்றாக யாம் இவ்விடந் தருகின்றோம்.

" குறுமுனிவன்கொல்லியிலோ தமிழ்பிறந்ததம்மானை
ஒப்பரியதிருவிளையாட்டுறையூரோவம்மானை
திருநெடுமாலவதாரஞ்சிறுபுலியோவம்மானை
சிவன்முடியிலணிவதுவுஞ்செங்கதிரோவம்மானை
கரையழிந்தகாவிரியோவுரைதெரிந்ததம்மானை
கடிப்பகைக்குவேம்போகடுக்கையோவம்மானை
டரவைபடிந்ததுஞ்சோழன்பதந்தனிலோவம்மானை
பராக்கிரமபாண்டியன்புகழைப்பகரவெளிதோவம்மானை."

கொல்லி, உறையூர், புலி, செங்கதிர், காவிரி, கடுக்கை சோழனுக்குரியன. இப்பாடலிற் சொல்லிய சம்பவங்கள் எல்லாம் பாண்டியனுக்குரியன; ஆதலால் அவனே பெரியவன் என்பது பொருள். இவ்விருவரும் ஏககாலத்தில் இறந்தனர் என்பது கதையாயினும், எப்போ. எங்கே, என்பவாதிய விளங்கா. மேற்காட்டிய கண்ணிகளைத் தேலர் தேசிகர் (Rev. Mr. Taylor.) இங்கிலிஷில் மொழிபெயர்த்திருக்கிறார். இவ்வாறு சிலர் இப்பாடலை இரட்டையர் பாடலெனக் கூறப், பின்னொருசாரார்: அது புகழேந்திப்புலவர் பாடலென்றார். இரண்டுபாக்களுக்கும் வேற்றுமையிருப்பதால், நாம் ஈரிடத்திலும் அதை வரைந்தாம். இரட்டையரும் காளமேகப்புலவரும் கண்டு சந்தித்தனர் என்றுங் கதையுண்டு. இரட்டையர் பாடினர் என்று சொல்லப்பட்டவேறு நாலைந்து தனிப்பாக்களையுங் கண்டிருக்கிறோம். ஏகாம்பரநாதருலா எனும் பாடலையும் இவரே பாடினர் என்ப.

இராசப்ப கவிராயர்.—**Rasappa Kavirayer.**

இவர் திருநெல்வேலிச் சீமையிலேயுள்ள குற்றாலத்திற் பிறந்தவர். சரிதம் விரிவாய் உணரப்படாதபோதும், இவரோர் மகாகவி என்றதற்கு இவர் இயற்றிய குற்றாலக் குறவஞ்சி சான்றாகும். திருநெல்வேலியில் உள்ள திருக்குற்றாலத்திற் பூசிக்கப்பட்டதாற் குற்றாலநாதரென்னுங் காரண நாமந்தாங்கிய சிவன் பேரில் இக்குறவஞ்சி பாடப்பட்டது.

இராமகவிராயர்.—**Rama Kavirayer.**

இவர் சரிதமும் தெரிந்திலது. இவர் பொன்னேரித் திருவாய்ப்பாடி புராணம் எனும் பாடலை இயற்றினர். இது சென்னைக்கு வடக்கே. ௨0 மைல்

தூரத்தில் உள்ள பொன்னேரி எனுங் கோவில்மேலது. இப்புராணமன்றி இவர் சாரப்பிரபந்தம் எனும் வெண்கலிபொன்றையும் பாடினர். இது சித்தம் பாகையில் இருந்த குமாரசுவாமி என்னும் ஒருவர் மேலது.

"செந்திருவாழ்மார்பனெழிற்சித்தப்பாகைச்சரசாய்
வந்தகுமாரச்சுவாமிமான்மீது—பைந்தமிழாற்
சீராருஞ்சாரப்பிரபந்தஞ்செப்புதற்குக்
காராருங்கைமலத்தான்காப்பு,,

என்னும் பாட்டு இதற்கு ஆதாரமாம். இவர் பாடினர் எனுந் தனிப் பாக்கள் ஒன்பது கண்டோம். பாடல்மாதிரிக்காக அவற்றுள் ஒன்றை இங்ஙனம் வரைவம்.

"கார்படைத்தகரதலத்தான்றுறைதிருவேங்கடமளித்தகன்றுவெங்கும்
பேர்படைத்தவானந்தரங்கமகிபாலாநின்பிரம்பூர்நாட்டில்
நேரிழைக்கவிழிபேழுவலயாறுகாதைந்துகேற்றிநான்கு
பாரிடத்திலிப்புதுமைகண்டுவந்தேனதன்பயனைப்பகர்ந்திடாயே.

மற்றையபாக்களும் இதுபோல எறத்தாழப் புதைபொருளுள்ளன.

இராமசந்திரக்கவிராயர்.—Ramachanthirak Kavirayer.

இவர் தொண்டைவள நாட்டிலுள்ள இராசநல்லூரிலே பிறந்தவராயினும் சென்னைமாபுரியைத் தமக்கு உறைவிடமாக்கி, அங்கேயுள்ள வித்வசிரோமணிகளால் மெத்தப் பாராட்டி மெய்ச்சப்பட்டவர். நாடகப்புலமையிலே தமக்குத் தாமே நிகர்த்தவர். விசுவாமித்திர இருடிக்கும் மேனகைக்கும் பிள்ளையாகிக், கண்ணுவ இருஷிபால் வளர்க்கப்பட்ட சகுந்தலை என்னும் பெண்ணைச், சந்திரவமிச இராசனுகும் நீலன் என்பவனது குமாரன் துஷ்டியந்த மகாராசன் காந்தருவ விதுவை செய்து. சிலநாளின்பின் காட்டில்விட்டுப் பிரிந்த மகாபாரதச் சரித்திரத்தை நாடகமாய் இயற்றி அதற்குச் சகுந்தலை விலாசம் எனப் பெயரிட்டார். இது அன்றிப் பாரதத்தில் வாரணாவதச் சருக்கத்திற் கூறப்பட்ட அரக்குமாளிகை, இடும்பி கலியாணச் சரிதங்களை விலாசமாகப் பாடி அதற்குப் பாரதவிலாசம் எனப்பேரிட்டார். இவற்றுடன் தாருகாவிலாசம் என்னும் பின்னொரு விலாசத்தையும், இரணியவாசகப்பா, இறங்கூன்சண்டை நாடகத்தையும் பாடினர். சென்னை அரசாட்சி உத்தியோகஸ்தரும் இழைத்தேசபாஷா நிபுணருமாகிய எல்லிஸ் துரை(Mr. Ellis)யின் அரசாட்சியை வியந்தும் சில பாடல் செய்தாரன்றிச், சிலதனிப்பாக்களோடு, கடுவெழுத்தலங்காரம், சத்தபங்கி, நவபங்கி, திரிபங்கி, என்னும் நூதனபாக்களையும் பாடினர். மாதிரிக்காக இவர் பாடல்களுள் ஒரு விருத்தம் இதன்கீழ்த் தருவம்.

"மூங்கிலிலையொழித்திருந்தான்முக்கண்சாமி
முதியகடற்போய்ப்படுத்தான்முகுந்தசாமி
தாங்கமலப்போதுட்டுறைந்தான்றவலநாற்சாமி
தடவரையிலுழன்றுநின்றான்றகப்பன்சாமி
வாங்கியுண்ணவழிகாத்தான்வயிற்றச்சாமி

வாணருக்கிங் குதவுவரார்மற்றோர்சாமி
ஒச்சியசீர்மலையிற்பொன்னப்பசாமி
உதவியவேங் கடசாமியுசிதவேளே.''

''ஆவினமழைபொழிய'' என ஊரில் வழங்குந் தனிப்பாட்டையும் இவரே பாடினர். இவரது வித்தாண்மைத் திறத்தை வியந்து மேற்படி எல்லிஸ் துரை,

'' செந்தமிழ்ச்செல்வனுமோராயிரத்தலைச்சேடனும்யாழ்
சுந்தரத்தோடிசைவல்லோனும் யாவருந்தோத்திரஞ்செப்
கந்தவனச்சொல்லுங்கவிராயசந்திரனைக்கண்டுவெட்கி
அந்தரம்வெற்புழிபாதாளலோகத்தடைந்தனரே''

என்னும் பாட்டைச் சொன்னார்.

இராமசாமி ஐயர்.— Ramasami Ayer.

வேத வேதாந்த கணித சாத்திரங்களிற் பாண்டித்தியம் பெற்று விளங்கியிராநின்ற இப்புலவரேறு, யாழ்ப்பாணம் வட்டுக்கோட்டையைத் தமக்குச் சென்னபூமியாய்க் கொண்டவர். நாடகப் புலவர் எனப் பிரசித்தம் பெற்ற நாகேசையர்க்குத் தந்தையார். இவர்க்குத் தந்தையார் சுப்பிரமணிய ஐயர். இவர் கதிரைமலைக் கந்தசாமிபேரிற் பற்பல கீர்த்தனங்கள், விருத்தங்கள் சொற்றன்றி, மதுரைக்குச்சமீபமான பூழி என்னும்மணலிபுரத்தில் இருந்து செற்றரசு புரிந்த சித்திரவாகன் எனும் பாண்டியராசன் மகளும், பாண்டவரில் நடுப்பிறந்தோனன அருச்சுனன் மனைவியுமாகிய அல்லியின் சரித்திரத்தை நாடகமாய்ப் பாடினர். அதற்கு அல்லிநாடகம் என்று பெயர். இவர் இற்றைக்கு எழுபது எண்பது வருடங்களின் முன் இருந்தவர்.

இராமசாமிக்கவிராயர்.—Ramasamik Kavirayer.

இவர் ஊர் சென்னம் ஆதியபோலவே எத்துணைக் கல்விமான் என்பதும் தெரிந்திராதபோதும், இவரோர் புலவரென்பது இவர் பாடிய பத்துப் பன்னிரண்டு தனிப்பாடல்களாற் தெரியவரும். அவைகளில் ஒன்றுவருமாறு.

'' முன்னொருவூரின்பேராம் முதலெழுத்தில்லாவிட்டால்
நன்னகர்மன்னர்பேராம் நடுவெழுத்தில்லாவிட்டால்
கன்னமாமிருகத்தின்பேர் கடையெழுத்தில்லாவிட்டால்
உன்னியதேனின்பேரா மூரின்பேர்விளம்புவீரே.''

இராமதேவர்.—Ramathever.

''இயாக்கோபென்னும் இராமதேவர்'' எனச்சொல்லப்படும் இப்புலவர்திருவாய்மலர்ந்தருளிய வைத்திய காவியத்திலே ௪000 பாட்டுகளுள. அந்நூற்பெருமையையும் பாடல் மாதிரியையும் பின்வரும் விருத்தம் தெரிவிக்கும்.

"பற்றுணவின்றால் தானுயிரந்தான் முனையான சுருக்கருவம் வெளியாச்சொன்னோம்
கற்றுனதையிலங்கள் கிருதப் போக்குக் கருவானலேகியங்கள் பற்பமார்க்கம்
சொற்றுனகபாடங்கள் நசியப்போக்குச் சூரணவான கஷாயங்கள் திலதப்போக்குப்
பற்றுனசாலங்கள் பரிசவேதைபாடினேமாயிரத்திற்பணி வாமுற்றே."

இராமநாதர்.—Ramanather.

துடிநூல் எனும் பாடலுக்கு இவர் ஆக்கியோன். அதிலே கக பாக்களுள.

"மன்னன்விக்கிரமாதித்தன் சொல்வழிப்
பன்னிரண்டோருநாள் விருத்தப்பாவிற்
தன்னுசீர்த்துடி நூலசத்தோதுச்சனன்
நன்னிலம்புகழிராமநாதன்றனே"

எனும் இப்பா இந்நூலுக்கு ஆசிரியர் இவரெனச் சாற்றுகின்றது. "மன்னன் விக்கிரமாதித்தன்" எனக் கண்டிருப்பதால் உச்சைனி புரத்திலிருந்து அரசாண்ட விக்கிரமாதித்த ராசன்காலமே இவர்காலமாய் இருத்தல்வேண்டும். பாடல் மாதிரிக்காக அதிலோர் விருத்தத்தை இங்ஙனந் தருகின்றோம்.

"சீருடனேதுடிக்கிலுச்சியிடரேகீங்குஞ் சிறந்தவுச்சிவலந்துடிச்கிலசத்சொல்லும்-பெருடனேயுச்சியிடம்பெருமையாகும் பின்றலையதுடிக்கிற்சத்ருருக்களுண்டாம்-சார்புடனேதலைபடங்கற்றுடிக்குமாயிற் தலைவனுற்பெருமைசம்பத்துமுண்டாம்--நேருடனே நெற்றியிடந்துடிக்குமாகில் நேர்வார்த்தைசம்பத்துநிறையவாமே."

இராமபாரதி.—Ramaparathe.

இவர் ஆத்திசூடி வெண்பாப் பாடின சிறந்த வித்துவான் புலவருள் உலகாப் புகழ் தாங்கிய ஔவையார் செய்த ஆத்திசூடியை ஒவ்வொரு வெண்பாவின் இறுதியடியாக வைத்துப் பாடினர். ஆத்திசூடி வெண்பாவை இவர் பாடினர் என்பதற்குப் பிரமாணம்:-

"பாரோர்புகழ்ராமபாரதிசெம்பாகமதாய்ச்
சீராத்திசூடிசெழுந்தமிழைப்—போாக
நாகரிகன்புன்னைவனநாதமகிபன்புனைத்தான்
வாதுலினிற்கீர்த்திவா."

இதனைப் பாடினர் என்றதற்கு மேற்பட இவரது சரிதம் அந்தகாரப்பட்டது. பாடல் மாதிரிக்காக ஒருவெண்பாத் தருவம்.

"அருளார்சபிலையறமேசெயமேன்
திருளகலவேங்கைக்கியம்பும்—பெருமையினால்
மாவளரும்புன்னைவனநாதாமெய்த்துணையா
மேலியறஞ்செய்யவிரும்பு."

இந்த வகையே ஆத்திசூடி முழுவதையும் ஒவ்வோர் கதையுடன் ஒவ்வோர் வெண்பாவிற் பாடி முடித்தனர்.

இராமலிங்க ஐயர்.—Ramalinka Ayer.

நல்லூரைச் சேர்ந்த அந்தணராம் இவர் தந்தையார் சந்திரசேகர ஐயர். யாழ்ப்பாணத்தை அரசாண்ட கூழங்கைச் சக்கரவர்த்தி தமக்குச் சோதிடராய்ச் சம்புகேச்சுரத்தில் இருந்து அழைத்து வந்த ஓர் பிரேட்டரின் வழித் தோன்றல். இவர் சந்தான தீபிகை எனு நூலைச் செய்தார்.

இராமலிங்கபிள்ளை.—C. Ramalinka Pilly.

இவர் தொண்டைவள நாட்டிலே சென்னைக்குச் சமீபத்திலே கருங்குழி என்னும் இடத்திலே வசித்தவர்; ஆதலிற் கருங்குழி இராமலிங்க பிள்ளை எனப்பட்டார். இவர் தாம் சிவானுபூதி பெற்ற மகானென்றும் ஓதாதுணர்ந்தவர் என்றும் சொல்லிக்கொண்டு, முன்னுள்ள பெரியோர் பாடல்களைத் தள்ளித்தாம் பாடியபாவே அருட்பாவென்று கூறிச், சிலரைச் சீடராக்கிப் பார்ப்பதீச்சுரம் என்னும் ஓர் ஆலயத்தோடு கனகசபையையுங் காட்டி, அதிலே நடேசர் எழுந்தருளி திருத்தம் பண்ணச் செய்வோம், இல்லாதார்க்குப் புத்திரசந்தான வரமீவோம், செத்தவர்களை எழுப்புவோம். ஊனர்க்கு அங்கபங்கங்களைப் போக்குவோம் என்று ஆகாயத்தை அடித்துச் சிலம்பம் பண்ணினவராய்ச், சிலவருடம் பெருங்கூக்குரல் பண்ணினவர். இவரது கொள்கைகளில் வசியமாகி இவர்க்குத் தொண்டரானோர் அநேகர்.

இவரது கூக்குரல்களை யாழ்ப்பாணம் நல்லூர் ஆறுமுகநாவலர் கண்டித்துப் பிரசங்கம்பண்ணிச் சிலபுத்தகங்களை இவர்க்கு விரோதமாய் எழுதிப் பிரசுரிக்க, இவர் அவர்க்கு விரோதியாகி அவர் உரைக்கு மறுப்புரை எழுதி அச்சடித்துத் பரப்பினர். இல்லறம் அனுட்டித்துவந்தவாரய் இருந்தும் ஏதோ காரணத்தால் இவர் தம் மனையாளைத் தள்ளிவிட்டே இக்கோலமெடுத்தார். இவர் பிறங்கிப்பேட்டைக்குச் சமீபத்திலே கட்டிய ஆலயம் இப்போது மணற்றிடராயிருக்கின்றது. தாம்கட்டிய சமாதியுட் புகுந்து தாழிட்டே இறந்தனர் என்றும், இறந்த சிலநாட்களால் மஞ்சக்குப்பத்துக் கலக்கட்டராகிய அங்கிலேய துரைமகனொருவர் அச்சமாதியைத் திறந்துபார்த்துப் பிரேதம் பதனழிந்து எறும்பு மொய்த்திருக்கக் கண்டாரென்றுஞ் சிலர் சொல்லக் கேள்வி. தனக்குச் சிவன் தெரிசனந் தந்தாரென்று சொல்லித் திரிந்த இவர் நன்றாய் வாசித்தவர் என்பதற்கு ஒழிவிலொடுக்கம் என்னும் ஞான நூற்பாயிரத்தில் "வள்ளல்குருராயன்" என்னும் வெண்பாவிற்கு இவர் எழுதிய கசா புறங்கொண்ட உரை சாட்சியாகும். இவர் பாடிய அருட்பாவிலே தோத்திரம், மாலை, பாசுரம், கும்மி, கண்ணி, பள்ளியெழுச்சி, ஆனந்தக்களிப்பு முதலாம் பற்பல பகுதிகளிலும், விருத்தம், கலித்துறை எனும் பற்பல பாப் பேதங்களிலே ஆயிரம் பாக்களுள. இவ்வொரு நூலன்றி வேறும் பல பாடல்கள் பாடினரென்றுஞ் சொல்வர். பாடல்மாதிரிக்கு ஓர் கலித்துறை தருகின்றோம்.

" நன்றேதருந்திருநாடகநாடோறுஞானமணி
மன்றேல்லளங்கசப்புரிகின்றவானந்தவார்கழலோய்
இன்றேயருட்பெருஞ்சோதிதாண்டருளெய்துகணம்
ஒன்றேபெனினும்பொறேனருளாவணையுரைத்தனனே."

௫௰ வயசிலே தேகவியோகமாயினர். சாதியில் இவர் இடையரென்று சிலர் சொல்லக்கேள்வி. இதன் பொய்மெய்க்கு நாம் பாத்திப்பட்டோமல்லம்.

வே. இராமலிங்கம்.—V. Ramalingam

இவர் யாழ்ப்பாணம் உடுப்பிட்டிக் கோவிற்பற்றிற் பிறந்து கோப்பாயில் விவாகம்பண்ணி இருந்த வேலுப்பிள்ளை என்பவர்க்குப் புத்திரர். தற்காலவ சந்தரோடையில் இருக்கும் வைத்தியர் முத்துக்குமாரு என்பார்க்கு மைத்துனர். இவர் இலக்கண இலக்கியங் கற்றுத் தேர்ந்த வித்துவான் எனல் இருட்டாந்த பூர்வமாய் எமக்கு விளங்காதபோதும், விரைவிலே பாடுஞ் சத்தி உடையரென்று கேள்வி. இவர், நீதித்தலஞ் சென்று வியாச்சியம் நடத்தும் வாதி பிரதிவாதிகளுக்கு நேரிடும் பணநஷ்டம், கஷ்டம், அல்லல், தொல்லைகளையும், அந் நீதி ஸ்தலங்களில், "உதரநிமித்தம் வெகு கிருதவேடம்" எனப் பிழைப்பின்பொருட்டுத் தந்திர வேடம் போட்டுத் தமனகனைப்போல் இருதிறத்தவரையும் மூட்டிவிட்டுப் பணம்பறிக்குங் கோட்டுப்புரு களையும், வாதிபிரதிவாதிகளுக்காகத் தனித்தனி ஏற்பட்டும் இருபுறமுங் கைநீட்டும் நியாய துரந்தரர்களையும், இழித்தும் பழித்தும், கோட்டுப் புராணம் எனும் பெயர் சூட்டி, ஒரு பாடல் இயற்றினர். காண்டம், சருக்கம் எனும் பகுப்புவைத்துப் பாடினரோ அல்லது மொத்தமொரு கோவையாய்ப் பாடினரோ, யாம் அதனைக் கண்டிலம் ஆதலின், தீர்ப்பாய் ஒன்றுஞ் சொல்லமாட்டோம். பாடல்மாதிரிக்காக எங்கைக்கு அகப்பட்ட சில விருத்தங்களில் ஒன்றைக் கீழே தருகின்றேம்.

"கோடோருகளரியதிலுறந்துரையோ கூத்துப்பார்த்திருந்திடுமுப்பு
ஆறுங்குறங்கோவழக்கர்களாவாரவையிடையவைகவளக்கொண்டு
நாடோறுமாட்டுங்கயிறுதான்வழக்குநட்டுவப்பணிக்கனேசரணி
வாடிடுவயிறுவளர்ப்பதற்கெடுத்தவஞ்சனைவேடமென்றுணரே."

இப்புலவர் இற்றைக்கு எழெட்டு வருஷங்களின் முன் தேகவியோகமாயினர்.

வ. இராமலிங்கம்.—V. Ramalingam.

இவர் யாழ்ப்பாணம் மானிப்பாய்க் கோவிற்பற்றைச் சேர்ந்த சுதுமலைக் குறிச்சியிலே குல நீதிவல்ல மாப்பாண முதலியாரது கோத்திரத்திலே பிறந்தவர். வழக்கமாய் ஆனைக்கோட்டை வயிரமுத்து உடையார் இராமலிங்கம் என்று அழைக்கப்பட்டவர். இவரது பிதா வயிரமுத்து உடையார், அவர்பிதா குமாரவேலு உடையார், அவர் பிதா பத்த உடையார் எனப் பலர் இவரது குடும்பத்திலே உடையார் உத்தியோகத்தில் அமர்ந்திருந்தவர்கள். இவரது தம்பி இப்போதும் மட்டுவிலிலே உடையாராக இருக்கிறார். இங்கிலிஷ் தமிழ் எனும் இருபாஷைகளுங் கற்றவராயினுந் தமிழில் வல்லவராய்ப் பலமாணாக்கருக்குப் பாடம் ஓதினர். நவாலியிலிருந்த கா. முத்துக்குமாரர் இவர்க்கு ஆசிரியர். சபா மத்தியில் இருந்து, கேட்போருடைய கன்னத் துவாரங்களில் அமிர்தஞ் சொரிந்தாலெனப் புராண காவியங்களைக் கனிவாய் வாசிப்பதிலும் அர்த்தம்பண்ணுவதிலுந் தமக்குத் தாமே நிகர்த்தவர் என்று மெச்சப்பட்டவர். கலாவிஷயங்களில் மாத்திரமன்று, மற்றும் எவ்வகை உலக விஷயங்களிலும் எவர்க்கேனுந் தோல்விபோகார். அரசாட்சியாரது சிட்சைக்குப் பாத்தியப்பட்டிருந்த ஒரேயொரு காரியத்தைத் தவிர்த்துப் பார்த்தால், இவர் யாவரும் மதித்துக் கண்ணியப் படுத்தற்கேற்ற ஒரு பிரபு என்று புகழப்பின்நில்லோம். புலவராய்ப் பற்பல தனிப்பாக்கள், பதங்கள், கீதங்கள், பாடி

னூர் அன்றிச், சங்கிலியந்தாதியோடு மாணிக்கவாசகர் விலாசம், தமயந்தி விலாசம் என்ற பெயருள்ள, இரண்டு விலாசங்களேயும் பாடினர். நாம் இச்சரித்திரத்தை எழுதி முடிக்கிறவரையில் எம் நேசராகிய இவர் நாமமும் சரிதமும் இதனோடு சேருமென்று கனவிலுங் கருதாதிருக்கவே, சென்ற வருடம் மாசி மீ கசு உ கொழும்பிலே சில தினச் சுரத்தாற் தேகவியோக மாயினர் என்ற சத்தங் காதில் விழப்பெற்றோம். இவரிடங் கற்றோரும் இவர்க்கு நேசருமான பலர் இவர் பேரிற் சரமகவி பாடினர்கள். இவர் களத்திர புத்திர புத்திரிகள் சீராய்ச் சிறப்பாய் இருக்கிறார்கள். வதிரிப்பகுதியிலே "கிளாக்"காயிருக்கும் ஏ. ஏ. க. சின்னையா இவர்க்கு மருகர். புலோலி வைத்தியசாலையில் டாக்தராய் இருக்கும் வ. முத்துக்குமாரு இவருடைய ஒன்றைவிட்ட சகோதரன் புத்திரர். இவரது பாடல் மாதிரிக்கு நளச்சக்கரவர்த்தி விலாசக் காப்பை இவ்விடம் தருகிறோம்.

"பொன்னுலகமென்னப்பொலியுநிடதம்புரக்கு
மன்னனளச்சக்ரவர்த்திமாகதையை—இந்நிலத்தே
சற்குவிலாசத்தமிழாலியம்பநற்குத்
தந்திமுகன்றாள்சரண்."

இராமானுசகவிராயர்.—Ramanusa Kavirayer.

இயற்றமிழ் ஆசிரியர் எனும் சிறந்தபெயர் பெற்ற இப்பண்டிதரது சென்னதேசம் தென் திசையிலுள்ள இராமநாதபுரம். இவர் அத் தேசத்தைத் தணந்து சென்னைமாபுரியிற் போய் நெடுங்காலம் வசித்தனர். அங்கே இலக்கண இலக்கியக் கலைக்கடல்பருகி ஏப்பமிட்டுக் கிளம்பிய இக்கலாமேகத்தின் பாண்டித்தியம் தமது காதில் விழப்பெற்ற லண்டன் மிஷனரி சங்கத்தைச் சேர்ந்த துரு தேசிகர் (Rev. Mr. Drew) இவரை அழைத்துத், தம் நல் ஆசிரியராகக் கொண்டு இவர் கீழாக அரிய தமிழ் நூல்களைக் கற்றனர். திருவள்ளுவர் குறளுக்கு முன்னோர் செய்த உரைகள் பலவற்றுட் சிறந்ததும் யாவராலும் நன்கு மதிக்கப்பட்டதுமாகிய பரிமேலழகருரைக்கு இவர் விளக்கவுரை ஒன்று எழுத, அதனை மேற்படி வேதபண்டிதர் இங்கிலிஷில் மொழிபெயர்த்தனர். கஅச० ம் ஆண்டு அதன் முதற்கூறு அச்சிற் பதிப்பிக்கப் பட்டபோது இவர் சேமமாய் இருந்தும், கஅருக ம் ஆண்டு அதன் இரண்டாம் பங்கு அச்சடிக்கப்பட்டபோது தேகவியோகமாயினர். இவரது திறமையை நன்குணர்ந்த அவ்வேதியர் தாம் பதிப்பித்த அப் புத்தகத்தின் புனைந்துரையில் இவரது புருடோத்தம இலட்சணங்களைச் சொல்லி, இவர் மரணத்தை இட்டு வெகுவாய்ப் பிரலாபித்து எழுதினர்; நாமும் ஒரு ஆசிரியரை இழந்தோம்; தமிழ் ஓர் வித்துவானை இழந்தது என்று சொல்லித் துக்கித்தார். சென்னை புரியிலே உவின்ஸ்லோ (Rev. Dr. Winslow) பண்டிதரால் இயற்றப்பட்ட திராவிட இங்கிலிஷ் அகராதிக்கு இவர் மிக உபயோகமுற்றவராய் இருந்தவர். பவணந்தி முனிவர் செய்த நன்னூற்குத் திருத்தமான ஒரு உரை செய்து அதை இராமானுசர் காண்டிகை எனும் பெயரோடு அச்சிடுவித்தனர். அதைக் கண்டிருப்பார் இவ்வித்துவான் திறமையை நன்குணராதிரார். "தொல்லைவடிவினவெல்லாவெழுத்துமாண்-டெய்துமேகரவொகரமெய் புள்ளி" எனு நன்னூல் விதியை, "எய்துமேகாரவோகாரமெய் புள்ளி" எனமாற்றி இவர் சரியான பொருள் கொண்டதை நாம் மிக. மெச்சுகின்றோம். இவர்க்குச் சோமசுந்தரக் கவிராயர் என்பார் ஆசிரியர். இதற்கு:

"சோமசுந்தரனெனுந் தோன்ஞற்குரவன்
காமர்செஞ்சேவடி கண்ணிவணயாக்கொண்
டியல்பலவுணர்ந்தோரெல் ணிலரவருளழத்
துயல்வருகீழ்மையிற்றொடர்கீழ்நிலையினேன்"

எனத் தம்மைத் தாழ்த்தித் தம் நன்னூலுள் இவர் பேசியது சாட்சியாகும். இவர் தேசவியோகமாகிச் சுமார் ௯0 வருடங்கள் இருக்கலாம். திருவல்லிக் கேணியிலே பூசிக்கப்படும் விஷ்ணுவின்பேரிலே பார்த்தசாரதி பாமாலை எனும் பாடலையும், திருப்பதியிற் பூசிக்கப்படும் விஷ்ணுவின் பேரிற் திருவேங்கடவனுபூதியையும், வரதராசப்பெருமாள் பதிற்றுப்பத்தந்தாதியையும் இவர் இயற்றினர். சில நூல்களுக்குப் புத்துரையும் செய்தனர்.

இரேவணுத்தியர். — Ravanathiyar.

இவர் சிதம்பரத்தையே தமக்கு இருப்பிடமாய்க்கொண்டவர். ஒழுக்கத்தால் ஓர் சன்னியாசி. தசரிகண்டினுள் ஒன்றுக்கு இவர் ஆக்கியோர். அது இவர் நாமகாரணப்படி இரேவணுத்தியர் சூத்திரம் என்று வழங்குகின்றது.

இழிகட்பெருங்கண்ணனுர். — Ellkudperungkannanar.

இவர் சங்கப்புலவர் ௪௯ பேருள் ஒருவர். திருக்குறளுக்கு இவர் சொன்ன புகழ்க்கவியாவது;

"இம்மைமறுமை யிரண்டுமெழுமைக்குஞ்
செம்மைநெறியிற்றெளிவுபெற—மும்மையின்
வீடவற்றிஞன்கின்விதிவழங்கவள்ளுவனுர்
பாடினரின்குறள்வெண்பா."

இளம்பூரணர். — Elampooranar.

தொல்காப்பியர்க்குப் பின், அல்லது, அவரோடு ஏக காலத்திருந்த வித்வசிரேட்டராம் இவர், தொல்காப்பியத்துக்கு வியாக்கியானஞ்செய்த உரையாசிரியர் மூவருள் விசிட்டம்பெற்றவர். அவ் இலக்கணத்துக்கு முதன் முறை உரை எழுதிய காரணத்தால் இவர்க்கு உரையாசிரியர் எனும் சிறப்பு நாமங் கொடுக்கப்பட்டது. இவர் எழுத்துக்குஞ் சொல்லுக்குமே உரை எழுதினர் என்று சிலர் கூறச், சிலர் அக்கூற்றை மறுத்துப் பொருளுக்கும் எழுதினர் என்பர். இவர்செய்த தொல்காப்பிய உரை இவர் நாமகாரணப்படி இளம்பூரணம் என்னும் பெயரால் அழைக்கப்படுகின்றது. இவ்வுரை தற்காலம் அச்சிடப்பட்டிருக்கிறது. சாதியில் இவர் பாணர் என்று சொல்லப்படுகிறார். மெய் பொய் யாமறியோம்.

இளவேட்டனர். — Elaverddanar.

இவரும் கடைச்சங்கப்புலவர் ௪௯ பேரில் ஒருவர். "மதுரை அறுவை வாணிகர் இளவேட்டனர்" என இவர் சொல்லப்பட்டாராதலால் மதுரையே

இவர்க்குப் பிறப்பிடமென்றும், அறுவை வணிகர் குலத்திற் பிறந்தவரென்றும் உத்தேசித்தல் வேண்டும். அறுவை = ஆடை. இவரது புலமையுள் அறியப்பட்டது வள்ளுவமாலையுட் கண்ட புகழ்ப்பாட்டு ஒன்றுமே. அதுவருமாறு;

"இக்ஷுபழந்தேன்பழமென்னுமிவையிரண்டு
மின்பந்தைக்கெல்லமனமகிழ — வன்பொழியா
துள்ளியுணவுணைத்தாரோவேயோதுசீர்
வள்ளுவர்வாயுறைவாழ்த்து."

இறையனார்.— **Eraiyanar.**

இவருங் கடைச்சங்கத்தைச் சேர்ந்த புலவர்மாருள் ஒருவராயினும், ௪௯ பேருள் ஒருவரல்லர். பெருங்கல்விமானாகிய இவர் சிவன் என்றும் அவருடைய அவதாரம் என்றும் இருவகையாகவும் மதிக்கப்பட்டவர். இவர் செய்த நூல் அகப்பொருள். அது இவர் நாமகாரணப்படி இறையனார் அகப்பொருள் என்று அழைக்கப்படுகின்றது. இந்த அகப்பொருள் நூலைப்பற்றும் பரம்பரை பின்வருவது: பாண்டி நாடு பன்னிரு ஆண்டாய் மழை இல்லாது பஞ்சப்பட்டபோது, அரசன் சங்கச்சிரேட்டரை வம்மினெனக் கூவி, மழையின்றி நம் நாடு வருந்துகிறதால் நீவிர் அவரவரே யாண்டுந் திரிந்து மழைபெய்து செழிப்பானபின் வருதிர் என்று பணிப்ப, அவர்கள் அவ்வாறு சென்று திரும்பியபோது, மற்றைய இலக்கணங்கள் புலவராற் கொண்டுவரப்பட்டிருந்தும் அகப்பொருள் வாராமையால் அரசன் கவல, அவன் கவற்சியை ஒழித்தற்பொருட்டு ஆலவாய்க்கடவுள் ஆகிய சிவன் அறுபது சூத்திரங்களில் அவ்வகப்பொருள் இலக்கணத்தைச் செப்புத்தகட்டில் வரைந்து பீடத்தின் கீழிடச், கோவில் அலகிடும் பிராமணன் அதனைக்கண்டு எடுத்து அரசனுக்குக் கொடுத்தனன் என்ப. இப்பரம்பரைக்கு இலக்காய் அறுபது சூத்திரங்களுள்ள இந்நூற்குச் சங்கப்புலவர் ௪௯ பேரும் உரை எழுதினர்.

அவற்றுட் சங்கச்சிரோமணி ஆகிய நக்கீரர் உரையே மிக விசிட்டமுற்றதென உருத்திரசன்மர் வியந்து பாராட்டினர். இவ்வுரையைப் பற்றிய பரம்பரை பின்வருவது: ௪௯ புலவர்மார் இந்நூற்கு உரை எழுதிய பின் தம்மில் யார் செய்த உரை உத்தமமெனத் தீர்க்கலாது அரசனிடஞ் சென்று, தமக்கு ஓர் காரணிகனைத் தரல்வேண்டுமென்று கேட்க, அசரீரி உருத்திரசன்மர் என்னும் ஓர் மூங்கைப் பிள்ளையைக் காரணிகராய் அழையுமென்று கட்டளையிட்டதாம். சங்கத்தார் ஐயாட்டை வயசினரான அப்பிள்ளையை அவர் பிதாவாகிய உப்பூரிகுடிகிழாரிடங் கேட்டுக் கூட்டிப்போய்ச் சங்கப்பலகையிலேற்றி, அவரவரே தத்தம் உரையைக்கூறப், பிள்ளையார் வாளாவிருந்து மதுரை மருதன் இளநாகனாரது உரையைக் கேட்டபோது ஓர் இடத்துமாத்திரம் கண்ணீர் சொரிந்து மயிர் சிலிர்த்தும், நக்கீரர் உரையைக் கேட்டபோதோ பதந்தோறும் ஆனந்தக் கண்ணீர் சொரிந்து மயிர் சிலிர்த்து வியப்புக்காட்டினர். ஆதலால் இவர் உரை நன்றுமே சிரேஷ்டமுற்றது என்ப. நக்கீரர் தமது உரையைத் தம் புத்திரர் கீரங்கொற்றனார்க்கும், அவர் தேனூர்க் கிழார்க்கும், அவர் படியங்கொற்றனார்க்கும், அவர் செல்வத்தாசிரியர் பெருஞ்சுவனார்க்கும், அவர் மணலூர் ஆசிரியர் புளியங்காய்ப் பெருஞ்சேந்தனார்க்கும், அவர் சொல்லூர்

ஆசிரியர் ஆண்டைப்பெருங் குமாரனூர்க்கும், அவர் திருக்குன்றத்து ஆசிரியர்க்கும், அவர் மாதளவனூர் இளநாகனூர்க்கும், அவர் முசிறி ஆசிரிய நீலகண்டனூர்க்கும் முறையே உரைத்தனர் என்ப. இவ் உரையை யாம் வாசித்துப்பார்த்தோம். பார்க்கப்பார்க்க ஆநந்தமுற்றோம். இப்பெயர்ப்பட்ட மகா உரைபெற்ற இறையனூர் அகப்பொருளை யாழ்ப்பாணம் ா. ா. சி. வை. தாமோதரம்பிள்ளை, வீ. ஏ. வீ எல்., கரலிகித அபத்தம் போக்கி இப்போது அச்சிற் பதிப்பித்திருக்கின்றார். வள்ளுவர் நூற்குச் சிறப்புப் பாயிரமாய் இவ் இறையனூர் கூறிய வெண்பாப் பின்வருவது:

என்றும்புலராதியாணர்நாட்செல்லுகினும்
நின்றலர்ந்துதேன்பிலிற்றநீர்மையதாய்க்—குன்றாத
செந்தளிர்க்கற்பகத்தின்றெய்வத்திருமலர்போன்
மன்புலவன் வள்ளுவன்வாய்ச்சொல்."

இன்பகவி. – Inpakavy.

சாதியிற் பரவரும் சமயாசாரத்தாற் கதலிக கிறிஸ்தவருமாகிய இவர் திருநெல்வேலியிலே உள்ள மணற் பாரிற் பிறந்தவர். கேட்போரது கன்னங்களையும் உள்ளங்களையுங் களிக்கச்செய்யும் இன்பமான கவிகளைப் பாடுங்காரணத்தால் இவர்க்கு இன்பகவி என்னும் நாமஞ் சூட்டப்பட்டது. சவியார் என்றிக்லேயாம் என்பது இவர்க்கு இயற்பெயர். தூற்றுக்குடியிலே வசித்த பரவப்பிரதானியாகிய தோன் கபிரியேல் வாஸ் கோமேஸ் இவர்க்குத் தாதாவாயிருந்து இவரைப் பரிபாலனம்பண்ணி வந்தான். இவர் ஊரூர்கூர் பிரயாணஞ்செய்து, அரசர்கள் பிரபுக்கள்மேற் பிரபந்தம் பாடி அவரவர் விருதுகளோடு பரிசுகளும் பெற்றவர். அங்கே தமது சென்னவூரில் உலாவித் திரிந்தாரன்றி இங்கே யாழ்ப்பாணம், கொழும்பு இராசதானிவரையும் தரிசித்துப் போனவர். இவர் ஒரு முறை எட்டியாபுரஞ் சென்று இராச சபைக்குட் போனபோது, இராசாவும் சம்பிரதியும் தத்தம் ஆசனங்களில் வீற்றிருக்கத் தாமோர் ஆசன மின்றி, உளுக்காராது நிற்க நேரிட்ட அபாக்கியத்தால் அரசனை நோக்கித் துணிசர நெஞ்சத்தோடு,

"கங்கைகுலத்திற்சனகமணியாயுதித்த
சங்கரக்குமாரதயாநிதியே—உங்களுடை
சம்பிரதிக்கர்தவிடாதங்களுக்குமிந்தவிடம்
இன்பசவிககெங்கேயிடம்"

என்று ஓர் வெண்பாப் பாடி அரசனை மகிழ்வித்து ஆசனத்தோடு பல பரிசும் பெற்றார். தஞ்சாவூர்க்குச் சென்றபோது சரபோசி மகாராசாவின் மந்திரியாகிய தத்தோசியினூல் உபசரிக்கப்பெற்றுப், பல்லாக்குப் பரிசுவாங்கினவர். இவ்வாறு இவர் ஊர்தோறும் திரியும்போது வழியிலே நோய்வாய்ப்பட்டு, அலைவற்றுச், சீக்கிரம் தூற்றுக்குடிக்குத் திரும்பின ஒரு சமையத்தில், இவர்க்குத் தாதாவாகிய பரவச்சிரேட்டன் இவரை நோக்கி, ஓய்! புலவரே, நீர் இதுகாறும் எங்குற்றீர் என்று வினவ, இவர் அவனை நோக்கி, ஓ! பரதவர் செம்மலே,

"பெலத்ததொருவானவரை முனிவரரையுலகிலுள்ள பெரியோர்தம்மை
அழைத்துவிடுமெமராசன்முன் சென்றேனெவ்வாபுர் பார்த்தேவர்காணேனென்றான்

தலத்திலுயர்பராசாதித்தலைவனோர்வாசல்வித்வானெனக்றேன்
மலைத்தவனுமுமதநகர்க்கேதுமென்றானியானுமிதோவந்திட்டேனே''

என்று கடன் மடை திறந்தால் ஒப்பப் பாட்டினால் உத்தரங் கூறினர். இப்பெயர்ப்பட்ட ஆசு கவி பாடும் கவிஞர் பிற்காலத்தில் வயசு ஏற ஏற மதுபானப் பிராந்தி ஏறப்பெற்று, அதற்கு அடிமையாகியும், பாடுக என்றவுடன் பாடும்வரம் இவரைவிட்டுப் பாறவில்லை. இவர் யாழ்ப்பாணத்தில் வந்திருந்தபோது கச்சேரி முதலியார் பிலிப்பு றொட்டிரிக்கோ முத்துக்கிருஷ்ணர் வீட்டில் விருந்துண்டு, மதுபானம் அருந்தி இருந்தசமயம், அவ்விடம் வந்திருந்த ஓர் புலவர், இந்நேரம் இவர் பாடு எப்படியாமோ என்று அறிய வாஞ்சித்து ஓய்! புலவரே, "மை" என்று தொடங்கி "மயிர்" என்று முடியவோர் பாட்டுக் கூறுக" என, இவர் சற்றுந்தாமதியாது யாவரும் அதிசயிக்க,

"மையினமோகார்மணலோவண்டினமோகொண்டலதோ
சைவலமோயாதெனநாஞ்சாற்றுவேன்—மையலுறு
கங்கைகுலமா*ஓபிரகாமுகில்மேலானசைகொண்ட
மங்கையிவள்கொண்டைமயிர்"

என்று பாடினர். இவர் யாழ்ப்பாணத்தை விட்டுப் பிரயாணப்படமுன் கச்சேரி முதலியார்மேற் குறவஞ்சியும் ஒன்று பாடினர். இவர் பாடல்களுள் இஃது காத்திரங் கொண்டது. இவர் நல்லூர்க் கந்தசாமி கோவில் விழாவேடிக்கை பார்க்கப்போயிருந்த ஒரு நாள், மிகு வெறியாற் றூண்டப்பட்டு "மயில்வாகனங் கொண்டாண்டி நல்லூர்க்கந்தன் மயில்வாகனங்கொண்டாண்டி" என்ற பல்லவி உடைத்தாய ஒரு பதம் பாடி, மறுபடி தாம் செய்தது தவறென்று உணர்ந்து "பத்திராசனங்கொண்டாரே யேசு நாயகர் சிலுவைப் பத்திராசனங்கொண்டாரே" என்று வதிற்பதம் பாடினர். தாம் பிறந்த தேயத்திலே கஅகூடு ம் ஆு இவர் தேகவியோகமாயினர்.

* ஓபிரகாம்—கச்சேரி முதலியாரது மூத்தமகன்.

இன்னாசித்தம்பி.—Innachittamby.

இவர் வட்டுக்கோட்டையிற் பிறந்து அச்சுவேலியில் வசித்த விசுவநாத உடையார் என்பார்க்குப் புத்திரர். அச்சுவேலியில் இருந்த சீமாம்பிள்ளை உடையார்க்குத் தம்பி. கஎஅகூம் ஆு பிறந்த இவர் இலக்கண இலக்கியந்தேர்ந்தவரென்று சொல்லப்படாதபோதும் பாடுஞ் சத்தியுடையராய் ஓர் நாடகத்தையும் பற்பல தனிப் பாக்களையும் பாடினர். நாடகம் வண்ணார்பண்ணையில் இருந்த தனவானான ஓர் வணிகேசனைப் பற்றும் வசைநாடகமாய் இருப்பதால் அதன் பேரைத் தானுஞ் சொல்லாதொழிந்தோம். பாடல்மாதிரிக்குக் குத்தகைகாரரின் கொடுமையைச் சுட்டி இவர் பாடிய ஓர் விருத்தத்தை இங்கே தருகின்றோம்.

"வடதிசைக்கதிரிப்பாயும் வளலாய்தம்பாலையோடு
இடையடலிபிலும்வாழுமேழைபாங்குடியானோர்க்குப்
படர்விணைப்பழியோ புன்செய்பத்திலொன்றெனுந்தோன்றாகத்
தடையறவளக்கப்பெட்டிதக்கையிற்கொடுவந்தாரே."

எழுதாது இயல்பிற் பாடும் வல்லமைகொண்ட இப்புலவர் கஅசடு ம் ஆு

இறந்தார். சமயாசாரத்தாற் கதலிகராகும் இவரது சுற்றமித்திரர் இப்போதும் அச்சுவேலி தெற்குப்புறத்தில் இருக்கிறார்கள்.

உக்கிரப்பெருவழுதி.—Ookkirapperuvaluthy.

சங்கப்புலவராய்த் திருவள்ளுவர் நூலுக்குச் சிறப்புப்பாயிரஞ் சொன்ன பலருள் இவரும் ஒருவர்.

"கலையுணர் புலமையிற் றலைமையோனுகி
விதிமுறை வழாது முதுநிலம் புரக்கும்
பெருந்தகைஉக்கிரப்பெருவழுதி என்னும்
தன்னிகரில்லா மன்னவர்பெருமான்"

என்று பாராட்டிப் பேசப்பட்டிருக்கும் பாண்டியராசனே இவர் திருவள்ளுவர் நூற்கு இவர் சொன்ன சாற்றுகவி பின்வருவது.

"நான்மறையின்மெய்ப்பொருளை முப்பொருளாநான்முகத்தோன்
தான்மறைந்துவள்ளுவனுய்த்தந்துரைத்த — நூன்முறையை
வந்திக்க சென்னிவாய் வாழ்த்துகநன்னெஞ்சஞ்
சிந்திக்க கேட்க செவி."

சங்கப் புலவரும் அரசருமாய் இருந்த இவரது காலத்திற்றான் கடைச்சங்கங் குலைதலுற்றதெனச் சிலர் சொல்லச், சிலர் இப்பாண்டியன் காலத்திலே அல்லக், கூன் பாண்டியன்காலத்தில் அது குலைந்ததென்பர். இடையாலுங் கடையாலுங் குலையுமென்றபடி இடைக்காடரும் வள்ளுவருமே அது குலைதற்குக் காரணராம். இக்கடைச் சங்ககாலத்திற்குரிய பாண்டியர் முடத்திருமாறன் முதல் உக்கிரப்பெருவழுதி யீறாக சகூ பாண்டியர் என்ப.

உபேந்திராசிரியர்.—Oopainthira Achiriyer.

இவர் ஓர் சைன முனிவர். தாம் இயற்றிய நூலைத் தங்கடவுள் ஆகிய அருகருக்கு இவர் சூட்டியகாரணத்தாற் சினேந்திரமாலை என்னும்பெயர் அந்நூற்குற்றது. சினேந்திரன்—அருகன். இந்நூலிலே தாதுகாண்டம் முதல் உகூ காண்டங்களுள. காண்டம் உகூக்கும் சகூச செய்யுளுண்டு.

உப்பை.—Ooppai.

இவர் திருவள்ளுவரின் மூத்த சகோதரிகளுள் ஒருவர். தொண்டைநாட்டிலே பிறந்தவர். "ஊற்றுக்காடெனும் ஊர்தனிற் றங்கியே வண்ணார் அகத்தினில் உப்பை வளர்ந்தனள்" என்று இவரது பிறப்பு வளர்ப்பைப்பற்றி இவரது சகோதரராகிய கபிலர் தம் அகவலிற் கூறினர். இவரைப்பெற்ற மாதா ஆதி இவரைப் பிறந்த இடத்தில் விட்டுப்பிரிய மன வருத்தமுற்றபோது,

"கண்ணுழையாக்காட்டிற்கடுமுண்மரத்துக்கும்
உண்ணும்படிதண்ணீருட்டுவார்—எண்ணும்
நமக்கும்படியளப்பார்நாரியோர்பாகர்
தமக்குத்தொழிலேதுதான்"

என்று சொல்லித் தமது தாயைத் தேற்றினராம். இவர் சன்மார்க்க நூல்களை நன்கு கற்று, அவ்வறிவிற் பழுத்த சுகுணபூஷணி யாராதலால், அவ்விஷயத்தின் பேரில் ஓர் பிரபந்தம் பாடினர் என்று சொல்வாருளர். இவர் வியோகமான பின்பு மாரியம்மன் என்னும் பெயர் கொடுத்து இந்துக்கள் இவரைத் தேவியாக்கிப் பூசித்து வருகிறார்கள். இவர் முற்பிறப்பிலே பிருகு முனியின் மனைவியாகிய நாகவல்லி என்றும், இவரது அழகைப் பார்க்கும் பொருட்டு மாறுவேஷங் கொண்டுபோய் நின்று நிர்வாணப் பிச்சை கேட்ட திரிமூர்த்திகளைப் பாலராக்கி அவர்கள் சாபத்தால் அழகிழந்து, மறுபடி தமது புருஷன் சாபத்தால் மானுடச் சென்மம் வரப்பெற்றவர் என்றுங் கதை. இவர் இருந்த காலந் திருவள்ளுர் காலம் எனக் கொள்க.

உமாபதிசிவாசாரியர். — **Oomaputhy Sivachariyer.**

இவர் தில்லைவாழ் அந்தணருள் ஒருவர். மெய்கண்ட தேவநாயனார், அருணந்தி சிவாசாரியர், மறைஞான சம்பந்தர், உமாபதி சிவாசாரியர் எனப் பெயரிய "திருக்கைலாச பரம்பரைச் சந்தான குரவர்" நால்வருள் ஒருவர். இவர் முன்னர் வைஷ்ணவ சமயப் பிராமணராய் இருந்து மறுபடி அம்மதபோதாசாரங்களோடு திருத்திப்படாது சைவத்தைத் தழுவினவர் என்று சிலர் சொல்லி இருக்கக் கண்டோம். இவர் மருதூரில், அல்லது, சிலர் சொல்லுகிறபடி திருக்களாஞ்சேரியில், அல்லது, திருப்பெண்ணாகடத்தில் இருந்தவரும் மெய்கண்டதேவர் மாணாக்கருமாகிய மறைஞான சம்பந்தரிடம் தீட்சைபெற்றுச் சைவாகமங்களோடு பயின்று, கொற்றவன்குடியிலிருந்து சிவப்பிரகாசம் என்னும் ஆகமநூலைச் செய்தவர். இதிலே நூறு செய்யுளுள. பதி பசு பாசம் என்னும் திரிபதார்த்தங்களை இட்டுத் தெளிவாய் இதில் இவர் பேசியிருக்கிறார். சிவஞானபோதம், சிவஞான சித்தியார் எனும் இருநூற் சாரங்கள் இறங்கிய இந்நூற்கு மதுரைச் சிவப்பிரகாசர் உரை இயற்றினார். அதனை அமரிக்க மிஷன் குருமாருள் ஒருவரும் பழைய வட்டுக்கோட்டைச் சாத்திரசாலைத் தலைவருமாகிய ஒயிசிங்றன் தேசிகர் (Rev. H. R. Hoisington) இங்லிஷில் மொழிபெயர்க்க, அமரிக்க கீழைத்தேச சங்கத்தார் (American Oriental Society) அச்சிற் பதிப்பித்திருக்கின்றார்கள்.

சேக்கிழார் என்னும் புலவர் ௪௨௫௩ செய்யுளிற் செய்த திருத்தொண்டர் புராணத்தை ௱ செய்யுளில் இவர் இயற்றி அதற்குத் திருத்தொண்டர் புராணசாரம் என்று பெயரிட்டனர். சேக்கிழார் சரித்தத்தையும் சேக்கிழார் புராணம் எனப் பெயரிட்டு ௧௦௦ செய்யுளிற் பாடினாரன்றிச், சிதம்பர சரித்திரத்தை ௪௧௪ செய்யுளிற்பாடி அதற்குக் கோயிற்புராணமெனப் பெயரிட்டனர். இவற்றொடு திருவருட்பயன், வினாவெண்பா, போற்றிப்பஃறொடை, கொடிக்கவி, நெஞ்சுவிடுதூது, உண்மை நெறிவிளக்கம், சங்கற்பநிராகரணம் என்னும் சித்தாந்த நூல்களையுஞ் செய்தனர். திருமுறைகண்டபுராணம், திருப்பதிக்கோவை என்னும் பிரபந்தங்களையும் இயற்றினர். தேருந்தோறும் இனிமை தராநின்ற தென்மொழியாகிய தமிழ் மொழியிலன்றி வடமொழியிலும் வல்லராதலால் அதிலேயுள்ள பௌஷ்கராகமத்துக்கு வியாக்கியானத்தையும் செய்தனர். அருணமச்சிவாய தேசிகர் முதலானோர் இவர்க்கு மாணாக்கர். சாலிவாகன சகாப்தம் ௧௨௩௫ற் சங்கற்பநிராகரணத்தையும், கி. பி. ௧௩௧௩ற் சிதம்பரபுராணம் எனும் கோயிற் புராணத்தையும் செய்தாரென்று நூலாம்பரமாய்ச் சொல்லப்பட்டிருப்பதால் இவர்

இருந்த காலம் தெள்ளிதில் விளங்குகிறது. கொற்றவன் குடியில் இவர் பிராணதசை அடைந்தார். "சித்திரையத்த முமாபதி யாவணித் திக்கடனில்" என்று இவரது நிரியாண காலங் குறிக்கப்பட்டிருக்கிறது. இவர் செய்த கோயிற் புராணத்தில் ௫௦௦ செய்யுளும், விஞ வெண்பாவில் ௬௨ செய்யுளும், கொடிக் கவியில் மூன்று செய்யுளும், உண்மைநெறி விளக்கத்தில் ஆறு செய்யுளுமுள. சிவ புண்ணியத்தெளிவு என்னும் பாடலையும் இவர் இயற்றினர். விஞ வெண்பாவிற்கு நமச்சிவாய தம்பிரான் உரை இயற்றினர்.

"அடியார்க்கெளியன்சிற்றம்பலவன்கொற்றங்
குடியார்க்கெழுதியகைச்சீட்டு—படியின்மிசைப்
பெற்றான்சாம்பானுக்குப்பேதமறத்தீக்கைசெய்து
முத்திகொடுக்கமுறை"

என்று சபாநாயகர் எழுதி அனுப்பிய திரு முகம் ஏற்றுப் பெற்றான் எனும புலையனுக்கு முத்தி கொடுத்தருளினரன்றி ஒரு முள்ளிச்செடிக்கும் முத்தி கொடுத்தார் என்ப. கோயிற் புராணம் அரங்கேற்றப்படாது பேடகத்துள் இருக்கச், சபாநாயகர் தில்லைவாழ் அந்தணர்க்குச் சொப்பனத்திலே தோன்றி: "நாம் கொற்றவன்குடி உமாபதி உடைய பேடகத்துள் இருக்கிறோம்" என்று சொன்னர் என்றும், அவ் அந்தணர்கள் உமாபதிசிவாசாரியருக்கு இதனைச் சொல்ல, அப்புறம் அது விரைவில் அரங்கேறியது என்றுஞ் சொல்வர்.

இம்மகானுக்கு அருணமச்சிவாய தேசிகர் முதலாம் பல மாணக்கர்கள் இருந்தார்கள். இவரது பாடல் மாதிரிக்குச் சிவப்பிரகாசத்தில் இருந்து ஒரு பாட்டுத்தருவம்.

"பலகலையாகமவேதம்யாவையினுங்கருத்துப் பதி பசுபாசந் தெரித்தல் பதிபரமேயததான்-நிலவுமருவுருவின்றிக் குணங்குறிகளின்றி நின்மலமாயேகமாய் நித்தமாகி-அலகிலுயிர்க் குணர்வாகி யசலமாகி யகண்டிதமா யானந்த வுருவாயன்றிச்-செலவரிதாய்ச் செல்கதியாய்ச்சிறிதாகிப் பெரிதாய்த்-திகழ்வது தற்சிவமென்பர்தெளிந்தவரோரே."

உமாறுப்புலவர்,—**Oomaru Pulavar.**

இராமநாத புரத்துக்கும் கீழக்கரைக்கும் இடையான ஓர் சிற்றூரே இவரது செனன ஸ்தானம். சாதியாற் சோனகரும் மார்க்கத்தால் இஸ்லாமியருமான இவர் தமிழ் நன்குணர்ந்த வித்துவ சிரேட்டர். இஸ்லாமியரால் அபிமானிக்கப்படும் சீறாபுராணம் இவராற் பாடப்பட்டது. அது மகமது நபியைப பாட்டுடைத் தலைவராய்க் கொண்டு அவரது செனன மரண வீர பராக்கிரம மாதிகளை விவரிக்கும் ஓர் காவியம். அதனை இப்புலவர் பாடி அரங்கேற்றற்காகக் கீழக்கரையில் இருந்த (சிலபாட்டுகளிற் கண்டபடி, காயற் பட்டினத்திலிருந்த) தனவந்தனும் ஔதாரியுமாகிய சீதக்காதி மரைக்காயனிடங் கொண்டுபோக, எத்தனையோ புலவர்க்குத் தியாகஞ் செய்த அக்குபேரன் அதை அரங்கேற்றப் பின்னிட, அவரது சம்பிரதியாகிய அப்துல் காசிம் மரைக்காயன் தனது சபையில் அதை அரங்கேற்றக்கேட்டதினால், அப்பெருமை அவனுக்கே அகப்பட்டது. அரங்கேற்றம் முடிந்தபின் சீதக்காதி தனது பாரியினால் ஏவப்பட்டு அதைத்தனது முன்னிலையிலும் நாமத்திலும் அரங்கேற்று

விக்கப் பிரயாசப்பட்டும் பிரதிகூலப்பட்டான். இவர் பாடிய சிறுவிலே முன் பின் ௪௨,000 செய்யுட்கள் ஆதியில் இருந்தும், இப்போது இருப்பன கொஞ்சம் என்று கேள்வி. இவர் காலம் மெத்தத் தூரமல்ல.

உய்யவந்ததேவநாயனார்.--Ooyyavunthathevanayanar.

திருவியலூரிற் பிறந்த காரணத்தாற் திருவியலூர் உய்ய வந்த தேவனார் எனும் பெயரைப் பெற்ற இவர், சைவ சித்தாந்தம் பதினான்கனுள் ஒன்றாகிய திருவுந்தியார் எனும் நூலை இயற்றினவர். இதிலே ௪௫ பாக்களுள. இதற்குத் திருவாவடுதுறை ஆதீனம் தில்லைச்சிற்றம்பலவர் எனும் சிவப்பிரகாசனார் உரை செய்தனர். இவ்வாசிரியர் உத்தர பூமியில் நின்று தெக்ஷண பூமியில் உள்ளாரது ஆத்துமரட்சைப் பொருட்டுச் சேதுபரியந்தம் உலாவிக் காவேரி நதித்தீரத்தில் வந்திருக்கும் நாளிற் திருக்கடவூரில் வசித்த ஆளுடைய தேவநாயனார் இவரைக் கண்டு, ஓர் ஞான நூல் செய்யுமெனக் கேட்ட காரணத்தால் அதனை இவர் இயற்றினர். ௬ அடி கொண்ட இந்நூற்பா ஒவ்வொன்றின் இறுதியடிகள் இரண்டும் "உந்தீபற" "உந்தீபற" என்று முடிகின்றன. உந்தீபற என்று முடியுங் காரணத்தால் உந்தியார் எனும்பெயர் இதற்கு உற்றது. உந்தீபற என்றதற்கு இருவகையாய் அர்த்தந்தெரிவிப்பார். ஒன்று, உந்தி=குழாங்கூடிய மகளிருடைய விளையாட்டு; மற்றது, உம்=உமது, தீ=குற்றம், பற=பறக்க என்றும். மாதிரிக்காய் இதிலோர் பாவைத்தருகிறோம்.

> "பழக்கந்தவிரப்பழகுவதன்றி
> உழப்புவதென்பெணேயுந்தீபற
> ஒருபொருளாலேயென்றுந்தீபற."

இந்நூலை இவர் பாடினார் என்றது பின்வரும் பாட்டால் விளங்கும்.

> "வையமுழுதுமலக்கயங்கண்டிடும்
> உய்யவந்தானுமையுந்தீபற
> உண்மையுணர்ந்தாரென்றுந்தீபற."

உருத்திரசன்மர்.---Ooruthirachanmar

இவர் மதுரையில் வசித்த உப்பூரிகுடிகிழார் எனும் தனவானான ஓர் வணிகேசன் புத்திரராம். பிறந்த காலந்தொடங்கிப்பேசாது ஊமையாய் இருந்தவராதலில் இவர்க்கு மூங்கைப்பிள்ளையார் என்று ஒரு நாமம் உளது. இவர் சங்கச்சிரேட்டராகிய நக்கீரர் காலத்திருந்தவர். இறையனார் செய்த அகப்பொருளுக்குச் சங்கத்தார் ௪௯ பேரும் உரை கூறித் தத்தம் உரையே விசிட்டம் உடையதென்று வாதிட்டபோது, "இவ்வூர் உப்பூரிகுடிகிழார் மகனாவான், உருத்திரசன்மன் எப்பான், பைங்கண்ணன், புன்மயிரன், ஐயாட்டைப்பிராயத்தான், ஒரு மூங்கைப்பிள்ளை உளன். அவனை அன்னனென்று இகழாது கொண்டு போந்து ஆசனமேல் இரீஇக், கீழிருந்து சூத்திரப்பொருள் உரைத்தாற் கண்ணீர் வார்ந்து மெய்மயிர் சிலிர்க்கும், மெய்யாயின உரை கேட்ட இடத்து. மெய்யல்லா உரை கேட்ட இடத்து வாளா இருக்கும்

அவன் குமாரதெய்வம். அங்கோர் சாபத்தினற் றோற்றினன்," என இவரைப் பற்றி அசரீரி சொல்லியபடியே சங்கத்தவர் தமக்குக் காரணிகராய் இவரைத் தரல்வேண்டும் என்று இவரது பிதாவிடங்கேட்கப், பிதா உத்தரங் கொடுக்க, இவர் ஆடையாபரண அலங்கிருதராய்ச் சென்று சங்கப்பலகை ஏறி, முன்னே இறையனுர்சரிதத்திற் சொல்லியபடி மற்றையோர் செய்த உரைகளைக் கேட்டபோது வாளாவிருந்தும், மதுரை மருதன் இளநாகனுர் உரையைக் கேட்டபோது, ஒரோ விடத்து மாத்திரம் மெய்ப்பை வெளிப்படுத்திக், கணக்காயனுர் மகனுர் நக்கீரருரை கேட்ட போதோ, சொல்லுக்குச்சொல்லுக் கண்ணீர் தாரை தாரையாய் வர, மெய் உரோமம்பொடிப்புக்கொள்ள இருந்தார் என்ப. இதற்குக் கைமாருக அப்புலவர் இவரைத் தம்மோடொத்த சங்கப் புலவராக்கினர் போலும். இளமையாயிருந்த இவர் மறுபடி பேசினர் என்றும் பாடினர் எனறும் சிலர் எழுதியிருக்கிறூர். ஆயினும் அதற்குத் திருட்டாந்தங் காணேம். வள்ளுவர் நூற் சாத்து கவியாக வெண்பாச் சொன்னுர் இவரென்றுஞ் சொற்றனர். அப்படிச்சொன்னுர் உருத்திரசன்மகண்ணர் என்றே இருக்கின்றது. திருவள்ளுவர் பாடல் அரங்கேற்றுத்துக்கு வந்த சமையத்தில் அவரோடு சங்கப்பலகையிலே ஏறத் தகுந்தோர் யாவர் என்று சந்தேகம் பிறந்தபோது :—

"திருத்தகுதெய்வத்திருவள்ளுவரோ
டொத்தகுநற்பலகையொக்க—இருக்க
உருத்திரசன்மரெனவுரைத்துவானில்
ஒருக்கவோவென்றதோர்சொல்"

என்று அசரீரியாற் குறிக்கப்பட்டார் இவரே. பின்வரும் புலவரும் இவரும் ஒருவரோ அன்ருேவென்ற கருத்துத் துணியப்படாமையால் இருவர் நாமமுஞ் சரிதமும் வெவ்வேறு தந்தோம்.

உருத்திரசன்மகண்ணர்.—**Ooruthirasanmakannar**.

இவரும் கடைச் சங்கப்புலவர் சகடபெயருள் ஒருவர். வள்ளுவர் நூற்குச் சாத்துகவியாய் இவர் சொன்ன பாடல் பின் வருவது.

"மணற்கிளைக்கநீரூறு மைந்தர்கள்வாய்வைத்
துணச்சுரக்குந்தாய்முலையோண்பால்—பிணக்கிலா
வாய்மொழிவள்ளுவர்முப்பான்மதிப்புலவர்
ஆய்தோறுமூறுமறிவு."

உரோமரிஷிநாயனுர்.—**Ooromarishi Nayanar**

வைத்திய நூல் வல்லுநராகிய இத்தபோதனர் புசுண்டமாமுனி என்பாரது புத்திரர். இவர் தனித்தனி நூறு, ஐந்நூறு எனும் தொகைகொண்ட வைத்திய நூல்கள் இரண்டன்றிப் பஞ்சபட்சிச்சாத்திரமும் பாடி இருக்கின்றூர். உரோமரிஷி ௫00 என்னும் நூலிலே "புசுண்டருடை பிள்ளை ரோமன்" என்று தம்மைச் சுட்டித் தாமே பாடினர். சித்தர்கள் பாடிய நூல்களைச் சட்டை

முனி பறித்துக் கிழித்தபோது புசுண்டர் தம் புத்திரராம் இவரது பாடலைச் சடையுட் சொருகி ஒளித்து, மறுபடி பொதியமலைக்குக் கொண்டுபோய் அகத்தியர்க்குக் காட்ட, அவரதை வாங்கிக் குகைக்குள் ஒளித்தனர் என்றும் மறுபடி நெடுங்காலம் அவர்க்குத் தொண்டு பண்ணி அவரிடம் இவர் அதை வாங்கினர் என்றும் ௫௦௦ லே ௧௧-ம், ௧௬-ம், பாட்டுகளால் விளங்குகிறோம். பாடல் மாதிரிக்காக வைத்தியம் ௫௦௦ ல் இரண்டாம் விருத்தத்தை இதன் கீழ்த் தருகிறோம்.

"அம்பரத்திலாடுகின்றவையர்பாத மனுதினமுமனதில்வைத்த அருளும்பெற்று
தம்பரத்திலெனையாண்டபுசுண்டர்பாதஞ்சதாநித்தம்பூசைபண்ணித்தாசனாகி
பம்பரம்போலுலகமெல்லாமாட்டிவைக்கும்பராபரத்தின்கிருபையதாற்பாசநீக்கும்
செம்பருத்திப்பூவதுபோற்சிவந்துநின்றசின்மயத்தின்பாதமலர்ச்சேர்க்காப்பே."

உலகநாதர்.— Oolakanathar.

இவர் சாதியில் நாவிதன் எனப்பட்டாராயினும். இவரது செனன மரண தேசகால வரையறை ஒன்றுந் தெரிந்ததில்லை. நாவிதராயினும் தமது அபூர்வ விவேகத்தாற் புலவர் எனும் பெரும் பெயர் தாங்கி, உலக நீதி என்னும் ஓர் சன்மார்க்கப் பிரமாண நூலோடு சாதிபேத விளக்கம் என்னும் பாடலையும் இயற்றினார். உலக நீதியிலே ௯ விருத்தங்களுள. மாதிரிக்காய் அவற்றுள் ஒன்றைத் தருகிறோம்.

"மனம்போனபோக்கெல்லாம்போகவேண்டாம் மாற்றானையுறவென்றுநம்பவே
ண்டாம்-தனந்தேடியுண்ணாமற்புதைக்கவேண்டாந் தருமத்தையொருநாளுமற
க்கவேண்டாம்-சினந்தேடியல்லலையுந்தேடவேண்டாம் சினத்திருந்தார்வாச
ல்வழிச்சேரவேண்டாம்-வனந்தேடுங்குறவரிடவள்ளிபங்கன் மயிலேறும்பெரு
மானைவாழ்த்தாய்நெஞ்சே."

ஒவ்வொரு ஈற்றடியும் இந்த மாதிரியாய் "மயிலேறும் பெருமானை வாழ்த்தாய் நெஞ்சே" என்று முடிகின்றது. "ஆதரித்துப் பலவகையாய்—ஓதுவித்த வாசகத்தால் உலகநாதன் உண்மையாய்ப் பாடிவைத்த உலக நீதி" எனும் பாவினாற் பாடற்பெயரொடு ஆசிரியர் பெயரும் விளங்குகின்றது.

உலகுடையநாயனார்.— Oolakudia Nayanar.

கல்வி ஒழுக்கங்களிற் சிறந்த வைஷ்ணவப்பார்ப்பாராகிய இவர், திருவாவடுதுறையிலிருந்த அம்பலவாண தேசிகரது மாணாக்கரில் ஒருவராகித் தாம் முன்னே அனுஷ்டித்துவந்த வைஷ்ணவமதானுசாரக்கொள்கைகளை விட்டுச் சைவமதந் தழுவிச், சைவ ஆசாரியரிடம் தீட்சைபெற்றவர். தமது ஞானாசிரியர் மேற் தோத்திரமாகப் பத்து விருத்தங்களைப் பாடினர் என்றதற்கு அதிகமாய் இவருடைய வித்துவ சக்தியைக் குறித்து யாதுந் தெரிந்ததில்லை. பாடல் மாதிரிக்காகச் சித்தாந்தக்கருத்து அமைந்த அத்தச விருத்தங்களுள் ஒன்றை இதன் கீழ் வரைகின்றோம்.

"மலமெனுந்தடத்திற்கருமசேதகத்தின் மாயையாங்கிழங்கிலங்குரித்து
மன்னுமுவெட்டார்ந்தநாளா மலரிதழ்வித்தையேறகத்தை

நலமிகுமீசன்சதாசிவமிரண்டு நண்ணுகோரங்களாஞ்சத்தி
 நற்போகுட்டாதநாதமே விந்துநயந்தகண்ணுமெனவிரவி
இலகுமென்னுடலம்பதமபீடிகை நீயிருக்கருளாசனமெனுமல்
 லனைதபக்கலதாவென்னன் னேன்றெளியவியலருட்பார்வைதந்தனையே
அலகிலாவுயிர்கண்மலநடைக்கிவலைபாயருணடைக்குண்லமபாய்கின்ற
 வாவிதுறைநசையம்பலவாணவடியவர்க்கருநமாநிதியே."

உறுவை.—Ooruvai.

இப்பெண்ணும் முன்னர் நாம் தெரிவித்தபடி திருவள்ளுவருடன் பிறந்த பெண்பாலார் நால்வருள் ஒருவர். ஒருபோது நான்காம் பிள்ளை இவர் காஞ்சீபுரத்திலே சான்றார் வீட்டிலே பிறந்து வளர்ந்து, அரிய கலைகள் கற்றுத் தேர்ச்சி பெற்று விதடி எனு நாமஞ் சூட்டப் பெற்றவர். "காவிரிப்பூம் பட்டினத்திற் கள் விலைஞர் சேரியிற் சான்றார் அகந்தனில் உறுவை வளர்ந்தனள்" என்று இவர் பிறப்பின் பேரில் இவர் சகோதரன் கபிலர் சொற்றனர், தம்மை விட்டுப் பிரியல் ஆற்றாது பெற்ற தாய் வருந்தினபொழுது,

"கண்டப்பைக்குள்ளுயிர்தான்றாபருந்தத்தானருந்தும்
அண்டத்துயிர்பிழைப்பதாச்சரியம் — மண்டி
அலைகின்றவன்றுபரனிடத்திலுண்மை
நிலைகண்டுநீபறிந்துநில்"

என்று உறுவை சொல்லினரென்ப. இவர் பாடல் பலவுள என்றதைக் கதையிலன்றிக் கைமெய்யாய்க் கண்டறியோம். உப்பையைத் தெய்வமாய்க்கொண்டாடல் போல இவரையுங் கொண்டாடுவார் திருவாலங்காட்டில் உளராம். திருவாலங்காட்டிலே சபாநாயகருடனே நிருத்தஞ் செய்து தோற்று வீரபத்திரரை விவாகம் பண்ணினதும் இவரென்பார்.

உறையூர்முதுகூற்றனர். — Ooraiyurmuthukuttanar.

திருவள்ளுவர் சிறப்புப் பாயிரத்தால் அன்றி இப்படி ஓர் புலவர் இருந்தார் எனத் திருட்டாந்தங் காணேம். சங்கத்திலே வள்ளுவர் நூல் அரங்கேறிய போது அதில் இருந்த புலவர்மார் சகல பேருள் ஒருவராகும் இவர் அந்நூற்குப் புகழ்க்கவியாகச் சொற்ற பா வருமாறு.

"தேவிற்சிறந்ததிருவள்ளுவர்குறள்வெண்
பாவிற்சிறந்திடுமப்பால்பகரார் — நாவிற்
குயலில்லைச்சொற்சுவையோர்வில்லைமற்றுஞ்
செயலில்லையென்னுந்திரு."

எல்லப்பநாவலர்.—Ellappa Navaler.

சௌந்தரியலகரி உரைச் சிறப்புப் பாயிரம் விளக்குகிறபடி தாழை நகர் எனும் ஊரைத் தன் சென்ன ஊராகக் கொண்ட இவர் சரிதம் மற்றும்

அநேக வித்துவாமிசர்கள் சரிதம்போலவே மிக விளங்காதாயினும், இவர் வல்ல புலவரும் புலவருக்குத் திலகருமாயிருந்தார் என்றது பட்டப் பகல் போற் தெளிவாய் இருக்கிறது. இவராற் பாடப்பட்ட அருணாசலபுராணம் இதற்குத் திருட்டாந்தம் ஆகும். சம்ஸ்கிருதத்தில் வியாச இருஷி செய்த அருணாசல மகாத்மியம் என்னு நூல் இந்தப் புராணத்திற்கு முதல் நூலாம். இது ஸ்காந்தத்தில் உருத்ரசங்கிதையிற் சொல்லப்பட்டது. தென் கைலை, சோணகிரி ஆகியாம் நாமங்களால் அழைக்கப் பட்ட அருணாசல மலையின் ஆச்சரியமே இப் புராணத்துக்கு ஆதார சரிதம் என்ப. இப் புராணத்திலேயுள்ள பன்னிரு சருக்கங்களிலும்
௬௪௯ விருத்தங்கள் உண்டு. பாயிரமுஞ் சேர்க்கப்படிற் சருக்கம் ௧௩ ஆகும். இஃது அன்றிச் செவ்வந்தி புராணம், திருவெண்காட்டுப் புராணம் எனும் இரு புராணங்களும் இவராற் பாடப்பட்டன. அருணைக் கலம்பகத்தையும் இந் நாவலரே இயற்றினர். தமிழில் அன்றி வட நூலிலும் இவர் மகாவல்லவர். மாதிரிக்காக அருணாசலபுராணத்துள்ள இரண்டு பாக்களை இங்ஙனங் கூறுவம்.

"ஒருமானைக்கரத்தினில்வைத்தொருமானைச்சிரத்தினில்வைத்தலகமேழும்
தருமானையிடத்தினில் வைத்தருள்வானைப் பவளநெடுஞ்சயிலம்போல
வருமானைமுகத்தானையளித்தானைப்பெருமானைமகிழவேறும்
பெருமானையருணகிரிப்பெம்மானையடிபணிந்துபிறவிதீர்ப்பாம்."

பாயிரச்சருக்கம்.

"சேரமானினந்தன்னைச்சிதைத்தவன்
சேரமானினைத்தன்னைச்சிதைத்தனன்
வாரமாய்க்கலச்சங்கம்வளர்த்தவன்
வாரமாய்க்கலச்சங்கம்வளைத்திட்டான்."

வச்சிராங்கதபாண்டியன்சருக்கம்.

எறிச்சலூர்மலாடனார்.—Erichchalurmaladanar.

கடைச் சங்கப் புலவர் சகோதரருள் அநேகர் சரிதம் போலவே அவருள் ஒருவராகிய இவர் சரிதமும் மறைவில் இருக்கிறது. நாமம் தெரிவிக்கிற படி இவர் எறிச்சல் ஊரைச் சேர்ந்தவராய் இருத்தல் வேண்டும். வள்ளுவர் மாலையில் இருக்கும் ஓர் வெண்பாவுமே இவர் நாமத்தை நிலை நிறுத்துகின்றது. அது வருமாறு.

"பாயிரம்நான்கில்லறமிருபான்பன்மூன்றே
தூயதறவறமொன்றாழாக—ஆய
அறத்துப்பாலல்வகையாவாய்ந்துரைத்தார்நூலின்
திறத்துப்பால் வள்ளுவனார்தேர்ந்து."

ஏகம்பவாணன்மனைவியார்.—Ekumpavananmanaiviyar.

இவரும் ஓர் வித்துவாமிசை என்றே துணிகிறோம். இவர் எந்நாட்டார் எப்பதியார், இன்னாரிடம் இன்னின்ன நூல் கற்றுத் திறமையுற்று விதூஷியாயினர் என்று சொல்ல வாயாத போதும், கம்பர் காலத்திலே கல்வி கற்று

இருந்தார் என்றதற்குப் பூரண சான்றுளது. ஆதலின் இவர் சரிதத்தை இங்ஙனங் கூறுகின்றோம். இவர் ஏகம்பவாணன் என்னும் ஓர் தனவானுக்குப் பத்தினியார். நீர் வளம் நில வளம் பொருந்திய தென் நாட்டில் வசித்து, 8000 ஏர் வைத்துக் கமஞ் செய்த ஒரு பெருவேளாளனுக்கு வாணன் என்று பெயர். அவ்வாணன் மனைவி ஓர் ஆண் பிள்ளையைப் பிரசவித்துச் சிலநாளையால் இறந்து விட்டாள். வாணன் தனக்கும் அந்திய காலம் நேரிட்டு இருந்ததையறிந்து தன் பண்ணைக்காரருள் அதி உத்தமனும் மனம் மொழி இரண்டுஞ் சம்மாய் நடப்பவனுமாகிய ஏகன் என்னுஞ் சாம்பானைக் கூவித் தன் புதல்வனை அவன் இடம் ஒப்புவித்து, உன் பிள்ளை போல இவனைப் பராமரித்தல் உனக்குக் கடமை; என் கொல்லையில் இன்ன மூலையிற் றிரவியம் இருக்கிறது. அதைக் கையாட்சி செய்து என் பாலனையும் வளர் என்று சொல்லி இறந்து விட்டான். அச் சாம்பானே ஓர் வேளாளனை ஏற்படுத்திப் பாலனுக்குச் சோறூட்டி வளர்த்துக் கம்ப நாட்டாழ்வாரிடம் அனுப்பிக் கல்வி பயிற்று வித்துப், பருவ காலத்திலே தகுந்த குடும்பத்திலே ஓர் பெண்ணை அவனுக்கு விவாகஞ் செய்து வைத்துத், தன் உயிரைப் பலி கொடுத்துக் கொல்லையில் இருந்த புதையலும் அவன் கையிற்சேர உபாயம் பண்ணினான். பிராணோபகாரியாகிய ஏகன்சாம்பானுக்காக இழவு கொண்டாடிச் செய்யுங் கடமைகளை நிறைவேற்றிய பின்பு, அவ் வாலிபன் தன் நல் உபகாரியாகிய அந்த ஏகன்சாம்பானின் நாமத்தில் ஏகன் என்னும் முதற் பதத்தை முதலிலும், தன் ஆசிரியரான கம்பரின் நாமத்தை மத்தியிலும், பிதாவின் நாமம் வாணன் என்றதை இறுதியிலும் வைத்து, ஏக கம்ப வாணன் என்ற முழுப்பெயரையுந் தனக்கு நாமம் ஆக்கினன். பிற் காலம் அப்பெயர் மரூஉ மொழியாய் ஏகம்பவாணன் என்றாயிற்று. அவன் மனைவியரே இவ்விதுஷி. இவரது நாயகன் ஏகம்பவாணன் கோவறிந்த குடி வாழ்க்கை உற்றவனாய்க் கமத்துக்குப் போயிருந்த ஒரு தருணத்திற், சேர சோழ பாண்டியர் எனும் தமிழ் நாட்டு மூவேந்தரும் இவனைக் காணும் படி இவன் வீட்டுக்கு வந்து, முதலியார் யாண்டுப் போயினர் என்று வினவ, வீட்டுக்குள் இருந்த அவன் காதலியாகிய இப்பெருமாட்டி அவர் கழனிக்குப் போயினர் என்று உத்தரம் அனுப்ப, அரசர்கள், ஆ! முதலியார் முடி நடப் போய் இருக்கின்றனரா என்று கமத் தொழிலைச் சற்றே இழித்துப் பரிகாசிக்க, அது காதில் வீழப் பெற்ற அவன் மனைவியராகிய இப்பெண்கள்சிகாமணி அந்தச் சுடுசொல் புண்ணிற் புளி பட்டாற்போலத் தம் மனதை வாதிக்கச் சினமடைந்து அரசர் என்றதையும் நினையாது,

> "சேனைதழைபாக்கிச்செங்குருதிநீர்தேக்கி
> ஆனைமிதித்தவருஞ் சேற்றில்—மானபரன்
> பார்வேந்தனேகம்பவாணன்பறித்துநட்டான்
> மூவேந்தர்தங்கண்முடி"

என்னும் பாட்டை எழுதி அரசர்க்கு அனுப்பினர். இவ்வொன்றே யன்றி இவர் பாடியதாகப் பின் ஒன்றுங் கண்டிலம். இச்சீமாட்டி தமது நாயகன் கமத்தாற் றிரும்பிய பின் நடந்த வரலாற்றைச் சொல்ல, அவன் தனக்குக் குற்றேவல் செய்து கொண்டிருந்த ஓர் பூதத்தின் சகாயத்தால் அம் மூவேந்தரையும் சிறைப்படுத்தி, மறுபடி அவர்கள் கொடுத்த பகுதிகளைப் பெற்றுச் சிறை விடுத்தான் என விஸ்தாரமான கதை கண்டோம்.

க. ஏகாம்பரம்.—K. Ekamparam.

இவர் யாழ்ப்பாணம் உடுப்பிட்டிக் கோவிற்பற்றிலுள்ள வல்லிபட்டித் துறையைப் பிறப்பிடமாகக் கொண்டவர். இருபாலையிலே பிரதாபம் பெற்றிருந்த சேனாதிராய முதலியாரிடம் முந்திக் கல்வி கற்று, மறுபடி வடகரை சென்று, திருத்தணிகைச் சரவணப் பெருமாள் ஐயரிடம் பாடங்கேட்டவர் என்று கேள்வி. ஓர் தரம் இவரை மானிப்பாயிற் கண்டிருக்கின்றோம். மிஷனரிமார், துரைமார்க்குத் தமிழ்க்கல்வி பயிற்றுவித்தாரன்றி உரையாசிரியராய்க் கந்தர் அந்தாதிக்கு உரை எழுதினார். இலக்கண இலக்கியங்களில் வல்லவராம் இவரை ௫௦ பிராயத்தில் இயமராசன் தூக்கிப் போயினன். இவர் பந்து மித்திரர் இந்நாளுஞ் சீவிக்கின்றார். சாதி ஆசாரத்தால் இவர் அப்பகுதியில் இருக்கும் கடலோடிகள் பகுதியைச் சார்ந்தவர். இவர் பற்பல தனிப்பாக்கள் பாடியிருக்கின்றாரென்று நம்புகின்றோம். பாடல் மாதிரிக்கு வண்ணார்பண்ணைத் திருமலைச்செட்டியார் குமாரன் இராமசாமிச் செட்டியார் பேரில் இவர் பாடிய சரமகவியை இவ்விடந் தருகின்றோம்.

"சீரேறு பரிதாபிவருடமாடித்திங்கள் சென்றபதினான்குதேதி-சித்திரையுநேப்புதன்வாரபூர்வமான திதியாறுத பசெம்மன்
பேரேறு வண்ணைநகர் திருமலைச்செட்டிபெறுபேறுமாணிக்கரத்தினம்-பிணியருக்கருமருந்துதவுத்தமன் கணிதப்பிரதானி சொல்லித்தகன்
நேரேறு வாதர்க்கோரிடியேறுசபையினடு நீதிப்பிரசங்கசிங்கம்-நிகழைம்பதொன்பதாம்வயசனன்குலதிலதநிபுணனெனும்ராமசாமி
ஏரேறு வற்சரவிரோதிசிருவேறுமதியீரொன்பசேர்றவெள்ளி-யெழிலுரோகணியமைவிருச்சிகலக்கினத்திறைவர்பதமெய்தினனே."

ந. ஏகாம்பரம். — N. Ekamparam

மேற்படி உரையாசிரியரது ஊரும் வருணமுமே இவர்க்குமாகுமன்றி அவர்க்கு இவர் மருகருமாம். கிறிஸ்தாப்தம் ௧௮௪௪ ஞ சரியான பிலவ வருஷம் பங்குனி மீ ௨௯ உ பிறந்து தம் ஊரிற்றானே கல்வி கற்று மறுபடி வட்டுக்கோட்டைக்குச் சென்று அங்குள்ள இங்கிலிஷ் பாடசாலையிற் படித்தவர். அங்கே எமக்கு அறிமுகமாகிச் சில நாட்களாக நன்னூலுக்குப் பாடங் கேட்டவர். அங்கிருந்து சென்னை ராசதானிக்குச் சென்று அங்கே யுள்ள கல்லூரியிற் கற்றுப் பிரவேசப் பரீட்சையிற் சித்திபெற்று, மறுபடி தமிழ்ப் பாஷை கற்பதிற் சிந்தைவைத்து அவ்வூர்ப் பகுதிகளிலே கல்விமான்களாயிருந்த மீனாட்சிசுந்தரம்பிள்ளை, இராசகோபாலபிள்ளை, இராமலிங்கபிள்ளை என்பவர்களிடம் சில நாள் வாசித்தவர் என்று கேள்வி. வடதேசத்திலே உலாவித்திரியுங் காலத்து அஷ்டாவதானமும் பயின்று சென்னையூர்க்குத் திரும்பி, இங்கே பலர் சமுகத்தில் அஷ்டாவதான வித்தை காட்டிப் புகழ்பெற்று, அப்பால் ஊருக்கூர் சென்று தன் திறமையைவிட்டுப் பரிசு வாங்குங் கருத்தாய் மட்டக்களப்புச் சென்று அங்கிருந்து கண்டித்திசை நாடி டிம்பலைக்குப் போய், அங்கிருந்து மறுபடி சென்னையூர்க்கு வந்து நோய்வாய்ப்பட்டுச் சுமார் ௩௩ வயசிற் சிறீமுக வருஷம் (1877) ஐப்பசி மீ ௨௯ உ அகாலத்தே பிராணதசை அடைந்தார். [illegible]

எம். ஏ., வி. எல்., என்னும் வித்தியா பட்டங்கள் பெற்றோர் பலராயினும், அட்டாவதானி என்னும் பட்டம் பெற்றோர் இவரொருவரேயாதலில் இவரை இட்டு எம்மூர்க்குப் புகழுளது.

"தந்தைமகற்காற்றுமுதவிசபையகத்தில்
முந்தியிருப்பச்செயல்"

எனும் திருவள்ளுவர் வாக்கைச் சிரமேற் சுமந்து, தன் புத்திரனுக்குக் கல்வி கற்பிக்கத் தொகையான பணஞ் செலவிட்டுத், தான் ஒட்டிப் பிழைத்த படவுப் பங்கோடு, மற்றுந் தனக்குள்ள யாவற்றையும் விற்றுக் கொடுத்துத் தான் மிடியனுன இவரது பிதாவை நிகர்த்த பின்னோர் பிதா உளனோ ஐயமுற்றோம். காலஞ்சென்ற இந்த அட்டாவதானியாரின் பிதா மாதாக்களை யாங் கண்டிருக்கின்றோம். பெற்றோர் தரித்திர திசையடையத், தம் வாழ்க்கைத் துணைவியாய் விவாகம் பண்ணிய மனைவியை ஒரு மாசத்துள்ளே விதவையாய் விட்டு நிரியாணதிசை அடைந்த இவர், அவதான சாமர்த்தியமன்றி வல்ல புலவருமாகிப், புரூரவச்சக்கரவர்த்தி புராணம் எனும் ஓர் பாடலோடு பல தனிப் பாக்களையும் பாடினராம். புராணம் பாடினராம் என்ற மட்டிலே, அதைப்பாட நினைத்தாரோ, தொடங்கினாரோ, முடித்தாரோ அறியோம். இவர் வடகரையால் ஊர்க்குத் திரும்பி முன் தனக்கு ஆசிரியராய் இருந்த ா. ா. ஆ. சண்முகம்பிள்ளை என்பவரைக் காணும் பொருட்டு அச்சுவேலிக்குப் போனபோது, ஒருவர் இவரை நோக்கி: ஆகாரத்திற் தொடங்கி ஈகாரத்தில் முடியக் கந்தசாமி பேரில் ஒரு வெண்பாச் சொல்லுமென, இவர்: நல்லது, ஆகட்டும் என்று கூறி, உடனே பாடியதை இவரது பாடல் மாதிரிக்காக இங்ஙனம் தருகின்றோம்.

"ஆத்தியணியுஞ்சடையாவணமுகற்குப்புத்திரனே
ஏத்தும்பலர்க்குவரமீவோனே—கூத்தென்றே
காசினியில்வாழ்வெல்லாங்குன்றுவிக்குங்காரணனே
ஈசிலளி நீயே சேயீ."

ஐயடிகள்காடவர்கோன்.—Iadikal Kadavarkoen.

இவர் பூர்வீக காலத்திலே, தொண்டை மண்டலத்திலே, காஞ்சிபுரத்திலே இருந்து ஆஞ்ஞா சக்கரஞ் செலுத்தி அரசாண்ட பல்லவராசன் குடும்பத்திலே பிறந்த ஓர் அரசர். தம் உயிர்போல் மன்னுயிர் மேற் கருணை கொண்டவராய்த் தம் அரசின் கீழாக இருந்தார் இருமைப் பயன்களையும் பெறுவதில் அபேட்சையுற்று, மனுநீதி நெறி வழாது அரசியற்றினர். பெரியபுராணத்திற் சொல்லப்பட்ட எஉ தொண்டருள் இவர் ஒருவர். இவர் பல ராச்சியங்களையும் அடிப்படுத்திச், சிற்றரசர் வந்து தம் கிரீடத்தால் உபய பாதங்கள் விளங்க வணங்கும்படி சிலகாலஞ் செங்கோல் செலுத்தி அரசாண்ட பின்பு, இராசாங்க பாரத்தைத் தமது தோளால் இறக்கித் தமது புத்திரர் தோளின்மேல் ஏற்றிச், சிதம்பரமாதிய ஸ்தல தரிசனஞ் செய்து, கோவிற்பணிகளில் ஏற்பட்டு, ஆங்காங்குள்ள ஆலயங்களின்மேல் ஒவ்வொரு வெண்பாப் பாடினர். இவர் இசைத்த பாடல்கள் திருவெண்பா எனும் நாமத்தால் அழைக்கப்படுகின்றன. இவர் இருந்த காலந் தெரிந்ததில்லை.

ஒட்டக்கூத்தர். — Oddakkoottar.

மகா கவி என்னும் பிரதாப நாமதேயம் படைத்த கம்பநாட்டாழ்வாருக்கு எதிரியாய் இருந்து, அவர் இறந்த போது: "இன்றைக்கோ என் கவிதை எற்குநாள்" என்று பாடிய இப் புலவர், உறையூரில் இருந்து இராசரிக்கம் செய்த இராசேந்திர சோழனுக்கும் அவன் புத்திரன் குலோத்துங்க சோழனுக்கும் வாசல் வித்துவானாய் இருந்தவர். தந்துவாயர் என்றும் செங்குந்தர் என்றும் மறுநாமம் பெற்ற கைக்கோளர் குலத்திற் பிறந்தவர். இக் கைக்கோள சாதியார் ஸ்காந்தம் கூறும் வீரவாகு முதலாம் ஒன்பதின்மர் வமிசத்தவர் எனப்படுவோர். கூத்தர் என்பது இவரது இயற்பெயர். ஒட்டக்கூத்தர் என்பது பின் வருங் காரணத்தால் இவர்க்கு இடப்பட்டது. ஒரு முறை இவரது சாதியார் ஆகிய கைக்கோளர் இவர் இடம் வந்து: ஐயா! புலவர் ஏறே! நீர் எங்குலப் புலவராய் இருந்தும், எக்குலம் விளங்கும் படியான பாடல் ஒன்றும் எமக்குள் இல்லையே; வேளாளர், வணிகர் ஆதிய சாதியார்க்குள் இருப்பது போல, எங்களுக்குள்ளும் ஒரு பாடல் இருக்க அருளுக என்று கேட்க, இவர்: நீர் சொற்றது சரிதான், ஆயின் நமது பாடலுக்கு யாது பரிசென, அவர்கள் உத்தரமாக: யாம் அளவற்ற திரவியம் தருவமென, இவரோ: சோழராசன் தந்த திரவியம் எம்மிடம் போத வுண்டு; திரவியத்துக்குப் பிரதியாக உங்குலத் தலைப் பிள்ளைகள் எழுபது பேரின் தலைகளை நீங்கள் தருவீரேல், எமது ஆயுதமாகிய ஈட்டியைச் சுட்டி, ஈட்டி எழுபது என்னும் பாடல் செய்குவம் என்றனர். தலைப்பிள்ளைகளின் தலைப்பரிசு கேட்கவே செங்குந்தர் இடியேற்றின் சத்தங் கேட்ட நாகராசாக்கள் போல ஏங்கிப் பின்னிட, ஒட்டக்கூத்தர் தம் பூர்வீக மரபினரது வீரசூரங்களை எடுத்தோதிப் பிரசங்கிக்க, அவர்களிற் பலர் சூரத்துவம் அடைந்து தங் கையாலே தம் பிள்ளைகளின் தலைகளை அறுத்துப் பெருங் கூடைகளில் இட்டுத் தாமே சுமந்து கொண்டு வர, இவர்: அவற்றைச் சோழராசனின் ஆசார வாசலிற் குவியுங்கள் எனக் கட்டளை இட்டார். அவர்கள் அவ்வாறு குவிக்கக் கண்ட சோழராசன் கூத்தரைக் கூவி: ஓய்! கூத்தரே! இதென்ன கூத்தென்று கேட்க, இவர் நடந்த காரியங்களை விளங்கச் சொல்லி அத்தலைகளை ஒருங்கு சேர்த்துக் குவியல் செய்து தமக்குச் சிங்காசனமாக்கி, அதன் மேல் வீற்றிருந்து ஈட்டி எழுபது என்னும் பிரபந்தம் பாடிமுடித்து,

> "கலைவாணிநீயுலகிலிருப்பதுவுங்கல்வியுணர்கவிவல்லோரை
> நிலையாகப்புரப்பதுவுமவர்நாவில்வாழ்வதுவுநிசமேயன்றோ
> சிலைவாணனுவிருந்தாயிரம்புயங்கரணிந்துமுயர்சிவனூற்றான்
> தலையாவிகொடுத்திடுஞ்செங்குந்தருயிர்பெற்றிட நீதயைசெய்வாயே"

எனும் பாடலைச் சரஸ்வதியை நோக்கிப் பாட, முன்னரே உடலை விட்டு அறுபட்ட தலைகள்வந்து உடலோடு ஒன்றி விட, உயிர்களும் தாமே வந்து ஒன்றினவாம். இத்தன்மையே தலையும் உடலும் ஒட்டப் பண்ணிய காரணத்தால் இப்புலவருக்கு ஒட்டக்கூத்தர் எனும்பெயரும், இவர் சிரச்சிங்காசனத்து இருந்தமைபால் இவர் சாதியார்க்குச் சிரச்சிங்காசனபதிகள் என்னும் பட்டப் பேரும் அன்றைக்கே அக்காட்சி பார்த்த சோழராசனாற் கொடுக்கப் பட்டன என்ப. இந்தக்கனம் எல்லாந் தமக்குத் தந்தார் செங்குந்தர் என்றது உலகில் சதாகாலமும் துலக்கமாய் விளங்கும் பொருட்டு இவர்,

"நிலைதந்தார்புவியினுக்கேயாவருக்குமபிமானநிலைக்கத்தந்தார்
கலைதந்தார்வணிசருக்குச்சீவனஞ்செய்திடவென்றேகையிற்றந்தார்
விலைதந்தார்தமிழினுக்குச்செங்குந்தரென்சவிச்சூலிலையாசத்தான்
தலைதந்தாரெனக்கொட்டக்கூத்தனெனும்பெயரினையுந்தாந்தந்தாரே"

என்று ஒரு கவியையும் உடனே பாடினர். ஈட்டி எழுபது என்னும் பாடல் அன்றிக், கலிங்கத்துப் பரணி எனும் பாடலையும் பாடினர். இது குலோத்துங்க சோழன் கலிங்க தேயத்துக்கு விரோதமாய்ப் படையெடுத்துப் போய்ப் போராடிப் பெற்ற விசயத்தைப் புகழ்வது. இப்பாடலிற் றான் கொண்ட அபிமானத்தைத் தெரிவித்தற்பொருட்டு, ஒவ்வொரு பாட்டின் அரங்கேற்ற முடிவில் அச்சோழராசன் ஒவ்வொரு பொற் தேங்காய் உருட்டினன் என்ப. இவர் இவ்விரு பாடல்களையுமன்றி, அரசன் கேள்விப்படி இராமாயணத்தைப் பாடியும், அது கம்பர்பாடலுக்கு நிகரன்றெனக் கண்டதினால், அதில் ஆறு காண்டங்களையுங் கிழித்தெறிந்து ஏழாவதையுங் கிழிக்கு முன்னே கம்பராற்றடுக்கப்பட, ஏழாவதான அந்த உத்தரகாண்டம் மாத்திரம் கம்பராமாயணத்தோடு சேர்க்கப்பட்டிருக்கிறது. இப்புலவர் பின்னே கம்பர் சரிதத்திற் சொல்லியபடி அவரை மாத்திர மன்று, புகழேந்திப் புலவரையும் மிகப் பகைத்தனர். பிந்தின புலவரை இவர் பகைத்த காரணம் பின்வருங் கதையால் விளங்கும். குலோத்துங்க சோழனதுபிதாத் தனக்கு அந்தியகாலம் சமீபித்த போது, தன் புத்திரனுக்குப் பட்டாபிஷேகஞ் செய்து வைத்துப், பின்னர்த் தன் சமஸ்தான வித்துவானாகிய ஒட்டக் கூத்தரை அழைப்பித்து: ஓய்! புலவரே! நமது புத்திரனுக்குச் சந்திர குலத்தில் ஒருபெண்ணெடுத்து விவாகம் பண்ணி வைப்பது உம்மேற் பாரம் என்று சொல்லி இறந்தனன். அப்பணி தவறாது, ஒட்டக்கூத்தர் பாண்டியனிடம்போய் விவாகம்பேச, அவன்: ஓ! நமது பெண்ணைச் சோழன் வதுவை செய்யத் தகுந்தவனோ எனத் தற்புகழ்ச்சி செய்து, ஆயினும் அவனிடம் யாது மேன்மையுளது? புலவரே! நீர் கூறுமென, இவர்: ஓய்! இராசனே! சோழனது புரவியாதிய உமக்குரிய புரவியாதியவற்றில் விசேடம் பெற்றனவென்று கூறி அவற்றை விளக்கும்பொருட்டு;

"கோரத்துக்கொப்போ கனவட்டமம்மானை
கூறுவதுங்காவிரிக்கு வையையோவம்மானை
ஆருக்குவேப்புநிகராகுமோவம்மானை
ஆதித்தனுக்குநிகரம்புலியோவம்மானை
வீரர்க்குள்வீரனொருமீனவனோவம்மானை
வெற்றிப்புலிக்கொடிக்குமீன்கொடியோவம்மானை
ஊருக்குறந்தைநிகர்கொற்கையோவம்மானை
ஒக்குமோசோணாட்டுக்குப்பாண்டிநாடம்மானை"

என்று தம் அரசனைப் புகழ்ந்து பாடப், பக்கத்திலிருந்த பாண்டியனது சமஸ்தான வித்துவான் புகழேந்தி, ஒட்டக்கூத்தரை நோக்கி: ஓய்! ஓய்!

"ஒருமுனிவனேரியிலோவுரைதெளிந்ததம்மானை
ஒப்பரியதிருவிளையாட்டுறந்தையிலோவம்மானை
திருநெடுமாலவதாரஞ்சிறுபுலியோவம்மானை
சிவன்முடியிலேறுவதுஞ்செங்கதிரோவம்மானை
கரையெதிரேறேறியதுகாவிரியோவம்மானை
கடிப்பகைக்குத்தாதகியங்கண்ணியோவம்மானை
பரவைபடிந்ததுஞ்சோழன் பதந்தனிலோவம்மானை
பாண்டியனார்பராக்கிரமப்புகழ்வரிசையம்மானை"

என்று தமது அரசனையும் ஊரையும் வியந்து பாடி இவரையும் பாடலையுங் கண்டித்தனர். அப்போதே அவர்மேல் இவர்க்குப் பகைபற்றிற்று. பகைமை விஷயம் இவ்வாறிருக்க, முன் விவாகத்திற்கு இசையாதிருந்த பாண்டியன் மறுபடி இசைந்து முகூர்த்தம் வைக்கச்,சோழன் ஒட்டக்கூத்தரை அழைத்துத் தமக்காக அரசுபுரிய வைத்துத், தான் பாண்டி தேசம் வந்து விவாகம் பண்ணி ஆறு மாதத்தால் ஊர்க்குப் புறப்பட்டான். அப்போது பாண்டியராசன் பல உயர்ந்த பொருட் சீதனத்தோடு புகழேந்திப் புலவரையும் தன் குமாரிக்குச் சீதனமாகக் கொடுத்தான். புகழேந்தி சோழ தேசம் போகவே ஒட்டக்கூத்தர் முன் பின் யோசியாது அவரைப் பிடித்துச் சிறைச்சாலையில் இட்டனர். ஒருநாள் அரசன் தெருவீதி வருஞ் சிறப்பைப் புகழேந்திப் புலவர் சிறைக் கூடத்திலிருந்து பார்க்க, அரசன் தன் பக்கத்தில் நின்ற ஒட்டக்கூத்தருக்கு அவரைச் சுட்டிக் காட்டி: ஓ! எம்வித்துவானே! அதோ நிற்கும் புகழேந்தி புல மையில் மகா சமர்த்தரல்லவா என்ன, இவர் அவரை இகழ்ந்து: ஓ! வேந்தனே,

"மானிற்குமோவிந்தவாளரிவேங்கைமுன்வற்றிச்சேத்த
கானிற்குமோவிவ்வெரியுந்தழன்முன்கனைகடலின்
மீனிற்குமோவிந்தவெங்கட்சுறவமுன்வீசுபனி
தானிற்குமோவிக்கதிரோனுதயத்திற்றார்மன்னனே"

என்று தன்னைப்புகழ்ந்து பாடியதைப் புகழேந்தி கேட்டு அரசனை நோக்கி: ஓ! இராசாதிராசனே! இப்பாட்டை யான் வெட்டிப்பாடட்டுமோ? அன்றி ஒட் டிப்பாடட்டுமோ என்ன, அரசன்: ஒட்டிப் பாடுமென்ன, அவர்:

"மானவனுனந்தவாளரிவேங்கையும்வற்றிச்சேத்த
கானவனுனவ்வெரியுந்தழலுங்கனைகடலின்
மீனவனுனந்தவெங்கட்சுறவமும்வீசுபனி
தானவனுனக்கதிரோனுதயமுந்தார்மன்னனே"

என்று பாடித் தம் சாமர்த்தியத்தை விளக்கினர். ஆயினும் அரசன் ஒட்டக் கூத்தர் மேல் வைத்த அன்பால் அவர் சிறையை மீட்க மனம் ஏவப்பட வில்லை. ஒட்டக்கூத்தரோ இப்புகழேந்தி ஒருவர்மேலன்றி, இராசசபையில் வரும் வேறும் அநேக புலவர் பேரிலும் பொறாமைகொண்டு, அவருளும் அநேகரைப் பிடித்துச் சிறையிற் போட்டு நிட்டூரம் பண்ணினாரன்றிப் பலரைச் சிரச்சே தமும் செய்வித்தார். இதுவரையில் இறந்தோர்போக, இன்னும் பலரை இப் பாவி கொல்லுவிக்கப் போகிறானேயென்று அஞ்சிய புகழேந்திப்புலவரோ தம்முடன் சிறைவந்திருந்தாருடைய உயிரைத் தப்புவிப்பது கருத்தாய் அவ ருள், குயவன், அம்பட்டன்,கருமான், தட்டான், தச்சன், வேளாளன் என் னும் அறுவரைத் தெரிந்து, அவர்க்கு நன்றாகப் புலமை படிப்பித்து வைத்தி ருந்தார். நவராத்திரிப்பூசை சமீபித்த போது துர்க்கைக்குப் பலி கொடுக்க எண்ணிச் சிறையிலிருந்த புலவர்களை ஒட்டக்கூத்தர் அழைப்பிக்கப், புகழே ந்தி மேற்சொல்லிய அறுவரை ஒருவர் பின் ஒருவராய் அனுப்பினர். முதன் முதற் குயவப் புலவன் வர அவனைக் கண்டவுடன் ஒட்டக்கூத்தர் கர்ச்சித்து,

"மோவணமுத்தமிழ்மும்மதமும்பொழி
யாவணமுன்வந்தெதிர்த்தவனாடா" என்று வினவ, அவன்
"கூவையுங்குடமுங்குண்டுசட்டியும்
பானையும்வனையங்குசப்பையல்யான்"

என அங்குசப்பயல் என்றும், குசப்பயல் என்றும் இரு கருத்தொட்டி

உத்தரம் சொல்லக், கூத்தர் திகைத்தும் தைரிய சித்தராகி, அடுத்துவந்த பொட்டைக் கண்ணனாகிய அம்பட்டனைப் பார்த்து:

"விண்பட்டகோக்குவல்லூறுகண்டென்னவிலவிலக்கப்
புண்பட்டநெஞ்சொடுமிங்குநின்றாய்பொட்டையாபுகல்வாய்"
என்று கேட்க, அவன்
"கண்பொட்டையாயினுமம்பட்டனுன்கவிவாணர்முன்னே
பண்பட்டசெந்தமிழ்நீயுந்திடுக்கிடப்பாடுவனே"

என்றான். ஆட்கள் வரவர உரங் கொண்டு மிஞ்சுகிறார்களென்று ஒட்டக்கூத்தர் கண்டு மூன்றாவதாக வந்த கொல்லனை நோக்கி, நீ யாரடா என்று பாட்டில் வினாவாது வசன நடையில் வினவ, அவன்:

"செல்வன்புதல்வன்றிருவேங்கடவன்சேகக்குருவாம்
கொல்லன்கவியைக்குறைசொன்னபேரைக்குறடுகொண்டு
பல்லைப்பிடுங்கிப்பருந்தாட்டமாட்டிப்பகைவர்முன்னே
அல்லும்பகலுமடிப்பேன்கவியிருப்பாணிகொண்டே"

என்று மட மடப்பாய் உத்தரஞ் சொன்னான். அதன்பேரில் யாதும் பேசாது விட்டு, நான்காவதாக வந்த தச்சனை நோக்கி, நீயார் என்று இவர் கேட்க, அவன் உத்தரமாய்:

"சொன்னசந்தக்கவியாவருஞ்சொல்லுவர்சொற்சுவைசேர்
இன்னசந்தக்கவியேதென்றபோதிலெதிர்த்தவரை
வன்னசந்தங்கெடவாயைக்கிழித்திந்தவாய்ச்சியினாற்
கன்னசந்தங்களினிற்கவியாப்பைக்கடாவுவனே"

என்றான். அடுத்து உடன்கையிலே தட்டான் வர, அவனை ஒட்டக்கூத்தர் நோக்கி, நீ யாரோ சொல்லுக வென, அவன் உத்தரமாய் அதி கர்வங்கொண்டு:

"திகிரிவட்டக்குடைச்செங்கோலபயக்செழுஞ்சிலம்பிற்
பதியொட்டக்கூத்தபட்டவனானப்பவணக்கவியின்
மிதுதவொட்டத்தட்டிவிட்டகைபோட்டிலுருக்சிக்குத்திப்
புதுதவொட்டத்தட்டிமேலணுகாவண்ணம்போர்செய்வனே"

என்றான். அது கேட்டு மௌனமாகி, ஆறாவதான வேளாளன்வர, அவனை நீயும் வித்துவானா? பாடல் செய்வாயா என்ன, அவன் உத்தரமாய்:

"கோக்கண்டுமன்னர்குரைகடற்புக்கிலர்கோகனகப்
பூக்கண்டுகோட்டியுர்பூவாதொழிந்திலபூமுழுதுங்
காக்கின்றமன்னன்கவியொட்டக்கூத்தநின்கட்டுரையாம்
பாக்கண்டொளிப்பர்களோதமிழ்ப்பாடியபாவலரே"

என்று பாடி, அப்புறம் இவரைக் கண்டித்து: ஓ! கூத்தா! உன் குற்றத்தை நீ அறியாது கர்வித்திருக்கின்றாயே. நீபாடிய அண்டத்துப்பரணியில் "கேமிமால் வரை" என்னும் பாட்டில் இன்னவர்ணனைக்குற்றம் இருக்கவில்லையா என்று நெருங்க, ஒட்டக்கூத்தர் அகங்காரம் தணிந்து வாய் அடங்கி யொடுங்கி இனி இவர்களைச் சிறைப்படுத்தி வைப்பதிற் காரியமில்லை; இவர்களைத் தூண்டி விட்டு இராசசபையில் என்னை இவ்வாறு அவமானம் பண்ணுவித்த புகழேந்தியை இன்னுஞ் சிறையில் வைத்தாட்டுவேனென்று சொல்லிச், சிறையிலிருந்த வித்துவான்கள் யாவரையும் விடுவித்து அவரை மாத்திரம்

பின்னும் அருஞ் சிறையில் வைத்திருந்தார். அரசனும் தன் ஆசிரியர் கருத்துக்கு மாறுய்ப்போகாது, அவர் போன போக்கில் விட்டுவிட்டான். இராணிக்கோ இது பிரீதியாகாமையால் அவள் ஒருநாட் தன் சயனக்கிரகத்துக்கு இராசன் வருவதைக்கண்டு, அவன் உட்புகவிடாமற் கதவிற்குத் தாழிட்டாள். இராசன் எவ்வாறு இதம் பேசியுஞ் சித்தியாகாமையால் அவள் கொண்ட ஊடலைத் தீர்த்தற்குத் தன் நேசராகும் ஒட்டக்கூத்தரை இராசன் அழைக்க, இவர் வந்து துவாரத்தில் நின்று கொண்டு:

"நானேயினியுன்னைவேண்டுவதில்லைநளினமலர்த்
தேனேகபாடந்திறந்திடுவாய்திறவாவிடிலோ
வானேறனையவிரவிகுலாதிபன்வாசல்வந்தாற்
தானேதிறக்குநின்கைத்தலமாகியதாமரையே"

என்றுபாட, அவள்: ஒட்டக்கூத்தன் பாட்டுக்கு இரட்டைத்தாழ் என்று இருதாழிட்டுக் கதவைப் பெலனாய் இறுக்கிப் பூட்டிக்கொண்டாள். பின்பு இராசன் புகழேந்தியைச் சிறைச்சாலையால் அழைப்பிக்க, அவர்வந்து:

"இழையொன்றிரண்டுவகிர்செய்தநுண்ணிடையேந்தியபொற்
குழையொன்றிரண்டுவிழியணங்கேகொண்டகோபமென்னே
மழையொன்றிரண்டுபெய்மானபரணனிவ்வாசல்வந்தாற்
பிழையொன்றிரண்டுபொறுப்பதன்றோகுடியிற்பிறந்தவரே"

என்றுபாடச், சிசுவைக் கண்டு இரங்குந் தாய்போல அரசி தன் பிதாவின் சமஸ்தான வித்துவான்மேற் கொண்ட பரிவாற் கதவை விட்டாள். ஒட்டக்கூத்தர் மிகக் கெட்டிக்காரராயினும் பெருங் கொடியர் என்றது படிக்காசுத் தம்பிரான் பாடிய பின்வரும் பாவினாலும் விளங்கும்.

"குட்டுதற்குப்பிள்ளைப்பாண்டியனேவில்லைக் குரும்பியளவாக்காதைக்குடைந்துதோண்டி-எட்டினமட்டறுப்பதற்கோ வில்லியில்லை யிரண்டொன்றா முடிந்து தலையிறங்கப்போட்டு-வெட்டுதற்கோ கவியொட்டக்கூத்தனில்லை விளையாட்டாய்க் கவியதனை விரைந்துபாடித்-தெட்டுதற்கோவறிவில்லைத்துரைகளுண்டு தேசமெங்கும்புலவரெனத்திரியலாமே."

புலவர் பெருமான் கம்பர் இறந்த பின்பே இவர் இறந்தார். இவர் காலம் ஏறக்குறைய ஆயிரம் வருஷங்களின்முன்னாகும்.

ஒப்பிலாமணிப்புலவர்.—Oppilamani Pulavar.

இவரது செனனம், மரணம், தேசம் ஆதிய தெரிந்தில. இவர் பாடியவென அங்கிகரிக்கப்பட்டு வழங்கிவரும் ஒரு க்கு மேற்பட்ட தனிப்பாடல்கள் கண்டோம். இப் புலவர் குமுணன் எனும் அரசனைக்கண்டு கவிபாடிப் பரிசு பெறும்படி போன சமயத்தில், அந்த அரசன் தன் தம்பிக்குப் பயந்து மறைவிடத்தில் இருந்தான். கடிக்கும் புலிக்குத் தன்காடு புறக்காடு எனும் பேதமில்லை என்றாற்போலச், கொடுக்குந் தியாகிக்குங் காலம் இடம் என்னும் பேதமில்லை என்று நினைத்தாக்கும் இப்புலவர்:

"ஆடெரிபடர்ந்தகோடுயராசப்பில்
ஆம்பிபூப்பத்தேம்பசியுழல
இல்லிதூர்த்தன்னபொல்லாவறுமுலை

சுவைதோறுஞ்சுவைதொறும்பால்காணுமற்
குழலிதாய்முகநோக்கமனைவியெம்முகநோக்க
யாமுநின்முகநோக்கிவந்தனங்குழு ஞு''

என்று அரசனை நோக்கித் தம் கவியைக்கூற, அப்போது அவ்வரசன் இப்புல வர் மீது மிகவும் பரிதாபமுற்று, ஐயையோ!

"அந்தநாள்வந்திலையருங்கவிப்புலவோய்
இந்தநாள்வந்துநீநொந்தெனையடைந்தாய்
தலைதனைக்கொடுபோய்த்தம்பிகைக்கொடுத்ததன்
விலைதனைமீட்டுன்வெறுமைநோய்களையே''

என்று கூற, அது கேட்ட இக்கவிவாணர் மறுபடியும் அந்த அரசனை விளித்து:

"ஆறுபெருக்கற்றருந்திடர்தான்பட்டாலும்
ஊறலமையாதோவுலகாற்றத்—தேற
வறியையேயானுமென்கலியைமாற்றச்
சிறியையோசீர்க்குமுணுசெப்பு''

என்று சொற்றனர். இம்மட்டே இவரைப்பற்றி அறியப்பட்டன. பாடல் மாதிரிக்கு மேற்படி இரண்டு செய்யுட்களையுங் கொள்க.

ஔவையார்.—Auveiyar.

கருவூர்ப் புலைச்சி என வழக்கப்பெயர் பெற்ற ஆதி என்பாள் வயிற்றிலே பகவன் என்னும் பிராமணற்குப் பிறந்த பெண்மக்கள் நால்வர், ஆண்மக்கள் மூவராம் எழுவருள், இவர் ஒருவர். "கரப்புக்கருவியோர் நண்ணிடுசேரியிற் பாணரகத்தில் ஔவைபிறந்தனள்'' என்று இவர் பிறந்த இடத்தைப்பற்றி இவரது தம்பியராகிய கபிலர் தம் அகவலிற் பாடினர். பிறந்த இடத்திற் தம்மை விட்டுப் பிரியலாற்றாது தாயார் வருந்தினபோது,

"எவ்வுயிருங்காப்பதற்கோரீசனுண்டோவில்லையோ
அவ்வுயிரில்யானுமொன்றிங்கல்லேனோ—வவ்வி
அருதவதுகொண்டிங்கலைவானேனன்னுப்
வருதுவததானேவரும்''

என்று இப்பிள்ளையார் பாடினாராம். ஔவை என்றதற்கு மூத்தவள் என்பது கருத்தாதலால் ஓர் போது இவருக்கு நாமம் வேறுமோ நிச்சயிக்கக் கூடாது. ஆதி பெற்ற எழு பிள்ளைகளுட் சேட்டையாகிய இவர் சரஸ்வதியின் அவதாரம் என்ப. தமிழ்ச் சாகியத்துள்ள பெண்களுள் முதன்முதற் கவிவல்லவரா யிருந்தார் இவர் என்றது பலர் துணிபு. சர்வரோகௌடதம் என்னுமோர் அருமருந்தைக் கண்டுபிடித்து அதை உண்டதினாற் பிணிரகிதராய் உ௪0 வயதுக்கு இவர் இருந்தார் என்றது கதை. அப்படியோர் மருந்தை இவர் அறிந்திருந்தது மெய்யானல் அதைப்பிறர்க்குத் தெரிவித்து உலகத்துக்கு உபயோகப் படுத்தாது வஞ்சகமாய் மறைத்து வைத்தது பரிதாபம்! பரிதாபம்! "இல்லறமல்லது நல்லறமன்று'' என்றது இவரது போதனையாயினும் பிரமசாரி விரதமே இவர்சாதனை. கொன்றைவேய்ந்தன், ஆத்திசூடி என்னும்பெயரிய அரிய பெரிய பழமொழி மாலைகள் இரண்டன்றி, மூதுரை, கல்வியொழுக்கம், நல்வழி,

அசதிக்கோவை, நன்னூற்கோவை, நான்மணிக்கோவை, அருந்தமிழ்மாலை, தரிசனப்பத்து, ஞானக்குறள், பந்தனந்தாதி என்னும் வேறுபாடல்களையும் இவர் இயற்றினர். சன்மார்க்கசாரம் முழுவதையும் சுருங்கச்சொல்லி விளங்கவைத்து, அகரமாதிய அட்சரநிரையே தோத்தெழுதப்பட்ட ஆத்திசூடியையும் கொன்றைவேய்ந்தனையும் யோன் பண்டிதருடன் (Dr. John) பிஸ்ஸெற், சட்சென் (Rev. Messrs. Bisset and Sudgen) என்னும் ஆங்கிலேய குரவர்கள் பாராட்டி அவற்றின் மேன்மையையிட்டு இங்லிஷில் மொழிபெயர்த்தனர். ஆங்கிலோ பாஷையிலன்றிச், சர்மன், உலாந்தாப் பாஷைகளிலும் அவை மொழிபெயர்க்கப்பட்டன. பின்னர்க்கூறப்பட்ட பத்தனுள் முதல் எட்டுஞ் சன்மார்க்க நூல். ஈற்றயலானது தத்துவசாத்திர நூல். கடைநின்ற பந்தனந்தாதி காவிரிப்பூம் பட்டணத்தில் வசித்த பந்தன் என்னும் நாமதேயமுற்ற ஓர் தனவந்தனான வணிகன் பேரிற் பாடப்பட்டது. அசதிக்கோவை, ஐவேலிஅசதி என்னும் யாதவன்மேற் பாடப்பட்டது. இவையன்றிப், பிடக நிகண்டு என்னும் பின்னொரு பாடலையும் பாடினர். இக்கலைமாது ஓரிடத்து வசியாது பிரஸ்தான கமன விருப்பமுற்றவராய்ப், பிரதான தலங்களைத் தரிசித்துத் திரியும் போது அங்கங்கே சந்தித்தார் யாரிடமும் அன்னம் வாங்கியுண்பார். ஓர் தருணம் பூதன் என்னும் ஒருவன் வீட்டுக்குப் போன போது அவன் கொடுத்த ஆகாரத்தை வாங்கியுண்டு திருத்தியானவுடன்,

"வரகரிசிச்சோறும்வழுதலங்காய்வாட்டும்
முரமுரெனவேபுளித்தமோரும்—திரமுடனே
புள்வேளூர்ப்பூதன்புகழ்ந்துபரிந்திட்டசோ
றெல்லாவுலகும்பெறும்"

எனப் பாடினர் என்னுங் கதை கேட்டோம். இவர் அதி தீவிர விவேகி என்பதற்குப் பல திருட்டாந்தங்களுள. இவரது தம்பியாராகிய திருவள்ளுவர், அறம் பொருள் இன்பம் என்னும் முப்பான்மேற் பாடிய ௧௩௩0 அருங்குறளும் வரையப்பட்ட ஓர் பெரிய எட்டைச் சுமந்து கொண்டு, மதுரைச் சங்கப்புலவர்முன் அரங்கேற்றப்போகிற வழியில் இவரைச்சந்தித்தனர். அத்தருணம் மழை பெய்தமையால் வள்ளுவர் அதற்கு விலகும்படி ஓர் ஆல மரத்தின் கீழ்ப் போக, இவர் புளிய மரத்தின் கீழ்ப் போய் நின்று, அடா! புத்தகப் பேயே! சிற்றிலைக் கீழ் வாவென்று கூவி, இப் பெரிய எட்டுச் சுமை ஏதென்றார். அவர் உத்தரமாய்: இஃது முப் பாலின் மேல் யாம் பாடிய பாடலென, இவர் முப் பாலின் மேற் பாடுதற்கு இத்துணைப் பாட்டும் புத்தகமும் வேண்டுமோ? ஓர் பாட்டில் அதைச் சொல்லல் கூடாதா என்ன, அவர் இவரை நோக்கி, அப்படியொன்றை நீரே சொல்லும் அக்காள் என்ன, இவர்:

"ஈதலறந்தீவினைவிட்டீட்டல்பொருளெஞ்ஞான்றும்
காதலிருவர்கருத்தொத்து—ஆதரவு
பட்டதேயின்பம்பரனைநினைந்திம்மூன்றும்
விட்டதேபேரின்பவீடு"

என்று பாடி, அப்பாற் சகோதரருடன் கூடிச் சங்கத்திற்குச் சென்று, அங்கிருந்த புலவருடன் பலகைக் குறிகாட்டிப் பேசி அக்குறிப்புகளுக்குப் பொருள் கூறுங்களென்று வினவ, அவர்கள் மலங்க, அவர்களுள் ஒருவர்:

இவ்வளவுகண்ணிணுளிவ்வளவுசிற்றிடையாள்
இவ்வளவுபோன்றவிள மூலையாள்—இவ்வளவாய்

"னைந்தவுடலா னலமேவு மன்மதன்றன்
ஐந்துகணையால் வாடினாள்"

என்று ஓர் வெண்பாவிற் பொருள் சொல்ல, இவரோ அவர்கள் சொன்னது சரியன்றென்று மறுத்து,

"ஐயமிடுமினறநெறியைக்கைப்பிடிமின்
இவ்வளவேனுமனத்தையிட்டுய்மின்—தெய்வம்
ஒருவனேயென்னவுணரவல்லீரேல்
அருவினைகளைந்துமறும்"

என்றவை அல்லவா, அவற்றின் பொருளெனப் பாட்டிலே தெரிவித்தார். வள்ளுவர் குறளுக்கு இடைக்காடர் "கடுகைத்துளைத்தேழ் கடலைப்புகட்டிக் குறுகத்தறித்த குறள்" என்று சாத்துகவி சொன்னபோது இவர்: "கடுகைத் துளைத்து" என்றதற்குப் பிரதியாக, அணுவைத் துளைத்து என்றாலோ என்றார். இவர் காலத்திலே அம்பல் எனும் ஊரிலே சிலம்பி என்னுந் தாசி ஒருத்தி இருந்தாள். அவள் கம்பருக்கு ஐந்நூறு பொன்கொடுத்து, என்பேரில் ஓர் பாட்டுப் பாடும் என்று கேட்க, அவர் ௧000 பொன்னுக்குக் குறைய ஓர் பாட்டுப் பாடார் ஆதலாற் கொடுத்த அம் மாத்திரத்தையும் வாங்கிக்கொண்டு,

"தண்ணீருங்காவேரி தார்வேந்தனுஞ்சோழன்
மண்ணாவதுஞ் சோழமண்டலமே—பெண்ணாவாள்"

என்னும் ஈரடியையும் பாடிச் சுவரில் எழுதிப்போகப, பின்னோர் தருணம் அத் தாசிவீட்டு மார்க்கமாய்ப் போன ஔவையார், அவளிடங் கூழ்கொஞ்சம் வாங்கிக் குடித்துத் திருத்தியடைந்து, அதற்குக் கைம்மாறாக,

"அம்பற்சிலம்பி யரவிந்தத்தாளணியுஞ்
செம்பொற் சிலம்பேசிலம்பு"

என்று பின் இரண்டு அடியையும் முடித்துப் போயினர். கம்பர் இச்செய்தி அறிந்து "கூழுக்குப்பாடிக் குடியைக்கெடுத்தாள்" என்றனராம். இஃது இன்றும் தமிழ் நாட்டுப் பழமொழியாய் வழங்கிவருகின்றது. ஒருமுறை இவர்காதில் விழத்தக்கதாகப் பெண்களைப் பற்றிச் சிலர் இழிவாயுங் குறைவாயும் பேசினபோது, இவர் ஆடவர் கெடுக்காதிருந்தாற் பெண்கள் உத்தமர், பெண்களால் மூடராக்கப் படாதிருந்தால் ஆடவர்க்கும் அறிவுண்டு என்னும் பொருளைப் பயக்கும்,

"நல்லவர்களெல்லாரு நல்லவரே சன்மையால்
வல்லவராற் கேடுபடாராயின்—நல்லறி
வாண்மக்கள் பற்பலர்க்கேயுண்டாகும் பெண்டிரும்
மாண்புகெடுக்காவிடின்"

என்னும் வெண்பாவைப் பாடி அவர்கள் கர்வம் அடக்கினர். ஒருமுறை இவர் ஓர் கோயிலுக்கு நேராகக் கால்கள் நீட்டிக்கொண்டிருந்ததை அக்கோயிற் பூசாசாரி பார்த்து ஆத்தாளே! சுவாமியார் இருக்கும் இடத்திற்கு நேரே நீர் கால் நீட்டிக்கொண்டிருக்கிறீரா என, இவர்: சுவாமியார் இல்லா இடத்தை

நீர் காட்டினால் யான் அங்கே கால் நீட்டுவேன் என்று சொல்லி அவன் பேதைமையைக் கண்டித்தார். கச்சிப்பதியைப் பற்றி இவர் சொன்னவோர் பாட்டை அதன் சிறப்பிற்காக இவ்விடந் தருவம்.

"வையகமெல்லாங் கழனியாய்வையகத்தட்
செய்யகமே நாற்றிசையின் றேயங்கள்—செய்யகத்துள்
வான்கரும்பே தொண்டைவளநாடு வான்கரும்பின்
சாறேயந்நாட்டின் றவலயூர்கள்—சாறட்ட
கட்டியேகச்சிப் புறமெல்லாங்கட்டியுட்
டானேற்றமானசருக்கரைமாமணியே
ஆனேற்றான்கச்சியகம்."

இப் பெண் அரசியைப் பற்றிய கதைகள் பல பின்னுமுள. கம்பராமாயணம் அரங்கேறிய சபைக்கு இவர் சென்றதாகவும் துதிகவி சொன்னதாகவுங் கதையிருக்கிறது. இவர் கணபதிபூசை செய்துவருபவரென்றும், சுந்தரமூர்த்தியும் சேரமான்பெருமானும் கைலாயம் போனபோது, அவர்களுக்கு முந்தி இவர் போகும்படி அக்கணபதி இவரைத் தமது துதிக்கையால் வாரிக் கைலாயத்துக்கு வீசிவிட்டார் என்றுங் கதைகண்டோம். இவரும், புகழேந்தியும், சோழராசனும், ஒட்டக்கூத்தரும் சந்தித்தபோது நடந்த சம்பாஷணையைப் புகழேந்தி சரிதத்திற் காண்க. இவர் பாரிசாள் என்னும் ஓர் சிங்களராசன் புதல்விகளான அங்கவை, சங்கவை என்னும் இருவரை வளர்த்து, இமயமலையரசனது அவதாரமான தெய்வீகராசனுக்கு வதுவை செய்து கொடுத்தார் என்றும், அவ்விவாகச் சடங்கிற்குத் தமிழ்நாட்டு மூவேந்தரும் இவரால் அழைக்கப்பட்டாரென்றும், பந்தலில் நாட்டப்பட்ட பனந்துண்டத்தை நோக்கி,

"திங்கட்குடையுடைச் சோழனுஞ் சேரனும் பாண்டியனும்
மங்கைக்கறுகிட வந்துநின்றார் மணப்பந்தலிலே
சங்கோசகவெண்குருத்தீன்று பச்சோலைசலசலத்து
நுங்குக்கண்முற்றி யடிக்கண்சிவத்து நுனிகறுத்துப்
பங்குக்கு மூன்றுபனம்பழம்போடு பனந்துண்டமே"

என்னும் ஐந்தடிக் கலித்துறைப் பாட்டைப் பாட, அப்பனந்துண்டம் தற்சணமே உயிர் பெற்றுக், காய்த்துப், பழமீந்தது என்றும், அப்போதே,

"முத்தெறியும் பெண்ணை முதுநீபத தவிர்ந்து
தத்திய நெய்பாறலைப்பெய்து—குத்திச்
செருமலைதெய்வீகன் றிருக்கோவலூர்க்கு
வருமளவுங்கொண்டோடிவா"

என்று பாடினர் என்றுங் கதையுண்டு. "ஔவைபாடலுக்கு நறுநெய்பால் பெருகி" என்னும் பாரதக்கவி இச்சம்பவத்தைக் குறித்தது. இவர்க்கும் கந்தசுவாமிக்கும் ஓர்போது சம்பாஷணை நேரிட்டதென்றும், அவ்வேளையில் அவர் நாவல் மரம் ஒன்றிலிருந்து பழம்பிடுங்கித் தின்றாரென்றும், கீழ்நின்ற ஔவையார், மகனே! மகனே! எனக்கும் பழம்போடென்று கேட்கச், சுடுபழமோ? சுடாப்பழமோ? உனக்கு வேண்டுமென்று அவர் கேட்க, நாவற்பழத்திற் சுடுபழஞ் சுடாப்பழமென்பது யாதென்று நினைந்து, அவர்கருத்தை உணரும் பொருட்டு நல்லது, மகனே, சுடுபழந்தான் என்றுகேட்க. அவர் ஓர் பழத்தைப்

பிடுங்கி மணலிற்போட, இவர் அதையெடுத்து அதிற் பட்டிருந்த மணல் போம்படி ஊத, ஓ! ஓ! சுட்டகிழங்கல்லவா ஊதினே என்று அவர் திருட்டாந் தப்படுத்தியபோது, ஔவையார் பிரமித்து ஆ! நாம் இதுகாறும் இதனை அறியா திருந்துவிட்டோமே; நாம் கற்கவேண்டியவை இன்னும் இருக்கின்றனவே என்று மனத்துள் மதித்துக், கல்விச்செருக்காகாது என்னுங் கருத்துப் பயக்கும்,

> "கற்றதுகைம்மண்ணளவு கல்லாதுலகளவென்
> றுற்றகலைமடந்தை யோதுகிறாள்—மெத்த
> வெறும்பந்தயம்பேச வேண்டாம்புலவீர்
> எறும்புந்தன் கையாலெண்சாண்"

என்னும் வெண்பாவைப் பாடினர் என்ப. குலோத்துங்கசோழன் உடைய மகுடாபிஷேகத்திற்கு ஔவையார்போயிருந்தபோது, அங்கிருந்த வித்துவான் கள் எல்லாரும் அவன்மேற் கவி பாடி வாழ்த்தி, இவரையும் நோக்கி, அம்மா! நீரும் அரசனை வாழ்த்துமென்று கேட்க, இவரோ "வரம்புயர" என்று மாத்திரம் சொல்லி இருந்தனர். அவர்களோ இவர் கருத்தை விளங்காது பின் னும் வாழ்த்துக எனச் சொல்ல, இவரோ முன் சொன்னபடியே மறுபடியும் இருதரஞ் சொல்லியிருந்தனர். அவர்களோ பின்னும் விளங்கிக்கொள்ளாது இவரைநோக்கி, அம்மா! நீர் வாளா இராது எங்களோடு அரசனை வாழ்த்துமின் எனக்கேட்கத், திரும்பவும் இவர் அவ்வண்ணமேவரம்புயர என்று சொல்ல, அவர்கள் அதன் பொருள் விளங்காது தாற்பரியம் கேட்டனர். அப்பொழுது இவர், "வரம்புயர நீருயரும், நீருயர நெல்லுயரும், நெல்லுயரக் குடியுயரும், குடியுயரக்கோலுயரும், கோலுயரக் கோனுயர்வான்" என விஸ்தரித்து, இது வே என் வாழ்த்து என்றனராம். ஔவையும் கந்தசாமியும் பண்ணின சம்பா ஷணையில் நரர் புத்தி அடைதற்கேற்ற பலகாரியங்களுள. இனியதுயாது என் று ஔவையாரிடங் கந்தசாமி கேட்க, இவர்: இனிது இனிது ஏகாந்தம் இனி து என்றனர். கொடியது யாது என்று அவர் வினவ, இவர் உத்தரமாய்,

> "கொடியதுகேட்கினெடியவெவ்வேலோய்
> கொடிதுகொடிது வறுமைகொடிது
> அதனினுங்கொடிது இளமையில்வறுமை
> அதனினுங்கொடிது ஆற்றொணாக்கொடுநோய்
> அதனினுங்கொடிது அன்பிலாப்பெண்டிர்
> அதனினுங்கொடிது இன்புறவவர்கையிலுண்பதுதானே"

என்றனர். அரியது யாது என்று அவர் கேட்க, இவர்,

> "அரியதுகேட்கின் வரிவடிவேலோய்
> அரிதரிது மானிடராதலரிது
> மானிடராயினுங் கூன் குருடு செவிடு
> பேடுநீங்கிப் பிறத்தலரிது
> ஞானமுங்கல்வியுநயத்தலரிது
> ஞானமுங்கல்வியும் நயந்தகாலைத்
> தானமுந்தவமுந் தான்செய்தலரிது
> தானமுந்தவமுந் தாஞ்செய்வராயின்
> வானவர்நாடு வழிதிறந்திடுமே"

என அதி விரைவாய் உத்தரஞ் சொன்னார். இவரைப்பற்றிய அபூர்வமான கதைகள் பின்னும் பலவுண்டு.

கச்சபாலயஐயர்.—Kachchapalaya Ayar.

காஞ்சிபுரம் வித்துவான் எனக் கூறப்படும் இப்புலவரைப் பற்றிய சரித்திரம் ஒன்றுந் தெரிந்திலது. இவர் பாடிய ஐந்து தனிப் பாக்களை மாத்திரங் கண்டிருக்கிறோம். ஐந்துஞ் சிற்றின்ப சாரத்தாற் தேங்கப்பெற்றன. விநாயகன் எனும் ஒருவன்மேல் ஒரு பெண் யோசித்த பாவனையாய் அவை பாடப்பட்டன. பாடல் மாதிரிக்காக அவற்றுளொன்றைத் தெரிவு செய்தனம். அது வருமாறு:

"அஞ்சனத்தை யணிவிழிமான் மயிலைவிநாயகதுரைமே லாசையாலே
நஞ்சனத்தையும்விடுத்தா ளுஞ்சமைத்துச்சருமினியநலத்த தீம்பால்
மிஞ்சனத்தையும் வெறுத்தாளவன்குவளைத் தாரினையேவேண்டுகின்றாள்
கஞ்சனத்தைவலையிவ்வாறவலைய வமைத்தானெனில்யான் கருதலென்னே."

கச்சியப்பர்.—Kachchiappar.

இவர் தொண்டைமண்டலத்துள்ள காஞ்சிபுரத்திலே, ஆதிசைவப் பிராமணர் குலத்திலே, அவதாரஞ் செய்தார். இவர் பிதாவுக்குக் காளத்தியப்பசிவாசாரியர் என்றுபேர். ஐந்தாம் வயசிலே இவர் வித்தியாரம்பஞ் செய்து, ஏழாம் வயசிலே உபநயனந் தரித்துத், தமிழ், சம்ஸ்கிருதம் என்னும் இருபாஷைகளையும் நன்குகற்று, இலக்கண இலக்கிய வேதவேதாந்தங்களில் வல்ல பண்டிதராகிச், சுப்பிரமணிய ஸ்தானமாகிய குமரகோட்டத்திற்குப் பூசகருமாயினர். வாய்மை, அருள், பொறையாதியாஞ் சுகுண பூஷணம் பூண்ட இம் மகானே, தமிழ் நாடெங்குஞ் செறிந்திருக்கும் சைவர் பத்தி விசுவாசத்தோடு பூசித்துக் கொண்டாடுவதும் பதினெண்புராணங்களுள் ஒன்றானதுமாகிய கந்தபுராணத்துக்கு ஆக்கியோன். ஆரியபாஷையிலுள்ள சனற்குமாரசங்கிதை, சூதசங்கிதை, பிரமசங்கிதை, விட்டுணுசங்கிதை, சங்கரசங்கிதை, சூரசங்கிதை என்னும் ஆறு சங்கிதைகளுளொன்றாம் சங்கரசங்கிதையின் பன்னிரு கண்டங்களுள்முதலாவதும், பதின்மூவாயிரங் கிரந்தமுடையதுமான சிவரகசிய கண்டத்தின் ஆறுகாண்டங்களையும், இப்புராணம் அடக்குகின்றது. "திகடசக்கரச் செம்முகமைந்துளான்" என்று கந்தசுவாமியே அடியெடுத்துக் கொடுக்கத் தினந்தம் நூறு விருத்தங்களாக, ௧௦௩௪௫ விருத்தங்களையும் பாடி முடித்தனர் என்ப. பாடிய பாட்டுக்களை நாடோறும் இராத்திரிகாலத்தில், எழுத்தாணியுடனே கோயிலுக்குள்ளே வைத்துச்செல்லச், சுவாமி அவற்றைத் திருத்தி வைப்பாராம்.

இவ்வாறு பாடித் திருத்தம்பெற்ற அப்புராணத்தை அரங்கேற்றற் பொருட்டுக் குமரகோட்டத்தின் கண்ணே, அரசர்கள், பிரபுக்கள், தேவார திருவாசகங்களில் வல்ல பெரியோர்கள், வேதபண்டிதர்கள், இலக்கண இலக்கிய விற்பன்னர்கள் கூடியமகாசபையிற் கச்சியப்பர் அதன்காப்பு விருத்தத்தைப் படித்துப் பொருள் கூறலும், திகழ்+தசக்கரம், திகட சக்கரம் எனப் புணர்ந்ததற்கு இலக்கண விதியேது? தொல்காப்பியமாதிய நூல்களிற் காண்கிலேமே!! விதி கூறுதிருப்பின், அரங்கேற்ற விடோமென்று சபையாரிலொருவர் ஆட்சேபிக்க, இவர் உத்தரமாய், "இம் முதலடி என் வாக்கன்று, சங்கப்புலவராகிய

சுப்பிரமணியக் கடவுளது திருவாக்கு, அவரே எனக்கு இவ்வடியெடுத்துத் தந்தருளினா" எனப், புலவர் ஒப்புக்கொள்ளாமையால் அவ்வரங்கேற்றம் அம்மாத்திரத்தில் அன்று நின்றுவிட, மற்றைநாள் ஆச்சரியமான விதமாய் ஓர் புலவர் சோழமண்டலத்திலிருந்து வீரசோழியத்தைக் கொண்டுவந்தார் என்பதும், சந்திப்படலத்திற் பதினெட்டாஞ் செய்யுளிலே, அப்புணர்ச்சிக்கு விதி கண்டு சபையார் திருத்தியுற்றார் என்பதும் பரம்பரை. அதுமுதல் ஒருவருடமாய்க் கச்சியப்பர் அப்புராணத்தைக் கிரமப்படி படித்துப் பொருள் சொல்லிய பின்னர் அரங்கேற்றம் முற்றுப்பெற்றது. புராண அரங்கேற்றத்துக்கு வந்தார் யாவர்க்கும் அங்குள்ள இருபத்நான்கு கோட்டத்து வேளாளரே விருந்தூட்டி உபசாரஞ் செய்தனர். இப்புராண அரங்கேற்றத்தின் பேரில்,

"வேதமொடுவேதாங்கம் பயின்றுவல்லோன்
விரிந்தசிவாகமமுணர்ந்து மேன்மைபூண்டோன்
போதநிறைசிவமறையோன் காஞ்சிவாழும்
புனிதமிகுகச்சியப்ப குரவனானேன்
வாதமுறுபுலவர்குழாம் மகிழ்ந்துபோற்ற
மதிமலிமாடம்புடைசூழ் குமரகோட்டத்
தேதமறுசகாப்தமெழு நூற்றின்மேலாய்
இலகுகந்தபுராணமரங்கேற்றினனே"

என்று ஒரு வித்துவான் பாடினர்.

"அந்தப்புரமு மறுநான்குகோட்டகத் தாருமொன்றாய்க்
கந்தப்புராணம பதினாயிரஞ்சொன்ன கச்சியப்பர்
தந்தப்பல்லக்குச் சிவிகையுந்தாங்கியச் சந்நிதிக்கே
வந்தப்புராண மரங்கேற்றினார்தொண்டை மண்டலமே"

என்று படிக்காசுப் புலவர் சொற்றனர்.

"வேதவேதாந்த மாகமதருமநூலதாம் விரிந்திபுராணம்
போதமார்முனிவ ரிசைத்திடுபுராண மிருதிகள் சங்கிதைபொருந்து
நாதமார்சடங்கம் ஸ்மிர்திகள்பிறவு நன்குணர் கச்சிமாமுனிவன்
ஏதமில் சகாப்தமேழெனுநூற்றிற் காந்தத்தைத்தமிழினலிசைத்தான்"

என்று பரசிராமமுதலியார் செய்த கந்தபுராணவாசகத்திற் சொல்லப்பட்டிருக்கின்றது. கந்தபுராணஞ் செம்பாகமான உத்தம பாடலாயினும் பொருட்புதைவும், பொருண்மலைவும், ஆழ்மான வர்ணனையும், மிகுதி! மிகுதி! இப்பெருங் காப்பியம் ஒன்றையே அன்றி வேறு பாடல்களை இவர் பாடியிருப்பதாய்க் காணோம். இப்புராணத்தை யாழ்ப்பாணத்து நல்லூர் ஆறுமுகநாவலரும் பிறரும் அச்சிட்டுப் பிரசுரித்தனர். இதில் ஆறுகாண்டங்களுள. அவை முறையே, உற்பத்திகாண்டம், அசுரகாண்டம், மகேந்திரகாண்டம், யுத்தகாண்டம், தேவகாண்டம், தக்ஷகாண்டம் என்பன. இவற்றைச் சேர்ந்ததாய் உபதேசகாண்டம் ஒன்றிருப்பினும் அதனைக் கச்சியப்பர் பாடினாரல்லர். கோனேரியப்ப முதலியார் என்னும் ஒருவர் அதனைப் பிற்காலத்துத் தமிழில் அருளிச்செய்தார். கந்தபுராணத்தைப் பரசிராமமுதலியார் என்பார் சுமார் முப்பது வருஷங்களின் முன், வசனநடையிலே திருப்பினர். இவற்றை அவரவர் சரிதங்களிற் காண்க. பாடன் மாதிரிக்காகக் கடவுள் வாழ்த்து கம். விருத்தத்தைத் தருகின்றோம்.

"திருவந்ததொல்லைப் புவனத்தொடு தேவர்போற்றிப்
பெருவந்தனைசெய் தறிதற்கரும்பெற்றி யெய்தி
அருவந்தனையு முருவந்தனையுமன்றிநின்றான்
ஒருவன்றனது பதந்தன்னை யுளத்துள்வைப்பாம்."

இப்புலவர் இருந்த காலம் இற்றைக்கு முன்பின் ஆயிரத்தொருநூறு வருடங்களின் முன்னாகும். "ஏதமில்சகாப்தமேழனூற்றில்" என்றது திருட்டாந்தமாகும். சகாப்தம் ௭௱ = கி. பி. ௭௭௮

கச்சியப்பமுனிவர்.—Kachchiappa Munivar.

இவர் சுமார் ௧௫௰ வருஷங்களுக்கு முன்னே தொண்டைமண்டலத்திலே, திருத்தணிகையெனுமூரிலே. காஞ்சிபுரப் பரம்பரை வேளாளர் குலத்திலே, அபிஷிக்தர் மரபிலே பிறந்தவர். பாலியப்பிராயத்திலே வித்தியாரம்பஞ் செய்து, ஸ்தலயாத்திரையிற் காதலுற்றவராய்த் தொண்டை நாட்டிலுள்ள பல தலங்களையுந் தரிசித்துக் கொண்டு சிதம்பரத்துக்குச் சென்று, திருவாவடுதுறைக்கு வந்து, அங்கிருந்த சிரேட்ட சம்பிரான் நமச்சிவாய மூர்த்தியைக் கண்டு அவரது அனுக்கிரகத்தோடு சின்னப்பட்டத்தில் இருந்த பின் வேலப்பதேசிகர் தீட்சை வைக்கப்பெற்று, அவரது மாணவருட் சிரேட்டரும் திராவிட மகாபாஷிய கர்த்தருமாகிய சிவஞான யோகீஸ்பரரைத் தமக்கு ஆசிரியராக்கி, அவரிடம் இலக்கணம், இலக்கியம், தருக்கம், பதி சாத்திரம் ஆகியவற்றிற் பாடங்கேட்டு வித்துவான் என்னும் பெரும் பேர் தாங்கினர். சிவஞானயோகீஸ்பரரிடம் பாடங்கேட்டார் எவர்க்கும் இவர் சிரேட்டமோப்பர். சென்னப்பன் பட்டினமென்று அழைக்கப்படுஞ் சென்னைபுரிக்கு இவர் போயிருந்தபோது, அங்குள்ளார் வேண்டுகோளின்படி, விநாயகபுராணம், சென்னைவிநாயகர் பிள்ளைத்தமிழ் எனும் இரு கிரந்தங்கள் இயற்றி, அவர்கள் பரிசளித்த வராகன் ஈராயிரத்தாற் திருவாவடுதுறையில் ஒரு சந்நிதிமண்டபப் பணி முற்றுவித்தனர். இவர் விநாயகபுராணத்தை அரங்கேற்ற ஆரம்பித்தபோது, ஐயாப்பிள்ளை என்னும் ஓர் பிரபு அதற்கு வரப்பின்னிட்டு, நாம் இதற்குச் செல்ல இதென்ன இராமாயணமா என்று அவமதித்ததனால், இவர் அவ்வரங்கேற்றத்துக்கு முன்னர் இராமாயணத்திலே ஆறுபாட்டில் நூறுகுற்றங் காட்ட, மேற்படி பிரபு தாம்செய்த அபராதத்திற் கு மன்னிப்புக்கேட்டுப் பாதகாணிக்கை கொடுத்துச்சமாதானமாயினர்.

இவரது ஆசிரியராகிய சிவஞானயோகீஸ்வரர் காஞ்சியிலிருந்த போது அங்குள்ள வித்துவான்கள், அவர் இயற்றிய காஞ்சிமான்மியத்திற் துதிகவிகளை நிரை தவறி வைத்தாரென்று அவரிற் குற்றம் பாரிக்க, அவர் தம் சிஷராகிய இவர்க்கு அவ்விருத்தாந்தம் தெரியப்படுத்த, உடனே இவர் அங்கே சென்று விரோதிகள்தொடுத்த ஆட்சேபங்களைச் சண்டமாருத முன்னிலையிற் சிறு பூளைபோலப் பறக்க அடித்துத் தம் ஆசிரியர் புகழோடு தம்புகழையு நிறுவினர். பின்னர் இவர் காஞ்சியிற்றானே தங்கித் தம் வித்தியாகுரவரது வேண்டுகோளின்படி காஞ்சிப்புராணம், உம். காண்டத்தை இயற்றினரன்றிக் கச்சியானந்தருத்திரேசர் வண்டு விடுதூது, கச்சியானந்தருத்திரேசர் பதிற்றுப்பத்தந்தாதி, பஞ்சாக்கரவந்தாதியெனும் மூன்று பிரபந்தங்களையும் பாடிப் பின்னும் பெரும் புகழ்பெற்றுச் சாலிவாகனசகாப்தம் ௧௭௨க்குச் சரியான சாதாரண

வருஷஞ் சித்திரை மீ ௧௧ உ தேகவியோகமாயினர். இவர் திருவானைக்கா வில் இருந்தபோது திருவானைக்காப்புராணம், பூவாளூர்ப் புராணங்களையும், கொங்க நாட்டிலுள்ள திருப்பேரூரிலே இருந்தபோது பேரூர்ப்புராணத்தை யும் மொழி பெயர்த்துப் பாடினர்.

இவர் திருத்தணிகையிற்போய் வசித்தபோது விசாகப் பெருமாள் ஐயர், சரவணப்பெருமாள் ஐயர் எனும் இரு பண்டிதர்களுக்குந் தந்தையரா கிய கந்தப்பையருக்கு ஆசிரியராஞர். அங்கிருக்கும்போதே, சீவகசிந்தா மணிக்கு மேற்பட்ட காப்பியமுண்டா எனக் கூறி, அதில் அபிமானம் பூண்டு மருண்டிருந்தார் மனதைத் தெருட்டுதற்குத், தணிகைப்புராணமெனும் சொல்வளம் பொருள்வளம் ஓங்கிய காப்பியம் ஒன்றை இயற்றினர் இதிலே ௧௬ படலங்களும் ௬௧௬௧ செய்யுள்களும் உள. இதனை யாழ்ப்பாணம் ம. ா. ா. சி.வை. தாமோதரம்பிள்ளை, வீ. ஏ., வீ. எல். பெரும்பிரயாசையெடுத் துப் பலவூர்ப்பிரதிகளைக் கொண்டு பரிசோதித்துத் திருத்திச் சுத்தமாக்க, மேற்படி ஊரிலுள்ள கொழும்புத்துறை வாசரான ம. ா. ா. தி. குமாரசாமிச்செ ட்டியார் அச்சிடுவித்தார். இப்பாடல்களன்றித் தம்மாணவகராகிய கந்தப்பை யருக்குற்ற குன்மநோயைத் தணிக்கும் பொருட்டுத், தணிகையாற்றுப்படை எனும் பின்னுமோர் பாடலையும் இயற்றினர். திருத்தணிகைப் பதிற்றுப்பத்தந் தாதிக்கும் இவரே ஆக்கியோனென்ப. இவர் புலவரன்றி வாசாலப் பிரவசனி யுமாம். மாணவகர் பாடங்களை நெட்டுருப்பண்ணி ஆசிரியர்க்குச் சொல்லும் பாவனைபோலவும், அதிவிரைவில் ஆறுபாய்வதெனவும் கவிகளைப் பாடுந் திறமும் உடையர். இவர் செய்த பாடல்களின் நாமங்கள் பின் வரும் பாட் டாலும் விளங்கும்.

"வேற்கரச்செவ்வேண்மருவுந்தணிகைமான்மியந்தமிழில்விளங்கச்செய்தான்
பாற்கவபுராண மெழிற்றிருவானைக்காவெனுஞ் சீர்ப்பதிப்புராணம்
காற்கயிலைசூழ் பேரூர்ப்புராணமொடு திருக்காஞ்சிநகர்ப்புராணம்
ஏற்கவடமொழிபெயர்த்த கச்சியப்பமுனிவனிருங் கவிஞரேறே."

இவரது பாடல் மாதிரிக்காகத் தணிகைப்புராணம் திருநாட்டுப்படலத் தில் ௧ ம். விருத்தந் தருகிறோம்.

"வட்டவாய்க் கமலத்தண்ணல் மணிமுடிதளங்க வோச்சிக்
குட்டிய குமரப்புத்தேள் குலாவிய தணிகைக்குன்ற
மட்டொளி மணியின்மோலி யணிந்தெனத்தன்பாற்கொண்ட
முட்டறுபாலிநாடு முச்சகத்துயர்ந்த தோன்றே."

கடவுள்மகாமுனிவர். — Kadavul Maha Munivar.

இவர் கச்சியப்பமுனிவர் காலத்தில் இருந்த ஓர்மகான். மிக்க கல்விமானும் புலவருமாயிருந்த இவர் குரூர நோய்வாய்ப்பட்டு வருந்தம் உழந்ததைக் கச்சியப்ப முனிவர் ஓர் தருணங் கண்ணுற்றுத், தம் உள்ளத்தெழுந்த இளம்பிய பரிவால் இவரை நோக்கி: ஓய்! நீர் வாதவூரர் சரித்திரத்தைப் புராணமாய்ப் பாடுவீரேல் உமக்குற்ற ரோகஞ் சாந்தியாகும் என்று கூற, இவர். அவ்வாறு செய்து, நோய் நிவிர்த்தி பெற்றார் என்ப. இவர் பாடிய இப்புராணத்திலே ௭ சருக்கங்களும், ௬௪௪ விருத்தங்களும் உள. பாடல் மாதிரிக்காக அதன் காப்பை இவ்விடந்தருகின்றோம்:

"பவளமால் வரையினிலவெறிப்பதுபோற் பரந்தநீற்றழகுபச்சுடம்பிற்
றிவளமாதுடனின்றருளியபரமன் சிறுவனைப்பாரதப் பெரும்போர்
தவளமா மருப்பொன்றொடித்தொருகரத்திற்றாங்குயர்சிலைப் புறத்தெழுதும்
கவளமாகளிற்றின்றிருமுகமுடைத்தகடவுளைநினைந்துகைதொழுவாம்."

இப்புராணம் மாணிக்கவாசகர் எனு மறுநாமம் பெற்ற வாதவூரர் மேலது. இதற்குக் குமாரசுவாமி தேசிகர் என்பவர் உரைசெய்திருக்கின்றார்.

கடிகைமுத்துப் புலவர். — **Kadikimuttu Pulavar.**

வட திருநெல்வேலிச் சீமையிலுள்ள எட்டியா புரத்திற் பிறந்து, அவ்வூர் அரசனாகிய சகவீர ராம வெங்கடேசுவர எட்டப்ப நாயக்கனது சமஸ்தான வித்துவானாய் இருந்த இப்புலவர் காலம். ஓர் போது கஅம் சதாப்தமாய் இருக்கலாம். இவரது பாடல்கள் மிகச் சிறந்த உருவகாலங்கார வர்ணனைகளாற் பெயர்பெற்றன. நூறு செய்யுட்கொண்ட கழிக்கரைப் புலம்பல் என்னும் சமுத்திர விலாசத்துக்கு இவர் ஆக்கியோர். சமுத்திரத்தையும் அந்த இராசனையும் சிலேடை, மடக்கு முதலிய அலங்காரங்களால் வர்ணிக்கும் அவ்விலாசத்தையன்றி, ௬௨0 செய்யுட்கொண்ட திக்குவிசயம் என்னும் ஓர் பாடலையும் இவர் பாடினர். இத்திக்குவிசயஞ் சிவகிரிராசனாகிய வரகுணராமவன்னியனைப் பாட்டுடைத்தலைவனாக்கி, அவனது செல்வம், சிறப்பு, பராக்கிரமமாதிகளை விளக்கிப் பாடியது. இவையன்றி, மடக்கலங்காரத்தோடு சிறந்த சத்தார்த்தங் கலந்த அநேக தனிச் செய்யுள்களையும் திருவிடை மருதூரந்தாதியையும் பாடினர். இவரது பாடல் மாதிரிக்காய் இங்ஙனம் ஓர் மடக்குக் கவி தருகிறோம்.

"கருப்பஞ்சிலையுமேர்கரமே கண்டேனுனுஞ்சூகரமே
காமப்பயலுமூர்க்கரமே கணையைத்தொடுத்தான்சீக்கரமே
வருத்தம்புரிவாரநேகரமே வல்லார்மடவார்கிசகரமே
மாமால்வெங்கடேசுரட்டன் வருவான்வருவானென்றிருந்தேன்
திருத்தம்படிக்குமனோகரமே செய்தானினித்திவாகரமே
தினியில்வருவாயெனக்கரமே தெரியவுதித்தான்சக்கரமே
பொருத்தந்தருகண்ணுகரமே போர்வேட்கிலவீராகரமே
பூவைமாகுஞ்சேகரமே புகழ்ந்தேன்ராத்திருகரமே."

கணபதி ஐயர். — **Kanapathy Ayar.**

இப் புலவர் யாழ்ப்பாணம் வட்டுக்கோட்டையில் வசித்த ஓர் பிராமணர். இவர் தந்தையார் காஞ்சிபுரத்திலிருந்து வட்டுக்கோட்டைக்கு வந்து இல்லறம் பூண்டு, நல்லறஞ் செய்த வால கிருஷ்ண ஐயர். இவர் தஞ் சுற்றமித்திரரைப் பிரிந்து, வடதேசத்துள்ள திருவையாற்று வயிரவ சந்நிதியிலே ஓரிராத்திரி இளைத்துக் களைத்துத் தூக்கமற்றோராய் இருந்தபோது சுயம்பாடும் சக்தி உண்டாக, உடனே அவ் வயிரவர் பேரிலே பதிகம் ஒன்றைப் பாடினர் என்ப. இவர் வடதேச யாத்திரை செய்து ஊர்க்குத் திரும்பினபின்பு தமது

சுற்றத்தவருள் ஒருவராகிய சண்முக ஐயர் என்பவர் சில தருக்கள் கீர்த்தனைகளோடே தொடங்கியும் நிறைவேற்றச் சக்தியற்று விட்டிருந்த சுந்தரி நாடகத்தை வாளபிமன் நாடகம் என்று மாற்றி, எவரும் வியக்கப் பாடி முடித்தனர். இந்நாடகம் நாட்டுமாதிரியாயினும் மிகு பளபளப்பும் மளமளப்புங் கொண்டது. இஃதன்றி, வயித்திலிங்கக் குறவஞ்சி, மலையகந்தினி நாடகம், அலங்காரரூப நாடகம், அதிரூபவதி நாடகம் என்பவைகளோடு, வட்டுநகர்ப் பிட்டி வயற் பத்திரகாளிபேரிற் பதிகமும் ஊஞ்சற் பிரபந்தமும், பருத்தித்துறைக் கணேசர்பேரில் வெண்பா, ஆசிரியம், கலி, வஞ்சி, மருள் என்னும் பாவிகற்பம் பெற்ற நூறு கவிதைகளும் பாடினர்.

இவற்றுள், அபிமனாடகம் பாரத சரித்திரத்தில் இருந்து எடுக்கப்பட்டது. குறவஞ்சி வண்ணார்பண்ணை வயித்தீஸ்பரர்மேலது. மலையகந்தினி நாடகம் காசிகாண்டக் கதையில் இருந்தெடுத்துப் பாடியது. அதிரூபவதி நாடகம் விக்கிரமாதித்தராசன் வனவாசத்தை அடுத்தது. அலங்காரரூப நாடகம், நவாலியிலிருந்த ஒருவரால் ஆரம்பிக்கப்பட்டும், இப்புலவராற் சிங்காரிக்கப்பட்டு முற்றுப் பெற்றது. இவைகளையன்றி வேறுசில தனிப்பாடல்களும் பாடினர். பிரமசாரி விரதம்பூண்ட இவர் இற்றைக்கு நூறு வருடங்களின் முன் ௭௰ வயதிலே தேகவியோகமாயினர்.

கணபதிக் குருக்கள்.—Kanapathy Kurukal.

இந்தியாவிலுள்ள வேதாரணியத்தைச் சேர்ந்த சைவக் குரவராகிய இவர், பஞ்சலக்கணம் பழுதறக் கற்ற கலைஞராதலிற் "பஞ்சலக்கணக் கணபதிக் குருக்கள்" எனும் விசிட்டநாமம் பெற்றனர். இவரிடம் பாடங்கேட்ட மாணவகருட் சிரேட்டர், யாழ்ப்பாணம் மாதகற் சிற்றம்பலப் புலவர். கணபதிக் குருக்கள் வேதாரணியத்தை விட்டு யாழ்ப்பாணத்திலே தமது சீஷர்களைத் தரிசிக்க வருடந்தோறும் உருக்களில் வருபவராதலின் அப்படிப்பட்ட தருணங்களிற் தோணிக்காரருக்கு உபயோகமாகக் கப்பற்பாட்டுகள் சில பாடினர். அவற்றுள் ஸ்காந்தபுராண சரிதம் முற்றும் அடங்கியிருக்கின்றது. இவர் காலம் இற்றைக்கு ௧௫௦ வருடங்களின் முன்னும்.

கணபதி தாசர்.—Kanapathy Thasar.

இவர் நெஞ்சறி விளக்கம் எனும் நூல் செய்தவர். இதிலே நூறு செய்யுட்களுள. இதனை இவர் பாடினார் என்பதற்கு,

"வஞ்சகமனத்தினைசமார்றிய பெரியோர்தாளிற்
சஞ்சமாமலரிட்டேத்துங்கணபதிதாசனன்பால்
நெஞ்சறிவிளக்கஞானநீதிநூனூறும்பாடக்
குஞ்சரமுகத்துமூலக்குருபரன்காப்பதாமே"

என்னும் அதன் காப்புச் செய்யுளே திருட்டாந்தமாகும். "நாகைநாதர்" எனும் பேர் பூண்ட சிவனே பாட்டுடைத்தலைவர். நாகைநாதர் எனுஞ்சொல் அந்நூலிலுள்ள நூறு விருத்தத்திலும் வருகின்றது. பாடல் மாதிரிக்காகப் பின் வரும் விருத்தம் ஒன்றைத் தருகின்றோம்.

"தந்தைதாய் நிசமுமல்லச் சனங்களுநிசமுமல்ல
மைந்தருநிசமுமல்ல மனையவணிசமுமல்ல
இந்தமெய் நிசமுமல்ல வில்லறநிசமுமல்ல
சுந்தரநாகைநாதர் துணையடிநிசம்பார் நெஞ்சே."

கண்ணுடையவள்ளல்.—Kannudiavallal.

இவர் "சீர்காழி திருஞானசம்பந்த சுவாமிகளது திருவருள் பெற்ற" ஓர் மகான். வேதாகம சாஸ்திரக் கடல்கட்கு ஓர் தெப்பம்போன்ற இவர் செய்த நூல் ஒழிவிலொடுக்கம். இதிலே, வேதாகமப் பொதுவில் உபதேசம் முதல் நிலையியல்பு இறுதியாய்ப் பத்து அதிகாரங்களிலே உடுகூ வெண்பாக்கள் உண்டு. இந்நூற்குத் திருப்பேரூர்ச் சிதம்பர சுவாமிகளால் உரை செய்யப்பட்டிருக்கின்றது. இந்நூற் சிறப்புப் பாயிரமாகிய

"வள்ளல்சுருராயன் வாதுவென்ற சம்பந்தன்
வள்ளன்மலர்த்தாடலைமேல் வைத்துரைத்தான்—உள்ளத்
தழிவிலடுக்குந்தேவனை யன்பரெல்லாமுன்னை
ஒழிவிலொடுக்கநூலோர்ந்து"

என்னும் வெண்பாவிற்குக் கருங்குழி இராமலிங்கபிள்ளை மிக விஸ்தீரணமான உரை எழுதினர். இந் நூலாசிரியர் பெயர், இவர் குரவரது பெயர், இந் நூற்கு உரை செய்தார் பெயர்கள் யாவும் பின்வரும் விருத்தத்தாற் தெரியவரும்.

"வஞ்சியர்மாமோகமுறு மாதவத்தோர்புகழும்-மாதேவனருள்விளங்கி வளருநிதிப்புனைதபோல்-விஞ்சியசம்பந்தனடித் துணையுளங்கொள்வள்ளல்-விளம்பியருள் ஒழிவிலொடுக்கப் பெயர்கொண் முறையும்-அஞ்சனம்போற் றிருப்பேரூர்ச் சிதம்பரமாமுனிவ-னருளுரையுமிராமலிங்கவருந்தவனுய்ந்ததவத்-தஞ்சமுறு முலகுணர்வானச்சிலினைவித்தான் றஞ்சைநகர்க்கன் னையசற்குணபூபதியே."

இவர் ஒழிவிலொடுக்கத்தைத் தவிரக் கச்சிமாலை, மாயாப்பிரலாபம் என்னும் பாடல்களையும் இயற்றினர். இவர் இருந்த காலம் கி. பி. கஅ ம் சதாப்தம்.

கதிரவேற்கவிராயர்.—Kadiravel Kaviryar.

தரங்கம்பாடியிலே, வேளாளர் மரபிலே பிறந்து, சலாவல்லவர் எனப்பெயர் பெற்றுச், சென்னபட்டணத்திலே ஸ்தாபிக்கப்பட்டிருந்த சதுர்வேத சித்தாந்த சபா பிரசங்கத் தமிழ்த்தலைமைப் புலமை நடாத்தி வந்த இவர் பெருங்கீர்த்தி வாங்கிய புலவர். இவர் பாடும் பாக்கள் மிகப் பளபளப்பும் இசைப் பொலிவும் இயைந்தவை. தனிப்பாக்கள் பல இசைத்தாரன்றிக், குடிவெறியரைச் சிட்சித்துக் குடிகேடர் மாலை என்னும் ஓர் பாடலும் பாடினர். அஷ்டாவதானியாய் இருந்தமை பற்றி அஷ்டாவதானக் கதிரவேற்கவிராயர் என்றும் இவர் அழைக்கப்பட்டார். கிறிஸ்து மார்க்கத்துக்கு விரோதமாய்க் கிறிஸ்துமத திமிர பானு எனும் ஓர் புத்தகம் எழுதினர். இதனை நிராகரித்துக் கிறிஸ்தவர்களாற் கண்டனம் ஒன்று எழுதப்பட்டது. இவர் சரம தசையடைந்து இப்போது சில காலமாத்திரமே. இவர் புத்திரர் ஒருவர் தரங்கம்பாடியில் இப்போதும் இருக்கின்றார் என்று கேள்விப்பட்டோம்.

மு. கதிரேசுப்புலவர்.—**Kaderachu Pulavar**

யாழ்ப்பாணம் அச்சுவேலிக் கோயிற்பற்றிலிருந்த சோதிட சாஸ்திரிகளுள் ஒருவராகிய இவர் முத்துக்குமாரு என்பார்க்குப் புத்திரர். இவர் பாடுஞ் சத்தியிற் சிறந்தவராதலிற், பதுமபூரணி நாடகம் என்னும் ஒரு பாடலுடன், அச்சுவேலி இறையிலுள்ள நெல்லி ஓடை அம்மன்பேரிற் பல விருத்தங்களும் பாடினர். பாடல் மாதிரிக்கு அம்மன் பேரில் விருத்தம் ஒன்றை இங்ஙனம் வரைவம்.

"முத்திக்குவித்தான மோனத்தியானத்தி முப்புவனதாபனத்தி
முப்புரமெரித்ததகனத்தி முக்கோணத்தி மூலவோங்காரசித்தி
துத்திப்பணமுடிச் சுத்தவாபரணத்தி துய்யவேகாவடத்தி
சூலத்திநேத்ரபாலத்திகோலத்தி சுமங்களசோபனத்தி
பத்தித்தவத்திபரமேதத்தி மெத்தன்பு பாலித்தவுப்புக்கனப்
பத்தங்குநேசத்தி துத்திர்தவித்தகப்பரமபாதாம்புயத்தி
சத்தப்பிரகீதத்தி நாதத்தி வேதத்தி சந்திரோதயானனத்தி
தத்துவவித்தகத்துவீரிகித்தநித்தனுக்கோர்பாரிசத்திமுத்துமாரியம்மனே."

இந்தக் கழி நெடில் இப் பாவலர் வித்தாண்மைக்குத் தகுந்த சாட்சியாகும். இவர் கஅசசம் ௵ சஉ வயதில் அகாலமரணமடைந்தனர்.

ப. கந்தப்பிள்ளை.—**Kandapilly**.

இவர் முன்னர்க் கூறப்பட்ட ஆறுமுகநாவலர்க்குத் தந்தையார். நல்லூரில் இருந்த இலங்கைகாவல முதலியார் பரமாநந்தர்க்கு மைந்தர். தாயார் உலகாத்தையார். கஎகூசு ம் ஆண்டு பிறந்து ௫ வயதிலே வித்தியாரம்பஞ் செய்து, சண்முகச்சட்டம்பியார் என்னும் ஒருவரிடங் கல்வி கற்று, இந்தியாவிலிருந்து யாழ்ப்பாணம் வந்த கூழங்கைத் தம்பிரானிடம் இலக்கண இலக்கியம் வாசித்து வல்லபுலவராயினர். தமது சுயபாஷையை மாத்திரமல்லப், பறங்கித் தெருவிலிருந்த மெல்லோ பாதிரியாரிடம் உலாந்தா, போர்த்துக்கீஸ் என்னும் இரு பாஷைகளையும், சல்பேட் பறங்கியிடம் ஆங்கிலபாஷையையுங் கற்றவர். பதினெட்டு வருஷங்களாக அரசாட்சியாரிடம் ஆராச்சி உத்தியோகத்திலிருந்து வழக்கமாய் ஆராச்சிகந்தர் என்னும் பெயரால் அறியப்பட்ட இவர்க்குத், திருநெல்வேலியில் வதிந்த வேதவனத்தார் புத்திரி சிவகாமிப்பிள்ளை யிடத்திற் தியாகர், சின்னத்தம்பி, பூதத்தம்பி, பரமாநந்தர், தம்பு, ஆறுமுகவர் என்னும் ஆறுபுத்திரரும் ஆறு புத்திரிகளும் பிறந்தார்கள். ஆராச்சி உத்தியோகத்தோடு வைத்தியமும் கல்வியறிவும் இவரில் விளங்கிய காரணத்தால், இவர் சென்றுழியெங்கும் கண்ணியமும் மரியாதையும் இவர்க்கிருந்தன. புருஷலட்சணங்களிற் சிறந்த உத்தியோகத்தைத் தாமாகவே இவர் விட்ட பின்பு, தம் வாணாளை நாடகம் பாடுவதிலே போக்கினர்.

இவர் பாடிய நாடகங்கள் சந்திரகாசநாடகம், இராமவிலாசம், நல்லைநகர்க் குறவஞ்சி, கண்டிநாடகம், ஏரோதுநாடகம், சம் நீக்கிலார்நாடகம், இரத்தினவல்லி விலாசம் ஆதிய உக எனக்கேள்வி. இறுதியிற் சொல்லப்பட்டதே இவர் கடைசியாய்ப் பாடத்தொடங்கிய பாடல். அதனைப் பாடிக்கொண்டிருக்குந் தருணம், கஅஉஉ ம் ஆண்டு ஆனி ௴ உம் உ புதன்கிழமை, எகூ பிராயத்திலே சட்டென யாதோர் நோயும் இன்றி இறந்தனராம். அத்தருணம் ஊரிட்ட

புத்திரராம் ஆறுமுகநாவலர் உடன் இருந்தாரென்ப. இவர் புத்திரர் ஈ. ஈ. தம்பு என்பார் நெடுங்காலம் யாழ்ப்பாணக் கச்சேரி ஆராச்சியாயிருந்து இப்போது இளைப்பாறி இருக்கிறார். பரமாநந்தர் என்னும் மற்றோர் மகன் நொத்தாரிசும் புலவருமாயிருந்து இறந்துவிட்டார். இவர் பாடத்தொடங்கி விட்டிருந்த இரத்தினவல்லிவிலாசத்தை ஆறுமுகநாவலரே பாடிமுடித்தனர். கையறம் பாடுவதிலும் அதி சூரர் என்றும், கண்டிநாடகம் பாடிக்கொண்டிருந்தபோது முற்றத்தில் நின்ற மாமரத்திற் காய்களை அரித்துக் கொண்டிருந்த அணிலுக்குக் கையறம் பாடச், சட்டென்று அது விழுந்து இறந்தது என்றும் சொல்லக்கேள்வி. வாலிபப் பிராயந்தொட்டு விருத்தாப்பியம் வரைக்கும் பூஞ்செடி வைப்பதும் இவர்க்கு உவந்த தொழிலாம். பாடல்மாதிரிக்கு இராம விலாச விருத்தம் ஒன்று தருவம்.

"தருவளர் வனஞ்சூழயோத்தியம்பதியிற் றசரதனருள் பெறுராமன்-தருகௌசியற் காய்த்தம்பி லட்சுமணனன்றன்னோடேந் தனிவனம்புகுந்து-செருவளர்படைகள்செலுத்த தாடகையைச்சிதைத்த யாகமுநிறைவேற்றித்-திகழகலிகைதன் சிலையுருவகற்றிச் சீதையைக்கல்லியின்முரித்த-மருவளர்மிதிலை மணம்புரிந்தே தம் வளநகர்க்கேகுமவ்வழியில்-வரும்பரசிராமன்வலியொடும் வில்லுவாங்கியே சென்றுவாழ்ந்திருந்த-திருவளர்கதையை விலாசமதாகச்செப்பினேன் பிழையிருந்தாலுஞ் செந்தமிழ்ப்புலவீரவை பொறுத்தருள்வீர் தேவசாரித்திரமெனவே."

மேற் கூறப்பட்ட நாடகங்கள் அல்லாது தனிப்பாக்களும் பல பாடினர். உலாந்தா அரசாட்சியாரிடம் வைத்தியராக இருந்தாரன்றிச் சில வைத்திய நூல்களுக்கு உரையும் இயற்றினர். இவரது தௌகித்திர பௌத்திரருள், ஈ. ஈ. பொன்னையாபிள்ளை, ஈ. ஈ. கைலாசபிள்ளை என்பார் சிரேட்டர். சுற்றமித்திரர் அநேகர் சீர் சிறப்பாய் இருக்கின்றார்கள்.

கந்தப்பையர்.—Kandappiar.

இவர் சென்னைபுரிக்குச் சமீபத்திலே கச்சிக்கு முக்காத தூரத்திலே உள்ள திருத்தணிகை என்னுந் தலத்திலே வசித்த ஓர் வித்துவாமிசர். மூத்தையர் என்பார்க்குச் சுதனாகிய சாம்ப சிவ ஐயர் என்பார் இவர்க்குத் தந்தையார். புலவர்குலதிலகராகிய சரவணப்பெருமாளையர்க்கும் விசாகப்பெருமாளையர்க்கும் இவர் தந்தையார். "சிந்தாந்த சைவ சிவஞானபோத திராவிடமகாபாஷியகர்த்தராயிருந்த" சிவஞான யோகீஸ்வரர்க்கு மாணவகராகிய கச்சியப்ப முனிவர்க்கு நன் மாணாக்கர். அம்முனிவர் திருத்தணிகை சென்று வசித்திருந்த காலத்தில், இவர் அவர்க்கு மாணாக்கராகிப் பாண்டித்தியமடைந்தனர்.

திருத்தணிகாசலவனுபூதி. உலா, வேலாயுதசதகம்.
வேல்பத்து, மாலைவெண்பா, சிலேடையந்தாதி,
முருகன்தாலாட்டு, சிலேடைவெண்பா, அபிஷேகமாலை,
தயாநிதிமாலை, வெண்பாவந்தாதி, பழமலையந்தாதியுரை,
பிள்ளைத் தமிழ், சந்நிதி முறை, திருச்செந்திநீரோட்டக
கலம்பகம், ஸ்தலபுராணம், யமகவந்தாதியுரை

என்னும் பலநூதன பாடல்களுக்கும் உரைகளுக்கும் இவர் ஆக்கியோர். இவரிருந்த காலம் கி.பி. கஅம் சதாப்தம்.

கபிலதேவர்.—Kupilathavar.

கி. பி. கஅ ம் சதாப்தத்தில் இருந்தவர். பிள்ளையார் இரட்டைமணிமாலை, சிவபெருமான் திருவிரட்டைமணி மாலை, சிவபெருமான் திருவந்தாதி எனும் மூன்று பாடல்களை இவர் இயற்றினர்.

கபிலர்.—Kapilar.

உக்கிரப்பெருவழுதி என்னும் பாண்டிய ராசன் காலத்திலே, சோழியப் பிராமணனாகிய பகவனுக்கும், ஆதி என்னும் புலைச்சிக்கும் திருவள்ளுவருடன் பிறந்த ஆண்மக்கள் மூவரில் இவரொருவர். இவர் வளர்ந்தவிடம் ஆரூர். "பாரூர் நீர்நாட் டாரூர்தனிலே அந்தணர் வளர்க்க யானும் வளர்ந்தேன்" எனத் தாம் பாடிய அகவலில் இவர் தாம் வளர்ந்த விடத்தைத்தெரிவித்திருக்கிறார். இவ்வாறு இவர் பிதாவழியாற் பிராமணரும் மாதா வழியாற் புலைஞரும் ஆயினர். இவரது தந்தை, ஆதியை மனைவியாய் ஏற்றுக்கொள்ளா முன்னர், "ஈன்றிடுமகவெலாமீன்றுழியேவிடுத்-தூன்றியதுணிவொடுமுடன் வரவல்லையேல்-வருகென" ஓர் உடன்பாடு கேட்டதனால், ஆதி அதற்கிசைந்து பிள்ளைகளைப் பிறந்த பிறந்தவிடந்தோறும் விட்டுத் திரியும் போது கடைப்பிள்ளையாகிய இந்தக் கபிலர் பிறந்தனர்.

பிறந்த இந்தப்பிள்ளையை விட்டுப்பிரியக் காலெழாது தாய் வருந்துழி இது அவளை விளித்து,

> "சேர்ப்பமுத லின்றளவுங் கேடுவராமற்காத்த
> அப்புடனே யன்னமளித்திட்டோன்-தப்பித்துப்
> போனானோ கண்டுயிலப்புக்கானோ நின்மனம்போல்
> ஆனானோ வன்னையறை"

என்று சொல்லிற்றும். தாய் குழந்தையை விட்டுத் தணந்தபின் அங்குள்ள பிராமணருட் பிள்ளைக்கலியால் வருந்தினனொருவன், பார்ப்பையன் என்று பேருள்ளான், இப்பிள்ளையைப் புதையல் கண்டெடுத்த மிடியன்போல எடுத்துப் புளகாங்கிதங் கொண்டு, கையிலேந்தி "இந்தா விண்தோர் இளங் குழவி" என்று தன் பாரி கையிற் கொடுபோய்க் கொடுக்க, அவளதை அன்போடு அணைத்தெடுத்து ஆசையோடு வளர்த்தாள். இப்பிள்ளைக்கு எழுவயசு வந்துழி உபநயனக் கல்யாணஞ் செய்யும்படி வளர்த்த தாதையாகிய பார்ப்பையன் ஆரம்பித்துத், தன் சுற்றமித்திரரைச் சடங்கிற்குவர அழைக்க, அவர்கள் இப்பிள்ளை நங்குலத்ததல்லவே, அப்படியிருக்கிறபோது யாம் ஓம்படல் எவ்வாறென மறுக்க, வளர்த்தவர்களாகிய தந்தை தாயர் இருபேரும் மனசு கலங்கி வருந்துவாராயினர். அப்போது இப்பிள்ளையார் தைரிய சித்தராகிப் பிராமணர் கூட்டத்துட்சென்று, அவர்களைக்கூவி, "ஓய்! அந்தணரே! கன்மத்தால் அல்லது சென்மத்தாற் சாதியிலது" எனக்கூறி, அவர் கோட்பாட்டை வல்ல நியாயங் கொண்டு நிராகரணஞ் செய்து, ஓர் அகவல் பாடி, அப்பிராமணரை உபநயனச் சடங்கிற்கு ஒருப்படுத்தினர். அவ்வகவல் ஆக்கியோராகிய இக்கபிலர் நாமப்படி கபிலரகவல் என்று அழைக்கப் படுகின்றதன்றி, இந்நாட் டாரும் கல்லாரால் நன்கு மதிக்கப்படுகின்றது. ரோபின்சன் (Rev. Mr. Robinson) என்னும் அங்கிலோ குருவொருவர் அதனை இங்கிலிஷ்பாஷையிற் பாஷாந்தரப்படுத்தி இருக்கிறார். இக்கபிலர் இன்னும் பாதாளலோகத்திற் றவம்புரிந்து கொண்டிருக்கின்றார் என்ப. இஃது இவ்வாறிருக்கக், கடைச்சங்கத்தார்

நாற்பத்தொன்பதின்மருள் ஒருவராயிருந்து, திருவள்ளுவர் அரங்கேறிய போது, அதற்குப் புகழ்வெண்பாச் சொன்னரும் இவர் தாம் என்ற உத்தேசத்தாலுந் துணிவாலும் அப் பாட்டை இவர் நாமத்தின்கீழ்த் தருகின்றோம்.

> "தினையளவு போதாச் சிறுபுன்னீர் நீண்ட
> பனையளவு காட்டும்படித்தான்—மனைபழகு
> வள்ளைக்குறங்கு வளநாடவள்ளுவனார்
> வெள்ளைக்குறட்பாவிரி."

கம்பர்.—Kambar.

தமிழ் நாட்டுப் புலவருள் அதல்வியரான இவர் கம்பநாடு என்னும் ஓரூரிலிருந்து அரசாண்ட ஓர் அரசன் புதல்வர். இவருடைய அன்னை இவரைக் கருத்தரித்திருந்த போது, கம்பநாட்டிலே கலகமொன்று கிளம்ப, அரசன் கலகக்காரர் கையால் மாண்டனன். ஆகவே இராணி தனது பிராணரட்சையின் பொருட்டுத் திருவழுந்தூர்க்கு ஓடி, அங்ஙனமொரு ஒச்சன் வீட்டில் அடைக்கலம் புக்கிருந்து அவ்வீட்டிற்றனே இவரைப்பிரசவித்தனள். இவ்வோச்சன் ஓர் பிடாரி பூசகனுயிருந்தான். இவர் இராசபிறவியல்லர், சாதியிலோ ஓச்சன் என்று சாதிப்பாருமுளர். எழு பிராயம் வரைக்கும் இப்பிள்ளையார் இந்த இடத்திற்றனே வாசஞ் செய்து வளர்ந்தனர். பல வளங்களிலுஞ் சிறப்புற்றோங்கிய வெண்ணெய் நல்லூரில் இருந்த வேளாளர் குல திலகரும், மகா குபேரரும், கிராமாதிபதியுமாகிய சடையப்ப வள்ளல் என்பவர் இவரது வரலாற்றைப் பற்றிக் கேள்வியுற்ற போது, இவர் மீதும் இவருடைய அன்னையின் மீதுங் கருணை கூர்ந்து, தாம் இருக்குமிடத்துக்கு இவ்விருவரையும் அழைப்பித்து, இவர்கட்கென்று திட்டஞ் செய்த வீட்டில் இவர்களை இருத்தி, அன்ன வஸ்திராதிகள் கொடுத்துச் சவரட்சணை செய்து வந்தார்.

இளமைப் பிராயத்திற்றனே கம்பரது விவேகம் கொழுந்து விட்டெரிவதைக் கண்ட சடையப்ப வள்ளல் இவரது கல்வியிற் கருத்துச் செலுத்திப் பள்ளியில் வைத்து இவரைப் பயிற்று வித்தனர். நாமகள் கடாட்சம் இவர்க்குக் கிடைத்ததனுல் இவர் தமக்கு முன்னுவது பின்னுவது இருந்த புலவர் எவரினும் மகா புகழ் படைத்தனர். இவ்வாறன்றி, இவர் தாய் சடையப்ப முதலியார் வீட்டிற் குற்றேவல் செய்து கொண்டிருக்குங் காலத்தில், தனது புத்திரனுகிய கம்பன் மாடு மேய்க்கிற பிள்ளைகளுடன் தோழமை பூண்டு விளையாடிக் கொண்டு திரிவதைக் கண்டு, இவனைப் பிடித்துச் சடையப்பரது வீட்டுப் பிள்ளைகளினது ஏடுகளைச் சுமந்து கொண்டு பள்ளிக்குப் போக விட்டாள் என்றும், ஒரு நாள் உபாத்தியாயர் வயிரபுரம் என்னும் கிராமத்தில் விதைத்திருந்த கம்பங் கொல்லைக்குக் காவலாயிருக்க இப் பையனை அனுப்பினர் என்றும், இவன் போய்க் காவல் பண்ணும் போது தூக்கங் கொண்டு காளி கோயில் ஒன்றிற் படுத்து உறங்கினனென்றும், உறங்கும் போது கொல்லையைக் குதிரை ஒன்று தின்று அழிக்கிறதாகக் கனக் கண்டு விழித்துக், கொல்லைக்கு ஓடிப்போய், மெய்யாகவே குதிரை மேய்கிறதைக் கண்டு கூக்குரலிட்டு அதட்டியும், அது போகாது நிற்கக் கண்டு, ஐயோ! உபாத்தியாயர்க்கு என்ன சொல்வேன் என்று அழக், காளி வந்து "அழாதே"

என்று இவனைத் தேற்றி உன் நாவை நீட்டென்று சொல்லிப் பீஜாக்ஷரத்தைப் பதித்துப் போயினள் என்றும், உடனே வாணி வரப்பிரசாதத்தால்,

"வாய்த்தவயிரபுர மாகாளியம்மேகேள்
சாய்த்த திவனைப்புனத்திற் கால்வைத்துச்—சாய்த்துக்
கதிரைமாளத் தின்ற காளிங்கராயன்
குதிரைமாளக் கொண்டுபோ"

என்று பாடக், குதிரை இறந்ததென்றும், அதனை உபாத்தியாயர் கேள்விப்பட்டு "ஐயையோ! ஊர் அதிகாரியாகிய காளிங்க ராயன் குதிரையல்லவா? அவன் இச் சங்கதியை அறிந்தால் யாது மோசம் வருமோ? அறிகிலேன்" எனக்கலக்கமுறலும், கம்பன் முந்திப் பாடின வெண்பாவின் முதன் மூன்று அடியையும் மீளவும் படித்துக் "குதிரைமீளக்கொண்டுவா" என நான்காம் அடியை மாற்றிவிடக், குதிரை பிழைத்து எழுந்தது என்றும், இக் கதை எங்கும் பரம்பித் துங்கனெனுஞ் சோழராசன் காதிலும் விழ, அவன் இவனை அழைப்பிக்க, இப் பையன் கிளி கடி கோலோடு போய் நிற்க, "இக் கம்பனு அப் பையன்" என்று வினவினன் என்றும், இவ் வினவாலும் கம்பங் கொல்லை காத்ததாலும் கம்பன் என்னு நாமம் உண்டாயது என்றும், "நீ எவ்வூரினின்று வந்தனை? அவ்வூர் எத் தன்மையது" என்று அரசன் கேட்க,

"மோட்டெருமை வாவி புக மூட்டவரால் கன்றென்று
வீட்டளவும் பால்சொரியும் வெண்ணெயே—நாட்டம்
அடையாநெடுங்கதவு மஞ்சலென்றசொல்லும்
உடையான் சடையனூர்"

என விடை சொன்னார் என்றுங் கதையுளது. இச் சமாசாரத்தைக் கேட்ட சடையப்பர் இவரது பூர்வோத்தரத்தை அரசனுக்குச் சொல்லி, இவரைக் கூட்டிப் போய் முன்னிலும் பன் மடங்கு அபிமானித்து ஆதரித்துத், தகுந்த பிராயம் வந்துழி விவாகமுஞ் செய்து வைத்தார். துங்கராசனைப் பார்க்கிலும் அவன் மகன் இவரை மிக மரியாதை பண்ணித் தனது ராசதானியாகிய உறையூர்க்கு அழைப்பித்துத், தன் வித்துவான்களுட் சிரேட்டராகிய ஒட்டக்கூத்தர்க்கு ஒப்ப இவரையுந் தன் வாசல் வித்துவான் ஆக்கிக் கொண்டான். இவரது அரிய கவித் திறமையையிட்டே "கம்பர் வீட்டுக் கட்டுத் தறியுங்கவி பாடும்" எ-ம் இவரது புத்தி நுட்பத்தையிட்டே "இதென்ன கம்ப சூத்திரமா" எ-ம் முது மொழிகள் வழங்கலுற்றன. இத்தகைய மகா புலவரைக் கொண்டு, இராமாயணத்தைத் தமிழிற் பெருங் காப்பியமாகத் திருப்புவிக்க வேணடும் என்று இவரது அன்ன தாதாவாகிய சடையப்ப முதலியார் நினைந்து, தாம் கொண்டிருக்கும் அபிப்பிராயத்தை இவருக்கு அறிவிக்க, இவர் நல்லது அப்படியாகட்டும் என்று உரைத்துக் காலதாமதம் பண்ணி வருவதிற் பொருராகிய வள்ளலானவர் தமது பிரயத்தனத்தைச் சோழனுக்கறிவித்து, அவன் மூலமாய் இவரை அருட்டுவித்தனர். கம்பரை மாத்திரம் பாடும் படி தனியே விட்டாற் பராக்காக இருந்து விடுவாரென்ற யோசனை கொண்டாராய், ஒட்டக்கூத்தரையும் அக் காவியத்தைத் தமிழிற் பாடும்படிக்குக் கேட்டனர். ஒட்டக்கூத்தர் ஆறு காண்டம் பாடியுங் கம்பர் தெய்வ வணக்கந்தானுஞ் செய்யாதிருக்க, அரசன் ஒரு நாள் அந்த இரு கவிகளையும் அழைப்பித்து "எவ்வளவு பாடினீர்" என்று வினவ, ஒட்டக்கூத்தர் உத்தரமாக: "ஐந்து காண்டமும் பாடி ஆறாவது காண்டத்திற் கடல்காண் படலம் வரையும் பாடினேன்" என்றனர். கம்பர் அது கேட்டுத்

தான் கூத்தரினும் அதிகம் பாடினதாகக் காண்பிக்க விரும்பிச் "சேது பந்தனப்படலம் பாடுகின்றேன்" என்றனர். அது கேட்ட சோழன் "நீர் பாடிய பாடலைச் சற்றே பிரசங்கியும்! கேட்போம்" என்ன, இவர் உடனே அப்படலத்தைப் பாடி உபந்நியாசித்தார்.

"குமுதனிட்ட குலவரைகூத்தரிற்
திமிதமிட்டுத் திரியுந்திரைகடற்
றுமிதமூர்புகவானவர்துள்ளினர்
அமுதமின்னு மெழுமெனு மாசையால்."

என்னும் விருத்தத்தை இவர் சொல்லி உபந்நியாயஞ் செய்த காலைத், "துமி" யென்னும் பதத்திற்குப் பொருள் "துளி" எனக் கம்பர் கூறியதற்கு, ஒட்டக் கூத்தர் ஆட்சேபனை செய்து, துமி துளிக்காதலை மெய்ப்பிக்க வேண்டும் என்று கேட்க, மற்றை நாட் கம்பர் அவரையுங் குலோத்துங்க சோழனை யும் பிறரையும் ஆயர் வீதிக்குக் கூட்டிப் போய்ச், சரஸ்வதியின் அனுக் கிரகத்தால் ஆச்சரியமான விதமாக அதை மெய்ப்படுத்தினராம். இதினாற் கம்பர் பாடலுக்கு அதி மேன்மை பிறந்தது. இதையும், தமது பாடலில் இவரது பாடல் நயமெனப் பிறர் புகழ்வதையும் ஒட்டக்கூத்தர் கண்டும் கேட்டும் அதன் உண்மையைத் தாமே அறிந்தும், ஒரு நாட் தாம் ஆறேழு மாச மாகப் பாடி வைத்திருந்த ஆறு காண்டங்களையும் கிழித்தெறிந்து, ஏழாவதான உத்தர காண்டத்தைக் கிழிக்கத் தொடங்கும் போது, தற்செயலாய் அவரது வீட்டு வீதி மார்க்கமாய்ப் போன கம்பர் உள்ளே சென்று, "உமது பாடல் எட்டையேன் கிழிக்கிறீர்" என்ன, அவர், "வரகவியேகவி மற்றைக்கவி என்ன கவி" என்று ஏழாங் காண்டத்தையுங் கிழிக்கத் துணிகையில், இவர் தமதுபா டலுக்கும் அவரது பாடலுக்குமுள்ள வேற்றுமையை உலகம் அறிய வேண்டுமென்று எண்ணி, "நீர் பாடிய உத்தரகாண்டத்தை நாம் பாடிய மற்றைய ஆறுகாண்டங்களுடன் அமைத்துக் கொள்ளும்படி தருக" என்று கூறி, அக் காண்டத்தைத் தப்பு வித்துத் தம் பாடலுடனே சேர்த்தனர். இராக்காலத்திற் சொற்ப நேரந் தவிர மற்றும்படி விழித்திருந்து வான்மீகம், வாசிஷ்டம், போதாயனம் முதலிய இராம சரித்திரங்களை வைதீகப்பிராமணர்களைக் கொண்டு ஆராய்வு செய்வித்துக் கதைகளைக்கேட்டிருந்து, பகலிலே கற்றுச்சொல்லிகளை வைத்துக்கொண்டு, ஒவ்வொருவருக்கு ஐம்பதறுபது வீதமாகக் கவிசொல்லி, நாளொன்றுக்கு ௭௦௦ விருத்தங்களாக ஆறுகாண்டங்களையும் ஒரு பக்ஷத்துட் பாடி முடித்தனராம். சரஸ்வதி இவர் கண்ணுக்கு மாத்திரந் தோற்றிப் "பொழுதுமுடிந்தது கம்பா" என்று சொல்ல, "எழுதி முடிந்தது அம்பா" எனக் கம்பர் சொல்லுவார் எனவுங் கதையுளது. நாளொன்றுக்கு ௭௦௦செய்யுள் இவராற் பாடப்பட்டன என்றதற்குப் பின்வருங் கவி திருட்டாந்தமாகும்.

"கழுந்தராயுனகழல்பணியாதவர்கதிர்மணிமுடிமீதே
அழுந்தவாளிகடோசிவலராகவவபிகவகவிநாதன்
விழுந்தஞாயிறுவேழுவதன்முன்மறைவேதியருடனாய்ந்
தெழுந்தஞாயிறுவிழுவதன்முன்கவிபாடினதெழுநூறே."

தாம் இராமாயணம் பாடி முடித்த சங்கதியைக் கம்பர் குலோத்துங்க சோழனுக்குஞ் சடையப்ப வள்ளலுக்குந் தெரிவித்து அவர்கள் அநுமதி பெற்று ஸ்ரீரங்கத்தில் அதை அரங்கேற்றப்போக, அங்குள்ள வைஷ்ணவப் பிராமணர் அழுக்காறுற்றுச் "சிதம்பர வாசிகளாகும் தில்லைமூவாயிரரே தமிழ்ச்

ஸ்ரேட்டராதலால் நீர் முதல் அவரிடத்திற் சென்று உமது நூலை அரங்கேற்றல்கடன்'' என்று போக்குக் கூறினர். கம்பர் அப்படி ஆகட்டும் என்று தில்லைக்குச் சென்று, அவர்களுட் சிலரைக் கண்டு, தாம் வந்த கருத்தைப் பேச, அவர்களோ: ''நாங்கள் மூவாயிரரும் ஒருங்கு கூடினன்றி யாதொரு கருமமுஞ் செய்தல் கூடாது" என்று தனித் தனி ஒவ்வொருவருஞ் சொல்லப், புலவர் பெருமானும் இவர் விசாரமாய் இருக்க, மற்றைநாளோ அப்பிராமணர் அத்தனைபேரும் ஓரிடங் கூடும்படியான சம்பவம் ஒன்று நேரிட்டது. அவர்களுள் ஒருவரது பிள்ளைக்கு அரவந் தீண்டியதால் அப்பிள்ளை இறந்துவிடத், தில்லைமூவாயிரர் யாவரும் அவ்வீட்டிலே ஏககாலத்திற் கூடக், கம்பர் தம் கையிலிருந்த இராமாயணம் நாகபாசப்படலத்திற் சில பாட்டுகள் தெரிந்து படிக்க உடனே, உறங்கி விழித்தார்போல இறந்த பிள்ளை உயிர்கொண்டு எழுந்ததென்ப. இந்த ஆச்சரியங்கண்ட அப்பிராமணர் இவரைமெத்தவும் பாராட்டி உபசரணை செய்து தொல்காப்பியரிடஞ் சில வினக் கேட்ட அதங்கோட்டாசிரியர் போலச், கடமைக்காக இவரிடஞ் சில கேட்டு, அப்பால் இவர் திறமையை மெய்ச்சித் திதிகவியுங் கையொப்பமுங் கொடுத்து அனுப்பினார்கள்.

இவர் ஸ்ரீரங்கத்திற்குத் திரும்பியபோது பிராமணர் பின்னுந்தம்மனத்துற்ற அசூயையை விடாராகி இவரை நோக்கி: "ஓய் புலவர் சிகாமணீ! திருநறுங்குண்டைத்தலத்துள்ள சைநர்கள் தமிழ் வல்லராய் இருத்தலின் நீர் அங்கேயும் போய் அவர்கள் கையொப்பம் வாங்கி வரல்வேண்டும், அதுவல்லவா உத்தமம்'' என்று பின்னும் போக்குக்கூற, இவர் ''நல்லது'' என்று அவ்வூர் தேடிச் செல்ல, அவர்கள் இவரை மரியாதையாய் அங்கிகரித்து வந்தகாரணம் வினவி, இவரது பாடலை ஆராய்ந்து பார்த்து, ஓ! நம்மிடத்துள்ள சிந்தாமணி, சிலப்பதிகாரம், வளையாபதி, மணிமேகலை, குண்டலகேசி என்னும் பஞ்சகாவியங்களிலும் இது அதி மாட்சிமையுற்றது என்று சொல்லித், தங்கையொப்பத்துடன் திதிகவியுங் கொடுத்தனர். அதையும் வாங்கி இவர் ஸ்ரீரங்கத்திற்குத்திரும்ப, அங்குள்ள பிராமணர் பின்னும் இவரை நோக்கி: நீர் மாவண்டூருக்குப் போய் அங்குள்ள ஸிரேட்ட பண்டிதனாகிய சருமானுடைய அனுமதியும் வாங்கிவரல் வேண்டுமென, இவரும் அதற்கு இசைந்து, அவனிடம் போக, அவன் இவர் வரவிற் சந்திரோதயங் கண்ட ஆம்பல் மலர் போல முகமலர்ந்து, அளவளாவி, இவரை உபசரித்து, இவர்பாடலிற் சில வினவி மனமகிழ்ந்து தன் கையொப்பமுந் திதிகவியுங் கொடுத்தான்.

ஸ்ரீரங்கத்துப் பிராமணரோ அம்மட்டில் விடாது, இவரை விளித்துப்: புலவர் பெருமானே! தஞ்சாவூரிலே அஞ்சனாட்சி என்றொரு தாசியுண்டே, அவள் பிரபல வித்துவாமிசையாய் இருக்கிறாளே, அவள் கையொப்பமும் வந்தாற் சரிதான் என்று கூறக், கம்பர் அவரை நோக்கி ''ஆகட்டும்'' என்று உத்தரஞ்சொல்லி, அவரிடத்துச் செல்ல, அவர் இவர் வரவைக்கண்டு விம்மிதத்தராகித் தம்மிடஞ்சென்ற காரணத்தை வினவித்: தேவரீர்! தாங்கள் இதற்காக இங்கு எழுந்தருளல் வேண்டுமோ? அடியேனை அழைத்தாற் றங்கள் சமுகம் வரமாட்டேனா என்று உபசாரவாக்குக் கூறிக், கையொப்பம் இட்டுத் திதிகவியுங் கொடுத்து அனுப்பினர். பிராமணரோ, இளகின இரும்பை அடிக்கருங் கொல்லரெனப் பின்னும் மரியாதையற்றவராய், வேறுசிலர் அனுமதியுந் திதிகவிகளும் வாங்குவித்தபின்னர், ஈற்றில் "நம் புதல்வராகிய அம்பிகாபதியின் அனுமதியும் வந்தாற்றான் பூரணம்'' என்றனர்.

உடனே புலவர் பெருமான் தம் புத்திரரை அழைப்பிக்க, அவர் வந்து தந்தையாரது உபய பாதங்களில் வீழ்ந்து தண்டன் செய்து: அடியேனை அழைப்பித்தது என்னை? தந்தையே என, இவர்: "அப்பா, மகனே, அம்பிகாபதி, நமது பாடலுக்கு உன் கையொப்பமும் வேண்டும்" என்று ஸ்ரீரங்கத்து வேதியர் ஆசித்தனர்; அதுபற்றியே உன்னை இங்கு அழைப்பித்தேன் என, அவர் முகமலர்ந்து: "தந்தாய்! அவர் விரும்பியவண்ணம் தருகிறேன்" என்று கூறிப் புகழ்க் கவியுங் கைச்சாத்துங் கொடுத்தனர். இவற்றின் பின்பு கம்பர் சடகோபர் அந்தாதி என்னும் பாடலை நூறு கட்டளைக் கலித்துறையிற் பாடி அரங்கேற்றத்தை ஆரம்பித்தனர். சடகோபர் என்பார் விஷ்ணு சமயிகளுக்குரிய ஆழ்வார் பலருள் ஒருவர். விசாலமும் உன்னதமுமான ஆயிரக்கால் மண்டபத்தின் கண்ணே, வேதாகம சாஸ்திர பண்டிதர்கள், வடமொழிப் புலவர்கள், தென்மொழிப் புலவர்கள், அரசர்கள், பிரஜைகள் ஆகிய பலர் சமுகத்திலே கம்பர் இராமாயணத்தைப் பிரசங்கித்து அரங்கேற்றுஞ் சமயத்திலே வைஷ்ணவர்கள் இடைக்கிடை சிற்சில கவிகளில் வினவி ஆட்சேபங்கள் தொடுக்க, அவர்களுக்குத் திருத்திவருமாறு இவர் சமாதானஞ் செய்தனர்.

வைஷ்ணவச் சிரேஷ்டரான சீமந்நாத முனிகள் இவர் அரங்கேற்றத்துக்கு அதி உச்சாகமாய்ச் சகாயஞ்செய்து, அரங்கேற்றஞ் சமாப்தியானவுடனே வித்துவ சிரோமணியாகிய இவரை நோக்கி: "இத்தகைய மகா காவியத்திலே நீர் நரஸ்துதி பண்ணிய காரணம் யாது" என்று கேட்க இவர் பிரதியுத்தரமாகச்: "சுவாமிகளே! சடையப்ப முதலியார் எனது அன்னதாதாவாய் இக்காவியத்தைப் பாடும்படி என்னை ஏவினர். ஆதலாலும், என்மகன் அம்பிகாபதியின் விவாகத்திற் பாதபூசை நடக்கும்போது அரசர்கள், பிரபுக்கள் நிறைந்திருந்த கலியாண மண்டபத்தின் வாசலில், மேற்படி வள்ளலானவர் வந்து தாமிருக்க இடங்காணாது நிற்கச், சிலர் எழுந்து 'இங்கே வருக' என்று அவரை அழைக்கச், சிலர் 'அங்கேவருக' என்று அழைக்க, அவர் யாவர்க்குங் கையமைத்து அங்கணத்தின் வரம்பிலே நிற்க, அதை என் பாரி கண்டு பொறுளாகி வியசனமுற்று: 'இத்தனை சனங்கட்கும் இடமிருக்க எமது அண்ணு அவர்கட்கு மாத்திரமா அந்த அங்கணங் கிடைத்தது' என்று என்னைக் கேட்க, யான் உத்தரமாக: 'உன் அண்ணனை இந்தவிடத்திலா வைப்பது? யான் வைக்குமிடத்தில் வைக்கிறேன்' என்று சொன்னேன் ஆதலானும், அவர் பெயரைப் பலவிடங்களிலும், அவர் தம்பிமார் கண்ணமுதலியார், சரராம முதலியார் என்பவர்கள் பெயர்களை இரண்டோர் இடத்திலும் வைத்தேன்" என்றார்.

சீமந்நாத முனிகள் அதைக் கேட்டு மகிழ்ந்து: அப்படியேல், அவர் நாமங்களை நூற்றுக்கொரு முறை வையாது ஆயிரத்திற்கொருமுறை வைத்தாற் போதுமே என்றனர். கம்பரோ அவ்வாக்கைச் சிந்தை வருந்தாது கேட்டு, மகா பாக்கியம் ஐயா! நான் அந்த வள்ளலின் குணாதிசயங்களை விளங்காது நூற்றுக்கொன்றாகமதித்தேன். தாங்களோ ஆயிரத்துக்கொன்றாக மதித்தீர்களே என்று சமாளித்து அவ்வாறு செய்கின்றோம் என்றனர். அப்பொழுதே அம்முனிவர் இவர்க்குக் கவிச்சக்கரவர்த்தி, தெய்வக் கவிஞர், ஆழ்வார் என்னும் திருநாமங்களையிட்டுச், சங்கத்திருந்தார் பலரைக்கொண்டு சாத்து கவிகள் சாற்றுவித்து, வைஷ்ணவரைக் கொண்டு தக்க மரியாதையுஞ் செய்வித்தார்.

இவ்வாறு ஸ்ரீரங்கத்திலே இராமாயணம் அரங்கேற்றமான பின்பு, கம்பர் திருவெண்ணெய் நல்லூர்க்குச் சென்று, சடையப்ப முதலியாரைக் கண்டு,

அது காறும் நடந்த வர்த்தமானங்களைச் சொல்லி, உறையூர் சென்று குலோத்துங்க சோழனுக்கும் அவற்றைத் தெரிவித்தார். இவ் வர்த்தமானங்கள் எல்லாம் உமக்கும் உங்காவியத்துக்கும் கௌரவமேயென்று சோழன் கூறிப், பாண்டியராதி அரசரையுஞ், சடையப்பவள்ளலாதி பிரபுக்களையும், வித்துவசனர்களையும் அழைத்துச் சபைகூட்டி வைத்து இராமாயணப் பிரசங்கஞ் செய்வித்தான். இடைக்கிடை புவீசர்களும் கவீசர்களும் சிற்சில வினுக்களைக் கேட்டனர். ஒட்டக்கூத்தருஞ் சிலவற்றை வினவினர். யாவரும் பிரமிப்படையவும் சாந்தப்படவுந் தக்கதாக உத்தரங்கூறி உபநயித்து முடித்த பின், சேரராசன் கம்பநாட்டாழ்வாருக்கு விலைபெற்ற ஆடையாபரணங்களுடன் பூமிகளையும் வெகுமதி செய்து,

"தராதலத்தினுள்ள தமிழ்க்குற்றமெல்லாம்
அராவுமரமாயிற்றன்றே—இராவணன்மேல்
அம்புநாட்டாழ்வானடிபணியுமாதித்தன்
கம்பநாட்டாழ்வான் கவி"

எனத் துதிகவியும் பாடிக் கொடுத்தான். ஔவையாராதி வித்துவசனர்களும் புகழ்க்கவி கொடுத்தனர். குலோத்துங்க சோழன் இந்தக் கவிச்சக்கரவர்த்திக்கு உயர்ந்த பட்டாடை தரிப்பித்துச் சங்குசக்கரக் கடுக்கன் பூட்டிப், பதக்கம் முத்துமாலை யாதிய கொடுத்துப், பொன்னம்பாரி கட்டிய பட்டத்து யானைமேலே ஏற்றிக் கிராமப்பிரதட்சணம் வருவித்துச், சத்திரமாதி விருதுகளோடு,

"வாழ்வார் திருவெண்ணெய்நல்லூர்ச் சடையப்பன் வாழ்த்துபெறத்
தாழ்வாருபரப் புலவோர்கவிஞர்கடாணைகலப்
போழ்வார் கதிரினுசித்ததெய்வப்புலமைக்கம்ப நாட்
டாழ்வாரடியைச் சிந்திப்பார்க்கியாது மரியதன்றே"

எனுந் துதிகவியுங் கொடுத்தான். இவையன்றிக் கருணாகர பாண்டியன் யானைத் தந்தத் தண்டிகையுடன் பற்பலவெகுமதிகள் ஈந்து,

"தரலாற்றுங் கலிச்சக்ரவர்த்தி செய்யுட்டாளுற முடைமைநோக்கி
வரலாற்றுமுறையினியற் றமிழுணர்ந்தமுதியோரு மற்றுள்ளோரும்
முரலாற்றுக்கடற்பாரிற் கம்பசூத்திரமுதசொன்மொழிபவன்றோற்
கேலாற்று மால்சங்கமோக்குமெனின் யான்வேறுரைப்பியம்பலாமால்"

எனத் துதி கவியுங் கொடுக்கக், குடகதேச ராசன் யானைகளும், மாறுவாடித் தேசத்தரசன் ஒட்டகங்களும், சிந்துதேச மன்னன் குதிரைகளும், பிறர் வெவ்வேறு பரிசுகளுங் கொடுத்தார்கள். இந்தப் புலவர் எங்கேனும் போம்போது மூன்றூறு புலவர் தற்சூழ்ந்துவரத் தண்டிகை ஏறி இராசபவனியோடு செல்ல, வழிச்செலவுகள் அங்கங்கே அவ்வவ்வூர்ச் சனங்களால் இஷ்டமாய் இவர்க்குக் கொடுக்கப்பட்டன. சனங்கள் கொடுத்தவற்றைத் துரைத்தனத்தார் தம் வருடவரியிற் கம்பர் போனவழிச்செலவிற்கென்று கழித்துவிடுவார்கள். இத்துணைய உபசரணை பெற்ற இப் புலவர் பெருமானுக்கும் இவரை உயர்த்தி வைத்த சோழராசனுக்கும் பிற்காலத்தில் ஒவ்வாமை உண்டுபட்டது. இவர்: "இந்த இராச்சியம் உமக்கைக்கியம், நீரெமக்கைக்கியம்" என்று ஒரு முறை இராசாவோடு தம்மைச் சரிக்கட்டி ஒப்பிட்டுப் பேசியதால் அவன் யாதும் பேசாது கோபங்கொண்டு வீட்டிற்போய், அங்கே ஆகாரம் உண்ணாது

பட்டினியாய் இருந்தனன். அரசி முகாந்தரத்தை அறிந்து அவனது தாசியா கிய பொன்னிக்கு உணர்த்த, அவள்: ஓ! யான் இந்தக் கணமே கம்பரிடஞ் சென்று அவரது அகம்பிரமத்தை அடக்கி அவரை எனக்கு அடிமையு மாக்கி வருகிறேன் பாரீர் என்று சபதஞ் சொல்லிப் போய், உபாய மாயமொ ன்றால், "தாசிப்பொன்னிக்குக் கம்பனடிமை" என்று ஓர் நறுக்கில் எழுது வித்துக் கைபொப்பமும் வாங்கி அரசனிடங்கொடுக்க, அரசன் மிக மகி ழ்ந்து, மற்றை நாள் வித்துவான்கள் கூடியிருந்த சபையில் அந்நறுக்கை வாசி த்துப் பகிடிபண்ணிக் கம்பரை நோக்கி: ஓ! புலவரே! இதை நீர்தானா எழு தினீர் என்றான். இவர் அதற்கு உத்தரமாய்: நாம் எழுதியது மெய்யே, அதன் பொருள் அறியாதார்க்கு அது நகைப்பாய் இருக்கும், அல்லாதார்க்கு அப்படி யிராது எனச் சொல்லி, "தாய்" கடை குறைந்து "தா" என்றாயது, 'சி' குறு கிச் "சி" என்றாயது. "பொன்" "பொன்னி" என இகரவிகுதிபெற்றுள்ளது. மொத்தம் பார்க்கில் உலகமாதாவான ஸ்ரீ லக்குமிக்குக் கம்பனடிமை யென் பது பொருள் என்று தாற்பரிக்க, அரசன் கேட்டு வெட்கி, அம்மம்ம! புலவர் களை ஒருகாலும் நம்பொணாது என்று சினந்து,

"போற்றினும்போற்றுவர் பொருள்கொடாவிடிற்
தூற்றினுந்தூற்றுவர் சொன்னசொற்களை
மாற்றினுமாற்றுவர் வன்கணாளர்கள்
கூற்றினும்பாவலர் கொடியராவரே"

என்னும் இப் பாட்டைக் கூறிக் கோபதீரனாய் "நாங்கொடுத்த விருதுக்களை வைத்து நீ எங்கேனும்போகலாம்" என்றான். அதுகேட்ட கம்பர்,

"காதமிருபத்துநான்கொழியக் காசினியை
ஓதக் கடல்கொண் டொழித்ததோ—மேதினியிற்
கொல்லிமலைத்தேன்சொரியும் கொற்றவா நீமுனிந்தால்
இல்லையோ வெங்கட்கிடம்" என்றும்,

"மன்னவனுநீயோ வளநாடுமுன்னதோ
உன்னையறிந்தோதமிழையோதினேன்—என்னை
விரைந்தேற்றுக்கொள்ளாத வேந்துண்டோவுண்டோ
குரங்கேற்றுக்கொள்ளாதகோப்பு" என்றும்

பாடி, வீட்டுக்குத் தானும் போகாது, மனைவிக்கும் அறிவியாது, செலவுக்குப் பணமும் எடாது உச காததூர மாத்திரம் விஸ்தாரமுற்ற அரசன் சீமையை விட்டுப் போயினர். வழியிலே செலவுக்கு முட்டுப்பட்டு ஓரிடத்திலே ஓர் வீட்டுக்குச் சுவர் வைக்க எற்பட்டு, அதற்குச் சம்பளமாக வேலி என்பா ளிடம் நெல்வாங்குமுன், அது முன்னரே பலருங் கட்டியபோது விழுந்தா ற்போல அப்போதும் விழுந்துபோகக் (இதை ஓர் பேயின் விளையாட்டு என்பர்) கம்பர் மிக்கவிசனம் உற்றவராய்,

"மற்கொண்டதிண்புயத்தான் மாநகர்விட்டிங்குவந்தேன்
சொற்கொண்ட பாவின் சுவையறிவா ரிங்கில்லை
விற்கொண்டபிறைநுதலாள் வேலிதருங்கூலி
நெற்கொண்டுபோமளவு நில்லாய்நெடுஞ்சுவரே"

என்று சுவரை விளித்து நிற்கச்செய்து, வேலி என்னும் அரசியிடங் கூலி நெற்பெற்று அப்புறம் போனார். வழியிலே பசி அதிகரித்த போது கோமு ட்டிகடையிலே அவல் கேட்டுப் பெறாமலும், செக்காட்டி யிடம் பிண்ணாக் குக்கேட்டு அகப்படாமலும், பிராமணனிடத்திலே தாகந்தீர நீர் கேட்டு

வாயாமலும், பின்னும் முன்னடந்து களைப்புற்று அப்பாற் போம்போது, உழு கிற வேளாளன் ஒருவனுக்குப் பழஞ்சோறு வரக்கண்டார். அவன் அதைக் குடிக்கப் போகிற போது இவர் முந்தி ஓடித் தம் கையை நீட்ட, அவன் தான் உண்ணாது இவர்க்கு முன்கொடுத்து, மீந்ததை உண்டனன். இவர் பசி யாறி இளைப்புத் தீர்ந்தபின் இச்சம்பவங்களைச் சுட்டிச்,

"செட்டிமக்கள் வாசல்வழிச் செல்லோமேசெக்காரப்
பொட்டிமக்கள் வாசல்வழிப் போகோமே—முட்டிபுகும்
பார்ப்பா ரகத்தைபெட்டிப் பாரோமே யெந்நாளும்
காப்பாரே வேளாளர்காண்."

"மேழிபிடிக்குங்கை வேல்வேந்தர் நோக்குங்கை
ஆழிதரித்தே யருளுங்கை—சூழ்வினையை
நீக்குங்கை யென்றுநிலைக்குங்கை நீடூழி
காக்குங்கை காராளர்கை" என்றுபாடினர்.

மேற் குறித்த வேளாளன் போசனம் உண்டு பசியாறிப்போய் மறுபடியுங் கொல்லையில் உழவே, அவ்வுழவுசாலிற் தபலை ஒன்றோடு புதையல் தோன்ற, அவன் மண்வெட்டி கொண்டு அதைவெட்டி எடுத்து, இப்புலவரது மங்கள வாழ்த்தினால் எனக்கிது அகப்பட்டதென்று கூறிக், கம்பரைத் தன் வீட்டுக் குக் கூட்டிப்போய், இரண்டு மூன்று நாள் வைத்து உபசரித்து, நீர் எங்கே யாயினும் போகாது இங்கிரும் என்று மறிக்க, இவர் சம்மதியாமையால், அவன் "இத்திரவியத்திலாயினும் பாதி கொடுபோம்" என, இவர் "நன் நான்கு முழச் சீலை மாத்திரம் இரண்டு கொடு" என்று வாங்கிப்போய் ஓர் சீமானை யடுத்து அவன் உதவியாற் சேரராசனுக்கு அடைப்பைக்காரனாயி னர். இவர் அவ் இராசனுடன் இருக்கும்போது ஒரு நாள் இராசசபையிற் புலவர்கள் இராமாயணப் பிரசங்கஞ் செய்ய, இவரதிற் சற்றே கருத்துந்திருத் தமுங் காட்டினதால் அரசன் இவரை நோக்கி, உனக்கு இப்பிரசங்கம் வரு மா என்று கேட்க, இவர் உத்தரமாய் என் அரசனே, நான் கம்பருக்கு அடை ப்பைக்காரனாய் இருந்தபோது இதனைக்கேட்டிருந்தேன்; ஆதலாற் சற்றே எனக்கு வருமெனை, அரசன் அவ்வார்த்தையைக் கேட்டு, அப்படியானால் நல் லது, நீ சற்றேபிரசங்கி, கேட்போமென, இவர் நவரசாலங்காரத்தோடு பிரசங் கத்தைப் படித்து முழக்கி விட்டனர். அரசன் இதைக்கண்டு சபையாருடன் அவருடைய வித்தாண்மையை மெய்ச்சினனாய் அது முதல் இவரைத் தன் அடைப்பைக்கார வேலையால் மாற்றித் தனது வித்துவான்களுட் சிரேட்ட ராக்கினதுமன்றித் தன்பந்தி போசனத்திலுஞ் சேர்த்துக்கொண்டனன்.

இதைக் கண்டு மற்றப்புலவர்கள் நிர் நிமித்தமாய் இவருடன் வெறுப்பாகி இவரை இழிகுலத்தானென அபவாதஞ் சொல்லி, இராசனின் நாவிதனுக்கு ஈராயிரம் வராகன் கொடுத்து, அப்புலவரை உன் சகோதரன் என்று சொல் எனத் தூண்டி விட்டார்கள். ஒரு நாள் இவர் இராசாவுடன் சரியாசனத்தில் இருந்து இறங்கி வாசல் அண்டையிற்போக, நாவிதன் இவர் வரவைக்காத்து நின்று "என்னண்ணா" என்று யாவருங்காண இவரைக் கட்டி அழ, இவரும் நடந்த சற்பனையை அறிந்து வருவது வருக என்று நினைந்து, அவனைக்கட்டிக் கொண்டு சாலமாய் அழுது, அடா! தம்பீ! நீ குடி இருப்பதெங்ஙன்? உன் பிள்ளைகளைக்காண வாஞ்சிக்கிறேன் என்று சொல்லிச் சும்மாசெல்லப்படாது. தாக்குண்டானால் நோக்குண்டு என்றாற்போலக் கொஞ்சக்கடலை வாங்கிக் கொண்டு அவனுடன் போயினர். மைத்துனர் வந்தார் என்று அம்பட்டத்தி

களித்துச் சாதங்கறி சமைத்து, மைத்துனரே! உண்ண வாரும் என்றழைக்க, இவரோ: நல்லது, நான் உண்ணு முன் என் தம்பி இடம் விசாரிக்கவேண்டிய சில உள என்று கூறி, அம்பட்டனை நோக்கித். தம்பீ! நீயும் நானும் பிரிந்து இருபது வருடமாயிற்றே, நாங்கள் தாயபாகம் பிரிவிட்டதில்லையே; நீ இவ்வளவு நாளாக உழைத்ததிற் பாதியை எனக்குக் கொடு என்றார். அவனோ வித்துவான்களிடம் தான் வாங்கிவைத்திருந்த ஈராயிரம் வராகனையும் கொண்டு வந்து கொடுக்க இவரோ: நல்லது தம்பி, நீ சௌரஞ்செய்த நாளளவு நானும் இராசாவுக்குச் சௌரஞ்செய்ய வேண்டுமே, அதற்கு நீ சம்மதமாவென: ஆமாம், அண்ணா என, இவரோ அப்படியேல்: அரசனுக்கு இதுகாரியம் சம்மதமாகுமா? வா, கேட்போம என்று கூறி, உபாயமாய் அவனை இராச சபைக்கு அழைத்துச் சென்றார்.

இதற்கிடையில் நடந்த சங்கதிகளைத் தூதரால் அரசன் அறிந்து விசனக் கடலில் மூழ்க, எதிர்ப் பாவலர் குதுகுலித்து, நம் எதிரி இன்று விழுந்தான் என்று மகிழ்ந்தார்கள். நாணத்தால் முக ரூபமாறிய அரசன் கம்பரை நோக்கிச் சமாசாரம் ஏது என்று கேட்க, இவர் இராசனை நோக்கிச்: "சுவாமீ தங்களுக்கு என் தம்பி சௌரஞ் செய்த காலமளவு யானுஞ்செய்தற்பொருட்டுத் தங்கள் சம்மதங் கேட்கவந்தேன்" என்றார். இச்சொல்லுடனே தங்காரியஞ் சித்தியாயிற்று என்று பகைவர் கண்டு, நாவிதனைக் கூவி: "விடாதே! எச்சங்கடம் வரினும் யாந்துணை செய்தும் என்று அவனைக் கிளப்பி விட்டனர். அந்தச் சமயம் வாணி கடாட்சத்தாற் கம்பரது கையிலோர் சிலம்பு வந்ததாம். அதை இவர் அரசன் கையிற் கொடுத்து: இராசகெம்பீரரே! யானும் என் கனிட்டனும் எம் முன்னோர் தேடிவைத்துப்போன வீட்டுத் தட்டு முட்டுகளைப் பங்கிட்டபோது இச்சிலம்பு என் பங்குக்கு வந்தது. இதுபோன்றது ஒன்று எனது தம்பி கையிலும் உண்டு, அதையும் வாங்கினாற் தங்கள் நாயகியார்க்கு உதவும்" என இதைக் கேட்ட நாவிதன் திடுக்குற்றான். யானையானது தன்னைக் கட்டச் சங்கிலி தானே எடுத்துக்கொடுத்தாற் போல அம்பட்டன் எடுத்த துருவம் அவனுக்கே அநர்த்தம் ஆயிற்று.

அப்போது அந்த ஏழை அம்பட்டன் திகிலடைந்து அரசனைப்பார்த்து: எனது ஆண்டவனே! என்வசஞ் சிலம்பு இல்லையென்று கூறக், கம்பர் அடா தம்பீ! உனக்கேன் அச்சிலம்பு? என்போல் நீயும் அரசற்கு அதைக்கொடுத்து விடு என்றார். காரியம் வரவரத் தடித்தது. மயிர் வினைஞனோ பின்னும் அரசனை நோக்கி: என் வேந்தனே, அப்படியோர் பொருள் என்வசமில்லை என, அரசனுஞ் சபையாரும் அவன் பேச்சை நம்பாது அவனைக் கட்டிப் புளியம் மிலாற்றாற் சார்த்துப்படி ஏவற்காரரை ஏவ, அவர்கள் அவ்வாறுசெய்ய, அவன்: ஆண்டவனே! உள்ளன எல்லாஞ் சொல்லுகிறேன், கட்டவிழ்த்து விடுங்கள் என்றான் அரசன் அவ்வாறு செய்வித்த பின், தோரணிப்பொதியை அவிழ்த்து விட்டான். உடனே சேரமகாராசன் கண்கள் செவப்பேறத் தலையாரிகளைக் கூவி: அகோ! தலையாரிகாள்! இந்தத் திருட்டுப் புலவர்களைப் பிடித்துக் கழுவில் ஏற்றுங்கள் என்றான். இச்சங்கதி காதில் விழப்பெற்ற அவர்கள் பாரிசன் கம்பரிடம் ஓடிவந்து முன்றானையை நீட்டி, நீரே எமக்கு மங்கிலியப்பிச்சை இடுமையா என்று கேட்க, இவர் மனதுருகி அரசனிடம் மனுப்பேசித் தம் பகைஞர் உயிரைப் பாதுகாத்தனர்.

பின்பு அரசன் நீர் யாவர்? உமது பூர்வோத்தரங்கள் யாவை? யதார்த்தமாய்க் கூறும் என்று கேட்கக், கவிச்சக்கரவர்த்தி தமது வரலாற்றில் எதையும்

மறையாது கிரமமாய்க் கூறினர். கூறவே அரசன் தான் இவரை அடைப்பைக்காரனாய் வைத்திருந்ததை இட்டுத் துக்கித்துப், பண்டையிலும் பதின்மடங்கு கனம்பண்ணித் தன் வாசல் வித்துவானாக்கிக் கொண்டான்.

இதுகாரியம் இவ்வாறு நிற்க, முன் இவரோடு வெறுப்படைந்த சோழராசன் இவர் தன்சபையில் இல்லாததைப் பற்றித் துன்புற்றுக், கம்பரில்லாச் சபை சந்திரனில்லா வானம், தாமரையில்லாத் தடாகமே என்று உன்னிக். கன்றை நினைந்து உருகும் பசுப்போற் கரைந்து, இவர் உறைபதியைத் தூதரால் உணர்ந்து, இவர் திரும்பும்படிக்கும் இவரை அனுப்பும்படிக்கும் முறையே இவர்க்கும் அரசனுக்கும் நிருபம் போக்கினன். சோழராசன் விருப்பப்படி கம்பர் தன்னை விட்டுப் பிரியப்போகிறார் என்று சேரராசன் கண்டு துக்கமுற்றிருந்த போது, இவர் அவனை நோக்கி: என்வேந்தனே,

"பாலுக்குச்சர்க்கரையில்லை யென்பார்க்கும் பருக்கையற்ற
கூழுக்குப்போட வுப்பில்லையென்பார்க்குஞ் சூற்றித்தைத்த
காலுக்குத்தோற்செருப்பில்லை யென்பார்க்குங் கனகதண்டி
மேலுகக்குப் பஞ்சணையில்லையென்பார்க்கும் விதனமொன்றே"

என்று பாட்டிற் சொல்லி, அவனையாற்றி, இராசபவனியோடு அவனால் அனுப்பப்பட்டுச் சோணாடு சேர்ந்தனர். சேரனால் அனுப்பப்பட்டு யானைமேற் சென்ற கம்பரைச் சோழன் எதிர்வந்து அழைத்துப் போய்ச் சிங்காசனத்தில் இருத்தித், தன்னைவிட்டுப் பிரிந்தநாட்டொடங்கி இதுகாறு நடந்தவைகளைக் கேட்டுக் களித்து ஈற்றிற் பரிகாசமாய்: "எல்லாஞ்சரியே புலவரே! ஆயினும் இராசன் ஒருவன் அடைப்பைக்காரனாய் உர்முடன் வரத்தக்க ஸ்திதியிற் திரும்புவேன் என்று நீர் முன்சொன்ன பிரதிக்கினை ஒன்றுந் தவறினீரே" எனச், கம்பர் அரசனை நோக்கி: "அரசோத்தம! அதுவும் எட்டாநாள் நிறைவேற்றுகிறேன்" பாரும் என்று சொல்லி, முன் எண்ணிப் பண்ணியயோசனைப்படி சேரனுக்கோர் திருமுகம் விடுக்க, அவனும் ஓர் அடைப்பைக்காரன் வேடம்பூண்டு துரகாரூடனாய் இராசசபையின் கண்ணே வந்திருந்து, கம்பநாட்டாழ்வார்க்கு வெற்றிலை மடித்துக் கொடுத்து, மறுபடியும் இவரது சயிக்கினையின்படி சோழன் உணராதவண்ணம் விரைவிலே தன் நாட்டுக்கு ஓடினன். வந்த சேரன் திரும்பியபின்பே வந்துபோயினவன் இன்னான் என்று சோழனுக்குத் தெரிய வந்தது.

இவ்வாறு பிரஸ்தாபம் பெற்றிருந்த இப் புலவருக்குப் பிற்கால வாழ்நாள் நிம்பக் கனிபோற் கசப்பாயிருந்தது. இவரது புத்திரரும் வித்துவாமிசருமாகிய அம்பிகாபதி சோழனுடைய மகள் மீது கொண்ட மோககாரணத்தாற் கழுவிலே ஏற்றப்பட்டிறக்க, இவரும் அரசன் மன்றுக்குச் செல்லாது விட்டனர். இவர் ஒருநாட் தம் வீட்டிலிருக்கும் போது வித்தியாசாலையால் வீடு நோக்கிச் சென்ற இராசகுமாரன் தெருவீதியிலே யானையொன்று செல்லக் கண்டு, அதற்குப் பயந்து இவரது அகத்துள் அடைக்கலம் புகத், தம்புத்திரரது மரணத்தாற் சோகித்து மதிமயங்கி இருந்த இவர், எழுத்தாணியினால் அப் பிள்ளையைக் குற்றிக் கொன்றார். இதனை அரசன் அறிந்து இவரை அழைப்பித்து இவர்மீதில் அம்பை எய்விக்க, இவர்,

"வில்லம்புசொல்லம்பு மேதினியில் ரண்டம்பு
வில்லம்பு சொல்லம்பை வெல்லாதாம்—வில்லம்ப
பட்டுதேடாவென்மார்பிற் பார்வேந்தேபுன்குலத்தைச்
சுட்டுதேடாவென்னுயிர்சோம்"

என்று பாடி, எவ்வாறோ உயிர்தப்பிப் பாண்டிவளநாடு சென்று வறுமையால் நொந்திருந்தார் என்றும், இராமநாதபுரச் சீமையிலே நாட்டரசன் கோட்டையிலே அறுபது வயசில் இறந்து, வைஷ்ணவ மதாசாரப்படி சமாதி வைக்கப்பட்டார் என்றுஞ் சரித்திரமுளது. இச்சமாதி ஸ்தானத்தைக் கண்ணாரக் கண்டேன் என்றுஞ், சுக்கிர வாரந்தோறும் அதில் விளக்கு ஏற்றுகிறார்கள் என்றும், ஆண் பிள்ளைகளைப் பள்ளிக்கு வைக்கும்போது அவ்விடத்திற் கூட்டிப்போய்க் கொஞ்சம் மண்கிள்ளிக் கரைத்துக் கல்விவரும்படி அவர்களுக்குப் பருக்குவார்கள் என்றும், அப்படி மண்ணள்ளும் இடம் இந்நாளிலும் பதிவாயிருக்கிறது என்றும், இராமநாதபுரஞ் சென்ற எம் சிநேகிதர் ஒருவர் சொல்லக் கேட்டோம். கம்பர் இலங்கைக்கு வந்தார் என்று சிலர் சொல்லியிருப்பினும் அது நம்பப்படத்தக்கது என்று யாம் நினைக்கவில்லை. இவர் இறந்தார் என்ற சங்கதி காதில் விழுந்தபோது, ஒட்டக் கூத்தர் துன்புற்று,

"இன்றைக்கோ கம்பனிறந்தநாளிப்புவியில்
இன்றைக்கோ வெண்கவிதையேற்குநாள்—இன்றைக்கோ
பூட்டந்தைவாழப் பொறைமடந்தைவீற்றிருக்க
நாமடந்தை நூலிழந்தநாள்"

என்று பாடினர். இராமாயணம் அரங்கேற்றம் பெற்ற காலமாதியவற்றைப் பற்றிப் பின்வருங் கவிகளிற் காண்க.

"எண்ணியசகாப்த மெண்ணூற்றேழின்மேற் சடையன்வாழ்வு
நண்ணிய வெண்ணெய்நல்லூர் தன்னிலேகம்பநாடன்
பண்ணிய ராமகாதை பங்குனியத்தநாளிற்
கண்ணியவரங்கர் முன்னே கவியரங்கேற்றினானே."

இது ஸ்ரீரங்க வைஷ்ணவரொருவர் சொல்லியது.

"அம்பிலேசிலையைநாட்டி யமரர்க்கன்றமுதமீந்த
தம்பிரானென்னத் தானுந்தமிழிலே தாலைநாட்டிக்
கம்பநாட்டுடையவள்ளல் கவிச்சக்ரவர்த்தி பார்மேல்
நம்புபாமாலையாலே நரர்க்கு மின்றமிர்தமீந்தான்."

இது பின்னொருவர் சொல்லியது.

இராமாயணத்தையும் சடகோபரந்தாதியையும் தவிரச் சரஸ்வதிமாலை, காஞ்சிபுராணம், காஞ்சிப்பிள்ளைத்தமிழ், சோழக்குறவஞ்சி, சிலையெழுத்து, ஏரெழுபது, திருக்கை வழக்கம் என்னும் பிற பாடல்களையும் கம்பர் பாடினார். இவற்றுள் ஏர் எழுபதும் திருக்கை வழக்கமுஞ் சோழநாட்டில் இருந்த வேளாளரைப் புகழ்ந்துபாடப்பட்டன. சிலையெழுபது வன்னியரைப் புகழ்ந்துபாடியது. கம்பர் தென்மதுரையிலே ௯00 தமிழ்ப் புலவர்களோடு சங்கப்பலகை ஏறி இருந்தார் என்றும், விஷ்ணு சமயப் புலவர் ஒருவர் "கண்ணன் கழலிணை" என்னும் பாசுரத்தை ஒரு முறியிலே எழுதி, அதைச் சங்கப்பலகையில் ஏற்றக் கொடுக்க, அது கம்பரையும் மற்றைப் புலவரையும் தள்ளி வீழ்த்தித் தனியே பீடத்து வீற்றிருந்ததென்றும், அதன்பின் கம்பர் "ஈயாடுவதுகோ" என்னும் விருத்தத்தாற் கண்ணனைப் புகழ்ந்தார் என்றும் மற்றைப் புலவரும் எழுந்து பாடித் துதித்தனர் என்றுங் கதையுளது. வான்மீக இருஷி உ௪௦௦௦ம் சுலோகத்திற் சொல்லிய இராமாயணத்தைக் கம்பர் ௧௨௦௦௦ செய்யுளுள் அடக்கினர். இராமாயணத்திலே பாலகாண்டம், அயோத்திகாண்டம், ஆரணியகாண்டம், கிஷ்கிந்தைகாண்டம்,

சுந்தரகாண்டம், யுத்தகாண்டம், உத்தரகாண்டம் என்னும் எழுகாண்டங்களுள. இவற்றுட் சிலபகுதிகள், ஐரோப்பிய பாடைகளிலே பாஷாந்தரப் படுத்தப்பட்டிருக்கின்றன. கிறிஸ்தாப்தம் ௧௮௬௯ல் உவீலரும்(Mr. Talboy Wheeler), அதற்கு முன் ௧௮௦௯ல் மார்ஷ்மன், சேரி (Marshman & Carey)என்பவர்களும் சிலவற்றை இங்கிலிஷில் மொழிபெயர்த்தனர். கம், உம் காண்டங்களைக் காசிநகர்க் கல்லூரித் தலைவராகிய கிறிவிது பண்டிதர் (Mr. Griffith, M.A.) மொழி பெயர்த்தனர். பாலகாண்டத்துக்குக் கிருஷ்ண சாமி முதலியார் உரைசெய்திருக்கிறார். இராமாயணத்தில் மொத்தம் ௧௨,௮௦௯ விருத்தங்களுள.

"பரசமர்பத்துநாங்கு படலநூற்றெண்பத்தோன்று
கரைச்சறிகாண்டமேழு கதைகளாயிரத்தெண்ணூறு
விரைசெறிவிருத்தம் பன்னீராயிரத்தெண்ணூற்றுறு
வரைசெறிகம்பன்சொன்ன வண்ணமுமெண்பத்தேழே"

என்றார் ஒருவர். கம்பர் செழித்தோங்கி இருந்தகாலம் சகாப்தம் ௮௦௭ என முன்னர் வந்த விருத்தங் கூறிற்று.

கருணை ஐயர்.—**Karuni Ayar**.

துறைமங்கலஞ் சிவப்பிரகாச சுவாமிகள் பரம்பரையில் உதித்த ஒருவர் என்றதற்கு மேற்பட இவர் சரிதம் எதுங் கண்டிலம். ௧௯ம் சதாப்தத்தில் இருந்த இவர் தகைமைகொண்ட புலவர் என்பதற்கு இவர் பாடிய சிதம்பரநாதர் பதிகமும் சிதம்பரநாதர் பஞ்சரத்தினத்துறையும் சான்றாகும். முந்தினதிலே ௧௧ ஆசிரிய விருத்தங்களும் பிந்தினதில் ஐந்து கட்டளைக் கலித்துறைகளும் உள. மாதிரிக்காக இவ்விடம் ஒரு விருத்தம் தருவம்.

"உருவல்ல வருவல்ல வுருவருவமல்ல விங்கொருவிதத்தறிவதல்ல
ஒன்றல விரண்டுமல வுள்ளல்ல வெளியல்ல வொன்றினுந்தோய்வதல்ல
இருளல்ல வொளியல்ல விலதல்ல வுளதல்ல வின்பதுன்பங்களல்ல
இந்திரிச்சித்தல்ல வெங்குணரசத்தல்ல வீறுமுத லுடையதல்ல
மருளுடன் பகலின்றியிரவின்றிநின்றவர்கள் மாசற்றமனவொளியேறு
மாகனகசபைநடுவிலே யென்றுமொழியா மனோலயானந்தமயமாய்த்
தெருளென்றுநின்றநின் குஞ்சிதபதத்தை யென்சிந்தைமறவாது கண்டாய்
செகம்பணி திகம்பர சிதம்பர நடேசனே சிற்சொரூபானந்தனே."

கருணைப்பிரகாச தேசிகர்.—**Kar unaipprakasa Thasigar**

காஞ்சிபுரத்தில் வசித்த குமாரசுவாமிப் பண்டாரத்தின் கனிட்ட புத்திரரும், சிவப்பிரகாச தேசிகர், வேலைய சுவாமிகள் என்பார்க்குத் தம்பியரும். வீரசைவமதத்தைச் சார்ந்தவருமாகிய இவர், திருநெல்வேலியிலுள்ள சிந்துபூந்துறை மடத்திலிருந்து, பேர்பெற்ற அறிஞராகிய வெள்ளியம்பலத் தம்பிரானாற் பாடமோதப்பெற்றுச், சிறுவயசிற்றானே அதிபாண்டித்தியமுற்றனர். இவர் வீரசைவர் அணியும் இலிங்கக் குறியின்பேரில் இஷ்டலிங்க அகவல் என்னும் ஓர் பாடலைப் பாடினான்றிக், காளத்தி மலையிலுள்ள சிவன்கோயிலின் பேரிற் காளத்திபுராணம் என்னும் ஓர் பாடலையும் பாடத் தொடங்கினர். ஆயிற் "சின்னாட் பல்பிணி"யே மனுஷராகிய நமக்குச் சுதந்தர ஆஸ்தியாதலிற் தொடங்கியதை முடியாது பதினெட்டு வயசிலேதேகவியோகமாயினர். இவர் இறந்தபோது வேலைய சுவாமிகள் சொல்லிப் புலம்பிய பாடல் வருமாறு:

"ஆண்டதனு லெவனயோவ்வாய் வித்தையினிற் றமையனிலுமதிகமென்குற்
பூண்டவுலகதனிலுள்ளோர் புகல்வதுகேட்டிருந்துமென்ன புதுமைதானே
காண்டகுகண்மணியே நல்லிளக்கருணப்பிரகாசக் காளாய் நீதான்
மாண்டவனயென் றறிந்திருந்து முயிர்தரித்தேன் யானுமிகு வன்னெஞ்சேனே."

கருணையானந்தசுவாமி.—**Karunafananthaswamy**.

இவர் தற்காலப்புலவர். குருநாதர் சதகம் என்னும் பாடல் செய்தார் இவரே. இதிலே சிவ ஸ்துதியாக நூறு பாடல்களுள.

கல்லாடர்.—**Kulladar**.

இப் புலவர் கடைச்சங்கத்தார் நாற்பத்தொன்பதின்மருள் ஒருவர். இவர் சரிதமும் மற்றைய அநேகரது சரிதங்கள்போலவே அந்தகாரப் போர்வையால் மூடப்பட்டிருப்பினும், இவரொரு அரியநூலைச் செய்திருக்கின்றார் என்று மாத்திரம் விளங்குகின்றோம். அந்நூற்கு இவர் நாமகாரணப்படி கல்லாடம் என்று பெயர். திருக்கோவையார் அரங்கேறினபோது அதிற்கண்ட துறைகள் நூற்றுக்குப் பொருள்இலக்கணம் இல்லை என்று சங்கத்தார் சாதிக்க, இவரே உண்டென்று ஆட்சேபித்து அதனை விளக்கவே இந்நூலைச் செய்தனர் என்ப. நூறு செய்யுட்கொண்ட இந்நூல் சங்கத்தில் அரங்கேறிய போது, மதுரேசர் மகிழ்ந்து நூறுதரஞ் சிரக்கம்பஞ் செய்தார் என்ப. இச்சம்பவம் பின் வரும் செய்யுளால் உணரப்படும்.

"கல்லாடர்செய்பனுவற் கல்லாடநூறுநூல்
வல்லார்சங்கத்தில் வதிந்தருளிச்—சொல்லாயிம்
மாமதுரையீசர் மனமுவந்துகேட்டுமுடி
தாமசைத்தார்நூறுதரம்."

இவர் வள்ளுவர் நூற்குப் புகழாகச் சொல்லிய வெண்பா பின்வருவது.

"ஒன்றேபொருளெனின் வேறென்பவேறெனின்
அன்றென்ப வாறுசமயத்தார்—நன்றென
எப்பாலவருமியையபவே வள்ளுவனார்
முப்பான் மொழிந்தமொழி."

கவிராச பண்டிதர்.—**Kaviraja Pandithar**.

இவர் சோழமண்டலத்திலே வீரை என்னும் ஊரிலே பிறந்தவர். இவரது பூர்வோத்தரங்கள் தெரிந்திலவாயினும், இவர் திறமையுற்ற வித்துவான் என்பது வெளிப்படை. சங்கராசாரியரால் வடமொழியிற் செய்யப்பட்டிருந்த சௌந்தரியலகரி என்னும் நூலை இவர் தமிழில் இறக்கிப் பாடல்செய்தனர். நூற்றுநான்கு செய்யுளுள்ள இந்தப் பாடலுக்குச் சௌந்தரியலகரி என்பது பொதுப்பெயராயினும், முதல் நாற்பது பாக்களும் ஆனந்தலகரி என்று பெயர்ப்பட, ஒஞ்சியவை மாத்திரமே அப்பெயராற் கூறப்படுகின்றன. இவர் சத்திபூசைக் காரராய் இருந்தனர் போலும். இவரது பாடல் பார்வதி சத்தியைப் புகழும் பாடலாதலால் அப்பட்சத்தார் இதை மெத்தவும் மெய்ச்சுவர்.

சன்மார்க்கர் உவட்டும்பெண் பாலுக்கு உரிய உவமான உவமேயங்களைத் தவிர்த்துப் பார்க்கிற் பாடல்கள் மிக உசிதங் கொண்டவைகள் என்பதற்கு ஐயமில்லை. மாதிரிக்காய் ஓர்பாடலை இங்ஙனந் தருகின்றோம்.

"மூலமணிபூரகத்தோ டிலிங்கமார்பு முதுகளம்விற்புருவமொடு மொழிவதாறு
ஞாலமுமென்புனலுமனற்பிழம்புங்காலு நாதமுறுபெருவெளியுமனமுமாக [பீடத்
மேலணுகிக்குளபதத்தைப் பின்னிட்டப்பான் மென்கமலத்தாயிரந்தோட்டருண
தாலிடம் பருகியதன்மகிழ்நரோடு மானந்தமுறும்பொருவை யறியலாமே."

இவர் செய்த சௌந்தரியலகரிக்குச் சைவ எல்லப்பநாவலர் என்பார் உரை செய்தார். பின்வருங் கவியில் நூலாசிரியர், உரையாசிரியர் இருவர் பெயருந் தெரிவிக்கப்பட்டிருக்கின்றன. அதுவருமாறு:

"பிறைபுனைந்தருளுஞ் சிவன்றனதுவகைப்பெருச்செனு வடமொழிமுனிவன்
அறைசௌந்தரியலகரியைத்தமிழா லருள்கவிராசபண்டிதன்றன்
நிறைமனங்களிக்கத் தாழைமாநகரி னிவலபெறவாழ்கவியெல்லன்
இறையளவெனினுந் தவறிலாதுரைதேர்ந்தெழுதின னெழில்விளக்கெனவே."

இந்நூலை ஆதியிலே சிவன் கயிலை வரையிலே வரைந்திருந்தார் என்றும், அப்பால் இருஷியொருவர் அதனை மகாமேருமலையிலே தீட்டினர் என்றும், அது சங்கராசாரியருக்கு உணர்த்தப்பட, அவர் அதனைச் சம்ஸ்கிருதத்திற் செய்ய அதிலிருந்தே இவர் மொழிபெயர்த்தனர் என்றும் பரம்பரையுளது.

கவுணியர்.—Kavuniar.

மதுரைக்கடைச் சங்கப்புலவர் சக பேருள் இவரும் ஒருவர். வள்ளுவ மாலையில் இவரது பாட்டும் ஒன்றுண்டு என்றதற்கு அதிகமாய் இவரைப்பற்றி எதுந்தெரிந்திலது. அப்பாட்டு வருமாறு:

"சிந்தைக்கினிய செவிக்கினிய வாய்க்கினிய
வந்தவிருவினைக்கு மாமருந்து—முந்திய
நன்னெறிநாமறிய காப்புலமை வள்ளுவனர்
பன்னிய வின்குறள்வெண்பா."

களத்தூர்க்கிழார்.—Kalathurkkelar.

மதுரைக்கு அயலூராகிய களத்தூரே இப்புலவரது சென்ம ஊர்போலும். இவருஞ் சங்கப்புலவர் சக பேருள் ஒருவர். இவரது சரிதமும் அங்கவர் பலருடைய சரிதம் போல்வது. திருவள்ளுவர் நூல் அரங்கேறியபோது இவர் சொன்ன வெண்பா வருமாறு:

"ஒருவரிருதுறளே முப்பாலினோதந்
தருமமுத லன்தஞ்சாலும்—அருமறைகள்
ஐந்தஞ் சமையநூலாறநம் வள்ளுவனர்
புந்திமொழிந்தபொருள்."

கனகசபாபிள்ளை.—Kanakasapapilly.

இவர் யாழ்ப்பாணம் மல்லாகக் கோயிற்பற்றைச் சேர்ந்த அளவெட்டியிலே, வேளாளர்குலத்திலே, பின்னர்க் கூறப்படும் வைத்தியநாத தம்பிரான் மரபிலே,

௨௰ வருடம் மாசிமாதம் ௧௨ந் தேதி பிறந்தவர். வேலுப்பிள்ளை என்பவரின் சேட்டபுத்திரர். யாழ்ப்பாணத்தில் இருந்து போய்ச் சிதம்பரத்தில் வசித்த சுப்பிரமணிய தம்பிரான் இவர்க்குத் தாய்மாமனார். சிறுவயசிலேயே தமிழ் நன்குணர்ந்து பாடவும் அர்த்தம் சொல்லவும் பயின்றனர். பெற்றோர் சைவராயினும் சமயாசாரத்தாற் புரோத்தெஸ்தன் கிறிஸ்தவர். இவர் வட்டுக்கோட்டைப்பழைய சாஸ்திரசாலையிலே இங்கிலீஷ் பாஷையோடு மேலும் தமிழ்க் கற்றுத்தேற்றமுற்று, அவ்விடம் இருந்த உவாட் (Dr. Ward) வைத்தியரிடம் ஐரோப்பிய வைத்தியங் கற்றனராயினும், பிதாத் தமிழ் வைத்தியராய் இருந்தாராதலால் அவரிடங் கற்ற தமிழ் வைத்தியமே இவருக்கு அதி சித்தியாக அங்கே இவர் பெருங் கீர்த்திபெற்றார். வைத்தியத்திலன்றி இலக்கண இலக்கியங்களில் மிக்க திறமையுற்ற புலவராதலிற், "புலவன்," "புலவன் கனகசபை" என்னும் நாமங்களால் அழைக்கப்பட்டார்.

இவரதுபாடல்கள் சொற்சுவை பொருட்சுவைகளாற் செறிந்தன. பற்பல தனிப்பாக்கள் அன்றித் திருவாக்குப் புராணம் எனப் பெயரிய புராணம் ஒன்றை இயற்றினர். இப்புராணத்திலே கிறிஸ்து வேதாகமத்தின் பாகங்கள் சில, சனனகாண்டம், யாத்திரைகாண்டம் எனும் இருகாண்டங்களில், உற்பத்திப் படலம், வினை சூழ்படலம் ஆதியாம் ௧௧ படலங்களிற் பாடப்பட்டிருக்கின்றன. இந்த இரண்டு காண்டங்களிலே ௧௫௭௧ விருத்தங்களுள. வேதாகமம் முழுவதையும் பதிகப் படலத்திலே ௧௧௧ செய்யுளிற் தொகுத்ததன்றிச் சுவிசேட காண்டத்தையும் தொடங்கி அதிலேயும் ௯௭ பாக்கள் செய்தார். மொத்தம் இப் புராணத்திலே ௧௭௫௧ செய்யுட்களுள. இவையன்றி வருணனைப் பாக்களும் ௫௪ இப் புராணத்துள. இப் புராணமல்லாது வீரமண்டலவரது நிகண்டு ௧௧ வதிற்குப் பதிலாக ௨௮௫ செய்யுட்கொண்ட ஒரு நிகண்டும் பாடினர். இவரது பாடல், வருணனை சந்தம் ஆதியானவற்றிற் பூர்வீகப் பாடல்களுக்குத் தோலாது. இங்கிலீஷிலிருந்த கணக்குச் சாத்திரத்தின் சில கூறுகளையும் பாட்டாக்கினார். கோப்பாயில் இருந்த விறென் (Rev. Mr. Bren) தேசிகர் செய்து அச்சிடுவித்த சமய பரீட்சைக்கு இவரே முதற் கருவியுந் துணைக்கருவியுமாம். கம்மாற் செய்யப்பட்ட நன்னெறிக்கொத்து, மெய்வேதசாரம் எனும் பாடல்களுக்கும், உடுவிலிலே இருந்த சந்திரசேகர பண்டிதர் இயற்றிய தமிழ் அகராதிக்கும், இவர் கொடுத்த சாற்றுகவிகள் தமக்குத் தாமே இணைகொண்டன. இவர் சென்னையிலே அமரிக்க மிஷனரிமாரின்கீழ் அகராதிவேலையில் அன்றி, மானிப்பாய் அச்சியந்திர சாலையிலே விசாரணைக்கர்த்தராகவும், கோப்பாய்த் தமிழ் வித்தியாசாலையிலே உபாத்தியாயராகவும் இருந்தார்.

இவரது புத்திரர் இருவருள் ஒருவர் வைத்தியராகவும் மற்றவர் சுண்டிக்குழிச் சாத்திரசாலைச் சிரேட்ட ஆசிரியராகவும் இந் நிமிடம் வரையிலும் இருக்கின்றார்கள். சம்பிரதாய விவேகப்பேச்சில் ஒருவருக்கும் தோல்வி போகா வீரராகிய இவருக்கும் பின் ஒருவருக்கும் ஒரு தருணம் ஏதோ சிறிய வாக்குவாதம் மூளக், கோபம் அணுவளவேனும் இயல்பில் இல்லாத இவர் "பேய்க்கூதிமகனே" என்று எதிரியை ஈனமாகப் பேச, எதிரி சினக்க, இவர் சிரித்து: என்காணுங் கோபங்கொண்டீர்? உமது பிதா பேய்க்கு ஊதிப் பார்க்கிறவர் அல்லவா? பின்னை நீர் பேய்க்கூதியின் மகன் அல்லவா என்று சமாளிக்க, மற்றவரும் கெக்கட்டமிட்டுச் சிரித்து அப்புறம் இருபேரும் உடனே சமாதானமானார்கள். இவர் பூநகரிப் பகுதியில் வைத்தியஞ்செய்யப் போயிருந்த பொழுது வெறி உண்டாய்க் கேணியில் விழுந்து

குளிர் தோஷங் கண்டு ஊர்க்குக் கொண்டு வரப்பட்டுச், சிலதினங்களால் கஅளசு ஙு தை மீ கூ ந் தேதியில் இறந்து உடலில் மிஷன் சவக்காலையிற் சேமிக்கப்பட்டார். யாழ்ப்பாணத்திலே மிஷனரிமார் வருவதற்கு முன்னே படித்திருந்த இரண்டு பெண்களுள் இவர் மாதா ஒருவர். இவரது பாடற்றிற மை காட்டற்காக இவர் பாடியதிருவாக்குப் புராணத்தில் ஒரு விருத்தத்தை இவ்விடந் தருகின்றேம்.

"அனைத்துலகுந் திருவாக்கா லளித்தகிலசராசரமு மருட்சித்தந்நே
சினைத்துளவப்படி யமைத்துக் காத்தழிக்குந் தனிமுதலாகிகரிலாதான்
தனைத்துதிசெய் தெண்ணுகின்ற ததங்கருமஞ் சித்திபெறத்தருகவென்றே
இனைத்தெனவொப் போதரியவிணைமலர்த்தாள் சிரத்தேந்தியிறைஞ்சுவாமே."

இவரது தேகவியோகத்தின் பேரில் கஅளசு ஙு தை மீ கசு ந் உ பிரசுரஞ் செய்யப்பட்ட "உதயதாரகை"ப் பத்திரிகையில் நாம் எழுதியிருந்தவற்றிற் சிலவரிகளை மாத்திரம் இவ்விடம் பெயர்த்து எழுதுகின்றேம்.

"ஆ! அளவையம்பதித் தமிழ்ப்புலவன் ஈா.ஈா வே. கனகசபாபிள்ளையின் மர ணத்தால் யாழ்ப்பாணம் ஓர் சிரேட்ட அறிஞன், புலவன், வைத்தியன், வாசா லன், இலக்கண இலக்கியன், கனவான், தனவானை இழந்ததென்று துன்புற் றுப் புலம்புகிறேம். ஆ! மரணமே! நீ பெருங்கொடியன்! எத்தனையோபெய ரை உன் வாயில் இருந்து இவர் தப்பவைத்தார் என்று வன்மஞ் சாதித்தா எத் தனையோ பேர் பிரலாபிக்க இவரை இத்தனை சீக்கிரத்தில் மடித்தாய்? கெ ட்டி! கெட்டி! உன் கெட்டித்தனம் என்ன! நீ கொடியனே கொடியன்! ஆயிற் பிறந்தாருள் இறவாதார் யார்? நீ செய்ததில் ஓர் திறமை இல்லை என்று எண்ணுறேம்."

இவர் சென்னபட்டணத்தில் வசித்தபோது வேலூரிலிருந்த கண்டி இரா சாவின் பௌத்திரன் அழகர்சாமிபேரிலே பிரபந்தம் ஒன்றைப் பாடிப் பின் வருஞ் சீட்டுக்கவிதையையும் அனுப்பினர்.

"நிறைநிலவுபொழியமுத கிரணசந்திரனெனன நின்றிலகுகின்றகொடையாய்-
நேரலர்படைக்கடலை வீரவேகங்கொண்டு நிருமூலமாக்குபடையாய்-நெடியதரு
வைந்துமெழு முகிலுமிணையல் லவென நித்தமருள்கின்றகொடையாய்-நிலவலை
யமெங்கணுஞ் சுலவிநிலவபெற்றிலகு நிகரற்றசீர்த்தியுடையாய்,
திறைங்லவுதவழுமுயர் பொறைபலவுமெனவௌவு செங்கையுத்தண்டதீரா-
செயமாதகுடிகொண்ட திண்புயாசலவுளந் திருமாதுவக்குநெறியாய்-தென்னி
லங்கேசவேழின் மன்னுமங்கசருப திறலழகர்சாமியென்னுஞ்-சிங்கவேறனைய
வுத்தங்கவுள்ளக்களி சிறந்திடமகிழ்ந்து காண்க,
துறைநிலவுசுவைவாரி கரைகண்டுயர்ந்துநின் றேல்குலத்தரசர்தம்பாற்-சூரு
மிலாகண்புபெற்றேக்கு வைத்தியநாதசுகுணன் குலத்துதித்தோன் -நுகழற்றசீர
ளவைநகரத்து வருகனகசபைமிக்கதன்றுபத்தி--தூண்டநின்மாபெருமை பூண்
டசுமுகம்பெறச்,சோர்விலாதெழுதிருபர்,
முறைநிலவுமிறைமைபெற முடிமன்னர்திலகநி முகமலர்ந்தகமுவந்தே-மூரு
மன்பாலணிய நீளுமின்பானவிசை மொய்த்தமடன்மாவலசரவும்-முகதரிசனங்
கண்டு மிகுகரிசனங்கொண்டு முன்பெய்தவுங்கருதிநின்-முன்னணுநமென்றனக்
கின்னருள்சுரந்தூழி முதலகினீவாழியே."

மேற்படி அழகர்சாமி மீது தாம்பாடிய அப் பிரபந்தத்தை இவர் வேலூ ருக்குக்கொண்டுபோய் அந்த இராசகுமாரன் சமுகத்திலே அரங்கேற்றித் திரும்பும்போது வழியிற் சந்தித்த புலவர் கூட்டத்தைநோக்கி:

"பூவின்மீதெவரு மெய்ச்சுபா வருளில் புல்லர்மீதுசொலி நெஞ்சுகால்
புண்கள்பட்டுவரு பாவலீரெவனையோர் புரவலன்கொலெனவெண்ணிலீர்
யாவின்மீதுமுயரேலில் சீருறுமிலங்கைநாடரசியற்றுபேர்
இசைவிளங்கழகர் சாமியண்ணலரு ளீகைபெற்றுவருபுலவன்யான்
நாவின்மீதுலவுபாவினத்தநமை நன்குணர்ந்ததமிழறிஞன்
நாவலர்க்குதவவள்ள லங்கவணநண்ணி லின்பரிசெய்துவீர்
மாவின்மீசரசனர்த மத்திமிசைமருவுபோரசனந்தநீள்
வையமிதாசனந்த மென்று மவன்வாயின்முன்னரடையாளமே"

என்னும் புலவர் ஆற்றுப்படையைச் சொற்றனர்.

இப்புலவர் எந்தவேளை, எந்த இடம் என்றில்லாது எந்நேரமும் பாடும் வரமும் சித்தியும் பெற்றவர். சென்னைபுரியிலே இருக்கும்போது இவருடன் அகராதி வேலையில் இருந்த வீராசாமிச் செட்டியாருடைய நரைத்த குடுமியை ஒருவர் இவர்க்குக் காட்டி, நல்லது, இதன்பேரில் ஒரு பாட்டுச் சொல்லும் என்று கேட்டவுடன், பின்வரும் பாட்டைப்பாடினர்.

"நாவலர்வியக்கப் பாவலர்நாவானக்கலமதிவளர்ந்தோங்கிப்
பாவலர்முகஞ்செம் பதுமமாக்குவிக்கும் பான்மையோன்மாயனூடுளத்து
மாவலர்வீராசாமிவேள்குஞ்சி மலரயன்றேலிவெண்கஞ்சப்
பூவலர்த்திருப்ப வதன்மிசையிருந்த பொற்பெனப்பொலிந்திலங்குறுமால்."

காக்கைபாடினியார்.—Kakkaipadiniar

இவர் முன்னே நம்மாற் தெரிவிக்கப்பட்டிருக்கிறபடி அகஸ்திய மகா இருடியின் மாணாக்கர் பன்னிருவருள் ஒருவர். தொல்காப்பியரைப் போலவே முற்றக்கற்றுத் தேர்ச்சி கொண்ட ஓர் இலக்கண வித்துவான். இவர் செய்த இலக்கண நூல் மற்றும் அநேகபண்டிதர் நூல்கள் போலவே ஆக்கியோர் பெயராற் காக்கைபாடினியம் எனப்பெயர் பெற்றது. இந்த யாப்புநூல் பெருங்காக்கைபாடினியம், சிறுகாக்கைபாடினியம் என இருபாற்று. பிற்காலவல்லோர் இதிலிருந்து தத்தமநூல்களுக்கு மேற்கோள்கள் எடுத்துக் காட்டியருக்கின்றார்கள். இந்நூல் சங்கத்தில் அரங்கேறியது. இதி லிருந்து எடுத்துக் காட்டப்பட்ட மேற்கோள்கள் காரிகையிலே பல உண்டு.

"வடதிசைமருங்கின் வடுகுவரம்பாக
தென்றிசையுள்ளிட் டெஞ்சியமூன்றும்
வரைமருள்புணரியொடு பொருதுகிடந்த
நாட்டியல்வழக்க நான்மையின்கடைக்கண்
யாப்பினதிலக்கண மறைகுவன்முறையே"

என்று சிறு காக்கைபாடினியார் சொன்னார் எனத் தொல்காப்பியப்பாயிர விருத்தியிற் சொல்லப் பட்டிருப்பதால், இந்த நாமம் பெற்றார் இருவராய் இருத்தல்வேண்டும் என்று துணியவும் அயிர்க்கவும் இடமிருந்தும், அகத்தியர் செய்த நூல், பேரகத்தியம் சிற்றகத்தியம் என்றிருத்தல் போலக் காக்கைபாடினியார் ஒருவர் செய்தநூலே பெருங்காக்கைபாடினியம் சிறுகாக்கைபாடினியம் என இரு நாமம் பெற்றது என்றும், அது பற்றியே சிறுகாக்கை பாடினியார் என்று சொல்லப்படலாம் என்றும் நினைந்து இதன் பேரில் ஐயமும் வழக்கும் பட வேண்டியதில்லை என முடிக்கின்றோம்.

காங்கேயர்—Kangkayar.

இவர் தொண்டைநாட்டிலுள்ள செங்கற்பேட்டையில் இருந்த ஒரு சைவச் சந்நியாசி அன்றி ஓர் புலவருமாய் இருந்தார். சாதியிற் கைக்கோளர்எனப் படும் இவர் இருந்தகாலவரை தெள்ளிதிற் புலப்படாதபோதும், சூடாமணி நிகண்டின் ஆக்கியோராகும் மண்டல புருடருக்கு முன் இருந்தவர் என்று உத்தேசிக்கின்றோம். இவரே உரிச்சொல் நிகண்டைப் பாடினவர். வெண் பாவிற் பாடப்பட்ட இவ்வுரிச்சொல் கஅசஎம் ஞு புதுச்சேரியில் அச்சுப் பதிப்பிக்கப்பட்டது. "உரிச்சொல் இருநூறு முதவு" என்று விநாயகர் காப் பிற் சொல்லப்பட்டிருப்பினும், அப்போது பரப்பிக்கப்பட்ட பிரதியில் உ௬ய செய்யுள்களுள. இவ்வூர் ஏட்டுப்பிரதிகளில் நாம் கண்டெடுத்துத் திருத்தி கஅகூஅம் ஞு மானிப்பாய் அச்சியந்திரசாலையிற் பதிப்பித்த பிரதியிலோ ௬௯௦ செய்யுள்களுள. காலாந்தரத்தில் அவை பிறரால் பாடப்பட்டுச் சேர்ந்தன போலும்.

காசிவிசுவநாத முதலியார்.-Kasivisuvanatha Mudaliar.

இவர் சென்னபட்டணத்துக்கு ஆறு மைல் தூரத்துள்ள சைதாபுரத்தில் இருந்தவர். இவர் தந்தையார் நாமம் தியாகராசமுதலியார். இவர் இலக்கண இலக்கியங்களில் வல்லுநராய் யாப்பிலக்கண வினாவிடை, வேதப்பொ ருள் விளக்கம் எனும் இருநூல்களை யன்றி இடம்பாசாரி விலாசம், தாசில் தார் விலாசம் எனும் இரண்டு விலாசங்களையும் இயற்றினர். யாப்பிலக் கண வினாவிடையை இவர் புத்திரன் அச்சிடுவித்தார். வாசிப்பார் எவர்க்கும் வினோதமும் மகிழ்வும் பயவா நின்ற இடம்பாசாரி விலாசத்துக்குப் பீடிகை, சென்னையில் இருந்தார் ஒருவரது உண்மையாய் நடந்த சரிதமே யாம். மற் றைய தாசில்தார் விலாசம், அந்த உத்தியோகத்தில் அமர்ந்திருந்து அநியாய மாய் லஞ்சம் வாங்குவாரது செயலை விளக்குவது. இவர் சதர்பவுஸ்தாரி கோட்டுத் தெலுங்கு மொழிபெயர்ப்புக்காரராய் இருந்து கண்ணாரக்கண்ட அநியாயங்களையே இவ்விலாசத்துள் நுழைத்தனர். பாடல் மாதிரிக்காக இடம்பாசாரி விலாசத்தின் அவையடக்கத்தை இவ்விடம் வரைகின்றோம்.

"மறுவகன்றமுத்தமிழாம் வாரிதன்னை வாய்மடுத்தவல்லமையாற்புலவரானோர்-சிறுவருரைத்திடு மழலை செவிகொள்போதஞ் சிரித்துமனமகிழ்வதலாற் சினங் கொள்வாரே--அறிவேதமிலாவடியேனுரைசையாலே யறையுமிவ்விலாசமதையவ ர்கள்கேட்கிற்--கறவுகொள்வதவர்கள் கனவிலுமேயின்றிக் கருணையுடனேயித யங்களிகொள்வாரே."

இப்புலவர் அப்பர் சுவாமிபேரிலும் ஓர் பதிகம் பாடி யிருக்கின்றார் அன் றித் தாலுகாமுனிச் சட்டம் எனும் பிரமாணமும் ஒன்றை இயற்றினர். இவையன்றிப் பாகசாஸ்திரமுஞ் செய்திருக்கிறார். இங்கிலீஷில் மொழிபெ யர்க்கப்பட்ட சதுர்வேத தாற்பரிய சங்கிரகத்தைத் தமிழில் மொழிபெயர் த்தார் என்றுங் கேள்வி. இவர் தற்காலத்தாரல்லாது தூரகாலத்தரல்லர்.

காசிநாதப்புலவர்.—Kasinatha Pulavar.

இவர் யாழ்ப்பாணம் அச்சுவேலிக் கோயிற்பற்றில் வசித்த சோதிடசாஸ் திரிகளுள் ஒருவர். நீலகண்டர் என்னும் ஒருவர்க்கு அன்பான புதல்வர். கிறி ஸ்தாப்தம் கஎ௯௯ம் ஞு பிறந்து கஅ௩௪ம் ஞு இறந்தனர். சோதிடசாஸ்திரக்

தேர்ந்து அதில் வல்லராம்இவர்,இலக்கிய ஆராய்ச்சியும் உடையராய் வித்தாண்மை பூண்டு தாலபுராணம் எனும் ஓர்பாடல் இயற்றினர். அதைப் பனங்காய்ப் பாரதம் என வழக்கத்திற் கூறுவர். யாம் அதனைக் கண்ணுற்றிராமையால் அதனது நயநட்டங் கூறுதல் கூடாதேனும்,கற்பக விருட்சம் எனப் பெயரிய தெய்வவிருட்சத்திற்கு இலக்காய் எம்மூரிவிருக்கும் பனை மரப்பெருமையும் அவற்றின் பிரயோசன நயங்களுமே அப்பாடற் பொருளாம் எனத்துணிகின்றோம். பனைப் பெருமை கூறினும், ஓர் போது ஒருவகைக் கேலிப் பாடலாகவும் இருக்கலாம். அப்புராணத்திற் சில விருத்தங்கள் கைக்கெட்டியும் சரலிகித ஏட்டுப்பிரதிகளில் நடபடியாய்ப் புகும் அபத்தங்களினாலோ அன்றி வாய்ப்பாடத் தவறாலோ அசை சீர்கள் நேராய் ஓசை சிறப்பாயிராமை பற்றிப், பாடல் மாதிரிக்காகவேனும் அதனைத் தராதொழிந்தோம். இப்பாடல் அல்லாது பல தனிப் பாக்களையும் இவர்பாடினர் என்று கேள்வி.

காரிக்கண்ணனர்.—Karikkannanar.

இவர் சோழநாட்டிலே காவிரிப்பூம் பட்டினத்திலே பிறந்தவர். காவிரிப் பூம் பட்டினத்துக் காரிக்கண்ணனர் என்று வழக்கமாய்க் கூறப்படும் இப் புலவர்,மதுரைக் கடைச்சங்கத்துப் புலவர் நாற்பத்தொன்பதின்மருள் ஒருவர் என்பதற்கு மேற்பட இவரைப்பற்றி யாதும் தெரிந்திலது. வள்ளுவர் நூலுக்குச் சிறப்புப்பாயிரமாக இவர் சொல்லிய வெண்பா பின்வருவது.

"ஐயாறுநூறு மதிகார மூன்றுமா
மெய்யாய வேதப்பொருள் விளங்கப்—பொய்யாது
தந்தானுலகிற்குத் தான்வள்ளுவராகும்
அந்தா மரைமே லயன்."

௧ம். காரியார்.—Kariar I.

காரியார் என்னும் நாமம் பெற்ற வித்துவான்கள் இருவருளர். அவ்வவர் சரித்திரங்களை வெவ்வேறாக இவ்விடம் கூறுவாம். முதலாங் காரியார் கணக்கதிகாரம் எனப்படும் நூலைப்பாடியவர். இந்நூலுக்குச் சம்ஸ்கிருதத்திலே முனிவர்கள் பலர் செய்திருந்த கணிதசாஸதிரம், அஞ்சனம், கோவிந்தனர் படிகம், கணிதரத்தினம், புவனதீபம் முதலிய பல நூல்கள் ஆதாரங்களாம், இந் நூற் பாயிரத்திற் சொல்லி இருக்கிறபடி, இவ்வாசிரியர் தாம்பிரவன்னி நதியின் வடகரையிலே, பூர்வீகபாண்டிய அரசர்கள் வாழ்ந்திருந்த கொற்கையம்பதியிலே, அப்பாண்டியர்களின் வமிசத்திலே அவதாரஞ்செய்தவர். அதற்குப்,

"பொன்னிநாட்டுப் பொருந்தியபுகழோன்
மன்னர்கோமான் வழிமுதலுடையோன்
முத்தமிழ்தெரிவோன் முகரிமபெரும்பதி
மத்தியத்தலத்தின் மறையவர்வாழக்
குற்றமில்காட்சிக் கொறுக்கையர்கோமான்
புத்தன்புதல்வன் காரியென்பவனே"

என்றது தக்கசாட்சியாகும். இவர்செய்த கணக்கதிகாரம் மிகச்சிறந்தநூலான போதும், "முன்புவந்த செவியைப் பின்புவந்த கொம்பு மறைத்தது" என்றாற்போலத் தற்கால இலங்கை இந்தியா தேசங்களுட் புகுந்த இங்கிலீஷிய

கணித நூல்கள் மேலாட்டமாகி மறைக்க, அது எழுதப்பட்ட ஏடுகள் செல்களுக்கு உணவாகி அபாவனையில் வந்துவிட்டன. கணக்கதிகாரத்தை இவர் சூத்திரங்களாக வகுத்து வெண்பாவிற் பாடினர். பாடல் மாதிரிக்காக இவ்விடம் ஓர் வெண்பாத் தருவம்.

"பன்னுவடசொற் பனுவறவை யிப்போது
கன்னித்தமிழ் வாயாற் கட்டுரைத்தேன்—முன்ன
மகிழ்கின்றவெண்ணின் வழி வந்தகணக்கெல்லாம்
இகழ்வின்றியே யுரைப்பேன் யான்."

இவர் செய்த கணித சாஸ்திர விநோதத்தை விளக்கற் பொருட்டுப் பின்வருவனவற்றைத் தெரிந்தோம்.

ஒருபடி நெல்லில் ...	14,400	நெல்	சூரியன்தூரம் பூமி நீளத்திலிருபங்கு	
" அரிசியில் ...	38,800	அரிசி	சந்திரன் தூரம் சூரியன்தூரத்திருமடி	
" எள்ளில் ...	115,200	எள்	மனுடன் வயசு	100
" மண்	17	பலம்	மாட்டின் வயசு	20
" மணல்	20	"	எருமை "	30
" நெல்	6	"	குதிரை "	32
" அரிசி	10	"	ஆடு "	12
" உப்பு	16	"	நாய் "	15
			ஒட்டை "	73

௨ம், காரியார்.—Kariar II.

காரிநாயனார் என்னுஞ் சிறப்புப்பெயர் பொலிந்த இந்த இரண்டாங் காரியார், சோழநாட்டிலே காவேரிக்குத் தென்கரையிலே உள்ள திருக்கடவூரிலே பிறந்த ஓர் பிராமணர். சொல்விளங்கி நின்றும் பொருள் மறைந்து கிடக்குங் கோவைகள் பாடுவதில் இவர் மகா நிபுணர். இவர் தாம்பாடிய பாடல்களைத் தமிழ் நாட்டு மூவேந்தர்களாகிய சேர சோழ பாண்டியர்களது அவையத்திற் கொண்டுபோய்ப் படித்து அருத்தஞ் சொல்லி, அவர்களிடம் பரிசாய் வாங்கும் பெருந்திரவியங்களைக் கொண்டுபோய்ச் சிவாலயத் "திருப்பணி" களிலும் சமாராதனைகளிலுஞ் செலவிடுவதையே விநோதமாய் உள்ளவர். இவர் சீவித்த காலஞ் சமுச்சயத்திற்கு இடனாய் இருப்பினும், அறுபத்துமூன்று திருத்தொண்டர் என்னப்படுவோருள் இவரும் ஒருவராதலினாலும், அத் திருத்தொண்டர் புராணத்தை அநபாய சோழனது பரிபாலனத்தின் கீழாகச் சேக்கிழார் பாடினாராதலாலும், அச் சோழன் காலத்திற்கு முன்னரே இவர் இருந்தவர் என்று உத்தேசித்தல் வேண்டும்.

காரைக்காலம்மையார்.—Karikkalammiar

இவர் சோழமண்டலத்திலே, காரைக்காலிலே, வைசியர் குலத்திலே பிறந்த ஓர் பெண். திருத்தொண்டர் ௬௩வர் என்னப்படுவோருள் ஒருவர். இவர்க்குத் தந்தையால் இடப்பட்ட நாமம் புனிதவதியார். இவரது தந்தைக்குத் தனதத்தன் என்றுபேர். தம்பெற்றாருக்கு இவர் ஏகபுத்திரி. நாகபட்டணத்திலுள்ள நிதிபதி என்னும் வணிகேசன் புத்திரன் பரமதத்தன் என்பவன் இவர்க்கு நாயகன். இப் புனிதவதியார் இல்லற நடாத்துவதிலும் பசித்து

வந்தோர்க்கு அன்னம் வழங்கிச் "செல்விருந்தோம்பி வருவிருந்து பார்த்து" உபசரித்தலிலும் பெயர் பெற்றவர். இவருடைய கையில் அற்புதமாய் இரண்டு மாம்பழம் வந்திருந்த காரணத்தால், இவர் பத்தா இவரைத் தனது பெண்ணாகப் பாவிக்க அஞ்சித் தெய்வமாகப் பாவித்துச், சிலநாள் இவருடனே நாகபட்டினத்திலிருந்து, மறுபடி பாண்டிவளநாட்டிற்குச் சென்று, அங்கிருந்த வேறொரு வைசியப்பெண்ணை விவாகஞ் செய்து, அவளிடம் உற்பவித்த தன் மகளுக்குத் தனது முதன் மனைவியாகிய இவரது நாமாபிமானத்தின் பொருட்டுப் புனிதவதி என்று நாமகரணஞ் செய்து, அவ்வூரிற்றானே திரவிய விருத்தி பண்ணிக்கொண்டிருந்தான். இங்கே புனிதவதியார் கற்பு நெறி விலகாது இல்லறம் அனுட்டித்திருந்தனர்.

சிலகாலஞ் சென்ற பின்பு அம்மையாரின் சுற்றத்தவர் பரமதத்தன் செய்த செய்கையைக்கேள்வியுற்று மனம் வருந்தியும், அவனுடன் இவரைச் சேர்த்து விடுதற்காகப் பாண்டிவளநாட்டிற்கு இவரை அழைத்துப்போனபோது, அப் பரமதத்தன் இவரது வரவைக் கண்டமாத்திரத்திலே தன் மனைவியோடும் மகளோடும் வந்து இவரது பாதத்திற் சாஷ்டாங்கமாய் வீழ்ந்து வணங்கினன். ஆனது பற்றி இப்புனிதவதியார் இல்லறத்தை அம்மட்டில் நிறுத்தித் தம் அழகிய வடிவத்தை மாற்றிப் பேய் வடிவுகொண்டு,தவவேடம்பூண்டு,சிவ தொண்டருள் ஒருவராயினர். இவர் பாடிய பாடல்களுள் அற்புதத்திருவந்தாதி, திருவிரட்டைமணிமாலை என்னும் இரண்டும் விசேஷமானவைகள்.

இவர் கயிலையங்கிரிக்குச் சென்றபோது, காலால் நடப்பது தகாதெனத் தலையால் நடந்துபோனார்என்றும், சிவன் இவரைக்கண்டவுடன் அம்மையே! என்று அழைக்க,இவர் அவரை அப்பா! என்று அழைத்தார் என்றும்,இவர் உமாபதியாகிய உருத்திரனது பணியைச் சிரமேற்றாங்கித் திருவாலங்காட்டிற் சென்று அவரது நடன தரிசனஞ் செய்து அங்கே இருந்து இரண்டு பதிகங்கள் பாடினார் என்றும், புராணங் கூறும். இவரது பூரண சரிதம் பெரியபுராணத்திற் சொல்லப்பட்டிருக்கின்றது.

கார்த்திகேய ஐயர்.—Kartikaya Ayar.

முன்னர்க் கூறப்பட்ட யாழ்ப்பாணம் நல்லூர் அப்புக்குட்டி ஐயர்க்குத் தம்பியாகிய வேங்கடாசல ஐயர்க்குப் புத்திரராம் இவர், இருபாலைச் சேனாதிராய முதலியார்க்கு மாணவகர். இலக்கண இலக்கியங்கள் கசடறக் கற்றவர். தமிழ் சம்ஸ்கிருதம் எனும் இருபாஷைகளன்றி இங்கிலிஷ் பாஷையுந் தெரிந்தவர். வண்ணார்பண்ணையிலே ஆறுமுக நாவலரோடு கூடிச் சைவப் பிரசங்கஞ் செய்தவர்.

காளமேகம்.—Kalamagum.

புலவர் பெருமானாகிய இவர் கி. பி. பதினைந்தாஞ் சதாப்தம் வரையில் இருந்து அரசியற்றிய திருமலைராயன் காலத்தில் இருந்தவர். சோழநாட்டிலே, காவேரி நதித் தென்கரையிலே உள்ள திருக்குடந்தையிலே, வடமன் என்னும் பேர்வகித்த ஓர் பகுதிப் பிராமணர் குலத்திற் பிறந்தவர். இவர் முதற் ஸ்ரீரங்கத்திலே பெருமாள் கோயிற் பரிசாரகராய் இருந்தும் பின்பு சம்புகேசுரர் கோயிற் தாசிகளுள் ஒருத்தியாகிய மோகனாங்கி என்பவளுடைய

மோக வலையிற் சிக்கி, வைஷ்ணவ மதத்தைத் தணந்து சைவத்தைத் தழுவி, அத்தாசி சேவை செய்துவந்த கோயிலிற்றானே தாமும் பரிசாரகராயினர். ஒருநாள் இராவேளையில் இவர் அக்கோயிலிற்றங்கி இருந்தபோது சரஸ்வதி மானிட உருக்கொண்டுவந்து பாக்குத் தம்பலத்தை இவர் வாய்க்கண் உமிழ்ந்தாளாதலில் உடனே கடன் மடை திறந்தாற்போல ஆசு, மதுரம், சித்திரம், வித்தாரம் என்னும் நான்கு விதக் கவிதைகளையும், பொருளாவது, அடியாவது, தொடையாவது யாவர் கொடுப்பினும் அவ்வவற்றிற்கு ஏற்கப் பாடுந்திறமை இவர்க்கு உண்டாயிற்று என்ப. கருமுகில்கள் பெருமழை பொழிந்தாலொப்பக் கவிமழை பொழியுங் காரணத்தால் இவர்க்குக் காளமேகம் என்னுங் காரண நாமம் உண்டு. இவர் முதன் முதற்பாடிய பிரபந்தம் திருவானைக்காவுலா. இவர் ஓரிடம் தரியாது தமிழ்நாடெங்குஞ் சென்று, அங்கங்குள்ள கோயிற்சுவாமிகள்பேரில் ஸ்துதியாகவும் நிந்தாஸ்துதியாகவும் பல பாமாரி பொழிந்தார். இப்புலவர் திலகரது பாடல்கள் பளபளப்போடு சொற்சுவையும் பொருட்சுவையும் செறிந்தனவன்றி அதி விந்தையும் விநோதமுமானவை. மாதிரிக்காகச் சிலவற்றை இங்ஙனந் தருகுவம். இவர் திருச்செங்காட்டிற்குப் போய் அங்குள்ள சிவனைத் தரிசித்த போது:

"காலனையுங் காமனையுங் காட்டுசிறுத்தொண்டர்தரும்
பாலனையுங் கொன்ற பழிபோமோ—சீலமுடன்
நாட்டிலேவாழ்ந்திருக்கு நாதரே நீர் திருச்செங்
காட்டிலே வந்திருந்தக்கால்"

என்றும், காஞ்சிபுரத்தில் வரதராசர் கருடோற்சவங் கண்டபோது:

"பெருமாளுநல்ல பெருமாளவர்தம்
திருநாளுநல்ல திருநாள்—பெருமாள்
இருந்தடத்திற்சும்மா விராமையினலவோ
பருந்தெடுத்துப் போகிறதே பார்"

என்றும், பிராமணர்கள் முக்கால், அரை, கால், அரைக்கால், இருமா, மாகாணி, ஒருமா, கீழரை என்னும் எட்டு இலக்கங்களையும் வைத்து ஏகாம்பரநாதர் மேற் பாடும் என்று கேட்க:

"முக்காலுக்கேகா முன் முன்னரையில்வீழாமுன்
அக்காலரைக்கால்கண் டஞ்சாமுன்—விக்கி
இருமாமுன்மாகாணிக் கேகாமுன் கச்சி
ஒருமாவின்கீழரை யின்றோது"

என்றும், தில்லையிலே சிவனது பிச்சாடன உற்சவந் தரிசித்தபோது:

"நச்சரவம்பூண்ட தில்லைநாதரே தேவரீர்
பிச்சையெடுத்துண்ணப் புறப்பட்டும்—உச்சிதமாங்
காளமேன் குஞ்சரமேன் கார்க்கடலேபோன்முழங்கும்
மேளமேன் இராசாங்கமேன்" என்றும்:

"தாண்டியொருத்தி தலையின்மேலேருளோ
பூண்டசெருப்பாலொருவன் போடானோ—மீண்டொருவன்
வையானோவின்முறிய மாட்டானோ தென்புலியூர்
ஐயா நீ யேழையானல்"

என்றும், திருவாரூரில் உற்சவத்துக்குச் சென்றபோது:

"ஏருமாடுமில்லாமல் மைத்துனனூர்புலிமுழுது முழுதேயுண்டார்
நீரமாடொன்றுமக்கிருந்து முழுதுண்ணமாட்டாமனஞ்சையுண்டீர்
இருநாழிநெல்லுக்கா விரண்டுபிள்ளைக்குந்தாய்க்கு மிரந்திரின்று
திருநாளுமாயிற்றே செங்கமலப்பதிவாழுந்தியாகனுரே"

என்றும் பற்பல விநோத நிந்தாஸ்துதிகளைப் பாடினூர். இவர் கோயிலொன்றிலே விழாக்காட்சிக்குப் போய் நிற்கையிற் சிலர் இவரை நோக்கி: ஓய் புலவரே! சுவாமி வீதிவரும் காட்சிச் சிறப்பைவிளக்கி, ஒன்பதுசாதிப் பெயரும் வைத்து வர்ணித்து ஓர் பாட்டை நவிலுவீராக என்று கேட்டபோது இவர்:

"வாணியன்வாழ்த்திட வண்ணான்சுமக்க வடுகன்செட்டி
சேணியன்போற்றத் திரைப்பள்ளிமுன்செலத் தீங்கரும்பின்
கோணியன்முழக் கருமான்றுகிலிவனைக் கொல்லடுத்த
வேணியனாகிய தட்டான் புறப்படல் வேடிக்கையே"

என்று அதிவிரைவிலே சற்றும் ஆலசியம் இன்றிப் பாடினர். ஒருமுறை துரைத்தன உத்தியோகத்தனான விகடராமையன் என்பவன், "இதோ சாகிறேன் விழுகிறேன்" என மெலிந்த ஓர் குதிரைமீதேறி, முன்னும் பின்னும் அதைப் பலர் தள்ளிவிட, அதன்மேற் சவாரிபோவதைக்கண்டு பரிகாசமாய்:

"முன்னே கடிவாளமூன்றுபேர்போட்டிழுக்கப்
பின்னேயிருந்திரண்டு பேர்தள்ள—என்னேரம்
வேதம்போம்வாயான் விகடராமன்குதிரை
மாதம்போம் காதவழி" என்றுபாடினர்.

இவ்வாறு கண்டபடி பாட வல்லவராகிய இப் பெரும் புலவர் பற்பல வூர்கடோறும் திரிந்து ஈற்றிலே திருமலைராயன் பட்டினநோக்கிச் செல்கையில், அங்கே அரசனுடைய சமஸ்தானத்தில் அதிமதுரகவி என்னும் வித்துவான் ஒருவர் உளரெனவும், அவர் பக்கத்திற் சற்றுச் சொல்விகளாக அகங்காரங்கொண்டு செல்லுவார் சுசு புலவர்கள் எனவும் கேள்வியுற்று, அப்புலவர்களின் அகங்காரத்தைப் பறக்கடித்து அவர்களைத் தலைகவிழச் செய்வது கருத்தாய்ப் போகும்போது, மேற்படி புலவர்கோமான யானைமீதேறினவராய் வேந்தனது சமஸ்தானத்தை நோக்கிச் செல்வது கண்டனர். நக்ஷத்திரங்கள் சந்திரனைச் சூழ்ந்து சென்றாற்போல அறுபத்து நான்கு புலவர்களும் தங்கத் தண்டிகைகள் மீதில் ஏறி அதிமதுர கவியை வளைந்துபோகக், கட்டியகாரன்: "சாமி, பராக்கு" என்று கட்டியங் கூறிக்கொண்டு வந்தனன். இவரோ அப்புலவர்மார் ஏறிவந்த தண்டிகை மத்தியுட்போகக் கட்டியகாரன்: அதிமதுரசிங்கம், பராக்கு, என்று உரத்துக் கூறி, இவரைநோக்கி: அடா, நீயும் இந்தப்படி சொல்லுவாயாக என்று கற்பித்தனன். இவரோ:

"அதிமதுரமென்றே யகிலமறியத்
துதிமதுரமாயெடுத்துச் சொல்லும்-புதியமென்
காட்டுச்சரக்குலகிற் காரமில்லாச்சரக்குக்
கூட்டுச்சரக்கதனைக்கூறு"

என்று ஒரு வெண்பாவினால் வினாவினர். இப்பாடல் அப் புலவர் காதில் விழ அவர் அகங்கொதித்தும் அந்நேரம் யாதும் சொல்லாதுபோய் இராச சபையிற் சேர்ந்தவுடனே ஒரு சேர்வைக்காரனை அழைத்து, இன்னவிடத்தில்

ஓர் பிராமணன் இருக்கின்றான், நீபோய் அவன் ஊர்பெயர் அறிந்து வாவென, அவன் போய் இவரைக் கண்டு ஐயா! நீரியாவர், என்று விசாரிக்க, இவர்:

"தூதைந்துநாழிகையி லாறுநா ழிகைதனிற் சொற்சந்தமாலைசொல்லத்
துகளிலாவந்தாதி யேழுநாழிகைதனிற் றொகைபடவிரித்துரைக்கப்
பாதஞ்செய் மடல்கோவை பத்துநாழிகைதனிற்பரணியொருநாண்முழுதுமே
பாரகாவியமெலாமோரிருதினத்திலே பகரக்கோடிக்கட்டினேன்
சீதஞ்செயுந்திங்கள் மரபினு னீடுபுகழ்செய்யதிருமலைராயன்முன்
சீறுமாறாகவேதாறுமாறுகள்சொற் றிருட்டுக்கவிப்புலவரைக்
காதங்கறுத்துச்செருப்பிட்டடித்துக் கதுப்பிற்புடைத்து வெற்றிக்
கல்லணையினேடுகோடிய கடிவாளமிட்டேறு கவிகாளமேகநானே"

என்று விலாசமாய் ஏட்டில் வரைந்து அனுப்பினர். இதைக் கண்டவுடனே நாகபாம்பு படம் எடுத்தாற்போல அப்புலவர் சீறி இராசனோடு யோசனை செய்து இவரைப் பிடித்துவரும்படி நான்கு சேவகரை அனுப்ப, இவரோ வந்தவர்களின் மன நிலைமையை உணர்ந்து, உபாயமாய் எலுமிச்சம்பழம் ஒன்றைக் கடையில் வாங்கிக்கொண்டு இராசசபை போயினர். இதற்கிடையிற் புலவர்மார் இராசாவுடனே யோசித்து, அகோ! இராசனே, காளமேகம் சபையிற் புகுங்கால் அவனுக்கு ஆசனங் கொடாமலுஞ் சம்மானஞ்செய்யாமலும் அவன் உட்புகுத வழிவிடாமலும் இருக்கவேண்டும் என்று எச்சரிக்கைசெய்து இருந்தனர். இவரோ வாசலிற் சென்று அங்கு நிகழ்ந்த சூதை மட்டிட்டுச் சம்ஸ்கிருத சுலோகமொன்று சொல்லி அரசனை ஆசீர்வதித்து எலுமிச்சம் பழத்தை நீட்ட, அரசனுக்கு நீட்டியதைப் பிறர் வேண்டல் கூடாதாதலின் முன்னே வழிமறித்திருந்தார் இப்போது இவர் முன் செல்ல இடங்கொடுக்க, இவர் சுறங்கு எனக் கெதியாய் நடந்து, எலுமிச்சம் பழத்தை நீட்ட, அரசன் வாங்கியும் உளுக்கார இடங்கொடாமையால், இவர் நின்ற நிலையிலே சாரதையைத் தியானித்து அவள் பேரிலே சரஸ்வதிமாலை என்று பெயருள்ள முப்பது வெண்பாப் பாடினர் என்ப.

"வெள்ளைக்கலையுடுத்து வெள்ளைப்பணிபூண்டு
வெள்ளைக்கமலத்தேவீற்றிருப்பாள்—வெள்ளை
அரியாசனத்தி லரசரோடென்னைச்
சரியாசனத்துவைத்த தாய்"

என்பது அம் முப்பதனுள் ஒன்றும். இதனைப் பாடி முடிக்கவே அரசன் வீற்றிருந்த சிங்காதனம் தெய்வாதீனமாய் விரிந்து இடங்கொடுக்க, அதிலே இவர் ஏறி இருந்தனர் என்ப. இவர் இவ்வாறிருந்ததைக் கண்ட புலவர்கள் பார்த்த கண்கள் பறிப்பரிதாய் இவரை நோக்க, இவரும் அவர்களை நோக்கி,மனம் புழுங்கி நீவீர் யாவர் என, அவர்கள்: "யாம் இவ்வரசனின் சமஸ்தான கவிராசர்" என, அப்படியானால்:

"வாலெங்கே நீண்டெழுந்த வல்லுகிரெங்கே நாலு
காலெங்கே யூன்வடிந்த கண்ணெங்கே—சாலப்
புவிராயர் போற்றும் புலவீர்காணீங்கள்
கவிராயரென்றிருந்தக்கால்"

என்று அவர்களுக்குக் குரக்கரசர்ப்பட்டங் கொடுத்து அவர்கள் அனைவரையும் உல்லங்கனப்படுத்தினர், அப்போது அதிமதுரகவி இவரை நோக்கி: நீ யார் என்ன, இவர் "யான் காளமேகம்" என்றார் ஆகா! மேகமானாற்

பொழிவாயா என்று அவர் கேட்க, இவர்: "ஆம் பொழியத்தான் வந்தேன்" என்றார். அது கேட்டமதுரகவி:

"மூச்சுவிடுமுன்னே முந்நூறு நானூறும்
ஆச்சென்றுவலந்நூறு மாகாதா—பேச்சென்ன
வெள்ளைக் கவிக்காளமேகமே யுன்னுடைய
கள்ளக்கவிக் கடையைக்கட்டு"

என்று தன்னை வியந்து புகழச், காளமேகமோ மேலும் மேலாட்டமாய்:

"இம்மென்னுமுன்னே யெழுநூறுமெண்ணூறும்
அம்மென்றாலாயிரம் பாட்டாகாதா—சும்மா
இருந்தாலிருப்பே னெழுந்தேனேயானாற்
பெருந்தாரை மேகம்பிளாய்"

என்னும் பாட்டைப் பாடித்தமது திறமையைத் தெரிவித்தார். அவர்கள்: "நீ அரிகண்டம் பாடுவாயா" என்ன, இவர்: "அரிகண்டமாவதியாது? கூறுதிர்" என்ன, அவர்கள்: அரிகண்டமாவது கழுத்திற் கத்தி கட்டி எதிரி கொடுக்கும் சமுத்திக்கு இணங்கப்பாடுவது; பாடத்தவறினாற் கத்தியால் வெட்டப்படுவது என்னக், காளமேகம் கைமேற் கை தட்டிச் சிரித்துப்: போ! போ! இதுவும் ஓர் அருமையா? யமகண்டம் பாடுவீரா என்ன, அவர்கள் அது யாதென, இவர் அவர்களை நோக்கி: "பதினாறடி நீளம் அகலம் ஆழத்திலோர் குழி வெட்டி, அதன் நான்கு மூலைகளிலும் பதினாறடி இருப்புக்கம்பம்நாட்டிக்,கம்பங்களின்மேல்நாலுசட்டமும் நடுவே ஒரு சட்டமும் பூட்டி, நடுச்சட்டத்திலே உறி கட்டிக், கழுத்தின்மேல் நான்கு, அரைமேல் நான்காய் எட்டுக் கத்தி பூட்டி, அவ் உறியின்மேலே புலவன் ஏறி இருத்தல் வேண்டும். குழியிலே கட்டையிட்டு நெருப்பு மூட்டி அந் நெருப்பில் எண்ணெய்க் கொப்பரை வைத்து அதனுட் கந்தகம் சாம்பிராணி முதலிய சுவாலைப் பொருட்கள் போடவேண்டும். கத்திகளிற் கொழுக்கிகள் மாட்டி அவற்றிற் சங்கிலி கோத்து, அவற்றைக் கம்பங்கள் அருகே நிற்கும் நான்கு மதயானைகள் கையிற் கொடுக்க வேண்டும். என்னென்ன சமுத்தி கொடுத்தாலும் உறியிலிருந்தபடியே புலவன் பாடவேண்டும். சமுத்திக்கும் பொருளுக்கும் பின்னம் வரில், அவற்றைக் கொடுத்தோன் யானைப்பாகர்க்குச் சைகை காட்ட, அவர் அங்குசத்தால் யானையை ஒட்ட, யானை இழுக்கவே புலவனது தலையும் உடம்பும் கத்திகளால் வெட்டுண்டு கொப்பரையில் விழும். இதுவே யமகண்டம், நீவிரிப்படிச்செய்து பாடுவீர்களா என்றார். அவர்கள் உத்தரமாய்: நீதான் அவ்வாறு செய்குதி என்ன, இவர்: நீங்கள் சொற்றது சரியே. அதற்கு நீங்கள் ஆட்கள் அல்லத்தான் என்று தாமே அதற்கு இசைந்து, நெருப்புக்குழிமேற் கட்டப்பட்ட உறிமேல் இருந்து பாடி விசயமடைந்தார். முதலாவதாக அதி மதுரகவி இவரை நோக்கித், திருமால் அவதாரம் பத்தையும் ஒரு வெண்பாவிற் பாடும் என: இவர் அப்படியன்று, அரைவெண்பாவிற் பாடுகிறேன் பாரீர் எனக் கூறி:

"மெச்சுபுகழ்வேங்கடவா வெண்பாவிற் பாதியிலென்
இச்சையிலுன் சன்மமெடுக்கவா—மச்சா கூர்
மா கோலா சிங்கா வாமா ராமா ராமா ரா
மா கோபாலா மாவாவாய்"

என்று பாடினர். இதைப் பாடி முடிக்கவே மற்றைய புலவருள் ஒருவர் இராசித் தொகைமேல் ஒரு பாட்டுச் சொல்லுதிர் என்று கேட்க, இவர்:

"பகருங்கால் மேட மிடபம் மிதுனங் கர்க்
டகஞ் சிங்கங் கன்னி துலாம் விர்ச்--சிகந்த
நுசு மகரங் கும்ப மீனம் பன்னிரண்டும்
வசையறு மிராசிவளம்"

என்று பாடி முடிக்கப், பின்னொருவர்: திரிமூர்த்திகளின் இடம், பெயர், கறி, உணவு, ஆயுதம், பூஷணங்களாதியவற்றின் மேற் பாடுவீராக என்ன:

"சிறுவனவளபயறு செங்நெற்கடுகு
மறிதிகிரி தண்டு மணி நூல்—பொறியரவம்
வெற்றேறு புள்ளன்னம் வேதனரங்மாலுக்குக்
கற்குழம்பூவே கறி"

என்று பாடினர். வேறொருவர் இவரை நோக்கி: ஈ ஏற மலை குலுங்கின தாக ஓர் பாட்டுப் பாடும் என, இவரோ: மலைமாத்திரமா? உலகம் முழுவதுங் குலுங்கினதாகப் பாடுகிறேன் கேளுங்கள் என்று கூறி:

"வாரணங்களெட்டு மகமேருவுங் கடலுந்
தாரணியுநின்று சலித்தனவால்—நாரணனைப்
பண்வாயிடைச்சி பருமத்தினாலடித்த
புண்வாயிலீமொய்த்தபோது"

என்று கணத்திற் பாடினர். ஒருவர் இவரை நோக்கிப் புலவரே: குடத்திலே கங்கை அடங்கியதாக ஓர் கவி பாடும் என, இவர் சற்றுந் தாமதியாது:

"விண்ணுக்கடங்காமல் வெற்புக்கடங்காமன்
மண்ணுக்கடங்காமல் வந்தாலும்—பெண்ணை
இடத்திலே வைத்த விறைவர்சடாம
குடத்திலே கங்கையடங்கும்"

என்று பாடினர். இவ்வாறு மற்றையோரும் தத்தம் மனவிருப்பப்படி யாது கேட்டாலும் ஒன்றுந் தவறாது பாடி முடித்து உறியால் இறங்கினர். ஆயினுமென்? அவர்களுடைய மனங்கள் பின்னும் உருகாமலும் இளகாமலும் இரும்பினுங் கடினமாய்ப் பிடித்ததே பிடியாய் இருக்க, அரசனும் இவர் மேல் அபிமானங் கொள்ளாது மனவசியமாகாது பரிதிமுன் கழி மண் என வரவர இறுகிக் கடினசித்தனாக, இவர் மிக மனசு நொந்து:

"செய்யாதசெய்த திருமலைராயன்வரையில்
ஐயாவரனே யரைநொடியில்—வெய்யதழற்
கண்மாரியான்மதவனக் கட்டழித்தாற்போற்றீயோர்
மண்மாரியாலழிய வாட்டு"

என்று ஒரு மறப்பாட்டைப் பாடி அப்பட்டினம் விட்டு மீண்டார். இவர் சொல்லிய வாக்குப்போல அந்நகரம் மண்மாரியால் மூடுண்டு அழிந்தது என்ப. மறுபடி இவர் அங்கங்கே யாத்திரை செய்து திரிந்து திருவாரூரில் வந்து இருக்கும்போது அங்குள்ள புலவர் ஒருவர் சிலேடையாய் ஓர் கவி பாட வேண்டும் என்று நினைந்து,

"நாணென்றுஞ்சிருக்கு நற்சாபங்கற்சாபம்"

என்று தொடங்கி மற்றமூவடிகள் வாராமையால் அதைமாத்திரம் சுவரில் எழுதிப்போய் விட்டனர். கோயிலுக்குச் சென்ற காளமேகம் மேற்படித் தனி அடியைப் பார்த்து.

"பாணந்தான் மண்டின்ற பாணமே—தானுவே
சீராரூர்மேவுஞ் சிவனேநீயெப்படியோ
கோரார்புரமெரித்தநேர்"

என்னும் மூன்று அடிகளையும் அதன்கீழ் வரைந்துவிட மற்ற நாள் முந்திய புலவர் அவற்றைக்கண்டு மகா சந்தோஷம் அடைந்தனராம். தேக வியோகமான பின் காளமேகப்புலவரது பிரேதம் மயானக் கட்டைமேற் கிடந்து எரியும்போது, முன் சொன்ன புலவர் உள்ளம்பரிந்து அதன் கிட்டப்போய்:

"ஆசுகவியா லகிலவுலகெங்கும்
வீசுபுகழ்க்காள மேகமே—பூசுரா
விண்கோண்ட சேர்தழல்வாய் வேகுதே யையையோ
மண்டின்றபாணமென்றவாய்"

என்று பாடிப் பிரலாபித்தார். இவ்விடஞ் சுட்டப்பட்ட புலவர் இரட்டையர் என்று சிலர் சொல்லி இருக்கக்கண்டோம்.

காளமேகத்தை ஒத்த கவிமேகங்கள் அருமை! அருமை! ! இவர் பாடிய தனிப்பாக்கள் நூற்றைம்பதுக்கு மேலுண்டு. தெரிவு செய்து எழுதில் இப்புத்தகம் விரியுமென்று அஞ்சி விடுத்தோம். அவற்றுட்பல நூதனமன்றி "வம்புந் தும்பும்" வசையுமே. இவரைப் புகழ்ந்து:

"கம்பனென்றுமம்பனென்றுங் காளியொட்டக்கூத்தனென்றும்
கும்பனென்றும் பேர்கொடுப்பதுண்டோ—அம்புவியிற்
கன்னுவதாரன் காளமேகப்புலவன்
அந்நாளிலேபிறந்தக்கால்"

என்று புலவர் ஒருவர்பாடினர். இவரைப்பற்றிய நூதன கதைகளும் பல உள. இவர் ஒருதருணங் கன்னபுரத்திலிருந்த கோயிலுக்குச் செல்ல அங்குள்ள வைஷ்ணவர் இவரை உட்புகாது தடுத்துக் கதவை அடைக்க,இவர் குரோதங்கொண்டு:

"கன்னபுரங்கோயிற் கதவடைத்துத்தாழ்ப்பூட்டி
வெண்ணெயுண்ட மாயவனும் மண்ணையுண்டான்"

என்று பாட, விஷ்ணு விக்கிரகந் தரையிற் சாய்ந்தது என்றும், மறுபடி அதற்குப் பரிகரிப்பாக:

"என்னையெனில்—சிரக்கப்பறையேந்திச் செங்காட்டிலீசன்
இரக்கப் புறப்பட்டானென்று"

என்று பாட,அவ்விக்கிரகம் எழுந்து விட்டது என்றுங் கூறுவர். இவர் தெரு மார்க்கம் ஒருதருணம் போனபோது வீதியிற் பெருக்கிக்கொண்டிருந்த பிராமணப் பெண்கள்: காளமேகம் என்கிற கட்டை விளக்குமாறு இவர்தானு என்று பரிகாசிக்க: "ஆமாம், பெருக்கப் பெருக்கச் சொல்லிக்கொள்ளுவார்கள்" என்று இவர் சொல்லவே, குப்பைகள் கூட்டக் கூட்ட ஒழியாது பெருகிக் கொண்டிருந்தன என்றும், அப்பெண்கள் மறுபடி இவரிடம் சென்று மன்றாடியதாற் பின்பு தொலைந்தன என்றும், ஆவிடையார் கோயிலின் சமீபத்திலே உள்ள கிராமமொன்றிற் பாம்புகள் மிகுத்து அநேகரைக் கடித்ததால் அந்தக் கிராமத்தார் இப்புலவரை நோக்கி : ஐயா, நீர் இப்பாம்புகளை அகற்றிவிட வேண்டும் என்று பிரார்த்திக்க இவரோ: "பன்னகம் பாய் சுருட்டி ஆச்சு. நீங்கள் போங்கள்" என்று சொல்ல அம்மொழிப்படி அவை தொலைந்தன என்றுங் கதைகள் உள.

காளிமுத்துப்புலவர்.— **Kalimuttu Pulavar**.

பிறப்பிடம், இருப்பிடம், பிறந்த காலம், இறந்தகாலம் ஏதும் இவரைப் பற்றிக் காணேம். எனினும், இவர் பாடிய ஏழு தனிப்பாக்கள் கண்டோம். ஒவ்வொரு பாட்டும், "வேலப்பன் மைந்தன் குருநாதன்" என்று முடிகின்றது. கேவிப் புலவனே இலக்கண இலக்கியங்கள் நன்குகற்றுச் சாலப் புகழ் பெற்று விளங்கிய புலவனே அறியோம். ஆனல் நாம் சுட்டிய பாடல் ஒவ்வொன்றுஞ் சிற்றின்பசாரம் பொருந்தியது. ஆகவே மாதிரிக்காகவேனும் அவற்றை இங்ஙனம் வரையாது விட்டோம்.

கிருஷ்ணையர். — **Krishna Ayar**.

இவர் மாயூரந் தாலுகாவிலுள்ளவர். சிதம்பரத்திலுள்ள சிவகாமியம்மை பிள்ளைத் தமிழ் பாடினுர் இவரே.

கீரந்தையார். — **Keranthiar**.

மதுரைச் சங்கப்புலவர் நாற்பத்தொன்பதின்மருள் ஒருவராம் இவர் வள்ளுவர் நூற்குச் சொன்ன சிறப்புப் பாயிரக் கவி வருமாறு:

"தப்பாமுதற்பாவாற் றமாண்டபாடலினன்
முப்பாலினற்பான் மொழிந்தவர்—எப்பாலும்
வைவைத்தகூர்வேல் வழுதிமனமகிழத்
தெய்வத் திருவள்ளுவர்."

குகைநமச்சிவாயர்.—**Kukinamachchivayar**.

புலவரன்றி வேதாந்தியாயும் இருந்த இவர், இல்லாச்சிரமந் துறந்து சந்நியாசியாகிச் சிலகாலந் திருவண்ணமலையிலே வசித்தாரேனும், மறுபடி அங்கிருந்து சிதம்பரஞ் சென்று அத்தலத்தையே தமது உத்தம வாசஸ்தானமாக்கி அவ்விடத்திற்றனே தேகவியோகமாயினர். காலம், கி. பி. கஅ ம் சதாப்தம் என்று விளங்குகின்றது. இவர் பாடல்களுள் அருணகிரியந்தாதி முக்கியம் பெற்றது. இது சிவன்மேற்று. என் உள்ளமே என்று ஆத்துமாவைக் கூவி அதனேடு சம்பாஷிக்கும் வகையாய் நூறுவெண்பாவிற் பாடப்பட்டது. இது உத்தமர்கள், தேவபத்தர்கள் யாவரும் ஒப்புக்கொண்டு நன்குமதிக்கும் சிறந்த ஞானப்பாடல். இதில் ஒன்றை மாதிரிக்காய் இவ்விடந் தருகுவம்.

"காயநெகிழாமுன் கண்களிருளாமுன்
வாயிலுளபல்லு வழுவாமுன்—தாயம்பார்த்
தோடிநமன்வாராமுன் றுள்ளமேசோணகிரி
காடிநக வென்றோட."

இதனை இவர் திருவண்ணமலைக் குகையில் இருந்தே பாடினர். குகை இடத்திருந்த காரணத்தால் இவர்க்குக் குகை நமச்சிவாய தேவர் என்று நாமமுற்றது. யாழ்ப்பாணத்து நல்லூர் சதாசிவம் பிள்ளை இதனைத் திருத்தி அச்சிடுவித்திருக்கிறர்.

குணசாகரர்.—Kunasagarar

கவிராசர் எனும் பெரும்பெயர்க்கு இலக்காகிய அமிர்தசாகர முனிவர் செய்த காரிகை இலக்கணத்திற்கு உரைசெய்தார் இவரே. அந்நூற் கவித்துறைகளிற் காணும் விதப்புச் சொற்களைத் தாக்கி இவர் செய்த தாற்பரிய உரை இவரது குசாக்கிர விவேகத்திற்குச் சான்றாகும். இவர் இயற்றிய நூல் "யாப்பருங்கலம்" எனப்படும். அதிலே ௬௦ ச் சொச்சச் சூத்திரமுள.

"யாப்பருங்கலனணி யாப்புறவகுத்தோன்
தனக்குவரம்பாகிய தவத்தொடுபுணர்ந்த
குணகடற்பெயரோன் கொள்கையில் வளாத்
துளக்கறுகேள்வித் துகளுர்காட்சி
அளப்பருங்கடர்பெய ரருந்தவத்தோனே"

என்று யாப்பருங்கலமுதற் சூத்திரத்திற் சொல்லப்பட்டதால் இவர் அதற்கு ஆக்கியோர் என விளங்கும்.

குணவீரபண்டிதர்.—Kunaveera Panditar.

இவர் சிங்களப்பேட்டைக்குச் சமீபமாயுள்ள களந்தையிற் பிறந்து ஆருகமதத்தவராய்ப் பெரும் புகழ்பெற்ற வித்வசனர் பெருமான். இவர் சீவித்த காலம் கி. பி. ௧௨ ம் சதாப்தம். நேமிநாதம், வெண்பாப் பாட்டியல் என்னும் இரண்டு இலக்கணங்களுக்கு இவர் ஆக்கியோன். இவ்விரண்டனுள் வெண்பாப் பாட்டியல் திருப்புவன தேவர் என்னும் இராசன் காலத்திலே வாக்கானந்த முனி என்னும் மகாத்துமாவின் அருள் பெற்றுப் பாடியது. இதிலே நூறு செய்யுள்களுள. நேமிநாதம் தொண்ணூற்றாறு செய்யுள் கொண்டது. நேமிநாதன் என்பது அருகனது அபிதானங்களுள் ஒன்றாதலின் அப்பெயர் இந்நூற்கு இடப்பட்டது. திருப்புவன தேவர் என்னப்பட்டார் யாவர் என்று நிச்சயித்தல் கூடாதாயினும், ஓர்போது கிறிஸ்தாப்தம் ௧,௧00 ம் வருடத்தளவில் அனுமகுண்டத்தில் இருந்து அரசாண்ட திருப்புவனமல்லன் எனும் இராசராய் இருக்கலாம். நேமிநாதம் எழுத்ததிகாரம், சொல்லதிகாரம் என்னும் இருபிரிவினது. சொல்லதிகாரம் மொழியாக்கம், வேற்றுமைமரபு, உருபுமயங்கியல், விளிமரபு, பெயர்மரபு, இடைச்சொன்மரபு, உரிச்சொன்மரபு, எச்சமரபு என்னும் ஒன்பது பாற்று. தொல்காப்பியக் கடலுக்கு இந்நூல் தெப்பம் எனுங் கருத்துப் பின்வரும் வெண்பாவில் விளங்கும்.

"தொல்காப்பியக்கடலிற் சொற்றீபச்சுற்றளக்கப்
பல்காற்கோல்கொண்டோடும் படவெண்ப—பல்கோட்டு
நேமிகாமர்புலவனை வெல்லுங்குணவீரன்
நேமிநாதத்தினெறி."

பாடல் மாதிரிக்கு இதிலுள்ள அவையடக்க வெண்பாவை இங்ஙனம் தருவம்.

"உன்னாமுடியநூ லோதாதீர்வான்வாய்ப்பட்
டென்னைவழுதாளாதில்லையோ—மன்னுளின்மேல்
நல்லார்சோர்தலா றுஞ்சொன்னபுன்சொல்லும்
[illegible]."

குமரகுருபர தம்பிரான்.—**Kumaraguruparathampiran.**

இவர் இற்றைக்கு இருநூறு வருடங்களின் முன்னே, திருநெல்வேலியிலே, தாமிரபருணி நதியின் வளத்தாற் சிறப்புற்ற ஸ்ரீவைகுந்தம் என்னும் பதியிலே, வேளாளர் மரபிலே பிறந்தவர். ஐந்து வயது வரையில் ஊமையராய் இருந்து திருச்செந்தூர்க் கோயிற்குக் கொண்டு போகப்பட்டதனால் வாய்திறந்து பேசினர் என்று சொல்வார். சிறுவயதிற்றானே திருச்செந்தூர்க் கந்தசுவாமி பேரிற் குமாரகலி வெண்பா எனப் பெயரிய ஓர் பாடல் செய்து கல்வியிற் தேர்ச்சி பெற்ற இம்மகான் பிரமசாரி விரதம் அனுட்டித்துச சந்நியாச மடவாசராய் இருந்தார். திருச்செந்தூரில் இருக்கும்போதே மதுரை மீனாட்சி அம்மாள் பேரிற் பிள்ளைத் தமிழ் பாடி அப்புறந் திருப்பரங்குன்றஞ் சென்று வசித்தார். இவர் மீனாட்சியம்மை பிள்ளைத்தமிழ் பாடி வைத்திருக்கின்றார் என்ற வார்த்தை மதுரையை அரசாண்ட திருமலை நாயக்கன் காதில் விழ, அவன் அப்பாடலையும் இவரையும் மரியாதையாய் அழைத்து மதுரைக்குக் கொண்டுபோய் அங்கே அப்பாடலை அரங்கேற்றினன். மறுபடி இவர் அவ்வூர்விட்டுப் பலவிடங்களுக்கும் யாத்திரை செய்து தமது கல்வித் திறமைகளைச் சென்றுழியெல்லாங் காட்டிப் பரிசுபெற்றுத், தருமபுர ஆதீனத்திலே மாசிலாமணி ஞானசம்பந்தத் தம்பிரானைச் சந்தித்து அவருடன் அளவளாய்ச் சம்பாஷித்துப், பெரிய புராணத்திலே அவர் வினாவிய ஒரு செய்யுளுக்கு உரைகூறமாட்டாமல் மயங்கி, அவரைத் தமது ஞானாசிரியராய்க் கொண்டு, மேலும் பலகலை வல்லவராகி அவர்மேற் பண்டார மும்மணிக்கோவை என்னும் பிரபந்தத்தைப் பாடினர். சிலகாலஞ் சென்ற பின்னர்த்தில்லிப் பாக்ஷாவைக்கண்டு அவனிடம் உத்தரவுபெற்றுக் காசிப்பட்டணஞ் சென்று அங்கே ஒரு மடாலயங் கட்டித் தாம் அதுவரையுந் தேடி வைத்திருந்த திரவியங்களை அன்னதானத்திற் செலவிட்டு யௌவனதிசையிற்றானே நிரியாணமாயினர்.

மேலே விளம்பிய பாடல்களன்றி,

முத்துக்குமாரசுவாமி பிள்ளைத்தமிழ்,	சிதம்பரச் செய்யுட்கோவை,
சிதம்பர மும்மணிக்கோவை,	நீதிநெறிவிளக்கம்,

காசிக்கலம்பகம்,

ஆகிய பத்துப் பன்னிரண்டு பாடல்கள் பாடினர். இவர் செய்த நூல்களுள், நீதிநெறிவிளக்கம் விசேஷம் பெற்றது. நூற்றிரண்டு வெண்பாக்களுள்ள இப்பாடலைச் சென்னை அரசாட்சியைச் சார்ந்த ஸ்தோக்ஸ் (Mr. Storkes) துரை இங்கிலீஷிலே மொழிபெயர்த்துப் பல குறிப்புரைகளோடு பிரசரித்தனர். அம்பலவாணக் கவிராயர், முத்துக்குமாரசுவாமிக் கவிராயர் முதலிய பலர் அம்மொழிபெயர்ப்புக்கு உபயோகிகளாய் இருந்தார்கள். இந்நீதிநெறி விளக்கத்திற்கு யாழ்ப்பாணம் ம. ா. ா. சி. வை. தாமோதரம்பிள்ளை, வீ. ஏ. வீ. எல். காஞ்சிபுரம் சபாபதிமுதலியார் என்பவர்கள் உரை இயற்றி அச்சிடுவித்திருக்கின்றார்கள். ஸ்ரீமத் இராசகோபால பிள்ளை என்பவரும் இதில் ஐம்பது செய்யுள்களுக்கு விரிவான இலக்கண விளக்க உரை எழுதிப் பாடசாலை மாணாக்கருக்கு உபயோகப்படுத்தற் பொருட்டு அச்சிடுவித்தார். ா. ா. முத்தையாபிள்ளை என்பவரும் இலக்கணம் விரித்து எழுதினர் திருமலைநாயக்கனது தாட்சணியம் பெற்றே இந்நூலை இவர் பாடினர் என்ப. இவர்செய்த நூற்றொகை, "கலிவெண்பா முதற் கருதிய பன்மூன்-றொலிபெறு பிரபந்தமுரைத்ததன் பின்னர்" என்றார் சொற்படி கூ ஆயினும், சிலர் பதினைந்துக்குக் கணக்குச் சொற்றனர்.

குமரகுருபரதேசிகர் என்னு நாமத்தாலும் அழைக்கப்படும் இந்த ஆசிரியர் தமிழிலன்றிச் சம்ஸ்கிருதத்திலும் வல்லவர். பதிசாஸ்திரத்திலும் மாசறக் கற்ற நிபுணர். இவரது பாடல் மாதிரிக்காய் மீனாட்சியம்மை பிள்ளைத்தமிழிற் கண்ட திருமால் துதியை இங்ஙனம் வரைவம்.

"மணிகொண்டநெடுநேமி வலயஞ்சுமந்தாற்று மாசுணச்சூட்டுமோட்டு
மால்களிறுபிடர்வைத்த வளரொளிலிமானத்து வாலுவளமடங்கஞங்கும்
அணிகொண்டபீடிகையி னம்பொன்முடிமுடிவைத்தே மையனேடுவீற்றிருந்த
அங்கயற்கண்ணமுதை மங்கையர்க்கரசியையெ மம்மனையையினிதுகாக்க
கணிகொண்டதண்டுழாய்க் காடலைத்தோடுதேங் கலுழிபாய்ந்தளறுசெய்யக்
கழனிபடுகடவையிற் கமலத்தணங்கரசோர் கையவணைமுகந்துசெல்லப்
பணிகொண்டமுடவுப் பணிப்பாய்ச்சுருட்டுப் பவணத்தோளொருத்தலைப்பப்
பழமறைகண் முறையிடப் பைந்தமிழ்ப்பின்சென்ற பச்சைசப்பசுங்கொண்டலே."

குமரகுருபரதேசிகர். — **Kumaragurupara Desigar.**

இவர் பின்னர்க் கூறப்படும் பரிமேலழகர் என்பாரது பதினைந்தாந் தலைமுறையான சான்றோரக் குருக்கள். ஆத்மராமாயணம், ஞானக்குறவஞ்சி என்னும் இரண்டு நூல்களை இவர் பாடினர்.

குமாரகுலசிங்கமுதலியார். — **Kumarakulasinka Mudeliar.**

இவர் யாழ்ப்பாணம்தெல்லிப்பழையிலே வேளாளர் மரபிலே ௧௮௨௯ம் ௵ புரட். ௴ பிறந்தவர். அமரிக்க மிஷன் பகுதியிலே உபதேசியாய் இருந்து காலஞ்சென்ற ா. ா. சோடன் என்பவர் இவர்க்குத் தந்தை. இவர் வட்டுக்கோட்டைச் சாஸ்திர சாலையிலே கல்வி கற்று அரசாட்சியைச் சேர்ந்த என்ஜினீர்ப்பகுதியிலே நில அளவைச் சாஸ்திரந் தேர்ந்து, கொழும்பிலும் யாழ்ப்பாணத்திலும் அதற்கேற்ற உத்தியோகத்தில் அமர்ந்து, மறுபடி மல்லாகம்,யாழ்ப்பாணக் கோடுகளிற் சக்கிறுத்தேரியுந் துவிபாஷிகருமாய் இருந்தவர். சபாமத்தியில்நின்று அஞ்சாது பிரவசனஞ் செய்யும் வாசால சிங்கமாகிய இவரது நெடுங்கால உத்தியோகச் சேவையால் அரசாட்சியார் இவர்க்குக் குமாரகுல சிங்க முதலியார் என்னும் பட்டஞ் சூட்டினார்கள். ஜெ. டபிள்யு. பார், (J. W. Barr) அப்புக்குட்டி என்னும் நாமங்கள் சாஸ்திரசாலையாரும் பெற்றாரும் இட்டவைகள். கீர்த்தனங்கள், பதங்கள், தனிப்பாக்களாதிய பாடிப் புலவர் எனும் பேர் பெற்றவர். இவர் பாடிய பதிவிரதை விலாசம் இவரது வித்துவ சாமர்த்தியத்தைத் தெளிவாய் விளக்கும். சங்கீத வித்தையும் நன்கு அறிந்த இவரது பாடல்மாதிரிக்கு அவ்விலாசத்தில் வித்துவாம்சர் தோற்ற விருத்தத்தைத் தருகின்றோம்.

"திவ்வியமெய்ஞ்ஞானமேலோங்கச் செறியுமஞ்ஞானநீங்க
அவ்வியமிலாமனத்த னாகியவித்துவாம்சன்
நவ்விநேர்விழியாள்பாரி நற்றவப்புதல்வன்கூடச்
செவ்வியசபையின்மீது சிறப்புடன்வருகின்றானே."

சிலகால நோயாற் பிணிபட்ட ௧௮௮௫ம் ௵ ஆவணி ௴ ௧௪ம் தேதி தேகவியோகமாயினர். சமயாசாரத்தாற் கிறிஸ்தவராகிய இவரது புத்திரரொருவர் மட்டக்களப்பிலே துவிபாஷிக உத்தியோகத்தில் அமர்ந்திருக்கின்றார். இவரது குடும்பத்தாரும் சுற்றமித்திரரும் உடுவில் தெல்லிப்பழைகளில் இருக்கின்றார்கள்.

குமாரசிங்கமுதலியார். — Kumarasinga Mudeliar.

இவர் மன்னார்ப்பகுதியைச் சேர்ந்த மாதோட்டத்திலே உள்ள நாவற்குளத்திலே பாக்கிய சலாக்கியம்பெற்ற வேளாளர் குலத்திலே பிறந்தவர். சமயாசாரத்தாற் கதலிக கிறிஸ்தவரான இவர், பேர் பெற்ற புலவரும் மிகுந்த அனுபவசாலியான ஆயுள் வேதியருமாய் இருந்தார். இதனாற் சனங்களுக்குள்ளே இவர்க்கு மிகச் செல்வாக்கிருந்தது. இவ்வாறு இருக்கு நாட்களிலே ௧௮௦௦ ம் ௵ இலங்கா தீபத்தை அரசாட்சி செய்த நோர்து தேசாதிபதி (Governor North) பூணாரக் குத்தகை என்னும் அநியாய வரி ஒன்றைச் சனங்கள் மேல் ஏற்ற, அதனால் மாதோட்டப் பிரசைகள் அரசாட்சியாருக்கு விரோதமாய்க் கலிபிலி ஒன்றை ஆரம்பித்தார்கள். ஆகவே, தலையின்றி வாலாடுமா, இவரின்றிக் கலகம் நிகழுமா, என அரசாட்சியார் நினைந்து இவர்பேரிற் பிராது தொடங்கினார். நீதிவிசாரணையில் இவர் அபராதியென விளங்கியதால் அரசாட்சியார் இவரைப்பிடித்துக் கசையடியடிப்பிக்க, இவர் உள்ளம் சுரந்து தேவமாதா பேரிலே ஆசுகவியாய் அநேக பாடல்கள் பாடினார். இவர் பாடிய கீர்த்தனங்கள் பல இந்நாட்களிலும் மாதோட்டத்திற் கொண்டாடப்படும் பூசை வேளைகளிற் படிக்கப்படுகின்றன என்று அறியலுற்றேம்.

குமாரசுவாமிதேசிகர். — Kumaraswamy Desigar.

திருச்செந்தூர் ஆதீனத்தைச் சேர்ந்த வீரவநல்லூரைச் சென்ன தேசமாகக் கொண்ட இப்புலவர், மாறியாடும் பெருமாள் சோதிஷரின் புத்திரர். இவர் செய்த கணிதநூல் இவர் நாமதேயப்படி குமாரசுவாமீயம் என்று அழைக்கப்படுகின்றது. இதிலே மூலகாண்டம், சாதககாண்டம், முகூர்த்தகாண்டம், சிந்தனைகாண்டம் எனு நான்கு காண்டங்களிலே ௩௪ படலங்களும் ௪,௲௧௨ செய்யுள்களும் அடங்கியிருக்கின்றன. இச் சோதிட நூலைச் சாஸதிரிமார் உசிதம் எனக் கொண்டாடுகின்றார்கள். இந்நூலுக்கு இவர் ஆக்கியோர் என்பதுடன் இவர் பாடல் மாதிரி விளங்கப் பின்வரும் பாவைத் தருகின்றேம்.

"போதிடமாகிய வேதியநாத புராதனன்மான்முதலோர்
ஈதிடமாய்வருவாரெனில் யாவும் விடாதியல்பாசநவில்
சோதிடமேதிடமாகநடாவு குமாரசுவாமியம் யான்
ஓதிடவேயெனதோரகம்வாழ்பவ ஞானசகோதரனே,"

இந்நூலைச் சிலர் உரையோடு அச்சிற் பதிப்பித்திருக்கிறார்கள். இதனை ஆதியிலே குமாரசுவாமி எனு நாமம் படைத்த கந்தசுவாமி அகஸ்திய இருஷிக்கு அருளிச்செய்தனராம். அது சம்ஸ்கிருதத்தில் இருந்ததால் அதையும் அதிலிருந்து மற்றோர் எடுத்துச் செய்த நூல்களையும் நிரையே முதனூல் வழிநூல்களாகக் கொண்டு இது இயற்றப்பட்டது. இந் நூலுக்கு ஆக்கியோர் இவர் என்றது பின்வரும் விருத்தத்தால் விளங்கும்.

"இயல்புளவிப்பலமுழுதுஞ் சேகரித்தோன்றாக
வியம்புமதிசயமுள குமாரசுவாமியம்
புபனெழுதுமெழுத்தமல னெழுத்துமியல்பாகப்
புகல்வதுகண்டநனியல்பிப் புலிமிறுன்னோரறியப்

பயமுளசந்தாசலசெந் திர்கதிபன்வீரைப்
பதிமாறியாடுபெரு மாள்புதல்வனை
செயமிகுபிர்பல்சுகுண குமாரசுவாமிச்சந்
தெய்வமிருதயத்திருந்த திருவுளம்பற்றியதே.''

குமாரசுவாமிப்புலவர் — **Kumaraswamy Pulavar.**

இவர் உடுப்பிட்டிக் கோவிற்பற்றிலே வல்லிபட்டியிலே வேளாளர் மரபிலே சுமார் நூறுவருடங்களின் முன்னிருந்த வித்துவான். சந்திரசேகரமுதலியார்க்குப் புத்திரர். முத்துக்குமாரு முதலியாருக்குச் சகோதரர். இவர் புரந்தரனுடகம் எனப் பெயரிய ஓர் நாடகத்தையும் அறுபத்துநான்கு அடி கொண்ட ஓர் சிந்துடன் பல பதங்களையும் பாடினர்.

குமாரசுவாமிமுதலியார். — **Kumaraswamy Mudeliar.**

இவர் கிறிஸ்தாப்தம் ௧௭௯௧ம் ஷூ த்திற்குச் சரியான பரிதாபி ஹூ ஆவணி மீ ௧௧ ம் உ உடுப்பிட்டிக் கோயிற்பற்றிலே, வல்லிபட்டிக் குறிச்சியிலே, வேளாளர் மரபிலே, கனகதளங் காத்திரங்கொண்ட குடும்பத்திலே பிறந்தனர். இவர் தந்தை சந்திரசேகர மாப்பாணமுதலியார் கதிர்காமபூப முதலியார். தாய் சந்திரசேகரமுதலியார் மகள் வள்ளியம்மை. இவர்க்கு ஆசிரியர் இவர் தாய்மாமனும் சந்திரசேகரமுதலியார் புத்திரருமான முத்துக்குமாரமுதலியார். இலக்கணம், இலக்கியம், சங்கீத வித்தை முதலாய நானு கல்வித் துறைகளிலுந் தம் மாமனரிடம் பாடங் கேட்ட இப் புலவர், பன்னிரண்டு பிராயம் வரையிற் பாடுஞ் சக்தி உடையவராய்ச் சீவ பரியந்தம் அதிலே மனம் பதிந்து சுவையுஞ் சாதனையுங் கொண்டவராய், இந்திர குமாரனுடகம், அருளம்பலக்கோவை, என்னும் இரு பாடல்களோடு தத்திய பத கீர்த்தனம் என்னும் பல பதங்களும், ஊஞ்சல், பதிகம் ஆதிய வேறு பல பாக்களும் பாடினர். இந்திரகுமாரனுடகம் அருச்சுனராசன் சுபத்திரா தேவியை மணமுடித்த சரித்திர மேலது. அருளம்பலக்கோவை உடுப்பிட்டியில் வசித்த அருளம்பல முதலியார் மேலது. பாடல் மாதிரிக்காக இரண்டுகவிகளை இவ்விடந் தருவம்.

''திங்காளுடலகந் தேய்வுறமாய்வுறச் சித்தரைப்போற்
றங்காமலந்தர மார்க்சந்தவம்புரிந் தாலுந்தமிழ்
மங்காதடுவை வருமருளம்பல மன்னன்வரைக்
கொங்கார்குழலி முகம்போன்மென நினைக்கூறரிதே.''

''எழுத்தசைசீர்தளை பந்தந்தொடைபா வினமுதலாம்
விழுப்பொருளாய்த்துணை ராதவென்பன்சொற்கு மேலவர்கள்
வழுச்சொல்வதென் னமந்தர் செய்நசிற்றிந்கு மாறனையோர்
இழுக்குரையாரிகழார் மிகவுமகிழ் வெய்துவரே.''

இவ்விரண்டனுள் முன்னையது கோவைத்துறை. மற்றது இந்திரகுமாரனுடகத்தின் அவையடக்கம். இவைகளன்றித் தமது மனைவியாருடைய பிணியை மாற்றிய திகாத்தம் புகழ் படைத்த இருபாலைச் செட்டியாரைப் புகழ்ந்தும், தம் புதல்வர் ஒருவர்க்கு விருந்தூட்டிய சுப்பிரமணிய ஐயரென்பார் ஒருவரை வியந்தும், தேவதாசி ஒருத்தியின் சங்கீதத்தை நயந்தும், தமது வளமொன்றை ஊடறுத்துப் போகத் தெருவெடுத்த ஓவசியர் ஒருவரைக்

கடிந்தும் பலதனிப்பாக்கள் பாடினர். யாழ்ப்பாணம் வண்ணார்பண்ணையில் வசித்த சரவணமுத்துப் புலவரைக் காண விரும்பி அவருக்கு ஓர் விருத்தத்திலே திருமுகம் வரைந்தனர். அமரிக்க மிஷன் வைத்தியராய் அட்டதிக்கெங்கும் புகழ் ஒளிவிட்டு விளங்கிய கிறீன் (Dr. S F. Green) துரையைப் புகழ்ந்தும், சனங்களின் உள்ளங்களோடு உயிரைக் கொள்ளைகொண்ட கொள்ளைநோய் காலத்திற் பரிந்தும் பாடிய பதங்கள் பல "உதயதாரகை"ப் பத்திரத்திலே தோற்றி இருக்கின்றன. தனிப்பாடல்களன்றி நோய்க்கிரங்கல் முதலிய சில நூல்களும் செய்தனர். இவரது சுற்றமித்திரர்கள் இந்நிமிடமும் வல்லிபட்டியிலே தகுந்த நிலைமையில் இருக்கின்றனர்.

ஊர்காவற்றுறை நீதவான் ம. ா. ா அத்வக்காத் உவைமன் கதிரவேற்பிள்ளை இப் புலவர்க்கு உம் புத்திரர். இவர் பிறப்பாற் சைவராயினுங் கொள்கையில் அவ்வாறிருந்தவரல்லர். கடவுள் ஒருவர் என்னுங் கொள்கை பூண்ட இவர் கிறிஸ்து சமயத்தைத் தழுவாதிருந்தும் அதனை வெறுத்தவருமல்லர். கிறிஸ்த வேதோபதேசங்களை மெச்சி அமரிக்க மிஷனரிமார் பேரில் அபிமான முற்றூராய் அவர்க்குப் பலவாறுகச் சகாயித்து வந்தவர். விக்கிரக வணக்கம் சுபாபத்தே இவர்க்கு அரோசிகம். சிறுவராய்ப் பாடசாலைக்குப் போய்த்திரியுங் காலத்திலே வழியிலுள்ள கோயில் ஒன்றில் இருந்த ஒருவிக்கிரகத்தை எடுத்துக் கண்டதுண்டமாக்கினர் என்று கேள்விப்பட்டிருக்கிறோம்.

பவ ௵ மார்கழி ௴ கஎ ம் தேதிக்குச்சரியான கஅஎச ம் ௵ மார்கழி ௴ கூo ம் தேதி முன்பின் அரு பிராயத்திற் தேகவியோகமாயினர். இரண்டோர் முறை இவரைக் கண்டிருக்கிறோம்.

குருபாத தாசர். — Kurupathathasar.

இவரும் ஓர் பெரும் புலவர் என்றதற்கு எப்பிரமாணமாயினும் சந்தேகம் இன்றும். எனினும் இவரது சரித்திரவரலாறு அந்தகாரப்பட்டது. புல்வயலிற் பூசிக்கப்பட்ட கந்தசுவாமிக்குத் துதியாக நூறு விருத்தங் கொண்ட குமரேசசதகம் என்னும் பிரபந்தம் பாடினர் என்றதற்கு மேற்பட இவரைப் பற்றி ஒன்றும் விளங்கினதில்லை. இவருடைய பாக்கள் நல்ல சந்தமும் இசையும் பொருந்தி ஒவ்வொரு விருத்தத்தின் ஈற்றடியுங் குமரேசனே என்று முடிகின்றது. மாதிரி காட்டவேண்டி அவற்றுள் ஒன்றைப் பின் வரைகின்றோம்.

"தங்கமானதுதழலினின்றுருகிமறுகினுந்தன் ஞெளிமழுங்கிடாது
சந்தனக்குறடுதான் மெலிந்துதேய்ந்தாலுமோ தன் மணங்குன்றிடாது
பொங்குமிகுசங்கு செந்தழலில்வெந்தாலுமோ போவிவெண்மைகுறைவுறது
போதவேகாய்ந்துநன்பால்சுறுகினுலும் பொருந்துசுவை போய்விடாது
துங்கமணிசாணயிற்றேய்ந்தவிட்டாலுந் துலங்குகுணமொழியாதுபின்
தொன்மைதருபெரியோர் மடிந்தாலுமவர்களது தூயநெறிதவறுதுமோ
மங்களகல்யாணதற மங்கைசுரதஞ்சரிவை மருவுதிண்புயவரசனே
மயிலேறிவிளையாடு குகனே புல்வயனீடு மலைமேவு குமரேசனே."

குலசேகரபாண்டியன். — Kulasagarapandian.

மதுராபுரியில் இருந்து செங்கோலோச்சிய இவ்வரசர் மற்றைய சில

அரசர்களைப் போலப் புலவராயும் இருந்தார். இவர் அம்பிகைமாலை எனப் பெயரிய ஓர் நூல் இயற்றினார். அதிலே முப்பது பாக்களுள.

குலசேகரப்பெருமாள்.---Kulasagaraperumal.

இவர் விஷ்ணு சமயத்தவரது தகியும் புகழும் பெற்ற ஆழ்வார் பன்னிருவருள் ஒருவர். கலியப்தம் இருபத்தெட்டிற் பிறந்தவர் என்ப. இவர் திருவாஞ்சியைத் தமது இராசதானியாக்கி மலையாளத்திலிருந்து அரசு புரிந்த திருதராட்டிரராசன் புத்திரர். பிதாவின் பின் அரசுரிமை பெற்றுச் செங்கோலோச்சியும் அந்தச் சிலாக்கியத்தை இகந்த வைஷ்ணவத் தவத்தியாகி விஷ்ணு ஆலயங்கள் எங்கும் யாத்திரை செய்து திரிந்தவர். ஸ்ரீரங்கம், காஞ்சிபுரம், திருப்பதி என்னுந் தலவிசேடங்களைச் கண்ணுற்று மன்னார் குடியிலே வந்திருந்தபோது நிரியாண தசை அடைந்தார். இவர் தம் பகவானுடன் கலந்து விட்டாரென்பது வைஷ்ணவர் கொள்கை. இவர் ஆரியம் திராவிடம் என்னும் இருபாஷைகளையுந் தேர்ந்த வித்துவ சிரோமணி ஆதலால் ஆரியத்திலே முகுந்தமாலை என்னும் பிரபந்தத்தை இயற்றித் தமிழிலும் அதனை நூற்றைந்து செய்யுளிற் திருப்பினர். விஷ்ணு சமயிகள் கொண்டாடும் நாலாயிரப் பிரபந்தம் என்னும் பாடலுள் இதுவுமோர் கூறாய் உள்ளது.

குலபதிநாயனார்.— Kulapathinayanar.

மதுரைக் கடைச்சங்கப்புலவர் சகளின்மருள் இவரொருவர். சங்கப் புலவராய்த் திருவள்ளுவர் நூற்குச் சிறப்புப் பாயிரமாய் இவர் சாற்றிய வெண்பாப் பின்வருவது.

> "உள்ளக்கமல மலர்த்தியுளத்தள்ள
> தள்ளற்கரியவிரு டள்ளுதலால்—வள்ளுவனர்
> வெள்ளைக்குறட்பாவும் வெங்கதிருமொக்குமெனக்
> கொள்ளத்தகுங் குண ்தைக்கொண்டு."

இக்குலபதி நாயனாரே பெரிய புராணத்திற் சொல்லப்பட்டிருக்குங் குலச்சிறை நாயனார் எனச் சிலர் சாதிக்கின்றார். இக்கருத்து எவ்வாறு உண்மைப்படுமோ அறியோம். அது மெய்ப்படில், இவர் பாண்டி வளநாட்டிலே மணமேற் குடியிலே பிறந்து நெடுமாறன் எனும் பாண்டிய ராசனுக்கு முதன் மந்திரியானவரும், சோழராசன் புத்திரியாகிய மங்கையர்க்கரசியை விவாகம் பண்ணின அப்பாண்டியன் சமணரது துர்ப்போதனையில் அகப்பட்டு அவருடைய மதத்தைத் தழுவினபோது, தாம் "மன்னன் எப்படி மன்னுயிர் அப்படி" என்னும் மூதுரைப்படி அரசனது முன்மாதிரியைக் கைக்கொள்ளாது, இராணியாகிய மங்கையர்க்கரசியின் மனவழிப்பட்டுப் பாம்பைக்கண்ணுறும் கருடனைப்போற் சமணரைப் பகைத்துச் சைவத்திலே ஒழுகிச், சிவதொண்டருக்குத் தாமே தொண்டராகிச், சம்பந்தரை அழைப்பித்து அரசனது வெப்பு நோயை மாற்றுவித்து அவனைப் பழையபடியே சைவனாக்கி, எண்ணாயிரஞ் சமணரைக் கழுவில் ஏற்றி ஒழிந்தோரை ஊர்விட்டகற்றினவருமாய் இருத்தல் வேண்டும்.

குலோத்துங்கசோழன்.—Kulothungka Cholan.

இவர் தமிழ் நாட்டு மூவேந்தருள் ஒருவராய் உறை ஊரில் இருந்து செங்கோலோச்சிய இராசேந்திர சோழனது புத்திரர். ஒட்டக்கூத்தர் இவர்க்குச் சமஸ்தான வித்துவானும் நண்பருமாய் இருந்தார். இராசேந்திர சோழனுக்குப் பரலோகப் பிரயாணம் சமீபித்திருந்த போது அவன் ஒட்டக்கூத்தரை அழைப்பித்துத், தனது புதல்வராம் இவரை அவர் பொறுப்பில் விட்டு: இவருக்குப் பாண்டியனது மகளை விவாகம்பண்ணி வைக்கும்படி சொல்லி இறந்து விட்டான். அவ்வாறு இவர் ஒட்டக்கூத்தர் மூலமாகப் பாண்டியன் புதல்வியை வதுவை செய்து, புகழேந்திப் புலவரையுஞ் சீதனமாகப் பெற்றனர். கம்பநாட்டாழ்வாரைப் பரிபாலனம் பண்ணினாரும் இவரே. இவர் மூலமாகப் பாடப்பட்ட மகா காவியமாகிய கம்பராமாயணம் அரங்கேறிய சபையும் இவர் சபையே. "கற்றாரைக் கற்றார் காமுறுவர்" எனும் ஆன்றோர் வாக்குப்படி, இவர் தாமே கல்வி வல்லவராய் இருந்ததனாற் றம்மை யடுத்த புலவரைச் சம்மானம் பண்ணி வித்துவகோட்டி ஏற்படுத்தித் தமிழ்மாதை வளர்த்தனர். இவர் குறிக்கப்பட்ட யாதேனும் ஓர் நூல் செய்தார் என்று புலப்படாத போதும் பல தனிப்பாக்கள் பாடி இருக்கிறார். இராமாயணம் அரங்கேறியபோது வரகவியாகிய கம்பருக்கு இவர், சத்திரம், சாமரம் முதலிய விருதுகளுங் கொடுத்து அவரைப் பட்டத்து யானைமேல் ஏற்றி, மந்திரிமார் பிரதானிகள் சேவிக்கக் கிராமப் பிரதட்சணஞ் செய்வித்து, மிகப் பூச்சியப் படுத்தி ஒரு துதி கவியும் ஈந்தனர். அதனையே இவருடைய புலமைத் திறமைக்கும் மாதிரிக்கும் ஆக இங்ஙனந் தருகின்றோம்.

"வாழ்வார் திருவெண்ணெய் நல்லூர்ச்சடையப்பன் வாழ்த்துபெறத்
தாழ்வாருயரப் புலவோரகவிருடானகலப்
போழ்வார்கதிரி னுதித்த தெய்வப்புலமைக் கம்பநாட்
டாழ்வாரடியைச் சிந்திப்பவர்க்கியாது மரியதன்றே."

கூழங்கைத் தம்பிரான்.—Kulangkai Tampiran.

இவர் காஞ்சி புரத்திற் பிறந்த மகாவித்துவான். கிறிஸ்தாப்தத்திற்கு முன்னே தொண்டை மண்டலத்திலே ஆதொண்டைச் சக்கரவர்த்தி காலத்திலே போய்க் குடியேறின ஆதி வேளாள குலமே இவரது தந்தை தாயரது குலம். இலக்கண இலக்கியக் கடற்கு ஓர் தெப்பமாய்த் தோன்றிய இக் கவீச்சுரர், வித்தாண்மையிலன்றிப் பதிசாஸ்திரங்களிலுங் கசடறத் தேறிய கலைஞானியாய் இருந்தவர். தென்மொழியாகிய தமிழிலன்றி வடமொழியாகிய ஆரியத்திலும் பாண்டித்தியம் பெற்ற இவர், முதன் முதல் ஒரு பாடசாலையிற் சாதாரண கல்வி கற்று வல்லவராகி, மறுபடி தஞ்சாவூர்க்குச் சென்று அங்கே அச் சமஸ்தானத்திலே உள்ள திருவத்துர்மடத் தம்பிரான் மாரைத் தமக்கு ஆசிரியராகக் கொண்டு, அவரிடம் பதிசாஸ்திரங் கற்றார். இவரது திறமையை நன்கு மதித்த அம்மடத் தம்பிரான்மார் இவரைத் தம்மடத்திற்றானே நிறுத்தித் தம்பிரான் பட்டத்தை ஈந்து, அங்கு வரும் மாணவகர்க்குப் பாடம் ஓதும்படி இவரை ஆசாரியராக்கினர். ஆக்கியுமென்ன! அழுக்காறு என்னும் பெரும் பாவியால் இவர்க்குப் பேர் இடையூறு நேரிட்டது. தம்மினும் இவர்க்குப் புகழும் பெருமையும் கிடைத்ததைக் கண்டமாத்திரத்தில் அம் மடத்துச்

சிரேட்ட தம்பிரான் இவர் மேற்பொறாமை கொண்டு இவர்க்கு மோசம் செய்ய யோசித்தார். இவரது கல்வியிலும் பிரஸ்தாபத்திலும் கிளர்ந்த அழுக்காற்றினால் இவர் மேற் சில அபராதங்களைச் சுமத்தினர். நம்மாற் சுட்டப்பெற்ற குற்றத்தை நீ செய்ததில்லையானால், அழலிற் காய்ந்து சிவந்த இரும்பை உன் வலக் கையிலே எடுத்து நின் நிரபராதத்தை ரூபித்து உன் குற்றத்தால் விலகு என்றனர். நெருப்புத் தன்னைத் தீண்டும் யாவரையும் சமமே சுடும்; குற்றமுற்றோரையும் அற்றோரையும் சமமே சுடும் என்பதை உணராமலோ, காலகதியாலோ, இவர் அவ்வாறு செய்கிறோம் என்று உடன்பட்டு வலக்கையால் இரும்பைத் தூக்க அக்கை வெந்து கூழங்கையாயிற்று. அக்காலந்தொடங்கிக் கூழங்கையர் எனும் வக்கணப் பெயர் இவருக்காயிற்று. சுயநாமம் ஏதோ தெரிகிலம். இக் காரண நாமத்தை இட்டு அது வழங்காது போயினது போலும்.

இச் சம்பவத்தின் பின்பு இவர் யாழ்ப்பாணம் வர, இங்கே வண்ணார்பண்ணையிலே வைத்தியலிங்கச் செட்டியார் என்னும் வணிகர் திலகர் இவர்க்கு நண்பராய் இவரைப் பரிபாலித்து வந்தனர். இவர் அவருடைய பிள்ளைகளுக்கும் பிறர்க்கும் பாடமோதிக் காலட்சேபஞ் செய்தனர். இவரது கல்வியினது ஆழமுந் திட்பநுட்பமும் இலங்கை எங்கும் பிரசித்தமானதாற், கொழும்பிலுள்ளார் பலர் இவரை அழைப்பித்துப் பாடங் கேட்டனர். இவருடைய உதவியாற் பாதிரியார் காபிரியேல் பச்சிக்கோ முதலாம் பலர் தமிழ் வல்லவராயினர். இவர் நல்ல இலக்கணக் களஞ்சிய மாகையாற் பவணந்தி முனிவர் செய்த நன்னூலுக்கு வியாக்கியானம் எழுதினது மாத்திரமல்லாது, பற்பல புலமைகளையும் இயற்றினார். ஞானநூல் வல்லவராதலால் எம்மதத்துக்குஞ் சம்மதமான நடையினராகி யோசேப்புப் புராணம் என்னுங் காவியத்தை இருபத்தொரு காண்டத்தில் ஆயிரத்திருபத்து மூன்று விருத்தத்திற் பாடித் தமது நேசராகிய மெல்லோப் பாதிரியாருக்கு அதைப் பிரதிட்டை செய்தனர். மாதிரிக்காக அப்புராணம் ஆற்றுப்படலத்தில் இருந்து ஓர் விருத்தத்தை இவ்விடம் வரைகின்றோம்.

"பயம்புலிக்கருள் பயோதரமியாவுமந்திரையாற்
பயங்கொள் வேலையிற் பரந்துவாரிதியிடைப் படிந்து
பயங்களானவை பருகியப்பரவையின் வடிவாய்ப்
பயங்கள் கோரமைகொண்டிடப் பரந்ததம்பரமேல்."

இப் புராணமன்றி நல்லைக் கலிவெண்பா, கூழங்கையர் வண்ணம் ஆதியாம் பல பாடல்களை இவர் பாடி இருக்கின்றார். பிற்காலத்திலே சுண்டிக்குழிக் கோயிற்பற்றைச் சார்ந்த சிவியா தெரு இவர்க்கு உறைவிடமாய் இருந்தது. மானிப்பாயிலுஞ் சில பிரபுக்களுக்கு அறிமுகமாகி இவ்விடம் வந்து கொண்டாடிப் போயினர் என்று கேள்வி. அதி விருத்தாப்பிய வயசிற் தேக வியோகமாகி நல்லூரைச் சார்ந்த திருநெல்வேலியிற் சமாதிருத்தப்பட்டார். அங்கிலேயர் கையில் யாழ்ப்பாணம் அகப்பட்ட காலத்திற் கிறிஸ்தாப்தம் ௧௭௯௫ ம் ௵ இவரது மரண சம்பவம் நடந்தது. சிறியோர் பெரியோர் என்ற பேதமின்றி யாவர்க்குஞ் சமமாய் நடந்தவராதலாற் சாதாரணமாய் இவர் யாவராலும் நன்கு அபிமானிக்கப் பட்டவர். யாழ்ப்பாணத்துக்கு வந்த பின்பு உலாந்தா, போர்த்துக்கீஸ் என்னும் இருபாடைகளையும் படித்தாராதலாற் "கொம்மிந்தான்" முதலாம் எந்த உத்தியோகஸ்தருடனுஞ் சம்பாஷிப்பார். யார்க்க விஷயத்திலே எவரையும் பொருட்பண்ணாது சுவாதீனமாய் நடப்பவர். தமக்கு அன்ன தாதாவாய் இருந்த வைத்தியலிங்கச் செட்டியார்

சட்டிய சிவன்கோயிற் பிரதிட்டைக்குப் போயிருந்தபோது, பூசகர் கொடுத்த விபூதியை வாங்கிச் "சாதி சாதியோடே" என்று சொல்லித் தாம் மாட்டியிருந்த தொடுதோலிற் போட்டனர் என்ற கதை இந்நாளும் உளது. மெல்லோப்பாதிரியார் முதலிய குரவரின் கொண்டாட்டத்தாற் கிறிஸ்தவேதாகம அறிவில் நன்றாய்ப் பயின்றிருந்தார். இவரைப் பற்றிச் சிறு கதைகள் பல இருப்பினும், இரண்டை மாத்திரம் வரைவம். இவர்க்குங் "கோட்டு"த் துவிபாஷிதராகிய கோவிந்த முதலியார் என்பவர்க்கும் பாற்பசு ஒன்றையிட்டு விகாதம் உண்டானபோது, முதலியாரோடு நீர் பிணங்கல் நல்லதல்ல என்று சிலர் புத்திசொல்லக் கேட்டு, ஒருநாள் அக்கறவையை அவிழ்த்து முதலியார் வீட்டிலிருக்கிற சமையம்பார்த்து அவரது படலையிற் கொண்டுபோய் நிறுத்திக்கொண்டு: "கோவிந்தா! கோவிந்தா!" என்று கூவினராம். "ஓ! இதென்ன பாபம்! முதலியாரை இவ்வாறாய் மரியாதைத் தப்பாய் நீர் அழைக்கலாமா" என்று உள்ளிருந்தார் சிலர் வெளியிலே வந்து இவரைக் கேட்க, இவர்: ஓ! இதிலென்ன மரியாதையீனம்? கோ=பசு; இந்தா=வாங்கிப்போ, என்றல்லவோ சொன்னேன் என்று சமாளித்து முதலியாரோடே இணக்கமானார்.

இவர் ஒரு தருணம் நீதிக் "கோட்டு"க்குப் போய்த் தாம் உளுக்கார நாற்காலி இல்லாதிருக்கக் கண்டு; கோவிந்த முதலியாரைக் காணும்படி ஓராள் வந்து தேடிக்கொண்டு நிற்கிறதென்று ஓர் சேவகனிடஞ்சொல்லி அனுப்ப, முதலியார் தற்சணம் ஆசனம் விட்டெழுந்து ஒரு கதவாற் போக, இவர் மறு கதவாற் சென்று அவரது நாற்காலியில் உளுக்கார்ந்துகொண்டனர். தேடினவரைக் காணப்போன முதலியார் வெளியிலே ஒருவரையுங் காணாது தம் ஆசனத்திற்கு வந்து, இவர் அதிலே உளுக்கார்ந்திருக்கக் கண்டு, வெட்கித்து, உலாவிக்கொண்டு நின்றனர். இருவர் தம் செயலையும் நீதிபதி கண்டு: இக் கரிச்குரங்கு ஏன் மரத்தில் ஏறிற்று என்று முதலியாரை வினவ, இவர்: வெள்ளை நாயைக்கண்டதாற் குரங்கு ஏறிற்று என்றனராம். இவரிடம் இலக்கணம், பஞ்சசாஸ்திரம் முதலா நூல்களிற் பாடங் கேட்டவர் பலருள் வைத்தியலிங்கச் செட்டியார் ஒருவர். தம்பிரான் ஒருக்காலுக்கு மேற்படப் பாடம் ஓதார் ஆதலாலும், செட்டியார் விரைவில் அதை மட்டிடல் பிரயாசமாய் இருந்ததாலும், மாதகற் சிற்றம்பலப் புலவரே இவரிடம் பாடங்கேட்டுச் செட்டியார்க்குச் சொல்லிக்கொடுக்க இரண்டாம் உபாத்தியாயராய் அழைக்கப்பட்டார் என்ப.

கோங்கணர். — Kongkanar.

ஞானியாராயன்றி வைத்தியரும் புலவருமாய் இருந்த இவர் ஓர்போது தம் நாமகாரணப்படி கொங்கண தேசத்தவராய் இருக்கலாம். கொங்கணத்துக்குத் தற்கால நாமதேயங் கோயம்புத்தூர். வாலிபப் பிராயத்திற்றானே இவர் தவத்தியாய்ப் பொதியமலை வாசிகளாகும் முனீசுரர்களுடன் கூடி அவர்களிடம் நானாவித கலைகளிலும் பாடங் கேட்டவர். சிலர் இவர் அகத்தியர் காலத்தில் இருந்தவர் என்றும் அவர் மாணவகருள் ஒருவரென்றுங் கூற, வேறுசிலர் திருவள்ளுவர் காலத்தவர் என்பர். பல தேவாராதனைக்கு மாறாக இவர்பாடிய ஞானநூல் இவர் நாமதேயப்படி கொங்கணர் ஞானம் என்று அழைக்கப்படுகின்றது. பாடல் மாதிரிக்கு அதில் ஓர் விருத்தம் தருகுவம்.

"கடவுளொன்றேயவனுண்டே வேதமொன்றே காரணசற்குருதீட்சை தானுமொன்றே-அடைவுடனே யவனருளும் பதவியொன்றே யம்புவியின் மனுப்பிறவியானதொன்றே-நடைவழியும்பலமனுவோர்க்கொன்றேயல்லா னல்வேதமறுசமய நடக்கைவேறுத்-திடமுடையதேவர்பலருண்டென்போர்க டீநரகுக்காளாவர் திண்ணந்தானே."

இஞ் ஞான நூலை விடக் கடைக்காண்டம், குணவாகடம் என்னும் இரண்டு வைத்திய நூல்களையும் இவர் ஆக்கினர்.

கோடிஞாழன் மாணிபூதனர்.—Kodignalanmani Puthanar.

இதிகாசம் உணர்த்தும் கடைச்சங்கப்புலவர் சக பேருள் இவரும் ஒருவர். திருவள்ளுவர் நூற்சிறப்புப் பாயிரமாய் இவர் பாடியவெண்பா பின்வருவது:

"அறனறிந்தேமான்ற பொருளறிந்தேமின்பின்
திறனறிந்தேம் வீடுதெளிந்தே—மறனெறிந்த
வாளார்நெடுமாற வள்ளுவனார்தம்வாயாற்
கேளாதனவெல்லாங் கேட்டு."

கோதமனர்.—Kothamanar.

மேற்கூறப்பட்ட புலவர்க்குச் சொன்னவையே இவர்க்கும் உரியன. இவர் திருவள்ளுவர் நூற் சிறப்புப் பாயிரமாய்ச் சொன்ன வெண்பா வருமாறு:

"ஆற்றவிழியுமென் றந்தணர்களுன்மறையைப்
போற்றியுரைத்தேட்டின் புறத்தெழுதார்—ஏட்டெழுதி
வல்லுநரும் வல்லாரும் வள்ளுவனார் முப்பாலைச்
சொல்லிடினு மாற்றல் சோர்வின்று."

கோபாலகிருஷ்ணையர்.—Kopalakrishna Ayer.

இவர் சோழ நாட்டிலே, சீர்காழித் தாலுகாவிலே, ஆனைதாண்ட புரத்திலே, வடமப் பிராமண குலத்திலே, இற்றைக்கு ஏறக்குறைய எழுபது வருடங்களுக்கு முன் பிறந்தவர். "கல்லாமற்பாதி குலவித்தை" என்றாற்போற் தமது தந்தையாரை ஒப்பச் சங்கீத வித்துவானும் இலக்கண ஆராய்ச்சியுள்ளவருமாயிருந்த இவர், சிறந்த வித்துவ சிரேஷ்டர் என்பதற்குத் தென்றிசையிலே, சோழவள நாட்டிலே, ஆதனூரிலே அவதரித்த திருநாளைப் போவார் என்னும் நாமகரணம் இடப்பெற்ற நந்தன் என்பாரது சரித்திரகீர்த்தனை சாட்சி கூறும். சேற்றிலே செங்கமலம் உற்பத்தி செய்தாலொப்பப் புலைச்சி வயிற்றிற் பிறந்து, சிவதொண்டின் மேல் நாட்டமுற்று, ஸ்தல தரிசனஞ் செய்து சிவதொண்டர் அறுபத்துமூவருள் ஒருவரான அந்த நந்தனாரின் சரித்திரத்தை அதி சிங்காரமாக வசனமாகவும், பதம், சிந்து, தரு, விருத்தம், சொண்டி, அகவல் ஆகிய பல இனப் பாக்களாகவும் அமைத்து இவர் பாடியிருக்கின்றனர்

அப்பாடல்களை யொன்ருய்த் திரட்டிப் புத்தகமாய் அச்சிட்டிருக்கிறார்கள். பாடல்மாதிரிக்காக அவையடக்கப் பாட்டை இவ்விடந் தருகின்றேம்.

"சிற்பிகள் காண்போர் சிந்தையுமுவக்கச் செப்புநல் லின்புறத்தீட்டும்
விற்பனங்கண்ட வறிவிலானெழுதும் விதமெனமுத்தமிழென்னுஞ்
சொற்புகழ்கல்வித் துறைபெலாந்தெரிந்த தூயநற்புலவர்முன்கருதிப்
பொற்புறவிசைக்குங் கீர்த்தனமிதவணப் புவிமிசைமதிப்பர்களம்மா."

இப் புலவர் அந் நந்தனாரை அடிமைகொண்ட ஆண்டையின் வழித்தோன்றல் என்ப.

கோபாலகிருஷ்ணதாசர்.-**Kopalakrishna Dasar**.

மேற்படி புலவர் நாமத்துக்கு இயைவுற்ற இப்பெயருடையார் ஒருவரைக் காண்கிறோம். இருவரும் ஒருவரோ தேறேம். அல்லவென்ற கருத்துற்றே இவர் நாமத்தை வேருய்த் தருகிறேம். இவர் எப்பிரான் சதகம் என்னும் பாடலுக்கு ஆக்கியோன்.

கோரக்க நாதர்.—**Korakkanathar**.

சத்தியநாதர், சதோகநாதர், ஆதிநாதர், அநாதிநாதர், வகுளிநாதர், மதங்கநாதர், மச்சேந்திரநாதர், கடேந்திரநாதர், கோரக்கநாதர் எனச்சித்தர் ஒன்பதின்மர் என்பர். இந் நவ சித்தருள் ஒருவராம் இவர் தம் தபோபலத்தினுற் புலமை, வைத்தியம், இரசவாதம் என்னு மூன்றினும் பெயருடையார். இவர் பாடிய நூறு செய்யுள் அடங்கும் நூலுக்குக் கோரக்கர் வைப்பு என்றுபெயர். கஞ்சாப்பூண்டை மூதன் முதல் அவுடதபாவனையிற் கொண்டுவந்தார் இவர் என்ப. இவரைப் பற்றியே அப் பூண்டுக்குக் கோரக்கர் மூலி எனும் நாமதேயம் வந்திருக்கலாம்.

கோவூர்க்கிழார்.—**Kovoorkkelar**.

மதுரைக் கடைச் சங்கப்புலவர் சகல பெயருட் பெரும்பான்மையோர் சரிதம் போலவே இவரது சரிதமும் அந்தகாரப்பட்டது. வள்ளுவர் சிறப்புப் பாயிரமாலையுள் இவர் சொன்ன வெண்பாவுளது. அதுவருமாறு:

"அறமுதனான்கு மகலிடத்தோரெல்லாம்
திறமுறத்தேர்ந்து தெளியக்—குறள்வெண்பாப்
பன்னியவள்ளுவனர் பான்முறை நேரொவ்வாதே
முன்வன முதுவோர் மொழி."

கோனேரியப்பமுதலியார்.--**Konariappa Modeliar**.

கந்தபுராணத்தின் ஏழாவது காண்டமாகிய உபதேச காண்டத்தைச் செந்தமிழ்ப்பா நடையிற் செய்த மகா வித்துவான் இவர். அப்புராணத்திலே பல படலங்களும் அநேக விருத்தங்களுமுள. பாடல் மாதிரிக்கு அரிபிரமாதியா பூசை மாண்மியப் படலத்தில் ஒரு விருத்தம் தருவம்.

"செய்யதாமரை மடந்தைநாயக னமர்க்குடைந்தயல்சிதைந்தனன்
வெய்யவெம்புலி நிசாசரற்கமருடைந்து வேதனுமறைந்தனன்
வையமெங்கணு மரந்தைகொண்டுறு பதந்துறந்துயிர்வருந்தினர்
தெய்வவெண்கயிலை சென்றிருந்து சிவனுக்கருச்சனைதிருத்தினர்."

சங்கரநமச்சிவாயர். — **Changkara Namachchivayar.**

திருநெல்வேலியைப் பிறப்பிடமாகக் கொண்டு மகா கல்விக் களஞ்சிய மாகிய இவர் கும்பகோணத்துக்கும் மாயாபுரத்துக்கும் இடையில் உள்ள திருவாவடுதுறை மடத்தைச் சேர்ந்தவர். இவர் பிறந்த இறந்த ஆண்டு மாசங்கள் நுட்பமாய்த் தெரியாத போதும், கிறிஸ்தாப்தம் ௧௭௦௦ ம் ௵ வரையிற் சீவித்தவர் என்பது யதார்த்தம். இலக்கணக் கொத்து என்னும் நூல்செய்தசுவாமிநாத தேசிகர்க்கு இவர் நன்மாணாக்கர்.

"நன்னெறிபிறழா நற்றவத்தோர்பெறுந்
தன்னடித்தாமரை தந்தெனையாண்ட
திருவாவடுதுறைத் தேசிகனாகிய
கருணையங்கடலையென் கண்ணைவிட்டகலாச்
சுவாமிநாத குரவனையனுதினம்
மனமொழிமெய்களிற் றொழுதவனருளால்"

என்று நன்னூல் விருத்தியுரையில் இவர் கூறியது இதற்குச் சான்றாகும்.

"மன்னியவூற்று மலைமருதப்பன்
நன்னூற்குரைநீ நவையறச்செய்து
பன்னூற்புலவர்முன் பகர்தி"

என்றபடியே, "ஊற்றுமலை" மருதப்பன் என்னும் பாளையப் பட்டுக்காரனது வேண்டுகோளின்படி சனகாபுர வாசியாகும் பவணந்தி முனிவர் செய்த நன்னூலுக்கு இவர் விருத்தியுரை செய்தனர். பவணந்தி முனிவரது மாணாக்கரும் நன்னூற்குச் சிறப்புப் பாயிரஞ் சொன்னவருமாகிய சமண முனிவர் செய்த உரையினின்று மிக்க மாண்பு செறிந்த இவ்வுரை மாட்சி தேறார், வேம்பு கரும்புகளுக்குள்ள வேற்றுமை உணராதாரே. இவர் நன்னூற்கு உரை செய்தார் என்றதற்குச் சாட்சி வருமாறு:

"முன்னூற்குமலயமுனி தன்னூற்கும் புலியிடத்து முதியோராற்சொல்
எந்நூற்குந் தமிழ்க்கடலு ளினியியற்று நூற்கும்வகை யிதனாற்காட்டி
நன்னூற்குவிருத்தியுரைசெய்தான் றிகாந்தத்தளவு நாடாத்தங்கீர்த்தித்
தென்னூற்று மலைமருதப்பன்சொலச் சங்கரநமச்சிவாயன்றானே."

நன்னூல் விருத்தி யுரையன்றி இப்புலவர் செய்த வேறு நூலாவது பாடிய பாடலாவது உண்டோ, கேட்டிரோம் கண்டிரோம்.

சங்கரபண்டிதர்.---**Changkara Pandithar.**

இவர் யாழ்ப்பாணம் உடுவிற் கோயிற்பற்றைச் சேர்ந்த சுன்னாகத்தில் வேளாளர் மரபிலே, விரோதி வருஷம் சித்திரை மீ ௨௧ ௳ பிறந்தவர். இவர் தந்தையார் சிவகுருநாதர். நீர்வேலியே இவர் வசித்த ஊர். கந்தரோடையிலிருந்த அப்பாப்பிள்ளை என்பவரே இவர்க்குத் தமிழ் ஆசிரியர். சம்ஸ்கிருத திராவிட விற்பன்னராகிய வேதாரணியம், சுவாமிநாத தேசிகரிடம் சித்தாந்த

உபதேசம் பெற்றவராம். இவர் பிராமணரைப் போலச் சுதியோடு வேத மோத வல்லவராதலில், வேதாரணியத்திற் போயிருந்தபோது சிலர் வேண்டு கோளின்படி அவ்வாறு செய்தாரென்றும், அதனைக் கேட்ட பிராமணர்கள் வெட்கமடைந்தும் இவரைப்பாராட்டினார்கள் என்றுங் கேள்வி. தமிழ் இலக் கண இலக்கியங்களிலன்றி ஆகமசாஸ்திரங்களிலும் மா நிபுணராம். இவர் இங்கிலிஷ் பாஷையுஞ் சற்றே அறிந்தவர் என்று நினைக்கிறோம். இவர் தமி ழிலே சைவப்பிரகாசனம் என்னும் ஓர் நூல் செய்திருக்கின்றார். அதற்குப் பலர் சிறப்புக்கவிகள் சாற்றினர். இஃதன்றிச் சம்ஸ்கிருத பாலபாடம், சம ஸ்கிருத இலக்கணம் ஆகியாம் வேறு சில நூல்களோடு சிலவற்றுக்கு உரையுஞ் செய்தனர். கிறிஸ்து மதத்துக்கும் போலித்தெய்வ வணக்கத்துக்கும் விரோத மாக இவர் சிலஆட்சேபங்கள் எழுதினர். முந்தினதற்கு விரோதமாகக் கிறிஸ்து சமயிகள் பலர் மறுப்பு எழுதிப் பிரசரித்தனர். பிந்தினது இவரது நிரியாணத் தின் பின் "சைவ உதயபானு" பத்திரிகையிலே பிரசரிக்கப்பட்டிருக்கின்றது.

ஆறுமுகநாவலர் கத்தியரூபமாகச் செய்த பெரியபுராணத்துக்கு இவர் சிறப்புப்பாயிரம் பாடினர். இவரை நாம் பலதரமுங்கண்டு சம்பாஷி த்திருக்கிறோம். வித்துவாமிசர்க்குப் பெரும்பாலுஞ் சம்பவிக்கும் அகால மரணமே இவர்க்கும் நேரிட்டது. வடதேச யாத்திரைசெய்து திரும்பும் போது புதுச்சேரியிலே, இற்றைக்கு ஏறக்குறையப் பத்துவருடங்களின் முன், அதாவது பிரமோதூதவருஷம், புரட்டாசி மீ கஉ உ சஉ வயசுவரை யில் வைசூரிகண்டு தேகவியோகமாயினர் இவர்புத்திரர் சிவப்பிரகாச பண் டிதர் "வாழையடி வாழையாய்" வல்ல கல்விமானாய், இந் நிமிஷவரையும் பல மாணாக்கருக்குப் பாடமோதி வருகின்றார். இவரது தேகவியோகத்தின் பேரிற் பலர் சரமகவி பாடினர்.

சங்கராசாரியர்.—Changkar asariar.

இவர் கும்பகோணத்திலேயுள்ள மாத்துவப்பிராமண வகுப்பைச் சேர்ந்தவர். இந்தியாவிலுள்ள குருக்கள்மார் எவர்க்குஞ் சிரேஷ்டர். கோவிந்த யோகிகள் என்பார் இவர் ஆசிரியர். இவர்க்கு இராசமானியங்களோடு பற்பல வரி சைகளையுந் தமிழ் அரசர் ஈந்திருக்கின்றார். இலக்கணம், இலக்கியம், சோ திடமாதிய சுசு கலைஞானங்களின் எப்பகுதியிலும் சமக்குத்தாமே சமானங் கொண்ட இவர் பிரஸ்தானப்படும் போது அதி சம்பிரமத்தோடு அரசரொப் பவே பவனிபோவார். இவர் நீலகண்ட சிவாசாரியரோடு தருக்கித்துத் தோ ற்றார் என்றும், சைவத்தைச்சார்ந்தும் பழையபடியே விஷ்ணு சமயியாயினார் என்றுஞ் சொல்லப்பட்டிருக்கிறது. சிவானந்த லகிரி என்னும் பாடலை இயற்றினாரன்றி அநேக உபநிடதங்களுக்கு வியாக்கியானமுஞ் செய்தனர். உட்லறி விளக்கம் எனத் தமிழில் வழங்கும் பாடல் சம்ஸ்கிருதத்தில் இவர் செய்த நூலின் மொழி பெயர்ப்பு என்று சொல்லப்பட்டிருக்கிறது. இவர் செய்த பாடலென்றும் விளங்குகிறது. நாதாந்த விளக்கம் எனும் நூல் செய்தா ரும் இவரே. ஐம்பத்தைந்து வயசில் நிரியாணதசை அடைந்தார். இவர் பட்ட த்துக்கு வருபவர் யார்க்கும் இந்தப் பெயரே பெயராகும். இப்போது இருப் பவர்க்கு இந்திய துரைத்தனத்தார் சில பிராதின் பெயரால் அபராதமிட்ட னர். இவர் பாடல் மாதிரிக்காய் உடலறி விளக்கத்திலிருந்து ஓர் விருத்தந் தருகின்றோம்:

"திக்குமறை புகழுமனு சாத்திரங்கள் சிறந்த சிதம்பரமேவு ஞானதேசி
பக்கமிருபறமு மாணுக்கர் சூழப்பன்னிரண்டு சமயத்தப் பல்லோர்வந்து
தக்கமிகுந்கனசசபை யருளுடையான் சங்கராசாரியிருபாதம்போற்றி
மிக்கதருபானேயைம் பூதமென்று விளம்புவதையடியார்க்குவிதிக்கவென்றுர்."

இப்பாடலில் நூறுவிருத்தங்களுள.

சட்டைமுனி—Chaddimuny.

இவர் மகா இருடி எனப் பெயர்படைத்த அகஸ்தியர் காலத்திலே இருந்த ஒரு தவத்தி. தவத்தாற் சிறந்த முனிவரும் கலைஞான வல்லவராகிய புலவருமாய் இருந்தாரன்றி ஆயுணூல் வல்ல வைத்தியருமாய் இருந்தார். இவர் ஞானநூறு என்னும் வேதாந்த நூலோடு கல்ப்ப நூறு, வாதநிகண்டு என்னும் பிற நூல்களையும் இயற்றினூர், இவ் வாத நிகண்டு இரசவாத வித்தைக்கு ஓர் திறவுகோலாம். சடாட்சரக் கோவைக்கும் இவர் ஆக்கியோர். சாதியாற் சேணியர் என்று இவர் கூறப்படுகின்றூர்.

சண்பகவடிவி.—Chanpakavadivy.

விதுஷி, வித்துவாமிசை என்று சொல்லுதற்கு இலக்காயிருந்த இந்து அரிவையருள் இவரும் ஒருவர். இவர் உறையூர்ப்பதியில் இருந்து அரசியற்றிய கரிகால சோழராசாவின் அரமனை ஆலாத்திப் பெண்கள் பன்னீராயிரம் பேருக்குத் தலைவியாகிய மரகதவடிவி என்பாளது அருமைப் புதல்வியாம். இவருக்குத் தமிழறியும் பெருமாள் என்றும் பெயர். இவரது சரிதம் அநேகர் நம்பொணுச் சரிதமாயினும் ஒரு புத்தகத்திற் கண்டபடி சுருக்கிச் சொல்லுவம். இவர் முற் செனனத்தில் அளகாபுரி எனும் பட்டணத்தில் இருந்து அரசு செய்த அளகேஸ்பர ராசன் புத்திரி என்றும், ஏலங்குழலாள் என்பது இவர் நாமம் என்றும், பாடலிபுர இராசனுகிய பத்திரகிரி இராசாவின் புத்திரன் சந்தனகுமாரன் மேல் இச்சைகொண்டு உயிர் துறந்தார் என்றும், இவர் இறக்கவே இராசகுமாரனும் இறக்க இருவர் உயிரும் ஆவேசமாய் ஓர் சத்திரத்திற் தங்கின என்றும், அவ்விடம் ஒரு இராப் படுத்து உறங்கப்போன ஒளவையாரை நான்குசாமங்களிலும் அந்த ஆவேசங்கள் சாடப் போனபோது அவர், சாமத்திற்கு ஒவ்வொன்றுய்:

"வெண்பா விருகாலிற்கல்லானை வெள்ளோலை
கண்பார்த்தக்கையா லெழுதானைப்—பெண்பாவி
பெற்றாளேபெற்றாள்பிறர்சிரிக்கப்பெற்றாளெண்
நெற்றே மற்றெற்றே மற்றெற்று"

என்றது முதலாம் நாலு வெண்பாக்களைப் பாட ஏற்றில் அவை தஞ் சுயதோற்றத்தோடு ஒளவையார் முன்னர் வந்து தங்கள் வரலாற்றைச் சொல்ல, அவர் கருணைக்கண் வைத்து நீ போய் இன்ன ஆலாத்திப் பெண் வயிற்றில் உற்பவிப்பாய் என்று பெண் ஆவேசத்துக்குச் சொல்லி, ஆண் ஆவேசத்தை நோக்கி, நீ விறகுதலையன் மகனுய்ப் பிறந்து இப்பெண்ணை விவாகஞ் செய் என்று சொன்னூர் என்றுங் கதையுளது. மரகதவடிவி இவரைப் பெற்றபோது, பிரகுநிசை எங்கும் சண்பகமலர் வாசனை உண்டுபட்டதாற் சண்பக வடிவி

என்னுங் காரணநாமம் இவர்க்கு இடப்பட்டது. இவர் பிரபலங் கொண்ட வித்துவாமிசையாய் இருந்து இளவயசிற்றுனே அரிய நூல்களைக் கற்றுப் பாண்டித்தியம் பெற்றிருந்த காரணத்தாற் தமிழறியும் பெருமாள் எனும் நாமத்தை அரசன் இவர்க்கு இட்டுப், புறம்பான மாட மாளிகைகளை இவர்க்காகக் கட்டிப் பல பெண்களைத் தோழிகளாகக் கொடுத்துத் தன் கண்மணி போல இவரைச் சம்ரட்சணை பண்ணி வந்தான்.

விவாகத்துக்குரிய பிராயம் நேரிட்டபோது அநேகர் இவர் மேல் மோகித்துப் பாணிக்கிரகணஞ்செய்ய வேண்டியும் இவர் உடன்படாது, எம்மோடு வித்தியா தருக்கமிட்டு வென்றவரையே யாம் மணம் புரிவம் எனச் சொல்லிக்கொண்டனர். ஆதலில் அநேகர்: எமக்கு எமக்கு என்று எமாந்திருந்தும் யாம் யாம் என்று எழுந்து வந்தும், இவரை வாதிற் செலிக்காது தோல்விபோயினர். இதனால் இவர் இருபத்தைந்து பிராயமட்டும் பிரமசாரியாய் இருந்து, ஒரு நாட் தம் தாதிகளோடு வீதிபோம்போது ஒளவையார் வாக்கின்படி பிறந்திருந்த விறகுதலையனைக் கண்டு, அவனது குரூப அலங்கோலத்தைப் பார்க்கப் பொறாராகிக் காறித் துப்பி, இவனுக்கும் ஒருத்தி வாழ்க்கைப்பட இருக்கின்றாளோ என்று பரிகாசித்துப் போயினர். இவ்வார்த்தை காதில் விழப் பெற்ற அவ் விறகுதலையன் இவரைத் தான் எதுவகையும் வதுவை செய்ய வேண்டும் எனும் அபேட்சையாற் பலவாறு முயன்றும் பிரதிகூலப்பட்டு, மதுரைச் சங்கத்தாரைக் கொண்டு உனது வித்தியா கர்வம் அடக்குவிக்கிறேன் என்று சபதம் போட்டுப் போய், இவர்க்கு விரோதமாய்ச் சங்கத்தாரைக் கிளப்பி வைரியராக்கி விட, இவரோ சங்கத்தவரைத் தூஷித்துப் பாடல் ஒன்றனுப்பியதாற் சங்க நாயகராகிய நக்கீரர்: நாமே போய் அவளைச் சயித்து வருகிறோம் என்று எழுந்தனர். அப்போது, சங்கத்தார் நக்கீரரை நோக்கி, அந்தப் பெண் ஒளவையார் கருணைபெற்று இருக்கின்றாளாமே. அப்பெயர்ப் பட்டவளைத் தாங்கள் ஒன்றியாய்ப் போய்ச் செலிப்பது எங்ஙன் என்று மன வருத்தத்தோடு நைந்து கூற, நக்கீரர் அவரைப் பார்த்து:

"சென்றுறையூர்புக்குச் சேயினழையை யான்கண்டு
வென்று தமிழழித்து மீளேனேல்—மன்றனில்
விருந்திருக்கவுண்ட வெறுவிலியோடொப்பேன்
வருந்துவரோ சங்கர்தவர்"

என்று சபதங் கூறி அவ் விறகு தலையன் தம் நிழல்போற் பின்றொடர்ந்து வர நடந்து, சண்பக வடிவியின் கடைவாயிலிலே தம் உடுப்பை மாற்றி விறகு தலையன் வேஷம் பூண்டு, பசிய வாழைத் தண்டுகளைக் கட்டி விறகு சுமையாக்கிக்கொண்டு:

"வெய்யோன்சுதிரெறிப்ப வேற்கண்ணாள் பின்றொடரப்
பையவருதென் பயனறியேன்—துய்ய
மலர்த்தடங்கண்வாய்த்த மயிலனையீர் கொள்ளீர்
விலைக்கு விறகோ விறகு"

என்று கூறித் திரிந்தனர். இதைத் தோழியர் கேட்டுப் போய்த் தம் நாச்சியாராகிய இச் சண்பக வடிவிக்குச் சொல்ல இவரோ:

"உள்ளீரம்பச்சை புகையுமெரியாது
கொள்ளீர்விறகென்று கூறினீர்—மெள்ள
வீணரோபோம்போம் வீணரோகீரும்
நாகரோ சங்கர்தவர்"

என்று பாடி அனுப்பினர். இவ்வாறு சிலநேரம் இருபேரும் தாதிமார் மூலமாகப் பாக்களிற் சம்பாஷித்து ஈற்றில் முகமுகமாய் முட்டிப், பாக்களின் பொருட்கேட்டுப் பொருட் சொல்லி நெடுநேரந் தருக்கித்த பின் சபதம் இட்டனர். யான் தோற்றால் உனக்கு அடிமை யாகுவன் என்றனர் நக்கீரர். நான் தோற்றாற் தமிழறிவாள் என்னு நாமத்தை மாற்றிச், சிரமொட்டை தட்டிக், கழுதை மேல் ஏற்றி, ஊரிலே ஓட்டி விடும் என்றார் சண்பகவடிவி. நக்கீரரோ அப்படியன்று, நான் சொல்லும் ஒருவனுக்கு நீ மனைவியாகுவையென்று சொல்லி நெடுநேரந் தருக்கித்து, இனி இவளை உபாயத்தால் அன்றி இலக்கண இலக்கியங்களால் வெல்லக்கூடாது என்று யோசித்துத் தாம்முன் வரும் வழியிலே ஆலமரத்தின் அடியிலே வேடனொருவன் கட்டாப் பாரையால் வள்ளிக் கிழங்கு கிண்டிக் கொண்டிருந்த காட்சியைச் சுட்டி:

"நச்சுத்தேரேறி நரிக்காட்டில் வேடுவச்சி
பச்சைக்கோடி பாட நீகுறளோ—இச்சித்தே
மேலவணங்கவர்ந்து மின்சோகுபோகின்ற
மூலபலன் கண்டாய் மொழி"

என்று பாடி. இதன் கருத்தை விள் என்றார். "அங்கே தப்பி இங்கே தப்பி அகப்பட்டுக் கொண்டார் தும்மட்டிப் பட்டர்" என்றாற்போல் இதுவரையும் அரிய பாக்களுக்குப் பொருட் சொல்லி வந்த இவ் வித்துவாமிசை இதன் பொருள் சற்றும் விளங்காது தடுமாற்றமுற்றுக், "கவரிமா வன்னார் உயிர் நீப்பர் மானம் விடின்" என நினைந்து நிலைக்கண்ணாடியை உடைத்து அதனால் வயிற்றைக் கிறித்தன் உயிர் துறந்தார். இம்மோசத்தைக் கண்ட தாதியர் கூச்சலிட்டு மார்பிலடித்து நிலத்திற் புரண்டு அழ, அரசன் இச் சம்பவம் கேள்விப்பட்டு வந்து நக்கீரரைவேண்ட, நக்கீரர் இவரை எழுப்ப, இவர்துயின்றார் எழுந்தாற் போல விரைவில் உயிர் கொண்டு எழுந்து நக்கீரரைத் துதித்து:

'பாதம்பணிந்தேன் பழையதமிழ் முனியே
ஏதுமறிபேனினியுமைபேன் —பேதையேன்
செய்தபிழைபொறுத்துத் திருவுளத்துக்கேற்கச்
செய்வித்துக்கொள்ளுமினி"

என்று சொல்லி, அவர் சொற்படி விறகுதலையனை விவாகம் பண்ணினர் எனக் கதைபுளது. சண்பகவடிவியும் நக்கீரரும் ஒருவருக்கொருவர் சொல்லிப் பொருள் விடுத்த நொடிப் பாக்கள் சுமார் ௨0 உண்டு. மாதிரிக்காய் இத்தமிழறிவாள் பாக்களில் ஒன்று மாத்திரம் இங்ஙனம் கூறுவம்.

"செங்கிருக்தர் பூச்சூடிக்கனலுமேந்தித்திருக்கரத்தில் மானுமொருமழுவுமேந்தி
லிங்கைதவனை யிடப்பாகந்தன்னில் வைத்த விமலரததிருமகனார் விபரத்தோடு
கந்தருக்குமுன்பிறந்த கங்கைமைந்தன் கடகரியாம் விகடதடக்கமலபாதன்
நந்திமுகனேறு பெருச்சாளியென்றே தாரணியிலிவர்குலங்கள் சாற்றலாமே."

தமிழ் சொரிசிந்தாமணி நாடகம் எனும் பெயருடன் இவ்வூரில் ஆடப்படும் நாடகம் இப் பெண்ணினது சரிதமே.

சண்முகச்சட்டம்பியார். — Chanmukachchaddambiar.

இவர் வாழையடி வாழையாய்ப் பிதா, பாட்டன், அப்பாட்டன், முப்பாட்டன் என மூன்று நான்கு தலைமுறைகளான வித்துவான்கள் வமிசத்தைச்

சேர்ந்தவர். வடக்கராலியிற் செட்டிகள் பகுதியில் விவாகம் பண்ணியிருந்த, மு. சுவாமிநாதர்க்குப் புத்திரர். பிதாவிடம் மாத்திரமல்லத் தெற்கு அராலியில் வசித்த ஆசையரிடத்திலும் இருபாலையிலிருந்த சேனாதிராய முதலியாரிடத்திலும் இலக்கண இலக்கியங்கள் வாசித்தவர். தாம் இவரது பிதாவிடத்திலே இராமாயணப் பொருள் கேட்டதற்குக் கைம்மாறாகவே சேனாதிராயமுதலியார் அதிகரிசனையோடு இவர்க்குக் கல்வி அமுதூட்டினராம். வஞ்சகம், கரவு என்பவற்றின் மணந்தானும் தம்மனசிடைக் கிஞ்சித்தாயினுங் குடிபுகப்பெறாத இப்பண்டிதர் அநேக ஆண்டுகளாக வட்டுக்கோட்டைப்பழைய சாஸ்திரசாலையிலே தமிழ் ஆசிரியராயிருந்து சிலகாலம் எமக்கும் பாடமோதி வைத்தவர். சண்முகச்சட்டம்பியார் எனும் நாமத்தினாலே தான் வழக்கமாய் அறியப்பட்டவர். சாஸ்திரசாலை ஆசிரியராய் மாத்திரமல்ல அங்கே வசித்த பல மிஷனரிமார்களுக்கு ஆசானுமாய்க் கல்வி கற்பித்தவர். அக் காலத்தில் இவர் முதிர்ந்த சைவப் பழமாயிருந்தார். சாஸ்திரசாலையால் நிறுத்தப்பட்ட பின்பு மல்லாகம், அளவெட்டி முதலான ஊர்களிலே அநேகர் கேள்விப்படி பல மாணாக்கர்களைச்சேர்த்து வைத்துக் கற்பித்துக் காலம் போக்கினர்.

இவர் சைவாகம நூல்களை நன்றாய்க்கற்றவராய் அச்சமையக் கோட்பாடுகளில் விடாப்பிடியுற்றவராய் இருந்தும், நோயுண்டானகாலத்துத் தம் சமையப்பிடிவாதம் ஈடாட, மனசு ஆழிவாய்த் துரும்பென அலைவுகொள்ள, முன் மிஷனரிமாருடன் இருந்த காலத்திற் கேட்டிருந்த சத்தியவேத உணர்ச்சி மேலாட்டங்கொண்டதாற், தாயைத் தேடுங் கன்றென மிஷனரிமாரை அடுத்துக், கிறிஸ்தவனாக வேண்டும் என்று பேராசை காட்டி, அப்புறம் ஒருவருஷத்தால் தம் மனைவி பிள்ளைகளோடு கிறிஸ்து மதந்தழுவி, அதற்கு முத்திரையான ஞானஸ்நானத்துடன் கரவிலி என்று அருத்தந்தரும் நதானியேல் என்னும் நாமத்தையும் பெற்று, மரணபரியந்தம் மெய்மை உள்ள கிறிஸ்தவராய் இருந்து க்அசகூம் ஞு தை மீ கூ வ சனிக்கிழமை நிகு பிராயத்திற் பரலோக பிராப்தி யுற்றார்.

இவரது புத்திர புத்திரிகள் சிலர் பழையபடி மதபேதிகளாகத் திரும்பியும், மனைவியரும் இரண்டாம் புத்திரராகிய சுப்பிரமணியர் என்பவரும் இவ்வேளையிலும் கிறிஸதவர்களாய் இருக்கிறார்கள். மானிப்பாய்த் திருச்சபைப் போதகராய் மலைமேற்றீபம் எனப் பிரகாசிக்கும் உவாரன் பூர் நதானியேல் (Rev. W. P. Nathaniel) தேசிகரே அந்த இரண்டாம் புத்திரர். பிரதான கிரந்தங்கள் ஒன்றும் இயற்றாதபோதும் சில தனிப் பாக்கள் பாடியிருக்கின்றார். சைவராய் இருந்தபோது சில்லாலையிலே வைத்தியர் சந்தியாப்பிள்ளையின் கேள்விப்படி இரட்சா மூர்த்தியின் தாயார் பேரிற் சொல்லிய இரண்டு மூன்று பாக்களுள் வெண்பா ஒன்றை இவ்விடந் தருவம்.

"நெல்லாவலபோல் வளரு நீர்ப்பண்வை சூழ்ந்திலங்கு
சில்லாலையென்னுந் திருவூரில்—எல்லாரும்
போற்றுசுருவேசுரன்றாய் பொற்பாததாமரையைப்
போற்றுமனமே புகழ்ந்து."

சண்முக ஞானியார் — Chanmukagnaniar.

கி. பி. கஅம் சதாப்த காலத்திருந்த இந்த ஞானியார் முருகர் அந்தாதி எனப் பெயரிய அந்தாதி ஒன்றைப் பாடினர். இம்மட்டுக்கு மேற்பட இவர் சரிதங் கிடைக்கவில்லை.

சத்திமுத்தப்புலவர். — Chaththimuththa Pulavar.

இவர் சத்தி முத்தம் என்னும் ஊரிலே வசித்த காரணத்தாற் சத்தி முத்தப் புலவர் என்று அழைக்கப்பட்டார். இவரது இயற் பெயர் யாதோ, இவரது ஜென்ன மரணகாலம் எவையோ தெரிந்தில. இவர் கேவல ஸ்திதி யுற்ற வராய்த் தென் மதுரைக்குப்போய் அங்கே மிக அந்தரமான நிலைமையிற் பசி பட்டினியோடு வருத்தமுற்றிருந்த ஓர் மாலைநேரத்திலே ஆகாய மீது பறந் தோடும் நாரைப் பட்சி ஒன்றைக் கண்டு அதனைக்கூவி: ஓ!

"நாராய் நாராய்--செங்காலுநாராய்
பழம்படுபனையின்--கிழங்குபிளந்தன்ன
பவளக்கூர் வாய்ச்--செங்காலுநாராய்
நீயுநின்மனைவியும்--தென்றிசைக்குமரி
ஆடிவடதிசைக்--கேகுவீராயின்
எம்மூர்ச்சத்திமுத்த- வாவியுட்டங்கி
நனைசுவர்க்கூரைக்--கனைகுரற்பல்லி
பாடுபார்த்திருக்குமெம்--மனைவியைக்கண்டு
எங்கோன்மாறன்- வழுதிகூடலில்
ஆடையின்றி--வாடையின்மெலிந்து
கையதுகொண்டு -மெய்யதுபோர்த்திக்
காலதுகொண்டு--மேலதுதழீஇப்
பேழையுளிருக்கும்--பாம்பெனவுயிர்க்கும்
ஏழையாளனைக்--கண்டனமெனுமே"

என்று தமது பரிதபிப்புக்கேற்ற நிலைமையைச் சுட்டிப் பாடினர். இப்பாட லானது அன்று தன் சபையில் வீற்றிருந்த புலவர்மாரை நோக்கிப்,பனங்கிழ ங்கிற்கும் நாரைக்கும் பாட்டுச்சொல்லுங்கள் என்று கேட்க, அவர்கள் ஆற் றுமையால் நாளைச் சொல்லுவம் எனக் கெடுச் சொல்ல, அப்படி ஆகட்டும் என்று சொல்லி அரமனை சென்று மறுபடி மாலைநேரம் நகரிசோதனையில் வந்து நின்ற பாண்டியராசன் காதில்விழ, அவன் மிக மகிழ்ந்து, ஆ! தேடிய பூடு காலுக்குள் அகப்பட்டாற்போல நான் விரும்பினது காதில் விழுந்தா யிற்று என்று மனசோடு கூறித்,தன் மேலங்கியைக் கழற்றி இவர்மேல் வீசிப் போய்,மற்றைநாட் தன் ஏவலாளரால் இவரை அழைப்பித்து வேண்டுந் திரவி யங்களை உபகரித்துச் சம்மானம் பண்ணினன். காலஞ் சில சென்ற பின்பு இப் பாண்டியராசன் இவரை ஒரு முறை சந்தித்துப் புலவரேதே, உம்மு டைய யோக க்ஷேமங்கள் எப்படியென்று கேட்கப், புலவர் பரிதியைக் கண்ட செங்கமலம் என முக மலர்ந்து:

"வெறும்புற்கையுமரிதாற்சிள்ளைசோருமென் வீட்டில்வரும்
எறும்புக்குமாற்பதமில்லை முன்னுளென்னிருங்கலியாங்
குறும்பைத்தவிர்த்த குடிதாங்கியைச்சென்றுகூடியதால்
தெறும்புற்கொள்பானைகவளங் கொள்ளாமற் றெலிட்டியதே"

என்று தமது க்ஷேமத்தை அவனுக்கு அறிவித்தார். இவரது புலமைத் திற மைக்கு மேற் கண்டவைகளே மாதிரிப் பாக்களாம்.

சந்திரசேகரபண்டிதர். — Chandirachakara Pandithar.

இவர் யாழ்ப்பாணம் உடுவிற் கோயிற்பற்றிலே இற்றைக்கு எண்பத்தைந்து வருடங்களின் முன் பிறந்தவர். வட்டுக்கோட்டையைச் சேர்ந்த இவரது

தந்தையார் நாமம் அம்பலவாணர். இவர் சிறு பிராயத்திலே வித்தியாரம்பஞ் செய்து தமது பாட்டனார் சங்கர உடையார் என்றவரிடங் கல்வி கற்றுக் கேள்வி, விமரிசம், பாவனை எனும் மூன்றினாலும் அதி தேற்றமுற்றுச் சபா தீபமாய் விளங்கி, அங்கிருந்த மிஷனரிமாருடைய பணிவிடையில் அநேக ஆண்டுகளாக அமர்ந்திருந்தார். சாதியில் வேளாளராகிய இவர் தம் முன்னோர் மதாசாரக் கொள்கையை விட்டுக் கிறிஸ்தவராகி நதானியேல் என்னும் நாமம் பெற்றுக், காலஞ் சென்றவரும் திகாந்தம் எட்டிய கீர்த்தி உற்றவருமாகிய ஸ்பால்டிங் பண்டிதர்க்கு (Rev. Dr. Spaulding) ஆசிரியராகி அநேக புத்தகங்களை மொழிபெயர்க்கவும் இயற்றவும் அப் பண்டிதருக்கு உதவிசெய்து வந்தாரன்றி, நல்லூரிலே நயிற் தேசிகர் (Rev. J. Knight) தமிழ் அங்கில அகராதி ஒன்று செய்ய முயன்ற போது அவர்க்கு உதவி செய்யப் போன பல சிரேட்டருள் ஒருவராயும் இருந்தார்.

மிஷனரிமாரால் மானிப்பாய் அச்சியந்திர சாலையில் அச்சடிப்பிக்கப்பட்ட சிறு புத்தகங்கள், வேதமொழிபெயர்ப்புகளுள் இவர் காலத்தில் இவர் கைப்படாதன அருமை. சென்னையில் நடந்த வேதாகம மொழி பெயர்ப்புக்கு, க௲சஅ ம் ஞு ஸ்பால்டிங் பண்டிதருடன் இவரும் நாமும் போய் இருந்தோம். உடுவிலில் மிஷன் பெண்பாடசாலையில் நாம் ஆசிரியராய் அமர்ந்திருந்த பத்துப் பன்னிரண்டு வருஷங்களிலன்றி அதற்கு முன்னும் பின்னும் இறக்கும் வரைக்கும் நம் நண்பராய் இருந்த இவர் வயோதிகராய் எகூ வயசில் க௲எகூ ம் ஞு ஐப்பசி மீ உகூ உ இறந்தும், இவர் செய்த தமிழ் அகராதிப் புத்தகமும் பிறவும் இவரை இன்னும் இறவாதார் போல வைத்துப் பாராட்டுகின்றன. இவரது பிரயாசத்தால் முற்றி அச்சிடப்பட்ட தமிழ் அகராதிச் சிறப்புப் பாயிரத்தில்:

"ஆக்கினன்பெயரக-ராதியாமிதனைக்
கல்வியும் செல்வமும்-காசினியவனத்தினும்
நல்லிடமிஃதென-நயந்துறைந்திடுகை
எட்டுளதிசையினும்-எழில்மிகப் பெற்றிடும்
வட்டு நன்னகரினன்-வண்குணசாகரன்
ஊசைநுனிதன்னினுங்-கூர்மைகொண்மதியினன்
இசைவுறவளர்ந்தய-ரிரும்புகழ்நிதியினன்
முத்தமிழ்ப்புலமையன்-மூதுணர்கலையினன்
சத்தியத்தலைமையன்-தருமநன்னிலைமையன்
சங்காகுலத்தினன்-கலைமகள்வலத்தினன்
கோங்கார்குவவளபங்-கோதையகலத்தினன்
மேழியம்பதாகை-மேவியசெல்வன்
ஆழிசூழ்புவிபுகழ்-அம்பலவாணவேள்
பொருவருந்தவத்தாற்-புதல்வனுயுதித்தமெய்
அருமையுடன்பல-ஆகமங்கற்றோன்
சுந்தரநாற்கவி-சொலும்வல்லோன்
சந்திரசேகரத்-தமிழ்ப்புரவலனே"

என்று இப் பண்டிதரைப் பற்றிக் கனகசபாபிள்ளைப் புலவர் சொல்லி இருக்கின்றார். இவர் தமிழ் நன்குணர்ந்தவரன்றிச் சம்ஸ்கிருத பாடையிலுஞ் சிறுகத் தேர்ந்தவர். இவரது சிரேட்ட புத்திரர் டாக்தர் உவைமன் நதானியேல் சுவாமிநாதர் (Dr. Wyman Nathaniel) பாம்பனில் வயித்தியராகவும், மத்திய புத்திரராகிய ஈ. ஈ. தில்லையம்பலம் நதானியேல் உவெஸ்லிய மிஷன் போதனா சத்திப் பாடசாலைச் சிரேட்ட ஆசிரியராகவும், கனிட்ட

புத்திரராகும் ஈ. ஈ. அம்பலவாணர் நதானியேல் யாழ்ப்பாணம் பொலீஸ் "கோட்டு" உத்தியோகத்தராகவும் இருக்கிறார்கள். இப்பண்டிதரது புலமைத் திறமைக்குச் சாட்சியாக இவர் செய்த தமிழ் அகராதி அவையடக்க விருத்தங்களில் ஒன்றைத் தருவம். அது வருமாறு:

"உத்தமர்களெந்நூலு முற்றவோர்ந்தே யுறுகுறை நீக்கி மறையவுண்மையுகந்து கொள்வர்—மத்திமர்களவையிரண்டுஞ் சமமாய்க்கொள்வர் மற்றையரா மதமருண்மை வகுக்கமாட்டார்—இத்தகையாலாய்ந்துணர்ந்த நல்லோர்கள்லானியற்று மகராதியெனவிகழாரென்றே—சித்தமிசைக்கொண்டு தெளிவில்லாப்பேதைச்சிற்றறிவேனறிவளவிற் சேர்த்திட்டேனே."

சந்திரசேகர கவிராசபண்டிதர்.--Chandirachakarakaviraja Pr.

இவர் சோணாட்டிலுள்ள தில்லையம்பூரிற் பிறந்து வளர்ந்தாராதலில் வழக்கமாய்த் தில்லையம்பூர்ச் சந்திரசேகர கவிராச பண்டிதர் என்று அழைக்கப்பட்டிருக்கிறார். இவர் பற்பல புத்தகங்களைத் திருத்தி அச்சிடுவித்தார். தண்டியலங்காரம், தனிப் பாடற்றிரட்டு என்பன அவற்றுட் சில. சினேந்திரமாலை, குமாரசுவாமீயம், ஞானப்பிரகாச தீபிகை, காலப்பிரகாசதீபிகை, சாதக சிந்தாமணி, முகூர்த்தவிதானம், மரணகண்டிகை, சாதகாலங்காரம், உள்ளமுடையான் முதலிய பன்னூல்களைத் தொகுத்து வடித்தெடுத்து வருஷாதி நூல் என்னும் முக்கிய நூலுமொன்றை இவர் இயற்றினர். இஃதன்றித் திலுக்காணத்தம்மை பதிகம் எனும் பாடலையும் செய்தார். இராமநாதபுர "மானேச"ராய் இருந்து இறந்துபோன பொன்னுச்சாமி தேவர் மேற் பல தனிப்பாக்கள் பாடினர். எமது காலப் புலவராம் இவர் பாடிய தனிப்பாக்களுள் ஒன்றை இவரது பாடற்றிறத்தைக் காட்டுதற் பொருட்டு ஈண்டுத் தருகின்றோம்.

"இய்யூர்தகர மெய்த்தசிருமான் முருகன்
மையூர்குமரன் மலரடிக்கு—மெய்யூர்
மனத்தை யளந்தபொன்னுச்சாமிக்குமானே
அனத்தைமறந்தாளென்றறை."

சந்திரசேகரமுதலியார்.--Chandirachakara Modeliar.

இவர் உடுப்பிட்டிக் கோயிற்பற்றிலே "வல்லிபட்டிக் குறிச்சியிலே" வேளாளர் மரபிலே பிறந்தவர். யாவராலும் வியக்கப்பட்ட சிறந்த வித்துவ சிரோமணி. முத்துக்குமார முதலியார், குமாரசாமிப்புலவர் என்னும் இருவித்துவ புருடர்க்குந் தந்தையராம் இவர், அஷ்டாவதானியார் தூர்த்த வியாபாரத்தாற் கடைத்தேறினபோது தம் அனுபவப் பிரயாசங்களை விறலிவிடு தூது எனும் பாடலால் உலகர்க்கு உணர்த்தியது போலத், தாமும் அவ்வியாபாரத்தில் அடைந்த பாடு கேடுகள் நஷ்ட கஷ்டங்களை எல்லாம் ஓர் நொண்டிப் பாடலில் விம்பித்தார். இவர் ஓர் சிரேஷ்ட புருடராயிருந்தமையால் வடதேசத்தால் வந்த புலவர் ஒருவர் இவர்மேற் சந்திரசேகரக் குறவஞ்சி எனும் பாமாலை ஒன்றைச் சூட்டினர். இவர் கூகூ பிராயத்தில் நிரியாண தசையடைந்தனர்.

சபாபதிமுதலியார்.— Chapapathy Modeliar.

காஞ்சிபுரத்தைச் சேர்ந்தவரும் முத்துராம முதலியாரது தமயன் மகனுமாகிய இந்த உசித வித்துவான் காஞ்சிபுரத்திலே பச்சையப்ப முதலியாரது பள்ளிக்கூடத்திற் தமிழ்த்தலைமை உபாத்தியாயராய் இருந்தவர். புரசை அட்டாவதானஞ் சபாபதி முதலியார் என்பார் இவர்க்கு நன்மாணாக்கர். திருமுறைகண்ட முதன் முதல் அச்சிடுவித்தார் இவரே. சைவசமயவிளக்க வினாவிடை இவரால் இயற்றப்பட்டது. இவர் பாடிய தனிப்பாக்கள் பலவள. வரதுங்கராம பாண்டியர் செய்த பிரமோத்தரகாண்டத்துக்கு இவர் பொழிப்புரை இயற்றினர். இவர் செய்த சைவசமயவிளக்க வினாவிடையிலே சைவர் அறிதற்குரிய அநேக காரியங்கள் விளக்கமும் நுணுக்கமுமாய்ப் பேசப்பட்டிருக்கின்றன.

சமணமுனிவர்.—Chamana Munivar.

இவர் உலகம் எங்கும்பெரும் புகழ் விடுத்த நன்னூல் ஆக்கியோராகிய சனகைப் பவணந்தி மாமுனிவரது மாணவகர். "மலர்தலையுலகின் மல்கிருளகல" எனுஞ்சிறப்புப்பாயிரம் பாடினார் இவரே. நன்னூற்குச் சிறப்புப்பாயிரம் பாடியது மாத்திரமல்லத் தமது ஆசிரியர் செய்த அந்நூற்கு முதன் முதல் உரையும் எழுதினர். பாடல் மாதிரிக்கு நன்னூற் சிறப்புப் பாயிரத்தையே கொள்ளுக.

சம்பந்தமூர்த்தி.— Champanthamurthy.

சைவசமயக்குரவர் எனப்படுவார் நால்வருள் ஒருவராம் இவர் சோழமண்டலத்திலே, சிதம்பரத்துக்குத் தெற்கே உள்ள சீர்காழியிலே (இச்சீர்காழிக்குப் பிரமபுரம், வேணுபுரம், தோணிபுரம் ஆதிய பின்னும் சுக நாமங்களுள), கௌணியர் எனும் பிராமணர் கோத்திரத்திலே பிறந்தவர். சிவபாதவிருதையர் என்பார் இவர்க்குத்தந்தையர். பகவதியார் என்பார் இவர் அன்னையார். இவர் மூன்றுவயசிற் தம் பிதாவுடன் கூடித் தீர்த்தக் கரைக்குப்போயப் பிதா தீர்த்தத்துள் இறங்கி ஸ்நானஞ்செய்து கொண்டிருக்கக் கரையினின்று தோணிபுரச் சிகரத்தை நோக்கி, அம்மே, அப்பா என்று கூவியழப், பார்ப்பதி தேவி தம் நாயகரது அனுக்கிரகப்படி இப்பிள்ளை அண்டைவந்து தன் தனப்பாலைக் கறந்து பொற் கிண்ணத்தில் விட்டு இவர்க்கு ஊட்டிப் போயினராம்.

இவர் பால் உண்டதைக்கண்ட சிவபாதவிருதையர் தீர்த்தக்கரை ஏறினவுடன், நீயாரது எச்சிற்பாலை உண்டாய் என்று வினவிச் சிறி உறுக்க, இவரோ தற்சணம் "தோடுடையசெவியன்" என்று தொடங்கிப் பதிகமொன்று பாடி முடிக்கப், பிதாவானவர் இந்த ஆச்சரியத்தைக்கண்டு ஆனந்தநிருத்தஞ்செய்து இப் பிள்ளையைக் கொண்டாடினர் என்ப. சிவனும் பார்ப்பதியும் இவரை ஆண்டுகொண்ட காரணத்தினால் இவர்க்கு ஆளுடைய பிள்ளையாரெனுங் காரண நாமமுளது. பதிகம் பாடத்தொடங்கியது முதல், யாவராலும் அதிசயிக்கப்பட்ட இவர் ஊருக்கு ஊர் சென்று, சிவஸ்தலங்களைத் தரிசித்து

அவ்வவற்றின் மேல் மதுரமான பாக்கள் பாடினர். குழந்தை வயசினராய் இருந்தமை பற்றி இவர் செல்லுமிடங்களுக்கெல்லாம் இவர் தந்தையாரே இவரைத் தம் தோள்மேல் ஏந்தி உடன் செல்வார். சிலநாட்களுக்குள்ளாகச் சிவன் தாமே இவர்மேற் பரிவுகூர்ந்து முத்துச் சிவிகை முத்துக்குடையாதிய அனுக்கிரகித்தனர் என்ப.

இவர் ஸ்தலசரிசனஞ் செய்து சீர்காழிக்குத் திரும்பினபோது அப்பர் வந்து இவரைத் தரிசித்து மிகப் பூச்சியமாய்க் கொண்டாடினர். இவராற் செய்யப்பட்டனவாகக் கூறப்படும் அதிசயக் கிரிகைகள் ஒன்றிரண்டல்ல. இவர் மழவநாடு சென்ற போது கொல்லிமழவனுடைய புத்திரிக்கு உண்டுபட்டிருந்த முயலகன் எனும் வலியை மாற்றித். திருவாவடு துறையில் இருந்த போது தமது, தந்தையார்க்கு உலவாப் பொற்கிழி யீந்து, வேதாரணியத்திலே நெடுங்காலமாய் அடைபட்டிருந்த கதவைப் பதிகம்பாடி அப்பர் திறக்க இவர் பதிகத்தால் அடைத்தனர் என்ப. இவ்வற்புதங்களன்றிப் பஞ்சகாலத்திலே சிவனடியாரை உபசரித்துக், கூன் பாண்டியனது மனைவியாகும் மங்கையர்க் கரசியும் அமச்சனாகிய குலச்சிறையும் அழைக்கப் பாண்டி நாட்டுட் புகுந்து சமணரை வாதில் வென்று, அவரில் எண்ணாயிரவரைக் கழுவேற்றுவித்துப், பாண்டியனைப் பீடித்திருந்த சுரத்தோடு அவன் கூனையும் மாற்றி, அக்கினியிற் போட்ட ஏடு எரியாதிருக்கவும், ஆற்றில்விட்ட ஏடு எதிரே ஓடவும், இறந்த வணிகன் ஒருவன் எழும்பவும், பாம்பினாற் கடியுண்டிறந்த கன்னிகை ஒருத்தி உயிர்பெறவும் தொண்டை மண்டலத்திலே ஆண்பனைகள் பெண் பனைகளாவும் செய்தனர் என்ப. சமணரை மாத்திரமன்று, புத்தரையும் வாதில் வென்றனராம். திருநாவுக்கரசர் என மறுநாமம் பெற்ற அப்பர் மேலேகண்டபடி இவர்க்குத் தோழரும், ஏககாலத்தவருமாய் இருந்தார். இவர் நம்பியாண்டார் நம்பியின் புத்திரியைத் தம் பெற்றார் கருத்துக்கு இசைய மணஞ்செய்து அம் மணஞ் செய்த அன்றே மனைவியோடும், சடங்குக் காட்சி கண்ணுற வந்தார் அனைவரோடும் அந்தரத்தானமாயினர் என்ப. இவருடைய பதிகங்கள் பதினாயிரத்துள் முந்நூற்றெண்பத்து நான்கு மாத்திரமே தற்காலமுள. ஈழமண்டலத்திலே திருக்கோணமலையிலுள்ள திருக்கோணேசர் மேலும், மன்னார் மாதோட்டத்திலுள்ள திருக்கேதீச்சரர்பேரிலும் பதிகங்கள் பாடினர் என்ப. இவர் தேக வியோகமானபோது இவர்க்கு வயசு பதினாறு. இவர் சிவதொண்டர் அறுபத்துமூவரில் ஒருவராய் எண்ணப்படுகிறார். இவர் பாடும் பதிகங்களைத் திருநீலகண்ட யாழ்ப்பாணரும், விறலியும் யாழில் வாசித்துத் திரிந்தார்கள். இவர் இறந்தகாலம் தெரியாதபோதும் வயசு பின் வரும் பாவால் விளங்கும்.

> "அப்பருக்கெண்பத்தொன்றருள்வாதவூரருக்குச்
> செப்பிய நாலெட்டினிற் றெய்வீகம் — இப்புவியிற்
> சுந்தரர்க்குமூவாறு தொன்ஞானசம்பந்தர்க்
> கந்தம்பதினாறறி."

சம்பந்தர், —Champanthar.

இவர் யாழ்ப்பாணத்தைச் சேர்ந்த நல்லூரில் இருந்த வேலாயுத முதலியாரது புத்திரர். நல்லூர் ஆறுமுக நாவலர்க்குச் சகபாடி. பெயர் பெற்ற சரவணமுத்துப் புலவரிடம் கல்விகற்றவர். இலக்கண இலக்கியங்களில் மாத்திரமல்ல

ஆகம சாத்திரங்களிலும் கசடறத் தேர்ச்சி பெற்ற இவர் அரசாட்சியாரிடந் தெருப்பகுதி "ஓவசியர்" வேலையில் அநேக வருடங்களாக அமர்ந்திருந்து அகாலத்தில் இறந்து விட்டார் இவர் சுற்றமித்திரர் நல்லூரில் இந்த நிமிஷமும் இருக்கிறார்கள். இவர் எமது காலத்தர். உடுப்பிட்டியிலே தற்காலம் பிரதாபம் பெற்றிருக்கும் சிவசம்புப் புலவர், செந்திநாதையர் முதலானோர் இவர்க்கு மாணாக்கர்.

சம்பந்த சரணாலயசுவாமி.—Champantha Charanaliaswamy.

இவர் திருக்கைலாசபரம்பரைத் தருமபுரஞான சம்பந்ததேசிகரது ஆதீனத்தைச் சேர்ந்தவர். கச்சியப்ப சிவாசாரியர் அகலமாய்ச் செய்த கந்தபுராணத்தைச் சுருக்கிப் பாடிக் கந்தபுராணச் சுருக்கம் என்று அதற்குப் பெயர் இட்டனர். இவரது மரபிலே தற்காலம் வரைக்கும் ஆசாரி அபிஷேகம் பெற்றிருப்பார் நூற்றுப் பதினால்வர் என்று சொல்லி இருக்கக் கண்டோம்.

சயம்பர்.—Chayampar.

இவர் யாழ்ப்பாணம் சாவகச்சேரிக் கோயிற்பற்றைச் சேர்ந்த மறவன் புலத்திலே, வேளாளர் மரபிலே பிறந்தவர். கல்வி வல்லவர் எனப் பெரும் பெயர் பெற்ற இருபாலைச் சேனாதிராய முதலியார்க்கு மாணவகராகிய இவரை நாம் அசசாம்ஷ இரண்டொரு தருணங் கண்டு சம்பாஷித்திருக்கிறோம். நன்றாய் வாசித்தவராயினும், சொல் விளம்பியில் அதி பிரிதியுற்று அதற்சத் தம்மை அடிமையாக்கினவர். உமாபதி மாலை எனும் பெயரிய ஓர் பாடலைப் பாடினர். அதிலே ௩0 ஆசிரிய விருத்தங்கள் உள. மாதிரிக்காய் அதில் ஒன்றை இவ்விடந் தருகின்றோம். இவரது மகன் ஒருவரை அறிவோம், அவருஞ் சற்றே படித்தவர்.

"திருவருட்பரமானந்தனை ஞானச் செஞ்சுடர்விளக்கை யென்னுளத்திற்றெவிட்டாததேவனைக் கருவணைவாரிதியைத் தில்லைமன்றுடைய சிவனைக்
குருவருட் கோலாகலவுமாபதியைக் கும்பிட்டேன் குறைமுறையிட்டுக் குளிர் புகழருளாசிரியமையாறுபாமாலை வறியனேன்கூற
அருவருட்கருவாயிருவடிவாய்த் திராகப்பராபரப்பெருஞ்சோதியாதிநாதாந்தனைந்தவடிவுஞ்மஞ்சர நால்வாய்முக்கண்ணும்
இருவருட்செவியோர் மருப்புடன் புழைக்கை யேந்திய கூரிய திருக்கோட்டியானைமாமுகவனேகனெம்பெருமானிணையடியிறைஞ்சி வாழ்வாமே."

சரவணப்பெருமாளையர்.—Charavanapperumal Ayar.

சென்னைமாபுரிக்குச் சமீபத்திலே உள்ள திருத்தணிகையிலே வீரசைவர் குலத்திலே தமிழ் மாதின் மங்கல சூத்திரஞ் சிறப்புற்று விளங்க இவர் பிறந்தார். இவர் பிதாவுக்குக் கந்தப்பையர் என்று நாமதேயம். அவர் கச்சியப்ப முனிவரைத் தம் ஆசிரியராகக்கொண்டு தமிழ் நன்குணர்ந்தகல்விமானதவின் அவரிடமே அவருக்கு இரண்டாம் புத்திரராம் இவர் வித்தியாரம்பஞ் செய்து தொன்னூல் பன்னூல் கற்று மகா பண்டிதரானார். இவரது சேட்டர் விசாகப் பெருமாளையர். இருவருங் கலைமாதின் இடக்கண் வலக்கண், இடப்புறம் வலப்புறம்போற் சிறந்து விளங்கினர். இவர் கற்ற அரியகல்வி

வல்லமையை இட்டே சென்னைச் சுதேச பிரபுக்கள் தாங்கள் கூடி ஸ்தாபித்த விவேக விளக்கச்சாலை என்னும் வித்தியா கோஷ்டிக்கு இவரைச் சபா நாயகமாக்கினர். பரிமேலழகரது உரையோடு தோன்றிய திருவள்ளுவரும் அதன் சிறப்புப் பாயிரமாகிய திருவள்ளுவ மாலைக்கு இவர் இயற்றிய உரையுமே இவர் முதன்முதற் பிரசரித்தவை. பரிமேலழகர் உரையை இவர் திருத்தியும் சுருக்கியுஞ் செய்தனர் என்பதற்குப் பின்வரும் பாட்டுச் சாட்சியாகும்.

"பாவருமெய்ப்புகழ்த் திருவள்ளுவர்நூற்கு வண்பரிமேலழகரேன்பார்
நாவருநல் லுரை சிலகற்றோர்க்கேயாம் பரிசுதனை நாடிமற்றை
யாவருமிங்கெளிதுணரு முறையதனைச் சுருக்கிநலமலமயச்செய்தான்
பூவருமொண்சீர்கொள் சரவணப்பெருமாளையனெனும் புலவன்றானே."

இதனை கஅ௩௦ ம் ஆண்டு அச்சிடுவித்து அதன் பின்னர்க் கரலிகிதங்களிற் கருத்தும் பதமுமாறி அபத்தப்பட்டுப் போயிருந்த பற்பல நூல்களைப் பரிசோதித்து அச்சிட்டார். அதிவீரராம பாண்டியர் செய்த நைடதத்துக்குக் கைக்கிளைப் படலம் வரைக்கும் உரை எழுதி அதனை முடிவு பெறுவிக்க முன்னே இவர்க்கு முடிவு நேரிட்டது. கைக்கிளைப் படலத்துக்கு அப்பால் இவர் புத்திரர் கந்தப்பையர் அதற்கு உரை எழுதி முற்றுப் பெறச் செய்தனர். இவ்வாறு பிழைதீர்ந்து பிறர்க்கு உபயோகப்பட்ட நூல்களுள், நாலடியார், திருவிளையாடற் புராணம், திருவாசகம் விசேஷம் பெற்றவை. அவ்வைபாடல்களுள் வாக்குண்டாமுறை எனப் பெயரிய மூதுரைக்கும் நல்வழிக்கும், துறை மங்கலம் சிவப்பிரகாச சுவாமிகள் அருளிச் செய்த நன்னெறிக்கும் உரை எழுதிப் பிரசரித்தார். இயற்றமிழ்ச் சுருக்கம், அணியியல் விளக்கம் என்னும் இரண்டனோடு கோளதீபிகை, நான்மணிமாலை என்னும் இரண்டையும் நவமாய் இயற்றினர். கோளதீபிகையிற் பூமி கோளரூபம் என்றதை ஸ்தாபித்து, ஐரோப்பிய நூற்கருத்துடன் அதை முன்பின் இசைவித்தற்காக அதற்கேற்ற பற்பல திருட்டாந்தங்களைப் பல நூல்களிலும் தாமே சுளியோடி எடுத்து அதிற் காட்டினர். பிரபுலிங்கலீலைக்கு மாயையின் உற்பத்தி வரைக்கும் உரை எழுதினர். வேங்கைக்கோவைக்கும் உரைசெய்தாரன்றிக் களத்தூர்ப் புராணத்தையும் பாடினர். இவ்வாறு உலகத்துக்கு உபயோகமாகப் பல அரிய காரியங்களிலே தலையிட்டு வரும்போது கற்றாரென்றுங் கல்வியற்றாரென்றும் பேதம் பாரா மரண தர்மராசன் இவரது ஓட்டத்துக்கு முடிபு கட்டினான். காத்திராப் பிரகாரம் நோய்வாய்ப் பட்டு அகாலத்தே இவர் மரணமடைந்தார். இவர் தற்காலப் புலவர்.

சரவண தேசிகர்.—**Charavana Thasigar.**

தேவிகாலோத்திரம், வீட்டு நெறியுண்மை எனும் இரண்டு கிரந்தங்களை இவர் இயற்றினர் என்பதற்கு மேற்பட இவரைப் பற்றிய சரிதம் வரையவாய்க்கவில்லை. பாடல் மாதிரிக்குத் தேவிகாலோத்திரத்திலிருந்து ஓர் பாட்டுத் தருகுவம்.

"யோகியாகியொழுகுமியல்பினோன்
போகமாற்றிப் பொருண்மேற் பொறிகளை
வேசமான பயமும் வியப்புமபோய்
மாகர்காணுஞ் சுகத்தை மருவுவான்."

சரவணப்பெருமாள் கவிராயர்.-**CharavanapperumalKavirayar.**

இவர் சோழநாட்டிலுள்ள நல்லூரிலே வேளாளர் மரபிலே,பிறந்து, சோமசுந்தர குரு என்பவரைத் தமக்குப் போதகாசிரியராகக் கொண்டு கல்விகற்றுக் கவிராயர் என்னும்பெயர் வாங்கி, சஎகூ ம் ௵ இராமநாதபுர இராசாவாகிய முத்துராமலிங்க சேதுபதிக்கு வாசல் வித்துவானானார். அட்டாவதானத்தில் வல்லவராதலால் அட்டாவதானியெனு நாமதேயமும் இவர்க்குளது. இவ் அவதான வித்தையில் இவர் காட்டிய சாமார்த்தியத்தை வியந்து சென்னை நபாபு அமருதல் அமுரா, திருவாங்கூர் இராசா இராமவர்மராசா, தஞ்சாவூரிராசா அமரசிங்க மகாராசா, கண்டி இராசா இராசாதிராசசிங்கம் என்னும் சீமான்கள் இவர்க்குத் தகுந்த பரிசளித்தனர். மலையாள இராசாவிடம் பல்லாக்கும் சிவகங்கைக் கௌரிவல்லவராசரிடம் மானியங்களும் பெற்றவர். இவர் புதுக்கோட்டை இராசா விசய ரகுநாத தொண்டைமான் பேரிலும், சேதுபதி இராசாவின் அமைச்சராகிய முத்திருளப் பிள்ளை முதலாம் பல பெரியோர் பேரிலும் பிரபந்தங்களோடு பற்பல சீட்டுக்கவிதைகளைப் பாடி, அவரவர் சமுகம் சென்றும், அனுப்பியும், அவரவர் கொடுத்த பரிசு பெற்றும் மகிமை உற்றனர். இவரது பாடல்கள் யாவும் சொற்சிறப்புப் பொருட் சிறப்புகளில் வியப்புப் பெற்றன. மாதிரிக்காய் இவர் பாடிய பன்னிருசீர் இரட்டை ஆசிரிய விருத்தச் சீட்டுக் கவிதை யொன்றை இதன் கீழ்த் தருகின்றோம்.

"மகபதி நராதிபதி மாதுபதி சேதுபதி வாசற்பிரசண்டவாக்கி-வடிதமிழ்ச் சோ
மசுந்தர குருசாமி யடிமைக்குமடிமைக்குமடிமை-மயில்வாகனக்கடவுளருளினு
லுபயசாமரை விருதுகொண்ட துல்லியன்-மலையாளராசனருடந்த பல்லக்கு
வெகுமதிபெற்றசார்வபூமன்
யுகமெலாமகிமைபெறு தஞ்சைமகராசனை யோரெட்டியனழைத்தநிபுண-நூசி
தனமராநபாபிருகையாற்றகும் வரிசையொருகையால் வாங்குசவிஞ-னுற்றசிவ
கங்கையிற் கவுரிவல்லவராசனுதவுவளநாடுபெற்றோ-னுயரிலங்கைப்பூமி ராசச
முகத்தினிலுமொருகோடி வரிசைகொண்டோன்
ககனமுதண்ட வேதண்ட பிரமாண்டமுங் கனபுகழ்படைத்தவுரவோன்-காசி
முதலாகராமேசுரம்வரைக்குங் கவித்துவசம் நாட்டும்விசையன்-கற்றுச்சொலிக்கு
ம் வருதானுபதிக்குமிரு கனகதண்டிகைகொடுத்தோன்-கலிமதக் குஞ்சரஞ் சரவ
ணப்பெருமாள் கவிச்சக்கரவர்த்தியோலை
புகழ்மேவு சிங்கநகர் வளருங் குமாரவேல் பூபனெதிர்கொண்டுகாண்க-போர்
வராவேங்கைகை பாராததாது செம்புத்திரமிலாதசாமி-புலியிலிருளாவேம மூரலு
ண்ணுமாறு பொங்கிவேகாத காணம்-பூண்டொடிபடாவத்த மறுபடா வுடலெழ
பொதிதந்து நீவாழியே."

சரவணமுத்துப்புலவர்.—**Charavanamuttu Pulavar.**

இவர் யாழ்ப்பாணம் நல்லூரிலே இற்றைக்கு முன்பின் ௮0 வருடங்களின் முன்னே இருந்தவர். மனப்புலி முதலியாருக்கு இரண்டாம் புத்திரராகிய இவர் இருபாலையில் வசித்த சேனாதிராய முதலியார் என்னும் வித்துவசிரோமணியைத் தம் ஆசிரியராகக் கொண்டு, சிறு பிராயத்திற்றானே அருங்கலை விநோதராய்த் திகாந்தம் தம் புகழ் பரப்பினவர். இலக்கண இலக்கியக் களஞ்சியமாய்க் கற்றோர் சபையில் மலை மேல் நகரம் என விளங்கிய இந்தப்

புலவரேறு வேதாந்த சுயஞ் சோதி என்னு நூலை இயற்றினாரன்றி ஆத்மபோதப் பிரகாசிகை என்னும் பின்னோர் நூலைச் சம்ஸ்கிருதத்திலிருந்து மொழிபெயர்த்தார். இவரிடம் பாடங் கேட்ட மாணாக்கர் பலருட் தமிழ்த் தேசம் எங்கும் புகழ் படைத்த நல்லூர் ஆறுமுக நாவலர் ஒருவர். இவரது கல்வி ஆழத்துக்கும் விவேகத்துக்கும் நைடதப்பாட்டொன்றினை இட்டுக் களத்தூர் வேதகிரி முதலியார்க்கும் இவர்க்கும் இடையே உண்டுபட்ட தருக்கத்தில் மானிப்பாயில் ௧௮௪௧ ம் ஆண்டு தொடக்கமாய் இந்நாட் காறும் அச்சிடப்பட்டு வருவதும், பின்னிட்ட இருபத்தெட்டு வருடங்களாக எம்மால் நடத்தப்படுவதுமான "உதயதாரகை"ப் பத்திரிகையிற் தோற்றிய பற்பல கடிதங்கள் சாட்சிகூறும். இவர் யாழ்ப்பாணம் வடமாகாண மன்னவராகிய டயிக்துரையிடம் பலவருஷங்களாக உடையார் உத்தியோகத்தில் அமர்ந்திருந்தவர். இவ்வாறு இவர் கல்வியாலும் உத்தியோகத்தாலும் தம் இசையைத் திசை எங்கும் பரப்பிவரவே, நவநீதம் வரும்பொழுது தாழியுடைந்த செயலென, ௧௮௪௫ ம் ஞு தென்புலத்தார் கோவெனக் கூறப்படுங் காலன் இவர்க்கு மாற்றானாய்க் கிளம்பினனாதலால் நடுவயசிற் தேகவியோகமாயினர். இவர்க்குப் புத்திரர் ஒருவருளர் எனினும் இவரது உத்தரீயம் அவரது தோளிற் பொறுக்கவில்லை. கல்வியால் மாத்திரமன்றி வாசாலப் பேச்சு அலங்காரத்தாலும் இவர் அதி கீர்த்திபெற்றவர். திருக்கோணேசர் மலைக் குறவஞ்சியொன்று பாடத் தொடங்கியும் முற்றுப் பெற்றதில்லை எனக் கேள்வி. மேற்படி பாக்களன்றித் தனிப் பாக்களுஞ் சில பாடினர். கனம்பொருந்திய பேர்சிவல் தேசிகர்க்கு இவர் சில்கால ஆசிரியராய் இருந்தவர்.

சர்க்கரைப்புலவர்.—**Chargarai Pulavar.**

இவர் தேவ கோட்டையைச் சார்ந்த சிற்றூர் ஒன்றிலே பிறந்தவர். சாதியிலே துருக்கருஞ் சமயாசாரத்தால் மசமதியருமாகிய இவர் தமிழ் நன்குகற்ற புலவரும் அலங்காரப் பேச்சில் வியப்புற்றவருமாய் இருந்தார். இவர் ஒருமுறை பள்ளிவாசலிலே தொழுதுகொண்டிருக்கும் போது இவர்க்கு மைத்துனரும் இவரையொத்த புலவருமாகிய சவாதுப்புலவர் தற்செயலாய் அவ்விடம்வர, அங்கிருந்த சத்திபு முதலானோர் அவர்க்குக் கண்ணியமாய் இருக்கைவிட்டெழுந்து அவரை உபசரித்தழைத்தனர். இதுகண்ட சர்க்கரைப் புலவர் தம்மைத்துனர் நாமத்தில் விகடம் விளையாடக் கருதினாராய், ஓ! நம் மத நூற்படி தீண்டக்கூடாத ஆசௌசப் பொருளாகிய சவாது இங் கேவருதல் தக்கதன்றே என்றனர். அதுகேட்ட சவாதுப் புலவர், செட்டி! சர்க்கரை கண்டங்கொண்டது, ஆனாற் சவாதோ காத்திரங் கொண்டதல்லவா? கூதறியீர் மௌனமாய் இருப்பதே யோக்கியம் என்றனராம். இவர் பாடிய பிரபந்தம் மதீனத்தந்தாதி. மதீனம் அரபியா தேசத்துள்ள ஒரு பிரதான நகரம்.

சவாதுப்புலவர்.—**Chavathu Pulavar.**

இவர் தேவகோட்டைப் பகுதியிலே வசித்த சர்க்கரைப்புலவர்க்கு மைத்துனர். சாதியாற் துருக்கரும் சமயாசாரத்தால் இஸ்லாமியருமாகிய இவர் தமிழ் நன்குணர்ந்த புலவர். இவர்க்கும் இவர் மைத்துனர்க்கும் இடையே

நடந்த சம்பாஷணையை மேலே கூறி இருக்கின்றோம். இவர் முகையித்தின் ஆண்டவர் பிள்ளைத் தமிழ் என்னும் பாடலொன்றை இசைத்தனர். அது முகம்மது நபிமேலதாம். இப்பிள்ளைத்தமிழ் அன்றிச் சில தனிப்பாக்களும் பாடினர். பாடல் மாதிரிக்காக எம் கைக்குக் கிட்டின ஐந்து தனிப்பாக்களுள் ஒன்றை இவ்விடந் தருகின்றோம்.

"செல்லப்பன் கச்சியிலே சேர்ந்ததற்பின் றுமணிகள்
நல்லதருமேக நவநிதியா—சொல்லவே
முட்டின்றியொன்றிரண்டு மூன்றுநான் கைந்தாறேழ்
எட்டோன்பான் பத்தானவே."

ஆ, ௧, ௨. மணி, ௩, ௪. தரு, ௫, ௬. மேகம், ௭, ௮. நிதி, ௯, ௰. செல்லப்பனைச் சேர்ந்த ஆ முதலாய் எல்லாம் ஒவ்வொன்று கூடிவிட்டன.

சவுந்தரநாயகம் பிள்ளை.—**Chavundaranayagam Pilly.**

இவர் யாழ்ப்பாணத்திலே பழைய வட்டுக்கோட்டைச் சாஸ்திரசாலையில் இற்றைக்கு முன்பின் ௫0 வருடங்களின் முன்னே ஆசிரியராய் இருந்து பெயர் படைத்த காபிரியேல் திசிரா என்பவரது கனிட்ட புத்திரர். இவரது சேட்டன் திருவனந்த புரத்திலே இந்நிமிஷமும் சிரேட்ட நீதியரசராய் இருக்கிறார். சாதியிற் செட்டிப்பிள்ளையும், சமயாசாரத்தில் முந்திப் புரோத்தெஸ்தரும் பிந்திக் கதலிகருமாகிய இவர் முதல் வட்டுக் கோட்டைச் சாஸ்திர சாலையிற் படித்து மறுபடி சென்னை இராசதானி சென்று முற்றக் கற்று அரங்கேறி, வீ. ஏ., என்னும் பண்டிதப் பட்டமும், வி. எல்., என்னும் நியாய சாஸ்திரப்பட்டமும் பெற்று, அப் பகுதியிலே பிரபலிய நியாய துரந்தரராய் இருந்தவர். இவர் சிறந்த இலக்கண வித்துவான் என்றதற்கு, இவரால் இயற்றப்பட்டு இப்போது ஏழாம் பதிப்பில் வந்திருக்கு நன்னூற் சுருக்கம் சான்று கூறும். பவணந்தி முனிவர் செய்த நன்னூலிலே விசேஷமுற்ற இருநூற்றிருபது சூத்திரங்களைத் தெரிவுசெய்து மாணாக்கர்க்கு உபயோக மாகச் சிறந்த பயிற்சிப் பாடங்கள் கொடுத்துப் பதமுடித்துக் காட்டி இயற்றி இருக்கின்றாரன்றித் தெலுங்குப்பாஷா வல்லவராய் அதிலும் ஓர் இலக்கணஞ் செய்திருக்கின்றார். தமிழ் தெலிங்கு இரண்டிலுமன்றி இங்கிலிஷிலும் சில புஸ்தகங்களுக்கு ஆக்கியோருமாயினர்.

சிலகாலம் ஆங்கிலேய புதினப்பத்திரிகையும் ஒன்றை நடத்தி வந்தவர். நல்ல வாசாலாலங்காரப் பிரசங்கிபாகும் இவர் சென்னைச் சர்வகலாசாலையிலே வித்தியா பட்டம் பெறப் போகும் மாணாக்கரைப் பரீட்சிப்பாரில் ஒருவராய் அநேக ஆண்டுகளாக அரசாட்சியாரால் தெரிவுசெய்யப்பட்டிருந்தவர். புலவராய் மெய்ஞ்ஞானக் கீர்த்தனை எனும் பாடலை இயற்றி அச்சிடுவித்தவர். இவர் எமது சாதியை உயர்த்தும் அணிகலமும், அரியரத்தினமும் போன்றிருப்பினும் தருமனுயினும் சண்டனென்னப் பெயர்பெற்ற தென்றிசைக்கோன் அகாலத்தே, நடுப்பிராயத்தே, இவர்மேற் தன் கைப்பாசம் வீசினன். ஏறக்குறைய இரண்டு வருடங்களின் முன் வடகரையில் இருக்கும் போது சடுதியில் நோய்வாய்ப்பட்டுப் பரமபதமடைந்தனர். இவரது சமுசாரத்தார் தமது செனனதேசமாகும் யாழ்ப்பாணத்தில் வந்திருக்கிறார்கள். இவரது முதற்றாரப் புத்திரரொருவர் வீ. ஏ., வித்தியாபட்டம் பெற்றிருக்கிறார்.

இவரது தாயார் யாழ்ப்பாணத்தில் இருந்த ஒந்தாச்சியார் என்பாரது புத்திரி. தகப்பன் கொழும்பு இராசதானியிற் பிறந்தவர். பெற்றோர் இருவரையும் நாம் அறிவோம்.

சாத்தனார்.—Chattanar.

இவரும் கடைச்சங்கப் புலவர்மார் சுகூ பதின்மருள் ஒருவராய்த் திருவள்ளுவர் குறண்மேற் சிறப்புப்பாயிரங் கூறினவர். செயிர்க் காவிரியார் மகனார் சாத்தனார் எனு நாமத்தால் இவர் அழைக்கப்படுகிறார் ஆதலிற் செயிர்க் காவிரியார் என்பது இவரது தந்தையார் பெயர். குறட்குச் சிறப்புக்கவியாய் இவர் சொன்ன வெண்பா வருமாறு:

> "ஆவனவு மாகாதனவுமறிவுடையார்
> யாவரும்வல்லா ரெடுத்தியம்ப—தேவர்
> திருவள்ளுவர்தாமுஞ்செப்பியவேசெய்வார்
> பொருல்லொழுக்கம் பூண்டார்."

சாஸ்திரம் ஐயர்.— Chastiram Ayer.

இவர் சமண் சமயிகளுக்குள் இருந்த திறங்கொண்ட கல்விமான். சென்னைமா புரியிலிருந்த பவுவர்தேசிகர்க்கு இருபதுவருடம் போதகாசிரியராக இருந்து அவர்க்குத் தமிழ்க்கல்வி பயிற்றினாரன்றி அதற்கு முதற் திருதேசிகர்க்கும் ஆசிரியராய் அவர்க்குந் தமிழோதி வைத்தனர். தமது சமயாசாரக் கோட்பாட்டிலே இவர் முற்றத் தேர்ந்த பண்டிதராய் இருந்தமை பற்றிப் பவுவர்தேசிகரது கேள்விக்கு ஒருப்பட்டுச் சைந சமய சித்தாந்த நூல் எனப்பெயரிய சிறு கிரந்தம் ஒன்றைச் சுத்தியரூபமாய் இயற்றிக்கொடுக்க, அவர் அதனை ஆங்கில பாஷையில் மொழிபெயர்த்து சஅசக ம் ஆண்டு தாம் அச்சிற் பதிப்பித்த வேத அகராதியோடு பிரசரித்துப் பின்பு வீ. எ., வித்தியாபட்டம் பெறுவோர்க்கு உபயோகப்பட சஅகூஅ ம் ஆண்டு தாம் அச்சடிப்பித்த சிந்தாமணி எனுங் காவிய நூலுக்குப்பாயிரமாகவும் அச்சடித்துப் பகிரங்கஞ் செய்தனர். இக் கிரந்தந் தவிர வேறேது நூல்களை இவர் இயற்றினாரெனத் தெரிந்ததே இல்லை. இற்றைக்கு ௨௦ வருடங்களின் முன், அதாவது கிறிஸ்தாப்தம் சஅகூகூ ல் இவர் தேகவியோகமாயினர்.

சாந்தகவிராயர்.— Chantha Kaviraynr,

இவர் கிறிஸ்தாப்தம் சஅ௦௦ க் கடைசியில் இருந்தவரெனக் காண்கிறோம். நீதிசூடாமணி என்று வழங்கும் இரங்கேசர் வெண்பாவுக்கு இக்கவிராயர் ஆக்கியோர். இரங்கேசர் எனப் படுவோர் சிறீரங்கத்திருப்பவர் எனக் கூறப்படும் விஷ்ணுவாதலில் அப்பாடல் அவர்மேற்று. அதில் ஒவ்வொரு வெண்பாவும் இரங்கேசா என்று முடிகின்றது மாத்திரமன்றிப் பின்னே தோற்றம்,

"சீர்கொண்டகாவேரித் தென்னரங்கத்தெம்பெருமான்
பார்கொண்டதாவணப் பரவியே—ஏர்கொண்ட
ஓங்குபுகழ் வள்ளுவனுரோதுதறண் முககதையைப்
பாங்குபெறச்சொல்வேன் பரிந்து"

என்ற காப்பு வெண்பா சொல்லிபடி, ஒவ்வொரு வெண்பாவிலும் ஒவ்வொரு கதையும் ஒவ்வொரு குறளும் தெரிந்து சொல்லப்பட்டு இருக்கின்றன. பாடல்மாதிரிக்கு ஓர் வெண்பாத் தருவம்.

"சொன்னகம்பத்தேமடங்கவேன்றுவதாலன்பருளத்
தின்னமிர்தமாஉமிரக்கேசா—மன்னும்
அகரமுதலவெழுத்தெல்லாமாதி
பகவன் முதற்றேயுலகு."

சாந்தலிங்க கவிராயர்.—Chanthalinga Kavirayar.

இவர் சோழ நாட்டிலே தண்டலைச் சேரி என்னும் ஊரிலே பிறந்த தருந்த வித்துவான். இவர் செய்த பாடல் தண்டலையார் சதகம். காப்பும், அவை அடக்கமுஞ் சேரின் நூற்றுறு செய்யுள் அடங்கிய இப் பாடல் விருத்தங்க டோறும் பழமொழிகள் வைத்துப் பாடிய காரணத்தாற் பழமொழி விளக்கம் என்று மறு நாமம் இதற்குண்டு. மாதிரிக்காக இவ்விடம் ஒரு விருத்தந் தருகுவம்.

"சங்கையறப்படித்தாலுங் கேட்டாலும் பிறர்க்குறுதிதவணச்சொற்றலும்
அங்கணுலகினிற் சிறியோர்தாமடக்கி நடந்துகதியடையமாட்டார்
திங்களணிசடையாரே தண்டலையாரேசொன்னேன் சிறிதுகாலங்
கங்கையிலேபடிந்தாலும் பேய்ச்சுரைக்காய் நல்லசுரைக்காயாகாதே."

சாந்தலிங்க தேசிகர்.— Chanthalinga Thasigar.

இவர் வீர சைவரைச் சேர்ந்த துறவி. திருத்துறை ஊரிற் பிறந்து வேதாந்த சிந்தாந்த பதிநூற்றுறை கண்ட வித்துவானுதும் இவர் நெஞ்சுவிடு தூது, வைராக்கிய சதகம், வைராக்கிய தீபம், கொலை மறுத்தல், அவிரோத வுந்தியார் என்னும்,ஐந்துநூல்களைச் செய்திருக்கின்றார். இவ் வைந்தனுள் வைராக்கிய தீபஞ் சதகம்போலவே நூறு செய்யுட் கொண்டது. இந்த இருநூல்களுக்கும் இவர் மாணுக்கராகிய திருப்போரூர்ச் சிதம்பர சுவாமிகள் உரைசெய்திருக்கிறார். அவிரோத வுந்தியாரும் ௧௦௦ செய்யுட் கொண்டது. அதுமற்றையவை போலாகாது ஒவ்வொரு பாவும் மூன்றடியுற்று இறுதி இரண்டடிகளும் "உந்தீபற" என்று முடிவது. மாதிரிக்காய் இவ்விடம் ஒருபாத் தருகுவம்.

"அறம்பொருளின்பம் வீடாயவோர் நான்கிற்
சிறந்தபயன் வீடென்றுந் தீபற
தேரின்வீடேயெலாமுந் தீபற."

இந்நூற்கும் மேற்படி சிதம்பர சுவாமிகள் வெகு ஆராய்வாய் உரைசெய்தனர் அன்றி மேற்கோளாகப் பத்தொன்பது நூல்களில் இருந்து ௫௨௦ பாடல்களைக் காட்டி இருக்கிறார். அவிரோதவுந்தியாருக்கு இவர் ஆசிரியோர் என்றது பின்வருங் கவியாற் றுலாம்பரமாகும்.

"பன்னெறியினீகல் விளக்கும் பலசமயத்தவருமுத்தி பதத்தீந்தீது
நன்னெறியென்றுய்யவலிரோதவுந்தியாரெனுநூனல்கிறுல்
வென்னெறிநேர் மறைநெறியாகமநெறியோன்றெனக்காட்டும் வீரசைவத்
தொன்னெறிமாசேசனெங்கள் சாந்தலிங்கதேசிகனுந் தாயன்றனே."

உஅ ஆகமங்களுள் ஒன்றாய்ச் சம்ஸ்கிருதத்திலிருந்த வீராகமத்தைத் தமிழில் மொழிபெயர்த்தாரும் இவரே. [வீராகமம்—வீரசைவ ஒழுங்கு பகருநூல்.] கொலை மறுத்தலைப் பலர் அச்சிட்டு இருக்கிறார்கள். இவர் காலம் கி. பி. கஎ சதாப்தம்.

சாமிநாதபிள்ளை.—Chaminatha Pilly.

திரிசிரக்கோட்டை ஆண்டார் வீதி முத்துக்கறுப்பபிள்ளையின் புத்திரர். வேலாயுதக்கண்ணி என்னும் பாடலை இவர் இயற்றினர். இவையன்றி மேல திகமாய் இவரைப் பற்றி யாதும் தெரிந்திலது.

சிதம்பரதேசிகர்.—Chithampara Thasigar.

சைவ சமய ஆசாரக் கொள்கையின் முதிர்ந்த துறவியாய்த்தேசிகர் என்றும் சுவாமிகள் என்றும் அழைக்கப்பட்ட இவர் திருத்துறையூரில் வசித்த சாந்தலிங்க தேசிகர்க்கு மாணக்கர். இவர் தமது குரவரிடம் பதிசாஸ்திரங்கள் வாசித்துத் தோசஷ பெற்று அவர் இயற்றிய ஐந்து நூற்களுக்குத் தகுந்த சிறந்த உரைகளை எழுதிக் கீர்த்தி பெற்று உரையாசிரியரானுர் அன்றித் தாமே வல்ல புலவருமானுர். இவர்:

"ஆய்ந்தவின்பம் வாய்ந்துளநிறையச்
சாந்தையன்பதம் யாந்தொழுவோமே"

என்று வைராக்கிய தீப உரையிலும்:

"போந்தேமுயிர்க்குயி ரார்துணையொத்த
சாந்தையர்தம்பத மேந்துகருத்தே"

என்று வைராக்கிய சதக உரையிலும் தமக்குந் தம் ஆசிரியர்க்குமுற்ற நேசபர்தனத்தை விளக்கிப் பாராட்டினர். மேற்கூறலுற்ற நூலுரைகளன்றித் தோத்திரமாலை, உபதேசவுண்மை, உபதேசவுண்மைக் கட்டளை, நெஞ்சுவிடுதூது, பஞ்சாதிகார விளக்கம் என்னும் பாடல்களை இவர் இயற்றினர். இவற்றுட் பஞ்சாதிகார விளக்கம் என்றது சிருஷ்டி, திதி, சங்காரம், திரோபவம், அனுக்கிரகம் என்னும் பஞ்சகிருத்தியங்களையும் விளக்குவது. இந்நூலில் நிக செய்யுளுள. இதற்குச் சிதம்பர சுவாமிகள் உரையருளினர். சென்னைபுரிக்குத்தேற்கே உரு மைல் தூரத்திலுள்ள திருப்போரூர் மடத்தம்பிரானுய் இவர் இருந்தபோது அப்பதியிற் பூசிக்கப் படுங் கர்தசுவாமிக்குப் புகழாகத் திருப்போரூர்ச் சந்நிதி முறை என்னும் பாடலை இயற்றினுர். இவர் பிறந்த இறந்தகாலங்கள் வரையறையாய்த் தெரியாதபோதும், கி. பி. கஅம் சதாப்தத்தில் இருந்தவர் என்று உத்தேசிக்க இடமிருக்கிறது. இவரது பாடற் திறமைக்குப் பஞ்சாதிகார விளக்கக் காப்புச் செய்யுளைத் தருவம்.

"முகமதியுங்கட்கவேுங் களவவளையுமுத்தரிய முகபடாத்துப்
புகர்மதமாமழகளிறுங் கரமலர்க்கற்பகதருவும் பொருலில்பாதத்
திகழுறுபங்கயநிதியுந் தோன்றுபரைப்பாற்கடலிற் சிறந்துதோன்றும்
உகலருமைங்கரவமுதை யுளங்குளிரப்பூரித்தே புவகைபூப்பாம்."

இலக்கணஞ் சிதம்பரநாத முனிவர் என வழக்கமாய் அழைக்கப்படாநி ன்ற இவ் வித்துவான் சிவஞான யோகீஸ்பர சுவாமிகளது பன்னிரு மாணவக ருள் ஒருவர். தொட்டிக்கலைச் சுப்பிரமணியர், இராமநாதபுரம் சோமசுந்தரம் பிள்ளை என்பவர்களுக்குச் சகபாடியாம் இவர் திருப்பாதிரியூர்ப் புராண த்தை மொழிபெயர்த்தவர். இவர் இருந்தகாலம் இவரது ஆசிரியர் காலமே.

சிதம்பரப்பிள்ளை—Chithamparap Pilly.

சேலஞ் தேசத்தைச் சேர்ந்தவரும் வீர சைவத்தைச் சார்ந்தவருமாகிய இவ ரது தந்தையார் நாமம் விசுவலிங்கன்பர். இவர் கயிலாய நாதர் சதகத்தைப் பாடினர். அது பாடப்பட்ட காலமும் இப்புலவர் பாடலின் மாதிரியும் அச்சதகத்தில் ஒன்றுகும் பின்வரும் பாவினற் தெரியப்படும்.

"ஆதிகலிநாலாயிரத்தத்தொளாயிரத்தாகுமுப்பானிரண்டி
லாயிரத்தெழுநூற் றைம்பத்துமூன்று வருடஞ் சகாப்தம் விகுர்தியாம்
நீதிசேராண்டு மேடந் திங்கள் குருவாரநேர்ந்த பனிரண்டாந்தின
நிறைகன்னிதிதியைக்கிருடமிர்தயோகமிவைநீடிரேபதிநாளினில்
சாதியினில்வீரசைவன் விசுவலிங்கன்பர்தரு சிதம்பரவாணன்யான்
சதகமெனுமிப்பனுவ னின்னடிக்கன்புகொடு சாற்றினனுவந்தாளுவாய்
காதலுடனடியர்தொழு கறைமிடற்றண்ணலே கற்பகவிராசமேவுங்
கங்கைபுனையீசனே மங்கைமகிழ்நேசனே கயிலையங்கிரிவாசனே."

சித்துப்புலவர்.—Chiththup Pulavar.

இவரது சுயநாமம் சிதம்பரப்பிள்ளை. இவர் உடுவிலைச் சேர்ந்த சுன்னாகக் குறிச்சியிலே, வேளாளர் வருணத்திலே, சுமார் நூறு வருடங்களின் முன் பிறந்தவர். இவர் புலவரன்றி விஷ வைத்தியருமாம். இவர் பற்பல தனிப் பாக்கள், பதிகங்கள், ஊஞ்சலிசைகளாதிய பாடினர். பாடல் மாதிரிக்காகப் பின்வரும் பாவைத் தருகின்றேம்.

"கல்லாதபுல்லர் மணையணுகாமற் கலியவர்மேற்
சொல்லாமனல்குரவில்லாமனித்தந்துயர்க்கடலுள்
செல்லாமனல்லவரந்தருவாய் செங்திருமருவு
நல்லாய்மயிலணிவாசாலிசய நரசிங்கமே."

இது மயிலணி நரசிங்கர் மேற் பாடப்பட்டது. இவர் சுற்றத்தார் இக்காலத் திலும் இருக்கின்றார்களாம்.

சிவஞானதேசிகர்.—Chivagnana Thasigar.

இவர் காசியில் எழுந்தருளி இருந்தவரும், தருமபுர ஆதினத்தைச் சேர்ந்த வருமாகிய சிறந்த வித்துவான். [illegible]

நாமந்தாங்கிய பத்துக்கழி நெடில் விருத்தங்களை இவர் பாடி இருக்கிறார். இவற்றை யாழ்ப்பாணத்து நல்லூர்ச் சதாசிவம்பிள்ளை அச்சிற்பதிப்பித்தார். நற் சந்தமும்பொருளுங்கொண்ட இவ்விருத்தங்களுள் ஒன்றை மாதிரிக்காக இவ்விடந் தருவம்.

"ஓங்காரவடிவானவுன்பாத தாமரையும் உபயபரிபுரமறைகளு
முதிக்கின்ற செங்கதிர்களொருகோடி நிகரொளியுமுத்தாள நீற்றினொளியும்
பாங்கார்கசானனமு முக்கரமும் வளர்புயப் பவளாசலங்களுங்கும்
பாசமுடனங்குசக் கோம்போரிலட்டுகம்பட்சமோடுவைத்தகரமும்
நீங்காத வருண்மாரி பொழியுந்த்ரியம்பகமு நிறையுமும்மதமாரியு
நீள்சடாடவியும் வெண்பிறையுமொரு தொந்தியு நெஞ்சிலொருநாளுமறவேன்
காங்கேயன்மகிழ்ந்தமையனே கங்கைகதிபெருதுகாசிவாழ் துண்டிராச
கணபதி யெனும் பெரியகுணமேருவே யருட்கருணைநிதிக் கடவுளே."

இவ்விருத்தங்கள் பத்துமல்லாது காசிக் கதிர்காமவேலர் திருவருட்பா என்னும் வேறுபத்து விருத்தங்களுஞ் செய்தனர். அவைகளும் ஒன்றுக்கொன்று அதிகஞ் சிறந்தவைகளே.

சிவஞானமுனிவர்.—Chivagnana Munivar.

சிவஞானயோகீஸ்பரர் என்னும் மறுநாமமுற்ற இம் முனிவர் பாண்டி வளநாட்டிலே, பொதிய மலைச்சாரலிலே, பாவநாசம் எனும் திருப்பதியைச் சேர்ந்த விக்ரமசிங்கபுரம் என்னும் ஊரிலே, எழு தலைமுறைகளாக அகஸ்திய இருஷியின் அருள் பெற்று விளங்கிய வேளாளர் மரபிலே பிறந்தவர் என்ப. இவர்க்குப் பாண்டி வேளாள குலதிலகராகிக் கல்வி ஒழுக்கங்களாற் சிறந்த அம்பலக்கூத்தர் எனப்படுவார் தந்தையார். கற்பு ஒழுக்கங்களிற் சிறந்த மயிலம்மையார் தாயார். முக்களாலிங்கர் என்றது பெற்றோரால் இவர்க்கு இடப்பட்டநாமதேயம். இவர் ஐந்து வயசிலே பாடசாலையால் வீட்டுக்குத் திரும்பினபோது வீதியிலே திருவாவடுதுறையைச் சேர்ந்த முனிவர் சிலர் செல்லக்கண்டு அவர்களை நோக்கி: நீங்கள் அடியேனுடைய கிரகத்துக்கு வந்து அமுது செய்து போங்கள் என்று அழைத்துப்போக, வருவிருந்துக்கு எதிர் பார்த்திருந்த இவர் தாயார் அவர்க்குப் பரிவோடு அன்னம் படைத்ததை இவர் கண்டு உள்ளம் பூரித்து:

"அருந்ததியென்னம்மை யடியவர்கட்கென்றும்
திருந்தவமுதளிக்குஞ்செல்வி—பொருந்தவே
ஆனைக்கூர்தாமகிழத் தொண்டுசெய்த
மானந் தவாதமயில்"

என்று ஒருவெண்பாச் சொற்றனர். இந்தவண்ணம் பாலியப் பிராயத்திலே பேரறிவுங் கல்வித் திறமும் உற்ற இவர் தம் தந்தையாரின் அனுமதி பெற்று மேற்படி முனிவருடன் கூடிச் சோழநாட்டிலுள்ள திருவாவடுதுறை ஆதீனத்துக்குச் சென்று, அங்கிருந்த சிரேஷ்ட குருவாகிய நமச்சிவாய மூர்த்தியின் கடாட்சம் பெற்று, இரண்டாவது பட்டத்திருந்த பிள்ளைவேலப்ப தேசிகரிடம் தீட்சை கேட்டு, மெய்கண்ட சாஸ்திரங்களோடு பண்டார சாஸ்திரங்கள் கற்று அம் மடாதீனத்துக்குத் தம்பிரானும் ஆயினர். இவர்க்கு ஞானசிரியர் வேலப்பதேசிகர் என்றது:

"எவ்வெவரோட்படுபொருளை மஞ்செழுத்தினடக்கியவற்றியல்புகாட்டி
மெய்வகையஞ்சவத்தையினுநிற்குமுறை போதமுறை விளங்கத்தேற்றி
அவ்வெழுத்தினுள்ளீடுமறிவித்துச் சிவபோகத்தழுத்திநாயேன்
செய்வினையுங்கைக்கொண்ட வேலப்பதேசிகனருள் சென்னிசேர்ப்பாம்"

என்று காஞ்சிபுராணம் கடவுள்வாழ்த்து கஅ ம் பாட்டில் இவர் சொல்லியதால் விளங்கலாகும். நமச்சிவாயமூர்த்தி இவர்க்குக் குரு என்றதற்கு:

"பண்ணிசைவெம்பரிதிமதி திலதயிலந்தீயிரும்புபாணிபுப்பு
விண்ணிலமுடலுயிர் நீர்நிழலுச்சிப்பளிங்குமகல் விளக்குப்பானீர்
கண்ணிரவியுணர்வொளிபோற் பிரிவரியவத்துவிதக்கல்விகாட்டித்
தண்ணளிவைத் தெனையாண்ட துறைசைநமச்சிவாய குருசரணம்போற்றி"

என்று சித்தியாருரையிலே சொல்லிய குருவணக்கத்தால் விளங்கும். இவர்க்குத் தந்தையார் இட்ட முக்களாலிங்கர் என்னும் நாமதேயத்தை வேலப்ப தேசிகர் தாமே மாற்றிச் சிவஞானயோகிகள் என்று நாமகரணஞ் செய்தனர். வட தென் மொழிகளில் வல்லுநராகிய இந்த மகான் ஆகமசாஸ்திரங்களில் மாத்திரமல்ல, இலக்கண இலக்கியங்களிலும் மேற்பட்ட அறிஞராய் இருந்தனர் ஆதலிற் சுவாமிநாத தேசிகரது மாணாக்கராகிய திருநெல்வேலிப் புலவர் பெருமான் சங்கர நமச்சிவாயர் நன்னூலுக்கு எழுதிய விருத்தியுரையைத் திருத்திப் புத்தம் புத்துரை என்னுமோர் புதியவுரையும் எழுதினர். நன்னூல் விருத்தியுரை இவரது திருத்தம் பெற்றது என்றதற்குச்:

"சிவஞான முனிவனாற் றிருத்திடப்பட்ட
விருத்தியுரைதனை வெளிப்படச்சுருக்கி"

என்று நன்னூற் காண்டிகை உரைப் பாயிரத்திற் சொல்லப்பட்டிருப்பது சாட்சியாகும். இவர் தொல்காப்பியச் சூத்திரவிருத்தி, இலக்கணவிளக்கச் சூறாவளி என்னும் இரண்டு இலக்கண நூல்களையுஞ் செய்தனர். முந்தினது திரணதூமாக்கினி என மறுநாமம்பெற்ற தொல்காப்பியர் செய்த தொல்காப்பியப் பாயிரத்திலும் முதற் சூத்திரத்திலும் உள்ள ஆசங்கைகள் சிலவற்றை எடுத்துப் பேசித் தெளிவிப்பது. மற்றது வைத்தியநாத நாவலர் செய்த இலக்கண விளக்கத்துக்குமாறானது.

இவ்விரு நூல்களன்றித், தருக்க சங்கிரகம், தருக்கசங்கிரகதீபிகை அலலது அன்னம் பட்டியம், காஞ்சிபுராணம் முதலாங்காண்டம், சோமேசர் முதுமொழிவெண்பா, திருவேகம்பர் ஆனந்தக்களிப்பு, செப்பறைப்பதி அகிலாண்டேஸ்வரி பதிகம், திருத்தொண்டர் திருநாமக்கோவை, பஞ்சாக்கர மாலை, திராவிடமகாபாஷியம் முதலாய் வேறும் பலவற்றையும் இயற்றினர். இவற்றுட் பிந்தினது மெய்கண்ட தேவர்மொழிபெயர்த்த வார்த்திகப் பொழிப்பாகிய சிவஞான போத மெய்ப்பொருள் விளங்குதற் பொருட்டுச் செய்யப்பட்ட அகலவுரை. சிவஞான சித்தியார் சுபட்சத்துக்குப் பொழிப்புரையும் ஒன்று செய்தாரல்லாமல், சுலோகபஞ்சாக்கரத்தின் மொழிபெயர்ப்பு முதலாம்பற்பல மொழிபெயர்ப்புகளையுஞ் செய்தனர். பஞ்சாக்கரமாலை நமச்சிவாயமூர்த்தி மேலது.

திருவாவடுதுறை யாதீனத்தார் எழுதிய மரபட்டவணைக்கு விரோதமாய்த் தருமபுரவாதீனத்தார் எழுதிய மறுப்பிற்கு மறுப்பின்மேன் மறுப்பு என்னும் ஓர் நிராகரிப்பை இவர் எழுதினரன்றிச், சிவஞான சித்தியார்க்கு ஞானப்பிரகாசர் எழுதின உரை போலி உரை என்று விளங்கச் செய்யச் சிவசம

வாத மறுப்புரையையும் எழுதினர். இம் மறுப்பை ஆட்சேபனை செய்து ஞானப்பிரகாசருடைய மாணாக்கரில் ஒருவர் மறுப்பின்மேற் கண்டனம் அல்லது வச்சிரதண்டம் எனும் பெயரிய பின்னோர் மறுப்புரை எழுதினர். நூறு செய்யுட் கொண்ட திருவேகம்பரந்தாதியையும் இவர் பாடினர். அருமையாய் அர்த்தம் பண்ணப்படும் இவ் அந்தாதிக்கு இராமநாதபுரம் இராமசாமிப் பிள்ளை உரை செய்தனர். பாடல் மாதிரிக்காக இவ் அந்தாதியிலோர் கவி தருவம்:

> "கருமங்கையாரமருமத்தரேத்து செங்காந்தளனி
> கருமங்கையாரமருமத்தர் வாழ்கச்சிபோல வெப்பாங்
> கருமங்கையாரமருமத்தர்வாய்மை கதிர்ப்பசசென்ற
> கருமங்கையார மருமத்தழுங் கடங்தேய்தவென்றே."

தருக்க சங்கிரகமும் அதனுரையாகிய தருக்கசங்கிரக தீபிகை அல்லது அன்னம்பட்டீயமுஞ் சம்ஸ்கிருதத்திலிருந்து இவரான் மொழிபெயர்க்கப்பட்டன. தருக்க சங்கிரக தீபிகையில் ௲௫௦ கிரந்தமுளது. சம்ஸ்கிருதத்தில் இவற்றைச் செய்தவர் ஏறக்குறைய இருநூற்றிருபது வருடங்களின் முன்னிருந்த அன்னம் பட்டர் என்னும் ஓர் தெலுங்கர். இவற்றை ஆறுமுகநாவலர் இராமநாதபுர சமீந்தாரான பொன்னுச்சாமி தேவர்களது வேண்டுகோளின்படி அச்சிடுவித்தார். இத்தருக்க சங்கிரகம் சத்தியரூபமானது. சர்வாத்ம சம்பு சிவாசாரியர் செய்த சத்திய ரூப சித்தாந்தப்பிரகாசிகை எனும் நூலையும் இவர் மொழிபெயர்த்தார். இப்புலவர் காலத்திலே பெப்பிரிசியு (Rev. Mr. Fabrecius) தேசிகரும்இருந்தாராதலால் அவர் தமது ஆசிரியராகிய முத்தையா முதலியார் மூலமாக இவருடன் சினேகமாய் இருந்தார் பெப்பிரிசியு தேசிகரின் வேத மொழிபெயர்ப்புக்கு இம்முனிவர் உபயோகியாயுமிருந்தனர். இவர் இருந்தகாலம் கிறிஸ்தாப்தம் ௧௭௭௦ ம் ஆண்டு வரையில் இருக்க வேண்டும். அதாவது சுமார் ௧௨௫ வருடங்களின் முன். அதுவே பெப்பிரிசியுகாலம். சிவதத்துவ விவேகம் எனும் மொழிபெயர்ப்புச் செய்தாரும் இவரே. இதிலே பாயிரப்பாக்கள் பத்தையுஞ்சேர்த்தால் ௭௦ பாக்களுள. யாழ்ப்பாணம் நல்லூர்ச் சதாசிவம்பிள்ளை இதனை அச்சிடுவித்தார். இச் சிவ ஞான முனிவரது மாணாக்கருள் அதி கீர்த்திபெற்றோர் கச்சியப்ப முனிவர். அவரே அன்றி, இலக்கணம் சிதம்பரநாத முனிவர், தொட்டிக்கலைச் சுப்பிரமணியர், காஞ்சிபுரம் சரவணபத்தர், சிதம்பரபத்தர், இராமநாதபுரம் சோமசுந்தரம்பிள்ளை என்பவர்களும் இவர்க்கு மாணாக்கராய் இருந்தார்கள். இவ்வாறு மகா கல்விமானாய்ப், பரோபகாரியாய்ப், பல நூல்களோடு பல உரைகளைச்செய்து பலகண்டனங்கள் வரைந்த இந்த மகான் பின்வருங் கவி சொல்லும் ஆண்டு தேதிகளிற் தேகவியோகமாயினர்.

> "மன்னும்விசுவாவசு வருடமேடமதி
> உன்னிரவுநாட்புகலோதாயிலியம்—மன்னும்
> திருவாழனெங்கோன் சிவஞானதேவன்
> திருமேனிநீங்குதினம்."

சிவபுரம்பிள்ளை.—Chivapuram Pilly.

இவர் சோழநாட்டிலே காவேரிக்குத் தென்கரையிலுள்ள விசேஷ தலங்கள் நூற்றிருபத்தேழுள் ஒன்றாகிய திருவாவடுதுறையில் இருந்த அம்பலவாண

தேசிகர்க்குச் சிஷ்ர். அவரிடம் தீக்கை பெற்றுச் சித்தாந்தோபதேசங் கேட்ட கலைஞர். இவர் தம் ஆசிரியராம் அம்பலவாண தேசிகர் மீது மிகுந்த சிரத்தை பூண்டு அவர்க்குத் தோத்திரமாகப் பத்து வெண்பாக்கள் பாடினர். மாதிரிக்காக அவற்றுள் ஒன்றை இதன்கீழ்த் தருகின்றோம்:

"அந்தமலத்தத்துவித மானபணியாலசற்றி
வந்தமலத்தத்துவிதம்வைத்தாயே—பெந்தாய்
திருவாவடுதுறைவாழ் தேசிகா பொய்யின்
மருவாதவம்பலவாணா."

சிவப்பிரகாச சுவாமிகள். — Chivapprakacha Chuwamikaḷ.

இவர் சாலிவாகன சகாப்தம் ௧௬00 ற்றுச் சொச்சத்துக்குச் சரியான கி. பி. ௧எம் சதாப்தத்திலே காஞ்சிமாபுரத்திலே வசித்த சங்கமக் குருக்களாகிய குமாரசுவாமிப் பண்டாரத்தின் குமாரர். இவருக்குக் கருணைப்பிரகாச தேசிகர், வேலப்ப தேசிகர் என்னும் இரு சகோதரருளர். பொம்மைய பாளையத்தில் இருந்த சிவஞானபாலைய சுவாமிகள் இவர்க்கு ஞானசாரியர். இவர் வித்தியாரம்பஞ் செய்து கல்வி கற்று வரும் இளம் பிராயத்திற்றானே தந்தையார் நிரியாண தசை அடைந்தாராதலால், இவர் தம் அன்னையரோடு தம்பிமார் இருபேரையுங் கூட்டிக்கொண்டு திருவண்ணாமலைக்குப் போய் அதைத் தம் குடிபதியாக்கியும், கொஞ்சக்காலத்துள் அவ்விடத்தை விட்டு மேலும் இலக்கண இலக்கியங்களிலே ஆராய்வு செய்வது கருதித் திருநெல்வேலிக்குப் பிரயாணப்பட்டார். போகும் வழியிலே திருமங்கலத்திலே அண்ணாமலை ரெட்டியெனுங் கிராமாதிபதி இவரைத் தடுத்துத் தான் கட்டின மடத்தில் இருக்கும்படி கேட்டுக் கொண்டதினால் இவர் இசைந்து அவ்விடஞ் சிலகாலம் வதிந்து, பின்னர் மேலுங் கலாமுயற்சியிற் பேராசை தூண்டக் கிராமாதிபதியின் அனுமதி பெற்று, அவர் கொடுத்த முந்நூறு பொன் (ரூபாய் ௬௨௫) னோடு தம் இரு கண்மணி நேருந் தம்பிமார் இருவரையும் உடன்கொண்டு திருநெல்வேலி சேர்ந்து அங்கே தாம்பிரவன்னிக் கரையிலே சிந்து பூந்துறையிற் கட்டப்பட்டிருந்த மடத்தில் வசித்த வெள்ளியம்பலத் தம்பிரானைக் கண்டு, தாஞ் சென்ற அபிப்பிராயத்தை அவர்க்கு உணர்த்தினர்.

அவர் இவரது கல்வியறிவைப் பரீட்சித்தற்காகக் கு என்னும் அட்சரத்துடன் தொடங்கவும் முடியவுஞ் சிவனைப் பற்றி ஊருடையான் எனப் பொருளமையவும் ஓர் பாட்டுச் சொல்லும் என்று கேட்க, உடனே இவர்:

"குடக்கோடுவானெயிறுகொண்டார்க்குக்கேழன்
முடக்கோடுமுன்னமணிவார்க்கு—வடக்கோடு
தேருடையான்றெவ்வுக்குத்தில்லைத்தோன்மேற்கொள்ளல்
ஊருடையானென்னுமுலகு"

என்னும் வெண்பாவைச் சொற்றனர். அத் தம்பிரான் இதில் மிக மகிழ்ந்து இவரைத் தழுவித் தமக்கு இவர்மேலுற்ற பிரீதியைக் காண்பித்து, உமக்கு யாங் கற்பிப்பதற்கு அவசியமன்றாதலால், உம் தம்பியர்க்குக் கற்பிப்பம் எனக் கூறி அவர்க்குப் பாடஞ் சொல்லி அவரைத் தேறச் செய்தனர். இந்த உதவிக்குக் கைம்மாறாய், இவர் தங் கையிலிருந்த பொன் முந்நூற்றையுங் கொடுக்க அவர் மறுத்து அதை வாங்காராகி, இவரை நோக்கித் திருச்

செந்தூரிலே எமக்கொரு பகைவனுளன். அவன் நம்மைப் பரிகாசித்து நம்மேல் நிந்தைப் பாக்களைப் பாடுகின்றான். அவனைத் தோற்கடித்து வருவதே நீர் நமக்குத்தருந் தக்கணை என, இவர் அவர் வேண்டுகோளுக்கு இசைந்து அவ்வூர் சென்றார்.

இவர் போய்ச் சேருமுன் இவர் போகு நோக்கம் அப்புலவனுக்கு அறிவிக்கப்பட, அவன் இவரைக் கண்டவுடன், நல்லது நாம் இருபேரும் நேரங் குறித்து ஆளுக்கு முப்பது யமகம் பாடுவம், குறித்த நேரத்துட் பாடி முடியாது தோற்றவன் வென்றவனுக்கு அடிமை என்றான். இவரோ, ஓ! ஒருவன் தேடிப்போகும் பொருள் அவனைத் தேடிவந்தாலென நாம் வந்த நோக்கம் யாதோர் தடையுமின்றி இலகுவில் நிறைவேறுமென்று கண்டு மகிழ்ந்து, அப்படியாகட்டும் என்று உடன்பட்டுத், திருச்செந்திநிரோட்டயமக வந்தாதி எனும் ௩௦ கலித்துறையைப் பாடி முடிக்க, அப்புலவனுக்கு ஓர் பாட்டும் போகாமையால் அவன் தற்சணம் கெலிக்கப்பட்டு இவர்க்கடிமையாக, அவனை இவர் அழைத்துப்போய்ச் சிந்துபூந்துறை சேர்ந்து தம் ஆசிரியர்க்குத் தண்டன் சமர்ப்பித்து, இதோ அடியேனிடம் தாங்கள் கேட்ட குரு தக்கணை என்றார். வலைத்தலை மான் எனத் தம் பகைவனைக் கண்டவுடன் தம்பிரான் களித்து இவர் மேல் இன்புற்று, இன்று தொடக்கம் எம்மடக் கண்காணியாய் நீர் இருத்தல் வேண்டும் என்று கேட்க, இவர் அக்கேள்வியை அங்கிகரியாது சுவாமீ, ஏகாந்தமே இனிது என்றார் போல அவர் உத்தரவு பெற்றுத், தாம் முன் தங்கின திருமங்கல மடத்திற்போய் வாசம்பண்ண, இவருடைய கீர்த்தி பரிமளம் போல எங்கும் பரம்பினதால் அநேகர் இவரிடஞ் சென்று பாடங் கேட்டார்கள். இவர் சீவிய பரியந்தம் இல்லாச்சிரம விரதம் அனுட்டித்து வந்தார். ஒருமுறை இவர் நேசனாகிய அண்ணாமலை ரெட்டி இவரை நோக்கி நீர் இல்வாழ்க்கையில் அமைய வேண்டும் என்று சொன்னதற்கு, இவர் ஓர் மனைவியிலும் ஓர் பிடாரியே உத்தமம் என்றார். விசேஷமாய்ப் பதிசாஸ்திரங்களில் மிகுந்த உழைப்பாளியான இவர் உலோகோபகாரங் கருதி அந்நிரையிலும் பிறவகையிலுமாய்ப்,

பிரபுலிங்கலீலை
திருக்கூவப்புராணம்
சித்தாந்தசிகாமணி
வேதாந்தசூடாமணி
சிவப்பிரகாசவியாசம்
சிவநாம மகிமை
தர்க்கபாஷை
சோணசைல மாலை
வேங்கைக்கலம்பகம்
வேங்கையுலா
வேங்கைக்கோவை
வேங்கையலங்காரம்

திருச்செந்திலந்தாதி
சதமணிமாலை
நால்வர் நான்மணிமாலை
நிரஞ்சனமாலை
சைத்தலமாலை
இஷ்டலிங்கப் பெருங்கழி நெடில் விருத்தம்
இஷ்டலிங்கக் குறுங் கழி நெடில் விருத்தம்
அபிஷேகமாலை
நன்னெறி

என்னும் இருபத்தொருபாடல்களை இயற்றினர். முன்னைய இரண்டுங் காப்பியங்கள். அவற்றுள் முந்தினது அல்லமாபிரபு என்னுஞ் சங்கமத்தலைவரையும் மற்றது திருக்கூவை என்னுஞ் சிவஸ்தலத்தையும் பற்றியன. ஏனையநான்கும் பதிசாஸ்திரங்கள். அடுத்த தர்க்கபாஷையானது தர்க்கபரிபாஷை என்றும் தர்க்கசூடாமணி என்றுஞ் சொல்லப்படும். இதனை ஆதியிலே சிவகேசவமிசர் என்பவர் சம்ஸ்கிருதத்தில் இயற்றினர். அதனை இவ்வாசிரியர் தமிழில் மொழி

பெயர்த்தார். அதனை யாழ்ப்பாணம் ஊர்காவற்றுறை நீதிபதியும் உடுப்பிட்டியிலிருந்த குமாரசாமி முதலியார் புத்திரருமாகிய ா. ா. சதிரவேற்பிள்ளை பலகர லிகிதப்பிரதிகளைக் கொண்டு பிழை தீரப் பரிசோதித்து அச்சிடுவித்தார். ஒழிந்த பதின்மூன்றுஞ் சிவஸ்துதிகள். இறுதியானது நீதிநூற்றிரட்டு. இதில் நாற்பது பாக்களுள. இந்தப்பாடல்களன்றித் தமது ஞானதேசிகராகிய பாலையானந்த சுவாமிகள் மேற் பிள்ளைத்தமிழ் முதலாகிய புகழ்ப்பாக்களுஞ் சொற்றனர். தமது சகோதரராகிய கருணைப்பிரகாச தேசிகர் தொடங்கியும் மாரணகாரணத்தால் முடியாதுவிட்ட காளத்தி புராணத்தை முடிக்க நினைத்து, கண்ணப்ப சருக்கம், நக்கீரர் சருக்கம் என்னும் இரண்டு சருக்கங்களைப் பாடவே மிர்த்தியு அகாலத்தே இவர்க்குச் சத்துருவானதாற் கேட்டோர் கண்கலுழப் பொம்மைய பாளையத்துக்குச் சமீபமான நல்லாத்தூரிலே ௩௨ பிராயத்திற் தேகவியோகமாயினர். திருச்செந்திலந்தாதி அல்லது திருச்செந்தினிரோட்டயமக அந்தாதி முப்பதிற்கும் யாழ்ப்பாணம் நல்லூர் ஆறுமுகநாவலர் உரை செய்தனர். அவர் உரைப் புத்தகத்திற் துறைமங்கலம் சிவப்பிரகாச சுவாமிகள் என்றிருக்கிறது. திருமங்கலமெனப் பின்னொருவர் அச்சிட்டனர். எது சரியோ ஐயமுற்றோம். நிரோட்டயமகம் பாடல் அருமையாதலால் அஃது காண்டற் காகவும் இவர் பாடல் மாதிரிக்காகவும் அதிலோர் பாட்டை இங்ஙனம் தந்தோம். அது வருமாறு:

"தனத்தலங்கார நிறைநாரியரங்கரத்தசைசே
தனைத்தலங்கார நிசழரங்காடச்செய்தன்னினையத்
தனத்தலங்கார ஏராயியங்கத்தர்க தண்செந்திற்கந்
தனத்தலங்காரனையானையனேத்திடத் தங்கினனே."

நால்வர் நான்மணிமாலையானது, சம்பந்தர், திருநாவுக்கரசர், சுந்தரர், மாணிக்கவாசகர் எனும் நால்வர் பேரிலும் முறையே வெண்பா, கலித்துறை, விருத்தம், அகவல் எனும்நான்கு பாவிலும் பாடப்பட்டன. பாடற் தொகை ௪௰. மேற் கூறப் பட்டன அன்றிப் பெரிய நாயகி கலித்துறை, பிக்ஷாடன நவமணிமாலை எனும் வேறு மூன்று பாடல்களும் இயற்றினர். முந்தினதின் தொகை பத்து. மற்றதன் தொகை பத்தொன்பது. மூன்றாவதான பழமலை நாதர்பிக்ஷாடன நவமணிமாலைப் பாத்தொகை ஒன்பது. இம்மூன்றையும் ஆறுமுக நாவலர் அச்சிடுவித்தார். துறைசைவெண்பாவையும் இவர் பாடினர்.

'இவர் இறந்தபோது இவர் சகோதரர் வேலைய சுவாமிகள் சொன்ன வெண்பாப் பின்வருவது:

"அல்லிமலர்ப்பன்னவனுமாராய்ந்தறிகவிதை
சொல்லுமிருவரிடைந் தோன்றியயான்—முல்லை
அரும்பிற்பொலியு மணிமுறுவனல்லாய்
கரும்பிற் கணுநிகர்த்தேன் காண்."

சிவவாக்கியர்—**Chivavakkiar**

இவர் ஞானியன்றிப் புலவருமாய் இருந்தார். கடவுள் ஏகரென்பது இவரது கோட்பாடாதலாற் பலர் தேவர் வணக்கத்தைத் தம் பாடலால் நிராகரித்தார். இவர்செய்த பாடல் இவரது நாமதேயப்படி சிவவாக்கியம் என்று அழைக்கப்படுகிறது. சிவ சிவ என்று சொல்லிக்கொண்டு இவர் பிறந்த காரணத்தால் இவர்க்குச் சிவவாக்கியர் என்று பெயரிடப்பட்டதெனச் சொல்வர்.

துருக்கர் இந்த தேசத்துக்கு விரோதமாய்ப் படையெடுத்து வந்தகாலத்தின் பின் இவர் இருந்திருக்கலாம். இவர் பாடல் சிலவற்றை எல்லிஸ்துரை இங்கிலிஷில் மொழிபெயர்த்திருக்கிறார். மாதிரிக்காய் ஒருபாட்டை இவ்விடந் தருகிறோம்.

"அரியுமல்ல வானுமல்ல வயனுமல்ல வப்புறம்
கருமைசெம்மை வெண்மையுங்கடந்துநின்ற காரணம்
பெரியதல்லச் சிறியதல்லப் பெண்ணுமாணுமல்லவே
தரியமுங்கடந்துநின்ற தூரதூரதூரமே."

மறுபிறப்பில்லை என்றதும் இந்த ஞானியாருடைய சோட்பாடு. அக்கருத்தைப் பின்வரும் பாவிற் பட்டப்பகல்போலத் துலாம்பரமாய் விளங்கச் செய்தனர்.

"கறந்தபான்முலைப்புகாகடைந்தவெண்ணெய் மோர்புகா
உடைந்தசங்கினோசையுமுயிர்களுமுடல்புகா
வடிந்தவோரடையினோடுதிர்ந்தபூ மரம்புகா
இறந்துபோனமானிடரினிப்பிறப்பதில்லையே."

சிவாக்கிரயோகியர்.—Chivakkira Yokiar.

இவர் பெயர்பெற்ற வித்துவ சிரோமணியும் பிரதாபமுற்ற ஆக்கியோனுமாய் இருந்தார். இவர் தஞ்சாவூரிலே சைவப் பிரசங்கஞ் செய்து வருகையில், விஷ்ணுசமயியும் பாஞ்சராத்திர மதத்தவருமாகிய மணவாள மாமுனி பதினெட்டு நாளாகச் சரபோஜிராசா முன்னிலையில் இவரோடு தருக்கமாட ஏற்பட்டுப், பதினேழாம் நாள்வரையிற் தோல்வி போகு நிலைமையிலிருக்க, இதனைக் கண்ட அவரது கூட்டாளிகள் அன்றிரா இவர் இருந்த மடத்திற் தீக் கொழுத்தினர் என்றும், தீ மடத்தை எரித்தும் இவரோ எரியாதிருக்க. அடுத்தநாட் தருக்கமண்டபத்தில் இவர் வராததைக் கண்ட அரசன் நடந்த வர்த்தமானத்தைக் கேள்வி உற்றுத் தானே இவரைப் போய்க்கண்டு பிரமிப்புக் கொண்டவனாய் இவரை மிகத் துதித்து, எதிரிகளை ஓர் வீட்டிற் சேரச் செய்து வீட்டுடன் எரித்து விட்டனன் என்றுங் கதை உளது. கதை எவ்வாறாயினும் ஆகுக, இவர் ஓர் மகான் என்றதில் மயக்கமின்று. சிவஞான சித்தியார் சுபட்சத்துக்கு இவர் உரை எழுதினாரன்றிச் சித்தாந்த தீபிகை, மணிப்பிரவாள வியாக்கியானம், வேதாந்த தீபிகை, தத்துவ தரிசனம், பாஞ்சராத்திரமதசபேடிகை எனுஞ் சில நூல்களையும் இயற்றினர்.

சிறீநிவாச ஐயங்கார்.--Chrinevasa Ayankar.

செங்களப் பேட்டையிலே கி. பி. கஅம் சதாப்த காலத்தில் இருந்த இப்பண்டிதர் பாகவதபுராணத்தை வசன நடையாக்கினாரன்றி, ௯௦ வருடங்களின்முன் எழுதப்பட்டிருந்த விஷ்ணுபுராண வசனத்தைச் சுருக்கி அதிலே நான்காம் வருணத்தாரான சூத்திரர் வாசித்தல் தோஷமெனத் தாம் நினைத்த சில பகுதிகளைத் தள்ளிவிட்டனர். வசன நடை கொண்ட இந்த இரண்டு கிரந்தங்கள் அன்றி இராமாயண ஏலப்பாட்டு, பால கவித்திரட்டு எனும் இருபாடல்களையும் இயற்றினர்.

சிறுமேதவியார். —Chirumadaviar.

இவருங் கடைச்சங்கப் புலவர்மார் சக பதின்மருள் ஒருவர். மற்றையோர் சரிதம்போலவே இவரது சரிதமும் அந்தகாரத்திருப்பதால், இவர் குறள் மேற் சொற்ற பாவொன்றையுமே இங்ஙனம் தருவம். அதுவருமாறு:

"வீடொன்று பாயிரநான்கு விளங்கற
காடிய முப்பத்துமுன்றென்றூழ் — கூடுபொருள்
எள்ளிலெழுபதிருபதிற்றைந்தின்பம்
வள்ளுவர்சொன்னவகை."

சிற்றம்பலப்புலவர். —Chittampalap Pulavar.

இவர் பண்டத்தரிப்புக் கோயிற்பற்றைச் சேர்ந்த மாதகற் குறிச்சியில் வாசஞ் செய்த சைவ வேளாளர். இவரது ஆசிரியர் வேதாரணியக் குருக்கள் வகுப்பைச் சேர்ந்த பஞ்சலக்கணக் கணபதி ஐயர். இவர் வடகரை சென்று முன் பின் பதினன்கு வருடங்களாக இக் குருக்களிடம் பாடங் கேட்டு மிகு பாண்டித்தியம் அடைந்து யாழ்ப்பாணந் திரும்பினர். இவரிடம் பாடங் கேட்ட மாணுக்கர் இருபாலைச் சேனதிராயமுதலியார், அராலி அருணசலம் முதலானோர். இவர் கண்டி இராசாவின் மேற் கிள்ளைவிடுதூது என்னும் பிரபந்தம் ஒன்று பாடி அதை அரங்கேற்றற்காகக் கண்டிக்குப் பிரயாணப்பட்டுப்போம் வழியில் இராசன் அங்கிலேயர் கையில் அகப்பட்டான் என்ற மாற்றங் கேட்டுத் தம் ஊர்க்குத் திரும்பினர். இவர் இற்றைக்கு ஏறத் தாழ எழுபது வருடங்களின் முன் இருந்தார் என்று உத்தேசிக்கிறோம்.

சிற்றம்பல முதலியார். —Chittampala Mudeliar.

இவர் சைதாபுரத்திலே இருந்த ஆண்டியப்ப முதலியார்க்குப் பௌத்திரர்; ஐயாசுவாமி முதலியார்க்குப் புத்திரர். இவர்க்கு உமாபதி முதலியார், பொன்னம்பல முதலியார் என்பார் சகோதரர். காயை முருகலிங்கையரைத் தமிழ் ஆசிரியராய்க் கொண்ட இவ் வித்துவான் சுஅ கலைஞானங்களுள் ஒன்றாகிய சோதிட சாஸ்திரத்தில் மிகத் தேர்ச்சி உற்றவர் ஆதலில், ஐயாசுவாமியம் எனப் பெயர் வகித்த ஓர் சோதிடக் கிரந்தஞ் செய்தார். இதிலே காப்பும் வாழ்த்தும் பிறநீங்கலாக கoகு வெண்பாக்கள் உள. "ஐயாசுவாமிமாலறைந்தனனே" என்று சிறப்புப் பாயிரஞ் சொல்லியபடி தம் தந்தையார் வேண்டுகோளுக்கு இசைந்து இச்சோதிடநூலை இவர்செய்தனராதலிற் "செய்வித்தோன்" பெயர் "நூற்கெய்தும்" என்ற இலக்கணப்படி தன் பிதாவின் நாமத்தைச் சற்றே திரிபாக்கி ஐயாசுவாமியம் எனும் நாமத்தை அதற்கு இட்டனர். அந்நூலைப் புகழ்ந்து காயை முருகலிங்கையர், இயற்றமிழ் ஆசிரியராகிய இராமாநுச கவிராயர், சென்னை நயனப்ப முதலியார் ஆதியர் புகழ்க்கவி கொடுத்திருக்கிறார்கள். அம்மணீயம் என்னும் பின்னுமோர் பாடலையும் இவர் இயற்றினர். அது இவர் பாட்டியார் மேற்று என்று சொல்லப்பட்டிருக்கக் கண்டோம். பாடல் மாதிரிக்கு, அவையடக்க வெண்பாவை இவ்விடந்தருகின்றோம்.

"ஆர்ந்தறிவோர் முன்னேயாவனயாச்சுவாமீயந்
தேர்ந்தபுன்சொல் வெண்பாவிற்செப்பவே—சேர்ந்தநீர்ச்

சேற்றில் விளைந்தநறுஞ் செங்கழுநீர்ப்புஷ்பமென
மாற்றி நலமாக்கொள்ளுவார்."

சின்னக்குட்டிப்புலவர்.—Chinnakkuttip Pulavar.

முன் சொல்லப்பட்ட சிற்றம்பலப் புலவரது மாணாக்கராகிய இவர் தெல்லிப்பழையில் இருந்தவர். இவர் நாமஞ் சின்னக்குட்டிப் புலவர் என்றிருப்பினும், சின்னப் புலவரும், குட்டிப்புலவரும் ஆகாது மகா சிறந்த புலவராயிருந்தவர். இவர் சந்ததியார் மாவிட்டபுரத்தில் இன்றும் இருக்கின்றார்.

இப்புலவர் பாடப்பெற்ற பிரபந்தம் கனகதண்டிகைக் கனகராயன் பள்ளாம். அது கனகதண்டிகைக் கனகராயமுதலியார் எனும் பெயரோடு அப்பகுதியில் இருந்த கிரேட்டப் பிரபு ஒருவர் மேலது. இப்புலவர் காலம் சிற்றம்பலப் புலவர் காலமே. அதாவது இற்றைக்கு ௭ப வருஷங்களின் முன்னாகும்.

சின்னத்தம்பி.—Chinnattamby.

வழக்கமாய்ச் சின்னப்பு என்று அழைக்கப்பட்ட இவர் கிறிஸ்தாப்தம் ௧௮௩௦ ம் ஷூர்குச்சரியான கரவருஷம்,சித்திரை மீ ௨௪ உடுப்பிட்டிக் கோயிற்பற்றைச் சேர்ந்த தனக்காரக் குறிச்சியிலே, கல்வி செல்வங்களாற் சிறப்புற்று விளங்கிய வீரகத்தி மணியகாரன் வழித் தோன்றலாய்ப் பிறந்தவர். இவர் பிதா தாமோதரம்பிள்ளை; தாய் விதானை சுவாமிநாதர் புத்திரி; வீரகத்தி மணியகாரன் பௌத்திரி. இப்போது இருப்பவர்களும் இறந்து போனவர்களுமான பல உடையார்மார் விதானைமார்களை நெருங்கிய சுற்றத்தவராய்க் கொண்ட இவர், சிறுபிராயத்திலே அருளம்பல முதலியாரால் ஸ்தாபகம் பெற்றிருந்த பிரபல தமிழ் வித்தியாசாலையிலே மூலாதாரச் கல்வி கற்று, இலக்கண இலக்கியங்களை நன்கு தேர்ந்து,தியாகராச பண்டிதரிடம் அரிய நூல்களை வாசித்துப் பாண்டித்தியம் அடைந்தனர். இலக்கண இலக்கியங்களில் மாத்திரமல்லத் தமிழ்க் கணித சாஸ்திரத்திலும் தேற்றம் பெற்று, அத்துடன் திருத்திப்பட்டிராது வட்டுநகர்ச் சாஸ்திர சாலையிற் கற்றவரும் தமது சுற்றத்தவருமாகிய வீரகத்தி(Mr. Kepler) உடையாரிடம் இங்கிலிஷ் நில அளவைச் சாஸ்திரம் கற்று, அச்சாஸ்திர அறிவுற்றவராற் பெரிதும் பாராட்டப்பட்டவராகிப் பற்பல கிரந்தங்களுக்கு ஆக்கியோனும் ஆயினர். தாங் கற்ற நில அளவைச் சாஸ்திரம் யாவர்க்கும் உபயோகப்பட வேண்டும் எனும் அபிப்பிராயங்கொண்டு அதனைச்செய்யுளாக்கி அதற்கு நில அளவைச் சூத்திரம் என்று பேரிட்டார். சோதிட சாஸ்திரத்தில் நிபுணத்துவம் அடைந்து அப்பகுதியிற் பரந்து கிடந்தனவற்றைச் சுருக்கிச் சோதிடச் சுருக்கம் என்னும் ஓர் நூலை இயற்றினர். இவ் இரண்டோடும் நின்றுவிடாது,

வீரபத்திரர் சதகம்	விக்கிநேசுரர்பதிகம்
வீரபத்திரர் பதிகம்	வீரமாகாளியம்மன் பதிகம்
வீரபத்திரரூஞ்சல்	சிவதோத்திர கீர்த்தனை
புதுச்சந்நிதி முருகையன்பதிகம்	மதனவல்லிவிலாசம்

இராமவிலாசம்

என்னும் பாடல்களன்றிப் பல தனிப்பாக்களும் பாடினர். பாடும் வித்தை யிலன்றி இராக தாளங்களிலும் வல்லவராகிய இவரது பாடல்கள் சொற் சுவை பொருட்சுவைகளாற் சிறந்திருந்தன. இவர் சரஸ்வதி கடாட்சம் அன்றி இலக்குமி கடாட்சமும் பெற்றூராய்த் தன தானிய சம்பத்துக்கா ரனாய் இருந்தபோதும், இல்லாச்சிரமத்துட் புகாது பிரமசரிய விரதத்தை அனுட்டித்துத், தாம் உடுப்பிட்டியிலே தாபித்த ஓர் பாரிய தமிழ் வித்தியா சாலையைத் தமது சீவாந்தம் வரைக்கும் நடத்தி வேதனம் பெறுது வித்தியா தானஞ் செய்து வந்தார். இவரிடங் கற்ற மாணுக்கர் இலக்கண இலக்கியங் களிலன்றிக் கணக்குச் சாஸ்திரத்திலும் மிகச் சிறப்புற்றவர்கள். நூலாசிரிய ரும் தற்காலம் மூளாய்ச் சபைத்தலைவருமாய் இருக்கும் ஜோன் போதகர் (Rev. S. John) இவரது நன் மாணுக்கர் பலருள் ஒருவர்.

கலா முயற்சியிற் காலங் கழித்து வந்தாரன்றித், தரும சிந்தையிலும் தெய்வ பத்தியிலும் பழுத்துக் கோவில், குளங்கள், கேணிகளைப் புதுக்கி, யாத்தி ரை செய்து, தமது நிண்ணயத்தையும் விரதத்தையும் வழுவ விடாது, தாம் ஸ்தாபித்த பாடசாலையை அரசாட்சிச் சகாயப் பாடசாலையாக்கக் கேட்ட போதும் இணங்காது மரண பரியந்தம் அதனோடு சம்பந்தப் பட்டிருந்தார் என்ப.

இவர் தாம் இயற்றிய நூல்களைத் திரட்டி அச்சிடுவிக்கப் பிரயத்தனப்பட் டிருக்கும்போது, சொற்பகாலச் சுரத்தால் சிறு பிராயத்தில் கஅளஅ ம் ஆண்டு க்குச்சரியான உவ வருஷம் பங்குனி மீ ௩ உ சுற்ற மித்திர மாணுக்கர் எவரும் புலம்ப இக வாழ்வை ஒருவினர். “பாலியர் நேசன்” பத்திராதிபரா கிய, மெஸ். உவில்லியம் சின்னத்தம்பி இவரது நெருங்கிய கிளைஞர். இவர் பாடல் மாதிரிக்கு இவ்விடம் ஓர் விருத்தம் தருவம்.

“ஏரேறு பரிதியுடனெழிலேறுமமரர்களுமேமேழேறுமுனிவருமலா
தியலேறு மதிமுதலாயிவரேறு துதிகள் செய வினிதேறுகயிலைமலையில்
வாரேறு தனமதனின் மணியேறு பணியணியும் வகையேறுமலமகளுடன்
வயமேறுமுலகதனினயமேறுமுயிர்கணிதம் வாழ்வேற வீற்றிருக்கும்
காரேறு கடுமிடறுரேடேறு கடவுளது கண்ணேறி வந்தபுலவர்
கழலேறு பதமதெனு நிழலேறி யெனதுதுயர்கரையேறவருடருதவாய்
தாரேறு கன்னலொடு செந்நெல்விளை நெல்வயற்றங்குடுப்பிட்டிநகரிற்
சந்திரகுளத்திலமரேந்தையே வந்துனருடருவீரபத்ரதேவே.”

சின்னத்தம்பி.—**Chinnattamby**.

யாழ்ப்பாணம் உடுவிற் கோயிற்பற்றைச் சேர்ந்த இணுவிற் குறிச்சியிலே, வேளாளர் மரபிலே, பேராயிரமுடையான்னெனும் பிரபு வமிசத்திலே, சிதம்பர நாதர் என்பார்க்குப் புத்திரராய் உதித்த இவர்க்குக் கதிர்காம சேகர மாணுமுத லியார் என்று பட்டப்பேராம். சிறு பிராயத்திற்றுனே கவி பாடும் வரம் இவரிற் கண்டிருந்தது. மற்றைய பையல்களோடு இவர் கம்பங் கூத்துப் பார் க்கப் புறப்பட்ட ஓர் தருணம் இவரது தந்தையார் தடைசெய்ய, இவர் அத் தடையில் நில்லாது ஓட, அரிவாள் ஒன்று காலை அறுக்க, அதனாலாய நோ வையுங் காயத்தையும் பார்த்தவுடன், ஆரைநானோக? அரிவாளை நோகட்டோ? காலை நோவேனோ? கம்பத்தை நோவேனோ எனப் பாவினத்திற் றம்

நோவைக் கூறினராம். இவர் அரசாட்சியாரிடம் கோயிற் சட்டம்பி உத்தியோகத்திலிருந்து ஏதோ பிழையாற் சிறைச்சாலை சென்று அங்கே சிவகாமி அம்மன்பேரிற் பதிகம் பாடினர். மாதிரிக்காக அதில் ஒன்றைத்தருகின்றோம்.

"பெற்றவணீ யானுனதுபிள்ளை யுலகோறிய
அற்றமிலாச்செல்வம் அருளிவளர்த்தன்புதந்தாய்
இற்றைவரையுந்தனியே யான்வருந்த வெங்கோளித்தாய்
சிற்றிடைமினன்ன சிவகாமசுந்தரியே."

இப் பதிகத்தோடு பல தனிப்பாக்களையும், சிவகாமியம்மை பிள்ளைத்தமிழ், நொண்டி நாடகம், கோவலனுடகம், அனிருத்தனுடகம் என்னும் நான்கு பாடல்களையும் பாடினர். இலக்கண வித்துவானல்லாதிருந்தும் வித்துவானே. இவர் காலம் நூறு வருடங்களுக்கு மேற்பட்டது என்று கேள்வி. யாழ்ப்பாணத்தை உலாந்தர் அரசாண்ட கடைசிக்காலத்து இவரிருந்தார் என்னலாம்.

சின்னத்தம்பிப்புலவர்.—Chinnattambip Pulavar.

யாழ்ப்பாணப்புலவருக்குள்ளே திலகம் போல் விளங்கிய இவர், நல்லூரில் இருந்தவரும், இற்றைக்கு முன்பின் கஅ0 வரு ங்களின் முன்னே இலங்காதிபதியாய் இருந்த சைமொன்ஸ் என்னும் உலாந்தா மன்னனுற் சேர்க்கப்பட்ட தேசவளமை என்னும் யாழ்ப்பாண நியாயப்பிரமாணத்தைப் பரிசோதனை பண்ணித் திருத்தும் பொருட்டு நியோகிக்கப்பட்ட பல பிரபுக்களுள் ஒருவருமாகிய வில்லவராய முதலியாரது புத்திரர். இப் புலவர் பாலியப் பிராயத்தே பாடும் வரம் பெற்றிருந்தார் என்று சொல்லுவர். வடகரை வித்துவான் ஒருவர் முதலியார்மேற் பிரபந்தம் ஒன்று பாடிக்கொண்டு அவர் உறைவிடந்தேடி வந்து விசாரணை செய்தபோது, தெருவிற் பிள்ளைகளோடு பாக்குக்கட்டி விளையாடிக்கொண்டு நின்ற இப்பாலியப் புலவர்:

"பொன்பூச்சொரியும் பொலிந்தசெழுந்தாதிறைக்கும்
நன்பூதலத்தோர்க்கு நல்னிழலா—மின்பிரபை
வீசுபுகழ் நல்லூரன் வில்லவராயன் கனக
வாசலிடைக் கொன்றைமரம்"

என்று தம் பிதா வீட்டுக்குக் குறிப்புச் சொற்றனராம். இவர் பாடிய அந்தாதிகள் இரண்டுள. ஒன்று மறைசை அந்தாதி எனப் பேர் பெறும். நூறு செய்யுட்கொண்ட இது வேதாரணிய ஈசன்மேலது.

"செந்தாதியன் மணிப்பூண் புலியூரற்குச்சேர்ந்தளித்த
சிந்தாத்தியானஞ்செய் வில்லவராசன்றிருப்புதல்வன்
நந்தாவளந்திகழ் நல்லைச் சின்னத்தம்பி காவலஞ்சீர்
அந்தாதிமாலையை வேதாடவீசற்கணிந்தனனே"

என்றதனுல் அவ் அந்தாதிக்கு இவர் ஆக்கியோன் எனல் விளங்கும். மற்றது கல்வளை அந்தாதி. இது சண்டிருப்பாயிலுள்ள கல்வளைப் பிள்ளையார் மேலது. மூன்றினதில் நின்ற சற்றே கருகல் கொண்டது. மாதிரிக்காய் அதிலொன்றை இவ்விடந் தருவம்.

"கல்வளையாத விரும்புநெஞ்சே கையுரோறேவா
கல்வளையார் சுவைவாயரக்காம்பல் செங்காவியின்பக்
கல்வளையாரநிலா வீச வின்னுக் கழனிசுற்றுங்
கல்வளையானங்குசபாச மேந்துங்கரன்புகழே."

இவ்விரண்டு அந்தாதிகளுள் மறைசை அந்தாதிக்கு உடுப்பிட்டி, ஶ்ரீ. அ. சிவசம்புப் புலவர் உரை இயற்றி அச்சிடுவித்திருக்கிறார். இந்த உரையின் ப்பையும் வியப்பையும் "உதயதாரகை"ப் பத்திரிகையிற் பேசி இருக்கிறோம்.

ஒரு முறை யாழ்ப்பாணம் வண்ணார்பண்ணையிற் கணேசையர் வீட்டில் அநேக வித்துவசனர் சபைகூடி இராமாயணத்துக்கு அர்த்தம்பண்ணிக் கொண்டிருக்குஞ்சமையம், அவர் சொல்ல முடியாது மலைத்த ஓர் பாட்டிற்கு இளைஞராதலில் ஓர் கோணத்தில் உளுக்கார்ந்திருந்த இப் புலவர் அர்த்தஞ் சொன்ன திறமைக்காக மகா கனவானான அவ் ஐயர் பண்டாரக் குளம் என்னும் ஓர் வயலை இவர்க்கு வெகுமதி கொடுத்தனர். சின்னத்தம்பிப் புலவர் என்ற சொற்பொருட்படி சின்னப் பையலாய் இருந்தபோதே சரஸ்வதியின் கடாட்ச வீட்சணம் இவருக்கு அகப்பட்டது என்றதற்குப் பின்வருங் கதை சாட்சியாகும்.

இவர் சிறுமையிலே பாடசாலைக்குச் செல்லாது கல்வியை அசட்டை செய்து மாடு மேய்க்கும் பிள்ளைகளோடு விளையாடித் திரிபவராதலிற் தந்தையார் இவரைக் கண்டிக்க, இவர் அவர் கண்ணுக்குத் தென்படாது ஒளித்துப் போய்த் தாயாரிடம் அன்னம் வாங்கி உண்டு கட்டாக்காலி போல் மறுபடி பாய்ந்துவிடல் வழக்கம். இப்படித் திரியும்போது ஓர் நாள் வழக்கம்போலப் பிதா இல்லாத நேரம் வீட்டுக்கு வந்து போசனம் உண்டு, அவர் முதல் அடி எடுத்து எழுதி வைத்து விட்டுப் போன ஓர் அந்தாதிப்பாட்டை இறப்பிலிருக்கக்கண்டு எடுத்து, அதின் உம் ஙம் சம் அடிகளை எழுதி வைத்துத் தன்பாட்டிற் போயினராம். பிதா வீட்டுக்கு வந்து முன் தொடங்கி விட்டுப்போன பாட்டை முடிக்கும்படி ஓலையைத் தேடி எடுத்துப் பாட்டு முடிந்திருக்கக் கண்டு, இங்கே வந்து போனது யாரென்று மனைவியிடங்கேட்க, அவள் அச்சங்கொண்டு மறைத்தும், பின் நாயகன் நெருக்கத்தால் அந்தப் பேய்ப் பையல் தான் உங்கே வந்தானென்றுகூறப், பிதா மகிழ்ந்து இவரைத்தேடி அழைத்து நேசம் பாராட்ட, அப்புறம் இவர் அந்தாதி பாடிமுடித்தனர் என்ப. இவரது சுற்றத்தார் நல்லூரிலும் சண்டிருப்பாயிலும் இருக்கிறார்கள். மானிப்பாய் அச்சியந்திரசாலைத் தலைவருள் ஒருவரான ஶ்ரீ. ஶ்ரீ. அ. சிற்றம்பலம் ஸ்திரோவ் என்பவரும் இப்புலவர் வமிசத்தவரே.

சீத்தலைச்சாத்தனார்.—Cheettallchchattanar.

இவர் கடைச் சங்கப்புலவர்மார் சகூ பதின்மருள் ஒருவர். சங்கத்தில் அரங்கேற்றப்படும் பொருட்டு வரும் புலமைகளில் அபத்தங்கள் காணுந்தோறும் மனந் தாங்காதவராய்த் தம் எழுத்தாணியினாலே தம் தலையின்மேல் அடித்துக்கொள்வாராதல் பற்றி இந் நாமம் இவர்க்கு இடப்பட்டதாம். வள்ளுவர் குறள் அரங்கேறவந்த போது தலையை அடித்துக்கொள்ளற்கு ஏதுவான காரணம் ஏதும் அதிற் காணப்படாமையால் இவருடைய நண்பருள் ஒருவராய் அச் சங்கப் பலகை மீது ஏறி இருந்த மருத்துவன் றாமோதரனார்:

> "மலைக்குத்து மால்யானை வள்ளுவர்முப்பாலாற்
> றலைக்குத்துத்தீர்வுசாத்தற்கு"

என்று இவரைச்சுட்டிப் பாடினார். இச்சாத்தனார் திருவள்ளுவர் நூற்குப்புகழ் மாலையாய்ச் சாற்றிய வெண்பா வருமாறு:

"மும்மலையு முந்நாடு முந்நதியு முப்பதியும்
மும்முரசு முத்தமிழு முக்கொடியு—மும்மாவும்
தாமுடையமன்னர் தடமுடிமேற்றூன்றே
பாமுறைதேர்வள்ளுவர் முப்பால்."

மும்மலை=கொல்லி, நேரி, பொதியம்	மும்முரசு=மங்கல முரசு, வெற்றி முரசு, கொடி முரசு
முந்நாடு=சேரம், சோழம், பாண்டியம்	முத்தமிழ்=இயல், இசை, நாடகம்
முந்நதி=பொருநை, காவேரி, வையை	முக்கொடி=விற்கொடி, புலிக்கொடி, மீன்கொடி
முப்பதி=கரூர், உறையூர், மதுரை	மும்மா=கனவட்டம், பாடலம், கோரம்.

சீநிவாசகர்.—Cheenivasakar.

இவர் இராமநாதபுரத்தில் வசித்த பிராமணர். ௧௮௦௧ம் ஆண்டு ஆங்கிலோ துரைத்தனத்தாருக்கு விரோதமாய்க் கலகஞ் செய்து தூக்கப்பட்ட வெள்ளை மருதப்ப பொலிகார் இவர்க்குத் தாதாவாய் இவரைப் பரிபாலனம் பண்ணி வந்தார். சிற்றின்ப கீதங்கள் பாடுவதிற் கீர்த்தியுற்ற இவரது பாடல்கள் மிக மதுரமானவைகள் எனப் பேர்பெறும். அவற்றுள் ஒன்றேனும் கண்ணுக்குத் தென்படவில்லை. இவர் இற்றைக்குச் சுமார் நூறு வருஷங்களின் முன்னிருந்தவர்.

சுந்தரக் கவிராயர்.—Chundarak Kavirayar.

இவரது சரிதம் ஓரிடத்தும் அகப்படாத போதும் இவர் பாடினர் எனச் சொல்லப்பட்ட நாலைந்து விருத்தங்கள் கண்டோம். மாதிரிக்காக அவற்றுள் ஒன்று தருவம். அதுவருமாறு:—

"ஒருகோட்டுக்கலை முனியு மொளிதிகழும் புலியாடை யுடுத்தகோவும்
மருமலர்வாழ்திசைமுகனும்வானவர்நாயகனுமயிடன்றானும்
கரியநிறத்திருமாலும் வாலியும்பராசரனும் மசாமனம்பாற்
பெருமையிழந்தனரென்றாற்சிறுமனிதர்க்கெப்படியோ பேசுங்காலே."

சுந்தரமூர்த்தி.—Chundaramurthy.

சைவசமயக் குரவர் எனப் பெயரிய நால்வருள் ஒருவராகும் இவரது சரிதம் அதி விஸ்தாரமாய்ப் பெரிய புராணத்திற் கூறப்பட்டிருப்பதால் இவ்விடத்தில் அதனைச் சுருக்கிச் சொல்வம். இவர் பூர்வ ஜெனனத்திலே கைலையங் கிரியில் வசித்த சிவனடியார் கூட்டத்துள் ஒருவராய் ஆலால சுந்தரர் எனும் பெயர் வகித்துப், பார்வதி தேவியின் சேடிகளான கமலினி, அனிந்திதை எனும் இருமாதர்கள் மேல் மோகித்ததால் மானுடச் ஜென்மம் எடுத்துப் புண்ணிய பூமியாகிய பரதகண்டத்திலே, தமிழ் வழங்குந் தேயமாகிய தென்னாட்டிலே, திருநாவலூர் எனும் பதியிலே, அந்தணர் வருணத்திலே, சடையனார், இசை ஞானியார் எனும் இருவரைத் தந்தையுந் தாயுமாய்க் கொண்டு அவதரித்தனர் என்ப. இவர்க்குப் பெற்றோர் இட்ட நம்பியாரூரர் எனும் நாமதேயமன்றி வன்றொண்டர் எனுங் காரண நாமதேயமும் ஒன்றுளது.

இவர் மானுடப்பிறப்பிற் செனமிக்கவே, இவரால் இச்சிக்கப்பட்ட சேடியர் இருவருள், ஒருத்தி பரவையெனும் நாமத்துடன் திருவாரூரிலே உருத்திர கணிகையர் குலத்திலே பிறக்க, மற்றவள் சங்கிலி எனும் நாமத்தோடு ஞாயிறூரிலே, வேளாளர் மரபிலே, ஞாயிறுகிழவர் என்பார்க்குப் புத்திரியாய்ப் பிறந்தாள் என்ப.

சுந்தரமூர்த்தி பாலனாய்த் தெருவிலே சிறுதேருருட்டி விளையாடிக்கொண்டிருந்த ஓர் தினத்திற், திருமுனைப்பாடி நாட்டரசனாகிய நரசிங்கமுனையார் இவரைக்கண்டு இவர் பேரில் அன்பு வைத்து, இவர் தந்தையாரிடம் சென்று, ஓ! நீர் உமது புத்திரரை எமக்குக் கொடும் எனக் கேட்டுப் பெற்றுப் போய் அபிமான புத்திரராக்கி வளர்த்தான். அரசன் வளர்த்தும் இவர் தம் மரபிற்கு உரிய ஆசாரங்கள் ஒன்றுங் குறையாது உபநயனம் பூண்டு வேதாத்தியாயனஞ் செய்து சகலகலா வல்லரானார். இவர்க்கு விவாக வயதானபோது தந்தையார் தந்துவாய்ப் புத்தூரிலே தஞ் சுற்றத்தவருள் ஒருவரான சடங்கவி சிவாசாரியர் மகளுக்கு மணம் பேசி முகூர்த்தம் வைத்துத் தஞ் சுற்றமித்திரரையும் அழைத்துக்கொண்டு, ஆடையாபரண அலங்கிருதராய்த் துரகமீதேறிய தம் புத்திரருடன் சென்றனர்.

மணமகன் குதிரையால் இறங்கிப்போய் ஆசனத்தில் உளுக்காரச், சிவன், பூர்வத்திலே உன்னை யான் அடிமைக் கொள்வேன் என்ற வாக்குப் பிசகாது ஓர் வார்த்திகப் பிராமண ரூபங்கொண்டு கலியாண மண்டபத்துள்ளே சென்று வழக்காடி, அடிமை ஆவணங் காட்டி, இவரைத் தன் அடிமை என்று ருசுப்படுத்தித் தரிசனங் கொடுத்தார் என்ப. இதனால் இவர் விவாகத்தை அந்த மட்டில் நிறுத்திச் சிவ பத்தியில் முதிர்ந்து திருவதிகை, சிதம்பரம், திருவிடை மருதூர், திருவாவடுதுறை, கும்பகோணம் ஆதியாம் பல இடங்களிலுள்ள சிவஸ்தலங்களைத் தரிசித்துப் பற்பல பதிகங்களைப்பாடினர்.

சோழ மண்டலத்திலே கொடுங்கோளூரிலே செங்கோலோச்சிய சேரமான் பெருமாள் இவர்மேல் அத்தியந்தவிநய சிரத்தை கொண்டதனால் இவர் அவருக்குப் பிராண நேசருமாயினர். இக்காரணத்தால் இவருக்குச் சேரமான்றோழர் என்னும் பின்னும் ஓர் காரண நாமம் உண்டாயிற்று. சோழநாடு பாண்டியனாடு முதலாம் பல நாடுகளில் உள்ள ஸ்தலங்கள்மேல் இவர் பதிகங்களைப் பாடினது மாத்திரமல்லச் சேரமான்பெருமாளோடு இராமேச்சுரத்துக்குப்போய் இருந்தபோது ஈழமண்டலத்திலுள்ள மாதோட்டத்துத் திருக்கேதீச்சர ஸ்தலத்தின் பேரிலும் பதிகம் பாடினர். இவர் கொங்கதேசத்திலே திருப்புக்கொளி ஊரில் இருந்தபோது முதலையாற் கொலையுண்ட ஓர் பிராமணப் பிள்ளையைப் பதிகம் பாடி எழுப்பினர் என்ப. இது சரிதம்:

"வறந்திடுபொய்கை முன்னிரம்ப மற்றவண்
உறைந்திடு முதலை வந்ததிப்பவன்னதால்
இறந்திடுமகன் வளர்ந்தெய்தப்பாடலோன்
றறைந்திடு சுந்தரனடிகள்போற்றுவாம்"

என்று கந்தபுராணத்திலுள்ள ஓர் பாட்டினாலும்தெரிவிக்கப்பட்டிருக்கிறது. இந்த அற்புதமல்லாது இன்னும் பல செய்தார் என்ப.

இவர் தமது பிதாப் பேசி ஒழுங்குபண்ணி வைத்த பெண்ணை விவாகஞ் செய்யாது விட்டும், பரவை, சங்கிலி என்னும் இருவரையும் ஒருவர் பின்னொருவராய் விவாகம் பண்ணினார். சங்கிலியை விவாகஞ்செய்ததன்

பொருட்டுப் பரவை இவர் பேரில் மனத்தாக்கங் கொண்டு இவரைத் தம் வீடு வர ஒட்டாது தடுக்கச் சிவன் அவளிடம் இவர்க்காய்த் தூதுபோய் அவள் கொண்ட ஊடலை மாற்றினர் என்ப. ஆற்றிலே இட்டுக் குளத்திலே தடவுகிறீரா என்று இவரிடம் பரவைப் பெண் ஈராயிரம் பொன்னையிட்டுக் கேட்ட கேள்வி இந்நாளும் எம் ஊரிலே பழமொழியாய் நடக்கின்றது. இம் மகானது பாக்கள் மிக்க மதுரமுங் கனிவும் உற்றவைகளாய்த் தெய்வ சிந்தையையும் பத்தியையும் எழுப்பி விடுவன. இவராற் பாடப்பட்ட பதிகங்கள் முப்பத்தேழாயிரம் என்ப.

சேர நாட்டிலே திருவஞ்சைக்களத்திலே இருந்து வெள்ளை யானைமீது ஏறிக் கைலாசஞ் சென்றார் என்று இவரைப் பற்றிப் புராணங் கூறும். இவரது தோழனாகிய சேரமான் பெருமாள் காலம் சோழபுரப் பட்டயக் கணக்கின்படி கி.பி. ஐந்தாஞ் சதாப்தத்துக்குச் சரியாகும் ஆதலால், இவர் காலம் அஃது என்றே உத்தேசித்தல் வேண்டும். பதினெட்டு வயசில் நிரியாண தசை அடைந்தார். வயசையும், இவர் இறந்த மாசந்தேதி ஆதியவற்றையும் பின்வரும் வெண்பாவிலுங் கலித்துறையிலும் காண்க.

"அப்பருக்கெண்பத்தொன் றருள்வாதவூரருக்குச்
செப்பிய நாலெட்டினிற் றெய்வீகம்—இப்புவியிற்
சுந்தரர்க்கு மூவாறு தொன்ஞானசம்பந்தர்க்
கந்தம்பதினாறறி."

"பாடிய சம்பந்தர் வைகாசிமூலம் பயிலுமப்பர்
நீடியசித்திரைமாதச்சதைய நிறைவன்றொண்டர்
ஆடியிற்சோதி திருவாதவூரர் நல்லாணிமகம்
தேடியசேக்கிழார் வைகாசிப் பூசஞ் சிறந்தனரே."

இவரது பாடல்மாதிரிக்காகத் திருவெண்ணெய் நல்லூர்த்தேவாரம் கம் பாட்டை இங்கே தருகின்றோம்.

"பித்தா பிறைசூடி பெருமானே யருளாளாய்
எத்தான்மறவாதே நினைக்கின்றேன் மனத்துன்னை
வைத்தாய் பெண்ணைத் தென்பால்வெண்ணெய்நல்லூரருட்டுறையுள்
அத்தா வுனக்காளாயினி யல்லேனெனலாமே."

சுப்பிரதீபக்கவிராயர்.—**Chuppradipak Kavirayar**:

சாதியிற் கருமானும் சமையாசாரத்திற் கதலிகருமாகிய இவர் இற்றைக்கு ஏறக்குறைய கஙுப வருடங்களின் முன்னே இருந்தவர். தேம்பாவணி என்னும் பிரதாப காவியத்திற்கு ஆக்கியோராகிய வீரமாமுனிவர் (Beschi) க்கு ஆசிரியரும் அதனை அவர் இயற்றுதற்குத் துணைக்காரணராய் இருந்தாரும் இவரே. இவர் முன்பு சைவராயிருந்தும் பின்பு வீரமாமுனிவரது பிரயாசத்தாற் கதலிககிறிஸ்து மதந்தழுவினர். மதுரையில் இருந்த கூளப்ப நாயக்கன்பேரில் அவன் நாமகாரணப்படி கூளப்ப நாயக்கன் காதல் எனும் பாடல் செய்தார் இவரேயாம்.

சுப்பிரமணிய ஐயர்.—Chuppramania Ayer.

இவர் மதுரைக்குக் கிழக்கே இருகாத தூரத்திலே உள்ள மளவாபுரியில் வாசஞ் செய்த சுந்தர ஐயர் என்னும் ஒரு பிராமணனது புத்திரர். மகா கவியாகிய பரஞ்சோதித் தம்பிரான் புராணமாய் இயற்றிய சிவனது திருவிளையாடல் சுசயும் திருவிளையாடற் கீர்த்தனை எனப் பெயரிட்டு இவர் பாடினர். இதில் வெண்பா ஙி, கலித்துறை ச, கொச்சகம் ௩, விருத்தம் ௯௦ச, பதம் ௩௯௭ என ஆகக் கவிதைகள் அ௩௬ உண்டு. இத் திருவிளையாடற் கீர்த்தனைகளை வியந்து, விசாகப்பெருமாளையர், தாண்டவராய சுவாமிகள் ஆதியாம் பத்துப் பதினொரு பேர் சாற்றுகவி கொடுத்திருக்கிறார்கள். இது சாலிவாகன சகாப்தம் ௧௭௭ச க்குச் சரியான கலியுகாப்தம் ௪௯௬௪ம் ஆண்டு பரிதாபி ஸூ ஆவணி மீ" உச உ சுக்கிரவாரத்தன்று மதுரை மீனாட்சியம்மை கோயிலில் அரங்கேறியது. மாதிரிக்காய் இவர் கவிதைகளில் ஓர் விருத்தந் தருகின்றோம்.

“ வெள்ளிவெற்புஞ்சடைமுடியுங் கொன்றைமாலையும்பாம்பும் விடையுநீக்கிக்
கொள்ளுமதுராபுரியு மணிமுடியுந்தொடைவேம்புங் கோலப்பூணுந்
தள்ளுமீனக்கொடியு நாட்டமீனக்கொடியுந் தோய்ந்தமேலோர்
விள்ளுமுலகாண்ட சுந்தரேசா நின்கவிக்குநின்றுள்வேண்டினேனே.”

சுப்பிரமணிய தம்பிரான்.—Chuppramania Thampiran.

இவர் யாழ்ப்பாணம் மல்லாகக் கோயிற்பற்றைச் சேர்ந்த அளவெட்டியிலே பிறந்து இவ்வூரில் இருக்கும்போதே தம்பிரான் பட்டம் பெற்றுச், சிதம்பரஞ் சென்று, அங்கேயே தேகவியோகமாயினர். முன்னர்க் கூறப் பட்ட கனகசபாபிள்ளைக்குத் தாய்மாமனாரும் இவரும் சரஸ்வதி வாழப்பெற்ற நாவுடையராதலிற் தசவாயு, தசநாடிகளைப் பற்றிப் பத்துப்பாக்கள் பாடினர் எனக் கேள்வியுற்றோம்.

சுப்பிரமணிய தேசிகர்.—Chuppramania Thasigar.

தண்டியாசிரியர் இயற்றிய அலங்காரத்துக்கு உரை செய்தார் இவரே. இவர் உரையாசிரியராய் இருந்தாரல்லாது நூலாசிரியராய் இந்திரவிமானமாலை எனும் ஒரு நூலையும் பாடினர். அது இந்திரன் சுப்பிரமணியருக்குக் கொடுத்த விமானத்தின் மேற்று.

சுப்பிரமணிய முனிவர்.—Chuppramania Munivar.

தொட்டிக்கலைச் சுப்பிரமணியர் என்று வழக்கமாய் அழைக்கப்பட்ட இவர் சிவஞான முனிவருடைய பன்னிரண்டு மாணாக்கருள் ஒருவர். இவர் செய்த பிரபந்தங்கள்:—

- துறைசைக்கோவை
- கலைசைக்கோவை
- கலைசைச்சிலேடைவெண்பா
- சிதம்பரேசர்வண்ணம்
- பஞ்சரத்நமாலை
- திருக்குற்றாலச் சித்திரசபைத் திருவிருத்தம்
- திருச்சிற்றம்பலத் தேசிகர் சிந்து
- அம்பலவாண தேசிகர் ஆனந்தக்களிப்பு
- திருத்தணிகைத் திருவிருத்தம்
- சுப்பிரமணியர் திருவிருத்தம்

முதலானவையாம். மேற்கூறிய பத்தினுட், சுப்பிரமணியர் திருவிருத்தம் குஷ்டரோகி ஒருவன் மூலமாகவும், திருத்தணிகைத் திருவிருத்தம் குருடனொருவன் நிமித்தமாகவும் பாடப்பட்டனவாம். அவ்விரு பாடலையும் அவ்விருபேருங் கிரமந்தவறாது ஓதி நிரையே ரோகமும் அந்தகத் தன்மையும் நீங்கப்பெற்றனர் என்ப. இவர் சீவித்தகாலம் இவரது குரவராகிய சிவ ஞான முனிவர் காலமே.

சுப்பிரமணிய வேதியர்.—Chuppramania Vathiar.

இவர் தென்றிசையிலே ஆழ்வார் திருநெல்வேலியைச் சார்ந்த குருகூரில் வசித்த ஓர் பார்ப்பார். சுவாமிநாத தேசிகருடைய சகபாடி. இருவருங் கூடியே கனகசபாபதி ஐயரிடம் சம்ஸ்கிருதங் கற்றனர். சுவாமிநாத தேசிகருடைய வேண்டுகோளின்படியே பிரயோகவிவேகம் என்னும் ஓர் நூலைத் தமிழ் இலக்கணங் கற்பார்க்கு உபயோகமாகச் சம்ஸ்கிருதத்தை ஆதாரமாகக் கொண்டு இவர் இயற்றினர். இரசப் பொருட்களினின்று தைலம் இறக்குவார் தன்மை போலச் சம்ஸ்கிருத லக்கண சாரத்தை முற்றாய் இதில் இறக்கினர். இதிலே, காரகபடலம், சமாச படலம, தத்திதபடலம், திங்ஙுபடலம் என்னும் நான்கு படலங்களில் இக கவித்துறை அடங்கியிருக்கின்றன. வடநூல் செய்வோர் தாஞ் செய்தவற்றிற்குத் தாமே உரை எழுதுகின்றார் எனு நியாயத்தால் நாமே நமது நூற்கு உரை எழுதுகின்றோம் எனச் சொல்லி அதற்குத் தாமே உரையும் எழுதினர். இதைச் சுட்டியே இலக்கணக்கொத்து எழுதிய சுவாமிநாத தேசிகர் அந் நூற் பாயிரத்திலே:—

“ அன்றியுந்தென்றிசையாழ்வார்திருநக
ரப்பதிவாழுஞ் சுப்பிரமணிய
வேதியன்றமிழ்ப்பிரயோகவிவேக
முதலையெழுதினன் ”

என்று சொற்றனர். பதினேழாம் சதாப்த சுற்றில் இவர் இருந்தவர் என்றது உத்தேசம். இவையன்றி இவரைப்பற்றி மேலறியப்பட்டன சொற்பமேயாம். இந் நூலை இவரே செய்தார் என்றதற்கு:

“ உம்பர்க்குரிய பிரயோகவிவேகத்தை
ஐம்பத்தொருகவிதையாலுரைத்தான்—செம்பொற்சீர்
மன்னுமதிற்குருகூர் வாழ்சுப்பிரமணியன்
என்னுமொருவேதியன் ”

எனும் பாட்டுத் திருட்டாந்தமாம். இவரது பாடல் மாதிரிக்காகத் தாமே இந் நூல் செய்தவர் என்று விளக்கும்பொருட்டு இவர்சொல்லிய கவித்துறையை இவ்விடம் தருகின்றோம்.

“ பெரும்புகழ்சுவர்புகழ் போதாயனிசுப்பிரமணியன்
அரும்புகழ்குருகையிற் கோதிற்குலோத்துங்கனுரிடமாய்
விரும்பும்பொருளைத் தரும்பிரயோகவிவேகவுரை
கரும்புசுகனியுமெனப்பாடினன்றமிழ்கற்பவர்க்கே.”

இவர் இருந்த காலம் இற்றைக்கு முன்பின் கஉ0 வருடங்களின் முன் என்று உத்தேசிக்கிறோம்.

சுப்பிரமணிய பண்டிதர்.—Chuppramania Pandithar.

இவர் சிதம்பரந் தளவரிசை முத்தையஞானியார் புத்திரர். தென்மொழியில ன்றி வடமொழியிலும் வல்லவராதலால் வடமொழியிலே முனீசுரர் செய்து வைத்திருந்த சிவரட்சாவமிர்தம் என்னும் அரிய வைத்திய நூலொன்றை இவர் தமிழில் மொழிபெயர்த்து அச்சிடுவித்தார். இது வைத்தியங் கற்கும் மாணவகர்க்கு மிக உபயோகமான நூல். இந்த நூலன்றித் தேரையர்மொழிந்த பதார்த்தகுணசிந்தாமணி ஆதியாம் பற்பல வைத்திய நூல்களையும் இவர் திரு த்தி அச்சிடுவித்தார். இவராற் பாடப்பட்ட பிரதான பாடல்களை நாஞ் சந் திக்கவில்லையாதலிற் திருவிளையாடற் கீர்த்தனைக்கு இவர் சொன்ன சாற்று கவியைப் பாடல் மாதிரிக்காய் இவ்விடந் தருகின்றோம்.

“ சீர்கொண்டபரஞ்சோதி முனிவர்முனமியற்றுஞ்
  செய்யதிருவிளையாட லெனும்பெருங்காப்பியத்தைப்
பார்கொண்டகீர்த்தனமாகச் சுருக்கியுரைத்தான்
  பகர்மழவைப்பதியுறை விப்பிரகுலமாமணியாம்
ஏர்கொண்டகலையுணர் சுப்பிரமணியக்கவிஞ
  னிருநிலமுய்ந்திடவதனை யழகப்பமகிபன்
பேர்கொண்டகேசவ மாலச்சுக்கூடத்திற்
  பிழையறவச்சிற்பதித்துப் பெரும்புகழ்பெற்றனனே.”

சுப்பையர்.—Chuppaiar.

இவர் யாழ்ப்பாணம் மானிப்பாயிலே ௧௮௨0.ம் ஆண்டுக்கு முன் பிறந்த ஓர் பிராமணர். இவர் தந்தையார் நாமம் கதிரேசையர். அன்னையார் நாமம் அன்னப்பிள்ளை அம்மாள். குணக் குன்று எனப் பாராட்டற்கு இலக்காம் இப் புருடோத்தமர்க்குத் தம்பையர் எனு மறுநாமமுளது. சம்ஸ்கிருதத்தி லன்றித் தமிழிலும் நன்கு ஓதியுணரப்பெற்ற இவர்க்குக் காரிகை, சோதிடம் எனும் இரண்டிற்கும் நவாலி, கா. தம்பையர் என்பவர் ஆசிரியர். இவ்விர ண்டிலும் மிக்க பாண்டித்தியம் அடைந்த இவர் அடியேனது உள்ளக் கமல த்தை வீடுகொண்டருளிக் காரிகை, காந்தபுராணம், சம்ஸ்கிருதம் என்பவற் றிற்கு எம் ஆசிரியராயினர். காந்தம் ஆதிய புராண காவியங்களுக்குப்பொருள் சொல்வதில் இவர்க்கு மிக்கார் இலர் என்றாலுந் தக்கதே. சோதிடத்திலோ கொழும்பு ராசதானியாதியாம் இடங்களுக்கு எட்டிய கீர்த்தியினர். அங் குள்ள சைவாலயங்கள் ஒன்றிற் பல்லாண்டுகளாக அர்ச்சகராயும் இருந்தவர். சிவாந்தம் தெக்கண மானிப்பாய் வேரகப்பிள்ளையார்கோயிற் பூசகராயிருந்த இவர் பாடப்பெற்ற தனிப்பாக்கள் பலவுள. ௧௮௭௧ ம் ஆண்டு வரையில் மானிப்பாயிலே சிறுவர் ஆடிய அரிச்சந்திர நாடகத்திற்குப் பல தருக்கள் பத ங்களாதிய பாடினரன்றி யாம் செய்த நன்னெறிக்கொத்து எனு நூலுக் குச் சாத்துகவியுந் தந்திருக்கின்றார். புத்திரசந்தானம் அற்றவராய் அகாலத்தே ௫0 வயசிற் தேகவியோகமாயினர். சுகுணசீலராம் இவரை “நில மலை நிறைகோன் மலர்” எனும் உவமான இலக்கணம் எனலாம்.

சுப்பையர்—Chuppaiar

யாழ்ப்பாணம் வண்ணார்பண்ணை மேளகாரப் பகுதியைச் சேர்ந்த இவர் தஞ் சுய சாதித் தொழிலிற் பயின்றிராதபோதும் வழக்கமாய் “நட்டுவச்

சுப்பையன்" என்றே அழைக்கப்பட்டார். சிறு வயசிலே இவர் தெல்லிப்பழையிலே இருந்த அமரிக்க மிஷனரிமாரைச் சேர்ந்து கிறிஸ்துமதானுசாரியாய் நடந்தும், மறுபடி அம் மதம் விட்டுப் பதிதராகி மல்லாகக் கோயிற்பற்றைச் சேர்ந்த ஏழாலைக் குறிச்சியிலே விவாகஞ்செய்து அவ்வூரைத் தம் உறைபதியாக்கினர். இவரை நாம் கண்டிருந்தும் இவரது கல்விச் சாமார்த்தியங்களைக் குறித்து யாதும் உணரோம். இலக்கண இலக்கியங்களிற் பயின்றவரோ, அன்றி வாணி வாக்கில் உறையப்பெற்றவரோ, யாதும் அறியோமாயினும், வண்ணார்பண்ணைச் சிவன்கோயிற் தாசிகளுள் ஒருத்தியும் இற்றைக்குச் சிலநாட்களின்முன் இறந்தவளுமாகிய கனகி என்பவள் பேரிற் கனகி சயமரம் எனப்பாடிய ஓர் பாடலால் நல்ல சமாளமான புலவராய் இருந்தார் என்று அறிகிறோம். அப் பாடலில் முன்பின் நானூறு விருத்தங்கள் உண்டென்று கேள்விப்பட்டோம். விருத்தங்கள் ஒவ்வொன்றும் பாரதகாவியந் திரௌபதி மாலையிட்ட சருக்க விருத்தங்கள் போல்வது. பாடல் மாதிரிக்கு எமது ஞாபகத்திலிருக்கும் ஓர் விருத்தந் தருகின்றோம்.

" காட்டுக்குயிலைக் கடிதோட்டிக் கனத்தநாவினெய்தடவி
மாட்டுமினியசொல்லாளே மானேதேனே கனகமின்னே
ஓட்டைக்காதினுடனிருந்திங்கு வந்தேபுடைவைவிற்கின்ற
நாட்டுக்கோட்டைச்செட்டிகளி னல்லாண்டப்பனிவன்காணே."

கிறிஸ்தாப்தம் ௧௮௧௬ ம் ஆண்டே அமரிக்க மிஷனரிமார் யாழ்ப்பாணம் வந்த காலமாதலாலும் இவர் மகனொருவன் வேலணையில் விவாகஞ்செய்திருந்து சிலகாலத்துள் இறந்தனனாதலாலும் காலம் தற்காலந்தான். இப்பாடலன்றிப் பின்னும் ஏதும் பாடியிருந்தனரோ தெரிந்ததில்லை.

சுவாமிநாத தேசிகர்.—Chuvaminatha Thasigar.

ஈசானதேசிகர் எனும் மறு நாமதேயமுற்ற இவர் சுமார் நூற்றெழுபது வருடங்களின் முன்னே கி. பி. பதினெட்டாம் சதாப்த முற்கூற்றிலே பிறந்து இளமைப் பிராயத்தே திருவாவடுதுறை ஆதீனத்துக்குச்சென்று, அங்கே அம்பலவாண தேசிகரிடந் தீட்சை பெற்றுக், துறவறம் பூண்டு, அவர்க்குத்தொண்டராகி அவரிடம் பல நூல்களை வாசித்துக்கொண்டிருந்தனர். இவ்வாறு அங்கு இவர் இருக்கும் நாட்களில் மேற்படி ஆதீனத்தாருடைய சிஷ்ய வர்க்கத்தாருள் ஒருவரும், திருநெல்வேலிச் சைவ வேளாளர்குலத்தவரும், தாண்டவமூர்த்திப் பிள்ளையின் புத்திரரும், கல்வி வல்லவரும், குரு லிங்க சங்கம பத்தியில் முதிர்ந்தவருமாகிய மயிலேறும் பெருமாள்பிள்ளை என்பவர் ஒரு நாள் அம் மடத்திற்கு வந்து, இவரது குணாதிசயங்களைக் கண்டமாத்திரத்தில் இவரிற் பிரீதியுற்றாராய்,ஓ! நாம் அறிந்திருக்குங்கல்வியை இவர்க்குப் புகட்டினால் எத்துணை லோகோபகாரமாம் என்று உள்ளத்துன்னி, அங்கிருந்த ஞான தேசிகரது அனுமதிப்படி இவரை அழைத்துப்போய்த், தங் கிரகத்தில் இருத்தித் திரணதூமாக்கினி எனும் மறுநாமமுற்ற தொல்காப்பிய முனிவர் செய்த தொல்காப்பியத்துக்கு உரையாசிரியர் எனுஞ் சிறப்புப்பெயர் பெற்ற இளம்பூரணர், நச்சினார்க்கினியார், சேனாவரையர் எனும் மூவரும் இயற்ற அவ்வவர் நாமத்தால் விளங்கும் இளம்பூரணம், நச்சினார்க்கினியம், சேனாவரையம் என்னும் மூவுரைகளையும் பற்பலதரம் கசடறக் கற்பித்தாரல்லாமல், மற்றும் அக்காலத்துள்ள பிற இலக்கணங்களையும், திருவள்ளுவர்

பரிமேலழகர் உரை, திருச்சிற்றம்பலக் கோவை நச்சினார்க்கினியார் உரைகளையும், சமணர் நூல்களாகிய சிந்தாமணி, சிலப்பதிகாரம், மணிமேகலை, குண்டலகேசி, வளையாபதி என்னும் பஞ்சகாவியங்களோடு சங்கச் செய்யுள்களையுங் கற்பித்தார்.

இவ்வாறு செந்தமிழ் நூல்களிலன்றி, வட நூல்களிலேயும் இவரைப் பயிற்றி வல்லராக்க அபிப்பிராயமுற்றுச், சம்ஸ்கிருத பண்டிதருஞ் சிவப் பிராமணர்களுள் ஒருவருமாகிய கனகசபாபதி ஐயர் என்பவரை அழைப்பித்து அவரைக்கொண்டு வடமொழி வியாகரணங் கற்பித்தார். இவர் பன்னிரண்டு தம் மோடு வசித்துத் தென்மொழி வடமொழி எனும் இரண்டிலும் பாண்டித்தியம் அடைந்த பின்னர் இவரது நல்லுபகாரியுங் குரவருமாகிய அம் மயிலேறும் பெருமாள்பிள்ளை இவரை அவ் ஆதீனத்துக்கு அழைத்துப்போய். ஞானதேசிகர் முன்னிலையிற் பரீட்சித்துத் திறமை காட்டி, இவரை எதுவகையும் இவ்வாதீனத் தம்பிரானுக்கி வைப்பது உம் கடமையும் பொறுப்பும் எனச் சொல்லி இருவர் விடையும் பெற்றுத் தம் வீடு சென்றனர். இப்பாற் கலாவல்லவராகிய இவர் அவ் ஆதீனத்திருந்து சிவஞானபோதஞ், சிவஞானசித்தியார் என்னும் நூல்களைத் தேர்ந்தாரன்றி, முன்னமே தாம் இலக்கணங் கற்குந்தோறும் சந்தித்த அரிய இலக்கண விதிகளைக் கோவை செய்து ஓர் நூலாக்கி அதற்கு இலக்கணக்கொத்து எனு நாமஞ் சூட்டித்தாமே அதற்கு உரையும் எழுதினர். அந் நூலுக்கு இவர் இசைத்தபாயிரத்தில்:

" திருநெல்வேலி யெனுஞ்சிவபுரத்தன்
தாண்டவமூர்த்தி தந்தசெந்தமிழ்க்கடல்
வாழ்மயிலேறும் பெருமாள்மகிபதி
இருபதகமல மென்றலைமேற்கொண்
டிலக்கணக்கொத்தெனு நூலியம்புவனே"

என்று சொல்லியதனாற் தமக்குத் தென்மொழி வித்தியா குரு மயிலேறும் பெருமாள்பிள்ளை என்றும்:

செப்பறைப்பதியின் வாழ் சிவத்துவிசன்
கனகசபாபதி கருதுவடநூற்கடல்
தபோதனர்புகழுஞ் சைவாதிராசன்
உபயபதங்களை யுண்மையொடுபணிவாம்"

என்றதனாற் தமக்கு வடமொழி வித்தியாகுரு கனகசபாபதி ஐயர் என்றும்;

" ஊரும்பேரு முருவுமில்லான்
ஆயினுந்திருவாவடுதுறையூரனைந்
தம்பலவாணனெனும்பே ராதரித்
தறிவேதருவா யமர்ந்தகுருராயனை"

என்று சொல்லியவதனாற் தம் தீட்சாகுரவர் அம்பலவாண தம்பிரான் என்றுந் தெரியப்படுத்தினர். இவர் அந்த மடத்தோடு சேர்ந்திருக்குங்காலத்தில் ஒருநாட், திருவாரூரிலே பரம்பரைச்சைவாசாரியர் குலத்திலே சென்மித்து இலக்கண விளக்க முதலிய சில நூல்களை இயற்றிய வைத்தியநாத நாவலர் அவ் ஆதீனத்திற்கு வந்து ஞானதேசிகருடன் சம்பாஷணைசெய்து, போசன வேளையில் அவருடன் கூடி அசனம்பண்ணிக் கொண்டிருக்கும் போது, தேசிகர் அவரைக் கூவி: "வந்த இளைப்பாற் போசனஞ்செவ்வையாகச் செய்தற்கு இசையவில்லையோ" என்று வினவ, அவர் வயசுக் கிரமப்படி கடைப்

பக்தியில் உளுக்கார்ந்திருந்த பண்டிதர் சிரோன்மணியாகிய இச் சுவாமிநாத தேசிகர் மேற் கண்பரப்பினர்.

இவர் தற்சணம் நாவலர் விசாரணைக்கு உத்தரங்கூறித்,தாமுஞ் சில கடாப் பொறிக்க, அப்போது வைத்தியநாத நாவலர்: ஓ! தொல்காப்பியம் முதலிய நூல்களை எழுத்தெண்ணிப் படித்த சுவாமிநாத மூர்த்தியா? தேவரீர் இவ்விடம் இருந்தது எனக்குத் தெரியாதே என்று இவரது கல்வி வல்லமையைப் பாராட்டிப் பின்னுஞ் சிலநாள் அங்கிருந்து,இவர் செய்த இலக்கணக்கொத்தையும்வாசிக்கக் கேட்டு மகிழ்ந்து,அதன் அரும் விதிகளைப் புகழ்ந்து பின்பு தமது ஆதீனஞ் சென்றனர். இந்த ஆசிரியர் காலத்திலே இவ் வைத்தியநாத தம்பிரான் மாத்திரமல்லத் தமிழ்ப் பிரயோகவிவேகஞ் செய்த சுப்பிரமணிய தீட்சிதரும் இருந்தார். இவர் தாம் செய்த இலக்கணக் கொத்துக்குத் தாமே உரை எழுதல் வழுவல என்று காட்டற்பொருட்டு:

“ நூல்செய்தவ னக்நூற்குரையெழுதல்
முறையோவெனிலே யறையக்கேணீ
முன்பின்பலரே யென்கண்காணத்
திருவாரூரிற் றிருக்கூட்டத்திற்
தமிழ்க்கிலக்காகிய வைத்தியநாதன்
இலக்கணவிளக்கம் வகுத்துரையெழுதினன்
அன்றியுந்தென்றிசை யாழ்வார்திருநகர்
அப்பதிவாழுஞ் சுப்பிரமணிய
வேதியன்றமிழ்ப்பிரயோகவிவேகம்
உரைத்துரையெழுதின னென்றேபலவே ”

என்று பிறரைச் சாட்சிக்கு இழுத்தனர். இவர் செய்த இலக்கணக் கொத்திலே வேற்றுமையியல், வினையியல், ஒழிபியல் எனும் மூன்றிலும், கடுக சூத்திரங்கள் உள. இம் மகா பண்டிதர்க்கு அம்பலவாண தேசிகர் சங்காபிஷேகஞ்செய்து ஈசானதேசிகர் எனும் பின்னொரு நாமதேயஞ் சூட்டித்திருநெல்வேலியிலே ஈசானமடாதீனத்தில் இவரை இருத்தினர். அங்கிருக்கும் போதே சங்கரநமச்சிவாயர் எனும் உரையாசிரியர் இவர்க்கு மாணாக்கரானார். இவ் ஆசிரியருடன் வைத்தியநாத நாவலர் முன் சில தினந் தங்கியிருந்த போது தமிழ்ப்பாடையின் உற்பத்தி வரலாற்றைப் பற்றி நீர் பிரசங்கம்பண்ண வேண்டும் என்று கேட்க, இவர் அக் கேள்விக்கு இசைந்து வடமொழியாகிய சம்ஸ்கிருதத்திலிருந்தே தென்மொழியாகிய தமிழ் பிறந்தது என ருசுக்காட்டிப் பிரசங்கஞ்செய்தார் என்றது பரம்பரை. தசகாரியம் எனும் ஞானநூலையும் இவர் இயற்றினர்.

சுவாமிநாதர். — **Chuvaminathar.**

இவர் யாழ்ப்பாணம் மானிப்பாயிலே, வேளாளர் மரபிலே, செல்வாக்குற்ற குடும்பத்திலே, இற்றைக்கு முன்பின் ௧௨௦ வருடங்களின் முன் பிறந்தவர். இவர் தந்தையார் நாமம் அருணாசலம். இவர் தம்பியார் கொழும்பு இராசதானியிலே அதி பிரதாபத்தோடு வாழ்ந்துசலாபக் குத்தகை கொண்டதால் இலங்கை, இந்தியா எங்கும் பேரெடுப்புற்ற முத்துச்சாமியாபிள்ளை. இப் புலவரது புத்திரர் இலங்கைச் சட்டநிருபண சபையில் அநேக ஆண்டுகளாகப் பிரதிநிதியாய் இருந்த எதிர்மன்னசிங்க முதலியார். இவர் சங்கீத சாஸ்திரத்தில் மிக்க பேர்பெற்றுக், கேட்பார் செவிகள் விருந்தருந்தச்

சந்தமும் இன்பமுமாய்க் கோவைத்துறை படிக்கும் காரணத்தாற் கோவைத் துறைச் சுவாமிநாதர் என்றும், நாடகம் பாடின காரணத்தால் நாடகச் சுவாமிநாதர் என்றும் இரு மறுநாமங்கள் வாங்கினவர்.

இவர் வால வயசில் மானிப்பாய் வேரகப்பிள்ளையார் கோயிலிலே காந்த புராணம் வாசித்துக்கொண்டிருந்த போது தவறாய் வாசித்த காரணத்தால் அர்த்தஞ் சொல்லிக்கொண்டிருந்தவர் சற்றே இவரை இழித்துக் கூற, "நன் மாட்டுக்கொரு சூடாய்" உடனே இவர் இவ்வூர் விட்டு வடகரை சென்று அங்கே சங்கீத வித்துவான்களுடன் சகவாசம்பண்ணி, இராகப் பரீட்சைக்கு இருப்பிடம் இவர்தான் என்று அட்டதிக்கெங்குங் கீர்த்தித் தொனி பிறக்கச், சங்கீத சாஸ்திரத்தில் மிகக் கீர்த்திபெற்றுப் பல வருடங்களின் பின் ஊர்க்குத் திரும்பினர். யாழ்ப்பாணத்திலே இராகத்தாற் சிறந்தது மானிப்பாயென இசைப்பெயர் நாட்டினர். பேர்வகித்த நட்டுவர் தாமும் இவர் சமுகத்தில் நாயகசுரம் எடுத்து ஊத அஞ்சுவர். இவரது கீதங் காதிற் கேட்டுப் போகப் பெரியோர் சிறியோர் அநேகர் வந்து கூடுவர். இராகத்தாலன்றி நாடகம் பாடுந் திறமையாலும் இவர் பேர் பெற்றார். நாட்டு நாடகங்கள் விலாசங்களுள் இவர் பாடப்பெற்ற இராமநாடகம், தருமபுத்திரநாடகம் இரண்டிற்கும் மேற்பட்டனவில்லை. இவற்றை யாழ்ப்பாணம் பல இடங்களிலும் படித்து ஆடினர். நாடகங்களன்றிப் பதிகங்கள் ஊஞ்சலிசைகளாதிய பல பாடினர். இவரது பாடல்கள் பளபளப்புஞ் சந்த இன்பமுங் கொண்டன. தருமபுத்திர நாடகம் முழுவதும் பழமொழி விளக்கமே. இவரது பாடல் மாதிரிக்காகத் தொண்டைமானாற்றுக் கோயிலின்மேற் பாடிய ஆசிரியவிருத்தங்களுள் ஒன்றை இங்ஙனந் தருகின்றோம்.

"ஆண்டுகொண்டவனிமுத லன்றிலங்கையிலுறையு மரியராவணனிசிசரன்
அழகுசெறிசீதையைச் சிறைவைக்கராமனு யவதரித்திமோயவன்
தாண்டவனுமான்சென் றறிந்தவங்தேசோலத் தொடுகடலபவணகட்டியே
சுக்கிரீபனெடுசேவை சூழ்ந்திடவிலங்கையிற் றெருதியோடுபோயடைந்து
வேண்டியமருக்குவருதம்பியும்பிள்ளைகளும் வெதமூலபலமுமழிய
விறலிராவணன்மடிய கொடியிலேசிறைமீட்ட வீராசவன்மருகனே
நீண்டவன்பிலயெனினு மாண்டுகொண்டுமேடிமை நீயருளெனக்குதவுவாய்
நிகரில்தொண்டமனாற்றில் நிலவுசந்நிதிமேவு நிமலகுருபரமுருகனே."

சுவாமிநாதர்.—Chuvaminathar.

இலக்கண இலக்கியங்களில் மாத்திரமல்லச் சோதிட சாஸ்திரத்திலும் வல்லவராகிய இவர் வட்டுக்கிழக்கிலிருந்த வித்துவான் க. முத்துக்குமாரருக்குப் புத்திரர். சாதியிற் குமாரமடப்பளியார். இவர் வடக்கு அராலியிற் செட்டிகள் பகுதியிலே சம்பந்தம்பண்ணினவர். முன்னர்க் கூறிய சண்முகச் சட்டம்பியார்க்குத் தந்தையார். இருபாலைச் சேனாதிராயமுதலியார் இவரிடம் இராமாயணத்துக்குச் பொருள் கேட்டவராம். நூல்கள்செய்யாத போதும் தனிப் பாக்கள் சில இயற்றினர். நவாலியிலே களையோடைக் கண்ணகை அம்மாள் கோயிலிலே கந்தபுராண படனத்துக்குப் போயிருந்த போது அங்குள்ள பற்றைக்குச் சமீபத்திற் கீரியும் பாம்பும் எலியுங் கூடி விளையாடிக் கொண்டிருந்ததைக் கண்டு:

"மலிபாணவமலி மாய்கையைநீக்கி மலர்ப்பதத்தைத்
துளியாதரவொடு தோத்திரஞ்செய்யச் சுகந்தருவாய்
வலியாடரவொடு கீரியோகைருகி யினிதிசைந்து
கலிபாணமாயுறையுங் கணையோடையிற் கன்னகையே"

என்று பாடினர் என்ப. தனிப் பாக்களோடு ஊஞ்சல் இசையுஞ் சில பாடினர் என்று சொல்லக் கேள்வியுற்றோம்.

சுவாம்பிள்ளைப் புலவர்.—Chuvampillaip Pulavar.

இவர் பண்டத்தரிப்புக் கோயிற்பற்றிலுள்ள விளான் எனும் கிராமத்தில் வசித்த பேதுருப்பிள்ளை என்பார்க்குப் புத்திரர். சமயாசாரத்தாற் கதலிக கிறிஸ்தவராம் இவர் கிறிஸ்தாப்தம் ௧௭அச ம் ஆ பிறந்து ௧அசச ம் ஆ இறந்தார் என்பது உத்தேசம். கடவுண்மணிமாலை, வெல்லைமணிமாலை, கணக்கதிகாரம் முதலிய சில கிரந்தங்களுக்கு இவர் ஆக்கியோராய் இருந்தார் அன்றி உரிச்சொல், திவாகரம், நிகண்டு, நீதிவெண்பாக்களிற் பரசமயத் தேவர்கள் மேல் அவ்வவற்றின் ஆக்கியோர் பாடிய காப்புகளைத் தம் சமய கடவுளுக்கேற்ற காப்புகளாக்கித் தம் சமயச் சிறுவரும் படித்தற்கு உபயோகப்படுத்தினர். அக் காப்புகளில் ஒன்றை இவர் பாடல்யாதிரிக்காக இவ்விடத் தருவோற்றோம்.

"மூவுலகையும்படைத்தக்கீர்த்திபெற்ற முதல்வனுக்கேற்றிடுசேத்தோன்முனிமுன்னாளிற்
தேவபரன்றனைமனுவோர்புகழ்தற்கெண்ணித் தீட்டுகல்விசாஸ்திரத்திற்செகத்தையாண்ட
காவலர்கள்காவலனுஞ்சலோமோன்செப்புங் கவைதனிலுந்தமிழதனுற்கற்கவெண்ணி
ஆவலுடன்பொருணிகண்டுபடிக்கத்தானும் அடிமுடியில்லாதபரனடிகாப்பாமே."

சூடிக்கொடுத்த நாச்சியார்.—Chudikkodutta Nachchiar.

ஊரேது, சாதி ஏது, அன்னை தந்தையர் யாவர் என்று உணரப்படா இம் மாதரசியார், வைஷ்ணவர்க்குள்ளே பெரும் பெயர் தாங்கிய ஓர் வித்துவ சிரேட்டர். இவர்க்கு ஆண்டாள் என்னும் மறுநாமமுளது. வில்லிபுத்தூரில் வசித்த வைஷ்ணவ சமயி ஒருவன் இவரை வளர்த்தான். தம்மை எடுத்து வளர்த்து ஆதரித்த தாதாவின் சமயமே தஞ் சமயம் எனக் கொண்ட இச் சுகுண சீலி விஷ்ணு ஸ்தலமாகிய திருப்பதியைத் தமக்கு உறைவிடமாக்கி அக்கோயிற் பணிவிடைகளை அதி சிரத்தையோடு செய்து வந்தனர் அன்றிக் கல்வியாற் சிறந்தவராதலிற் திருப்பாவை, திருமொழி என்னும் இரண்டு பாடல்களையும் இயற்றினர். இவற்றுட் திருமொழி கனஞ் செய்யுட்கொண்டது. இவை இரண்டும் வைஷ்ணவ சமயிகளாற் போற்றிப் பாராட்டப் படுவதாகிய நாலாயிரப் பிரபந்தத்துட் சேர்ந்திருக்கின்றன.

செகராசசேகரன்.—Chekarajachekaran.

இவர் யாழ்ப்பாணத்திலிருந்து செங்கோலோச்சி அரசாண்ட கனக சூரிய சிங்கையாரிய இராசாவின் இரண்டாங்குமாரர். இவரது சேட்டராகிய

பரராச சேகரன் அரசாட்சி விநோதனாய் ஊர்க் காரியங்களைப் பார்த்து வர, இவரோ வித்தியா விநோதராய்க் கலா முயற்சியிற் பிரீதியுற்று, வட தென் இந்திய இராச்சியங்களில் நின்று புலவர் பலரோடு சம்ஸ்கிருத கிரந் தங்களையும், தமிழ்க் கிரந்தங்களையும் அழைப்பித்து, நல்லூரிலே வித்துவ சபை ஒன்று ஸ்தாபித்தாரன்றிச், சில கலா விஷயங்களின் பேரில் மதுரையில் இருந்த கல்விமான்களோடு உசாவுதற்காகச் சேது பரியந்தம் போய் வந்தார். அங்கங்கே தங்கி இருக்கும் போது, பலர்க்குப் படிசம்பளங் கட்டி, அரிய நூல்களை எழுதுவித்து யாழ்ப்பாணங் கொண்டுவந்து விருத்தி செய்தனர்.

இவரது தமயன் பரராசசேகர ராசன் சபைக்கு அகஸ்தியர் புத்திரராகிய சித்தமுனியின் புத்திரர் சுபதிட்ட முனிவர் வந்து, அரசாட்சிக்குரித்தான பிற் கால தீர்க்கதரிசனங்கள் சில சொல்லிப் போயினர் என்று பரம்பரை உண்டு. இவர் செகராசசேகரம் என்னும் ஓர் அரிய வைத்திய நூலையன்றிச் சோதிட நூலும் ஒன்றை இயற்றினர். செகராச சேகரத்திலே க,௫00 விருத்தங்களுள. இவ் வைத்தியநூல் எம்மூர்ப் பகுதிகளிலே தற்காலபரியந்தம் புழங்கி வரு கின்றது. இவர் இற்றைக்கு ௬00 வருஷங்களின் முன் இருந்தார் எனலாம். சிங்கையாரியன் எனும் பட்டப் பேர்சுருங்கி இவரது நாமத்தோடு சேர்க்க ப்பட்டதால் இவர்க்குச் சிங்கைச் செகராசசேகரர் என்று மறுநாமமுமுளது.

செங்குன்றூர்க்கிழார்.—Chengkoontoorkilar.

மதுரைக் கடைச்சங்கப் புலவர் சகௗ ன்மரில் ஒருவராம் இவர் தமிழிற் பிர பலம் பெற்றோராதலால் "மதுரைத் தமிழாசிரியர்" என்னுஞ் சிறப்புப் பெயர் இவர் நாமத்தோடு சேர்த்துச் சொல்லப்படுகின்றது. வள்ளுவர் நூற்கு இவர் சொன்ன புகழ்ப்பா வருமாறு:—

"புலவர் திருவள்ளுவரன்றிப் பூமேற்
சிலவர்புலவரெனச்சேப்பல்—நிலவு
பிறங்கொளி மாலைக்கும் பெயர்மாலை மற்றும்
கறங்கிருண் மாலைக்கும் பேர்."

செயலூர்க்கொடுஞ்செங்கண்ணனார்.—Ch. Chengkannanar.

இவரும் முன் சொன்ன சங்கப் புலவர் சகௗ பேருள் ஒருவர். இவர் வள் ளுவர் நூற்குச் சிறப்புப் பாயிரமாய்ச் சொன்ன வெண்பா வருமாறு:—

"வேதப் பொருளை விரகால் விரித்துலகோர்
ஓதத் தமிழாலுரைசெய்தார்—ஆதலால்
உள்ளுநருள்ளும்பொருளெல்லா முண்டென்ப
வள்ளுவர் வாய்மொழி மாட்டு."

சேக்கிழார்.—Chekkilar.

இவர் தொண்டைமண்டலத்திலே, புலியூர்க்கோட்டம் என்னும் பகுதியி லே, குன்றத்தூர்க் கிராமத்திலே, வேளாளர் குலத்திலே, சேக்கிழார் மரபிலே,

செனனஞ்செய்தவர். இவர்க்கு அருண்மொழித்தேவர் எனும் அபிதானம் ஒன்றுளது. தென்மொழியிற் தேர்ச்சி பெற்றோராய் அதி விவேகியும் புலவருமான இவர்க்குப் பாலறுவாயர் என்னும் ஒருவர் கனிட்டர். சேக்கிழார் மரபிற் பிறந்து அம் மரபை விளங்கச்செய்த காரணத்தாற் சேக்கிழார் என்னும் மறு நாமந்தாங்கிய இந்த அருண்மொழித் தேவரது புகழ் அநபயசோழ ராசன் காதிலே எட்டியபோது, அவன் இவரை அழைப்பித்துத் தனக்குச் சிரேஷ்ட அமச்சராக்கி, உத்தமசோழப்பல்லவர் என்னு நாமதேயத்தை இவர்க்கு ஈந்தான். இவர் அமச்சியல் நடாத்திச் செவ்வே அரசுபுரிந்து ஒழுகு நாளிற், பிரசைகள் அநேகரைப் போலவே தம் அரசனும் ஆருக சமயப் பாடலாகிய சீவக சிந்தாமணிமேல் அதி மானமுஞ் சிரத்தையுமுற்று, அதை மெய் நூலெனவாசித்தும் வாசிக்கக் கேட்டும் விநோதம் பண்ணிக்கொண்டிருப்பதைக் கண்டு மனசு பொறாராகி, ஒருநாள் அரசனை நோக்கி, ஓ! இராசேந்திரரே, நீர் மத பேதிகளும் நமது சமையத்தை நிந்திப்பவர்களுமாகிய சமண மதத்தாருடைய நூலிலே பிரீதி கொள்வதும் அதைக் கொண்டாடுவதும் யுக்தமன்று என ஆட்சேபிக்க, அரசன் இவர் மேற் சினங் கொள்ளாது இவரது பேச்சை அன்போடு சாந்தமாய் அங்கீகரித்து இவரை நோக்கி: ஓ! மந்திரி சிரேட்டரே, இச் சிந்தாமணியினின்றும் உத்தமமான ஓர் சைவ நூல் கூறுவீரா என, இவர் உத்தரமாய்: எம் அரசரே, சுந்தரமூர்த்தி நாயனார் திருத்தொண்டர் சரித்திரத்தைப் பதினொரு பாடலிற் சொல்லி அதற்குத் திருத்தொண்டத்தொகை என்று பெயர் தந்தார். அப் பதிகத்தைப் பொல்லாப் பிள்ளையார் மாணாக்கராகிய நம்பியாண்டார் நம்பி கட்டளைக் கலித்துறைச் செய்யுளில் அந்தாதியாய்ப் பாடி இருக்கின்றனர். அத் திருத்தொண்டர் அந்தாதி நூறுபாட்டும் மிக மாட்சிமையும் அழகும் உற்றன என்று கூறி, அவன் கேட்டு உவப்புற அதைப் படித்துப் பொருள் சொல்லிக் காட்டினர்.

அரசன் அதன்மேல் மிக மன மகிழ்ந்து குழைந்து இது மிகச் சுருக்கமாய் இருப்பதால், இதனை நீர் விரித்துக் காவியமாய்ச் செய்குதிரென, இவர் அக் கேள்வியை மறாது சிதம்பரஞ் சென்று, அங்கே ஒரு மடத்தைத் தமக்கு உறைவிடமாக்கிச் சில காலத்தால் அதைப் பாடிமுடித்தனர். "உலகெலாமுணர்ந்தோதற்கரியவன்" என்றதை முதலாக வைத்துப் பாடுக என்று அசரீரி வாக்கிலே உத்தரவு பிறக்கவே அவ்வண்ணம் பாடத்தொடங்கி முடித்தனர் என்ப. புராணம் முடிந்த செய்தி காதில் எட்டியவுடன், அரசன் தானே அவ்விடஞ் சென்று, அங்கு கூடிய காவிய விற்பத்திமான்கள், இலக்கண வித்துவான்களாகியர் சபையில் அதை அரங்கேற்றி, அப்பாடல் வரைந்த முறையையும், அதனைப்பாடிய இப்புலவரையும் யானைமேல் ஏற்றித், தானும் உடன் ஏறி இவர்க்குச் சாமரம் இரட்டி வீதி வலம் வந்து, அப் புராணத்தோடு இம் மந்திரியாரை மிகக் கனிசப் படுத்தித், தொண்டர் புராணம் பாடிய காரணத்தாற் தொண்டர் சீர் பரவுவார் எனும் பெயரை இவர்க்கு இட்டனர்.

திருத்தொண்டர் புராணம் எனப்படும் இப் பெரிய புராணம் ௨ காண்டத்தில் ௪,௨௫௩ செய்யுட் கொண்டது. சோழ ராசன் இப் புராணத்தைச் செப்பேட்டில் வரைவித்தனன் என்ப. கொற்றவன் குடியிலே இருந்த உமாபதி சிவாசிரியர் இப் புராணத்தைச் சுருக்கி ௭௦ செய்யுளாகப் பாடித் திருத்தொண்டர் புராணசாரம் என்று அதற்குப் பெயர் வழங்கினர். யாழ்ப்பாணத்து நல்லூர் ஆறுமுக நாவலர் அதனைக் கத்திய ரூபமாக்கி அச்சிடுவித்தார்.

இக் காவியம் அரங்கேற்றமானபின் சேக்கிழார் மந்திரித்துவத்தை விட்டுச் சிதம்பரத்திற்போனே தங்கித் துறவறம் பூண்டிருந்து இகவாழ்வை ஒருவினர். இவர் மந்திராதிகாரத்தை விட்டு விடவே இவர்க்குத் தம்பியாகிய பாலறாவாயரை அரசன் அழைத்து முதன் மந்திரியாக்கித் தொண்டமான் என்னு நாமத்தை அவர்க்கு வழங்கினன். இச் சேக்கிழாரது சரிதத்தை உமாபதி சிவாசாரியர் புராணமாய்ப் பாடினர். இவரது பாடல் மாதிரிக்குப் பெரியபுராணக் காப்புச் செய்யுளை இதன்கீழ் வரைவம்.

"உலகெலாமுணர்ந் தோதற்கரியவன்
நிலவுலாவிய நீர்மலிவேணியன்
அலகில் சோதிய னம்பலத்தாடுவான்
மலர்சிலம்படி வாழ்த்தி வணங்குவாம்."

சேந்தனூர்.—Chenthanar.

இவர் தஞ்சாவூரைச் சேர்ந்த காவிரி ஆற்றங்கரையிலுள்ள அம்பல் நகரிற் பிறந்த பிராமணர். தென்மொழித் தமிழிலும் வடமொழி ஆரியத்திலும் வல்லவராதலால் இவர்க்கு உபய கவி எனு நாமமுளது. தசநிகண்டின் ஒன்றாகிய திவாகரம் பாடுவித்த வித்துவ சிரேட்டர் இவரே. இவரே அதைப் பாடினூர் எனச் சிலர் பேசி இருக்கின்றார். அந்த எண்ணம் தவறு என்றே எண்ணுகிறோம். திவாகரம் இவர் பாடியதல்ல, இவராற் பாடுவிக்கப்பட்டதாதலால், இவர் நாமதேயப்படி சேந்தன் திவாகரம் எனும் பெயரியது என்று உத்தேசித்தல்வேண்டும். உ,உஅக சூத்திரங்களுள்ள அத் திவாகரஞ் செய்தார், "செங்கதிர் வரத்திற்றோன்றுந் திவாகரர்" என்று மண்டலபுருடர் சூடாமணிநிகண்டிற் பாடி இருப்பதாற் திவாகரர் என்பவராய் இருத்தல்வேண்டும். மண்டலபுருடர் பதினூறாஞ் சதாப்தத்திலிருந்தவர் என்று ஒப்புக்கொள்ளப்பட்டிருப்பதால், இச் சேந்தனூர் அவர்க்கு முன் இருந்தவர்என்று ஒப்புக்கொள்ள வேண்டும். திவாகரர் ஓர்போது இச் சேந்தனூர்க்கு சன்மானுக்கராயிருக்கலாம்.

சேரமான் பெருமான்.—Cheramanperumau.

இவர் செங்கோலோச்சி அரசு புரிந்த ஓர் அரசரன்றித் தெய்வபத்திக்கு இருப்பிடமான ஓர் சற்புருடராயும், வாணி தம் நாவிற் பதியப்பெற்றமையாற் சிறந்த வித்துவ சிரேட்டராயும் இருந்தார். சிலர் இவரைச் சங்கரநாத சேரராசாவின் புத்திரர் என்றும், வேறுசிலர் செங்கோற் பொறையன் என்னுஞ் சேரன் புத்திரர் என்றுஞ் சொல்வர். பெரிய புராணச் சரிதப்படி இவர் கொடுங்கோளூரிலே சேரர் குடியிலே பிறந்தவர். இவர்க்கு மாக்கோதையர் என்றும் ஓர் நாமதேயம் உளது. பாலியப் பிராயத்திலே இவர் தவ வேடம் பூண்டு திருவாஞ்சைக்களத்தில் உள்ள சிவாலயத்தில் வசித்துக் கோயிற்றொண்டு செய்து வருங்காலத்திற் செங்கோற் பொறையன் சிம்மாசனத்தைத் துறந்து தபோவன மடைந்தனனுதலில், மந்திரிமார் இவரிடஞ் சென்று, நீர் நகர்க்கு வந்து முடிகவித்து நம் நாட்டை ஆளவேண்டும் என்று வேண்ட, இவர் அவ் வேண்டுகோளுக்கு இசைந்து இராசமாபுரஞ் சென்று

சிம்மாசன பதியாய்ச் செங்கோல் ஓச்சினர். இவர் கலாபிமானியாதலால் இராச சபையைப் புலவர் சபையாக்கிப் புலவர்க்கு வெகுமதி ஈந்து, அவரைச் சம்மானம் பண்ணியும், சைவ சமயத்திற் பழுத்தவராதலாற் சிவஸ்தல தரிசனஞ் செய்தும், செல்வத்தைப் பொருட் பண்ணுதவர் ஆதலாற் சிவ வேடம் பூண்டோர்க்குத் திரவியங்களை அள்ளி வாரி வெள்ளம்போல் இறைத்துங் காலக்ஷேபம்பண்ணி வந்தார். சமய குரவர் நான்குபேரில் ஒருவரான சுந்தரமூர்த்திக்கு இவர் பிரியாத் தோழராகி அவருடன் கூடித் தலதரிசனஞ் செய்தார்.

இவர் இராசபட்டம் பெற்று நகர் வலம் போகும்போது உவர்ப்பொதி சுமந்து போன வண்ணான் ஒருவனது மேனியில் மழைபட்டு நனைந்திருந்த உவர் மண்ணைக்கண்டு, விபூதி தரித்த சிவதொண்டர் இவர் என நினைந்து, சட்டென யானையால் இறங்கி ஓடி விழுந்து அவனை நமஸ்கரிக்க, அவன் கலங்கி, "அடியேன் அடி வண்ணான்" என, இவர் "அடியேன் அடிச் சேரன்," தேவரீர் திருநீற்று வேடத்தை நினைப்பூட்டினீர், போய்வாரும் என்றனராம். இவ் அரசர் அதி பக்திமான் என்று புகழ்பெற்றுப், புளியோடும் பழமும் என உலகத்தோடொழுகி, ஆரியக் கூத்தாடினுங் காரியத்தின்மேற் கண் என்றாற் போல அரசராயிருந்தும் வித்தாண்மையை மறவாது, திருவாரூர் மும்மணிக்கோவை, பொன்வண்ணத்தந்தாதி, திருவந்தாதி, திருக்கைலாச ஞானவுலா என்னு நான்கு பாடல்களை இயற்றினர். இவற்றுட் பொன்வண்ணத் தந்தாதியைச் சிதம்பரத்திலும், மும்மணிக்கோவையைத் திருவாரூரிலும், திருவந்தாதியை வேதாரணியத்திலும், கைலாசவுலாவைக் கைலைமலையிலும் பாடினர் என்பர். சுந்தரமூர்த்தி வெள்ளை யானைமீது கைலை செல்ல இவர் வெள்ளைக்குதிரைமீது உடன் சென்றார் என்றும், சிவகணங்களுக்குத் தலைவராய் இருக்கிறார் என்றும் புராணங்கள் கூறும். சோழ பூர்வ பட்டையத்திற் காண்கிறபடி, இவர் கலியப்தம் ௩,௯௯௮ற் பட்டாபிஷேகம்பெற்றார்என்று இருப்பதால் இவர் காலம் கி. பி. சகஎ ம் ௲ வரையில் இருக்கலாம். இவர் தனித் தொண்டர் அறுபத்து மூவருள் ஒருவர். மிருகபாஷை முதலாய்ச் சர்வபாஷைகளும் இவர்க்குத் தெரியும் என்ப.

சேனாதிராய முதலியார். — Chenathiraya Mudeliar.

யாழ்ப்பாணத்திலே இலக்கண இலக்கியங்களிற் தேற்றம் பெற்றிருந்த புலவர் பலருள் இவர் சிரேட்டர் எனப் பட்டார். தெல்லிப்பழைப் பூர்வீக வேளாளர் குலத்திலே சிறப்புற்றிருந்த நெல்லைநாதமுதலியார் இவர்க்குத் தந்தையார். கோப்பாயைச் சேர்ந்த இருபாலைக் கிராமத்திற் பிறந்தவர். இலக்கண நூல்களுக்குக் கூழங்கைத் தம்பிரானும், இலக்கிய நூல்களுக்கு மாதகலில் இருந்த சிற்றம்பலப் புலவரும் இவருக்கு ஆசிரியர்கள். இந்த இருவரிடமும் இலக்கண இலக்கியக் கடல்களைக் குடித்து ஏப்பமிட்ட இவர் அவற்றில் மாத்திரமன்று அக்காலத்துக்குரிய அரசியல் நியாயப்பிரமாணங்களிலும் வல்லவராய் மாகாண நியாயஸ்தலங்களில் நின்று நியாய துரந்தரர்க்குரிய கடமையையும் நடத்தினவர். நமது வாலை வயசில் நியாயத் தலக் காட்சி பார்க்கப் போன முதற் தருணத்தில் இவரைக் கண்டிருக்கிறோம். இவர்க்கு மாணாக்கராகிப் பொருளும் நிழலும் போல இவரை விட்டகலாது இவரிடம் பாடம் கேட்டார் அநேகர். ஐரோப்பிய மிஷனரிமாரும் இவரிடங் கல்விகற்றனர்.

தமிழ் அகராதி வேலையில் ஏற்பட்டிருந்த நைற் தேசிகருக்கு (Rev. Mr. Knight) இவர் அதி உபயோகியாய் இருந்தார். மானிப்பாய் இயந்திரசாலையில் அச்சடிக்கப்பட்ட தமிழ் அகராதிச் சாத்துகவியில் "தெல்லியம்பதியில்வரு கெல்லைகாதக் குரிசில் செய்தவமெனவுதித்த—சேனாதிராசகலை நானாதிராசனொடு" என்று பாடப்பட்டார் இச் சேனாதிராய முதலியாரே. இவர் புத்திரர் ஒருவரோடு இவரது பௌத்திர பௌத்திரிகள் பலர் இப்போதுங் கோப்பாய் இருபாலையில் வசிக்கிறார்கள். இவர் நல்லூர்க் கந்தசுவாமி பேரில் நல்லை வெண்பா எனப் பேர்பெறும் நூறு "செய்யுட்கொண்ட ஓர் பிரபந்தம்" பாடினர். பொருட்சிறப்புச் சொற்சிறப்புகளில் இப்பாடல் பேர்பெற்றது. ஞாபகத்தில் இவர்க்கு மிஞ்சினார் இலரென்று கேள்விப்பட்டோம்.

வண்ணார்பண்ணையிலுள்ள சிவன்கோயில் அதிகாரியும் ஆதீனருமாகிய வைத்திலிங்கச் செட்டியார் மேல் வடதேசப் புலவர்மார் சிலர் பிரபந்தம் பாடி அரங்கேற்றக் கொண்டு வந்த போது, செட்டியார் மற்றைய பிரபுக்கள் பண்டிதர்களுடன் இவர்க்கும் ஆளனுப்பினராம். இவர் சபைக்குச் செல்லவே, வடதேசப் புலவர் இவரைச் சற்றும் மதியாது இறுமாப்போடு இருக்க, உள்ளிருந்து வந்த வணிகேயர் இவரைக் கண்டு மிகப் பூச்சியப்படுத்திப் பாராட்ட, அதைக்கண்ட புலவர்கள் சற்றே தியக்கமுற்றும் அகம்பிரமம் விடாராகித் தாம் கொண்டுவந்த பாட்டுகளைப் படித்து அரங்கேற்ற ஆரம்பித்தனர். இவரோ இரண்டுமுறை வாசிப்போடு அவற்றை மனனம் பண்ணிக் கொண்டிருக்க, முடிவிலே செட்டியார் இவரை நோக்கி : முதலியாரே, பாட்டுக்கள் எப்படி என்றுகேட்க, இவர் உத்தரமாக: ஐயா, பாட்டுக்கென்ன, ஆரோ பாடின பழம்பாட்டுகளை, இவர்கள் எழுதிக்கொண்டுவந்து விட்டார்கள். எனக்கும் இவை ஞாபகந்தான்; வேண்டுமானாற் சொல்லுகிறேன் கேளுங்கள் என்று அத்தனை பாட்டுகளையும் படித்தார் என்றும், புலவர்கள் அகமுகங் கருகிக் குறுவேர்வை கொள்ளவே, இவர் உள்ளத்தைச் சொல்லி, வந்த புலவர்க்குத் தியாகம் ஈயச் செய்தனர் என்றுஞ் சில நாளைக்குமுன் கோப்பாய்க்குப் போனபோது கேள்வியுற்றோம். பவணந்தி முனிவர் செய்த நன்னூலை இவர் ௪0 நாளிற் படித்து முடித்தார் என்றுஞ் சொற்றனர். இத்துணை ஞாபக சாலிக்கு இதோர் அருமையல்லத்தான். இவர் பாடிய தனிப் பாக்களும் பல காதில் விழுந்தன. நல்லை வெண்பாவன்றி மாவிட்டபுரக் கோயில் மீது ஊஞ்சல் இசையும் நல்லைக்குறவஞ்சியும் பாடினர். பாடல் மாதிரிக்காக நல்லைக் குறவஞ்சியிற் கண்ட ஓர் விருத்தத்தை இவ்விடம் தருகின்றோம்.

"கொடிவளருமணிமாடக் கோபுரஞ்சூழ் நல்லூரிற் குமரமூர்த்தி
அடியாகத்திருளகல வமரர்முக மலரவரவணிமானீன்ற
கொடியினொடும் பிடியினொடுங் குலவுமுடம்பிடியொடுங் கோதண்டமேந்தி
மிடியகல மயிலேறி விடியவந்த தினகரன்போன் மேவினானே."

சார்வரிவருஷத்துக்குச் சரியான ௧௮௪0ம் ௵ (அதாவது வட்டுகோட்டைச் சாஸ்திர சாலையில் நாம் அரங்கேறிய அவ்வாண்டே) ௬0 பிராயத்தில் இவர் தேக வியோகமாயினர். இவரது மரண சமாசாரங் காதில் விழப்பெற்ற வல்லிபட்டிக்குறிச்சிக் குமாரசுவாமி முதலியார் சொல்லிய கவி பின்வருவது:—

"நானாதிராவிடமு நன்னிலக்கணாறறச்செய்
சேனாதிராயவனையோ செத்ததென்றீர்—வானாதி
பொன்னிலத்துமுண்மை புகனூலுரைப்பதற்காய்
இந்நிலத்து விட்டெடுத்ததே."

சேனைமலையர்.—Chenamallar

கி. பி. கஅ ம் சதாப்தக் கடைசியில் இவர் இருந்தவர். சிவசிவவெண்பா என்னும் பாடலுக்கு இவர் ஆக்கியோர். பாடல் மாதிரிக்கு அதில் ஒன்றை இங்கே தருகின்றோம்.

"நங்கையுமைசொல்லானடுவிகந்தமாலொருவு
செங்கணரவாளுன் சிவசிவா—எங்கும்
சமன்செய்து சீர்தூக்குங் கோல்போலொருபாற்
கோடாமைசான்றோர்க்கணி."

சேனாவரையர்.—Chenavaraiar.

இவர் வடநூலில் வல்ல வித்துவசிரேட்டர், சாதியிற் பிராமணர். தொல்காப்பியத்துக்கு உரை எழுதின ஆசிரியர் மூவருள் இவர் ஒருவர். இவரது உரை இவர் நாமப்படியே சேனாவரையம் எனப் பெயர் பெறும். சொல்லதிகாரத்துக்கு மாத்திரமே இவர் உரை எழுதினர்.

சொக்கநாதப்புலவர்.—Chokkanathap Pulavar.

இப் பெயர் தாங்கின புலவர் பின்னும் ஒருவர் உளர். அவர்க்குப் பலபட்டடைச் சொக்கநாதப் புலவர் என அடைகொடுத்துப் பேசியிருப்பதால் அவரை அவ் அட்சர நிரையிற் பின்னர் வைத்து இவரைப் பற்றி இவ்விடம் இரண்டோர் சொல் சொல்வம். இவர் செனன மரணகாலம் இடங்கள் வெளிப்படாதபோதும் இவர் பாடினர் என்று தெரிவிக்கப்பட்ட நாற்பத்து மூன்று கவிகளுள் மாதிரிக்காய் ஒன்றை இங்ஙனம் தருவம்;—அதாவது:

"சீர்கறுத்தமுசிற்காத்தான் கஸ்தூரிபூபனதுள் சேயாவென்றும்
ஓர்கறுப்பு மில்லாததோண்டைவள நாட்டிருக்குமுசிதவேளே
ஆர்கறுப்ப னென்றுசொல்லி யழைத்தாலுநாமுன்வ யன்பினாலே
பேர்கறுப்பனிறஞ்சிவப்பன் கீர்த்தியினால் வெளுப்பனெனப்பேசுவோமே."

ஞானக்கூத்தர்.—Gnanakkuthther.

இவர் சிவன்பாக்கம் என்னும் இடத்திலே வசித்த ஓர் சைவ சமையச் சந்நியாசி. ஒழுக்கத்தாற் சந்நியாசியாயினும் பண்டிதசிரோன்மணியாய் இலக்கண இலக்கியக் கரை கண்ட வியப்புற்ற புலவராய் இருந்தமையால், விருத்தாசலமலையிலுள்ள சிவாலய மகிமையை விளக்கா நின்ற விருத்தாசல புராணத்தை இவர் பாடினர். இதிலே சகூ விருத்தங்களுள. பாக்கள் அதி சிறப்புற்றன. பாடல் மாதிரிக்கு அப் புராணத்திற் சிவ பூசைச் சருக்கத்தில் ஓர் விருத்தந் தராநின்றோம்.

"அஞ்சினன் மழைக்குச்சென்றுடைல் பாடற்காச்சென்றுன்
விஞ்சியவிமலற்காணின் மெய்ஞ்ஞானந் தவங்களுண்டாம்
வஞ்சகமனத்தன்றானும் வந்திக்கப்பிரதோட த்திற்
செஞ்சவேபாவநீங்கந் தீண்டிற் சாருபஞ்சேர்வான்."

ஞானப்பிரகாசதேசிகர்.—Gnanappraknsa Thasigar.

இவர் யாழ்ப்பாணத்திலே உள்ள திருநெல்வேலியிற் பிறந்து, சிறுபிராயத்திற் தென் இந்து தேசஞ் சென்று, அங்கே பற்பல பண்டிதர் உதவி பெற்று, இலக்கண இலக்கியக் கடல்களை அள்ளித்தெவிட்டக் குடித்த வித்துவ சிரேட்டர். நல்லூர் ஆறுமுகநாவலர் இவர் மரபினர் என்ப. பறங்கிக்காரர் காலத்திலே, அதிகாரி ஒருவனுக்கு உணவாகப் பசு ஒன்றைக் கொடுக்க நேரிட்ட பாதகத்திற்கு விலகுதல் காரணமாகவே இவர் இவ்வூர் விட்டு ஒளித்தோடினராம். இவர் முதன் முதற் சிதம்பரஞ் சென்று, மறுபடி அங்கிருந்து ஆகம சாஸ்திரங்களைக் கற்பதற்கு ஆதாரமாய்ச் சம்ஸ்கிருதம் படிக்க வேண்டும் என்ற அபிப்பிராயமாய்க் கவுடதேயம் போய், அங்கே ஒரு வேதியன் சில மாணவகர்க்குத் தர்க்க சாஸ்திரம் முதலானவற்றைப் படிப்பிக்கக் கண்டு, தாம் அவருடன் கூடிப் படிக்க இடம் பெறுமையாற் தூரத்தே நின்று, கிரமமாய் அவற்றைக்கேட்டு மனனம் பண்ணி வந்தனர். ஒரு நாள் அந்த உபாத்தியார் தாம் கற்பித்த மாணவகரைப் பரீட்சை செய்து பார்த்த மாத்திரத்தில் அவர்கள் தகும் விடைகொடாதிருக்க, அவர், இவரைக் கூவி, அப்பா! நீ தினந்தோறும் இவ்விடம் வந்து நின்றையே, நமது வினாக்களுக்கு உத்தரங் கூறுவாயா என்று கேட்க, இவரோ அவர் வினாவிய ஒவ்வொன்றுக்கும் சரியாய் உத்தரங் கூறினர். ஆதலால் அவர் மகிழ்ந்து, அது முதல் வியாகரணம் முதலியவற்றை இவர்க்குக் கற்பித்தனர். அதனால் இவர் சகல கலை ஞான பண்டிதராய் அவ்வூர் விட்டுத் திரும்பி அண்ணாமலை மடத்துக்கு வந்து, தம்பிரான் பட்டம் பெற்று அங்குள்ளார்க்கு உபகாரமாகச் சம்ஸ்கிருதத்திற் சித்தாந்த சிகாமணி. பிரமாண தீபிகை யாதியாம் பற்பல கிரந்த நூல்கள், செய்தனரன்றிச் சம்ஸ்கிருதத்திலுள்ள பௌஷ்காம், சிவ ஞானபோதம் முதலியவற்றிற்கு உரையுஞ் செய்தனர்.

இவரது கல்விப் பேறினைக் கண்டு அழுக்காறுற்றோர் பலர், இவர் ஆரியத்திலன்றித் தமிழில் வல்லரல்லர் என்று இகழ்ந்து சொல்லியதை இவர் கேள்வியுற்று, அவர் கொண்ட கர்வத்தை அடக்கற்காகச் சிவஞானசித்தியார் சுபக்கத்துக்கு உரை எழுதினர். மற்றைய சிலரது உரையினின்று இவர் செய்த உரை மிகப் புகழ் பெற்றதும் ஆழமுற்றதுமாம். இந்த உரைக்கு விரோதமாய்ச் சிவஞான தம்பிரான் என்பவர் சிவசமவாத மறுப்பு எனப் பெயரிய ஓர் மறுப்புரையை எழுத, அதற்கு மாறாக இவரது மாணாக்கருள் ஒருவர் மறுப்பின்மேற் கண்டனம் அல்லது வச்சிரதண்டம் எனும் ஒரு மறுப்பு எழுதினர். சிதம்பரத்திலே உள்ள ஞானப்பிரகாசம் எனும் தீர்த்தக் குளத்தை வெட்டினாரும் இம்மகானே. இவர் யாழ்ப்பாணியாதலால் இவரது நாமத்தில் நாமும் பெருமை கொள்ளலாம். இவர் காலம் பறங்கிக்காரர் காலமாதலால் இற்றைக்கு இருநூற்றுச் சொச்ச வருடங்களின் முன் இவர் இருந்தார் எனல் வேண்டும். சிதம்பரத்திலேயே இவர் இறந்து விட்டனர்.

தட்சணாமூர்த்தி.—Thakchanamurthy.

இவர் திருவாவடுதுறையில் இருந்த நமச்சிவாய தேசிகரிடம் சித்தாந்த சாத்திர உபதேசம் பெற்றுப் பதிசாஸ்திரத்திற் தேர்ச்சி பெற்றிருந்தாரன்றிப் புலவருமானார். இவர் செய்த நூல்கள் தசகாரியம், உபதேசப்பஃறொடை

என்னும் இரண்டுமாம். இவ்விரண்டும் மெய்கண்ட சாஸ்திரக் கருத்தை அடக்குவன. இவர் திருவாவடுதுறையிற் சின்னப்பட்டத்தில் அமர்ந்திருந்த போதே ஓர் மாசி மீ சித்திரை நட்சத்திரத்திற் பிராண தசை அடைந்தனர்.

தண்டியாசிரியர்.—Thandi Asiriar.

இவர் கி. பி. பன்னிரண்டாஞ் சதாப்தத்திலே தாராபுரத்திலிருந்து அரசுபுரிந்த போசராசாவின் பரிபாலனத்தின் கீழ்ச் செழித்து உன்னதமடைந்த ஒன்பது வித்துவாமிசருள் ஒருவர் என்றும், சம்ஸ்கிருதந் தமிழ் எனும் துவித பாடைகளிலும் கல்விமாணனதால் இவர்க்கு உபயகவி என்னும் காரண நாமம் உண்டு என்றும், காளிதாசப் புலவரைத் தவிர்த்தால் இவர் காவப் புலவருள் இவரே அதல்வியர் என்றும், சம்ஸ்கிருதத்திற் காவிய தரிசனத்தையும் தமிழ் அலங்காரத்தையும் இவர் செய்தார் என்றும் ஒரு சாரார் கூறுவர். பின்னொரு சாராரோ இக்கூற்று அபத்தம் என்றும், தண்டி என்று பெயர்ப்பட்டார் இருவர் என்றும், சம்ஸ்கிருதத்திற் காவிய தரிசனஞ் செய்த தண்டி ஓர் சமணர் என்றும், வீரசோழியத்தில் ஐந்தாவதான அலங்காரப்படலத்தில் "தரைமலிமானிடர் தம்மலங்காரங்க டண்டி சொன்ன—உரைமலி நூலின் படியே உரைப்பன்" என்று புத்தமித்திரர் சொன்னதும் அவரையே என்றும் தமிழ் அலங்காரஞ் செய்த தண்டி கம்பர் புத்திரராகிய அம்பிகாபதி புத்திரர் என்றும், ஓர் சைவர் என்றுஞ் சொல்வர். "பண்டிதர் விகாதப்படில் மாணக்கன் யாது செய்வன்" எனும் ஆங்கில பழமொழிப்படி இவ்வாறு கற்றோர் இருபாற் பட்டுத் தண்டி எனப்பட்டார் இருவர் என்றும் ஒருவர் என்றும், தண்டு மிண்டில் உரைக்கில் யாம் யாது சொல்லலாம்? எவராயினுஞ் சரி தண்டி யாசிரியர் செய்த அலங்காரம் மிகு மாட்சியும், சிறப்பும் பெற்றது. அதற்குச் சுப்பிரமணிய தேசிகர் உரை செய்திருக்கிறார். இவ்வுரையை மூல பாடத்துடன் தில்லையம்பூர்ச் சந்திரசேகர கவிராச பண்டிதர், திருவாவடுதுறை யாதின வித்துவான் தாண்டவராய சுவாமிகள், இயற்றமிழ் ஆசிரியராகிய திருத்தணிகை விசாகப்பெருமாளையர் இவர்கள் முன்னிலையிற் பரிசோதித்து அச்சிட்டனர். பொதுவணியியல், பொருளணியியல், சொல்லணியியல் என்னும் மூன்று இயல்களில் நூற்றிருபத்து மூன்று சூத்திரங்கள் அதிலுள.

தத்துவப்பிரகாசர்.—Thaththuvapprakasar.

இவர் திருவொற்றியூர் ஞானப்பிரகாச தேசிகர்க்கு மாணக்கர். சித்தியார் பரபட்சத்துக்கு உரை எழுதின மகாபண்டிதருள் ஒருவர்.

தத்துவராயர்.—Thaththuvarayer.

இவர் கி.பி, பதினொராஞ் சதாப்தத்திலே சோழநாட்டிலே, வீரை என்னும் ஊரிலே, மாதவாசாரியர் கோத்திரத்திலே பிறந்த ஓர் பிராமணர். பாலிய வயசிலே தமிழ் சம்ஸ்கிருதம் இரண்டிலும் பயின்று வல்லவரான இவரது சுற்றத்தாருள் இவருடன் கூடிக் கல்வி கற்ற சொருபானந்தர் என்னும் ஒருவருளர்.

இந்த இருபேருந் துறவிகளாய்ச் சைவ ஆகமங்களின் உட்டுறையுள் நுழைய கருதிக், குருவில்லா வித்தை என்ன வித்தை என்பார் போல, மேலான ஓர் குருவைத் தரிசனஞ் செய்தற் பொருட்டுப் பிரஸ்தானப்படுகையில், ஆர் முதற் குருவைக் காண்பாரோ அவன் மற்றவனுக்குக் குரு என்று பிரமாணிக்கம் பண்ணிக்கொண்டு, ஒருவர் வட நாட்டுக்கும், மற்றவர் தென் நாட்டுக்கும் போனார்கள். தென் நாட்டுக்குப் போன சொருபாநந்தர் கோவத்தம் என்னும் வனத்திற் சஞ்சரித்த சிவப்பிரகாசர் என்றவரை முதற் கண்டார்; ஆதலால், முன் பண்ணின நிண்ணயப்படி இத் தத்துவராயர் மற்றவர்க்கு மாணவகரானார். ஆயினும், செய்யுள் இயற்றுந் திறமை இவரிற் சிறந்திருந்தது பற்றி மற்றவர் வேண்டுமையின்படி தாங் கற்றுணர்ந்த வேதாந்த சித்தாந்த சாஸ்திரங்களைப் பாடல் மாரியாகப் பொழிந்தனர். இவர் செய்த நூல்களாவன:—

சிவப்பிரகாசர் வெண்பா.	உலா.
தத்வாமிர்தம்.	சிலேடையுலா.
திருத்தாலாட்டு.	நெஞ்சுவிடுதூது.
பிள்ளைத்திருநாமம்.	கலிமடல்.
வெண்பாவந்தாதி.	அஞ்ஞைவதைப்பரணி.
கலித்துறையந்தாதி.	மோகவதைப்பரணி.
சின்னப்பூவெண்பா.	அமிர்தசார வெண்பா.
தசாங்கம்.	திருவருட் கழன் மாலை.
இரட்டைமணிமாலை.	போற்றிமாலை.
மும்மணிக்கோவை.	புகழ்ச்சிமாலை.
நான்மணிமாலை.	சசிவர்ணபோதம்.
திருவடிமாலை.	பெருந்திரட்டு.
ஞானவிநோதன் கலம்பகம்,	குறுந்திரட்டு.

இவற்றுட் சசிவர்ணபோதம் என்பது சசிவர்ணன் என்னும் பேருடைய ஒரு மாணுக்கனுக்குப் போதித்ததால் அப் பெயரியது. அம் மாணுக்கன் வரலாறுவது: விருத்தாரணியம் என்னும் நாட்டில் வசித்த சாந்தசீலன் என்னும் வேதியனுக்கு விரதசீலை என்னும் அவன் மனைவி ஓர் புத்திரனைப் பிரசவித்தாள். அவன் பிறந்தபோது சந்திரனை ஒத்த வெண் குட்டம் உடையனாய் இருந்தானதலால் அப் பெயர் அவனுக்கு இடப்பட்டது. இப்புத்திரன் இவரை ஆசிரியனாய்க் கொள்ளவே அவன் பொருட்டு இந்நூல் இயற்றப்பட்டது. இதற்குத் தாயுமான சுவாமிகள் மரபிலே தோற்றிய அருணசல நாவலர் என்பவர் உரை செய்தனர். இதிலே நூற்றுப்பத்துச் செய்யுள் உள. மேற்கூறப்பட்ட நூல்களுக்கு மாத்திரமல்லப் பாடுதுறை எனும் பாடலுக்கும் இவர் ஆக்கியோர். இப் புலவரது பாடல் மாதிரிக்குத் தத்துவாமிர்தம் அதிகாரபத்திரத்தில் இருந்து ஒரு பாட்டுத் தருவம்.

"சித்தசுத்தபுத்தநிட்களத்ததேத்தையத்தையே
பத்தியுற்றசித்தமத்தின் மெய்ப்பதேத்தையத்தையே
முத்தபெத்தமுற்றுமற்றமூத்தமெத்தையத்தையே
மெத்தநத்துனற்பதத்தையுச்சிவைத்தனத்தமே."

தன்வந்திரி.—Thanvanthiry.

ஆயுள்வேதங் கரைகண்ட இவர் முற் செனனத்திலே திருப்பாற் கடலிற் பிறந்து தேவலோக வைத்தியராய் இருந்து,இரண்டாஞ் செனனத்திற் தீர்க்க தர்மன் என்பார்க்குப் புத்திரராய்ப் பிறந்தனர் என்ப. இவர் பாடியதும், இவர் நாமதேயம் சேர்த்துச் சொல்லப்படுவதுமான நிகண்டிலே ௩௦௨ பாட்டுகளும், வைத்திய சிந்தாமணியில் ௧,௨௦௦ ம், சிமிட்டு ரத்தினச் சுருக்கத்தில் ௩௫௦ ம், கலைக்ஞானத்தில் ௫௦௦ ம் உள. இவர் தமது சிஷன் சுசுறுத்தர் என்பவனுக்கு வைத்தியநூல் ஓதிவைத்தார். உலக வழக்கில், நீ என்ன தன்வந்திரி ஒத்த வைத்தியனோ என்று வைத்தியர் வினவும் வழக்க வினவினால், இவர் வைத்தியத்தில் அதல்வியர் என்பது போதருகின்றது. இவரது பாடல் மாதிரிக்காய் இவர்செய்த நிகண்டின் இறுதிப்பாட்டை இவ்விடந் தருகின்றோம். அது வருமாறு:—

"ஆமப்பாவிந்நூலைப் பதனம்பண்ணு அப்பனே நல்லோர்கள் பதனஞ்செய்வார்
வாமப்பாவிந்நூலை யெடுத்துக்கொண்டு வளமாக நீயெடுத்துப் பூசைபண்ணு
காமப்பா கல்வியறிவெல்லாந் தோன்றுங் கனமானவிந்நூலைக் கைவிடாதே
நாமப்பா முந்நூறும் பாருபாரு நலமான கருக்கிடை நிகண்டிதுதான் முற்றே."

தாண்டவமூர்த்தி.—Thandavamurthy.

நாராயண குருவின் நன் மாணாக்கராகும் இவர் பதிசாஸ்திரங்களிலே மிகத் தேற்றம் பெற்ற ஒரு துறவி. தமிழிலன்றி ஆரியத்திலும் வல்லவராகிய இவர் செய்த நூல் கைவல்ய நவநீதம் எனும் பெயர் பெறும். அஃது ஒரு குருவுஞ் சீடனும் பசு பதி பாச லக்ஷணங்களின் மேற் சம்பாஷித்த பாவனையாக இரண்டு அதிகாரத்தில் இயற்றப்பட்டது. அதிகாரங்கள் இரண்டுக்குங் கூடிய செய்யுள்கள் ௨௯௩. இதற்குப் புரசை அருணாசல சுவாமி உரை எழுதினர். மாதிரிக்காய் இதில் ஒரு பாடல் வரைவம்:—

"பொன்னிலமாதராசை பொருந்தினர் பொருந்தாருள்ளந்
தன்னிலந்தரத்திற் சீவ சாட்சிமாத்திரமாய் நிற்கும்
என்னிலங்களினுமிக்க வெழுநிலமவற்றின்மேலாம்
நன்னிலமுதுவ மேக நாயகன் பதங்கள்போற்றி."

தாண்டவராயமுதலியார்.—Thandavaraya Mudeliar.

சென்னபட்டணத்தில் இருந்த கல்விமான்கள் பலருள் ஒருவராகும் இவர், முதல் அங்குள்ள கல்லூரி ஒன்றில் மாணாக்கராய் இருந்து பாண்டித்தியம் பெற்று, மறுபடி அதிலே ஆசிரியருமாயினார். தமிழ்ப் பாஷையில் அன்றி மராட்டிய பாஷையிலும் மிக வல்லவர். ௧௮௨௪ம் ௵ அங்குள்ள கல்விச் சங்கத்தார் கேள்விப்படி இலக்கண வினாவிடை என்னும் நூலொன்றை இயற்றினர் அன்றி விஷ்ணுசர்மன் என்பவர் சம்ஸ்கிருதத்திற் செய்ய அதினின்று கி. பி ௫௫௦—௫௩௩ ஆண்டு வரையிற் பார்சியம் ஆதியாம் பல பாஷைகளிலும் மொழிபெயர்க்கப்பட்டிருந்த பஞ்சதந்திரக் கதையை

மராட்டியத்தினின்று தமிழில் மொழிபெயர்த்தார். வாசிப்பார்க்கு இன்பம் பயக்கும் பற்பல கதைகளைத் திரட்டிக் கதாமஞ்சரி என்னும் பெயரிட்டுப் புத்தகம் ஆக்கினவரும் இவரே. வீரமாமுனிவர் செய்த சதுரகராதியின் முதல் மூன்று பாகங்களுடன், சூடாமணி நிகண்டு பத்துத் தொகுதிகளையும், திவாகரத்தின் முதல் எட்டுத் தொகுதிகளையும் இவர் திருத்தி அச்சிடுவித்தார்,

---

தாயுமான சுவாமி.—**Thaumanaswamy**.

இவர் சுமார் நூற்றைம்பது வருடங்களின் முன்னே, திருச்சிராப்பள்ளியிலே, வேளாளர் மரபிலே பிறந்தவர். திருச்சிராப்பள்ளியில் இருந்து செங்கோலோச்சிய விசயரகுநாத சொக்கலிங்க நாயக்கருக்குச் சம்பிரதியாய் இருந்த கேடிலியப்ப பிள்ளை இவர்க்கு அன்புற்ற தந்தையார். புத்திரன் "சவையத்து முந்தி இருக்கச் செயல்" பிதாவின் கடமை என்பதைச் சிரமேற்கொண்ட தம் தந்தையாரது பிரயத்தனத்தினாலே இவர் இளவயசில் வடதென்மொழிகள் இரண்டிலுந் தேறிய பின்னர்ப் பதிநூல் கற்கும் பெரும் அவாவினாலே தூண்டப்பட்டு மௌன தேசிகர் என்னுங் குரு முன்னிலையில் அதனைக் கற்றார். வைதிக நூலின் உழைப்பே பாலியந் தொடங்கி இவர்க்கு மனச்சார்பாய் இருந்தும், தந்தையார் இறந்த பின்பு இராசாவின் வேண்டுகோளின்படி சம்பிரதி உத்தியோகப் பொறுப்பை அங்கிகரித்தும் மறுபடி அவன் சம்மதப்படி அவ் உத்தியோகம் விட்டு இளைப்பாறி இருந்தார்.

இராசன் இறந்தபின் அவன் மனைவி இவரை அழைப்பித்து இவரது பேரழகைக் கண்டு, நீர் என்னோடு என் அரசுப் பொறுப்பையும் ஏற்றருளும் என்று வேண்டுமையாய்க் கேட்க, இவரோ பாம்பினுக்கு அஞ்சி ஓடுந் தேரைபோல, அவள் சமுகத்தை விட்டோடி இராமநாதபுரஞ் சென்று அங்கே தம் மரபிற் தம் சேட்டனது விருப்பிற்கு இசைந்து ஓர் பெண்ணைப் பாணிக்கிரகணம் பண்ணினர். அந்தப் பெண் பிரதம பிரசூதிகையிற்றானே இறந்து விட்டாள், ஆதலில் இவர் மறு விவாகத்தை நிறுத்திக், கௌபீன சந்நியாசக் கோலந் தாங்கி, மரணாந்தம் வரைக்குந் தெக்கண தேசச் சிவாலயங்களைத் தரிசித்து அவற்றின் மேல் உசித பாடல்கள் பாடினர். இவரது பாடற் றொகை கசாநூம் ஒருங்கு சேர்த்து கஅநூம்ஆல அச்சுப் பதிப்பிக்கப் பட்டது. மனோ தியானத்தோடு தெய்வ வழிபாட்டுக்கு ஏற்ற சிந்தையை எழுப்பிவிட இவற்றிற்கு மேற்பட்ட பாடல்கள் இல்லை எனலாம். மாதிரிக்காக அவற்றுள் ஒன்றை இவ்விடம் தருவம்:-

"ஊரநந்தம் பெற்றபேரநந்தஞ் சுற்றுமுறவநந்தம் வினையினால்
உடலநந்தஞ் செயும் வினையநந்தங் கருத்தோவநந்தம் பெற்றபேர்
சீரநந்தஞ் சொர்க்க நரகமுமநந்த நற்றெய்வமுமநந்தபேதம்
திகழ்கின்ற சமயமுமநந்த மதனுன் ஞான சிற்சத்தியாலுணர்ந்து
காரநந்தங்கோடி வருஷித்த தெனவன்பர் கண்ணும் விண்ணுந் தேக்கவே
கருதரியவாநந்த மழைபொழியு முகிலைநங் கடவுளைத் துரிய வடிவைப்
பேரநந்தம்பேசி மறையநந்தஞ்சொலும் பெரியமௌனத்தின் வைப்பைப்
பேசருமநந்தபத ஞானவாநந்தமாம் பெரியபொருளைப் பணிகுவாம்."

இவ் விருத்தவகையலன்றி, இவரது பாடல் பல பகுப்புற்றிருப்பது. பராபரக்கண்ணி என்ற பகுதியில் கூஅக கண்ணிகள் உள. பைங்கிளிக் கண்ணி, எந்நாட்கண்ணி, ஆகாதோவென்கண்ணி வகைகளிற் பலவுள இவருடைய

தந்தையுந் தாயும் வேதாரணியத்திற் பிறந்தவர்கள். தந்தை வேதாரணியக் கோயிற் கணக்கப்பிள்ளையாய் இருக்கையில் அவருடைய திறமையைக் கேள்வியுற்றே அரசன் தன்னிடம் அவரை அழைத்துக் கொண்டான். தாயுமான சுவாமிகளுக்கு மூத்த சகோதரன் சிவசிதம்பரப்பிள்ளை என்பவர். இப் புத்திரனைக் கேடிலியப்ப பிள்ளையின் சகோதரன் சுவிகார புத்திரனாக்கிக் கொண்டனாதலின் மறுபடி அவர் தாயுமானேசுவர சுவாமியைப் பிரார்த்தித்தே இவரைப் பெற்றனர் என்ப. தாயுமான சுவாமியுடைய அருளாற் பிறந்தவர் என்ற காரணத்தாற் தாயுமானவர் என்னு நாமம் இவர்க்கு இடப்பட்டது. இவர் தந்தையார் வைத்திருந்த கணக்கேடுகள் இன்னும் வேதாரணியத்தில் உளவாம். இவரது புத்திரன் கனகசபாபதிப் பிள்ளை. இவர்க்குச் சீஷன் சிறிய தாய் மகனாகிய அருளையபிள்ளை. இவர் மரபினர் சிலர் இந் நாளிலும் தஞ்சாவூர்க்குக் கிழக்கே உள்ள ஓர் ஊரில் இருக்கின்றனராம். ஐரோப்பியர் சிலர் இவரது சுகுணங்களைப் பாராட்டிப்பேசி இவர் பாக்களிலுஞ் சிலவற்றைத் தம்பாஷையில் மொழிபெயர்த் திருக்கிறார்கள்.

திருக்கடவூர் உய்யவந்த தேவனார்.—**The. Uyavanthathavanar.**

திருக்கடவூரிலே அவதரித்த காரணத்தாற் திருக்கடவூர் உய்யவந்ததேவனார் எனுங் காரண அபிதானம் பெற்ற இவர், திருவுந்தியார் இயற்றிய உய்யவந்த தேவனார்க்கு மாணாக்கராகிய திருவியலூர் ஆளவந்த தேவனார்க்கு மாணவகர். தம் ஆசிரியர் தமக்குப் போதித்த திருவுந்தியார் எனுஞ் சைவ சித்தாந்த நூலை இவர் பெரும்பற்றப் புலியூரில் இருந்தபோது தமக்குச் சீஷனாய் ஏற்பட்ட பரிபக்குவர் ஒருவர்க்கு விரித்துரைத்து, அதை ஓர் நூலாக்கி, அதன் மகிமையை விளக்கற் பொருட்டேத் திருவம்பலத்திற்குப் போய்த் திருக்களிற்றுப் படியில் வைக்க, அதனை அத் திருக்களிறு தன் கையை நீட்டி எடுத்துச் சபாநாயகர் அடியில் வைத்தது என்ப. இக்காரணம் பற்றி அந் நூலுக்குத் திருக்களிற்றுப்படி எனு நாமதேயம் ஆயிற்று. தொழிலால் இவர் ஆட்டு வாணிபர் என்று சிலர் சொல்லக் கேட்டிருக்கிறோம். திருக்கடவூர் சிவன் இயமனை உதைத்த ஸ்தலம் என்பர்.

திருத்தேவர்.—**Theruththavar.**

திருத்தக்க தேவர் எனும் மறுநாமம் பெற்ற இப் புலவர் திருவள்ளுவர் பிறந்து வளர்ந்த இடமாகிய மயிலாப்பூரைத் தமது செனன தேசமாய்க் கொண்டவர். சமயாசாரத்தாற் சமணராகிய இவர் இருந்தகாலம் சிலர் கருதுகிற படி இற்றைக்கு எழுநூறு எண்ணூறு வருஷங்களின் முன்னாம். அருக சமயத்தவருள் மிக்க பிரதாபமுற்றிருந்த சிந்தாமணி, சிலப்பதிகாரம், குண்டலகேசி, வளையாபதி, மணிமேகலை எனும் பஞ்சகாவியங்களுட் சிரேட்ட முற்ற சிந்தாமணிக்கு இம் மகானே ஆக்கியோர். சமணரது மகா புராண சரிதங்களுள் ஒன்றாகி ஆதியிலே சம்ஸ்கிருதத்தில் இருந்த இக்காவியத்தை இப்புலவர் தென் மொழியிற் றிருப்பினர். திரணதூமாக்கினி முனிவர் இயற்றிய தொல்காப்பியத்துக்கு உரை எழுதி முச்சுடர் என விளங்கிய மூவருள் ஒருவராம் நச்சினார்க்கினியார் என்னும் மகா கல்விமான் இக்காவியத்திற்கு உரை எழுதிப பதப் பொருள் செய்து இலக்கண நுணுக்கங்களை

விளக்கித் தொல்காப்பியம் முதலாம் மேற்கோள்களுங் காட்டினர். இந்த வியாக்யானியார் இக்காவியத்திற்கு இரண்டுமுறை உரை எழுதினர் என்ப. முதல் எழுதிய உரையை வித்துவாமிசர் ஏற்றுக்கொள்ளாது ஒள்ளவே, மறுபடி அவர் சமணர் நூல்களை மிக ஆராய்வு செய்து விளங்கி அவற்றின் சாரம் ஊட்டி, இரண்டாந் தரம் உரை செய்தபோது யாவரும் நன்று நன்று என்று ஒப்புக்கொண்டனர். உரையாசிரியர் இப் புலவரைப் பாராட்டி, ஆசிரியர், தேவர், குரு எனும் பல அபிதானங்களால் வியந்து பேசினர். தொன்னூல் விளக்கம் இயற்றிய வீரமாமுனிவரும் இவரது காவியத்தோடு இவரது திறமையைப் புகழ்ந்து தமிழ் வல்ல புலவர்க்கு இவரே சிகாமணி என்றனர்.

இக் காவிய சரித்திரம் சத்தியம் அன்று, கற்பிதம் என்றும், வாசிப்பார் மனசை மருட்டி எடுத்து அவருடைய உள்ளத்திற் சமண மதப் போதனையைப் பதியச்செய்யும் அபிப்பிராயங் கொண்டே ஆதியில் இஃது இயற்றப்பட்டிருக்க வேண்டும் என்றும் பலருங் கருதுகின்றனர். இக் காவியத்தில் வரும் பற்பல நாமங்கள் பயக்கும் அர்த்தங்களும் அக் கருத்தைப் பசுமரத்து ஆணி போல உரப்பியாதிரா. விசையை, ஏமாங்கதம், இராசமாபுரம் ஆ பல பதங்கள் இதற்குச் சான்றாகும். இக்காவியத்திற்குச் சீவகன் எனு ம இராசகுமாரனே பாட்டுடைத்தலைவன். இவனது தாயாகிய விசையை ராணி இவனைக் கருத்தரித்திருந்த போது மந்திரி துராலோசனை செய்து இராசனாகிய சச்சந்தனைக் கொன்று, சிம்மாசன பதியாக, விசையை ஊர் விட்டு ஓடிச் சுடுகாட்டிலே பிரசவ வேதனைப்பட்டுச் சீவகனைப் பிரசவித்துச் சந்நியாச வேடங்கொண்டு அயலூர்க்கேகத், தனவந்தனான வணிகன் ஒருவன் காட்டிலே அப் பிள்ளையைக் கண்டு எடுத்துப் போய்த் தன் புத்திரனாக வளர்க்க, அவன் பிராயமடைந்து, பற்பல வீரதீரக் கிரியைகள் புரிந்து பல மனைவியரைக் கலியாணஞ் செய்து, தாயைச் சந்தித்துத் தன் பிதாவின் இராச்சியஞ் சேர்ந்து, பட்டத்திருந்து செங்கோல் ஓச்சிய அமச்சனைச் சயித்துத், "தந்தவன் வாங்கின தன்மை"யென இராசாங்கத்தை ஒப்புக்கொண்டு ஆஞ்ஞா சக்கரஞ் செலுத்தினன்.

இந்தக் காப்பியக் கதையைக் காலஞ் சென்ற பேர்சிவல் தேசிகர் சுருக்கி ஆங்கில பாஷையில் மொழிபெயர்த்தார். சம்ஸ்கிருத மொழிபெயர்ப்புக்காரரும் ஆக்கியோரும் ஆகிய இந்தத் திருத்தேவர் அக்கதையை மிகச் சிறப்பான காவியமாக்கி விருத்தப் பாவில் அமைத்தனர். சிந்தாமணியிலே நாமகள் இலம்பகம், கோவிந்தையார் இலம்பகம், கந்தர்வதத்தையார் இலம்பகம், குணமாலையார் இலம்பகம் முதலாய பதின்மூன்று இலம்பகங்களுள. இலம்பகம் கூக்கும் ௩,கசரு விருத்தங்களுள. முதலாவதான நாமகள் இலம்பகத்தைப் பவுவர் தேசிகர் (Rev. H Bower), திருநெல்வேலியிலிருந்த இ. முத்தையா பிள்ளை, சமண சமயியாகிய சாஸ்திரம் ஐயர், இவர்களின் சகாயம் பெற்று வீ. ஏ. வித்தியாபரீட்சைப் பட்டக்காரருக்கு உபயோகப்பட ஆங்கில பாஷைக் குறிப்புரை, அருஞ்பொருள் விளக்கங்களோடு அச்சிடுவித்தனர். சிந்தாமணி என்றது சிந்தா=விருப்பம்+மணி=இரத்தினம் என்னும் இரண்டு ஆரிய பதங்கள் புணர்ந்தானது. இப்புலவர் பாடல்மாதிரிக்கு, நாமகள் இலம்பகம் நாட்டுவளம் உ௦ ம் விருத்தத்தை இங்ஙனந்தருவம்.

"வளமுடிநடுபவர் வரம்பிள் சர்பலை
இளமனழுமுழக்கென மஞ்ஞையேங்கலின்
அளமருகுயிலினமழுங்கிப் பூம்பொழில்
உளமெலிமயிரிர்ந்து நீங்குமென்பவே."

திருநீலகண்ட யாழ்ப்பாணநாயனர்.—Theru. Yalpana Nayanar.

இவர் சுஈ தொண்டர் எனப்பட்டவருள் ஒருவர். குணபாண்டியன் காலத்திலே திருவெருக்கத்தம் புலியூரிலே பிறந்தவர். தொழிலால் யாழ்ப்பாடி. சிவதொண்டிற் கருத்தாய்ச் சிவ ஸ்தலங்களைத் தரிசித்து அவ்வவ் இடங்களுக்கு ஏற்ற பாட்டுகளைப் பாடி யாழில் வாசித்துக் காலங் கழிப்பவர். பாண்டி நாட்டின் இராசதானியாகிய மதுரைக்குச் சென்றபோது அங்குள்ள பிராமணர் முதல் இவரை அலட்சியம் பண்ணியும் மறுபடி இவரது மான்மியத்தை உணர்ந்தபின் மிகப் பூச்சியப்படுத்தி, இவர் உளுக்கார்ந்திருந்து யாழ் வாசித்தற் பொருட்டுப் பொற்பலகை கொடுத்து மரியாதை பண்ணினர்கள். பின் நாட்களில் இவர் திருவாரூர் சென்று, மறுபடி அங்கிருந்து சீகாழிக்குப் போய், அங்கே சம்பந்தருடன் சேர்ந்து அவர் பாடும் பதிகங்களை யாழில் வாசித்துத் திரிந்து, அவருடனே ஏக காலத்திற்றனே திரு நல்லூரில் இறந்துவிட்டனர்.

திருப்பாணழ்வார்.—Therupana Alvar.

இவர் விஷ்ணு சமயிகளாகிய ஆழ்வார் பன்னிருவருள் ஒருவர். இவர் தாய் இவரைப் பிரசவித்து உறையூர் வயல்வெளியில் வீசி விட்டுப் போகப் பாணன் ஒருவன் கண்டு எடுத்து வளர்த்தான் என்றும், தன்னை வளர்த்தவனைப் போலவே பாணனுகி மறுபடி வைஷ்ணவத் தொண்டில் முதிர்ந்தார் என்றுஞ் சொல்வர். இவர் பெரும்பெயர் தாங்கிய புலவராதலில் விஷ்ணுவின் அவயவங்களைக் கேசாதிபாதம் வரையில் வர்ணித்துப் பாடினர். இவருடைய பாடல் மற்றைய ஆழ்வார் பாடல்கள் போல நாலாயிரப் பிரபந்தத்துடன் சேர்ந்திருக்கின்றது.

திருப்பாற்கடனுதன் கவிராயர்.—Therupparkkadanathan.

திருநெல்வேலியில் இருந்த இரேனியுசையர் (Rev. Mr. Rhenius) என்னுஞ் சுவிசேஷக் குரவருக்குப் பதினைங்கு வருடம் ஆசிரியராய் இருந்த இவர். அம்பலவாணக் கவிராயரது மாணக்கர். இரேனியுசையர் காலஞ்சென்ற போது இவர் பாடிய சில விருத்தங்களன்றி, இவரது பாடல்கள் பிறவற்றைநாம் கண்டிலம். பாடல் மாதிரிக்காக அவற்றுள் ஒன்றை இவ்விடத் தருவம் :-

"சரணமென்றடைந்தோர் தங்களுக்கிரங்கித் தமனியமீந்து மூவகையாம்
காரணமென்பனவையாற் றீங்குறவண்ணங் காசினிதன்னிலாதித்தன்
கிரணம்போலறிவைப் பரப்பிய விரேனியூசெனுங் குரவனைச்சார்ந்த
மரணமேனினக்கு மரணம்வந்துறுதேல் மனத்துயாறுது நல்லோர்க்கே."

திருமங்கையாழ்வார்.—Therumangai Alvar.

வைஷ்ணவ சமயத்தாருட் பெயர்பெற்று ஓங்கிய ஆழ்வார் பன்னிருவருள் இவரும் ஒருவர். இவர் பிறப்பிடந் திருவாலூர். சோழராசாவின் சேனுபதியாகிய நீலன் எனபவன் இவர்க்குத் தந்தை. இவர் சோழராசாவுக்குத்

யீழ்ச் சிற்றரசராய்ப் பின் ஒரு ஊரில் வதிந்து திறைகொடுத்து ஆளுர்படி சங்கேதம் பண்ணி இருந்தும் பண்ணின உடன்பாட்டின்படி திறைகொடாமையாலும், இராசனுற் கடமை தண்டும்படி அனுப்பப்பட்டாரை விரோதித்துச் சேனையோடு எதிர்த்ததனுலும், தன் அதிகாரத்தை இழந்து வறுமை வாய்ப்பட்டுக் கொள்ளை எடுப்பதே தொழிலாய் ஆறலைக் கள்வராய்த் திரிந்து, நெற்றியில் வைஷ்ணவக் குறியிடாதாரை ஒடுக்கி அவரிடம் பொருள் அபகரித்துச் சீவித்தவர். ஆனல் இக் குரூரத் தொழிலை இவர் எவ்வாறு விட்டாரோ அறியோம். இவர் கல்வியிலே மகா வல்லவராகி ஆசு, மதுரம், சித்திரம், வித்தாரம் எனும் நான்கு வகைக் கவிகளையும் பாடுந் திறமையுற்றவராய் இருந்ததனுல் இவர்க்கு நாற்கவிப் பெருமாள் எனுஞ் சிறப்புப் பெயர் இடப்பட்டது. இவர் சைவம், ஆருகம் என்னும் பிற மதங்களோடு மல்லுக்கட்டிப பரசமயகோளரியாய்த் தம் மதத்தையே மேலாட்டம் ஆக்கப் பிரயாசப்பட்டவர். நாற்கவிப் பெருமாள் எனுங் கவிப் பட்டத்துக்கு நீ தகுந்தவனல்ல என்று சம்பந்தமூர்த்தி இவரோடு வாதிட்டபோது அப்பெயர் தமக்குத் தகு என்று திருட்டாந்த பூர்வங் காட்டினர். இவர் பாடிய பாக்கள் கஉகூ நாலாயிரப் பிரபந்தம் எனும் வைஷ்ணவப் பாடலோடு சேர்ந்திருக்கின்றன. பாடல் மாதிரிக்காக இவ்விடம் ஒரு தனிப்பாத் தருகின்றேம்.

"வருக்கைநறுங்கனிசிதறிச் செந்தேன்பொங்கி
மாங்கனிற் குளக்கரையின் மதகிலோடிப்
பெருக்கெடுத்து வண்டோலஞ் செய்யுங் காழிப்
பிள்ளையார் சம்பந்தப் பெருமான்கேளீர்
அருட்கலவு மயிலைதனில் அனலால் வெந்த
அங்கத்தைப் பூம்பாவையாக்கினேமென்
திருக்கமது தசுவைறு நில்வாள் வெந்த
இவளையுமோர் பெண்ணுக்கலியல்புதானே"

திருமழிசையாழ்வார்.—**Therumalisi Alvar.**

மூற் கூறப்பட்ட திருமங்கை ஆழ்வாரைப் போலவே இவரும் பன்னிரண்டு ஆழ்வாருள் ஒருவர். திருமழிசை என்னும் ஊரிலே இவர் வளர்ந்தார் என்பதே இவரைக் குறித்து நாம் எழுதக் கூடிய இதிகாசம். இவர் வாலிபப் பிராயந் தொடங்கி வைஷ்ணவக் கோட்பாட்டில் அதி பிடிவாதக்காரராய்ச் சைவருக்குக் கூற்றுவராய் அவரை எதிர்த்து வாதிற் பறக்கடித்து, அவருள் அநேகரைத் தம் மதப்படுத்தினர். புலமையாலும் இவர் ஒருவர்க்குத் தோற்றவர் அல்லர். விஷ்ணுவுக்குப் புகழாகப் பாடிய இவர் பாக்கள் உ௰கூ நாலாயிரப் பிரபந்தத்தோடு சேர்ந்திருக்கின்றன. இவர் பாடிய திருவந்தாதி இவர் நாமப்படி திருமழிசையாழ்வார் திருவந்தாதி எனும் பெயர் பெறும். அதிலிருந்து இவர் பாடல் மாதிரிக்காக ஒன்றை எடுத்து இவ்விடந் தருகின்றேம்.

'நான்முகனை நாராயணன்படைத்தான்நான்முகனும்
தான்முகமாய்ச் சங்கரனைத் தான்படைத்தான்-யான்முகமாய்
அந்தாதிமேலிட் டறிவித்தேனாழ்பொருளைச்
சிந்தாமற்கொண்மினீர் தேர்ந்து.''

திருமூலநாயனார்.—Therumula Nayanar

இவரைப் பற்றிய சரித்திரம் மிக நூதனமானது. சாத்தன் ஊரிலே இருந்த மூலன் எனும் இடையன் ஒருவனுடைய தேசமும், கைலாச மலையிலே வசித்த சிவயோகி ஒருவர் உயிருங் கூடவே திருமூல நாயனார் ஆயினர் என்று கூறல் வேண்டும். இவரைப் பற்றித் தொண்டர் புராணங் கூறுமாறே யாமுங் கூறுவம். கைலாச மலையைக் காவல் காக்கும் நந்திதேவர் மாணவர்களான சிவயோகிகளில் ஒருவர் அகஸ்தியர் மேற் பிரத்தை கொண்டவராய் அவருடன் சிலகாலம் பொதியமலையிலே தங்கவேண்டும் எனும் பேராசையாற் றூண்டப்பட்டுக், கைலாசம் விட்டு வந்து திருக்கேதாரம் ஆதியாம் நானா ஸ்தலங்களைத் தரிசித்துத், திருவாவடுதுறையிற் சிலநாட் தங்கின பின்பு, காவேரி ஆற்றங் கரைவழியாய்ப் போயினர். இவர் போன மார்க்கத்திலே சாத்தனூரில் இடையன் ஒருவன், மூலன் என்பவன் இறந்து பிரேதமாய்க் கிடக்க, அவன் கொண்டுவந்து மேய்த்த மாடுகள் அவனைச் சுற்றிச் சுற்றி மோந்தும் நக்கியும் நின்று அழும் பரிதாபத்தைக் கண்டு இரங்கி, அறுபத்து நான்கு கலைஞானங்களுள் ஒன்றாகிய பரகாயப் பிரவேச வல்லபாதலாற் தம் உடலை விட்டு அவனுடைய உடலிற் புகுந்து, மாடுகளைமேய்த்துப் பொழுது சாயுந் தருணம் அவற்றை ஊர்க்குக் கொண்டு போனார்.

நாயகன் நேரத்துக்குத் திரும்பாதது கண்டு பரிதபித்திருந்த மூலன் மனைவி இவரைக் கண்டவுடன் தன் கணவன் என்று நினைந்து அன்பின் ஈட்டத்தால் இவரை ஆலிங்கனம் பண்ணும்படி சமீபிக்க, இவரோ உனக்கும் எனக்குஞ் சம்பந்தம் இல்லை, என்னைத் தீண்டாதே என்று சொல்லிப் போய் மடம் ஒன்றிற் தங்கி, மற்றைநாட் தம் உடலைத் தேடிப்போய்க் காணாததனாற் திருவாவடுதுறை சென்று அங்கே ஓர் அரசமரத்தின் கீழ்த் தங்கி, மூவாயிரம் வருஷம் யோகத்திருந்து வருடம் ஒன்றாக மூவாயிரம் பாடல் பாடிப், பின்பு கைலை போயினர் என்ப. இவர் பாடிய பாடலுக்குத் திருமூலமந்திரம் என்று பேர். இது சரியை, கிரியை, யோகம், ஞானம் என்னும் நான்கு பாதங்களையும் உணர்த்துவது. அதில் ஒரு பாவை இவ்விடங் கூறுவம்:—

"அன்புஞ் சிவனுமிரண்டென்பரறிவிலார்
அன்பேசிவமாவ தியாருமறிகிலார்
அன்பேசிவமாவதியாருமறிந்தால்
அன்பேசிவமா யறிந்திருப்பாரே."

ஞான நூலன்றி வாகட நூல்களையும் இவர் பாடி இருக்கின்றார். இவராற் பாடப்பட்ட குணவாகட நூலிலே ௩௨௬ பாக்களுள.

திருவள்ளுவ நாயனார்.—Theruvalluva Nayanar.

தெய்வப் புலவர், மாதானுபங்கி, செந்நாப் போதார், பெருநாவலர், முதற் பாவலர் ஆதியாம் பற்பல விசேஷ நாமதேயங்களைப் பெற்ற இம்மகான்

"கலையுணர்புலமையிற் றலைமையோனாகி
விதிமுறைவழாது முதுநிலம்புரக்கும்
பெருந்தலைசயுக்கிரப் பெருவழுதியென்னுந்
தன்னிகரில்லா மன்னவர்பெருமான்"

எனக் கூறப்பட்ட உக்கிரப்பெருவழுதி எனும் பாண்டியன் மதுராபுரியில் இருந்து அரசாண்ட காலத்திலே, ஓர்போது கிறிஸ்தாப்தம் ஒன்பதாம் சதாப்தத்திலே, சென்னை புரிக்குந் தென்பால் உள்ள மயிலாப்பூரிலே பிறந்து, அங்கே ஒரு வள்ளுவன் வீட்டிலே வளர்ந்தார். இவர் தாய் கருவூரைச்சேர்ந்த ஓர் புலைச்சி எனச் சாதாரணமாய்க் கூறப்படினும், அது தவறு என்றும், பிரம குலத்திற் பிறந்த தவமுனி என்பவருக்கு அருண்மங்கை எனும் பார்ப்பினி இல் ஆதியைப் பெற்றாள் என்றும், அவளை முந்தி உறையூர்ப் பறையனும், பின்பு நீதிஐயயன் என்னும் பிராமணனும் வளர்த்தார்கள் என்றும், நீதிஐயயன் வீட்டுச் சத்திரத்தில் அவள் இருக்கும்போதே வேதாகம கலைஞானங்களை நன்கு கற்றுணர்ந்த சோழதேசப் பிராமணனாகிய பகவன் என்பவன் தன் தந்தையைத் தேடித் திரியும்போது, அவளைக் கண்டு மையல்பூண்டு தன் பெண்டாக்கினன் என்றும், இப் பகவன் பிறப்பால் திருவாரூர்ப் புலைச்சி புத்திரன் என்றுஞ் சொல்வர்.

ஆதி முன்னே அப் பகவனைக் கண்டு கூடியும் அவன் கற்கொண்டு எறிந்து தன் நெற்றியில் வடுப்படுத்தியதாற் பிரிந்து போய் மறுபடி அவனைச் சந்திக்க, அவன் "நெற்றியிற் சிலைவடு நேரிழாய்" நீ ஆதியளல்லை என்று சொல்லியதால் அந் நாமம் அவட்கு ஆயிற்று என்ப. இவ்வாறு இரண்டாந்தரம் இருபேருஞ் சந்தித்தபோது: "நீயீன்றிடு மகவெலாம் ஈன்றுழியே விடுத்-தூன்றிய துணிவொடு முடனெ ரவல்லையேல்-வருகென"ப் பகவன் சொல்ல, அச் சொல்லுக்கு அவள் உடன்பட்டு, அவன் பின் திரியும்போது அவளிடம் நான்கு புத்திரரும், மூன்று புத்திரிகளும் பிறந்தனர். அவருட் புலவர் பெருமானாகிய இந் நாயனாரோ "மைப்புயலணிபொழின் மயிலாப்பூரில்-வள்ளுவர் மனையிடை வளர்ந்தனர்." இவர் பிறப்பைப் பற்றித்

"தொண்டைமண்டலத்தில் வண்டமிழ்மயிலைப்
பறையரிடத்தில் வள்ளுவர் பிறந்தனர்"

என்றார் அவரது சகோதரராகிய கபிலர். இவர் பிறந்த போது தாயாகிய ஆதி தன் புருஷனுக்குக் கொடுத்த வாக்குப்படி இவரை விட்டுப் பிரியக் காலெழாது வருந்த இக் குழந்தையார் தாயாரை நோக்கி:—

"சுரப்பைச்சுண் முட்டைக்குங் கல்லினுட்டேரைக்கும்
விருப்புற்றமுதளிக்கு மெய்யன்—உருப்பெற்றால்
ஊட்டிவளர்க்கானோ வோகெடுவாயன்னாய்கேள்
வாட்டமுனக்கேன் மகிழ்"

என்றனராம். "சதுர்முகன் திருவவதாரம்" எனக் கூறப்பட்ட இவர் பிறந்த இடம் இலுப்பை மர நிழல் என்றும். முதல் முதற் பிள்ளைக் கலியால் வருந்தின ஓர் வேளாள ஸ்திரி இவரை எடுத்துத் தன் வீட்டிலே வளர்த்துப், பின்பு சுற்ற மித்திரர் நிந்தைக்கு அஞ்சி ஓர் தொழுவத்திலே பண்ணைக்காரரது காவற் பொறுப்பில் வளர்த்தாள் என்றும், ஓர் வள்ளுவப் புரோகிதன் வீட்டில் இருந்து வளர்ந்தார் என்றும் பலவகைக் கதைகள் உள.

கதைகள் எவ்வாறிருப்பினும், "தாமரை, பொன், முத்து, சவரம், கோரோசனை"யாதிய எவ்விடத்து உற்பத்தி பெறினும், தத்தம் அருமை பெருமையால் நன்கு மதிக்கப்பட்டாற் போல, இவர் பெற்றார் ஆராயிருந்தாலும் சரி, தம்மிடத்துள்ள அறிவாலுங் கலையாலும் நன் மதிப்புப் பெற்றார். காவிரிப்பூம்பட்டணத்தில் இருந்து ஆயிரம் ஏர் வைத்துக் கிருஷி செய்த வேளாளதிலகராகிய மார்க்கசகாயர் என்பவர் இவருடைய கல்வி, அறிவு, சுசீலம்,

ஒழுக்கங்களைக் கேள்வியுற்ற போது "நல்லோரெங்கே பிறந்தாலுமென்" என நினைந்து தனக்கு ஏக புத்திரியும் சுகுண சீலியுமாகிய வாசுகி என்பவளை இவர்க்கு விவாகஞ்செய்து கொடுக்க, அவளுடன் கூடி இல்லாச்சிரம விரதம் அனுட்டித்தனர். விளை பயிர்களுக்கும் உயிர்களுக்கும் இறுதி செய்த வேதாளம் ஒன்றை இவர் துரத்தியதே அவ் வேளாளர் பெருமான் இவர்க்குத் தம் புதல்வியைக் கொடுக்க ஏவப்பட்டதற்குக் காரணம் என்ப.

இவர் தம் பெயர் நாட்டற்குப் புத்திர சந்தான சலாக்கியம் பெறாதபோதும், சோம சூரியர் உள்ளமட்டும் மங்காது பொங்கும் கீர்த்திபெற்றதும், "ஆயிரத்து முந்நூற்று முப்ப தருங்குறளும்" அடங்கி, உத்தரவேதம், தெய்வநூல், பொய்யாமொழி, தமிழ்மறை, பொதுமறை எனும் பலநாமந் தாங்கியதும், தம் நாமதேயப்படி திருவள்ளுவர் எனப் பெயரியதுமான ஓர் திவ்விய நூலை இயற்றி, "முதுமறையாகம முத்தமிழ்க் கடலை வெட்டிப் பிரித்து" மாந்தர் மனசிற் பாய்ச்சினர். தம் நேசரும் மாணவகருமாகிய ஏலேலசிங்கத்தின் மைந்தனான அழகானந்தன் முதலிய பல்லோர் கேள்விப்படி அந்நூலை இவர் பாடி முடித்தபின்பு, அதனை அரங்கேற்றற்காய் மதுரைச் சங்கத்துக்குக் கொண்டு போக, அங்கிருந்த கர்வ ரூபிகளாகிய சங்கக் கவிஞர் நீர் எந்த ஊர் என்று வினவ, இவர்:

"எந்தவூரென்றீரிருந்தவூர் நீர்கேளீர்
அந்தவூர்ச்செய்தியறியீரோ—வந்தவூர்
முப்பாலும்பாழாய் முடிவிலொரு சூனியமாய்
அப்பாலும்பாழா யறும்"

என்று சொன்னார் என்றும், நீர் யார் என்று அவர் வினவ, வள்ளுவன் என்றார் என்றும், வள் என்றாற் குலக்குமா என்ன: ஆம், சந்தேகமின்றிக் குலக்குந்தான் என்று இவர் சொல்ல, அப்புறம் அவர் நமது சங்கபலகை உமது நூலை ஒப்புக்கொண்டால் யாமும் ஒப்புக்கொள்வம் என்று கூற, இவர் தாம் சுமந்து கொண்டு போன ஏட்டைச் சங்கப்பீட மீது வைக்க, அது அவ் ஒன்றினை மாத்திரஞ் சுமந்து சுருங்க, அதில் இருந்தார் அனைவரும் பொற்றாமரை வாவியில் விழுந்து நாணினர் என்றும்,

"திருத்தகுதெய்வத் திருவள்ளுவரோ
டுருத்தகுநற்பலகை யொக்க—இருக்க
உருத்திரசன்மரென வுரைத்துவானில்
ஒருக்கவோவென்றதோர் சொல்"

என்று அசரீரி சொல்லிற்று என்றுங் கதை. திருக்குறள் அரங்கேற்றின போது இவருடைய சகோதரியாகிய ஔவையே அன்றி இடைக்காடர் முதலாம் வித்துவான்களும் சமூகமாயிருந்தனர். இடைக்காடர் அதனைப் புகழ்ந்து அதற்குச் சாற்றுகவியாகக்,

"கடுகைத்துளைத் தேழ்கடலைப் புகட்டிக்
குறுகத்தறித்த குறள்"

என்றார். இடைக்காடர் சொன்னதனை ஔவை சற்றே விகாரரூபமாக்கி அவரிலும் நுணுக்கமாய்:

"அணுவைத்துளைத் தேழ்கடலைப்புகட்டிக்
குறுகத்தறித்த குறள்"

என்றார். சங்கப்புலவர் அனைவரும் அத் திவ்விய நூலில் மகிழ்ந்து அதனைப் புகழ்ந்து தனித்தனியே ஒவ்வோர் சிறப்புக்கவி சாற்றினர். அவ்வவர் நாமங்களின் கீழ் அவரவர் பாக்களைக் காண்க. சங்கப் புலவர்களிடம் அன்றித் தாம் பாடிய நூலைப் பொதிய மலைக்குக் கொண்டு போய் அகஸ்திய மகா முனிவரிடங் காண்பித்துப் புகழ்ப் பாப் பெற்றார் என்றும் பரம்பரையுளது. இவர் தம் பாடலை அரங்கேற்றிக் கொண்டு மதுரையாற்றிரும்பிய பின், இவர் உயிர்த் தேவியாகிய வாசுகி தேகவியோகமாயினள். ஆதலில் இவர் மனநொந்து இனம் பிரிந்த அன்றில் போல வருந்தி அவள் பிரிந்த அன்று இரவில்:

"அடிசிற்கினியாளே யன்புடையமாதே
படிசொற்றவருத பாவாய்—அடிவருடிப்
பின்றூங்கிமுன்னெழுந்த பேதையேபோதியோ
என்றூங்கு மென்கணிரா"

என்று பாடித் துன்புற்று, அது முதல் ஓர் துறவி போலக் காலம் விட்டனர் எந்தத் துறைகளிலும் நெசவு பாவமற்ற தொழில் எனுங் கருத்தாற் தாம் இருந்து வளர்ந்த தம் இன பந்துக்களின் சாதித் தொழிலாகிய நெசவு தொழிலையே சீவனார்த்தப் பொருட்டுப் பயின்றுவந்தார். ஒரு தருணத்தில்:—

"இழைநக்கிநூனெருடு மேழையறிவேனோ
குழைகக்கும் பிஞ்ஞகன்றன் கூத்து"

என இவர் சொற்றனராதலில், இவரது தொழில் யாதென விளங்கிற்று. நெசவு தொழிற்கு உபயோகமான பஞ்சி நூலை இவர் நேயனும் மாணவகனும் ஆகிய ஏலேலசிங்கமே இவர்க்குக் கொடுத்து உதவிவந்தார். ஏலேலசிங்கம் அன்றிக் கொங்கணசித்தர் என்பாரும் இவர்க்கு மாணவகராம். ஏலேலசிங்கத்துக்கும் இவர்க்கும் இடையே நடந்தனவாகச் சொல்லப்பட்ட பல சங்கதிகளுள, ஒருமுறை ஏலேலசிங்கத்தின் கப்பலொன்று பாரிற் பொறுத்து யார் இழுப்பினும் தரை விட்டுக் கிளம்பாதாகவே அதனைச் சிலர் சென்று இவருக்கு உரைக்க, இவர் போய்க் கயிற்றிற்பிடித்து, நல்லது இனி ஏலையா என்று சொல்லி நீங்கள் இழுங்கள் எனக் கற்பிக்க, அவ்வாறு செய்ய, அது கிளம்பிற்றும். இக்காலத்துங் கூலியாட்கள் பாரங்கொண்ட பொருட்களை அசைத்து இழுக்கும்போது ஏலையா என்பதும், தோணிக்காரர் தண்டுவலிக்கும்போதும், நங்கூரம் இழுக்கும் போதும் அவ்வாறு சொல்வதும் இத் திருவள்ளுவர் பாவனை போலும். "ஏலேலசிங்கத்தின் பொருள் தானேபோய்த் தானேவரும்" என்னுந் தமிழ்நாட்டுப் பழமொழியும் இந்த ஏலேலசிங்கத்தையே குறிக்கும். அதிருக்க இந்த ஏலேலசிங்கம், ஓர் ஆர்மீனியதேசக் கிறிஸ்தவன் என்றும், இவரது நாமம் மார்க்கு தோமா (Mark Thomas) என்றும், அவர் முதல் மலையாளம் வந்து அங்கிருந்து மயிலாப்பூர் வந்தவர் என்றுங் கதை கண்டோம். வள்ளுவர் பாடிய குறள் அக்காலச் சங்கத்தவரான் மாத்திரமன்றி மற்றும் எக்காலத்து வித்துவாமிசர்களாலும் பிறபாஷைக்காரராலும் வியந்து போற்றப்பட்டது.

பிறபாஷைக்காரராகிய ஐரோப்பியருக்குள், தேலர், உவாட், பேர்சிவல், துரூஸ், கோல்ட்வெல், எல்லிஸ், (Messrs. Taylor, Ward, Percival, Drews, Caldwell & Ellis) என்னுங் கல்விமான்கள் இதன் பல பாகங்களை ஆங்கில பாஷையில் மொழிபெயர்த்து அவற்றில் உள்ள பொருட்களை அபியாசித்துப்

புகழ்ந்து எழுதி இருக்கிறார்கள். ஆங்கில பாஷையிலன்றி, லத்தீன், சர்மனிய பாஷைகளிலும் அதன் கூறுகள் சிலவற்றைச் சிலர் மொழிபெயர்த்தார்கள். வீரமாமுனிவருந் தாம் செய்த செந்தமிழ் இலக்கணத்தில் அதனை வியந்து எழுதியிருக்கின்றனர். அறம், பொருள், காமம் எனுமுப்பாலினும், நூற்று மூப்பத்து மூன்று அதிகாரங்களாக இயற்றப்பட்ட இம்மகாநூலுக்கு உரை செய்தார் பதின்மர். அவர் நாமதேயங்களைப் பின்வரும் வெண்பாவிற் காண்க. அதுவருமாறு:—

"தருமர்மணக்குடவர் தாமத்தர்நச்சர்
பரிமேலழகர் பரிதி—திருமலையர்
மல்லர்கவிப்பெருமாள் காளிங்கர் வள்ளுவர்நூற்
கெல்லையுரை செய்தாரிவர்."

இப் பதின்மர் செய்த உரைகளுட்:

"பாலெல்லா நல்லாவின் பாலாமோ பாரிலுள்ள
நூலெல்லாம் வள்ளுவர்செய்நூலாமோ—நூலிற்
பரித்தவுரையெல்லாம் பரிமேலழகன்
தெரித்தவுரையாமோ தெளி"

என்று சொல்லப்பட்ட படி "பரிமேலழகர் செய்யுரை மற்றெவற்றினுஞ்" சிறந்ததாயிருத்தல் பற்றி அதனையே தற்காலத்தார் திருத்தி அச்சிட்டு வழங்குகின்றார். குறளன்றி ஞானவெட்டியான் என்னும் ஒரு பாடலையும் இவர் பாடினார் என்ப. இக் கருத்துத் தவறு என்றும்,

"அகமகிழுமம்பிகைப்பெண்ணருளினாலே யவனிதனில் ஞானவெட்டியருளயானும்—நிகழ்த்தி நவள்ளுவநாயனுரைத்தவேத நிரஞ்சனமாநிலவுபொழிரவிகாப்பாமே" என்று அதன் காப்பிற் சொல்லப்பட்டிருப்பதால் அதனைப் பாடினார் பிறர் என்றுஞ் சிலர் சாதித்தாலும், ஞானவெட்டியான் ௧௮௧௮ம் விருத்தத்தின் ௩ம் அடியில் "அம்புவியிற் குறளடியேன்பாடுநாவில் அநேகம்பேரெனையெதிர்த்து உரைதான் கேட்க" என்று சொல்லியிருப்பதால், அவர் சாதனை அபத்தம் என்றும், அதனைப் பாடினார் இவர்தாம் என்றுந் துணிய நியாயமுண்டு. இந் நூலிலே விருத்தம், கொச்சகம், வெண்பா, தரு ஆகிய பல இனங்களிலே ௧௮௮௧ பாட்டுகளுள. முற்பகுதியிலே உடற்கூறுகளையும் பிற்பகுதியிலே வைத்தியமுறைகளையும் பாராட்டியிருக்கின்றார். இவ் இருநூல்களன்றிச் சில தனிப்பாக்களும் இவரால் பாடப்பட்டிருக்கின்றன. புகழேந்தி, ஒட்டக்கூத்தர் சரிதங்களோடு ஔவை சரிதம் கலந்திருப்பதால் இவர்காலமும் முன்பின் அவர் காலமேயாம். கி. பி. மூன்றும், நான்காம், எட்டாம், ஒன்பதாஞ் சதாப்தங்களே இவர் இருந்த காலம் எனப் பலரும் பலவாறு உத்தேசித்தனர். இறக்குந் தருணம் தமது பிரேதத்தைக் காக்கைகளுக்கு உணவாய் வெளியில் விட்டுவிடுங்கள் என்று சொல்லி இறந்தார் என்றும், இவர் விருப்பத்தை இவர் நேசன் ஏலேலசிங்கம் நிறைவேற்றினர் என்றும், இவரது தசையை உண்ட காகங்கள் பொன்நிறமாயின என்றுங் கதை. இவையன்றி இவரைப் பற்றிய கதைகள் பின்னும் பலவுளவாயினுஞ் சரித விரிவிற்கு அஞ்சி நிறுத்தினம். வள்ளுவர் இருந்த நாட்டரசன் அச்சுதராசன் என்று சொல்லப்படுகிறான். திருவள்ளுவர் தமது குறளை எம் மதத்தார்க்குஞ் சம்மதமாய்ப் பாடிய காரணத்தாற் சைவர் இவரைத் தம் மதத்தினர் என்று கூற, அருகர், ஆ! அவர் எம்மதத்தர்

என்பர். இவரது பாடல் மாதிரிக்காக மேற்கண்டவைகளை விட ஞானவெட்டியானிலிருந்தும் ஓர் பாட்டை எடுத்துக் காட்டுதும்.

"தூராதநம்பிற் றெவலயாத பாண்டனேனும்
வீறகவீற்றிருந்தேன் மேல்வீடு—நேராக
வண்டணுகாக்கந்தமலர் வாவிக்கமலத்தில்
ஒன்றாகப்பூத்தேன்கர் ணோக்கி."

திருவேங்கட சுவாமி.—**Theruvangada Swamy.**

காவேரி ஆற்றின் வளத்தினாலே, வாழையும், தாழையும், கமுகும், செந்நெலும், கன்னலும் தழைத்து ஓங்குஞ் சோழநாட்டிலே, எழ்நிலை மாடகூடங்களும் நெடு மதில்களும் வெண்ணிலா அரமியங்களும் விளங்கும் மாதை எனும் ஒரு நகரம் உளது. அதில் இருந்து அரசு புரிந்தராசனுக்கு வேங்கடேந்திரன் என்று பெயர். சாதியாசாரத்தால் வேதியரும், கல்வியறிவால் மகா வல்லவரும், ஞான அறிவு முற்றிப் பழுத்தவரும், இல்லறத்தில் இருந்தாரேனும் தாமரை இலையும் நீரும் போல உலகத்தோடு சம்பந்தப்படாதவருமாய் இருந்த இந்த அரசர் ஒருநாள், இராகவானந்தர் எனுஞ் சற்குரு ஒருவரைக்கண்டு அவர்க்குச் தெண்டன் சமர்ப்பித்துநிற்க, அவர் இவரை நோக்கி: ஓய்! அரசனே, நீர் லோகோபகாரங் கருதி ஞானநூல் ஒன்றை இயற்றுதிர் என்றனர். இவர் அதற்குப் பிரதியுத்தரமாகச், சுவாமீ! துறவறம் பூண்டிருக்கும் தூய ஞானிகளுக்கன்றி இல்லறம்பூண்டு அல்லற்பட்டு உழலும் எம்மனோர்க்கு அது கூடுமோ என்று உரைக்க, இராகவானந்தயோகியர் திரும்பவும் இவரை நோக்கி: ஞான அறிவொழுக்கங்களை உடையார் வீட்டில இருந்துந் தோஷமின்று. அவ்வாறில்லாதார் வினைமிருகங்கள் சஞ்சரியாநின்ற காட்டில் இருந்தும் கந்தமூலம் அயின்று உடம்பை ஒறுத்தும் பயனின்று. ஆகவே நீர் ஒருநூல் செய்வதிலே யாதொரு தோஷ நஷ்டங்கள் வரா என்று சொல்ல, அம் மாற்றத்தை அங்கிகரித்துப் புளகம் அரும்ப உள்ளக்களிப்புக் கொண்டு "வேதாந்தப் பாலாழியைத் தனது புத்தி மத்தினால் உழக்கி" ஞானசாரமாய்த் திரட்டிப், பிரபோதசந்திரோதயம் என வழங்காநின்ற மெய்ஞ்ஞானவிளக்கம் என்னும் அருமையான சாஸ்திரம் ஒன்றை இயற்றினர். பிரபோதசந்திரோதயம் என்பது சம்ஸ்கிருதத்திலே நாடக ரூபமாகக் கிருஷ்ணமிச்சிரன் என்பவரால் செய்யப்பட்டது. இவரோ வடமொழியிலேயும் தென்மொழியிலேயுங் காவியமாக இயற்றினர். மதாசாரத்தால் "கோபாலமூர்த்தியைப் பூசனை நாடொறும்புரியும் பத்தியா" னாகிய இவர்செய்த இந்நூலிலே உற்பத்திச்சருக்கம், மோகன் அரசாட்சிச்சருக்கம், அவித்தியாபுரச்சருக்கம் முதலாகப் பிரபோதன் முடிசூட்டுச்சருக்கம் ஈறாக நாற்பத்திரட்டுச் சருக்கங்கள் உள. பாயிரமுட்பட சகல சருக்கங்களிலும் உ௰௪உ விருத்தம் உண்டு. மாயை என்பவள் பிரமசந்நிதியில் விகாரம்புரிந்து மனமூற்றி மானதன் என்றுமோர் மகவையீன, அவன் பிரவிர்த்தி, நிவிர்த்தி என்னும் இருவரை மணம்முடிக்க அவருள் மூத்தாளிடம் மோகனன், ஆங்காரன், மதனன் ஆதியாம்பல புத்திரரோடு. தீவினை, கபடி எனும் இரு புத்திரிகள் பிறக்க, இளையாளிடம் விவேகன், நிரூபகன், பொறை முதலாம் பல புத்திரரோடு மயித்திரி, கருணை முதலாம் சிலபுத்திரிகளும் பிறக்க, இவ் இருபகுதிப் பிள்ளைகளுக்கும் பாட்டியாகிய மாயை அவரவர்க்குத் தக்கபடி கலியாணம்

செய்துவைக்க, அவ் இரு கட்சிப் பிள்ளைகளுஞ் சுராசுரர் போல் வளர, மோகன் அரசாள, விவேகன் வனம்புக, மறுபடி சண்டை நிகழ்ந்ததாய், முடிசூட்டியதாய், இராமாயணத்தில் இராமராவண யுத்தக்கதையை ரூபகாலங்காரம் ஆக்கினாற்போல இந் நூல் முடிகின்றது. இப் பெயர்ப்பட்ட சிரேட்ட ஞானநூல் செய்த இப் புலவரது பாடல் மாதிரிக்கு உற்பத்திச் சருக்கத்தின் முதல் விருத்தத்தை இவ்விடந் தருகின்றோம்.

"நீர்கொண்டபெருக்கிவணவெங்கானலிற்கண்டாற்போ
னெடுவிசும்புமுதனிலநீரொன்றினிடத்தோன்று
வேர்கொண்டமுவுலகுமது தோராதார்க்கு
மெய்யாகித்தேர்ந்தளவின் மீண்டுமவைபொய்யாம்
தார்கொண்டபணியுருப்போலன்னிபிடானந்தத்
தானாகிநின்மலமாய்த் தழைத்தோங்குமொளியாய்
ஏர்கொண்டவாத்துமபோதந்தனையேவணங்கி
யிதயகமலத்திருத்தி யெப்போதும்வாழ்வாம்."

இந் நூலை இம் மகான் செய்தார் என்றதற்குப் பின்வரும் விருத்தஞ் சாட்சி பகரும்.

"போதந்தமிழ்க்கும்வடகலைக்கும் புலவோர்தமக்கும்பொருள்விரித்துச்
சீதைக்கிறைவனெனநீதிச் செங்கோல்செலுத்தித்திசைபுரந்த
வேதப்பனுவன்மெய்ஞ்ஞான விளக்காலுலகைவிளக்குமெங்கள்
மாதைத்திருவேங்கடநாத மறையோன்வாழிவாழியவே."

திருவேங்கடையர் —Theruvangada Ayer.

இவர் வில்லிபுத்தூரிலே பிறந்த பிராமணர். பெண்களின் அவயவ அலங்கார வர்ணனைகளின்பேரில் உவமான சங்கிரகம் என்னுஞ் சிறு பாடலைச் செய்தார். வர்ணனைப் பாக்கள் பாடுவார்க்கு இது மிக உபயோகமானது. இவர் இருந்த காலம் கி. பி. கசு ம் சதாப்தம்.

திருவேற்காடு முத்தையாமுதலியார்.—Theru. Muttiah Mudalear.

இவர் கி.பி. கஎகக ம் ஆ பிறந்தவர். திருவேற்காடு என்னும் ஊரிலே பிறந்த காரணத்தால் திருவேற்காடு முத்தையா முதலியார் என வழக்கமாய் அழைக்கப்படுகிறார். இவர் தம்மைப் பற்றிய சரித்திரத்தைத் தாமே எழுதினர். ஐந்து வயதிலே வித்தியாரம்பஞ் செய்து, இருபத்தொரு பிராயத்திற் தமிழ், சம்ஸ்கிருதம், இங்கிலிஷ், துருக்கு, மராட்டியம், பாரிசா, லத்தீன் பாஷைகளிலே பாண்டித்தியம் பெற்றுப் பதி சாஸ்திரங்களிலுங் கரைகண்டு வல்லவரானர். இவரது பாஷா அருமையையுந் திறமையையுங் கேள்வியுற்ற சென்னைத் தேசாதிபதியாகிய ஹோபாட் பெருமான் (Lord Hobart) இவரைத் துரைத்தன உத்தியோகத்தில் ஏற்படுத்தினர். இலங்கைத் தீவை ஆங்கிலேயர் தம் வசப்படுத்தின போது இவர் சென்னையிலிருந்து கொழும்புக்குத் துவிபாஷிகராய் வந்தார். மதுரை அரசரைப் பற்றிய இதிகாசம் ஒன்றுக்கு இவர் ஆக்கியோன். உவில்சன் ஆசிரியர் (Prof. Wilson) பாண்டிய ராச்சியத்தைப் பற்றி எழுதிய சரித்திரத்தில் இவ் வித்துவானைப் பற்றியும் எழுதினர்.

சிற்சில தனிப் பாக்களே அல்லாது எதுந் தொகைகொண்ட பாடல்களை இவர் இயற்றவில்லை. தனக்கு அனுசாரியும் உபகாரியுமாகிய ஹோரா பாட் தேசாதிபதி பேரிற் சில சித்திரகவிகள் பாடினர். அவற்றின் ஒவ்வொரு வரியின் முதல் அட்சரங்களை எடுத்து இசைத்தால் இவர் நாமமும் கடைசி அட்சரங்களை எடுத்து இசைத்தால் அத் தேசாதிபதியின் நாமமும் வரும். இவர் இறந்த காலந் தெரிந்ததில்லை.

தில்லைநாயக சோதிஷர்.—**Thillainayaga Chothishar**.

இவர் தொண்டைவளநாட்டிலே உள்ள சம்புகேச்சரம் என்னும் ஊரிலே இருந்தவர். கணிதநூற் றுறை கண்டோராய் வடமொழியிலிருந்த யோகமஞ்சரி என்னு நூலைத் தமிழில் மொழிபெயர்த்து அதற்குச் சாதக சிந்தாமணி எனப் பெயரிட்டனர். இவ்வரலாறு:—

"நறைகமழ்கமலப் போகுட்டில்வீற்றிருக்கு நான்முகக்கடவுடான்படைத்த
நிறைவுளமாந்தர் வினைப்பயனசனுனிலைபெறு யோகமஞ்சரியாம்
துறையெனவழங்கும் வடமொழியதனைத் தூயசெந்தமிழினுற்செய்தான்
திறைகொடாவழுதிப் புகழ்தொண்டைநாடன் றில்லைநாயகபதிபதியே"

என்னும் பாடலாற் றிருட்டாந்தமாகும். இவர்செய்த சாதக சிந்தாமணியிலே ௨,௧௬௮ பாட்டுகளுள. மாதிரிக்காய் ஓர்பாட்டைத் தருகின்றோம். அது வருமாறு:-

"நிலைகொண்டமகமேரு வரையடுத்தகாகமும் பொன்னிறம்பெற்றாற்போல்
அலைகொண்டபாற்கடலைச் சார்ந்தநதியெல்லாம் பாலாகினாற்போற்
கலைகொண்டபெரியர்குழாத் தடைதலுங் கட்கடைபடுமேக்காட்சியாலென்
தலைகொண்டபுன்சொல்லு நன்சொல்லாப்பிறங்ககிற்கத் தக்கதாமால்."

திவாகரர்.—**Thevagarar**.

தச நிகண்டுள் ஒன்றாகிய திவாகரம் எனும் உரைநூல் இயற்றினோர் இப் புலவர் சிகாமணியே. "செங்கதிர்வரத்திற்றோன்றுந் திவாகரர்" என்று சூடாமணி நிகண்டுப் பாயிரத்தில் இவர் பேசப்படுகின்றார். பிங்கலந்தை செய்த பிங்கலர் எனும் ஆசிரியர்க்கு இவர் தந்தையார். இவர் தாம் பாடிய நூலைச் சேந்தனார் என்பார்க்குப் பிரதிஷ்டை செய்ததால் அவர் நாமப்படி சேந்தன் திவாகரம் என்று அது அழைக்கப்படுகின்றது. அதிலே பத்துத் தொகுதிகளிலும் ௨,௨௫௬ சூத்திரங்களுள.

தெய்வசிகாமணிப்பிள்ளை.—**Theyvasigamanip Pillai**.

இவர் ௧௮௦௪ ம் ஆு சித்திரை மீ ௧௦ ௨ திண்டுக்கல் சீமையிலே பிறந்தவர். சாதியிலே வேளாளருஞ் சமயாசாரத்திலே கதலிக கிறிஸ்தவருமாகிய இவர் பிதா ஒரு வேத தேசிகர். அவர்க்கு அந்தோனிமுத்து என்று நாமதேயம். பாலிய வயசிற்றானே புலமையில் அதி வாஞ்சையும் ருசியுங் கொண்டவராய் இன்பமணிமாலை, ஸ்தோத்திரக்கும்மி என்னும் இரு பாடல்களை இவர் இயற்றினார். கொழும்பிலே சீமான் காசிச்செட்டித் துரையினால் அச்சடித்துப் பிரசுரம்பெற்ற "உதயாதித்தன்" என்னும் பத்திரிகை

வாயிலாக இவை தோற்றஞ் செய்திருக்கின்றன. கள்ளிக்கோட்டைக் கச்சேரியிலே தலைமைச் சிரஸ்ததார் உத்தியோகத்தில் அமர்ந்திருந்து, கஅசஅ ம் ஞூ கார்த்திகை மீ கூ உ இவர் இக வாழ்வை ஒருவினர்.

தேரையர். —Tharaiar.

இவர் அகஸ்திய மகா இருடியின் வைத்திய மாணாக்கர் பலருள் ஒருவர். இவர்க்குத் தேரர் என்றும் பேர். ஆயுள் வேதக் கரை கண்டவராகிய இவருடன் இவரது ஆசிரியர் ஒருபோது விகாதங்கொண்டு இவர் செய்யும் அவுடதம் பலியாது சாபமிட்டார் என்ற கதை உளது. இலக்கணங் கற்ற மாணாக்கருட் சிரேட்டராகிய தொல்காப்பியருடன் அகஸ்தியர் பிணங்கினற்போலவே, வைத்திய மாணவகச் சிரேட்டராகிய இவருடனும் பிணங்கினர் போலும். இவர் ஒரு முறை ஒருவனுடைய கபாலத்தைக் கழற்றி அதன் உள்ளே மூளையில் இருந்து உணவுசெய்த தேரை ஒன்றைக், கிண்ணியில் வார்த்திருந்த தண்ணீர் அரவங் கேட்டு அதிற் பாயச் செய்து, அவனை இடர்ப்படுத்திய வருத்தத்தில் நின்று நீக்கிய காரணத்தால்,இவர்க்குத் தேரையர் எனும் காரண நாமம் வந்ததென்று கதை உளது. இப் புகழ் இவர்க்கு வந்தது கண்டுதான் அகஸ்தியர் அழுக்காறுற்றாரோ ? கதை எப்படியாயினு மாகுக. இவர் தகுந்த வைத்திய புருடர் என்பதில் அணுவளவேனும் மயக்கமில்லை.

இவர் செய்த வைத்திய நூல்கள் பலவெனினும், சிகாமணி வெண்பா, நாடிக்கொத்து, நோயணுகாவிதி எனு மூன்றும் அவற்றுள் மிக விசேடமுற்றவை. இவை இந்நாட்காறும் வழங்கிவருகின்றன. இவை அன்றிப் பதார்த்தகுண சிந்தாமணி எனும் பாடலும் இவராற் பாடப்பட்டது. அதிலே, க,அ0ச பாக்கள் உள. இதனைச் சுப்பிரமணிய பண்டிதர் அச்சிட்டனர். நோய் அணுகாமல் மாந்தர் தங்களைக் காத்துக்கொள்ள வேண்டும் என்றதை விட்டுப் பூர்வீக இந்துக்களுக்குள் இருந்த அறிவும் கருத்தும், அளவிடற்கு அரிய கல்வியாற் சிறந்த தற்கால ஐரோப்பிய அமரிக்க வைத்திய சிகாமணிகள் தாமும் தகும் தகும் என்று அங்கிகரித்து ஒப்புக்கொள்ளுதற்கு ஏற்றன என்பதை விளக்குதற்காகவும், இவர் பாடல் மாதிரிக்காகவும் இவ் ஆயுள் வேதியர் இயற்றிய நோயணுகாவிதியிற் கண்ட பின் வரும் விருத்தத்தைத் தெரிந்தெடுத்துத் தருகின்றோம்.

> "உண்பதிருபோழுதொழிய முப்பொழுதுமுண்ணோ
> முறங்குவதிராவொழியப் பகலுறக்கஞ் செய்யோம்
> பெண்கடமைத்திங்களுக்கோர்காலன்றி மருவோம்
> பெருந்தாகமெடுத்திடினும் பெயர்த்தநீரருந்தோம்
> மண்பரவுகிழங்குகளிற்கருணையன்றிப்புசியோம்
> வாழையிளம்பிஞ்சொழியக்கனியருந்தல்செய்யோம்
> நண்புபெறவுண்டபின்பு குறுநடையுங்கொள்வோம்
> நமனார்க்கிங்கேதுகவைநாமிருக்குமிடத்தே."

மேற் சொல்லப்பட்ட நூல்களன்றி நோயின்சாரம், கரிசல் எனும் வேறு வைத்திய நூல்களையும் இயற்றினர். முந்தினதிலே கஙூ செய்யுளும், பிந்தினதிலே கூ00 செய்யுளும் உள.

இவர் வைத்திய வித்தையில் மாத்திரமல்ல, இரசவாத வித்தையிலும் மிக்க ...தனை உடையராய்ப் பெயர்பெற்றிருக்கவே, இவர்க்கு ஆசிரியராகிய

அகஸ்திய மா இருஷி: ஆ! நம் மாணவகன் வாதத்தால் உலகத்தைக் கெடுக்கிறான், இவனை உயிருடன் வைத்திருத்தல் தோஷம் என்று கூறி, இவரைக் கொன்றுவிட, இவர் சொல்லிக் கொடுத்த வித்தை ஒன்றை முன்னமே நன்கு பயின்றிருந்த இவரது மாணாக்கன் இவர் உயிரை வர அழைத்தான் என்றும், அப்புறம் இவர் இராமதேவர் என்னும் பெயரோடு நெடுங்காலம் சீவித்துப் பதினான்கு சாஸ்திரங்களைப் பாடிப், பின்பு பொதிய மலைக்குப் போயினர் என்றும் கதை உளது.

தேவராய சுவாமிகள்.—**Thevaraya Swamigal**.

கந்தஷஷ்டி கவசம் செய்த மகான் இவரே. இவரது பாடல் கந்தசுவாமி மேற் துதியாய்ச் சொல்லப்பட்டது.

தேனிக்குடிக்கீரனார்.—**Thenikkudikkeeranar**.

இவரும் கடைச் சங்கப் புலவர் சக பேர்களுள் ஒருவர். வள்ளுவர் நூற்குச் சிறப்புப் பாயிரமாக இவர் சொன்ன வெண்பாவருமாறு:—

"பொய்ப்பாலபொய்யேயாய்ப் போயின பொய்யல்லாத
மெய்ப்பாலமெய்யாய் விளங்கினவே—முப்பாலிற்
தெய்வத்திருவள்ளுவர்செப்பியகுறளில்
வையத்துவாழ்வார்மனத்து."

தொடித்தலைவிழுத்தண்டினார்.—**Thodittaliveluththandinar**.

இவருங் கடைச் சங்கத்தார் சக பேருள் ஒருவர். வள்ளுவர் நூற்குச் சாற்றுகவியாக இவர் ஒரு வெண்பாப் பாடினார். அது வருமாறு:—

"அறநான்கறிபொரு ளேழொன்றுகாமத்
திறமுன்றெனப்பகுதிசெய்து-பெறலரிய
நாலுமொழிந்தபெரு நாவலரே நன்குணர்வார்
போலுமொழிந்தபொருள்."

தொண்டரடிப்பொடியாழ்வார்—**Thondaradippodialvar**.

விஷ்ணு பத்தரான ஆழ்வார் பன்னிருவருள் இவர் ஒருவர். இவர்க்கு விப்பிர நாராயணர் என வேறும் ஓர் நாமம் உளது. திருமாண்டங்குடி என்னும் ஊரிலே பிராமணர் குடும்பத்திற் பிறந்த இவர், வேதபாராயணஞ் செய்து அதில் மா நிபுணராகித், துறவறம் பூண்டு, சிறீரங்கம் என்னும் விஷ்ணுஸ்தலத்தில் வசித்தவர். இவர் செய்த பாடல்கள் திருமால்திருப்பள்ளியெழுச்சி எனப் பெயர்பெறும். அதில் ஐம்பது செய்யுள் அடங்கும். விஷ்ணுவின் மேற் பாடப்பட்டதும். மிகச் சிறந்ததுமான இப்பாடலில் உள்ள பாக்கள் நாலாயிரப் பிரபந்தத்தோடு சேர்ந்திருக்கின்றன.

தோம் பிலிப்பு.—Thom Philip.

இவர் யாழ்ப்பாணத்தைச் சேர்ந்த தெல்லிப்பழையிலே வசித்த சோழவேளாள குலோத்துங்கர். சமயாசாரத்தாற் கதலிக கிறிஸ்தவராம் இவர், இலக்கண இலக்கிய வல்லவரும் வேதநூல் விற்பன்னருமாயிருந்தார் ஆதலிற், குரு குலதிலகராய் விளங்கிய தொம்தியோகு முதலியின் விருப்பப்படி விசுவாச விளக்கமாகிய ஞானனந்த புராணம் எனும் ஒரு காவியத்தை ககபுசு விருத்தப் பாவில் அதிக வியப்புப் பெற இயற்றினர். இப் புராணம் சத்திய வேதாகமத்தின் சுருக்கம். அதிலே உற்பத்தி காண்டம், உபத்திரவ காண்டம், உத்தான காண்டம் எனும் மூன்று காண்டங்களிலே பாயிரச் சருக்கத்தை ஒழித்துப், பிரதம ஆரம்பச் சருக்கம், பரிசுத்த மாதாவின் திரு அவதாரச் சருக்கம் முதலாம் இருபத்துமூன்று சருக்கங்களுள. இப் புராணம் பாடினோர் பாடுவித்தோர் யாரெனல் பின் வரும் பாவினல் விளங்கும்.

"அல்லலுறுமஞ்ஞானத் திமிரந்தேய வருள்ஞான விசுவாசவிளக்கமுந்நூற்
புல்லியசொற்சிறிதெடுத்து விருத்தப்பாவாய்ப் போந்தவுரோமாபுரியின் சங்கத்
தோராற்—தொல்லுலகிலுயர்ந்த குருகுலத்து மன்னன்ஞெந்தியோகெனுமுதலிமு
யற்சியாலே—தெல்லிநகர் வேளாளன் தொம்பிலிப்புச் செந்தமிழிற்காப்பியமா
ய்ச்செய்தான்மன்னே."

இப் புலவர் பாடப்பெற்ற இக் காவியத்தைச் சென்னை புரியை அடுத்த இராயபுரம், அ. சவரியப்ப முதலியார் குமாரராகிய ஜெகராவு முதலியார் பல பிரதிகளைக் கொண்டு குரு. சந். தே. மரி. ஞானப்பிரகாச நாத சுவாமிகள் முன்னிலையிற் பரிசோதித்து அவர் உத்தரப்படி கஅஎ௯ம் ஞு அச்சிடுவித்தார். இதற்கு இயற்றமிழ் ஆசிரியராம், தி. விசாகப்பெருமாள் ஐயர் முதற் பல புலவர்கள் சாத்துகவி சொற்றிருக்கிறார்கள். இப் புராணப் பாக்கள் மற்றைய தமிழ்ப் புராணப் பாக்களுக்கு எவ்வகையேனுந் தோல்வி போகா. பாடன் மாதிரிக்காக வழிப்படு புலம்பற் சருக்கம், க ம் விருத்தத்தை இவ்விடந் தருகின்றோம்.

"என்றிணையரிகழ்ந்தவண்ண மருளப்பனன்வனதன்பா லிசைப்பவெய்திப்
பொன்னுடலம்வெயர்பொடிப்பப் பொருமியுள்ளம்பறையடிப்பப் புலன்வாய்
விம்ம
நின்றனன்மெய்தள்ளாடி நெடுந்தாரைகண்பனிப்ப நிலத்தில்வீழ்ந்து
துன்றுமலரடியிறைஞ்சித் தோன்றல்படுந்துயரமெல்லாஞ் சொல்லலுற்றான்."

ஆக்கியோனது செனன மரணகாலம் தெரிந்தில.

தோல்காப்பியர்.—Tholkappiar.

கி. பி. அ ம் சதாப்தத்திலே, மதுரைக்குத் தென்பாலுள்ள தொல்காப்பியக் குடி என்னும் ஊரிலே, பிராமணர் குலத்திலே, சமதக்கினி முனிவர்க்குப் புத்திரராய் அவதரித்த இவர், அகத்திய முனிவரது மாணக்கர் பன்னிருவருள் ஒருவர். தொல்காப்பியன், அதங்கோட்டாசான், துராலிங்கன், செம்பூட்சேய், வையாபிகன், வாய்ப்பியன், பனம்பாரன், கழாரம்பன், அவிநயன், காக்கைபாடினியன், நற்றத்தன், வாமனன் என்னும் பன்னிருவருள் இவரே மா சிரேட்டர். இவர்க்குத் திரணதூமாக்கினி என்னுஞ் சிறப்புப் பெயர் உளதாயினும் இவரது செனன ஊரையிட்டே தொல்காப்பியர் எனுங் காரண நாமம் இடப்பட்டது. இவர் இலக்கணத்தில் முற்றத்-

தேர்ந்த கல்விமானாகித் தம் நாம காரணப்படி தொல்காப்பியம் எனப் பெயர் பெற்றுத் தற்காலத்திலும் பெரு மான்மியத்தோடு விளங்காநின்ற அரிய இலக்கணம் ஒன்றை இயற்றினர். அதில் மூன்று பிரிவுகளுள. பிரிவுகள் மூன்றுக்குஞ் சூத்திரத் தொகை ஆயிரத்திருநூற்றெழுபத்தாறு. இவ் இலக்கண நூலுக்கு, இளம்பூரணர், சேனாவரையர், நச்சினார்க்கினியர் எனும் மூன்று உரை ஆசிரியர் தனித்தனி வியாக்கியானம் செய்திருக்கின்றார்கள். அம் மூன்றும் முறையே அவ்வவ் ஆசிரியர் நாமப்படி இளம்பூரணம், சேனாவரையம், நச்சினார்க்கினியம் என்னும் காரண நாமம் பெற்றன. இம் மூன்றனுள் உரை ஆசிரியர் எனுஞ் சிறப்புப்பெயர் வகித்த இளம்பூரணர் செய்த உரையோடு இவ் இலக்கணத்தின் முதற்பகுதியாகிய எழுத்ததிகாரம் "சென்னைக்கவர்ண்மேண்டு நார்மல் பாடசாலைத் தமிழ்ப் புலவர் திரிசிரபுரம் சோடசாவதானம் சுப்பராய செட்டியாரால்" அச்சிடப்பட்டிருக்கின்றது. எழுத்து அதிகாரத்தில், நூன் மரபு, மொழிமரபு, பிறப்பியல், புணரியல், தொகைமரபு, உருபியல், உயிர் மயங்கியல், புள்ளிமயங்கியல், குற்றியலுகரப் புணரியல் எனும் ஒன்பது பங்குகளுள. 'மதுரை ஆசிரியர், பாரத்துவாசி நச்சினார்க்கினிய"ராற் செய்யப்பட்ட உரையைச் சென்னையிலே கம்பேனியாரது சகல சாஸ்திரசாலைத் தமிழ்த் தலைமைப் புலமை நடாத்திய மழவை மகாலிங்கையர் பரிசோதித்து அச்சிடுவித்தனர்.

தம் ஆசிரியராகிய அகத்தியருடன் தொல்காப்பியர் விரோதம் கொண்டு அவர் செய்த அகத்தியத்திற்கு மாறாக இதனைச் செய்தது மாத்திரமல்ல, அவர் ஸதாபித்த களகத்திற்கு மாறாகவும் இவர் புறம்பாய் ஓர்களகத்தை ஸ்தாபித்தார் என்று கதை உளது. தொல்காப்பியத்திற்குச் சிறப்புப் பாயிரம் பாடினோர் இவருடன் கற்ற மாணாக்கருள் ஒருவரான பனம்பாரனார் என்பார். தொல்காப்பியத்துக்கு முதனூல் அகத்தியம் என்று ஒரு சாரார் சாதிக்க, அதை மறுத்து, இந்திரன் செய்த ஐந்திரவியாகரணமே முதனூல் என்று பின் ஒரு சாரார் சாதிப்பர். தொல்காப்பியச் சிறப்புப் பாயிரத்தில்: "மல்குநீர்வரைப்பினைந்திர நிறைந்த தொல்காப்பியன் எனத் தன் பெயர் நிறுத்திய பல்புகழ் நிறுத்த படிமையோனே" என்றிருப்பதாற் தொல்காப்பியத்திற்கு ஐந்திரவியாகரணம் முதனூலாயினும், ஐந்திரம் அகத்தியத்துட் கலந்திருப்பதாலும், இவர் அகத்தியர்க்கு மாணாக்கராதலாலும், அகத்தியம் நிறைந்திருப்பது எல்லார்க்கும் விளங்கியதாய் இருக்க, வட நூலிலும் வல்லார் இவர் என்றது விளங்கவே அப்படிச் சொல்லப்பட்டதெனத் தொல்காப்பியச் சூத்திர விருத்தி செய்த திருவாவடுதுறை ஆதீனத்துச் சிவ ஞான சுவாமி பேசியிருக்கின்றார். அத் தொல்காப்பியச் சூத்திர விருத்தியை எம்மூர் ஆறுமுக நாவலர் அச்சிடுவித்தனர். தொல்காப்பியத்திற்கு அகத்தியமே முதனூல் என்பது எவ்வகையும் நிச்சயமே. இந்நூல் முதற் சங்கத்தில் அரங்கேறியபோது அச் சங்கத்திருந்த அகத்தியர், விரி சடையத்தனார் முதலிய ஐந்நூற்று நாற்பத்தொன்பது புலவருள் இவரும் ஒருவர். இவர் முதற் சங்கத்தில் மாத்திரமன்று, இடைச்சங்கத்திலும் கடைச்சங்கத்திலும் இருந்தவர் என்று சொல்வாருளர். ஆயினுந் திருட்டாந்தம் இன்மையால் அது நிச்சயம் அன்று.

அகத்தியர்க்கும் இவர்க்கும் ஒவ்வாமை உண்டானதற்கும் இவர் அவரையும் அவர் இவரையும் சபித்தார்கள் என்றதற்கும் ஆதாரமாக ஓர் கதையைப் பரம்பரையாகக் கூறுவர். அதனை யாமும் இவ்விடந் தருகுவம். அகத்தியர்

பொதியமலைக்குப் பிரயாணப்பட்டபோது தம் சிடருட் சிரேஷ்டராகிய இவரை நோக்கி: நீர் நமக்குப் பின் நின்று நம் பாரியாரை அழைத்துவாரும் என்று கூற, இவர்: நாம் எவ்வாறு கொண்டு வருவது என்ன, அவர்: நீர் முன்னும் நம் பாரி பின்னுமாக உம் இருவர்க்கும் நாற்கோல் நீளம் இடைவிட்டு அழைத்து வாரும் என்றனர். தம் ஆசிரியர் வார்த்தைப் பிரகாரமே கூட்டிவரும் போது வைகை ஆற்று நீர் குமரியாரைக் கடுகி இழுக்க இவர் அவரை இரட்சித்தற் பொருட்டு ஆசிரியர் உரைகடந்து ஓர் மூங்கிற் தடியை முரித்து அவர்க்கு நீட்ட அவர் அதிற் பிடித்துக் கரை சேர்ந்தார் என்ப. இதன் பொருட்டு அகத்தியர் சிற்றங்கொண்டு, நம்மொழி கடந்து நடந்ததனால் நீங்கள் இரு பேரும் மோட்சம் போகாதிர் என்று சபிக்கத், தொல்காப்பியர் சினந்து: குற்றமற்ற நம்மை நீர் சபித்ததனால், எம்பெருமானே! நீரும் மோட்சம் போகாதிர் என்று அவரைச் சபித்தார். இதுகாரணம் பற்றியே அகத்தியர் விரோதம் சாதித்துத் தொல்காப்பியம் அரங்கேறாது செய்தற் பொருட்டுத் தம் மாணவராம் அதங்கோட்டாசிரியரை அதற்கு இடையூறாக நிற்கும்படி ஏவினர். தொல்காப்பியரோ அதங்கோட்டாசிரியரைச் சிம்சுமாக்கினதாலும் அவர் இவர்க்குச் சக பாடியாய் இருந்தனர் ஆதலாலும் இருவரும் தம்மோடு வெறுப்புக்கொள்ளாதபடி நடு நிலையில் நிற்க உள்ளத்தில் எண்ணி, அந் நூலிற் குற்றங்காட்டுவார்போல அபிநயித்துச், சிலகடாக்களைப் பொறிக்க அவற்றிற்கு இவர் உத்தரஞ் சொன்னதால் அந் நூல் எளிதில் அரங்கேறிற்று.

"அறங்கரை நாவினன் மறைமுற்றிய அதங்கோட்டாசாற்கரிறபத் தெரித்து" என்று தொல்காப்பியச் சூத்திர விருத்தியிற் சொல்லப்பட்டு இருப்பது இதற்குப் பிரமாணமாம். தொல்காப்பியரைப் பற்றிய பிற வரலாறு யாதும் விளங்காது.

நக்கீரர்.—Nakkeerar.

இவர் மதுரைக் கடைச்சங்கப் புலவருள் ஒருவராய அவருட் சிரேட்டம் உற்றவர். கணக்காயர் என்பார்க்குப் புத்திரர். புலவர்கள் சங்கப்பலகை பெற்றபின் முதல் அதில் ஏறினர் இவரே. இவர்க்குப் பின் கபிலர், பரணர் எனும் இருவரும் ஏற அப்பால் மற்றைய சகூ பேரும் ஏறினர்கள். இவர் சாதியிற் குறைந்தவராயினும் கல்வி அறிவாலோ அதி மேன்மை பெற்றவர். திருவிளையாடற் புராணத்தில் இவரது சரித்திரம் இருக்கின்றது. சண்பக பாண்டியன் என்னுங் காரணப் பேர் பெற்ற வங்கிய சூடாமணி என்னும் பாண்டியன் காலமே இவர் இருந்த காலம். இச் சண்பக பாண்டியன் ஒரு முறை தன் மனைவியோடு வசந்த மண்டபத்தில் இருக்கையில், அவள் கூந்தலில் இருந்து வந்த நறு மணத்தை அவன் மெய்ச்சி இவ் வாசம் செயற்கையால் வந்ததோ இயற்கையால் வந்ததோ எனத் தூரமாய் யோசித்து, இதன் பேரிற் கிளம்பிய என் சந்தேகந் தெளியப் பாடுவார்க்கு ஆயிரம் பொன் பரிசு கொடுப்பேன் என்று ஒரு முடிப்புக் கட்டிச் சங்க மண்டபத்தில் அதனைத் தொங்க விட்டனன். அதனைப் பெறுதற் பொருட்டு அநேகர் பிரயாசை எடுத்துப் பாட்டுப்பாடி வந்தும் சித்தி பெறாதுபோகத், தருமி என்னும் ஏழைப் பிராமணன் ஒருவன் சிவனை நோக்கி: சுவாமீ, அடியேன் விவாகத்திற்குச் செலவின்றித்

தட்டழிகின்றேன். ஆதலிற் தேவரீர் திருவுளம் இரங்கி இப் பொன் முடிப்பு அகப்பட அடியேற்கு அருள் செய்வீராக என்று வேண்ட, அவர்:

"கொங்குதேர் வாழ்க்கையஞ்சிறைத்தும்பி
காமஞ்செப்பாது கண்டதுமொழிமோ
பயிலியது கெழீஇயநட்பின் மயிலியற்
செறியெயிற்றரிவை கூந்தலின்
நறியவுமுளவோ நீயறியும்பூவே"

என்று ஓர் பாட்டை எழுதி அவன் கையிற் கொடுத்தனர். அப்பாட்டைக் குருடன் கண்ணொளி பெற்றாற்போலும் மகிழ்ச்சி உடன் தருமி கொண்டு போய் அரசனுக்குக் காட்ட, அரசனும் மற்றைய சங்கத்தாரும் பாட்டுச் சரி என்று ஒப்புக்கொண்டதால்: அவன் அப் பொன் முடிப்பை அறுக்கப்போயினான். அதனை இந் நக்கீரர் கண்டு, பொறு, பொறு நில், உன் பாட்டுப்பிழை என்று ஓத, அப்போது தருமி துன்புற்று, ஐயையோ "கைக்கெட்டியது வாய்க்கெட்டிற்றிலதே" என்று புலம்பிப் போய்த், தனக்குத்துணை செய்த கடவுளுக்கு நடந்தவரலாறு யாவற்றையும் கூறினன். அவரோ ஓர் புலவர் கோலங் கொண்டு சங்கத்துக்கு வந்து: "யான் பாடிய கவியிற் குற்றங்காட்டினவர் யார்" என, நக்கீரர் முன்னிட்டு: "நான் தான், உம் பாட்டிலே வழுக்காட்டினேன்" என்றார். அப்புறம் இவர்க்கும் அவர்க்கும் பின்வருங்கிரமமாக வாக்குவாதம் உண்டாயிற்று.

"பதுமினி கூந்தல் அரம்பையர் கூந்தற்கு மணம் இயற்கையல்லவா" என்று சிவன் கேட்க, இவர்: "அன்று" எனச், சிவன் தமது சடையைக் காட்ட, இவர்: "சடையைக் கொண்டு வெருட்டுகிறீரா" என, அவர் தமது நெற்றிக் கண்ணைக் காட்ட, இவரோ: "நீர் நெற்றிக்கண்ணைக் காட்டினுங் குற்றமே குற்றம்" என, அவர் அப்போது சீற்றமுற்றவராய் இவரது குலத்தைச் சுட்டி:

"அங்கங்குலையவரிவாளினெய்பூசிப்
பங்கம்படவிரண்டு கால்பரப்பிச்—சங்கதனைக்
கீர்கீரெனவறுக்குங் கீரனோவென்கவிக்
காராயுமுள்ளத்தவன்"

என்று இழித்துக் கூற, இவரோ பின்னுஞ் சற்றும் அஞ்சா நெஞ்சராய்ப் புலவர் கோலங்கொண்டு கோபதீரராய் நிற்குஞ் சிவனை நோக்கிச் சுவாமி:

"சங்கறுப்பதெங்கள்குலஞ் சங்கரனார்க்கேதுகுலம்
பங்கமறச்சொன்னாற் பழுதாமே—சங்கை
அரிந்துண்டு வாழ்வோமரனே நின்போல
இரந்துண்டு வாழ்வதில்லை"

என்று வார்த்தைக்கு வார்த்தை கூற, சுற்றிற் சிவனது நெற்றிக்கண்ணினின்று கிளம்புகின்ற அக்கினியின் வெம்மை தாங்கமாட்டாமற் புலவர் பெருமானாகிய நக்கீரர் பொற்றாமரையிற் போய் விழுந்தனர் என்ப. இவர் இவ்வாறு விழுந்து கிடக்கவே கபிலர் பரணராதிய புலவர்கள் தாயிலாக் கன்றனது தவித்தாற்போல, நக்கீரன் இல்லாச் சபை நடுவிளுபகம் இல்லா இராத்திரி வடம் போல்வது என்று புலம்பிச் சிவனை வேண்டித் துதித்தலையால்

அவர் அனுக்கிரகிக்க, இவர் பொற்றாமரை வாவியால் எழுந்து தம் கூட்டாளிகளோடு கரைசேர்ந்தனராம்.

இக் கோபத்தினாற்றான் இடையாலும் கடையாலும் சங்கங்குலையும் என்று சிவன் சாபஞ் சொல்லினர் என்ப. அக்கினி வெம்மையாற்றாது பொற்றாமரை வாவியுள் இவர் கிடந்தபோது சிவன்பேரில் அந்தாதியும் ஒன்று பாடினர். அதன் பின்பு சிவன் அகத்தியரை அழைப்பிக்க, அவரிடம் இவர் வியாகரண நூல்களை நிரம்பக் கற்றுப் பாண்டித்தியம் பெற்றுக் குணபாண்டிய இராசனது மந்திரியின் கேள்விப்படி சிறீ கருணிப் புராணம் என்னும் ஓர் பாடல் செய்தனர் அன்றித்,

திருமுருகாற்றுப்படை	பெருந்தேவபாணி
திருவீங்கோய்மலையெழுபது	கோபப்பிரசாதம்
திருவலஞ்சுழிமும்மணிக்கோவை	காலாட்டு
திருவெழுகூற்றிருக்கை	கண்ணப்பதேவர் திருமறம்

போற்றித்திருவகவல்

என்னும் பல பாடல்களைப் பாடினர். திருவள்ளுவர் நூல் அரங்கேறின போது அதற்கு இவர் சொன்ன சாத்துகவி வருமாறு:—

"தானேமுழுதுணர்ந்த தண்டமிழின் வெண்குறளால்
ஆனவறமுதலா வந்நான்கும்—ஏனோருக்
கூழினுரைத்தாற்கு மொண்ணீர்முகிலுக்கும்
வாழியுலகென்னாற்று மற்று."

இவர்க்குஞ் சண்பக வடிவிக்கும் இடையே சம்பவித்த தருக்கங்களை முன்னர்க் கூறினம். கைலைபாதி காளத்திபாதி அந்தாதி எனும் பாடலையும் இவரே பாடினர் என்ப. இப்பாடலின் ஒவ்வோர் வெண்பாவும், பாதி கைலைமலையையும் பாதி காளத்திமலையையும் குறித்துப் பேசுவது. இறையனார் செய்த அகப்பொருளுக்கும் இவர் உரைசெய்தனர். இவருக்குக் கீரங்கொற்றனார் என்று நாமதேயமுள்ள ஓர் புத்திரனுளன். நக்கீரர் என்பது நல்ல கீரர் எனப் பொருள்படும். ந=நல்ல.

நச்சுமனார். — Nachchumanar.

இவரும் மதுரைச் சங்கப் புலவர் சஉ பேருள் ஒருவர். திருவள்ளுவர் குறள்மேல் இவர் சொன்ன சாற்றுகவி பின்வருவது:

"எழுத்தசைசீரடி சொற்பொருள் யாப்பு
வழக்கில்வனப்பணி வண்ணம்-இழுக்கின்றி
என்றெவர்செய்தன ரெல்லாமியம்பின
இன்றிவரின்குறள் வெண்பா."

நச்சினார்க்கினியர். — Nachchinarkkeniar.

இவர் நல்ல கல்விமான். பேர்பெற்ற உரையாசிரியர். இவர் செய்த உரையை அச்சிற் பதிப்பித்த மழவை மகாலிங்கையர் "மதுரை ஆசிரியர் பாரத்துவாசி

நச்சினார்க்கினியர்" என இவர் நாமத்தை அப் புத்தகத்திற் றீட்டியிருக்கிறார். இவர் இருந்தகாலந் தெளிவாய்த் தெரியப்பட்டிராத போதும், தொல்காப்பியர்க்கும், நக்கீரர்க்கும் பிந்தினவர் அல்லது ஏககாலத்தவர் என்றதிற் சமுசயம் இல்லை. தொல்காப்பியத்துக்கு இவர் செய்த உரை இவர் நாமதேயப்படி நச்சினார்க்கினியம் எனப்படும். அவ் ஆதிநூலுக்கன்றி நக்கீரர் பாடிய திருமுருகாற்றுப்படைக்கும் இவர் உரை செய்தனர். இவ் இரண்டு உரைகளும் வித்தியா பண்டிதர்களால் நன்கு மதிக்கப்பெற்று இவரது கல்வியாழத்தை விளக்குகின்றன. இந்த இரு நூல்களுக்கல்லாது சிந்தாமணி, திருக்கோவையார், கலித்தொகை முதலாஞ் சங்கச் செய்யுட்கள், திருவள்ளுவர், இவற்றிற்கும் இவர் உரை செய்திருக்கின்றார். சிந்தாமணிக்கு முதல் இவர் எழுதிய உரை யாவர்க்கும் திருத்தி பயவாதிருக்க, இரண்டாந்தரம் முன்னையதிற்கு உச்சிதமான பின்னோர் உரையை எழுத, அதனை வித்துவ சிரேட்டர் மிகப் பாராட்டி மெய்ச்சினர். திருவள்ளுவர் நூற்கு உரைசெய்த பதின்மர் நாமாட்டவணையில் "நச்சர்" என்றிருப்பது இவர் நாமமே. இப்புலவர் முன் சமணசமயத்தைச் சேர்ந்திருந்து பின்பு சைவராயினர் என்ப.

நடராசர். — Nadarasar.

சோதிஷ சார்வ பௌமராகிய இவர் கீரனூரிற் பிறந்தவர். இவர் செய்த நூல் சாதகாலங்காரம்.

நத்தத்தனார். — Naththaththanar.

இவருங் கடைச்சங்கப் புலவர்மார் சக பேருள் ஒருவராய் மற்றையவரைப் போலத் திருவள்ளுவர் நூற்குச் சிறப்புப்பாயிரம் பாடினர் என்றதற்கு மேலதிகம் இவரைப்பற்றி ஏதும் விளங்காது. குறளுக்குச் சாற்றுகவியாய் இவர் சொன்ன பா வருமாறு:—

"ஆயிரத்துமுந்நூற்று முப்பதருங்குறளும்
பாயிரத்தினோடுபகர்ந்ததற்பின—போயொருத்தர்
வாய்க்கேட்கநூலுளவோ மன்னுதமிழ்ப்புலவ
ராய்க்கேட்கவீற்றிருக்கலாம்."

நப்பாலத்தனார் — Nappalaththanar.

இவருங் கடைச்சங்கப்புலவர் சகன் மருள் ஒருவர். இவர் சரித்திரமுந் தெரியாமையால் வள்ளுவர் குறண்மேல் இவர் சொன்ன சாற்றுகவியை மாத்திரம் இவ்விடந் தருகின்றோம். அது வருமாறு:—

"அறந்தகழியான்ற பொருடிரியின்பு
சிறந்தநெய்செஞ்சொற்றீத்தண்டு-குறும்பாவால்
வள்ளுவனாரேற்றினார் வையத்துவாழ்வார்கள்
உள்ளிருணீக்கும் விளக்கு."

நமச்சிவாய தம்பிரான்.—Namachchivaya Tambiran.

திருவாவடுதுறை நமச்சிவாயமூர்த்திமரபில் உதித்து வேலப்ப பண்டாரத்தின் அனுக்கிரகம்பெற்ற இவர், உமாபதி சிவாசாரியர் செய்த வினா வெண்பாவிற்கும், அருணந்தி சிவாசாரியர் செய்த இருபாவிருபஃதுக்கும், உரையருளினரன்றிச் சென்னைமாபுரியிலே பூசிக்கப்பட்ட பொன்னி அம்மை எனும் தேவதையின் பேரிற் சில ஆசிரிய விருத்தங்களையும் பாடினர். இவர் இருந்தகாலம் சகாப்தம் ௧௬௱.

நமச்சிவாயப்புலவர்.—Namachchivayap Pulavar.

கி. பி. ௧௮-ம் சதாப்த காலத்திருந்தவர். உலகம்மை அந்தாதி, திருவரங்க சந்நிதி என்னும் இரண்டினுக்கும் இவர் ஆக்கியோர். மதாசாரத்தால் இவர் சைவராயினும் ஸ்ரீரங்கபதியாகிய விஷ்ணு நாமாபிமானி ஆதலிற் பிந்தினதை இயற்றினர். பாடல் மாதிரிக்காக, இவர் பாடிய ௨௪ தனிப்பாக்களுள் ஒன்றை இவ்விடந் தருகின்றோம்:—

"மெய்யாரப்புலிகாணப்போதுவிலாட்டைமிகவெடுத்தீருமையாளுக்கொருபங்கீந்
தீர்-பையாரப்பணமெடுத்தீரைபாகீர்தாம் பாரறியச்சக்கரத்தைமாலுக்கீந்தீர்
செய்யாரத்தடம்புடைசூழ்கருவைவாழுந்திருக்களாவீச்சுரரேதேவரீர்தாம் [னே."
கையாரமழுவெடுத்துக்காட்டினாலுங் களவும்மைக்கொண்டேநான்காண்பிப்பே

நமச்சிவாயப்புலவர்.—Namachchivayap Pulavar.

இவர் அச்சுவேலி தெற்கிலே வைசியர் குலத்திலே ௧௭௪௧-ம் ௵ பிறந்தவர். இவர் தந்தையார்க்குக் கணபதிப்பிள்ளைச் செட்டியார் என்று பேர். கற்பகச்செட்டியார் எனும் வணிகர் திலகரது புத்திரியைப் பாணிக்கிரகணம் பண்ணிய இவர் பற்பல பாடல்களுக்கு ஆக்கியோன். இவரது பாடல் மாதிரிக்காக வரணிக் குறிச்சியில் உள்ள தல்வளை விநாயகர்பேரிற் பாடிய வெண்பா ஒன்றை இவ்விடந் தருகின்றோம்:

"நல்வனமார்புன்வன நறுங்கொன்றையத்திமுதற்
பல்வளனும்பந்தர்போற் பாங்குசூழ்-தல்வளையில்
அத்திமுகவத்திமத வத்திநிறநித்தசுத
சித்திமுத்திதந்துநமைத்தேற்று."

௧௮௧௪-ம் ௵ ௬௫ வயசிற் தேகவியோகமாயினர்.

நம்பியாண்டார் நம்பி.—Nambiandarnamby.

இவர் சோழ நாட்டிலே திருநாரையூரிலே, ஆதி சைவப்பிராமணர் குலத்திலே பிறந்தவர். இவர் தந்தையார் அப்பதியிலே பூசிக்கப்பட்டு வந்த பொல்லாப்பிள்ளையாருக்குப் பூசை செய்பவர். ஒரு நாள் அவர் பிரஸ்தானப்படவேண்டி இருந்ததனாலே, தமக்குப் பிரதியாகச் சிறுவயசினராகிய இவரை அப்பிள்ளையார்க்குப் பூசை செய்யும்படியாய் விட்டுப்போக, இவர் பிள்ளையார்க்கு மஞ்சனமாட்டி அவர் முன் நைவேத்தியம் படைத்து "எம்பெருமானே" உண்டருளும் என்று வேண்ட அவர் உண்ணாதிருக்க, இவர் தமது தலையைக் கன்மேல் மோதப்போக: நம்பீ,பொறு, எனச்சொல்லி அந்த

நைவேத்தியம் முழுவதையும் அமுதுசெய்தனர் என்ப. அன்று முதல் இவர் அப்பிள்ளையார் மேற் சிரத்தை உற்றவராய், வித்தியாசாலை போய்க் கற்பதை ஒழித்து அவர் சந்நிதியிலிருந்து பூசைசெய்து, அவரிடம் சகல வேதாகம கலை ஞானங்களையுங் கற்றுப் பாண்டித்தியம் அடைந்து, முதன்முதல் அப்பிள்ளையார் மேல் ஓர் பாடல் செய்தனர். அதற்குத் திருவிரட்டைமணிமாலை என்று பேர். இவ்வாறு இவர்க்கும் பிள்ளையார்க்கும் இடையில் நடந்த விசேஷங்களை எல்லாம் இராசராச அபயகுலசேகர சோழன் கேள்வியுற்று இம்மகான் பெற்றிருக்கும் அபூர்வ ஞானங்களையும் இவர்க்குக் கிடைத்த திவ்விய அருளையும் குறித்து ஆச்சரியமடைந்து, தானே போய் இவரைக் கண்டு தரிசித்து அநேக அரிய காரியங்களை இவரைக் கொண்டு செய்வித்தான். காணமற்போன தேவாரங்களை இவர்மூலந் துருவி எடுப்பித்துச் செப்புப் பட்டயங்களில் வரைவித்தான். நம்பியாண்டார் நம்பி அதி பிரதாபமுற்ற கல்விமானாய் இருந்தமை பற்றி மேலும் பற்பல பாடல்கள் இயற்றினார். இவர் இயற்றிய பல பாடல்களுட் கல்த்துறை அந்தாதி ஒன்று. அது திருத்தொண்டர் திருவந்தாதி என்று பெயரியது. அதற்கு முதனூல் சுந்தரமூர்த்தி செய்த திருத்தொண்டத்தொகை எனும் பதிகம். அப்பதிகத்துக்குப் பொல்லாபிள்ளையார் பொருள் சொல்ல அவர் மாணாக்கராகும் இவர் அதை வகுத்து அந்தாதி ஆக்கினராம்.

சேக்கிழார் எனும் நாமம் பெற்ற அருண்மொழித் தேவர் அப் பதிகத்தை ஆதாரமாய்க்கொண்டே பெரியபுராணம் செய்தனர். மேற்படி பாடல் அன்றித் திருவந்தாதி, திருவுலாமாலை, திருக்கலம்பகம், திருத்தொகை, திருமும்மணிக்கோவை, திருச்சண்பை விருத்தம் எனப் பெயர்பெறும் ஆறுபாடல்களை ஆளுடைய பிள்ளையார் எனும் மறுநாமம் பெற்ற சம்பந்தர் பேரிலும், திருவேகாதசமாலையைத் திருநாவுக்கரசர் பேரிலும் இவர் பாடினர். இவை அன்றிக் கோயிற்பண்ணியர் திருவிருத்தம் எனும் பாடலையுஞ் செய்தனர்.

நம்மாழ்வார்.—Nummalvar.

இவர் பன்னிரண்டாழ்வாருள் ஒருவர். தாம்பிரவன்னி நதித் தீரத்திலே வேளாளர் மரபிலே, திருக்குருகை யூரிலே பிறந்து விஷ்ணுபத்தருட் சிரேட்டர் என ஒப்புக்கொள்ளப்பட்டவர்.

பாலிய தசையிற்றானே கரதலாமலகம் போல இவரில் வித்தியா வல்லபம் விளங்கக்கண்ட இவரது அன்னையும் தந்தையும், ஆ! எமது குலதெய்வமே எம் மகவாய் வந்து அவதரித்தது என்று சொல்லி அகோராத்திரம் அதி கரிசனையுற்று இவரைப் போற்றி வளர்த்தனர். இவர் மகா கவி ஆதலாற் திருமால் பேரில் நால் வகைப் பாக்களில் ௧௨௬௬ கவிகள் சொற்றனர். வேதத்துக்கு இரண்டாம் வேதம் என்று வைஷ்ணவ சமயிகளால் மதிக்கப்படும் நாலாயிரப் பிரபந்தத்தோடு இவை சேர்ந்திருக்கின்றன.

நயனப்பமுதலியார்.—Nayanappa Mudaliar.

இவர் புதுச்சேரியிலே, வேளாளர் மரபிலே கி. பி. ௧௭௪௯-ம் வருஷம் பிறந்து ௧௨ வயசிலே கல்விமான் என்றபேர் பெற்றுச் சென்னைக் கலாசாலை

பண்டிதராய் நியோகிக்கப்பட்டார். வித்தியாவிஷயமே இவர்க்குப் பராக்கானதால், கலாசாலை அலுவல் ஒழிந்த இடைவேளைகளிலே, திருச்சிற்றம்பலக் கோவை, தஞ்சைவாணன் கோவை, இரகுநாதசேதுபதி ஒருதுறைக்கோவை, நாலடியார், திவாகர நிகண்டு கூவது, ௬௦ வது தொகுதிகள், சூடாமணி நிகண்டு கக வது தொகுதி என்னும் பலவற்றைப் பரிசோதித்துக் கரலிபி அபத்தங்களைக் களைந்து அச்சிடுவித்தார்.

சென்னைச் சுதேசப் பிரபுக்கள் சிலர் சேர்ந்து வில்லிபுத்தூரர் பாரதத்தை நீர் பிழையறப் பரிசோதனைசெய்து அச்சிடவேண்டும் எனக் கேட்க, இவர் அக் கேள்விக்கு இசைந்து அதற்குரிய பிரயத்தனங்களிற் கையிட்டிருக்கும் போதே, கஅசஉம் ௵ காத்திராப் பிரகாரம் தேகவியோகமாயினர்.

> "நித்தமுநாரணனின்மலரடிதொழுஉஞ்
> சுத்தனுத்தமவளந்தன்னியபுதவை
> நன்னகர்வாழ்நயனப்பன்"

என நாலடியார் உரைப் பாயிரத்தில் இவரைப் புகழ்ந்து பாராட்டியிருப்பதால் மார்க்க ஆசாரத்தில் இவர் விஷ்ணுசமயி என்று அறிகிறோம். வழக்கமாய்ச் "சென்னைக் கல்விச்சங்கத்துத் தமிழ்ப் புலவராகிய புதுவை நயனப்ப முதலியார்" என இவர் சொல்லப்பட்டார். நாலடியார்க்குப் பதுமனார் செய்த உரையை இவர் சுருக்கித் தெளிவாய்ச் செய்திருக்கின்றார்.

நயினுமுகமதுப் புலவர்.—Nayenamukamathup Pulavar.

இவர் பாசிப் பட்டணத்தைச் சேர்ந்தவர். இவரது தந்தைக்குப் பீருமுகம்மது சாகிபு என்று பேர். இவர் முன்கிரீன்மாலை எனும் பாடல் செய்திருக்கின்றார்.

நரிவெருத்தலையார்.—Nariveruththaliar.

இவரும் கடைச்சங்கப் புலவர் சகூ பேருள் ஒருவர் ஆதலால் மற்றையோரைப் பற்றிய சொற்களே இவர்க்கும் உரியன. இவர் திருவள்ளுவர் நூலின் மேற் பாடிய புகழ்ப்பா வருமாறு :

> "இன்பம்பொருளறம் வீடென்னுமிந்நான்கும்
> முன்பறியச்சொன்ன முதுமொழிநூன்—மன்பதைகட்
> குள்ளவரிதென்றவைவள்ளுவருலகங்
> கொள்ளமொழிந்தார்குறள்."

நல்கூர்வேள்வியார்—Nalkurvelviar.

இவர் விருத்தாந்தங்களும் முன்போல்வார் விருத்தாந்தம்போலாம். திருவள்ளுவர் குறள்மேல் இவர் சொன்ன வெண்பாப் பின்வருவது:—

> "உப்பக்கநோக்கி யுபகேசிதோண்மணந்தான்
> உத்தரமாமதுரைக் கச்சென்ப—இப்பக்க
> மாதானுபங்கி மறுவில்புலச்செந்நாப்
> போதார்புனற்கூடற்கச்சு."

நல்லாதனார்.—Nallathanar.

சிறந்த உத்தம புலவராம் இவரைப் பற்றிய சரித வரலாறுகள் தெரியப் படாவாயினும் இவர் செய்த பாடலால் இவரது கல்வித்திறமை உணரப்படும். இவர் பாடிய நூல் திரிகடுகம் எனும் பெயர்த்து. சரக்குகளிற் கடுகு, சுக்கு, திப்பிலி எனும் மூன்றும் சிரேட்டமுற்றுத் திரிகடுகம் எனப்பட்டாற்போல இப்பாடலின் ஒவ்வொரு செய்யுளிலும் விசிட்டமுற்ற மும்மூன்று காரியங்கள் எடுத்துப் பேசப்பட்டு மூச்சொல் அலங்காரம் உற்றதாய் மேற்படி நாமத்தால் அழைக்கப்பட்டது. மதுரைச் சங்கப்புலவர் இஃது அதி உசிதமுற்றது எனப் பாராட்டி மெய்ச்சினர். இந் நூலில் நூறு வெண்பாக்களுள. மாதிரிக்காய் அவற்றுள் ஒரு வெண்பாவைத் தருகின்றோம்.

"மண்ணின்மேல்வான்புகழ் நட்டானுமாசில்சீர்ப்
பெண்ணினுட்கற்புடையாட் பெற்றானு—முண்ணுநீர்க்
கூவல்குறைவின்றித் தொட்டானுமிம்மூவர்
சாவாவுடம்பெய்தினார்."

இந் நீதிநூலைத் திருக்கோட்டியூர் இராமானுசாசாரியர் செய்த உரையுடன் யாழ்ப்பாணம் நல்லூர்ச் சதாசிவம்பிள்ளை அச்சிட்டிருக்கிறார்.

நல்லாபிள்ளை.—Nallapillai.

இவர் சோழமண்டலத்திலே, மதலம்பேடு என்னும் ஊரிலே, கர்ணிகர் மரபிலே, சுமார் ௩௰௦ வருஷங்களின் முன் பிறந்தவர். இளம் பிராயத்திற்றானே கலைமாதின் கடாட்சம் பெற்றவராய்ப் பதினாறு வயசளவிலே, தமிழ், சம்ஸ்கிருதம், தெலுங்கு என்னும் முப் பாஷைகளும் தேர்ந்து வல்லவரானார். இவர் சென்னைமாபுரியிலே ஆசிரியராய் இருந்தார் என்றும் கேள்வி. முதன் முதல் இவர் தெய்வயானை புராணம் எனும் பெயரையுடைய ஓர் புராணம் பாடினர். இதிலே மூவாயிரம் விருத்தங்களுள. அதற்கு இரண்டாவதாக மகாபாரதம் இவர் மனசைக் கொள்ளைகொண்டதனால் வில்லிபுத்தூராழ்வார் செய்த ௬௱௨௰ விருத்தங்கொண்ட பாரத காவியத்திற்கு இடைக்கிடையில் அம் மகாபாரதக் கதைகளை எடுத்துப் பாடிக் கோத்து ௧௪,௨௨௮ விருத்தங்கள் ஆக்கினர். நல்லாபிள்ளை பாரதம் எனும் பேரால் வழங்கி வருகின்ற இக் காவியம் பாடப்பட்ட காலம் கி. பி. ௧௭௬௨—௧௭௪௪ ஆண்டுகளுக்குஇடைக் காலமாம். இது முற்றுப்பெற்ற ஓர் ஆண்டுக்குள்ளே இம்மகான் தேகவியோகமாயினர். இவர் செய்த பாரதத்தை இவர் மரபைச் சேர்ந்தார் ஒருவர் வசன காவியமாக்கினர்.

நற்றத்தனார்.—Nattaththanar.

இவர் அகத்தியர் மாணாக்கர் பன்னிருவருள் ஒருவர். தம் நாமம் தாங்கிய நற்றத்தம் என்னும் யாப்பிலக்கணம் ஒன்றை இவர் செய்தனர் என்றதற்கு மேற்படச் சொல்ல இவரது சரித்திரம் எதும் யாம் அறியோம். யாப்பருங்கலக் காரிகையில் "நாவார் பெரும்புகழ் நற்றத்தர் யாப்பினடர்த்ததுபோல்" என்று கூறிக்கப்பட்டிருப்பார் இவரே.

நாகநாதபிள்ளை.—Nakanatha Pillai.

இற்றைக்கு ஏறக்குறைய ௬0 வருடங்களின் முன்னே, உடுவிற் கோயிற் பற்றைச் சேர்ந்த சுன்னாகக் குறிச்சியிலே, வேளாளர் மரபிலே, கனமுற்ற குடும்பத்திலே இவர் பிறந்தவர். இவர் தந்தையார் நாமம் அம்பலவாணர். அவர் அரசாட்சியாரிடம் விதானை உத்தியோகத்தில் அமர்ந்திருந்தவர். வட்டுகோட்ச் சாஸ்திர சாலேயில் அரங்கேறிய இப்பண்டிதர் முதல் மல்லாகத்தில் இருந்த ஆங்கில பாடசாலை உபாத்தியாயராய் அமரிக்க மிஷனரிமார் கீழிருந்து, பின்பு உவெஸ்லிய மிஷனில் வேலை பெற்று, அப்பால் அரசாட்சியாரிடம் முல்லைத்தீவிலே துவிபாஷித முதலியாராய் அங்கிருந்து சுற்பிட்டிக் கோட்டிற்குச் சென்றவர். தம் புத்திர களத்திர மித்திர தரிசனம் செய்யச் சென்ன ஊர் வந்திருந்த ஓர் வாரத்துள்ளே சட்டெனக் கண்ட ரோகத்தால் முன்பின் ௩0 வயசில் ௧௮௫௪ ம் ஆ பங்குனி மாசம் நிரியாண தசை அடைந்தார். சென்ன பாஷையாகும் தென்மொழியிலன்றி வடமொழியாகிய சம்ஸ்கிருதத்திலும் மிக வல்லவர். இங்கிலிஷிலன்றிச் சிங்களத்திலும் தீரர். புலவராய் ஓர்நூல் இயற்றுத போதும் பல தனிப்பாக்கள் பாடினர். இவர் பாடப்பெற்ற சில விருத்தங்கள் உதயதாரகைப் பத்திரத்தில் இருக்கின்றன. இவர் இதோபதேசம் எனும் ஓர் கிரந்தத்தைச் சம்ஸ்கிருதத்திலிருந்து மொழிபெயர்த்தார். இதனை அச்சிடற்கு இவர் சுற்றத்தாரான சுன்னாகம்,ஈ.ஈ. அ.குமாரசுவாமிப் பிள்ளை பிரயத்தனம் பண்ணிக்கொண்டிருக்கவே, காலதூதன் இவர் உயிரைக் கவர்ந்துகொண்டோடப் பிரயத்தனம் பண்ணினன். இம் மொழிபெயர்ப்பைத் தவிர, மேகதூதம், மாகம் முதலிய காப்பியங்களையும், சித்தாந்தகௌமுதி முதலிய வியாகரணங்களை பந்தமிழில் மொழிபெயர்த்தனர். எம் பாடசாலைத் தோழரும் நேசருமாகிய இப்பண்டிதரது அன்னை தந்தையர் சைவராயினும் இவரோ சாஸ்திரசாலேயில் இருந்த போதே கிறிஸ்தவரானர். இவரது களத்திர புத்திர மித்திரர் சுற்றத்தார் சீராய் வாழ்கின்றார். சுகுண சீலராம் இவரது புலமை மாதிரிக்காகக் காலஞ்சென்ற மயில்வாகன முதலியார் பேரில் இவர் பாடிய சரமகவிகளுள் ஒரு வெண்பாவை இங்ஙனம் தருகின்றோம்.

> "பொன்னின்முடிசூடிப் பூப்புரக்குமன்னவரும்
> சொன்முடிவுவந்தக்காற் றுஞ்சினர்—பின்முடியார்
> அந்தார்குவவா யணியம்பலவாணன்
> மைந்தா மயில்வாகனா."

இவரது மரணத்தின் பேரில் மேற்படி ஈ. ஈ. குமாரசுவாமிப் பிள்ளை சில சரமகவிகள் பாடி அச்சிடுவித்தனர். அவற்றுள் ஒரு வெண்பாவை இவ்விடம் தருகின்றோம்.

> "சந்சுபானுபங்குனியிற் சார்முதலாந்தேதிபுதன்
> பிற்பிரதமைத்திதியே பேசுமத்தம்—சற்சனர்கள்
> ஓதுபுகழாளனேங்கு சுன்னையூர்நாக
> நாதன் கதியடைந்தநாள்."

நாகன்றேவனர்.—Nakantavanar.

சரித்திரம் அறியப்படாச் சங்கப் புலவர் ௪௯ பேருள் இவரும் ஒருவரே. இவர் பாடிய குறட் புகழ்ப்பா வருமாறு:—

"தாளார்மலர்ப்பொய்கை தாங்குடைவார் தண்ணிலைமை
வேளாதொழிதல் வியப்பன்று—வாளாதா
மப்பாலொருபாவையாய்பவோவள்ளுவனுர்
முப்பான்மொழிமுழ்குவார்."

நாகூர் முத்துப்புலவர்.—**Vakoormuttup Pulavar**.

"வேங்கடேசுரட்டேந்திரனே" என முடியும் ஐம்பது கட்டளைக் கலிப் பாக்களை இவர் பாடி இருக்கின்றார். முழுவதூஉஞ் சிற்றின்ப சாரம் மருவியதால் மாதிரிக்காயினும் ஒரு பாடலெடுத்துத்தர மனம் கூராது விடுத்தோம். நாகூரைச் சேர்ந்தவர் என்றுசொல்வதற்கு அதிகமாய் இவரைப்பற்றி மேற்படி எதுஞ் சொல்ல வாய்க்கவில்லை.

நாகேச ஐயர்.—**Nagasa Aiar.**

வழக்கமாய் நாகமுத்தையர் என்று அழைக்கப்படும் இப் புலவர் இற்றைக்கு ௭௰ வருடங்களின் முன்னே, யாழ்ப்பாணம்வலிகாமம் மேற்குப்பகுதியில் உள்ள வட்டுக்கோட்டையிலே, நாற்பாற் குலத்தின் மேற்பாற் குலம் என்று கூறப்படும் பிராமண வருணத்திற் பிறந்தவர். இவர் தந்தையார நாமம் இராமசாமி ஐயர். தாயார் நாமம் கிருஷ்ண அம்மாள். சிறப்புற்ற வித்துவான் கணபதி ஐயர் வழித் தௌகித்திரரும். வடதேசத்திலிருந்து வந்து வட்டுக்கோட்டையில் வசித்த சரவணபவ ஐயருக்குப் பௌத்திரரும் ஆகிய இவர் இளம் பிராயத்திலே தந்தையாரை இழந்தும் அக் காலத்திருந்த உத்தம கல்விமான்களுடைய சகாயத்தாற் பாண்டித்தியம் அடைந்து சுயம் பாடும் சக்தி எய்தினர். இவர் பாடிய நாடகம் இரண்டில் ஒன்றிற்கு அருச்சுன நாடகம் என்றும் மற்றதற்குச் சுபத்திரை நாடகம் என்றும் பேர். மகாபாரதக் கதைகளைப் பீடிகையாய்க் கொண்ட இவ் இரண்டனுள், முந்தினதில் ௧௫௰ தருக்களும், ௯௰ விருத்தங்களும், ௫ வெண்பாக்களும், ௨௰ வண்ணத்தருக்களும், ௨௰ பல்லவித் தருக்களும், ௯ கொச்சகங்களும், இன்னுஞ்சில பாவகைகளும் உள.

இந் நாடகங்கள் அன்றி, வட்டுக்கோட்டை அடைக்கலந்தோட்டக் கந்தசாமி பேரில் நாணிக்கண்புதைத்தல் எனும் ஓர் துறைமேல் நூறு கட்டளைக் கலித்துறைகள் அடங்கிய கோவையும் ஒன்றைப் பாடிப் புலவர் களிக்க விருந்தளித்தார். இதற்கு அடைக்கலங் கோவை எனப் பெயர். இஃதன்றி இராமேசுவர யாத்திரைக்குப் போயிருந்தபோது அக் கோயில் விசாரணைக் கர்த்தர் ஆகிய முத்து இராமலிங்க பிள்ளை முதலிய பிரபுக்களது வேண்டுகோளின்படி இராமேசர் வெண்பா என்னும் ஓர் பாடலையும் இயற்றினர். இதிலே நூறு பாக்களுள. இதனோடு பருவதவர்த்தனி அம்மை பேரிலே சில கீர்த்தனங்களும் பதிகங்களும்பாடினரன்றி, ஸ்தல தரிசனத்துக்குப் போன போன இடங்களில் அவ்வகையே சில பாடி ஊர்க்குத் திரும்பி மனை அறம் பூண்டனர். பின்பு, சாதகசிந்தாமணியின் அரும் பொருட்டுணிபுகளைத் துவாதசபாகம் எனப்பெயரிட்டு ஓர் நூலாக இயற்றியும், விஷ வைத்திய சாரங்களைத்திரட்டி அமுதநுணுக்கம் எனும்பெயரிட்டு ஒருவைத்திய நூலைச்செய்தும் அக்காலத்தே ௪௮ப் பிராயத்திலே, துன்மதி வூ தைமீ ௧௨ வியாழக்கிழமை

தேகவியோக மாயினர். இவருடைய பாடல் மாதிரிக்காக அடைக்கலங் கோவைக் காப்புச் செய்யுளை இங்ஙனம் தருவம். அதுவருமாறு :—

"பொன்பூத்த நாரணன்வேதன் முதல புத்தேளிரெலாம்
தென்பூத்த வேதமுஞ் நயாலருச்சனை செய்தமரும்
மின்பூத்தவேலனடைக்கலங் கோவை விளங்குதற்குக்
கோன்பூத்த குஞ்சரச்செஞ்சரணேஞ்சினிற் கொள்ளுவனே."

இப்புலவரது ஏகபுத்திரர் சிவசுப்பிரமணிய ஐயர் என்பவர், வாழையடி வாழையாய்த் தம் தந்தையரைப் போலவே சிறந்த புலவராய் மேற்படி ஊரில் இந்த நிமிடம் வரையிலுஞ் சுகசீவியாய் இருக்கின்றார்.

நாராயண ஐயர்—Narayana Ayar.

ஈடராசையர் புத்திரராகும் இவர் கணித சிங்கம் எனப் பேர்பெற்ற விசுவநாத சாத்திரியார்க்குத் தந்தையார். இவர் வட்டுக்கோட்டைத் தெற்கு அராலியில் வசித்தவர். கணித சிந்தாமணி எனும் நூலை இவர் இயற்றினர்.

நாராயண சுவாமி.—Narayanaswamy.

இவர் கணித சாஸ்திரியும் வட தென் மொழிகளில் வல்லருமான ஓர் வைஷ்ணவப் பிராமணர். இவர் தந்தையர் அமிர்தசாகரர் எனப்படுவார். கடுவைகாவலன் நாராயண சுவாமி எனும் நாமதேயத்தால் விளங்கும் இப் புலவர் விதானமாலை எனும் கணித நூல் இயற்றினர். அதிலே மரபியற்படலம், பஞ்சாங்க படலமாதியாய் உடு படலங்களிலும் ருகு கலித்துறைகளுள. இதனைக் காரைநகர் ஈா. ஈா. மு. கார்த்திகேசையர் அச்சிடுவித்தனர்.

"பாரார்புகழும்பரிசார் விதானமாலைப்பனுவல்
பேராவதானம் பிழையாதுரைத்தனன் பேருலகிற்
காரார் பொழிற்கடுவைக்கிறைபாற்கடலான்பயந்த
நாராயணன் பொன்னி நாடன்மறைதெரிநாவலனே"

என்னும் இக் கலித்துறை விதானமாலை செய்தார் இப் புலவர் என விளக்குகின்றது.

நாராயண தாசர்.—Narayanathasar.

களம் சதாப்தத்தில் இருந்த இப்புலவர் சமயாசாரத்தில் விஷ்ணு பத்தர். ஆனதுபற்றி அவர்பேரிலே ஓர் சதகம் செய்தார். அதற்கு இருவர் நாமகாரணப்படியும் நாராயண சதகம் என்று பேர்.

நாராயண பாரதி.—Narayanaparathy.

இவர் தொண்டை நாட்டிலே வெண்ணெய் எனனும் ஊரிலே பிறந்த ஓர் பிராமணர். கீர்த்தியுற்ற புலவர்க்கும் திலகராகும் இவர் பாடியது திருவேங்கடசதகம் என்னும் மணவாள நாராயண சதகம். சதகம் எனும் பதார்த்தப்படி நூறு செய்யுட் கொண்ட இப்பாடல் மணவாள நாராயணர் என்னும் ஓர் மகாத்மாவின் பேரிற் சார்த்திப் பாடப்பட்டது. இப் பிரபு அமலூரில்

இருந்தவர். திருப்பதியிலே பூசிக்கப்பட்ட திருவேங்கடேசர் என்னும் திருமாலின் தொண்டர். ஒவ்வொரு பாட்டின் இறுதியிலும் இருவர் நாமங்களும்வருகின்றன. இச்சதகத்தின் பத்துப் பாட்டுக்களைத் தேலர் தேசிகர் ஆங்கில பாஷையில் மொழி பெயர்த்து அச்சிற் பதிப்பித்தனர். இது மிக உச்சிதப்பொருளும் சந்தமும கொண்ட பாடல்.

நாற்கவிராச நம்பி.—**Natkaviraja Namby.**

நம்பி எனும் இயற் பெயரையும் நாற்கவிராசர் எனும் சிறப்புப் பெயரையும் தாங்கிய இவர் தொண்டைநாட்டிலே புளியங்குடி என்னும் இடத்திலே அவதரித்த ஓர் பிரபல்லிய வித்துவான். சமயாசாரத்திற் சமணராம் இப் புலவர் மனசில் எழுந்தபடி, ஆசு, மதுரம், சித்திரம், வித்தாரம் என்னும் நாற்கவிகளைப் பாடும் வல்லமையில் அதுல்லியர். பஞ்சலக்கணங்களுள் ஒன்றாய அகப்பொருள் இலக்கணம் பாடினர் இவரே. இவர் இருந்தகாலம் குலசேகரபாண்டியன் காலம்.

> "உத்தமன்பளியங்குடியய்யவந்தானெனும்
> மூத்தமிழாசான் மைந்தனித்தலத்
> திருபெருங்கவலக்கு மொருபெருந்தரிசிற்
> பாற்கடற்பல்புகழ்பரப்பிய
> நாற்கவிராச நம்பியென்பவனே"

என்றதனல் இது விளங்கும். திரணதூமாக்கினி எனும் இயற்பெயர் தாங்கிய தொல்காப்பிய முனிவர் செய்த தொல்காப்பியத்துக்கு வழிநூலாகிய இந்தநூலில் அகத்திணை இயல் ஆதியாய் ஐந்தியல்களுள. இதற்கு இலக்கியமாகப் பொய்யாமொழிப் புலவர் தஞ்சைவாணன் கோவை இயற்றினர். அதற்குச் செய்யப்பட்டிருந்த பழைய உரையைத்தழுவி யாழ்ப்பாணம் வல்வையம்பதி இய. போத. ச. வயித்திலிங்க பிள்ளை ஓர் உரை செய்து அச்சிட்டனர்.

நிசகுணயோகியர்.—**Nisakunayokiar.**

விவேக சிந்தாமணி எனும் நூல் செய்தார் இவரே. சமயங்களையும் அவற்றின் வகுப்புகளையும் பற்றிப் பேசுகின்ற இந்நூல் ஆதியிலே கன்னர பாஷையில் எழுதப்பட்டிருந்தது.

நிரம்ப அழகிய தேசிகர்.—**Nirampa Alakia Thasikar.**

இவர் வேதாரணியத்திலே, திருக் கூட்டாத்தார் குலத்திலே, இற்றைக்கு ௬00 வருஷங்களின் முன் பிறந்தவர். சம்ஸ்கிருதம், தமிழ் எனும் இரு பாஷைகளையுங் கிரமமாய்க் கற்றனர் ஆயினும் சம்ஸ்கிருதத்தினின்று தமிழில் அதி தேர்ச்சியுற்று யாவரும் மெய்ச்ச மகா புலவராயினர். குசை நுனி போலும்கூர்ந்தவிவேகத்திற்கு இருப்பிடமாகிய இப்புலவர் சேதுபுராணம் எனும் காப்பியத்தைப் பாடி வித்துவ சபையில் அரங்கேற்றக் கொண்டுபோய்த் தாமே அதனைப் படித்துப் பொருள் விளக்கின போது, சபையில் இருந்த வித்துவான்கள் அவரை நோக்கி: ஓ! புலவர் பெருமானே! உமது கிரந்தம் மகா காடினியமாதலின் உலகத்தாருக்குப் பயன்படாது என்று எண்ணுகிறோம்.

வேண்டுமேல் இதை நீர் இரண்டாந்தரமாய்ப் பாடும் என்று சொல்லி இவர் கொண்டுபோன பாடலைப் புறக்கணித்தார்கள். இவரோ அவ் வித்துவான்களை நோக்கி: நீர் விரும்பியபடி யாம் இத்தைப் பாடுதற்கு வழியேது, சொல்லுங்கள் என்று. இழவு சொன்னவன்மேற் பழி என்றாற்போற் கேட்க, அவர்கள்: புலவரே! உமது விவேகம் இயற்கையே குசாக்கிரம் ஒத்திருப்பதால் நீர் ஆமணக்கெண்ணெய் தேய்த்துத் தயிருடன் பழையது உண்டு பாகற்செடிக்கீழ் இருந்து பாடும் என்று போதிக்க, இவர் அவ்வாறு செய்து இரண்டாந்தரம் கொண்டு போய் அரங்கேற்றினர் என்ப. இப் புராணத்தைப் பாடினர் அன்றி அருணந்தி சிவாசாரியார் செய்த சிவஞான சித்தியார் சுபட்சத்துக்கும், கொற்றவன் குடி உமாபதி சிவாசாரியார் செய்த திருவருட் பயனுக்கும், உரையும் எழுதினர். இப் புலவரது பாடல் மாதிரிக்காகச் சேது புராணத்துக் காப்புச் செய்யுளை இங்ஙனம் தருகின்றோம்.

"திங்கள்வெண்குழவியென்னத் திகழொளிமருப்பின் சோதி
தங்குகிம்புரிவயங்கத் தடாமணிமதடந்தாங்கித்
துங்கநல்வரங்கணல்குந் துய்யசீராமசேதுப்
புங்கவர் வணங்கும் யானைமுகத்தனைப் போற்றிசெய்வாம்."

நீக்கிலாஸ்பிள்ளை.—Nicholas Pillai.

இவர் மானிப்பாய்க் கோயிற் பற்றைச் சேர்ந்த சண்டிருப்பாய்க் குறிச்சியிலே பிறந்தவர். பரமானந்தர் என்பார்க்குப் புத்திரர். குலத்துங்கர் என்பது இவர் சுய நாமமாயினும் தம் சமயத்தை விட்டுக் கிறிஸ்துமதத்தைத் தழுவிய போது நீக்கிலாஸ் பிள்ளை எனும் நாமகரணஞ் செய்யப்பட்டது. இவர் தமிழ் ஆங்கில பாஷைகள் இரண்டினும் வல்லவர். அரசாட்சியாரிடம் துவிபாஷித முதலியாராய் நெடுந்தீவிலே சிலகாலம் வேலையாய் இருந்தார் அல்லாமல், வட்டுக்கோட்டைச் சாஸ்திரசாலை மாணாக்கராய் காம் இருந்தபோது கொஞ்சநாள் எம் வகுப்புக்கு இங்கிலிஷ் இலக்கணம் கற்பித்தவர். கந்தரந்தாதி ஆதிய பற் பல அரிய நூல்களுக்கு அர்த்தஞ் சொல்வதில் மிக வல்லவராம். சுபாவத்தே நோய்கொண்ட சுகிர்த தேகியாய் இருந்து நடுவயசிலே தேகவியோகமாகி உடுவில் மிஷன் மயானபூமியில் அடக்கம் பண்ணப்பட்டார். பத்திக்கு வித்தாகிய இவர் அந்திய காலத்திலே எக்காலக் கண்ணி எனும் பாடல் பாடினர். வேறேதும் பாடினரோ அறிந்திலம். இவரது ஜீவிய சரித்திரமும் பாடலும் யாழ்ப்பாணம் சிறுபுத்தக சங்கத்தவராற் பிரசுரிக்கப்பட்டன.

நெல்லைநாதர்.—Nellainather.

இவர் எவ்வூரார், எச்சாதியார், எக்காலத்தார் என்று ஒன்றுந் தெரிந்திலதெனினும், இவர் வல்ல புலவரெனல் வெளிப்படை. சிவராத்திரிப் புராணம் என்னும் பாடலை இவர் இயற்றினர். இதற்குப் பின் வரும் கவி சாட்சி.

"மறைதொழுஞ் சிவராத்திரிமான்மியம்
அறிவின்மிக்க வருந்தவர்க்காரிய
முறைசொல்சூதன் மொழிந்தனனற்றமிழ்த்
துறையிலோதினன் சூழ்நெல்லைநாதனே."

என்னும் விருத்தம் திருட்டாந்தம். இப்புராணத்திலே பாயிர அத்தியாயம் உட்பட உள்ள ஐந்து அத்தியாயங்களுக்கும் ௩௦௩ விருத்தங்கள் உண்டு. பாடல் மாதிரிக்கு அவற்றுள் ஒன்றைத் தருவம். அதாவது:

"அண்டரண்ட மழித்துலகேழையும்
கொண்டலேழுங் கரைகடலேழுமே
மண்டிபேறி மலைந்தபின் மாதவன்
பண்டுபோலப் படைக்கவென்றெண்ணினன்."

கந்தபுராணம்போலே சிவராத்திரி புராணம் எனும் பின்னொன்றைச் சுன்னாகத்தில் இருந்த வரதகவிராயர் பாடினர். அதில் ௭௪௫ பாக்களுள. நெல்லைநாதர்பாடின இதனை யாழ்ப்பாணம் வட்டுக்கோட்டை ஈ. ஈ. சிவசுப்பிரமணிய ஐயர் பல எட்டுப்பிரதிகளை ஆதாரமாய்க் கொண்டு திருத்திச் சென்னபட்டணத்தில் அச்சிடுவித்தனர்.

நையாண்டிப்புலவர்.—Niaudip Pulavar.

இவர் முன் கூறப்பட்ட ஆண்டிப் புலவரல்லப் பின்னொருவர் என்றே துணிந்தோம். இவர் பாடினர் என்று சாற்றப்பட்ட தனிப் பாக்கள் பலவற்றுள் மாதிரிக்காக ஒன்றை இவ்விடம் தருவம். அதுவருமாறு:

"வள்ளிகொண்டான் மயிலேறிக்கொண்டான் மதிபோலுமலை
வெள்ளிகொண்டான் விடையேறிக்கொண்டான் விண்ணவர்க்கமுதம்
தள்ளிகொண்டான் புள்ளிலேறிக்கொண்டான் சுபசோபனஞ்சேர்
பள்ளிகொண்டான் புகழேறிக்கொண்டானென்று பார்ப்பதற்கே."

இவர் தம் பாக்களை நல்ல செம்பாகமாகப் பொருள் அமைத்துப் பாடியும் பரிகாசமாய் நையாண்டிபண்ணிப் பாடிய காரணத்தால் நையாண்டிப் புலவர் என இவர்க்கு நாமம் உற்றதுபோலும். இவரது சரித்திரம் அந்தகாரமே.

படிக்காசுப்புலவர்.—Padikkasup Pulavar.

படிக்காசுத் தம்பிரான் என்றும் அழைக்கப்படுகின்ற இப்புலவரது சென்ன ஊர் தென்கழுந்தை. கி. பி. ௧௬௮௪—௧௭௨௩ ஆண்டுகளுக்கு இடையே இராமநாத புரத்தில் இருந்து அரசு புரிந்து, கிழவன் சேதுபதி என மறு நாமம் பெற்ற இரகுநாத சேதுபதிக்கு வாசல் வித்துவானாய் இவர் இருந்தவர். தொண்டைமண்டலத்தைப் புகழ்ந்து தொண்டைமண்டல சதகம் என்னும் பாடலை இவர் பாடினர். சிட்டுக்கவிதைகள், வசைப் பாக்கள் எழுதுவதில் மகா நிபுணர்; மிகச் சமாளக்காரர். தற்புகழ்ச்சிப் பிரியராய்த் தம்மைக் காளமேகப் புலவருக்குச் சமப்படுத்திப் பேசும் இவர் பாடிய தனிப் பாக்கள் இருபத்தொன்றை நாங் கண்டிருக்கின்றோம். மாதிரிக்காக அவற்றுள் ஒன்றை இவ்விடம் தருவம்.

"பெற்றுளோருபிள்ளை யென்மனையாட்டி யப்பிள்ளைக்குப்பால்
பற்றுதகஞ்சிகுடிக்குந்தரமல்லப் பாலிலக்கச
சிற்றுளுமில்லை யிவ்வெல்லாவருத்தமுந்தீரவொரு
கற்றுதாவல்லையா வல்லமாநகர்க் காளத்தியே."

இவர் காயற் பட்டினத்தில் இருந்த சீதக்காதி என்பவர் மேலும் சில கவி பாடினர். இந்தப் புலவர் கந்தபுராண அரங்கேற்றத்தைக் குறித்துத்

தொண்டை மண்டல சதகத்திற் சொல்லிய பாட்டைக் கச்சியப்பர் சரித்திரத்திற் காண்க. இவரது பாண்டித்தியத்தையும் திறத்தையும் பற்றிப் பலபட்டைச் சொக்கநாதப் புலவர் என்பவர் ஓர் தனிப் பாவிற் தெரிவித்தனர். அதனையும் அப் புலவர் சரித்திரத்திற் காண்க. இவரை ஒருதரம் திருமலை நாயக்கன் சிறையிற் போடுவித்து, இவர் சர்க்கம் அடங்கி இருக்கிறாரோ எனப் பார்த்தற்காக இரண்டொரு நாட்களின் பின்பு சிறைக்கூடம் போனபோது:

> "நாட்டிற்சிறந்த திருமலையா துங்க நாகரிகா
> காட்டில்வனத்திற் றிரிந்தழலாமற் கலைத்தமிழ்தேர்
> பாட்டிற்சிறந்த படிக்காசனென்றொரு பைங்கிளியைக்
> கூட்டிலடைத்துவைத்தா யினைதாவென்றுகூப்பிடுதே"

என்று இவர் பாட அரசன் அதைக் கேட்டு மகிழ்ந்து சிறையால் இவரை விடுத்துச் சம்மானம் பண்ணினன் என்ப.

பட்டணத்துப் பிள்ளையார்.—Paddanaththup Pilliar.

இவர் தென் இந்தியாவிலுள்ள காவிரிப்பூம் பட்டினத்தில் இருந்த தனவர்த்தரான வணிகர். இவர்க்குத் திருவேங்கடச் செட்டியார் என்னும் இயற்பெயருளது. "திரைகடல் ஓடியுந் திரவியந் தேடு" எனும் ஒளவையார் வாக்கை மறவாதவராய்ப், பெரும் பொருள் ஈட்டலே கருமமாய்க், கப்பல் விட்டுத் திரைகடலோடித் திரவியஞ் சேர்த்த இப் பெருஞ் சீமான், நமது இலங்கைத் தீவோடும் வர்த்தகக் கொண்டாட்டஞ் செய்தவர் என்ப. மெய்யோ பொய்யோ அறியோம். ஒரு முறை காணாமற் போய்விட்ட தமது உருக்கள் பொன் மணல் ஏற்றிக்கொண்டு துறைமுகம் வந்து சேர்ந்தன என்ற சந்தோஷ சங்கதி காதில் விழுந்தவுடனே மகிழ்ச்சியுற்று, அக் காட்சி பார்த்தற்காக அவ்விடம் இவர் போயிருந்த சமயத்திலே, சிவவேடந் தரித்த ஒருவர் இவரது அகத்துக்குச் சென்று பிச்சை கேட்க: நாயகன் வீட்டில் இல்லாத வேளையிலே பிச்சையிடல் நமக்குக் கடன் அன்று, அவர் வரும் வரைக்கும் தாமதித்து இரும் என்று மனைவி கேட்கச், சந்நியாசியார் மறுத்து ஓர் நறுக்கிலே:

> "நீதற்றசெல்வமுந் தேடிப்புதைத்ததிரவியமும்
> காதற்றவூசியும் வாராதுகாணுங் கடைவழிக்கே"

என்று எழுதி, இதை உமது பத்தா வசம் கொடும் என்று சொல்லிப் போயினராம். கண்விட்ட ஊசி ஒன்றைச் சீலைத்துணியிற் சுற்றிக் கொடுத்துப் போயினர் என்றும் கதை.

இவர் வீட்டுக்குத் திரும்பிய பின் மனைவி அந் நறுக்கை எடுத்து இவர் கையிற் கொடுக்க, இவர் அதை வாங்கி வாசித்து உடனே ஞானோபதேசம் பெற்றாராய் அதுவரையிலே தாம் ஈட்டிவைத்த பொருள்களை எல்லாம் இரவலர்க்குத் தான தருமஞ் செய்து இல்லறம் துறந்து, சந்நியாசியாய் வீட்டுக்கு வீடு யாசகஞ்செய்து திரிந்தனர். இவர் யாசித்துத் திரிந்ததைக் கண்டு பொறாதிருந்த இவரது சகோதரி அப்பத்தில் நஞ்சிட்டு இவரைக் கொல்லும்படி கொடுக்க இவரோ அத்தை வாங்கி அவள் வீட்டின் இறப்பிலே சொருகித் "தன் அப்பம் தன்னைச் சுட ஒட்டப்பம் வீட்டைச் சுடட்டு" என்று சொன்னார் என்றும் உடனே தீப்பற்றி வீடு சாம்பராயிற்று என்றும் கதையுளது,

இவர் ஓர் துறவியன்றி நல்ல புலவருமாய் இருந்ததனால் ஞானார்த்தம்

கொண்டு பொருட்சுவை சொற்சுவை செறிந்து நிறைந்த கோயிற்றிருவகவல், கச்சித்திருவகவல், திருவேகம்ப மாலை முதலாம் பல பாக்களைப் பாடினர். திருவேகம்ப மாலையில் நாற்பது விருத்தம் உள. இவை அன்றி, தில்லை, திருக்காளத்தி, கைலாசம், மதுரை முதலாஞ் சிவ ஸ்தலங்கள் மேல், ஒன்றும் இரண்டும், பத்துமாய்ப் பாடினாரன்றிப் பொதுவாகவுஞ் சில பாக்களைச் சொற்றார். தாயார்க்குத் தகன கிரியை செய்தபோது:

"முன்னையிட்டதீ முப்புரத்திலே
பின்னையிட்டதீ தென்னிலங்கையில்
அன்னையிட்டதீ அடிவயிற்றிலே
யானுமிட்டதீ மூள்கமூள்கவே"

என்று பாடிப் பிரேதத்தைத் தகித்தார் என்ப. இவர் பிற்காலத்திலே திருவொற்றியூரை அல்லது திருப்பதி என்னும் ஊரையே தமக்கு உறை இடமாக்கி மாடுமேய்க்கும் பையன்களோடு உறவு கொண்டாடித் திரிந்தார். மாட்டுக்காரப் பிள்ளைகள் கிடங்கு கிண்டித் தோள் வரையில் இவரைப் புதைத்து வைத்துப் பொழுது படும் நேரத்திற் கிளறி வெளியில் விட்டு விளையாடுதல் வழக்கம். அவ்வாறு விளையாடும் மாட்டுக்காரர் ஒரு நாள் மழை தமித்த சத்தடியால் இவரைக் கிடங்கால் அப்புறப்படுத்த மறந்துவிட்டுப்போய் மற்ற நாள் வந்து பார்த்தபோது பிரேதமாய்க் கண்டார்கள் என்று கதை உண்டு. இவர் பாடல் எல்லாம் தேகபந்தம் அநித்தியம் என்றும், பரமே காரியம் என்றும் விளம்பும் ஞானிமார் பாடல்களுக்கு ஒப்பன. தாயாரின் பிரேத தகனத்தின் பேரிற் பாடின பல பாக்கள் மிகப் பரிதாபத்திற்கு உரியன. மாதிரிக்காய் இரண்டு சொல்வம்:

"ஐயிரண்டு திங்களா யங்கமெல்லாம் நொந்துபெற்றுப்
பையலென்றபோதே பரிந்தெடுத்துச்—செய்யவிரு
கைப்புறத்திலேந்திக் கனகமுலைதந்தாளை
யெப்பிறப்பிற் காண்பேனினி."

"அள்ளியிடுவதரிசியோ தாய்தலைமேற்
கொள்ளிதனைவைப்பேனோ கூசாமல்—மெள்ள
முகமேன்முகம்வைத்து முத்தாடியென்றன்
மகனேயெனவழைத்த வாய்க்கு."

தேவன் ஏதர் என்றதே இவரது கொள்கை. இவர் கொண்ட ஞானக் கருத்தைப் புலப்படுத்தற்காக அவ்விஷயத்தின் பேரில் இவர் சொன்னபாடலில் ஒன்றை இவ்விடம் சொல்வம்:

"நீற்றைப்புனைந்தென்ன நீராடப்போயென்ன நீமனமே
மாற்றிப்பிறக்க வகையறிந்தாயில்லை மாமறைநூல்
ஏற்றிக்கிடக்கு மெழுகோடிமந்திரமென்னகண்டாய்
ஆற்றிற்கிடந்து துறையறியாமலலைகிறையே."

இவர் இருந்த காலம், கி. பி. கஉம் சதாப்தக் கடைசி என்று இதிகாசர் சிலர் கருதுகின்றார். இக்காலத்திலும் எம் ஊர்ச் சிறுவர் சிறுமியர் கூடி ஆடும் விளையாட்டுகள் பல மாட்டுக்காரப் பிள்ளைகளுடன் இவர் கூடித் திரிந்தபோது ஆடின விளையாட்டுகள் என்ப. "கீச்சுக் கீச்சுத் தம்பலம்" முதலாயின அவற்றுட் சில. இவருடைய உபதேசம் பெற்று இவருடன் கூடியுந் தனித்துந் திரிந்தவர் பத்திரகிரியார் எனப் பெயருள்ள ஒரு அரசர். பட்டணத்துப் பிள்ளையாரது சரிதம், பட்டணத்துப் பிள்ளை புராணம்,

வைசிய புராணம் என்னும் இரண்டு புராணங்களிலே விஸ்தாரமாகச் சொல்லப்பட்டு இருக்கின்றது. உடற்கூற்றுவண்ணம் பாடினாரும் இவர் என்பார் சிலர்.

பதுமனார்.—Pathumanar.

இவர் ஜனன மரண கால வரையறை தெரிந்ததில்லை. கல்வி நூல் வல்லவர் என்று யாவராலும் மதிக்கப்பட்ட இவர், பாண்டியராசன் காலத்திலே எண்ணாயிரஞ் சமண முனிவர் கூடி ஆளுக்கு ஒவ்வொரு வெண்பாவாய்ப் பாடச் சேர்ந்த எண்ணாயிரம் வெண்பாக்களுள், வையை ஆற்றினிடை எதிரோடின எனக் கொள்ளப்பட்ட வெண்பா நாலடி நானூற்றையும் நாற்பது அதிகாரமாக்கி அவற்றிற்கு உரை எழுதினர்.

"வையையினேடெதிர் வந்தநாலூர்றின்
ஐயமொழிக்க வீரைந்தொன்றியவாப்
பகுத்ததிகார நாற்பானெனவவற்றை
வகுத்துப்பதுமனார் வாய்மலர்ந்தருளுனை"

என்றதனால் இச் சங்கதி புலப்படும்.

பத்திரகிரியார்.—Paththerakeriar.

இவர் ஓர் அரசர் என்றதே பரம்பரை என்றாலும், எவ்வூர் அரசர், பிறந்த இறந்த இடங்கள் யாவை என யாதும் தெரிந்ததில்லை. முன் சொன்ன பட்டணத்துப்பிள்ளையார் காலத்திலிருந்து அவருடைய உபதேசம் பெற்று அவருடன் சகவாசம் பண்ணித் திரிந்தவர் என்று கதை கேட்டிருக்கிறோம். இவரும் அவரைப் போலவே அரிய செல்வத்தையும் பிரிய இல்லத்தையும் துறந்து சந்நியாசக் கோலங்கொண்டு ஊரூர்கூர் திரிந்து, கரபாத்திரத்தில் யாசித்து உண்டு, தேவ சிந்தனையோடு நாள் விட்டவர். இவர் பாடல் இவர் நாமதேயப்படி பத்திரகிரியார் புலம்பல் எனப் பேர் பெறும். எப் பெயர்ப்பட்ட கொடுங்கண்ணையும் வன் நெஞ்சையும் உருக்கத் தக்க இப் புலம்பற் பாவிலே ௲௨ கண்ணிகளுள. மாதிரிக்காய் இவ்விடஞ் சில வரைகிறோம்:

"ஒவாக்கவலையினு வுள்ளுடைந்து வாடாமல்
மாயாப்பிறவி மயக்கறுப்ப தெக்காலம்,
மாயாப்பிறவி மயக்கத்தை யூடறுத்துக்
காயாபுரிக்கோட்டை கைக்கொள்வதெக்காலம்,
என்வனயறியாதிருந்தாட்டுஞ் சூத்திரிகின்
றன்வனயறிந்து தவம்புரிவதெக்காலம்,
சாத்திரத்தைச் சுட்டுச் சதுமறையைப்பொய்யாக்கிச்
சூத்திரத்தைக்கண்டு சுகம்பெறுவதெக்காலம்,
உளியிட்டகல்லு முருப்பிடித்த செஞ்சாந்தும்
புளியிட்டசெம்பும் பொருளாவதெக்காலம்,
ஆதிகபிலர் சொன்ன வாகமத்தின் சொற்படியே
சாதிவகையில்லாமற் சஞ்சரிப்பதெக்காலம்."

பரசிராமக்கவிராயர்.—Paraseramakkaverayar.

பல்வளஞ்செறிந்த மாடகூட கோபுரங்கள் உயர்ந்து வேதாகமம் தேர்ந்த சீல ஞானிகளுக்கு இருப்பிடமாகிய புரசைமாநகரிலே,கங்காகுலத்தாரெனச் சொல்லப்படும் வேளாளர் குலத்திலே பிறந்த இப்புலவரேறு, சுகூ தனித் தொண்டர்களுள் ஒருவர் ஆகிய சிறுத்தொண்டர் கதையை விலாசமாய் இயற்றினர். இக் கதை பெரியபுராணத்தது. சிறுத்தொண்டர், அவர் மனைவியாள் திருவெண்காட்டு நங்கை, அவர் தனயன் சீராளன், அவர் வீட்டுப் பணிவிடைப்பெண் சந்தனநங்கை என்னும் நால்வருமே இவ் விலாசத்திற் காணும் விசேஷ ஆட்கள். சீராளனைப் பிடித்துக் கறிசமைத்துச் சிவனுக்கு அன்னம் படைத்ததே கதைப் பொழிப்பு. இவ்விலாசம் பாடினோர் இவர் என்றது:

"அறந்தழைத்திலங்குஞ் சிறுத்தொண்டன் சரித்திரந்தவண விலாசமதாகச்
சிறந்திடவுரைத்தான் சண்மதத்தோருந்தெளிந்து வேதாகமங்கலைகள்
அறைந்தநேஞ் சிவமே பரத்தவமென வுள்ளறிந்தின்பவீட்டினையடைவான்
பிறந்திறவாத பரந்தருஞானப்பரசிராமப் பெரியோனே"

எனும் பாட்டால்நிச்சயிக்கப்படும். பாடல் மாதிரிக்கு அவ்விலாசக் காப்பைக் கீழே காண்க.

"பூவார்சடைப்பரமன் பொன்னர்பதம்பெற்று
மூவாறுபத்து மூவர்தலை—யாவரில்
விளைதசிறுத்தொண்டர் விலாசந்தவணப்பாடக்
கந்தமதத் தந்திமுகன் காப்பு."

பரஞ்சோதித்தம்பிரான்.—Paramchothith Thampiran.

இவர் ஓர் சைவ சந்நியாசி. அதிவீரராம பாண்டியன் காலத்திலே மதுரையில் இருந்த மடம் ஒன்றுக்குத் தம்பிரானாய் இருந்தவர். தமிழில் மாத்திரமல்ல ஆரியத்திலும் தேர்ச்சிபெற்ற பண்டிதர், பாஷாநடையிலும் புலமையிலுமன்றி ஆகமசாத்திரங்களிலும் புகழ்பெற்ற இவர்: சிவனது திருவிளையாடல் எனப் பெயர்பெற்ற அறுபத்து நான்கு விளையாடல்களையும் ஓர் புராணமாய்ப் பாடினர். மதுரையில் உள்ள பெரியோர்களுடைய வேண்டுகோளுக்கு இசைந்து இயற்றிய இத் திருவிளையாடற் புராணத்தின் நாலு கண்டங்களில் உள்ள அறுபத்தெட்டுப் படலங்களில் ௩,௩௬௩. செய்யுட்கள் உள. சம்ஸ்கிருதத்திலே, ஸ்காந்தபுராணத்திலே, சங்கர சங்கிதையிலே சொல்லப்பட்டிருந்த திருவாலவாய் மகிமை என்னும் கிரந்தமே இதற்கு முதனூல். கி. பி. ௧0௫௪ ஆண்டுக்குச் சரியான சகவருடம் ௯௭௬ல் இக்காவியம்பாடப்பட்டது என்றது பாண்டிய ராச்சிய சரித்திரம் எழுதிய உவில்சன் ஆசிரியர் கருத்து. இப்புராணத்தைத்தவிரப் போற்றிக்கலிவெண்பா என்னும் பாடலையும் இவர் செய்தார். அதுவும் மேற்படி புராணசாரமே. தேலர் வேதியர் திருவிளையாடற் புராணத்தின் பல பகுதிகளை ஆங்கில பாஷையில் மொழிபெயர்த்து அச்சிடுவித்திருக்கிறார். திருவிளையாடற் புராணம் அரங்கேற்றம் பெற்ற விருத்தாந்தம் பின்வருங் கவியால் விளங்கும்.

"அறுகாற்பீடத்துயர்மாலாழிகடைந்தமுதையரங்கேற்றுமாபோல்
அடிகாற்படிசைப்பாப்ங்கூடல் மான்மியத்தை யருந்தமிழாற்பாடி
அறுகாரபீடியர் மடிபாரசொக்கேசர் சந்நிதியிலமர சூழ
அறுகாற்பீடத்திருந்து பரஞ்சோதிமுனியரங்கேற்றினான்."

இவ் இருபாடல்கள் அன்றி மதுரை பதிற்றுப்பத்தந்தாதி எனும் பாடலை யும் இயற்றினர். பாடல் மாதிரிக்காகத் திருவிளையாடற் புராணத்தில் ஓர் விருத்தம் தருவம்.

"காமமேகொலைகட்கெல்லாங்காரணங்கண்ணோடாத
காமமேகளவுக்கெல்லாங்காரணங் கூற்றமஞ்சும
காமமே கள்ளுண்டார்க்குங் காரணமாதலாலே
காமமே நரகபூமி காணியாக்கொடுப்பதென்றார்."

பரணர்.—Paranar.

கடைச்சங்கப் புலவர் சங்க பேருள் ஒருவராம் இவர் வள்ளுவர் குறளிற் குச் சொன்ன துதிப்பா வருமாறு:

"மாலுங்குறளாய் வளர்ந்திரண்டு மாணடியால்
ஞாலமுழுது நயந்தளந்தான்—வாலறிவின்
வள்ளுவருந் தங்குறள்வெண்பாவடியால் வையத்தார்
உள்ளுவவெல்லா மளந்தாரோர்ந்து."

பரமானந்தர்.—Paramananthar.

இவர் நல்லூர் "ஆராச்சி" கந்தப்பிள்ளை புத்திரர். ஆறுமுக நாவலர் சேட்ட ருள் ஒருவர். இவர் பலவருடங்களாக அரசாட்சியாரிடம் யாழ்ப்பாணம் பிரசித்த நொத்தாரியாக இருந்தவர். இலக்கணம் இலக்கியம் தேர்ந்த நல்ல வித்துவான். விநாயகமூர்த்திச் செட்டியார் செய்த கதிரையாத்திரை விளக் கத்திற்கு இவர் பாடிய சிறப்புப் பாயிரமும், அப்புத்தகத்தோடு சேர்க்கப்ப ட்டிருக்கிற இருபதுக்கு மேற்பட்ட சிறந்த கீதங்களும், இவர் புலமைத் திறமையை நன்கு ரூபிக்கும்.

இவரது பாடல் மாதிரிக்காகக் கீர்த்தனங்களுக்கு முன் சொல்லப்பட் டிருக்கும் காப்பு வெண்பாவை இங்ஙனம் தருவம்.

"சுந்தரநல்லூரில்வாழ் சோதிவடிவேல்பிடித்த
கந்தன்மேற் கீர்த்தனங்கள் கட்டுரைக்கப்—பந்தமுறும்
அஞ்சநடைமாதுமையாளன்பிலருளத்திமுகன்
கஞ்சமலர்ச் செஞ்சரணங் காப்பு."

பரிமேலழகர்.—Parimelazhagar.

இவர் ஓர் அந்தணர் என்றார் சிலர். "அரிமேலழகுறூஉமனப்பையர்தண ன்" என்று வைஷ்ணவர் இவரைப் பற்றிக் கூறினர். சைவர் இவரைத் தம் சமயத்தர் என்பர். திருவள்ளுவர் நூலுக்கு உரை செய்த தருமர் என்பவர் ஆதியாம் பத்துப்பேருள் இவர் ஒருவர். மற்றையர் உரைகளினின்று இவர் உரை பெருமை பெற்றிருக்கிறது என்றதற்கு "அவற்றினுட் பரிமேலழகர் செய்யுரை மற்றெவற்றினுஞ் சிறந்தது" எனப் பிறர் கூறியது திருட்டாந்தம்.

இந்த உரையின் பற் பல பகுதிகளை எல்லிஸ்துரையும் துறா கேதியரும் இங்கிலீஷில் மொழிபெயர்த்து அச்சிடுவித்தனர். நாம் கண்ட சிலவரலாற்றில் இவர் பூர்வீக பாண்டியராசரது குலப் பிரிவு ஒன்றிற் பிறந்தவர் என்றும், இவர் பெற்றூர் திருநெல்வேலிச் சில்லாவிலுள்ள கடையமா நகரம் என்னும் இடத்தில் வசித்தவர்கள் என்றும், சென்னவீர ஐயர் என்னும் பிராமணன் ஒருவர் இவர்க்கு ஆசிரியர் என்றும், அவ் ஆசிரியர் இவகூரப் பன்னூல் வல்லவராக்கியபின் சான்றோர் குலத்துக்குக் குருவாக அபிஷேகம் பண்ணி வைத்தார் என்றும், பரிமேலழகர் என்னும் பெயரை அவரே இவர்க்கு இட்டார் என்றும், இவரது வழித்தோன்றல்களானோர் இதுவரையும் குருக்கள் மாராய் விளங்கி இருக்கிறார்கள் என்றும், இருபதாந் தலைமுறையில் இப்போது அருணாசலர் குருக்கள் என்னும் ஒருவர் இருக்கிறார் என்றும், பதினேந்தாம் தலைமுறையான குருக்கள் ஒருவருக்குக் குமர குருபர தம்பிரான் என்னும் நாமதேயம் என்றும், அவர் ஆத்துமராமாயணம் என்னும் ஓர் செய்யுளோடு ஞானக்குறவஞ்சி எனும் பிரபந்தம் ஒன்றைப் பாடினார் என்றும் சொல்லப் பட்டிருக்கக் கண்டோம். இத்துடன், "தரைமீது காளிமக்கள் சாதிதருவாகவந்த-பரிமேலழகர்" என்று யாரோ பாடி இருக்கிறதாகவும் அறிந்தோம்.

பலபட்டடைச்சொக்கநாதப்புலவர்.—**P. Chokkanathap Pulavar.**

பலபட்டடை எனும் விசேடணம் யாதுகாரணத்தால் இவர்க்கு அகப்பட்டதோ, இவரது சென்ன ஊர், இவர் இருந்த காலம் ஆதிய யாவையோ அறியோம். பாடிய அறுபத்தெழுபது தனிப்பாக்கள் மாத்திரம் கண்டோம். அவற்றுள் ஒன்று படிக்காசுத் தம்பிரான் மேல் இவர் பாடியது. பாடல் மாதிரிக்காக அதையே தருகின்றோம்.

"மட்டாருந்தென்களந்தைப் படிக்காசனுரைத்த தமிழ் வரைந்தவேட்டைப்
பட்டாலே சூழ்ந்தாலு மூவுலகும் பரிமளிக்கும் பரிந்தவ்வேட்டைத்
தொட்டாலுங் கைமணக்குஞ் சொன்னாலும்வாய்மணக்கும் துய்யசேற்றில்
நட்டாலுந் தமிழ்ப்பயிராய் விளைந்திடுமே பாட்டினுடை நளினந்தானே."

பவணந்திமுனிவர்.—**Pavananthy Munivar.**

நன்னூல் எனப் பெரும் பெயர் வாங்கிய இலக்கணநூல் செய்த ஆசிரியர் இப் புலவர் திலகரே. இவர் கி. பி. பத்தாஞ் சதாப்த வரையிற் சனகா புரத்தில் வசித்த சன்மதி முனிவரது அருந்தவப்பேற்றுப் புத்திரராய்ச் சென்மித்தார். இராமநாத புரத்துக்கும் மதுரைக்கும் இடைத்தேசத்தில் இருந்து அரசுபுரிந்த சியகங்க ராசன்:

"மொழிந்தனனாக முன்னோர் நூலின்
வழியே நன்னூற் பெயரின் வகுத்தனன்
பொன்மதிற் சனகைச் சன்மதி முனியருள்
பன்னருஞ் சிறப்பிற் பவணந்தி
என்னு நாமத் திருந்தவத்தோனே"

என்று சொல்லப்பட்டிருப்பதால் இப்புலவர் சீயகங்கன் கேள்விப்படி நன்னூலை இயற்றினர் என்றும், இவர் செழிப்புற்று விளங்கியகாலம் அந்த அரசன் காலம் என்றும், நன்னூல் அரங்கேறிய களன் அவனது சபைக்களன் என்றும் துலாம்பரமாய்த் தெரிகின்றது.

> 'அரும்பொருளைந்தையும் யாவருமுணரத்
> தொகைவகைவிரியிற்றருகெனத்''

துன்னாதுபகைமை கெடச் செங்கோலோச்சிய சீயகங்கராசன் சொல்லிய பணியைத் தலைமேலே தாங்கி இந்நூலை இவ் ஆசிரியர் தொடங்கியும் அதிலே தற்காலம் இருப்பன எழுத்துச், சொல் எனும் இரண்டு இலக்கணங்களுமாகவே ஒழிந்தன நிறைவேறுமுன் இவர் ஒழிந்தனரோ, அன்றி நிறைவேறியும் காலக் கிரமத்திலே அவை பங்கப்பட்டு அழிந்தனவோ, சொல்வது எளிதல்ல.

இந்த நூலுக்கு அகத்தியம், தொல்காப்பியங்களையே இந்நூல் ஆசிரியர் முதனூலாகக் கொண்டனர் எனினும், ஒழுங்கிற்குப் பாணினி முனிவர் இயற்றிய பாணினீயம் என்னும் சம்ஸ்கிருத இலக்கணக் கிரமத்தையே பின் பற்றினர். ''பூமலியசோகின் புனைநிழலமர்ந்த-நான்முகற்றொழுது நன்கியம் புவனெழுத்தே'' எனக் கடவுள்வணக்கமும் அதிகாரமும்கூறிய காரணத்தாற் சமயாசாரத்தில் மற்றைய அநேக ஆசிரியர்களைப்போலவே இவரும் அருக சமயி என்று விளங்குகின்றோம். இந் நூலுக்கு முதல் உரை செய்தவர் ''மலர்தலையுலகின்'' எனும் அதன் சிறப்புப் பாயிரம் பாடியவரும் இந்நூல் ஆசிரியர்க்கு மாணாக்கருமாகிய சமண முனிவர் என்பவர். இதற்கு விருத்தி உரை செய்தவர் சுவாமிநாத தேசிகர்க்கு மாணாக்கரும் திருநெல்வேலியைப் பிறப்பிடமாய்க் கொண்டவரும் ஆகிய சங்கரநமச்சிவாயர் என்பவர். '' நன்னூற்கு விருத்தி உரைசெய்தான்-தென்னூற்று மலை மருதப்பன் புகலச் சங்கர நமச்சிவாயன்றானே''என்றது அதற்குத் திருட்டாந்தமாகும். இவ் ஆசிரியரது செனன மரணக் காலக் கிரமம் தெரிந்திலது. இவரது செனன தேயமாகிய சனகை இந்து தேசத்தின் தக்கிண பாரிசத்தில் உளது.

மற்றைய இலக்கண நூல்களைப்பார்க்க மிகப் பாராட்டப்பட்ட இந் நன்னூலை ஏ.ஏ. போயில்ஸ், சாமுவேல்பிள்ளை என்னும் இருவர் ஆங்கில பாஷையில் மொழிபெயர்க்கப், பிறதட்டன் என்னும் தேசிகர் அதனைப் பார்வையிட்டு உலகத்தின்கண் உள்ள எப் பாஷைகளிலும் இருக்கும் இலக்கண நூல்களுள் இதற்கு ஒப்பதோர் இலக்கண நூல் இன்று என்று கூறிப் பாராட்டினர். ஆசிரியர் தொல்காப்பியனார் உ000த்துச் சொச்சச் சூத்திரத்துட் பாடிய இலக்கண விதிகளை இவ் ஆசிரியர் ௪௬உற் சுருக்கிப் பாடினர். முன் சொல்லப்பட்ட உரை ஆசிரியர்கள் அன்றி, யாழ்ப்பாணத்தில் வதிந்த கூழங்கைத் தம்பிரான் என்பவரும் இந் நூற்கு உரை எழுதினர். ஆண்டிப் புலவர் என்பவரும் முதல் இரண்டு இயல்களுக்கும் உரை எழுதினர். பவணந்தி முனிவரது பாடற் திறமைக்குப் பாயிரத்தில் உள்ள வெண்பா ஒன்றை இவ்விடந் தருகின்றோம்.

> ''உரத்தின்வளம்பெருக்கி யுள்ளியதீமைப்
> புரத்தின்வளமுருக்கிப்பொல்லா—மரத்தின்
> கனக்கோட்டந்தீர்க்குநூலஃதேபோன்ம ந்தர்
> மனக்கோட்டந்தீர்க்குநூன்மாண்பு.''

பவளப்பாடியப்புலவர்.—Pavalappadiap Pulavar.

பவளப்பாடியிலே வசித்தவர் என்றதற்கு மேலதிகமாக இப் புலவரைப் பற்றி யாதுஞ் சொல்லப்பட்டிருக்கக் காணேம். இவர் பாடப்பெற்ற புராணம் சானந்தகணேசர் புராணம் எனும் பெயர் உடைத்து. இவர் மகா திறமை கொண்ட புலவர் என்றதற்கு இப் புராணமே கையில் வந்திய கருநெல்லியம் கனி எனச் சான்று கூறும். இதிலே பாயிரம் உட்பட உற்பத்திச் சருக்கம், நல்வினைச் சருக்கம், தீவினைச் சருக்கம், இயமபுரிச் சருக்கம், நரக வாதைச் சருக்கம், சிவ மகிமைச் சருக்கம், கைலைச் சருக்கம் எனும் சருக்கங்கள் எழுர்கும் சகூஅ விருத்தங்களுள. இப் புராண ஆக்கியோர் இவர் என்றது,

"மதிசூடியருண்மிதந்த சானந்தகணேசன்வரலாற்றையெல்லாம்
பதிமேவுபவளப்பாடியப் புலவனற்றமிழாற்பாடல்செய்தான்
சதுர்வேததாற்பரியசங்கிரக பாடல்புரிசங்கமேசன்
துதிமேவுவீரப்பதேசிகரங் கதற்குமுறைசெய்தானன்றே"

எனும் விருத்தத்தாற் நிருட்டாந்தமாகும். இப் புராணத்துக்குச் சதுர்வேத தாற்பரிய சங்கிரகம் எனும் பாடல் செய்த வீரையர் எனும் சங்கம தேசிகர் உரை எழுதினர். இதற்குப் பாட்டுடைத் தலைவராகிய சானந்த கணேசர் என்பவர் பதரிகாசிரமத்திலே வாழ்ந்திருந்த பூரண வித்து மகா இருஷிக்குப் பத்திரதத்தை அம்மாள் என்பாள் பெற்றருளிய ஓர் இருஷி. இவர் சிவனுடைய அனுக்கிரகம் பெற்றுக் கணேசர்களுள் ஒருவராயினர் என்ப. இவரது பாக்கள் மிகச் செம்பாகமாய் மதுரமான பொருட்களுக்கு இருப்பிடமாகும். பாடல் மாதிரிக்கு அவையடக்கப் பாக்களுள் ஒன்றை இவ்விடம் தாலுற்ளும்.

"மேலுயர்மகியுட ஞடல்வேண்டியோர்
பாலகன்விளித்திடும் பான்மைபோலுமால்
ஞாலமேழ்புகழ்கண நாதன் மாக்கதை
வாலறிவோன்றிலேன் வழுத்தநின்றதே."

பனம்பாரனுர்.—Panamparanar.

அகஸ்திய இருடியின் மாணக்கர் பன்னிருவருள் ஒருவராகிய இவர் பனம்பாரம் என்னும் ஊரிலே பிறந்து வசித்த காரணத்தால் இவர்க்குப் பனம்பாரனுர் என்னும் காரண நாமதேயம் வந்தது. இவர் இலக்கண வித்துவானுகித் தமது நாமம் தாங்கிய பனம்பாரனுர் சூத்திரம் என்னும் ஒரு நூலை இயற்றினர். இந் நூலன்றித் தமது பாடசாலைத் தோழராகிய தொல்காப்பியர் செய்த தொல்காப்பியத்துக்குப் பாயிரமும் செய்தனர். இவை அன்றி இவரைப் பற்றும் சரிதம் எமக்கு அகப்படவில்லை. இவர் காலம் தொல்காப்பியர் காலம் என்றது யாம் சொல்லாது தானே போதரும்.

பாணபத்திரர்.—Panapaththirar.

இவா மதுராபுரிக்கு அரசனுகிய வரகுண பாண்டியனது சமஸ்தானத்தில் இருந்த ஒரு பாடகர். இவர் அவ் அரசனுடைய பரிபாலனத்தின் கீழாகத்தாமே புலமைகள் பாடி யாழில் அமைத்து வாசித்துக்கொண்டு வாழ்ந்திருக்கும்

நாட்களில், வட சீமையால் வந்த ஏமநாதன் என்னும் ஒரு யாழ்ப்பாடகன் இராசசபைக்கு வந்து, கேட்பார் இதயகமலம் களிகூர யாழ் வாசித்துப் பரிசு பெற்றுத் தனக்கு ஈடானோர் ஒருவரும் இலர் என்று கர்வித்து இருந்தனன். தான் கொடுத்த பரிசுகளால் ஏமநாதன் இறுமாப்புற்று இருக்கின்றான் என்ற செய்தி அரசனது செவிப்புலனில் வீழவே, அவன் தன் சபாசங்கீதரும் வீணை வித்தகருமாகிய இப் பாணபத்திரரை அழைப்பித்து: ஓய், பத்திரரே! வட சீமையால் வந்து என் பரிசு பெற்று, என்னிலும் உண்டோ பெருமான் என்று கர்வங் கொண்டு இருக்கும் அந்த ஏமநாதனோடு வீணை வாசித்து அவனைத் தோற்கடிக்க மாட்டுவீரா என, இவர்: இராச கெம்பீரரே! தங்கள் தஞ்சத்தாலும் சுவாமியின் அனுக்கிரகத்தாலும் நாளை அவ்வாறு செய்வேன் எனச் சொல்லி வீட்டுக்குப் போயினார்.

இவர் வீட்டுக்குப் போகவே, அங்கே ஏமநாதனது மாணாக்கர்கள் "ஆவணங் கவலை மன்றம் பொற்குன்ற மனைய மாடம் மறுகெங்கும்" பரந்து இன்னிசை பாடிக் கொண்டு திரிந்தனர். அவ் ஓசை இவருடைய கன்னங்களிலும் விழ, இவர்: ஓகோ! நாளையத்தினம் யாம் அந்த ஏமநாதனைப் பறக்கடித்து விடுவேம் என்று நம் அரசனுக்கு வாக்குக் கொடுத்து வந்தோமே, ஏமநாதனது மாணாக்கர் இத்திறமை உற்றவரேல் அவன் தான் எப்படி இருப்பானோ! தெய்வமே, இனி நாம் யாது செய்வம் என்று மனது நொந்து விசாரப்பட்டு இருக்கச், சிவன் ஒரு விறகு வெட்டியின் வேடம் கொண்டு போய் அந்த யாழ் வல்லனாகிய ஏமநாதன் விடுதி அமைத்திருந்த வீட்டுத் திண்ணையில் உளுக்கார்ந்து கொண்டு, கற்களும் உருகும்படிக்கான அபூருவ கானங்களைப் பாடினர். அப்போது அவன் வெளி வந்து: நீ யாவன் என்று வினாவ, அதற்கு அவ் விறகுதலையன் உத்தரமாக: ஐயா! ஏமநாதரே, நான் பாணபத்திரருடைய கற்றுச் சொல்லிகளுள் ஒருவனாய் இருந்து, வார்த்திகத்தாற் கூடாதவன் என்று புறக்கணிக்கப்பட்ட ஒரு விருத்தன். என் சீவனத்தின் பொருட்டு இப்போது விறகு விற்றுத் திரிகின்றேன் என்றான்.

இதனைக் கேட்ட அப் பாடகன்: ஓ! ஓ! நான் விருதாவில் அல்லவா கர்வித்தேன். பாணபத்திரனாற் தள்ளுண்ட கிழவன் சாமர்த்தியம் இப்படி ஆகுமேல் மற்றையோர் சாமர்த்தியங்களை விசாரிப்பானேன் என்று புலன் கலங்கி, அற்றை நாள் அர்த்த சாமத்தில் வலசை வாங்கினன் என்றது திருவிளையாடற் புராணம். ஏமநாதன் ஓடிப்போனதை மற்ற நாள் அரசன் அறிந்து இப் பாணபத்திரர்மேல் அதி அபிமானம் வைத்து யானை மீது இவரை ஏற்றி, நகர் வலம் வருவித்து, ஆடையாபரணங்கள் திரவியங்களை அபரிமிதமாகக் கொடுத்து, இனி நீர் எனது தொண்டைக் கைவிட்டுச் சுவாமி தொண்டில் ஏற்பட்டு இரும் என்று சொன்னான். அப்பால் இவர் அரசன் தமக்கு அளித்த திரவியங்களைத் தம் மாணாக்கருக்கும் தொண்டு செய்வார்க்கும் ஈந்து வறுமைக் கலியால் வருந்தச், சிவன் இவர்மேற் பரிவு வைத்து இராசாவின் பொக்கிஷங்களைக் களவாண்டு கொடுத்து ஆதரித்து வர, அப்பொருள் சமைந்து இவர் மறுபடியும் வருந்த, அவர் சேரராசனிடம் இவரை அனுப்பி: அரசனே, உனது அரிய பிராணனைப்போல் நம்மை நேசிப்பவனாகிய உன்னிடம் நமது தொண்டனாகிய பாணபத்திரனைப் அனுப்பிவைக்கின்றோம், அவன் நின்னிடம் வரும்போது வேண்டும் திரவியங்களை அவனுக்குக் கொடுத்து உதவுக என்று பொருள்பயக்கும்:

"தருமாமதிபுரைகுளவிய குடைக்கீழ்ச்
செருமாவுகைக்குஞ் சேரலன்காண்க
பண்பாலியாழ்பயில் பாணபத்திரன்
தன்போலென்பா லன்பன்றன்பால்
காண்பதுகருதிப் போந்தனன்
மாண்பொருள்கொடுத்து வரவிடுப்பதுவே"

என்ற சீட்டுக் கவிதை ஒன்றை எழுதிக் கொடுத்தார் என்றும், அதை இவர் வாங்கிச் சேரனிடம் கொண்டுபோய்க் கொடுக்கப், பெருமாக்கோதையர் எனும் பெயருடைய அச்சேரன் சீர்த்தியுற்ற சிவதொண்டன் ஆதலில் அந்நிருபத்தை ஒப்புக்கொண்டு, இச்சைதீரத் திரவியங் கொடுக்க, இவர் அத் திரவியத்தோடு மதுரைக்குத் திரும்பி அவற்றைக் கொண்டு சீவியஞ் செய்து சிவ ஸ்துதிகளைப் பாடி யாழில் வாசித்துத், தினம் மூன்றுதரம் கோயிற் தரிசனம் செய்து காலந் தள்ளினர் என்றும் மேற்படி புராணம் கூறிற்று.

சேர ராசன் இவரை நன்கு மதித்துத் தியாகம் பண்ணவே, வரகுண பாண்டியன் திரும்பவும் இவர்க்கு நேசனாகி மாதாந்த வேதனம் ஈந்து, இவரைப் பரிபாலனம் பண்ணி வந்தான். இந்த அரசன் சரமதசை அடைந்த பின்பு அவன் புத்திரனாகிய இராசராச பாண்டியனால் இலங்கையிலிருந்து அழைக்கப்பட்ட ஒரு பாடகியோடு இப் பாணபத்திரரது மனைவி யாழ் வாசித்து அவளைக் கெலித்துக் கீர்த்திபெற்றாள் என்றும் அப் புராணமே கூறலுற்றது.

பாரதி.—Parathy.

கடம்பை ஊரில் இருந்த வித்துவ சிரோமணி ஆகிய இவர் குலத்தாற் பிராமணன். "மாதவஞ்செய் பாரதி" என்றும் "கன்னல் குலாவும் வயல் சூழ் கடம்பையான்" என்றும் "செழுமுனி பாரதி" என்றும் பற்பல விசேடண மொழிகள் சார்த்தி இவர் பேசப்படுகின்றார். இம் மாத்திரமன்றி இவரது சரிதம் வேறே ஏதும் சொல்லப்படக் காணோம். தச நிகண்டுகள் ஒன்றை இவர் பாடியிருக்கின்றார். அது இவருடைய நாமதேயப்படி பாரதி தீபம் எனப் பெயரியது. கூ தொகுதி கொண்ட அந் நிகண்டிலே கலித்துறைப் பாவில் ளகஎ செய்யுட்கள் அடங்கி இருக்கின்றன. அதன் கூம் தொகுதி இறுதிப் பாவாகிய:

"விதிதருவேதியன் வேங்கடநாதன் விரகறியும்
அதிகுணவேள்பரமானந்த பாரதியாங்கடம்பைப்
பதிநிதியோதிய பாரதிதீபத்திற் பன்னிரண்டாம்
முதிரொருசொற்பல்பொருட்பேர்த் தொகுதிமுடிந்ததுவே"

என்னும் கலித்துறை, அந் நூலுக்கு இவர் ஆக்கியோன் எனத் திருட்டாந்தப் படுத்துகின்றது. இப் புலவரது பாடற் திறமைக்குச் சாட்சியாக அந் நிகண்டுக் காப்பை இதன் கீழ்த் தருகின்றோம்:

"சங்கரிமைந்தன்விநாயகன் சண்முகன்றன்முன்வந்தோன்
ஐங்கரனானை முகத்தோன் கணபதியாகுபரிப்
புங்கவன்மான்மருக னேருகொம்பன் பொழிமதத்தோன்
பங்கயமோதக பாசாங்குசம்பயில்பாணியனே."

பாலையானந்த சுவாமி.—Palianandhaswamy

இவர் யார், எங்கே இருந்தவர், எப்போதிருந்தவர் என எதும் அறியோம். சச்சிதானந்தமாலை, ஞானக்கும்மி என்னும் இரண்டு பாடல்களுக்கு இவர் ஆக்கியோன். இவ் இரு பாடல்களுக்குள்ளே பிந்தினது தொண்ணூற்ரூறு தத்துவத்தின் மேற்று.

பிங்கலர்.—Pingkalar.

தச நிகண்டுகளுள் ஒன்ருகிப் பத்துத் தொகுதிகளை அடக்காநின்ற பிங்கலந்தை என்னும் நூலை இயற்றிஞர் இப்புலவர் ஏறே. இவர் சூடாமணி நிகண்டு பாடிய வீரைமண்டலவருக்கு முன் இருந்தவர் என்றதற்கு அந்த நிகண்டுப் பாயிரத்திலே "பிங்கலருரைநூற்பாவிற் பேணினர் செய்தார்' என்று சொல்லி யிருப்பது சான்ருகும்.

"செங்கதிர்வரத்திற்றிவாகரன்பயந்த
பிங்கலமுனிவன்றன்பெயர்கிறீஇ"

என்றதனுல் இவ் ஆக்கியோர் திவாகரனுல் இயற்றிய திவாகரர்க்குப் புத்திரர் எனறு அறிகின்ரேம். தந்தையும் மைந்தரும் முறையே திவாகரத்தையும் பிங்கலந்தையையும் செய்தனர். திவாகரத்திற் காணப்படாத அரும சொற்கள் பல பிங்கலந்தையில் உண்டு.

பிரமமுனி.—Piramamuny.

சித்தர் பதினெட்டுப் பெயருள் இவர் ஒருவர். இவர் பாடப்பெற்ற வைத்திய நூல் இவர் நாமதேயப்படி பிரமமுனி வைத்தியம் என்று பெயர் பெறும். இதிலே ௬அ௦ விருத்தங்கள் உள. பாடல் மாதிரிக்காக அவற்றுள் ஒன்றை இவ்விடந் தருகுவம்.

"சீரருளானசோதி சின்மயமானசோதி
ஆரணிகொன்றைசூடி யரவணிந்தவனைப்போற்றி
வாரணிருஷிகள் பாதம் வணங்கியே வைத்தியநூலைக்
காரணமாகப் பாடக் கணபதி காப்புத்தானே."

பிரான்சிஸ்குப்பிள்ளை.—Franciscup Pillai.

இவர் யாழ்ப்பாணம் மயிலிட்டிக்கோயிற்பற்றிலே, வயாவிளான் குறிச்சியிலே, இற்றைக்கு எண்பத்து நான்கு வருடங்களின் முன் இருந்தவர். சமயாசாரத்தாற் சதவிகராம் இவர் கல்வியறிவான் முதிர்ந்து மூவிராசர் வாசகப்பா, பிள்ளைக் கவி, தசவாக்கிய விளக்கப் பதிகம், திருவாசகம், கீர்த்தனத்திரட்டு, பச்சாத்தாபப் பதிகம், இரட்சகப் பதிகம் எனும் பல பாக்கள் பாடிப் புலவர் எனும் விசிட்ட நாமம் பெற்றூர் அன்றி, ஆயுள் வேத வல்லவராய் வைத்தியர் எனும் பட்டமும் பெற்றனர். இவரது பாடற்றிறமை மாதிரிக்குப் பிள்ளைத்தமிழில் ஓர் விருத்தம் தருகின்ரேம்.

"குவலயத்தவரன்பு கொண்டாட வண்டாடு குளிர்மலர்ப் பொழில்களாடக்
கோலமயிலாட வயனீடுதேமிலாட நெற்குலை கலகலென்ருடிடக்
கவலையுற்றிடுமேயர் களியாட விளவாழைகளினீடுதளிர்களாடக்
காராடுமொய்குழலிறாட வறகவணயசழிநீடுதளிர்களாடத்

தவில்முரசடித்தும்பர் சபையாட நவகோடி சனமாட விளமைகோணிலத்
தண்ணிழல் பரந்தாட விண்மணியொடுங்கிரண தாரகை தயங்கியாடத்
திவலயமுதைப்பருகு தெய்வீக பாலனே செங்கீரையாடியருளே
திருமருவு பரமகனிமரியுதவு பாலனே செங்கீரையாடியருளே.''

பிலிப்பு தே மெல்லோ.—**Philip de Melho**.

நாமம் பிறபாஷை நாமமாய்த் தொனிப்பினும் சாதியாசாரத்தால் இவர் சுத்த தமிழன். சமயாசாரத்தாற் கிறிஸ்தவன். இவர்க்குச் சீமோன் தே மெல்லோ என்பவர் தந்தை. கொழும்பில் இருந்து ஒருவர் பின் ஒருவராய் இராசரீகஞ் செலுத்திய உலாந்தா அதிபதிசள் பத்துப்பேருக்கு இராசவாசல் முதலியாராய் இருந்த தே மெல்லோவுக்கு இரண்டாம் புத்திரராகிய இவர் கி. பி. ௧௭௨௩ ஆம் ஆண்டு சித்திரை ௴ ௨௩ ௳ கொழும்பு இராசதானியிற்றானே செனனஞ் செய்து துரைத்தனத்தவரால் ௧௭௦௫ ஆம் ஆண்டு ஸ்தாபிக்கப்பட்ட கலாசாலையிலே எபிரேயு, கிரேக், லத்தின், உலாந்தா, போர்த்துக்கீஸ், தமிழ் எனும் ஆறுபாஷைகளையுங் கற்றுத் தேற்றமுற்று, இகற்றிற்கு மேலதிசமாக வேதசாஸ்திரமும் கற்று அதிலே மிக்க பாண்டித்தியரானார். இருபது பிராயத்தில் இவர் அக் கல்லூரியால் அரங்கேற, அரசாட்சியார் இவரை ஒல்லாந்து தேசம் அனுப்பி வேதசாஸ்திரத்தில் மேலும் பயிற்சி பண்ணுவிக்கும் அபீஷ்டம் உடையவராய் இவரது கருத்தைத் தட்டி ஆராய, இவர் ஒம்படாமையால் ௧௭௪௪ ஆம் ஆண்டு கொழும்பிற்றானே இவரை உபதேசியாராக நியோகித்தனர்.

அரசாட்சியார்க்கு மொழிபெயர்ப்புக்காரனாய் இருந்த ஈ. ஈ. ஒந்தாச்சியின் புத்திரி இவர்க்கு வாழ்க்கைத் துணைவியானாள். ௧௭௫௦ ஆம் ஆண்டு இவர்க்குக் குரு அபிஷேகம் நடந்தது. இவர் தமக்குச் செனனபாஷையாகிய தமிழிற் போலவே அந்நிய பாஷையாகிய உலாந்தாவிலும் அலங்கார அபிநய சாதுரிய சாமர்த்தியராய்ப் பிரசங்கம் பண்ணி வந்தார். ஆசாரி அபிஷேகம் பெறுவதன் முன்னரே இவர் சத்திய வேதாகமத்தைத் தமிழிலே மொழிபெயர்க்க ஆரம்பித்திருந்தார் ஆதலில், அபிஷேகம் பெற்ற காலத்து மொழிபெயர்ப்பு எபேசியர்க்கு எழுதிய நிருபம் வரையில் வந்திருந்தது. அக் காலத்திலே கதலிக மதம் இலங்கையிலே அதி துரிதமாய்ப் பரம்பிக் கொண்டு வந்ததால் அதற்கு மாறாய்ச் சத்திய சமயம் எனும் புத்தகம் ஒன்றை இவர் செய்ய அரசாட்சியார் அதனை அச்சடித்துப் பிரசுரித்தனர்.

௧௭௫௩ ஆம் ஆண்டு இவர் வடமாகாணக் குரவராய் நியோகிக்கப்பட்டு யாழ்ப்பாணம் வந்து இங்குள்ள கடமைகளோடு வன்னி, திருக்கோணமலை, மட்டுக்களப்புச் சென்று அங்கிருந்த கடமைகளையும் பார்த்து ௧௭௫௬ ஆம் ஆண்டு தமது பிதாவின் தேகவியோகத்தின் நிமித்தம் கொழும்பிற்குத் திரும்பினர். அங்கே செல்லவே முன் தொடங்கி விட்டிருந்த மொழிபெயர்ப்பை நடாத்தி முற்றுவிக்க வேண்டும் எனத் தேசாதிபதி இவரை அருட்டிவிட, இவர் அவர் மொழியைச் சிரமேற் தாங்கி அதனைப் பூர்த்தியாக்கினர். ௧௭௫௯ ஆம் ஆண்டு புதிய ஏற்பாடு முழுவதும் இலங்கையில் அச்சிடப்பட்டது. இதை மாத்திரமல்லப் பழய ஏற்பாட்டின் சில பாகங்களையும் மொழிபெயர்த்தார். தமிழில் வல்லார் யாரும் இவரது மொழிபெயர்ப்பைச் சிலாக்கியப்படுத்தினார்கள். இவர் யாழ்ப்பாணத்தில் வந்திருந்த போது இங்குள்ள தமிழ் வித்துவான்கள் பலரோடு இலக்கண இலக்கியக் களஞ்சியமான

கூழங்கைத் தம்பிரானும் இவர்க்கு மித்திரர் ஆனதால், அவர்களுடைய சேர்மான சகாயத்தையிட்டு மேன்மேலுஞ் செந்தமிழ்த் தேர்ச்சி செய்து, மண்டலபுருடர் செய்த சூடாமணி நிகண்டு உம் தொகுதிக்கு அனுபந்தமாக இருபது உவமைப்பாட்டுகளைப் பாடிச் சேர்த்தனர். இவை மெல்லோ பாதரியாராற் செய்யப்பட்ட உவமைப் பாட்டுகள் என்ற பெயரோடு மானிப்பாயில் அச்சடிக்கப்பட்ட நிகண்டுடன் சேர்ந்திருக்கின்றன. கஉ வது தொகுதியோடு நூறு பாட்டும் பின்னும் பல தொகுதிகளோடு வேறு சிலவும பாடிச் சேர்த்தனர்.

இப்பாக்கள் அன்றி இராசவாசல் முதலியாராகிய மருதப்ப பிள்ளையின் பேரில் ஒரு குறவஞ்சியும் பாடினர். அது அம் முதலியாரது நாமதேயப்படி மருதப்பக் குறவஞ்சி என்னும் பெயர் கொண்டது. உசித பாடல் என்று பாராட்டப்பட்ட இக் குறவஞ்சியை ஒழித்து வேறும் சிற்சில பாக்கள் பாடினூர் என்று கதையிருந்தும் விவரம் விளங்காது. கஎகo ம் ஹூ ஆவணி மீ கo உ அதாவது யாழ்ப்பாணம் ஆங்கிலேயர் கைவசப்பட ஆறு வருஷங்களின்முன், இப்பண்டிதர் சரமதசை அடைந்தார். இவருடைய புத்திரர் இருபேருள் ஒருவர் ஒல்லந்து சீமையிலும் ஒருவர் இலங்கையிலும் எலவே இறந்து விட்டனர். இவ் இரு குமாரர்கள் அல்லாது குமாரியும் ஒருத்தி உண்டு. இலங்கைச் சுதேசக் கிறிஸ்தவர்களுள் முதன் முதல் ஆசாரிபபிஷேகஞ் செய்யப்பட்ட இப்புலவர் அதிவாசாலப் பிரசங்கியாதலால் இவர்க்குச் சபாசிங்கம் எனப் பெயரிடலாம். இறக்கும்போது இவர்க்கு வயசு அறுபத்தேழு.

பிள்ளைப்பெருமாள் ஐயங்கார்.—**Pillaipperumal Ayankar.**

இவர் குலாசாரத்தாலே பிராமணர். சமயாசாரத்தால் வைஷ்ணவ சமயி. இவர் கி. பி. கஙும் சதாப்தத்தில் இருந்தவர். விஷ்ணுவுக்குரிய நூற்றெட்டுப் பதிகளின் பேரிலும் பதிக்கு ஒவ்வொன்றாய் கoஅ ப் பதிகங்களை அந்தாதித் தொடையிற் பாடியிருக்கின்றனர். இப் பாக்களை விடச் சிறீரங்க நாயகர் ஊஞ்சற்றிருநாமம், வேங்கடமாலை என்னும் வேறு இரண்டு பாடல்களையும் இயற்றினர். இத்துணைக்கு மேற்பட இந்த வித்துவானைப் பற்றிப் பின் ஒன்றும் தெரிந்திலது. இவரும் பின் சொல்லப்படும் மணவாள தாசரும் ஒருவர் தாம் என்று சந்தேகிக்க இடமிருந்தும் இரு நாமங்களையும் வெவ்வேறு தந்தோம்.

பிள்ளைலோகாசாரியர்—**Pillailokasariar.**

கி. பி. கஙும் சதாப்தத்தில் இவர் இருந்தார். எவ்வூரார், எப்பதியார் என்பன தெரியாத போதும் யாவரும் சிலாக்கியப் படுதற்கு உரிய பெரிய வித்துவான் என்றது வெளிப்படை. இவர் இயற்றிய பாடல்கள்,

அர்ச்சிராதி	தத்வத்ரயம்	திருவரங்கப்பதிற்றுப்பத்தந்தாதி
அர்த்தபஞ்சகம்	திருவரங்கத்தந்தாதி	திருவேங்கடமாலை
முமூட்சுப்படி	திருவரங்கக்கலம்பகம்	திருவேங்கடவந்தாதி
	ஸ்ரீவசனபூஷணம், திருவரங்கத்துமாலை	

எனப் பலவாம். இவற்றுள் முன்னைய இரண்டும் சம்ஸ்கிருத நடையும்

தமிழ் நடையும் கலந்தன. மூன்ருவது முன்னேயவை போல் இரு பாஷை நடையில் விஷ்ணு சமயிகளின் இலட்சணங்களையும் முத்தி செல்லும் வகையையும் குறித்துப் பேசுவது. அடுத்த இரண்டும் பசு பதி பாசங்களைக் குறித்துப் பேசுவன. தத்துவத்ரயமும் இரு பாஷைக் கலப்பு உற்றது.

பீதாம்பரம்.—Peethamparam.

இவர் தந்தை வழியால் மானிப்பாயையும் தாய் வழியால் நீர்வேலியையும் சேர்ந்தவர். குலாசாரத்தால் வேளாளரும் சமையாசாரத்தாற் சைவரும் ஆகிய இவர் தமிழ் இலக்கண இலக்கியங்களைச் சேனுதிராய முதலியாரிடமும், இங்கிலிஷ் பாஷையிற் சொற்ப கல்வியைத் தெல்லிப்பழையிலே அமரிக்க மிஷன் பாடசாலையிலும் கற்றவர். இவருடைய தந்தை மானிப்பாயில் இருந்த பேர்பெற்ற ஆயுள் வேதியரும் வீரசிங்க முதலியார்க்குக் கனிட்ட புத்திரருமாகிய சண்முக உடையார் என்பவர். அவர்க்குச் சேட்ட புத்திரராகிய இவரது சேட்ட புத்திரர் இபபோது இலங்கா ராசதானியில் நியாய துரந்தரராயிருக்கும் ஶ்ரீ. ஶ்ரீ. முத்துக்குமாரு என்பவர். தற்காலம் வடகோவை வித்துவான் சபாபதிப்பிள்ளை என விளங்குவார் இவர்க்குக் கனிட்ட புத்திரர். நீர்வேலியிலே உடையார்ராயிருக்கும் ஶ்ரீ. ஶ்ரீ. வீரசிங்கம் என்பவர் தம்பியார்.

இப் புலவர் நீர்வை வெண்பா, மறைசைக் கலம்பகம், மறைசைத் திருப்புகழ் எனும் பாடல்களுடன் உடுப்பிட்டிக் கோயிற்பற்றில் உள்ள வல்லிபுரக் கோயிலின் மீது ஒரு பதிகத்தையும் பாடியிருக்கின்ருர். இவரது பாடல் செம்பாகமானது. மறைசைக் கலம்பகத்தையும் திருப்புகழையும் இவரது சேட்ட புத்திரரே அச்சிடுவித்திருக்கிருர். கலம்பகத்திற்குச் சங்கரபண்டிதர் காப்பு விருத்தி செய்திருக்கின்ருர். ஶ்ரீ.ஶ்ரீ. சி. வை. தாமோதரம்பிள்ளை முதலிய புலவர்மார் சிலர் சிறப்புக் கவிகள் கொடுத்திருக்கின்ருர்கள். அக் கலம்பகம்வெண்பா, ஆசிரியம், கலி, வஞ்சி என்னும் கலவைப் பாக்கள் நூறுகொண்டது. பாடல் மாதிரிக்கு வல்லிபுரக் கோயிற் பதிக விருத்தம் ஒன்றை இவ்விடம் தருகின்ருேம்.

"தேமேவு மாலயன்றேடியுக்காணுத சிற்பரற்குரியமலலையைத்
தோராதகந்தைகோடிபாரோடேடுத்திடுஞ் செப்பரியதிறனிகுதவனைப்
பூமேவுசுரராசர் பொற்போடு துதிக்கவே பூவைகுலதிலகனுகிப்
போரகத்திருபத சிரங்களு முருண்டிடப் பொருதபுயபலராமனே
கார்மேவரங்கம்பொருந்த காகுத்தனே காமனைப்பெற்றகண்ணு
காசினிவிசும்பங்கிகமலமாலானவா கம்பேற கையினனே
மாமேவகுல்லசெறிமார்பனேமாயனேமகிழ்வினுடனென்னையாள்வாய்
வல்லிபுநகர் வாச வல்லிநிகரிடை வனசவல்லிமகிழ்நேசமாலே."

புகழேந்தி.—Pukazhenthy.

வித்துவ சிரேட்டருட் பெரும் புகழ் ஏந்திய இப் புகழேந்திப் புலவர் மதுரா புரியிலிருந்து செங்கோலோச்சிய வரகுண பாண்டியனது வாசல் வித்துவான். அப் பாண்டியன் தனது மகளைக் குலோத்துங்க சோழனுக்கு விவாகம் பண்ணிச் சீதனங் கொடுத்த தருணத்தில் இந்தப் புலவரையும்

சீதனமாகக் கொடுத்தான். முன்னே ஒட்டக்கூத்தர் சரிதத்திற்சொல்லியபடி அவ் விவாசத்தை அவர்பேச வந்தபோது அவர்க்கும் இவர்க்கும்சொற்ப பிணக்கு நடந்ததினுற் "தான் நினைத்த காலம் வருமளவுங் கண்டு" என்னுங் கயவர் கொள்கைக்கு உடன் பட்டவராகிய ஒட்டக்கூத்தர், இவர் மேற் பழிவாங்கும் அபிப்பிராயம் கொண்டு அதற்கு ஏற்ற தருணம்வாய்த்தவுடன் இவரைப் பிடித்துச் சிறைச்சாலையில் அடைத்து வைத்தான். அச் சரித வரலாற்றை அவர் கதையுடன் தந்திருக்கிறேம்.

போனில் அகப்பட்ட புலிபோலப் புகழேந்தியார் சிறைக் கூடத்தில் இருந்த போது தம்மோடு சிறைப்படுத்தப் பட்ட புலவர் பலருக்குப் பாடம் ஓதி வைத்தார் அல்லாது, தமது சீவனூர்த்சப் பொருட்டு அல்லி அரசி மாலை, பவளக்கொடி மாலை, புலந்திரன் களவுமாலை, சுபத்திரைமாலை, வித்துவான் குறம் என்னும் பல செம்பாகமான பாடல்களைப் பாடித் தெரு மார்க்கம் போய்க்கொண்டிருக்கும் பெண்கள் காது குளிரப் படித்துக் காட்டி, அவர்கள் மனசு உருகிக் கொடுக்கும் அரிசி காய் கறிகளை வாங்கிச் சமைத்து உண்டு பொழுது போக்குவார். புலந்திரன் என்பவன் பாண்டவருள் நடுப் பிறந்தோனுகிய அருச்சுனன் புத்திரன் என்ப. மேற் சொன்ன பாடல்களே அன்றி ஒப்பாரிப் பாக்களையும் பாடியிருக்கின்றார். அவற்றிலே, தகப்பன், தாய், புருஷன், மாமன் ஆதியாம் பல வகுப்பினர்க்கும் புலம்பல், மாரடிப்பு முதலாம் பல வகுப்புகளிலும்,

"உன்பல்லுப்பணம்பெறுமே-என் அண்ணுவே
உன்பற்சாவிபொன்பெறுமே
உன்சொல்லுப்பணம்பெறுமே-என்பிறவி
நீசொல்லும்புகழ்பொன்பெறுமே"

எனப் பல கண்ணிகளை வேடிக்கையாகப் பாடினர். முன்னே யாம் சொல்லிய வண்ணம் இவர் சிறைக்கூடத்தை விட்டுப் புறப்பட்ட உடனே சோழ ராசனது சமஸ்தானத்தை நீங்கி அவனுக்குக் கப்பங்கட்டிக்கொண்டிருந்த சந்திரன் சுவர்க்கி என்பவனைத் தாதாவாய்க் கொண்டு அவனுடைய கேள்விக்கு இசைந்து, சம்ஸ்கிருதத்தில் இருந்த நளச்சக்கிரவர்த்தி சரிதத்தைத் தமிழில் மொழி பெயர்த்து முதற் பாவாகிய வெண்பாவிற் பாடி, அதற்கு நளவெண்பா என நாமஞ்சூட்டி, அதனை முதன் முதல் அவ் அரசன் சபையில் அரங்கேற்றினுர். இப் பாடலிலே சுகஎ பாக்களுள. சந்திரன் சுவர்க்கியின் பரிபாலனத்தின் கீழ் இவர் இருந்தார் என்றதற்கு அந் நளவெண்பாவில் உள்ள பின் வரும் பாச் சாட்சி கூறும்:

"மாமனுநூல் வாழ வருஞ்சந்திரன் சுவர்க்கி
தாமரையாள் வாழுந்தடந்தோளான்—காமருபூந்
தாபார்முரவணநகர் தானேன்றுஞ்சாற்றலாம்
பாபாளும்வேந்தன்பதி."

ஐம்பாவினுள் முதற் பாவாகிய வெண்பாப் பாடுவதில் இப் புலவரை வென்ருர் இலர் என்பராதலின் இவரது பாச் சொற்சுவை பொருட்சுவைகளிலே மேற்பட்டது என்று கூறல் அநாவசியம். இப்பாடலை இவர் இரண்டாவதாகச் சோழராசன் சபையிலே அரங்கேற்றக் கொண்டு போனபோது பழம் குரோதத்தை மனதில் அடக்கி வைத்த ஒட்டக்கூத்தர் அப்பாடல்மேற் குற்றம் பாரித்துக் காட்டப்பிரயாசை எடுத்துப் பிரதி கூலம் அடைந்த போதும்

இகரோ அவர்பேரில் மனத்தாக்கமும் வயிரமும்கொண்டு இச் சனியனை எப்படியும் தொலைத்துப்போடல்வேண்டும் என்று கற்பிளவுபோலும் கோபத்தினையுற்ற கயவரைப்போல், ஒரு நாள் இராத்திரி ஒரு கல்லையும் எடுத்துக் கொண்டு போய், அவர் சயனிக்கும் மஞ்சத்தின்கீழ் ஒளித்திருந்தார். இவரது பாடலிற்குற்றங்காட்டத்தெண்டித்து இவர்க்கு வைரியாகிய ஒட்டக்கூத்தர், ஓ! நாம் எவ்வளவு தூரமாக இந்தப் புகழேந்தியை எமது வாயால் மிரட்டியும் புலமைத் திறமையில் இவரை நிகர்க்க மாட்டோமே என்று விசாரமுற்று, அவ் இராத்திரி, ஊண் உறக்கம் அற்றுக்கட்டிலிற்கிடக்க, அவர் கண்ணாட்டி அருகில் வந்திருந்து: ஐயா! பிராண நேசரே, எதும் சொற்ப சிற்றுணவாயினும் உண்டு பசி தீரவேண்டும் என்று ஆவலோடு கெஞ்ச அவரோ: என் பிராணநேசி, நீ திவ்விய அதிரசப் பதார்த்தங்களல்லப் புகழேந்தி பாடின நளவெண்பாவில் இன்னின்ன பாக்களைப் பிழிந்து ஊற்றித் தந்தாலும் யான் இன்று இராத்திரி ஒன்றும் உண்ணேன் என்று மறுத்தார்.

மஞ்சத்தின் கீழே ஒளித்திருந்து இந்த வார்த்தைகளைக் காதாரக் கேட்டிருந்த புலவரேறு: ஓ! ஓ! இந்த ஒட்டக்கூத்தர் நம்மேல் வைரஞ்சாதித்துச் சுத்த சத்துருப் போலத் தோற்றுகின்றாரேனும், இவருடைய உள்ளமோ அப்படி அன்றாம். நமது பாடலை வியக்கும் இவரை நாம் சத்துருவாய்ப் பாவிப்பதென்ன என்று உள்ளம் களித்து, இது என்ன ஆச்சரியம் என்று ஒட்டக்கூத்தர் பிரமிக்கத்தக்கதாக வெளிநாடி வந்து, தாம் கொண்டுபோன கல்லை அவர்க்குக் காட்டிப், போன நோக்கத்தையும் உணர்த்திச், சித்த சமாதானத்துடன் தமது இருப்பிடம் சென்றார் என்ப. மற்ற நாள் அரசன் இச் சமாசாரத்தைக் கேள்வியுற்று இரு புலவர்மாரையும் அழைப்பித்து நல் வாக்குகள் கூறி மேன்மேலும் அவரை ஒப்புரவாக்கி விட்டனன்.

இந்த இரண்டு புலவர்மாரும் அரசனுடன் சேர்ந்து தெருவிலே உலாத்தப் போன தருணத்தில் ஒளவையாரை இவர்கள் சந்தித்தார்கள் என்றொரு கதை உண்டு. அதன் விருத்தாந்தத்தை இவ்விடம் கூறுவம். தெருவிலே தமது பாதங்கள் இரண்டையும் நீட்டிக்கொண்டு உளுக்கார்ந்திருந்த ஒளவையார், சோழராசனைக் கண்டவுடனே ஒரு காலையும் புகழேந்தியைக் கண்டவுடன் மற்றக் காலையும் முடக்கியும், ஒட்டக் கூத்தரைக் கண்டவுடனே முன் முடக்கி வைத்திருந்த இரு கால்களையும் பழையபடி நீட்டிக் கொண்டார். இதனைக் கண்ணுற்ற கூத்தர் ஆச்சரிய வசத்தராய் மனம் நொந்து அவரை நோக்கி: அம்மையே, நீர் இவ்வாறு செய்த காரணம் யாது, கூறுமின்? என, அவர் பிரதியுத்தரமாய்: கூத்தா, சோழன் கிரீடாதிபதி ஆதலால் ஒரு காலையும், புகழேந்தி புலவர்பதி ஆதலால் மறுகாலையும் முடக்கி, நீ முகடணைபடியால் மறுபடி இரண்டையும் நீட்டினேன்; நீ இந்தப் புகழேந்தியைப் போன்ற சாமர்த்தியனானால் சோழனையும் சோணாட்டையும் புகழ்ந்து மதி எனும் பதம் மும்முறை வர ஒரு பாட்டுச் செப்பு என்று கூற, அவர் ஒருப்பட்டு:

"வெள்ளத்தடங்காச்சினவாளை வேலிக்கமுகின்மிடறொடித்துத்
துள்ளிமுகிலைக்கிழித்துமழைத் துளியோடிறங்குஞ்சோணாடா
கள்ளமறவர்தறும்பகற்றுங் கண்டாகண்டர்பெருமானே
பிள்ளைமதியாலென்மாது பேதைமதியுமிழந்தனளே"

என்று பாடினர். ஒளவையார் கைகொட்டிச் சிரித்து ஒட்டா ஒருமதி

கெட்டாய், உன் திறமை நன்று ! மிக நன்று! என்று இழித்துப் பேசி அப்பு றம் புகழேந்தியை நோக்கி: நான் சொல்லியபடி இனி நீர் பாடுதிர் என, இவ ரும் அப்படி ஆகட்டும் எனச் சொல்லிப்,

"பங்கப்பழனத்துழுமுழவர் பலவின்கனியைப்பறித்ததென்று
சங்கிட்டெறியக்குரங்கிளநீர் தனைவிட்டெறியுந்தமிழ்நாட
கொங்கற்கமராபதியளித்த கோவே யமரர்குலதீபா
வெங்கட்பிறைக்குங்கருப்பிறைக்கு மெலிந்தபிறைக்கும்விழிமிகவே"

என்று பாடினர். ஔவையார் மகிழ்ந்து, புகழ்ந்து, இவர் திறமையை வியந்து, பின்னும் இவரை நோக்கி: கரி எனத் தொடங்கி உமி என முடிய ஓர் பாட்டுச் சொல்லுமென இவர்:

"கரியையுரித்தணிந்தாய் காமன்றவனையெரித்தாய்
நரியைப்பரியாக்கு நாதனே—விரிசடையில்
தண்டுமதியைச்சூடுஞ் சுத்தனேயாழிகடல்
உண்டநஞ்சைச் சற்றே யுமி"

என்று பாடினர். இப்புலவர் மேற்சொன்ன பாடல்களை அன்றி இரத்தினச் சுருக்கம் என்னும் பாடலையும் இயற்றினர். எழுபத்தொரு செய்யுட் கள் உள்ள இப் பாடலிலே ஸ்திரிகளின் இலட்சண உருவகங்கள் எல்லாம் திரட்டித் தொகைப்படுத்திக் கூறப்பட்டிருக்கின்றன. அபிமன்னன் சுந் தரிமாலை, அல்லிமகாராசன் காதை அல்லது ஆரவல்லி சூரவல்லி காதை, கன்னன் சண்டை, காத்தவராயர் கதை, நல்லதங்காள் கதை, ஏணி ஏற்றம் என்னும் பல பாடல்களையும் இவர் இயற்றினர். இவர் இருந்த காலம் ஒட்டக்கூத்தர் காலமே.

புத்தமித்திரர் — Puththamiththirar.

இவர் வீரசோழ ராசன் காலத்திலே, பொன்பற்றி ஊரிலிருந்து இராச ரீகம் செய்த சிற்றரசர். சமயாசாரத்தாற் சமணர். (வீரசோழனுக்கு, வீர ராசேந்திரன், வீரபராக்கிரமசோழன் என்னும் இரு மறு நாமங்களும் உள.) இவ் அரசனது பரிபாலனத்தின் கீழாக, இப்புத்தமித்திரர் சிற்றரசராய்ச் செங்கோல் ஓச்சி அரசு இயற்றியும், சரஸ்வதி விலாசம் பெற்ற கல்வி வல்லவராயிருந்ததால், ஓர் இலக்கண நூல் இயற்றித் தம் அரசரைக் கௌரவப் படுத்துவதுகருத்தாய், அதற்கு வீரசோழியம் என்னும் நாமதேயம் இட்டனர். எழுத்துச், சொல், பொருள், யாப்பு, அணி என்னும் ஐந்தும் அமைந்த இந் நூலிலே நூற்றெழுபதுக்கு மேற்பட்ட செய்யுட்களுள. அவற்றுள்;

"மிக்கவன் போதியின் மேதக்கிருந்தவன் மெய்த்தவத்தாற்
றொக்கவன் யார்க்குந் தொடரவொண்ணாதவன் றூயனெனத்
தக்கவன் பாதந்தலைமேற்புனைந்து தமிழுரைக்கப்
புக்கவன் பைம்பொழிற் பொன்பற்றிமன் புத்தமித்திரனே"

என்னும் கலித்துறை இந் நூல் செய்தவர்நாமத்தோடு சமயாசாரத்தையும் தெ ரிவிக்கின்றது. இந் நூற்கு உரை செய்தார் ஆக்கியோரைப் போலவே சமண சமயி. அவருக்குப் பெருந்தேவனார் என்றும் நாமதேயம். அவரும் இந் நூலாசிரியரைப் போலப் பெரிய பண்டிதராயிருந்தார். இதற்குத்

"தடமார் தரும்பொழிற் பொன்பற்றிகாவலன்றான்மொழிந்த
படிவீரசோழியக்காரிகை நூற்றெண்பஃதொடொன்றின்
திடமார்பொழிப்புரையைப்பெருந்தேவன் செகம்பழிச்சக்
கடனாகவே நவின்றான் றமிழ்காதலிற்கற்பவர்க்கே"

என்னும் கலித்துறை சாட்சி பகரும். இவ் வழிநூற்குத் திரண தூமாக்கினிமுனிவர் செய்த தொல்காப்பியமும், கரதந்திர காவிய தரிசனங்களும் முதனூலாம். கச்சியப்பர் பாடிய கந்தபுராணம் அரங்கேற்றப்படுவதற்குக் குமரகோட்டத்திற்குக் கொண்டு வரப்பட்ட போது "திகடசக்கர" என்றற்றொடக்கக் காப்புச் செய்யுளின் முதற்பத சந்திக்கு நேரிட்ட வழக்கைத் தீர்த்தறுத்து விட்டதுஇந் நூலே. இதன் விபரத்தைக் கச்சியப்பர் சரிதத்திற் காண்க.

கரலிகிதங்களால் முற்றும் அபத்தப்பட்டிருந்த இந்த நூலை, யாழ்ப்பாணம் ம. ள. ள. ஸ்ரீ. வை. தாமோதரம்பிள்ளை, வி.எ., வி. எல். நன்கு பிழையறப் பரிசோதித்துச் சென்னைமாபுரியில் அச்சப் பதிப்பித்திருக்கிறார்; இப்புலவரது பாடல் மாதிரிக்காய் ஓர் கலித்துறை தருவம்:

"மாமேவெழுத்தச்சொனற் பொருள்யாப்பலங்காரமெனும்
பாமேவுபஞ்சவதிகாரமாம் பரப்பைச்சுருக்கித்
தேமேவிய தொங்கற்றேர்வீரசோழன்றிருப்பெயராற்
பூமேலுரைப்பன் வடநூன்மரபும் புகன்றுகொண்டே."

புலவன் விநாயகர்.—Pulavan Venayagar.

இவர் யாழ்ப்பாணத்து மாணிப்பாயைச் சேர்ந்த சுதுமலைக் குறிச்சியிலே ஏறக்குறைய ௨00 ஆண்டுகளுக்கு முன் சீவித்தார். குலத்தால் வேளாளர். அழகர் என்பார் இவர் தந்தையார். இலக்கணம் வழுவறக் கற்றவர் என்று நாம் கருதாதபோதும், இவர் பாடும் திறமையிற் குறைவுற்றவரல்லர். விவேகம் பொறுமை ஆதிய சுகுணங்களான் மிக்கவர். இவரது கண்ணாட்டி தன் அயல்வீட்டுப் பெண்களோடு "வழக்குஞ் சழக்கும்" படுதல் வழக்கமாயினும், இவர் அதை அறியாதார்போல் நடந்துகொள்வதிற் பொறுமைகொண்ட அம் மனைவி, ஒருநாள் இவர் அன்னம் உண்ணும்படி போய் உளுக்கார்ந்திருந்த தருணம் இவரைக் கூவி: ஓய்! நீர் இன்று என் எதிரிமேற் பழிவாங்கி அவளுக்கு நல்ல பேச்சுக் கொடாவிட்டால் உமக்குச் சாதம் வட்டிக்கேன் என்று சத்தமிட்டாள். இவரும் நல்லது எனது திராணியைப்பாருங்காணும் என்று முற்றத்திற்போய் நின்று, கூலிக்கு மாரடித்தார் போற் சிலவார்த்தைகள் பேசிக்: "கண்டீரோகாணும் நன்றாய்ப்பேசிவிட்டேன் இனி வாரும், சாதத்தைப் படையும்" என்று சமாளித்தனராம்.

இப்புலவர் பற்பல தனிப்பாக்கள் பாடினாரன்றிக் கதிரைமலைக் குறவஞ்சி ஒன்றைப் பாடி, அதனைக் கதிர்காமம் கொண்டுபோய் அரங்கேற்றினர் என்ப. நூறு விருத்தங்கள் கொண்ட குருக்கள் கோடரி என்னும் பின்னோர் பாடலையும் பாடிப் போலிக் குருக்கன்மாரைப் பரிகாசம்பண்ணிக் கலக்கினர் என்ப. அதி வாயாடியும் தமாசுக்காரனுமாகிய இப் புலவரது பாடல் மாதிரிக்காய் அக்கோடரி விருத்தம் ஒன்றை ஈண்டுத் தருகின்றோம்.

"வேதங்கள் குடியிருந்து பிறந்தவிட மெவிடம்
விநாயகனுமிவனயோனுமிருந்தவிட மெவிடம்
பாதங்கள் பதினாறும் வந்தவிடமெவிடம்
பரந்தபின்ஞெடுங்கிற பரப்பிரமமெவிடம்
நாதங்களோலியெழுந்த பாவேதமெவிடம்
நடுவினினம்மகமேரு நாட்டினதுமெவிடம்
போதங்களறிந்துரைக்குங் குருக்கள்மாரே நீர்
புகன்றிடுவிரிந்தவிடம் புகன்றிடுமினீரே."

இக்காளிலும் இவர் பந்துக்கள் சிலர் சங்குவேலிப் பகுதியிலே இருக்கின்றாரென்று அறிந்தனம். இவர் மானிப்பாயிலே விவாகஞ் செய்திருந்தார். இவர் குடியிருந்த வளவு மானிப்பாய் வடக்கிலே புலவனார் வளவு என்று இக்காட்காறும் அழைக்கப்படுகின்றது.

புலிப்பாணி முனிவர்.—**Pulippany Munivar.**

இவர் மகா தவத்தியாகிய போகரின் சீடர். வைத்திய சாஸ்திரத்தில் நிபுணத்துவம் செறிந்த இம்மகான் பாடிய வைத்திய நூல்கள் ஒன்றிரண்டல்ல. இவர் இயற்றிய வைத்திய சாஸ்திரத்தில் ஐந்நூறு செய்யுளும், பலதிரட்டில் நூறு செய்யுளும், சாலத்திரட்டில் இருநூறு செய்யுளுமுள. சாலத்திலே கண்கட்டு வித்தை, பச்சைப்பாம்பு வித்தை, மாம்பழச் சாலம் ஆகியாம்பல சாலங்கள் பாராட்டப்படுகின்றன. இம் மூன்று நூல்கள் அல்லாது சிதம்பரம் என்னும் பெயரிய ஓர் பாடலும் இயற்றினர். அதில் இருபத்தைந்து பாக்கள் உள. இவரது பாடல் மாதிரிக்காக வைத்தியம் ஐந்நூற்றின் கடைசி விருத்தத்தை இவ்விடம் தருகின்றோம்.

"ஆமேதான்பண்டிதரேயறையக்கேளுமவனிதனிலெளியோருக்கவிழ்தமீந்து
தாமேதானன்மையிட்டு வஸ்திரமீந்து தயவாகத் தன்னுயிர்போலவரைக்காத்தத்
தீமேதான்சேராமற்புண்ணியவானுய்த்தீர்க்கமுள்ளவைத்தியனுயிருந்துவாழ்வாய்
காமேதான்போகருடகடாட்சத்தாலே நலமாகப்புலிப்பாணி நவின்றிட்டோமே."

புவனேகவாகு.—**Puvanakavaku.**

இவர் யாழ்ப்பாணத்திலிருந்து ஆஞ்ஞாசக்கரம் ஓச்சிய விசய கூழங்கைச் சக்கரவர்த்திக்கு மதிமந்திரியாய் இருந்தவர். திசையுக்கிர சிங்க சோழனின் மகனும், சிங்க கேதுவின் மருமகனும், ஒருகை கூழையாய் இருந்தனால் விசய கூழங்கைச் சக்கரவர்த்தி என்று பின் பட்டம்பெற்றவனுமாகிய சிங்கையாரியன், யாழ்ப்பாணத்திருந்த பொன்பற்றியூர் வேளாளன் யாண்டிமனவன் வேண்டுகைக்கு இசைந்து இவ்வூர்க்கு அரசனாய் வந்தபோது இவர் மந்திரியாய் உடன்வந்தார். கல்வியில் மகா வல்லவர்.

இவரும் அரசரும் தெல்லிப்பழைக் கோயிற்பற்றைச் சேர்ந்த மாவிட்டபுரத்துக்குச் சென்றபோது, அங்குள்ள கந்தசுவாமிகோயிற் பூசகரும் ஆதியில் மாவிட்டபுரத்துக்கு வந்த பெரியமனத்துள்ளார் என்னும் பிராமணர்க்குப் பௌத்திரரும் சிதம்பரதீட்சிதரின் குமாரரும் ஆகிய சின்னமனத்துள்ளார், அரசர்க்கும் தமக்கும் கொடுத்த சம்பிரம விருந்துப் பதார்த்தங்கள் ஒவ்வொன்றையும் வியந்து புகழ்ந்து பல பாக்கள் பாடினர். அவற்றுள் ஒன்று பின் வருவது:

"சின்னமனத்தாற்செயும்விருந்தின்சாற்றுருசி
அன்னதினமலின்றோறறிந்திருந்தால்—முன்னைவலவாய்
வெற்பதனைக்காவியுயதது வேலவட்டுநின்றவலதல்
அற்பமெனத்தள்ளுவரேபாம்."

பூதஞ்சேந்தனர்.—Puthamchanthanar.

இவர் மதுரைச் சங்கப்புலவர் நாற்பத்தொன்பதின்மருள் ஒருவரான செங்குன்றூர்க்கிழாரது புத்திரர். வல்ல கலைஞர். இனியா நாற்பது என்று பேர்ப்பட்ட நூலுக்கு இவர் ஆக்கியோர். கீழ்க் கணக்கு என்றும் சங்கச்செய்யுள் என்றும் பெயர்ப்பட்ட பதினெட்டு நூல்களுள் இதுவுமொன்று. அந்த நாற்பதுள் ஒன்று பின் வருவது:

"தங்கண்மரபுடையார் தாம்வாழ்தன் முன்னினிதே
அங்கவல்கிசும்பினைகளி யாக்காலும்பினிதே
பங்கயில்செய்கையராகிப் பரிந்தியார்க்கும்
அன்புடையராதலினிது."

பூதத்தாழ்வார்—PuthaththAlvar.

இவர் மாபலி புரத்திற் சென்னஞ்செய்த ஓர் வைஷ்ணவர். இவர் சமயிகள் இவரைப் பூசித்துத் தம் கடவுள் என்று கொண்டாடினர். பெரும் கல்விமானாகிய இவர் பாடிய நூறு செய்யுட்கள் நாலாயிரப் பிரபந்தத்தோடு சேர்க்கப்பட்டிருக்கின்றன. இவர் பேயாழ்வார்,பொய்கையாழ்வார் என்னும் இரண்டு ஆழ்வார்களுடனே கூடி விஷ்ணு ஸ்தல தரிசனம் செய்து திரிந்தவர். வில்லிபுத்தூரர் பாரதம், சிறப்புப்பாயிரம், கூம் விருத்தத்தில்:

"பாவருந்தமிழாற்பேர்பெறபனுவற் பாவலர்பாதிநாளிரவில்
மூவருநெருக்கமொழிவிளக்கேற்றி முகுந்தவனத்தொழுதநன்னாடு"

என்று கூறப்பட்டார் "மூவரும்," இவரும் மேற் கூறிய இவர் தோழர் இருவருமே. இம் மூவரும் ஓர் தருணம ஒருவரை ஒருவர் அறியாது தற்செயலாய் யாத்திரை செய்து திருக்கோவல் ஊர்க்குப் போய்த் திருமாலை வணங்கி,வெவ்வேறு இடங்களிலிருந்தும் பொழுது அஸ்தமித்தபோது பொய்கை ஆழ்வார் ஒரு பாகவதனுடைய வீடு சென்று அவ்விடஞ் சயனிக்க, மறுபடி பூதத்தாழ்வாரும் துயிலும்படிக்காய் இடம் தேடி வந்து, நாம் இவ்விடம் சயனிக்க இடம் அகப்படுமா என்று வினவ,முன் படுத்திருந்தார்: சாமி! இவ்விடம் ஒருவர் படுக்கலாம், இருவர் இருக்கலாம் வாரும் என்று அழைத்து, இருவரும் உளுக்கார்ந்திருக்கவே பேயாழ்வாரும் வந்து நாம் சயனிக்க இடம் இங்கு அகப்படுமா என்று வினவினர். அவர்கள் உத்தரமாக: இவ்விடம் ஒருவர் படுக்கலாம், இருவர் இருக்கலாம், மூவர் நிற்கலாம் வருக என்று அழைக்க, இவரும் போய் மூவரும் அகமகிழ்ந்து நின்றனராம். நள்ளிரவிலே திருமாலும் போய் அவர்களுக்கு இடையேநின்று நெருக்க அவர்கள் யார் நம் இடை வந்து நெருக்குகின்றார் என்று ஆலோசனையிடப், பொய்யாழ்வார் "வையந்தகழியா" என்னும் அந்தாதி பாடிச் சூரியனை விளக்காக்கிப் பார்க்கப், பூதத்தாழ்வார் "அன்பேதகழியா" என்னும் அந்தாதி பாடி ஞான தீபத்தை ஏற்றிப் பார்க்க இருள் மாறவே, பேயாழ்வார்

திருமாலைக் கண்டு "திருக்கண்டேன்" என்னும அந்தாதி பாடினர் எனக் கதை உண்டு. இவர் ஜனன மரண காலம் ஆதிய விளங்கவில்லை.

பூலோகசிங்கமுதலியார்.—Poolokasinga Mudeliar.

தெல்லிப்பழையைச் சேர்ந்த உச்சித வித்துவானாகிய இவர், சமயாசாரத்தாற் சைவர். இவர்க்கு அருளப்ப நாவலர் என்று மறு நாமமுளது. இவர் செய்த புராணம் திருச்செல்வராசர் காப்பியம். இக் காப்பியத்திலே, நாட்டுப் படலம், நகரப் படலம், அரசியற்கைப் படலம், செருச்செய் படலம் முதலாம் இருபத்தைந்து படலங்கள் உண்டு. படலவகைக்கு விருத்தத்தொகை ௧,௬௦௦. இவர் இக்காவியத்தை இயற்றினர் என்றதற்குப் பின்வருகின்ற கவி திருட்டாந்தமாகும்.

"செல்லிநுபர்பெருந்தவச்செல்வராயன் கதையைத்தேர்ந்துநூற்
றல்லியமோர்ந்திடும்புலவர்மகிழ்ந்திடக விருத்தத்தாற்சொற்றிட்டானால்
கல்விசைநாடகமியலின்றமிழ்த்தெரி நாவலன்சதுரநாகரீகன்
தெல்லிநகரருளப்பனற்காவைப பூலோகசிங்கந்தானே."

இவருடைய புலமைத்திறத்துக்குச் சான்றாய், அக் காப்பியம்திரு அவதாரப் படலம், ௬௯ம் பாட்டைத் தருவாம்.

"அயாவுயிர்த்திருந்தவ் விடத்தந்தநள்ளிரவின்
வயாவருத்தமோ மாசுநூதகமுதன்மறுக்கள்
இயாவுமின்றிவெண்படிகத்திற் காந்திபாய்ந்தென்னத்
தயாபரன்றிருச்சுதனையத் தவக்கன்னிதந்தாள்."

பெரியவாசம்பிள்ளை.—Periavasam Pillai.

கிறிஸ்தாப்தம் ௧,௨௦௦ம் வருட வரையில் இருந்த இம் மகான் திருவாய்மொழி வியாக்கியானம், நிகமனப்படி மூலம் எனும் இரண்டு பிரபந்தங்களுக்கு ஆக்கியோன். இவ் இரண்டும் சம்ஸ்கிருத திராவிடக் கலப்பாய் இயற்றப்பட்டன.

பெரியாழ்வார்.—Perialvar.

வைஷ்ணவ தொண்டருட் பிரதாபம் பெற்றிருந்த பன்னிராழ்வாருள் இவரும் ஒருவர். வல்லப தேவ பாண்டியனுடைய இராச சபையிலே சில புலவரோடு விருதொட்டிப் பாடிச் சயங்கொண்ட இவ் ஆழ்வாரது பாடல்கள் நாலாயிரப் பிரபந்தத்தோடு சேர்ந்திருக்கின்றன.

பெருஞ்சீத்தனார்.—Perum Cheettanar.

இவர் கடைச்சங்கத்தவர் நாற்பத்தொன்பதின்மருள் ஒருவர். வள்ளுவர் குறள்மேல் இவர் சாற்றிய கவி பின் வருவது :

"ஏதமில்வள்ளுவரிக்குறள் வெண்பாவினால்
ஓதியவொண்பொருளெல்லாமுரைத்ததனாற்
றூதவிழ்தார்மாற தாமேதமைப்பயக்த
வேதமே மேதக்கன."

க ம் பெருந்தேவனார்.—Perumthavanar 1st.

பெருந்தேவனார் எனப் பெயரிய புலவர்கள் மூவரில் இருவர் கடைச்சங்கத்தைச் சேர்ந்தவர் ஆதலின், அவ் இருவரும் ஏககாலத்தர் என்று கூறல் பால் வெண்ணிறத்தது என்றல் போலாம். இம் மூவரையும் க ம், உ ம், ந ம் பெருந்தேவனார் எனக் குறித்து, இவர் சரிதங்களை வெவ்வேறாய்த் தருகுவம். இம் மூவருள் க ம் பெருந்தேவனார்க்குப் பாரதம் பாடிய பெருந்தேவனார் என்று மறு நாமம் உளது. இவர் மகாபாரதத்தை வெண்பா நடையிற் பாடிச் சங்கத்தில் அரங்கேற்றினர். ஆதலில், இவர் செய்த பாரதம் சங்கப் பாரதம் எனப் பெயர்பெறும். இவர் எந் நாட்டார், எம் மதத்தார் என்று குறிக்கப்பட்டிராத போதும், தாம் பாடிய பாரதத்தில் மிகுபற்றிக் கண்ணனைப் புகழ்ந்து பேசியிருக்கும் அபிப்பிராயத்தால் இவரை வைஷ்ணவசமயி என்று கொள்கின்றேம். இவரது பாரதத்தில் எண்பதினாயிரம் செய்யுட்களுள என்றும், அறுபதினாயிரஞ்செய்யுட்களுள என்றும், பதினாயிரஞ் செய்யுட்களுள என்றும் பலரும் பலவாறு பேசியிருக்கிறார்கள். அதிலே உரைவிரவிப் பழங்கதை இடைக்கிடை கலந்திருக்கும் காரணத்தால் அது தொன்மை என்னும் வனப்பு மிகுந்த ஒரு நூல். பாடற் பாங்கு விளங்க உத்தியோகபருவத்தில் உள்ள இரண்டு வெண்பாக்களை இவ்விடம் தருகின்றோம்.

"இன்னானெனவறியா தென்வனமுடிசலித்து
மன்னர்வணங்கவரசியற்றிப்—பின்வனயும்
தன்னேச்சிலுண்ணாத் தகைமையான்றானுண்டான்
என்னெச்சிலென்றேடினிது."

"பன்மணிகள்சிந்திப் பரந்துகிடந்ததுகண்
டின்மணிக்கேன்புகுந்த தென்னாமல்—நன்மணியைக்
கோக்கோபொறுக்குகோ வென்றானுக்கென்னுயிரைப
போக்காதொழிவேனோ புக்கு"

இவ் இரு பாக்களும், குந்திதேவி அங்கதேசராசனும் தான் கன்னிப் பருவத்துச்சூரியனது அனுக்கிரகத்தால் ஈன்றமகனுமாகிய கன்னனிடம் சென்று: "நானே உனது அன்னை; ஆதலின், இனி நீ உன் தம்பியரான பாண்டவரோடு கலந்து உறவுகொண்டாடலே யுக்தம்" என்று சொன்னபோது, தன் தோழனும் உபகாரியும் ஆகிய துரியோதன ராசன் தனக்குக் காட்டிய அன்பை அவன் வியந்து பேசுதல் நுதலின.

இப் பெருந்தேவனார் வள்ளுவர் நூற்குக் கூறிய புகழ்க்கவி பின்வருவது:

"எப்பொருளும் யாரும் இயல்பினறிவுறச்
செப்பியவள்ளுவர்தாஞ் செப்பவரு—முப்பாற்குப்
பாரதஞ்சீராம கதைமனுப்பண்டைமறை
நேர்வனமற்றில்லைநிகர்."

இவர் செய்த பாரதவெண்பாவிலே சில பருவங்கள் மாத்திரமே காலதோஷப்பட்டு அழியாமல் எஞ்சி நிற்பன போலும்.

உ ம் பெருந்தேவனார்.—Perumthavanar 2nd.

இவர் கவிசாகரப் பெருந்தேவனார் என்னும் நாமதேயத்தால் அழைக்கப்படுகின்றார். முன் தெரிவித்த வண்ணம் இவருங் கடைச்சங்கத்தாருள்

ஒருவர். கவிசாகரம் எனப் பெயரிய நூலை இயற்றினகாரணத்தால் மேற் கூறிய விசேடணம் இவர் நாமத்தோடு சார்த்தப்பட்டது. பொய்யாமொழி எனும் சிறப்புப் பெயர் தாங்கிய திருக்குறளுக்கு இவர் சொன்ன புகழ்ப்பா பின் வருவது.

"பூவிற்குத்தாமரையே பொன்னிற்குச்சாம்புனதம்
ஆவிற்கருமுனியா யாவைக்கமரரும்பல்
தேவிற்றிருமா லெனச்சிறந்ததென்பவே
பாவிற்கு வள்ளுவர்வெண்பா."

தேவிற்றிருமால் என்று விஷ்ணுவை விசேடித்தனா ஆதலின், இப் புலவர் ஒருபோது வைஷ்ணவராய இருத்தல் கூடும்.

௩ம் பெருந்தேவனார்.—Perumthavanar 3rd.

மேற்கூறிய இரு பெருந்தேவனார்கள் அன்றி மூன்றாவதான பெருந் தேவனார் புத்தமித்திரர் செய்த வீரசோழியத்திற்கு உரை எழுதினாரே. முந் தின இருவரும் இவர்க்கு எத்தனையோ வருடங்களின் முன் ஜீவித்தனர் ஆதலில், இவர் அவர்களில் ஒருவராய் இருத்தல் கூடாது. மேலும் இவர் சமயாசாரத்தாற் சமணர்.

"தடமார்தருபொழிற் பொன்பற்றிகாவலன்றான்மொழிந்த
படிவீரசோழியக்காரிகை நூற்றெண்பஃதொடொன்றின்
திடமார்பொழிப்புரையைப் பெருந்தேவன்செகம்பழிச்சக்
கடனாகவேநவின்றான் றமிழ்காதலிற்கற்பவர்க்கே"

என்னும் செய்யுளிலே "கடனாக" என்று சொல்லியிருப்பதால் அந் நூலாசி ரியர்க்கு இந்த உரை ஆசிரியர் மாணவகராய் இருத்தல் வேண்டும் என்பது சிலர் கருத்து.

பேயாழ்வார்.—Pey Alvar

விஷ்ணு தொண்டராகிய பன்னிராழ்வாருள் இவரும் ஒருவர். இவர் சென்னைத் துரைத்தனத்தைச் சேர்ந்த மயிலாப்பூரிலே பிறந்து கல்விப் பாக் கியத்தாற் சிறந்த மகானாகி, வைஷ்ணவ ஆலயங்களைத் தரிசிப்பதிலும் தம் மதக் கோட்பாட்டைப் பகிரங்கப்படுத்துவதிலும் பெரும் சிரத்தைகொண் டவர். ஏககாலத்தரான பொய்கையாழ்வார் பூதத்தாழ்வார் என்னும் இருவ ரும் இப் பேயாழ்வாரும் திருக்கோவலூரிலே ஸ்தல தரிசனம் செய்தபோது நடந்த சரித்திரத்தை முன்னர்ப் பூதத்தாழ்வார் சரிதத்தோடு கூறினோம். இவர் பாடிய செய்யுட்கள் நூறு நாலாயிரப் பிரபந்தத்தோடு சேர்ந்திருக்கி ன்றன.

பொய்கையாழ்வார்.—Poikai Alvar.

மகா ஆழ்வாருள் ஒருவரான இவர் காஞ்சிபுரத்திலே பிறந்து, விஷ்ணு தொழும்பில் முதிர்ந்து தம்முடைய கூட்டாளிகள் இருபேரையும் போல

ஸ்தல தரிசனம் செய்து திரிந்தவர். இவர் பாகவதர் ஒருவருடைய கிரகத்திற் சயனிக்கப் போனபோது நடந்த விருத்தாந்தத்தை முன்னர்க் கூறினம். இம் மகாகவி பாடிய நூறு பாக்கள் நாலாயிரப் பிரபந்தத்தோடு சேர்ந்திருக்கின்றன. இம்மாத்திரம் அன்றி இவரைப்பற்றி வேறு சரிதம் தெரிந்திலது.

பொய்யாமொழிப்புலவர்.—**Poyyamozhip Pulavar.**

இவர் வணங்காமுடிப் பாண்டியன் காலத்தில் இருந்த கீர்த்தியுற்ற பெரும் கல்விமான். நாற்கவிராச நம்பி இயற்றிய அகப்பொருள் விளக்கத்துக்கு இலக்கியமாகும் பொருட்டுத் தஞ்சைவாணன்கோவை பாடிய வரகவி இம் மேதாவியரே பொருட்சுவையாலும் சொற்சுவையாலும் சிறந்துவிளங்காநின்ற அக் கோவையில் நானூற்று இருபத்தைந்து கவித்துறைகள் உண்டு. தமது காலத்துக்கு முன்னே செழித்துக் குலைந்துபோன மதுரைச்சங்கத்தை புதுக்கும்படி அபிப்பிராயமுற்ற இவர் பாண்டிய ராசனிடம் போய் அவனைக் கண்டு சம்பாஷித்த விருத்தாந்தத்தை இதிகாசர் பின் வருமாறு கூறியிருக்கின்றார்.

இப்புலவர் அரசனைக் காணும்படி தேடிப் போனபோது அவன்கோயிற் சந்நிதியிலே சாஷ்டாங்கமாய் விழுந்து சுவாமியை நமஸ்காரம் பண்ணிக் கொண்டிருந்தான். ஆகவே இவர்,

"சூழற்காலரவிந்தங் கூம்பக்கமலமுகைபலர
நிழற்கான்மதியமல்லரே நின்றிருக்குலநீயவன்றன்
அழற்காலவிர்சடைமீதே யிருந்துமவ்வந்திவண்ணன்
கழற்கால்வணங்குதியோ வணங்காமுடிக்கைதவனே"

என்று அரசனை விழித்துப் பாட, அவன் எழுந்து இவரை நோக்கிப்: புலவர் பெருமானே, யாது கருதி என்னைத் தேடிவந்தீர் என்று விசாரிக்க, இவர் பிரதியுத்தரமாக: இராசகெம்பீரரே, குலைந்துபோன சங்கத்தைக் கூட்டும் கருத்துக்கொண்டே தங்களை யான் காணவந்தேன் என்றார். அப்போது அரசன்,கர்ப்பூர விலை அறியா உப்புவாணிகனைப்போல, இவரது கல்வி ஆழ நீளத்தை உணராதவனாய் இவரது வித்துவத் திறமையின் பேரிலே சமுச்சயமுற்று: ஓய்! புலவர் சிங்கமே, இந்த ஆலயத்துள்ள புலவரின் சித்திர ரூபங்கள் எல்லாம் சிரக்கம்பம் செய்ய ஒரு கவி பாடுவீரேல், இறந்த சங்கத்தை எழுப்ப வல்லீர் தாம் என்று கூற, இவர் கிஞ்சித்தும் ஆலசியம் இல்லாது:

"உங்களிலேநானொருவ னொவ்வேனோவொப்பேனோ
திங்கட்குலனறியச்செப்புங்கள்—சங்கத்தப்
பாடுகின்றமுத்தமிழ்க்கென் பைந்தமிழுமொக்குமோ
ஏடவிழ்தாரேழெழுவீரே"

என்னும் வெண்பாவை இயம்பினர். இப்பாத் தம் காதில் விழப்பெற்ற பிரதிமைகள் எல்லாம் ஏகோபித்துத் தத்தம் சிரங்களை அசைத்தும் அரசன் அப் பரீட்சையில் இரம்மியம் அடையாது இவரைப் பொற்றாமரை வாவியின் தீரத்துக்கு அழைத்துப்போய்ப்: புலவர் சிகாமணி, முன்னர் இவ்வாவியுள் அமிழ்ந்திப்போயிருக்கும் சங்கப்பலகை மேலே மிதந்து வரும்படி ஒரு பாச் சொல்லுவீரேல் எண்ணி வந்த கருமம் அனுகூலமாகச் செய்வீர் என்று ஒச. இவர் சற்றும் தாழாது அரசன் கேள்விக்கு ஒருப்பட்டு:

'பூவேந்தர்முன்போற் புரப்பாரிவலயென்றும்
பாவேந்தருண்டேென்றும் பான்மையால்—மாவேந்தன்
மாறனறிய மதுராபுரித்தமிழோர்
வீறணையேசற்றேமித'

என்னும் வெண்பாவைச் சொல்லச் சங்கப் பலகை மிதந்து எழுந்து மறுபடி தாழ்ந்தது என்ப. இப் பரிசாக இவர் தம் வித்தாண்மையைக் கரதலாமலகம் போலத் திருட்டாந்த பூர்வமாகவும் திருத்திகரமாகவும் காண்பித்தும், அரசன் மனசு ஒன்று வாக்கு ஒன்றாய் வேண்டாப் பெண்போலச் சொல்லவிற் சமாளித்து, இவரது கருத்தை அங்கீகாரம் பண்ணாமலும் இவரைச் சம்மானஞ்செய்யாமலும் மௌனம் சாதிக்க, இவரும் வந்தவழி மீண்டனர்.

இவ்வாறு புலவர் பெருமான் வந்த மன வெப்பத்தோடு போனதையும், அரசர் பெருமான் இவரது கருத்துக்கு இசையாது ஊமன் போல இருந்துவிட்டதையும் அரசி கேள்வியுற்று, அந்தோ! புலவர்மார் குரோதம் கொள்வாராகில் நம் குலத்துக்கு அனர்த்தம் விளைதல் கூடுமே, இதென்ன பழி என்று நிமில் மேவிட்டுப் போங்கள் வேஷம் பூண்டு, பல்லாக்குக்காரரோடு கூடிச் சிறிதுதூரம் நடந்தனள். இது செய்தி இவர் காதில் விழ, இவர் தனுக்குற்றுப் பல்லாக்கை நிறுத்தி இறங்கி இராணியை நோக்கிப்: பெருமாட்டியாரே, தாங்கள் வந்த காரணம் என்னை என்று ஆவலோடு விசாரித்தார். அரசி உத்தரமாகப்: புலவரேறே, தமது கோபாக்கினியைச் சாந்திசெய்து தம் வாக்கால் அரசர்மேல ஒரு மங்கலப் பாக் கேட்கவேண்டியே யான் வந்தேன் என்று கூற,இவர் அருணனைக் கண்ட செங்கமலம்போல முகமலர்ந்து:

"உமையாளுநீயு மோருக்கோப்பேயொப்பே
உமையாளுக்கங்குண்டோ தனம்—உமையாடன்
பாகந்தோய்ந்தாண்டான் பலிக்குழந்தான் பாண்டியனின்
ஆகந்தோய்ந்தாண்டானரசு"

என்று பாடி ஆசிர்வதித்துப் போயினர் என்ப. இவர் வாணன்கோவை அன்றி வேறு யாதேனும் ஒரு விசேஷ பாடல் பாடினதாகக் காணோம். இவருடைய செனனமாதிய விபரங்கள் ஏதும் தெரிந்ததில்லை. பின் வரும் பா இவரது ஆசிரியரால் இவர் மீது கூறப்பட்டது என்ப.

"பொதியிலகத்தியனாய்ப் பொய்யாமொழியாய்ச்
சிதைவில்புலவர் சிகாமணியாய்த்—ததிசேரும்
செங்காட்டங்கோட்டுத் தறையூரேனுந்தவத்திற்
தங்காட்டங்கொண்டிருப்பாய்தான்."

இவர் பாடினா எனக் கூறப்படும் தனிப்பாக்கள் பல கண்டோம். கம்பர் பையனாய் இருந்தபோது பாடினர் என்று யாம் முன்னர்ச் சொல்லிய

"வாய்த்தவயிரபுர மாகாளியம்மே"

என்ற வெண்பா இவரால் பாடப்பட்டது என்று சொல்லியிருக்கவும் கண்டோம். இதிகாசா தவறிற் பிழை நம்மதன்று. இவர் ஈற்றிலே சோழராசாவின் மந்திரியாகிய சினக்கண்முதலியாரோடு நேசம் பூண்டிருந்து அவர் இறந்த சோகம் சகிக்கமாட்டாதவராய அச் சோழனுதியர் விலக்கியும் கேளாது அம் முதலியார் வைக்கப்பட்ட காஷ்டத்தின்மேல் விழுந்து கரிந்து எரிந்து இறந்தனர் என்ப.

பொன்முடியார்.—Ponmudiar.

இவரும் கடைச் சங்கத்தவர் சக பேருள் ஒருவர். இவர் திருக்குறள் மேற் சாற்றிய புகழ் வெண்பா பின் வருவது.

"கானின்றதொங்கலாய் காசிபனூர்தந்ததமுன்
கூனின்றளந்ததுறளென்ப—நூன்முறையான்
வானின்றுமண்ணின் றளந்ததேவள்ளுவனூர்
தானின்றளந்தகுறள்."

போகர்.—Pokar.

வைத்தியம் புலமை என்னும் இரண்டிலும் வல்லவரான இவர் ஒரு சந்நியாசியார். இவரது சரிதம் இலைமறை காய்போற் பொய்யுமெய்யும் கலந்து தோற்றுகின்றது. போகர் யோகமார்க்கம், போகர் எழுநூறு, போகர் திருமந்திரம், போகர் நிகண்டு என இவர் நாமம் மருவி வழங்கும் பாடல்கள் மிகுதிபற்றி வைத்திய சாத்திரங்கள். இந்த நான்கையும் சுட்டி ஆயன்ஸ்லி (Dr. Ainsle) வைத்தியர் தமது பதார்த்தசார நூலிற் பேசியிருக்கிறார். கி. பி. முதலாம் சதாப்தத்தின் பிற் கூற்றிலே போ அல்லது போகி என்று ஒருவர் சீனுவுக்குச் சென்று புத்த மதத்தைப் பரப்பினர் என்று இதிகாசம் கூறுகின்றது. அவர் தான் இப் போகர் என்பது சிலரது கருத்து. ஆயினும் அக்கருத்தை உரப்பித்து ஸ்தாபனஞ் செய்யப் போதிய திருட்டாந்தம் கண்டிலேம். சாதி ஆசாரத்தாற் குயவர் என்று சொல்லப்படும் இப் போகர் இயற்றிய நிகண்டிலே க,உ00, விருத்தங்களுள. அவற்றுள் ஒன்றை ஈண்டுத் தரலுற்றேம்:

"அகண்டபரிபூரணமாமையர்பாதம்போற்றி யடுத்துநின்றவுமையவடாய்பாதம் போற்றி-நிகண்டெனவேதிருமூலநாயர்பாதம்போற்றி நீங்காமற்காலாங்கியையர் பாதம்போற்றி—புகழ்ந்துநின்ற நாதாக்கள் ரிஷிகள்பாதம்போற்றிப் புகழானவாக் குடையவாணிபதம்போற்றி—முகந்துநின்றதுஞ்சாத்தின்பாதத்தைப்போற்றி மூவுலதுமெய்ச்சுதற்கு நிகண்டுகேளே."

போக்கியார்.—Pokkiar.

கடைச் சங்கப் பாவலர் நாற்பத்தொன்பதின் மருள் ஒருவரான இவர் குறள் மேற் கூறிய கவி பின் வருவது:

"அரசிய லவையங் தமைச்சியலீரைந்
திருவல் லரணிரண்டொன்றொண் கூழ்—இருவியல்
திண்படைநட்புப் பதினேழ்குடிபதின்மூன்
றெண்பொருளேழாமிவை."

மகாலிங்கையர்.—Makalingayer.

இவர் மழவை மாநகரத்தில், சிவப்பிராமணர் குலத்தில் அவதரித்த சிறந்த வித்துவான். "சிவமறையோர்குலஞ் சீர்பெறத் தோன்றிய தவநிறை தரு மறைச் சைவ சிகாமணி" எ-ம். "இயலிசை நாடகமெனு முத்தமிழும்

மயலறத் தெரிந்த மாட்சிகொள் புலவன்" எ-ம். சொல்லப்பட்டிருக்கின்றார். திருவாவடுதுறையாதீன வித்துவான் தாண்டவராய சுவாமிகள்:

"என்னிருகண்ணினு மினிதையமாமலரினும்
துன்னியெக்காலமுந் துலங்கிவாழ்தோன்றல்"

என்று இவரைச் சுட்டிச் சொல்லியிருக்கின்றபடியால் இவர் அவர்க்கு ஆசிரியராயிருத்தல் வேண்டும். தொல்காப்பியத்துக்கு நச்சினார்க்கினியர் செய்த உரையை இவர் கரலிகித அபத்தங்கள் போக்கிச் சுத்தபாடமாக்கி அச்சிடுவித்தார். போத வசனம் எனும் நூலொன்றை இயற்றினாரல்லாது எல்லப்ப நாவலர் இயற்றிய அருணாசல புராணத்துக்கு உரையும் செய்திருக்கின்றார்.

மச்சமுனி.—Muchchamuny.

இவர் அகஸ்தியர் காலத்தில் இருந்தவர். இரசவாத வித்தையும் ஞானநூலும் தேர்ந்த மகா கலைஞரும் புலவரும் ஆகியோருமாகிய இவர் வாதநிகண்டு, மச்சமுனி வைப்பு, என்னும் இரு பிரபந்தங்களை இயற்றினார். குலத்தால் இவரைச் செம்படவர் என்ப.

மணவாளதாசர்.—Manavalathasar.

சாதியிற் பிராமணரும், சமயாசாரத்தில் வைஷ்ணவரும் கி. பி. பதினேழாம் சதாப்தமட்டில் இருந்தவரும், திறமையுற்ற கவிஞருமாகிய இவர் திருப்பதியிலுள்ள விஷ்ணுவின் பேரிலே திருவேங்கடமாலை எனப் பெயரிய ஓர் பாடலை இயற்றினர். நூறு செய்யுளடங்கிய இப்பாடலின் முதல் ஐம்பது பாக்களுஞ் செம்பாகமும் மற்றைய ஐம்பதும் கருகலுமாய் இருக்கின்றன. இம் மகான் அழகிய மணவாளதாசர் என்னும் பின்னொரு அபிதானத்தாலும் அழைக்கப்படுகின்றார். இவ் அபிதானத்தோடு கோயிற் கலம்பகம் என்கிற திருவரங்கக் கலம்பகம் என்னும் நூறு செய்யுள் அடங்கிய ஒரு பிரபந்தத்தை நாம்பார்த்தோம். முன் சொல்லிய மாலையும் இக் கலம்பகமும் ஒன்றென்போமோ, அதுவேறு இதுவேறு என்போமோ, ஆகியோர் இருவர் என்போமோ.முன்சொல்லிய பிள்ளைப்பெருமாளையங்கார் என்றதும் இவர் தாம் என்போமோ, அன்றி அவர் வேறு இவர் வேறு என்போமோ, மணவாளதாசர்வேறு அழகிய மணவாள தாசர்வேறு என்போமோ, இந்நேரம் எதும் ஒருதலை துணியப் பின்னிடுகின்றேம். கலம்பகம், ஆசிரியம், தாழிசை, துறையாதியாம் பல இனப் பாக்களிற் செய்யப்பட்டிருக்கின்றது பிற்பகுதி கருகல். மாதிரிக்காய் இவ்விடமொன்று தருகின்றோம். இது மடக்கு அறுசீர்க்கழிநெடில் ஆசிரிய விருத்தம்.

"அரும்புன்னாகத்தடங்காவே, யவாவென்னாகத்தடங்காவே
யம்போருகக்கண்பொருந்தேனே, யழநீதகக்கண்பொருந்தேனே
பரப்புகடலூர்நாவாயே, பாவிக்கடலூர்நாவாயே
பார்மீதுயரமறியலையே, படுமென்றுயரமறியலையே
சுருங்குகட்கயலே மாசுறவே, கரைவேற்கயலே மாசுறவே
கானற்போதகுவாலுகமே, கங்குற்போதகுவாலுகமே
குரம்பைசங்கழைக்குங் கரும்பணையே, குலவந்தனழைக்குங் கரும்பணையே
குருகீர்ரமரக்கலமே, கோணரீரந்தமரக்கலமே."

இக்கலம்பகத்தை அழகிய மணவாளதாசர் பாடினர் என்றதற்குப் பின்வருங் கவி திருட்டாந்தமாகும்.

"மழை முகிலெனவேபணுமுகங்திகழ்வரியரவணையேறிவாழரங்கர்தம்
எழில்பெறுமிருதாளிலேகலம்பகமெனுமொருதமிழ்மாலை தானணிந்தனன்
குழலிசையளிமேவு கூரமவந்தருள்குருபரனிருபாதபோதடைந்தவன்
அழகியமணவாளதாசனெனபவனடியவரடிசூடி வாழுமன்பனே."

மணவாளமாமுனி.—Manavalamamuny.

கி. பி. கதிம் சதாப்தத்திலிருந்த இந்த மகான் வைஷ்ணவர்க்குள் இருந்த தென்கலை, வடகலை எனும் பிரிவுகளுட் தென்கலையாரைச் சார்ந்தவர். வைஷ்ணவ சிரேட்டராகிய ஆழ்வார் பன்னிருவருள் ஒருவரான இராமானுசர் பேரிற் புகழ்மாலையாக ஆர்த்திப் பிரபந்தம் என்னும் பாடல் ஒன்றை இயற்றினரன்றித், திருவாய்மொழி நூற்றந்தாதி, உபதேசரத்தினமாலை என்னும் வேறும் இரு நூல்கள் செய்தார். இவற்றுள் ஈற்றிலுள்ளது வைஷ்ணவ தொண்டர்மேற்று. தஞ்சாவூரிலே சிவாக்கிரயோகியர் என்பவருடன் பதினெண் பகல்களாய்த் தருக்கத்து இவர் அபசயமடைந்தனர் என்று அந்த யோகியர் சரிதத்திலே சொற்றனம். பாடன்மாதிரிக்காக இவர் இயற்றிய திருவாய்மொழி விருத்தம் ஒன்றைத் தருகின்றேம். அது வருமாறு:

"நீராய் நிலனாய்த் தீயாய்க்காலாய் நெடுவானாய்ச்
சீரார்சுடர்களிரண்டாய்ச் சிவனாயயனாய்
கூராராழிவெண்சங்கேந்திக் கொடியோன்பால்
வாராயொருநாள் மண்ணும் விண்ணும் மகிழவே."

மண்டலபுருடர்.—Mandalapurudar

வீரை என்னும் பதியில் வசித்தவராதலின் "வீரைமன்னன் மண்டலவன்" என்று கூறப்பட்ட இவர் அருக சமய முனிவருள் ஒருவர். சமஸ்கிருதத்திலுள்ள அமரகோஷ நூலைப் போலத் தமிழிலே சூடாமணி நிகண்டு செய்தார் இவரே. "மின்னூரும் பிண்டிநீழல் வீற்றிருந்தவனை வாழ்த்தி" எனக் கடவுள் வாழ்த்துக் கூறிய காரணத்தால் இவர் அருகசமயி என்பது வெளிப்படை. தசநிகண்டுகளுள்ளும் இவர் செய்த சூடாமணியே மிகுந்த அலங்காரமும் ஒழுங்கும் கொண்டது. பிங்கலந்தை, திவாகரமாதியவற்றிற்கு வழிநூலாகிய இதிலே பன்னிரண்டு தொகுதிகளுள. "செடிமன்னர் வணங்குந் தாளான் கிருட்டிணராயன் கைபோல்" என்று கூவது தொகுதி கா ம் பாட்டில் இவர் கூறியிருத்தலாற் கி. பி. கருOஅ—கருகூO ம் ஆண்டுகளுக்கிடையே விசய நகரத்திருந்து அரசியற்றிய கிருட்டிணராயன் காலமே இவர் இருந்த காலம் என்று உத்தேசித்தல் வேண்டும். இவரது நிகண்டு மெல்லோ பாதிரியார் பாடிய பல விருத்தங்கள் பல தொகுதிகளிலும் கலந்து எம்மூரில் வழங்குகின்றது. குன்றையூரில் வசித்த தமது ஆசிரியரும் குருவுமாகிய குணபத்திரர் என்பாரது ஆஞ்ஞையைத் தலைமீது சுமந்தே இவர் இதைப் பாடினர். "மகிழ்குணபத்திரனெங்கள் வழித்தெய்வம் போல்வான் சொல்ல" என்றது அதற்குத் திருட்டாந்தமாகும். "திருந்திய கமலவூர்தி திருப்புகழ் புராணஞ் செய்தோன்" என்று சொல்லப்பட்டிருப்பதால் இச் சூடாமணி நிகண்டன்றி, அருகக் கடவுள்மேற் பிறபாக்களும்

பாடியிருக்கின்றனர் என்று விளங்குகிறோம். சூடாமணி உள்ளமுடையான் பாடினாரும் இவரே.

மஸ்தான்சாய்பு.—**Musthan Sahibu**

இஸ்லாமியருள் விசேஷமுற்ற பற்பல புலவருள் இவர் ஒருவர். திருச்சிராப்பள்ளியிலே அத்தர் வியாபாரஞ் செய்துகொண்டிருந்த இவர் சென்னபட்டணத்திலே வசித்த ஒருத்துவ மதத்தனாகிய உவில்லியம் ரோப்பேட் என்னும ஒரு மனுஷனுடைய துற்போதனையால் மயங்கிக் கிறிஸ்த மார்க்கத்துக்கு விரோதமாய்க் "கிறிஸ்துமதகண்டன வச்சிரதண்டம்" என்னும் சிறு கிரந்தம் ஒன்றனை இயற்ற, அதனை மறுத்துத் தஞ்சாவூரிலே வாழ்ந்திருந்த வேதநாயக சாஸ்திரியாருடைய குமாரன் ஞானசிகாமணி முனிஷி என்பவர் மேசியா மகத்துவம் என்னும் கிரந்தம் ஒன்றைச் செய்து கஅ௩௰ஆ ஆ அச்சிவித்தனர். இப் புலவர் சைவருக்குள் இருந்த தாயுமான சுவாமிகளின் பாடலை ஒப்ப மகமது நபியின் பேரில் ஒருபாடல் செய்தனர். அது இவர் நாமதேயப்படி மஸ்தான் சாய்பு பாடல் எனப் பெயர்பெற்றது. இந்த ஆக்கியோனை மெய்ச்சி ஐயாசாமி முதலியார் என்னும் ஒருவர் குணங்குடி காதர் பதிற்றுப் பத்தந்தாதி என்னும் ஒரு பிரபந்தம் பாடினர். இவர் இந்தச் சதாப்த காலத்தவரே.

மதாருசாகிப்புலவர்.—**Matharusahip Pulavar.**

சாதியாலும் மதத்தாலும் யவனரும் மகமதியருமாகிய இவர் ஐயன்பேட்டையைச் சேர்ந்தவர். இவர் இயற்றிய பாடல் மிதிறுசுநாமா என்று அழைக்கப்படுகின்றது.

மதுரகவி.—**Mathura Kavy.**

இவர் அமரம் பேடும் மதுரகவிராயர் என்று அழைக்கப்படுகின்றார். ஆகவே முன் சொல்லப்பட்ட அதி மதுரகவி வேறு இவர் வேறு என்று உத்தேசிப்பதிற் தோஷமின்று. இவர் பாடப்பெற்றது திருக்கேச்சுரகொண்டி. இது சந்தத்தாலும் பளபளப்பாலும் சிறந்ததாயினும் சிற்றின்ப சாரம் தோய்ந்ததாற் சன்மார்க்கர் விருப்பிற்குக் காஞ்சிரங்கனி எனலாம். கொண்டியே அல்லாது தனிப்பாக்களும் பல பாடியிருக்கின்றார். பாடல் மாதிரிக்கு ஒரு பிரபு பேரிற் பாடிய விருத்தம் ஒன்றை இவ்விடம் தருகின்றோம்:

"உலங்கொண்ட மணிப்புயனே பிரம்பூரானந்தரங்கா வுன்பாற்செல்ல
வலங்கொண்டசருடணையாமிடங்கண்டோமெழினரையான்வலத்தேகண்டோம்
பொலங்கொண்ட மணிமாடமீமிசையிற் புயறவழும்புதுவையென்னும்
நலங்கண்டோ மினதநகைமுகங்கண்டோ மினிவேண்டுந்தனங்கண்டோமே."

மதுரகுலக்கோசலனார்.—**Mathurakulakkochalanar.**

பள்ளிக்கூடசாலைகளிலே சிறுபிள்ளைகள் கற்றுவரும் பிள்ளைப்பிராயம் என்னும் சிறுபாடல் இயற்றினார் இவர் என்றதற்கு அதிகமாக இவரைப்பற்றிப் பின் ஏதும் சொல்லத் தெரிந்ததில்லை.

மதுரைத்தமிழ்நாயகனார்.—Mathuraith Thamilnayakanar.

கடைச்சங்கப் புலவர் சங்க பேரில் ஒருவராகிய இவரது வித்தியாபெருமையை இட்டே இந்தநாம தேயம் இவர்க்கு இடப்பட்டது போலும். வள்ளுவர் குறளின்மேல் இவர் சூடிய சாற்றுகவி பின்வருகின்றது.

"எல்லாப்பொருளு மிதன்பாலுள விதன்பா
லில்லாதவெப்பொருளுமில்லையாற்—சொல்லாற்
பரந்தபாவாலென் பயன் வள்ளுவனார்
சுரந்தபாவையத்துணை."

மதுரைப்பாலாசிரியனார்.—Mathuraip Palachirianar.

இப் பண்டிதர்க்கு இப்பெயர் இயற்பெயராகாது கல்விச் சிறப்பால் இடப்பட்ட பெயர் என்று கருதுகின்றோம். கடைச்சங்கப் புலவர் சங்க பேருள் ஒருவராகும் இவர் மற்றைய புலவர்கள் போல வள்ளுவர் குறளுக்குக் கொடுத்த சாற்றுகவி பின்வருவது:

"வெள்ளிவியாழம் விளக்கிரவி வெண்டிங்கள்
பொள்ளெனநீக்கும் புறவிருளைத்—தெள்ளிய
வள்ளுவரின் குறள் வெண்பாவகிலத்தோர்
உள்ளிருணீக்குமொளி."

மதுரைப்பெருமருதனார்.—Mathuraip Perumaruthanar.

இவரும் முந்தினோர் நிரைப்பட்டவரே. சங்கபேருள் ஒருவர் என்றதற்கு மேற்பட இவரைக் குறித்தும் ஏதும் தெரிந்திலது. பொய்யாமொழி எனும வள்ளுவர் நூற்கு இவர் சாற்றிய சாற்றுகவி பின்வருவது:

"அறமுப்பத்தெட்டுப் பொருளெழுபதின்பத்
திறமிருபத்தைந்தாற்றெரிய—முறைமையால்
வேதவிழுப்பொருளை வெண்குறளால் வள்ளுவர்
ஓதவழக்கற்றதுலகு."

மயில்வாகனப்புலவர்.—Mailvakanap Pulavar.

இவர் யாழ்ப்பாணம் பண்டதரிப்புக் கோயிற்பற்றைச் சேர்ந்த மாதகற் கிராமத்திலே றைத்தாழ கஙு வருடங்களின் முன்னே இருந்தவர். திகெட்டும் புகழ் எட்டிய சிற்றம்பலப்புலவரது சகோதரி புத்திரர். வையா என்னும் பெயர்பெற்ற கல்விமானின் மரபில் உதித்தவர். இவர் யாழ்ப்பாண வைபவ மாலையைக் கத்திய ரூபமாக இயற்றினார். புலியூரந்தாதி என்னும் முக்கியம் கொண்ட பாடலுக்கும் இவர் ஆக்கியோன். இதற்கு:

"நெய்யார்ந்த வாட்கைப் பரராசசேகரன்பேர்நிறுவி
மெய்யாக நல்லகவைத்தமிழ் நூல்கள் விரித்துரைத்த
வையாவின்கோத்திரத்தான் மயில்வாகனன் மாதவங்கள்
பொய்யாதவாய்மைப் புலியூரந்தாதி புகன்றனனே"

என்னும் கலித்துறை சாட்சியாகும். வைபவ மாலையை "உதயதாரகைப்" பத்திரப் பிரதிகள் பலவற்றில் முன் அச்சடிப்பித்திருக்கின்றோம். 100 செய்யுள் அடங்கியதும் புலியூர் எனும் மறுநாமம் பெற்ற சிதம்பரத்தின் மேலதுமான அந்த அந்தாதிக்கு முன்னரே செய்யப்பட்டிருந்த உரையைத் தவிரச் சுன்னாகம் ஈ. ஈ. அ. குமாரசாமிப்பிள்ளையும், திருநெல்வேலி ஈ. ஈ. க. வேலுப்பிள்ளையும் வெவ்வேறு உரைகளை இயற்றி அச்சடிப்பித்திருக்கின்றார். புலியூரந்தாதி பாடினோர் இவர் அல்லர் என்றும், இவர் பாடியது தில்லையந்தாதி எனப்பெயரிய பின் ஓர் அந்தாதி என்றும் மாதகலைச் சேர்ந்த ஒருவர் வாதாடிச் சாதிக்கக் கேட்டோம் ஆயினும் அக்கருத்துச் சுத்த அபத்தமே. அதை மெய் என்போமானால் மேல் நாம் பொறித்த பாயிரப்பாவை அபத்தம் என்று தள்ளவேண்டும்.

அது நிற்க, வண்ணார்பண்ணைச் சிவன்கோயில் ஆதீனக்காரராகிய வைத்திலிங்கச் செட்டியார், கூழங்கைத் தம்பிரானிடம் ஆகம சாத்திரங்களிலே பாடங்கேட்க, இவரே துணைக்கருவியாய் இருந்தார். கூழங்கையர் ஒருபாடத்தை இரண்டாந்தரம் சொல்லிக்கொடார்; செட்டியார் ஒரு பாடத்தை ஒரு தரத்திலே கிரகித்துக் கொள்ளார். ஆகவே இப் புலவர் முன் தம்பிரானிடம் கேட்டு விளங்கி நெட்டுருப் பண்ணி வைத்து மீண்டு செட்டியார்க்கு ஓதுவராம். ஞாபகத்தில் வியப்புப்பெற்ற இப்புலவர் மேலேகூறப்பட்டவையன்றி ஞானலங்காரரூப நாடகம். காசியாத்திரை விளக்கம் என்னும் வேறு இரு பாடல்களைச் செய்தனர். முந்தினது ஆன்ம தத்துவங்களை உருவக அலங்காரம் செய்து பாடியது. இவரது பாடல் மாதிரிக்குப் புலியூரந்தாதிக் கலித்துறை ஒன்றை இவ்விடந் தருகின்றோம்:

"பாயசங்கண்டு பரியாக்கியத்தபத்தர்க்கினிய
பாயசங்கண்டு நிகர்புலியூரபகையைவெல்லு
பாயசக்கண்டு கரத்தாற் கரியவபாழ்விணக்குப
பாயசங்கண்டுடராதேவனையாள்சபாபரமே."

மயேச்சுரர்.—Mahachchurar.

இவரும் தகுந்த இலக்கண வித்துவான். இவராற் செய்யப்பட்ட யாப்பிலக்கணம் இவர் நாமதேயப்படி மயேச்சுரர் யாப்பு என்று அழைக்கப்பட்டது. குணசாகர முனிவர் செய்த காரிகை உரையிலே "மயேச்சுரர் யாப்பே போல உதாரணம் எடுத்தோதி" என்று சுட்டப்பட்டார் இவரே.

மருத்துவன்றாமோதரனார்.—Maruththuvan Thamotharanar.

இவரும் முன்சொல்லப்பட்ட கடைச்சங்கப் புலவர்மார் சக பேருள் ஒருவரே. இவர் நாமத்துக்கு முன்னிடப்பட்ட விசேடண மொழியாலும் தலைக்குத்துக்கு மருந்து பின்வரும் பாட்டிற் குறிக்கப்பட்டிருப்பதாலும் இவர் ஓர் வைத்தியருமாய் இருந்தார் என்று உத்தேசிக்கின்றோம். இவர் சொன்ன குறட் புகழ்ப் பாப் பின்னர் வருவது:

"சிந்திநீர்க்கண்டஞ் செறிசுக்குத்தேனளாய்
மோந்தபின்யார்க்குந் தலைக்குத்தில்—காந்தி
மலைக்குத்துமால் யானைவள்ளுவர் முப்பாலாற்
தலைக்குத்தத் தீர்வுசாத்தற்க."

மறைஞானசம்பந்தர்.—**Marignana Champanthar**.

திருக்களாஞ்சேரியைச் செனன ஸ்தானமாகக்கொண்ட இம் மகான் சைவரால் அரியநூல் எனக் கொண்டாடப்படும் சிவதருமோத்தரத்துக்கு ஆக்கியோர். இவர் உமாபதி சிவாசாரியருக்கு ஆசிரியராகித் திருக்களாஞ் சேரியில் உள்ள சிருங்கார வனத்திலே அவருக்கு இந் நூலை உபதேசித்தார் என்ப. சைவராற் சந்தான குரவர் என்னப்பட்டார் நால்வருள் ஒருவராம் இவர் செய்த சிவதருமோத்தரத்திற் பரமபதியியல்,சிவஞானதானவியல், ஐவகையாகமவியல் முதலாம் பன்னீரியலில், கஉ0அ விருத்தங்களுள. இதனை மூலமும் உரையுமாய்த் "திருநெல்வேலிச் சாலீவாடீசர ஓதுவாமூர்த்திகள்" கரலிகித அபத்தங்கள் போக்கி அச்சுப் பதிப்பித்தனர். ஆதியிலே இந்நூலை அகத்தியரிஷிக்குக் கந்தசுவாமி அருளிச்செய்தனர் என்ப. அதற்கு அந் நூற் சிறப்புப் பாயிரத்தில் வரும் முதலாம் கவி திருட்டாந்தமாம்.

"மலைக்குமகள் பெற்ற மகவணக்கயமுகத்தவன மனத்தெழுதியான்
அலற்பிணிபிறப்பறவனுக்கவளயகத்தியமுனிக்கருளினன்
உலப்பில் கருவணக்கடலுருத்திரனுருத்தனிலுதித்தகுமரன்
இலக்குமியலைக்கலியிளக்கவுமுரைப்பலுலசிட்டமுறவே."

பாடல் மாதிரிக்கும் இதனையே கொள்க. இவரது தேகவியோக காலம் பின் வருங் கலித்துறையாற் பெறப்படும்.

"சித்திரையத்தமுமாபதியாவணித் திங்கடன்னில்
உத்திரஞ்சீர்கோண மறைஞானசம்பந்தரோதுகன்னி
சுத்தமெய்ப்பூர மருணந்தியைப்பசிச் சோதிதனில்
வித்தகமெய்கண்ட தேவர்சிவகதிமேவினரே."

மனவாசகங்கடந்தார்.—**Manavasakangkadanthar**.

இவர் திருவதிகை எனும் ஊரிலே பிறந்து, மெய்கண்டதேவனரது சிஷர்கள் சக பேருள் ஒருவராகிச், சித்தாந்தம் பதினன்கனுள் ஒன்ருகிய உண்மை விளக்கம் எனும் நூலைச் செய்த மகானுபவர். இந்த நூலிலே ஐம்பத்து நான்கு வெண்பாக்கள் உள.

"மன்னதிகைவாழ மனவாசகங்கடந்தான்
மின்னவனைய வாழ்விலுறுமெய்கண்டான்—பன்மறைகள்
வண்மைதருமாகம நூல் வைத்தபொருள்வழுவா
வுண்மைவிளக்கஞ் செய்தானுற்று"

என்னும் அப்பாடல் இறுதியிற் கண்டதற்கு மேற்பட இவரைப்பற்றி யாதும் தெரிந்திலது. மாதிரிக்காய் இவர் பாடலுள் ஒன்று வரைகிறேம்.

"பொய்காட்டிப்பொய்யகற்றிப் போதாநந்தப்பொருளா
மெய்காட்டுமெய்கண்டாய் விண்ணப்பம்—பொய்காட்டா
மெய்யாதிருவெண்ணெய் வித்தகா சுத்தவினை
வையாநீதான்கேட்டருள்."

இந்த நூல் உரையுடன் அச்சிடப்பட்டிருப்பினும் உரையாசிரியர் ஆரோ சொல்லப்படக் காணேம்.

மாங்குடிமருதனார்.—Mangkudi Maruthanar.

கடைச்சங்கத்துப் புலவர் நாற்பத்தொன்பதின்மருள் ஒருவராம் இவர் வள்ளுவர் குறளின் மேல் அணிந்த புகழ்மாலை பின்வருவது:

"ஓதற்கெளிதாயுணர்தற்கரிதாகி
வேதப்பொருளாய் மிகவிளங்கித்—தீதற்றோர்
உள்ளுதோறுள்ளுதோறுள்ள முருக்குமே
வள்ளுவர்வாய்மொழி மாண்பு."

மாணிக்கவாசகர்.—Manikkavasakar.

இவர் பாண்டிவளநாட்டிலே, மதுரைக்குச் சேர்ந்த வையைநதித் தீரத்திலே, திருவாதவூரிலே, அமாத்தியர் குலத்திலே பிறந்த பிராமணர். இவர்க்குத் தாய் தந்தையர் இட்ட நாமம் வாதவூரர் என்பது. இவர் வித்தியாரம்பஞ் செய்தது முதற் சர்வகலை வல்லவராகித் தமது கீர்த்தி இராசசபையிலும் எட்டத் தக்கதாய்ப் பிரதாபம் பெற்றிருக்கவே, இவரது சுகுண லட்சணந் தன் காதில் விழப்பெற்ற அரிமர்த்தன பாண்டியன் இவரை அழைப்பித்துத் தனக்குச் சிரேட்ட அமைச்சராக்கித், தென்னவன் பிரமராயன் என்னும் நாமதேயத்தை இவர்க்கு இட்டான். அவனுக்கு இவர் கண்ணும் கவசமும் இரு புயங்களும் போலவிருந்து இராசரீக நடாத்தினராயினும் மனசிலோ பிரபஞ்சம் அநித்தியம் என உள்ளிப், புளி ஓடும் பழமும் என நடந்துவந்தனர்.

இப்படி நடந்துவருநாளிற் பாண்டிய ராசன் இவரைநோக்கி: நீர் நமது பொக்கிஷ சாலையிலிருந்து வேண்டிய திரவியங்களை எடுத்துப் போய்க் கீழ்க்கடற்றுறையிலே குதிரைகள் வாங்கிவாரும் என்று ஆக்கியாபிக்க,இவர் அம்மொழியைத் தம் சிரந்தாங்கிச் சதுரங்க சேனையோடும் திரவியக் குவைகளோடும் போய்த் திருப்பெருந்துறையிற் சேர்ந்து, அங்கே குருந்தமரம் ஒன்றின் கீழே இவரை ஆட்கொள்ளும்பொருட்டுத் தமது கணங்களைச் சிஷிய வர்க்கமாக்கி வீற்றிருந்த சிவனிடந்திட்சைபெற்று, அரசன் கருமத்தை மறந்து கொண்டுபோன திரவியங்களைத் திருப்பணிகளிலிட்டு, அவ்விடத்தமர்ந்து, அனன்முன் மெழுகுபோல மனதுருகி மதுரமும் அற்புதமுமான பாடல்களைப் பாடத் தொடங்கினர் என்ப. மதுர கீதங்களை இசைத்த காரணத்தால் மாணிக்கவாசகர் எனும் நாமம் இவர்க்கு இடப்பட்டது.

இப்பால் இவர் திருப்பெருந்துறையிலே அழுத கண்ணும் தொழுத கையுமாய் ஞான நிட்டையில் இருக்கின்றார் என்றதைச் சாரணர் மூலமாய் அரசன் கேள்வியுற்றுக்: குதிரைகள் எங்கே என்று வினவி திருபம் ஒன்று அனுப்ப, இவர் மதுரைக்குத் திரும்பி இத்தனை நாட்களுக்குள்ளே குதிரைகள் வரும் என்று கெடு வைத்தனர். கொண்ட நாளிலே குதிரைகள் வராமையால் அரசன் சினந்து இவர் முன் கொண்டுபோன திரவியம் அத்தனையையும் கொடுக்கும்படி ஏவலாளரை விட்டுத் தண்டிப்பிக்க, இவர் வருந்தித் தன் குறையைச் சிவனுக்கு முறையிட, அவர் காட்டிலே திரிந்த நரிகளை எல்லாம் பிடித்துச் சிறந்த பரிகளாக்கி அரசனிடம் கொண்டுவர, அவன் கண்டு மகிழ்ந்து குதிரை கொண்டு வந்தார்க்குப் பரிசளித்து இலாயங்களிற் கட்டுவிக்க, அவை இராத்திரியிற் தம் பழைய நரிக்கோலங்கொண்டு அரசனது குதிரைகளையும் கொன்று தின்று ஊளையிட்டுக் காட்டுக்கு ஓட, அரசன் இவரிற் சினந்து இவரைப் பிடித்து ஒறுத்து மறியலில் இட, இவர் சிவனை

நோக்கி வேண்ட, வையையாறுபெருகி அணைகளையுடைக்க, அதைக் கட்டும் ஓட்டருள் ஒருவராய்ச் சிவன் வந்து பிட்டுக்கு மண் சுமந்து தமது உடம்பில் அடி வாங்க, அந்த அடி அரசன் முதல் யாவர் மேலும் பட்ட அற்புதத்தால் அரசன் இவரது மேன்மையை உணர்ந்து இவரிடம் பொறுதிகேட்க, இவர் அவனுக்கு இனிய உரை கூறி மந்திரி வேலையை விட்டுச் சிவயோகியாகித் தலதரிசனஞ் செய்து, ஈற்றிலே சிதம்பரஞ் சென்று. அங்கிருக்கும்போதே இலங்கையில் இருந்து வந்த புத்தரை வாதில் வென்று அவர்களை ஊமராக்கி, ஊமைப் பெண் ஒருத்தியைப் பேசுவித்தார் என இவர் சரிதம் வாதவூரர் புராணத்தில் வித்தாரமாய்ச் சொல்லப்பட்டிருக்கிறது. எப்படிப் புடமிட்டுப் பார்ப்பினும் இவர் தெய்வபத்தியிற் பழுத்த பழம் என்றதில் அணுவளவாயினுஞ் சமுச்சயம் இல்லை.

சைவர் சொல்லும் சமய குரவர் நாலவருள் ஒருவராகிய இவர் பதிசாத்திரங்களில் அன்றி இலக்கண நூற் கடல்கடந்த வல்ல பண்டிதர் ஆதலிற் குவலயானந்தம் என்னும் இலக்கண நூலை இயற்றினர். இந்நூல் அன்றித் திருச்சிற்றம்பலக்கோவை, திருவாசகம் என்னும் இருபாடல்களையும் செய்தனர். நானூறு செய்யுட்கொண்ட சிற்றம்பலக் கோவை, "ஆரணங்காணென்ப ரந்தணர்யோகிகளாகமத்தின்-காரணங்காணென்பர் காமுகர்காமனன்னூலதென்பர்—ஏரணங்காணென்ப ரெண்ணரெழுத்தென்ப ரின்புலவோர்" என்ப பலதிறக் கருத்துக்கு இசைவுற்றிருப்பினும் திருவாசகம் பத்திக்கொழுந்தை வளர்க்கும் திவ்விய நூல் என்பதில் ஐயமின்று. இது லௌகிகர் மனசை ஈர்த்து வைதிக வழிப்படுத்தும் நூல் ஆதலில், "திருவாசகத்தில் உருகாதார் ஒருவாசகத்திலும் உருகார்" எனப் பழமொழியும் பிறந்தது. திருக்கோவையைச் சிவன் தாமே ஓர் பிராமணனாய் வந்திருந்து தமது கையால் எழுதி "அழகிய சிற்றம்பலமுடையார்" எனக் கையெழுத்து வைத்து மறைந்தனர் என்ப. இக் கோவைக்கு மதுரை ஆசிரியர் பாரத்துவாசி நச்சினார்க்கினியர் உரை செய்தனர். சுந்தரர், சம்பந்தர், திருநாவுக்கரசர் எனும் மூவரோடு இவரையுஞ் சேர்த்துச் சைவர் துதிசெய்வர். சிதம்பரத்திலே கூ௨ வயசில் இவர் தேகவியோகமாயினர்.

"அப்பருக்கெண்பத் தொன்றருள்வாதவூரருக்குச்
செப்பியநாலெட்டினிற் றெய்வீகம்"

என்றதனால் இவர் வயசு விளங்கலாயிற்று. இவரை மந்திரியாய் ஏவல் கொண்ட அரிமர்த்தன பாண்டியன் காலம் கிறிஸ்தாப்தம் ௬00 க்கும் ௭00 க்கும் இடைக்காலம் ஆதலில், இவர் இருந்த காலமும் அக்காலமே. இவர் ஓர் இடத்திலே தங்காது பல இடங்களிலேயும் திரிந்து ஸ்தல தரிசனஞ்செய்து பற்பல விஷயங்களின் பேரிலே பற்பல பண்களிலே பாடினர். இவர் கோவை பாடினர் என்றதற்கு:

"வருவாசகத்தினில் முற்றுணர்ந்தோனை வண்டில்லைமன்னைத்
திருவாதவூர்ச்சிவபாத்தியன் செய்திருச்சிற்றம்பலப்
பொருளார்தருதிருக்கோவை கண்டேயுமற்றப்பொருளைத்
தெருளாதவுள்ளத்தவர் கலிபாடிச்சிரிப்பவரே"

என்னும் கலித்துறை திருட்டாந்தமாகும்.

மாப்பாணமுதலியார் **Mappana Mudaliar.**

இவர் யாழ்ப்பாணம் தென்மராட்சியில் உள்ள எழுதுமட்டுவாளிலே

இற்றைக்கு முன் பின் நூறு வருஷங்களின் முன்னே இருந்தவர். சாதி ஆசாரத்தில் வன்னியராகிய இவர்க்குக் கதிர்காம வன்னியனார், மாப்பிள்ளை வன்னியனார் என்னும் இரண்டு வழக்கமான நாமதேயங்கள் அன்றி, இரு மரபுந்துய்ய குலசேகரப் புதுநல்ல மாப்பாண முதலியார் என்னும் பட்டப் பெயரும் இருந்தது. வைரவசந்தானம் என்று அழைக்கப்பட்ட குருசந்தானத்துக்கும் இவர் தலைவராய் இருந்தார். இந்த வைரவ சந்தானக் குருக்கள் மாருடைய சீஷப்பிள்ளைகள் வடமராட்சி, தென்மராட்சி, பச்சிலைப்பளி, வன்னிப்பகுதிகளில் மாத்திரமல்ல வலிகாமப் பகுதிகளிலும் இந் நாட்களிலும் உளர்.

மேற்படி முதலியார் ஆகமசாஸ்திர வியுற்பன்னராய்க், குருப் பிரதானியாய்,மிகு மேம்பாடு பெற்றிருந்தார் ஆயினும்,இந் நிலமையோடு இரம்மியப் படாது குருச் சிரேட்டத்துவத்திற் தமது மைத்துனராகிய பூதர் குருக்களை நியோகித்து,அரசாட்சியாரிடம் தென்மராட்சி மணியவேலையை ஒப்புக்கொண்டு,அதனையிட்டுப் பின்னும் பெருஞ் செல்வாக்குக்காரனானார். எழுதுமட்டுவாளில் உள்ள விழுபனை அம்மான் கோயில் இவர்க்கு ஞாபக ஸ்தானமாய் இந்நாட் பரியந்தம் இருக்கின்றது. முன்னர்க் குருக்களாகவும் பின்னர் மணியகாரனாகவும் பற்பல கடமைகள் சோலிகளில் இவர் ஏற்பட்டிருந்தும் தமக்குப் பிரீதிகரமான கலா முயற்சியில் விடா முயற்சிகொண்டு கரிசனையோடு அதிற் பயின்று வந்தார். ஆதலால் அதனையிட்டும் இவர் கீர்த்தி எந்த இடங்களிலும் பரிமளித்தது.

இலக்கணம், சோதிட சாத்திரங்களிற் சமர்த்தராய் இவர் பேரெடுப்புற்றிருந்தார் அன்றி, வித்துவ சிரேட்டராய்த் திருச்செந்தூர்ப் புராணத்துக்கு வியாக்கியானம் செய்து, சோமகேசரி நாடகம், பரிமளகாச நாடகம், குறவஞ்சி என்பவற்றைப் பாடி விரதநிச்சயம், ஆசூசவிதி என்னும் இரண்டு பத்ததி முறைகளைப் பல நூல்களிலிருந்து தெரிந்து திரட்டி எடுத்தனர். நாடகங்கள் இரண்டினுட் பிந்தினது வேதாந்தசாரக் கருத்துகளைக் கற்பித புருடர்களாக்கி ரூபகமாய்ப் பாடிய ஞான நாடகம். குறவஞ்சி பின்னர்க் கூறப்படும் வெற்றிவேற் புலவருடைய குறவஞ்சிக்கு நிகரானது. அது கச்சாய்க்குக் கிழக்கே காலிவரைக்குள்ள நாட்டுப் புதினங்களை எடுத்து வருணிக்க, இதுவோ கச்சாய்க்கு மேற்கேயுள்ள பல நாட்டுவளங்களை எடுத்துச் சொல்வது. ஆகமவேதாந்த உட்டுறைகளில் நன்றாய்ப்பழுத்த இப்புலவரைப் பலமுறைகளிலும் வண்ணார்பண்ணையிலே வைத்திலிங்கச்செட்டியார்காலத்திலே வைக்கப்பட்டிருந்த வித்தியாசங்கங்களுக்கு அங்குள்ளார் அதி விருப்போடு அழைப்பார்கள். இவ்வாறு இவர் எவ்வளவு புகழ் பெற்றவராய் இருந்தும் நடுவயசிலே, ௫0 பிராயத்திலே, ௧௮௨௭ம் ௵ நடுவுநிலைமையிற் "சமன் செய்து சீர்தூக்குங் கோல்போல் அமைந்து" ஒருவர் பட்சத்திலும் கோடாத மரண தூதன் இவரது தேகவுயிர்களுக்குப் பிரிவு செய்தான்.

மாமூலனார்.—Mamulanar.

கடைச்சங்கப் புலவர் ௪௯ ன்மரில் ஒருவராம் இவர் திருவள்ளுவர் குறள் மேற் சொன்ன துதிகவி பின்வருவது:

"அறம்பொருளின்பம் வீடெனுமந்நான்கின்
றிறந்தெரிந்தசெப்பிய தேவை—மறந்தேயும்
வள்ளுவனென்பானோர் பேதையவன்வாய்ச்சொற்
கொள்ளாரறிவுடையார்."

மாரிமுத்துப்பிள்ளை.—Marimuththup Pilly.

இவர் சிதம்பரத்துக்குச் சமீபத்திலுள்ள தில்லைவிடங்கன்னென்னுஞ் சிற்றூரிலே, வேளாளர் மரபிலே, பின்னைப்பெருமாள் ஐயங்கார்என்பார்க்குப் புத்திரராய்ப்பிறந்தவர். பாலியவயசிற்றானே கலாவல்லவராய்ப் புலமையிற் சிறந்து பாடுவதையே விநோதமாய்க் கொண்டவர். பற்பல தனிப்பாக்கள் மாத்திரமல்லப், புலியூர் வெண்பா, சிதம்பரேசுரர் விறலிவிடுதூது என்னும் இருபாடல்களையும் இயற்றினர். இவர் பௌத்திரரும் மீனாட்சி சுந்தரம் பிள்ளையின் மாணாக்கருமாகிய சு. வேலுசாமிப்பிள்ளை என்பவர் மேற்படி பாடல்கள் இரண்டிற்கும் சிறப்புப்பாயிரம் எழுதியிருக்கின்றார். புலியூர் வெண்பாவை இப்புலவர் பாடினர் என்பதற்கு வேலுசாமிப்பிள்ளை சொல்லிய:

"திருவளருந்தில்லை விடங்கனுறைசீர்த்தி
வருபுலவன் மாரிமுத்தமால்சீர்—தருபுலியூர்
வெண்பாமடந்தையர்மேலியற்றினனவரகு
வெண்பாமடந்தையர்மேல்"

என்னும் வெண்பா சாட்சியாகும். இவரது புலமைத் திறமைக்குப் பின்வரும் வெண்பாவைக் கொள்க.

"பொன்னூருந்தில்லைப் புலியூர்வெண்பாவுக்குப்
பன்னூறுமேத்திப் பணிகுவாம்—நன்னரி
கக்குஞ்சரப்பூக் கடுக்கையானின்றகற்ப
கக்குஞ்சரப்பூங்கழல்."

இவரது பௌத்திரர் தற்காலஞ் சீவனோடிருக்கிறார் என்று கேள்வியுற்றோமாதலில் இவர் இக்காலப்புலவரே. சிதம்பரேசுரர் விறலிவிடுதூதை வட்டுக்கோட்டை ஶ்ரீ. ஶ்ரீ. வே. சதாசிவம் என்பவர் அச்சிடுவித்தார்.

மார்க்கசகாயதேவர்.—Markasakayathavar.

வரகவி என்னும்நாமதேயமுற்றோரும் மிக்க விசிட்டம் பெற்றோருமாகிய இவர் திருவாஞ்சை எனும் தலத்தில் அமர்ந்த கந்தர் மேல் அவரது பாலியவயசையும் விளையாட்டையுங் குறிக்கும் பிள்ளைத்தமிழ் பாடியிருக்கின்றார். இதற்கு முருகன் பிள்ளைத்தமிழ் என்று பேர். பாடல் இன்பமும் சந்தமுமானது.

மார்க்கலிங்க சோதிஷர்.—Markkalinga Chothishar.

இவர் திருமயிலைக் குழந்தையானந்த சுவாமிகளது சிஷ்ய வர்க்கத்தாருள் ஒருவர். கணித நூல் வல்லவரும் பிட்சைப்பாக்கத்திலே பிறந்தவருமாகிய இப் புலவர், சோதிட சிந்தாமணி என்று அழைக்கப் பட்ட வீமேச்சுரவுள்ளமுடையான் நூலைப் பரிசோதனை செய்தாரன்றிச் சைனமுனிவராகிய உபேந்திராசாரியர் செய்த சினேந்திர மாலைக்கு உரையும் எழுதினர்.

மீகாமன்.—Meekaman.

கும்பகோணத்துக்கு ஆறுமைல் தூரத்திலிருக்கும் வலங்கையென்னும் ஒரு ஊரில் இருந்தவர். அறிவானந்த சித்தி என்னும் ஓர் நூலை இயற்றினர். இதற்கு:

"கானுந்துசோலைவலங்கைமீகாமன் சுதிபெறவே
வானுந்துதேவர்க்கெட்டாவறிவானந்த வண்மைதன்ருத்
தேனுந்து செஞ்சொற்றமிழாலுரைத்த சிறந்தவறி
வானந்தசித்திதனைத்தேர்பவர் பிறப்பற்றவரே"

என்னும் பாட்டுப் பிரமாணமாம். இதிலே ௩௨௩ விருத்தங்களுள. மாதிரிக்காக அவற்றுளொன்றை இவ்விடம் தருவம்.

"இனியோதனைம்விட்டுச் சாகாதியுண்டிக்கிருந்துநிட்டை
பனிவேயிறன்னிற் பொருந்திப் பஞ்சாக்கினிப் பற்றுடைத்தாய்க்
கனிமிகுதானத்துறைந்தைம்பானைக் கடிந்துநின்றே
தனியுறல்வானப்பிரத்தோர் நிலைவிடிற்சூழ்நரகே."

மீனாட்சி சுந்தரம்பிள்ளை.—Meenatchy Chundqram Pilly.

இவர் திரிசிரபுரத்தில் வசித்த மகாவித்துவான். ஈரெட்டாண்டுவரையிலே தமிழ் இலக்கண இலக்கியங்களிலே தேர்றமுற்று அப்புறம் திருவாவடுதுறை சென்று, அம்பலவாண குரவரிடம் தீட்சைபெற்று, மேன்மேலும் பன்னூல்களிலும் பயின்று பெரும் பாண்டித்தியரானர். இவர் இல்லாச்சிரம விரதம் அனுஷ்டித்தும் ஏதோ முகாந்தரத்தால் அதை விட்டுப் பிரிந்து ஒன்றியாய்த் திரிந்து இற்றைக்குச் சில வருடங்களின் முன்னர்த் தேகவியோகமாயினர்.

ஆறுமுக நாவலர் அச்சிடுவித்த திருவள்ளுவர், திருக்கோவையார் எனும் இரு புத்தகங்களுக்கும் சிறப்புக்கவி சாற்றி இருக்கின்றார். இவரிடம் கல்வி கற்றுத் தேற்றம் அடைந்த வித்தியார்த்திகள் "சென்னைக் கவர்ண் மேண்டு நார்மல்" பாடசாலைத் தமிழ்ப்புலவர் திரிசிரபுரம் சோடசாவதானம் சுப்பராயச்செட்டியார் முதலாம் பலருளர். வித்துவாமிசருட் சிறந்து விளங்கிய இப்புலவர் தேவாரம்பெற்ற அநேக ஸ்தலங்களுக்குப் புராணம் செய்திருக்கின்றார். திருநாகைக் காரோணப் புராணம் எனும் காப்பியத்தை வீர சைவ சிகாமணியாகிய அப்பாத்துரை முதலியாரின் கேள்விப்படி இயற்றினார்.

"பூமேவுதிருநாகைக்காயாரோகணப்பெருமான்புராணஞ்சொற்றேன்
தேமேவுவீரசைவ சிகாமணியப்பாத்துரைமால் சிறப்பிற்கேட்கக்
கார்மேவுசிரமலைவாழ் சைவசிகாமணிஞானகலைபூற்றேர்ந்து
மாமேவுதணிபமைந்தமீனாட்சிசுந்தரநாவலவரேறே"

என்ற சாற்றுகவி இக்கருத்தை உணர்த்தும். இப்புராணம் சொன்னயமாகிய பன்னயஞ் செறிந்து யாவர்க்கும் இதம்தராநிற்கும் பாடல். வடமொழியிலிருந்தே இதனை இவர் தமிழ்மொழியில் வருவித்தனர். இப்புராணத்திலே ௬௪ படலத்தில் உ௲௪ விருத்தங்களுள. யமகம், மடக்கு, கோமூத்திரி,

கூடசதுக்கம், முரசபந்தம், சுழிகுளம், மாலைமாற்று, காதைகரப்பு, திரிபங்கி முதலாம் மிறைக்கவி விநோதங்களாலே தமது திறமையை இதில் இவர் காட்டியிருக்கின்றார். இவர் விரைவிலே பாடுஞ் சத்தியுடையார் என்றும் ஒருநாள் இப்புராணத்திலே உா விருத்தங்கள் பாடினர் என்றும் கேள்வியுற்றோம். மேற்சொல்லப்பட்ட புராணத்தைத் தவிரப் பின்னும் சுளபாடல்கள் இயற்றினர். அவற்றின் அட்டவணையை இவ்விடம் தருகின்றோம். அவையாவன:

திருவானைக்கா அகிலாண்டநாயகி பிள்ளைத்தமிழ்.
திருத்தவத்துறைப்பெருந்தவப்பிராட்டி "
திருவுறந்தைக்காந்திமதியம்மை "
திருப்பெருமணநல்லூர்த்திருநீற்றம்மை "
திருக்குடந்தை மங்களாம்பிகை "
கன்னபுரப்பாகம்பிரியாள் "
திருவெண்காட்டுப்பெரியநாயகியம்மை "
திருவிடைக்கழிமுருகர் "
திருவாவடுதுறை அம்பலவாணதேசிகர் "

வாட்போக்குக்கலம்பகம்	திருவுறந்தைப் புராணம்
துறைசைக்கலம்பகம்	திருக்குடந்தைப் "
திருத்தில்லை யமகவந்தாதி	மாயூரப் "
திருத்துறைசை அந்தாதி	திருத்துருத்திப் "
திருச்சிராப்பள்ளி "	திருக்குறுக்கைவீரட்டப் "
திருக்குடந்தைத்திரி "	திருவாவொளிப்புற்றூர் "
திருவானைக்காத்திரி "	விளத்தொட்டி "
பட்டீச்சுரப்பதிற்றுப்பத்தந்தாதி	ஆற்றூர்ப்புராணம் "
பூவாளூர்ப் "	தனியூர்ப் "
பாலைவனப் "	மணிப்பட்டிக்கரைப் "
திருவுறைப் "	கோயிலூர்ப் "
தண்டபாணி "	கண்டதேவிப் "
திருஞானசம்பந்தர் "	குரைக்குடிப் "
எறும்பீச்சரம் வெண்பா	வீரைவனப் "
திருவானைக் காமலை	திருமயிலைப் "
திருக்கலைசை மாலை	காசிரகசியம்
திருவா. சுப்பிரமணியதேசிகர்மாலை	திருவாரூர்த்தியாகராசலீலை
திருஞானசம்பந்தரானந்தக்களிப்பு	காழிக்கோவை
திருமயிலைச்சச்சிதானந்ததேசிகர்மாலை	திருவிடைமருதூருலா

இப்புலவரது பாடல் மாதிரிக்குத் திருநாகைக்காரோணப் புராணத்தின் காப்புச் செய்யுளை இவ்விடம் தருகின்றோம்.

"மாமேவுதந்தையொரு மருப்பையெனவிளித்திடத்தன் மேனாடிபாய
தாமேவுபிறை பொருபாற்சொருகாவத்தனையெதிர்தோன்றிநின்று
மாமேவுமொருமருப்பனியானே நீயோரேகதந்தபகராயென்று
பூமேவுநகைகொளுநாகாபரணக்களிற்றிருதாட்போற்றிவாழ்வாம்."

முகமதுசைன். Mukamathusine.

அதிவீரராமபட்டணத்தைச் சேர்ந்த இவர் சமையாசாரத்தால் இஸ்லாமியர்:

சின்னக்குழந்தை என்று இவர்க்கு வழக்கப் பெயர். இவர் பெண்புத்தி மாலை எனும் ஓர் பாடலை இயற்றினர். பெண்புத்திமாலை என்னும் பாடல் பின்னொன்று இருப்பினும் அதன் காப்பிலே:

"பெண்புத்தி மாலை பேணிப்படிக்க
வண்புத்திமீதுவன் வாரணமுகவனே"

என்று விநாயகஸ்துதி கூறப்பட்டிருப்பதாலும் அது

"அடியென்னடியென்னருகினில் வாடி
ஆரேவதகினும் அன்னம் பகிரடி"

என்று அகராட்சரமாதியாய்த் தொடங்குவதாலும் அதுவும் வேறே இதுவும் வேறே என்று துணிகிறோம். இவர் பாடிய பெண்புத்திமாலை

"அல்லாவோருவனையஞ்சி வணங்குங்கோ—மயிலே
எல்லாமவனென்றிருதயத்தெண்ணிக்கோ—மயிலே

என்று தொடங்கும் உடுஅ க் கண்ணிகள் உடைத்தாயிருக்கின்றன.

"பெண்புத்திமாலையெனப்பேசினேம் பெண்பிறந்த
தண்பத்தியில்லாததையலரே—பெண்புத்தி
சொன்னூர் முகமதுசைன் தோகையரே கண்டறிந்திங்
கெக்காளும்வாழ்விரிசைந்து."

என்னும் காப்பு வெண்பா ஆக்கியோன் நாமத்தை வெளிப்படையாய் உணர்த்திற்று.

முகையலூர்ச்சிறுகருந்தும்பியார்.—Mukay Chirukaramthumpiar.

கடைச்சங்கப்புலவர் சக பேருள் ஒருவராம் இவர் முகையல் என்னும் ஊரிலே பிறந்தவர்ஆதலின் இவ்வாறு அழைக்கப்பட்டார் போலும். உத்தர வேதம் எனக் கூறப்படும் நாயனூர் குறள் மேல் இவர் சொற்ற குறள் வெண்பாப் பின்வருவது:

"உள்ளுதலுள்ளியுரைத்தலுரைத்ததவணத்
தெள்ளுதலன்றே செயற்பால—வள்ளுவனூர்
முப்பாலின் மிக்கமொழியுண்டெனப்பகர்வார்
எப்பாவலரினுமில்."

முத்தமிழ்க்கவிவீரராகவமுதலியார்.—M. Kaviveeraragava Mudr.

கவி வீரராகவமுதலியார் என்னும் நாமதேயமுடையார் இரு பெயர். அவருள், குருடராய்ப்பிறந்த காரணத்தால் அந்தகக்கவி வீரராகவ முதலியார் எனப் பெயர்புடைத்தவரது சரிதத்தை முன்னர்க்கூறினம். முத்தமிழ் எனும் விசேடத்தாற் குறிக்கப்பட்ட இம்முதலியாரும் பெரும் புலவர் எனல் சத்தியமாயினும் இவர் சரித்திரம் எமது கையில் அகப்படவில்லை.

முத்தானந்தசுவாமி.—Muththanantha Swamy,

கி. பி. கஅம் சதாப்தத்தில் இவர் இருந்தவர். ஞானமதியுள்ளான் என்னும் பாடல் இவரால் இயற்றப்பட்டது.

முத்துககுமாரப் புலவர்.—**Muththukkumarap Pulavar.**

யாழ்ப்பாணப் புலவர் பலருள் ஒருவராம் இவர் வட்டுக்கோட்டையைச் சேர்ந்த அராலிக்குறிச்சியிற் பிறந்து, அனலைதீவில் விவாகஞ்செய்து, மிகுதி பற்றி ஊர்காவற்றுறையில் நடமாடினவர். இவர் பஞ்ச இலக்கணங்களில் வல்லவர் என்று நாம் நினையாதபோதும் அதி விரைவிற் பாடுந் திறமையாற் பேர்பெற்றவர் என்று எண்ணுகிறோம். புலவரே, ஒரு பாட்டுச் சொல்லும் என்று கேட்டமாத்திரத்திலே பாடும் திறமை இவர்க்கு உளதாம். இவர் ஊர்காவற்றுறையிலே ஒரு பாடசாலையை ஸ்தாபித்துப் பல மாணாக்கர்க்குப் பாடம் ஓதிவைத்தார். அல்லாமல் நயினாதீவு நாகம்மாள் பதிகம், அனலைதீவு ஐயனார் குறவஞ்சி, தேவசகாய நாடகம், சீமந்தனி நாடகம், பதுமாபதி நாடகம் எனப் பெயரிய சிலவற்றைப் பாடியிருக்கின்றார். இவர் இருந்த காலம் மிகத் தூரமல்ல; ௧௮௨௭ ம் ௵ வரையில் அராலியில் இறந்தனர். இவர் சுற்றமித்திரர் பலர் அராலிக் கிராமத்தில் இப்போதும் இருக்கிறார்கள். "முத்துக்குமாரன் தமிழ்ப் பாவலர்க்கு முதற் சிங்கமே" என்று விசுவநாத சாஸ்திரியாரால் வியந்து சொல்லப்பட்டார் இவரே. நாடகங்கள் அன்றிப் பல தனிப்பாக்களும் பாடினர். இவர் ஒரு தருணம் சில அவயவங்களைப் பற்றி வருணித்துப் பாடிக்கொண்டிருந்தபோது தன் கழுத்திலே உட்கட்டு என்னும் ஆபரணம் பூண்டவளாய் இவர் மனைவி இவர் கண்ணுக்கு எதிரே வரக் "கழுத்துட்கட்டு" என்று பாடினர் என்றும், அதனால் அவளுக்குக் கழுத்திலே கட்டொன்று கட்ட அதுவே நோயும் பாயுமாய்க் கிடந்து இறந்தாள் என்றும் இப்புலவரது சுற்றத்தார் ஒருவர் சொல்லக் கேட்டோம். பாடல் மாதிரிக்கு நயினாதீவு நாகம்மாள் பேரிற் பதிகத்துள் ஒன்றை இவ்விடம் தருகின்றோம்:

"ஆரணத்துபகிடதவக்கரத்தோணியாகி யாகாசவட்டமாகி
அறுகோணமுக்கோணமிருகோண நாற்கோணமாகி நிறமைந்துமாகிக்
காரணத்துருவாகியருவாகியாவுமாய்க் காக்குமுன்பெருமையெளிதோ
கருணைப்பிரவாகமாமானந்தவெள்ளக் கசிந்தூறுபேராழியே
ஏரணத்திடமருதவேலிசூழ்நயினாநக ரெனும்பதிச்சிறந்துமேவும்
யாமளசௌந்தரி யாமளசொரூபியே ராசபரமேசுபரியே
நாரணற்கொருசகோதரியென்ன வந்தருளுநாகபூரணிநாரணி
நாகமணியும்பரமர்பாகமுறு மேகசிவநாகவீஸ்பரியம்மனே."

முத்துக்குமாரப்புலவர்.—**Muth'hukkumarap Pulavar.**

இந்நாமத்துக்கு இலக்கான பின்னொருவர் உடுவிற் கோயிற்பற்றைச் சேர்ந்த சுன்னாகக் குறிச்சியில் இருந்தவர். இவர் தந்தையார் நாமம் அம்பலவாணர். இவர் புத்திரி இந்நாளிலும் இருக்கிறார். ஆதலால் இவரும் இக்காலப் புலவரே. இவர் பற்பல தனிப்பாக்கள் அன்றிக் கிறிஸ்து மார்க்கத்துக்கு விரோதமாய் ஞானக்கும்மி என்னும் ஓர் பாடலையும் இயற்றினர். இதனை மறுத்துக் கண்டித்துப் பலர் எதிர்க்கும்மிகளைப் பாடியிருக்கின்றார். இப்புலவரது பாடல் பரிமளிப்பும் செம்பாகமுமானது. சிதம்பர ஸ்தலத்தின் மேல் ஒரு பதிகமும் பாடினராம். சேது புராணத்திலுள்ள கதை ஒன்றைக்கொண்டு சத்திரானிக நாடகம் என்னும் ஓர் நாடகத்தையும் இவர் பாடினாரன்றிச்

சில ஊஞ்சல்இசைகளையும் பாடினர். இவர் பாடின தனிப்பாக்கள் சில மிக விந்தையும் உபயார்த்தமும் கொண்டவை. மாதிரிக்கு அவற்றுள் ஒன்றை இவ்விடம் தருகுவம்:

''பன்னிரண்டுகரகந்தனை யெட்டுப்பானையைத்துண்டதாக்குயவனை
முன்னிரண்டுகுடங்கையிலேந்திலை முட்டிமுட்டிமல்லாய்மாவைச்சாடியை
பொன்னிரண்டுபெறுபெருஞ்செட்டியைப் போற்றுவீர்பலவீர்சகரந்
தன்னைமுன்வைத்தகலசம்பத்தும் பெறலாகுமிப்பெருந்தாரணிதன்னிலே.''

முத்துக்குமாரமுதலியார்.—**Muththukkumara Mudeliar.**

இவர் உடுப்பிட்டிக் கோயிற்பற்றிலே, வல்லிபட்டிக் கிராமத்திலே, வேளாளர் மரபிலே, இற்றைக்கு முன்பின் நூறு வருடங்களின்முன் பிறந்தவர். இவர் தந்தையார் சந்திரசேகர முதலியார். இவர் பாடப்பெற்ற பல பாடல்கள் உண்டெனக் கேள்வி ஆயினும் நமது கைக்கு ஒன்றும் கிட்டியதில்லை. முன் சொல்லிய குமாரசாமி முதலியார்க்கு இவர் தாய்மாமன். ஊர்காவற்றுறை நீதவான் கதிரவேற்பிள்ளைக்குப் பாட்டன்முறையானவர்.

முத்துக்குமாரர்—**Muththukkumarar.**

இவர் வட்டுக்கோட்டையிலுள்ள கிழக்கூரிலே கனம் தனம் காத்திரம் கொண்ட குடும்பத்தைச் சேர்ந்தவர். சாதியில் மடப்பளியார். இவர் கஞ்சன் காவியம், வலைவீசும் புராணம் என்னும் இரண்டு பாடல்களையும் வேறு சில நூல்களையும் இயற்றினர் எனக் கேள்வி. இவரைப்போலவே இவருடைய புத்திரர் சுவாமிநாதர் என்பவரும் வல்ல புலவராயிருந்தார். பாடற் றிறமையை உணர்த்துதற் பொருட்டுக் கஞ்சன்காவியம் கடவுள் வாழ்த்தில் ஒரு விருத்தம் தருகின்றோம்:

''வெயிலேறிரத்தினமகுடம்புனைந்த வியன்மிக்கசென்னியழகார்
மயிலேறியன்பரிதயத்துலாவிவரு பத்மபாதமறவேன்
குயிலேறுபோக்குருமாதினொடு குறமாதுதோயும்புயத்
தயிலேறுசெங்கைமுருகா முதுந்தன் மருகாவமரன்புதல்வனே.''

முத்துக்குமாரர்.—**Muththukkumarar.**

இவர் மானிப்பாய்க் கோயிற்பற்றைச் சேர்ந்த நவாலிக் குறிச்சியிலே பிறந்தவர். இவர் தந்தையார் அரசாட்சியாரிடம் உடையார் வேலையில் ஏற்பட்டிருந்தபடியால் வழக்கமாய்க் காசி உடையார் மகன் என்று அழைக்கப்பட்டார். தம்பையர் எனும் மறுநாமம் உள்ள இவர்க்கு அராலியிலிருந்த அருணாசலம் என்பவர் ஆசிரியர். தம் ஆசிரியரைப்போலச் சோதிடம் காரிகை எனும் இரண்டிலும் முக்கியமாய்ப் பிரதாபப்பெற்ற இப் பண்டிதரிடம், க. சுப்பையர் முதலாம் பலர் பாடம் கேட்டனர். இவர் சில காலம் மானிப்பாய் மிஷன் பள்ளிக்கூட ஆசிரியருமாய் இருந்தவர். இவர் எத்துணைக் கல்விகற் [illegible] கல்விமான்களுக்கும் [illegible] கற்ற நீதி நூலுக்கு மாறாய்

வழக்குகளில் ஏற்பட்டு அபராதியாய்ப் "பள்ளிக்கூடம்" போக நேரிட்டதால் இவரது சீவியத்தின் பிற்கூறு இவர்க்குக் கைப்பாயிற்று.

காசி உடையார் மகன் எனும் சொல் இந்த நிமிடமும் யார்க்கும் பழம் பாடம். பொருள்பண்டக் காரனும் செல்வாக்குற்றவருமாய் இருந்த இவரது பௌத்திர மித்திர சுற்றத்தவர் பலர் இப்போதும் இருக்கின்றார்கள்.

முத்துச்சாமிப்பிள்ளை.—Muththuchchamip Pillai.

சாதியிலே வேளாளரும் சமயாசாரத்திலே கதலிகருமாகிய இவர் புதுச்சேரியைச் சேர்ந்தவர். இவர் தமது சுயபாஷையாகிய தென்மொழியில் அன்றி வடமொழி, தெலுங்கு, இங்கிலிஷ், லத்தீன் பாஷைகளிலும் தேர்ச்சி பெற்ற ஓர் கல்விமான். இவர் சென்னைபுரியில் இருந்த அரசாட்சிக் கலாசாலையிலே தமிழ்த் தலைமை பெற்றிருந்து, ௧௮௧௬ ம் ௵ எல்லிஸ் துரையின் கேள்விப்படி தெக்கண சீமைக்குச் சென்று, அங்குள்ள தமிழ்க் கிரந்தங்களை ஆராய்ந்து தேடித் திரட்டினர் அன்றி, வீரமாமுனிவரது சரிதங்களையும் விசாரித்து எடுத்து அவற்றை ஓர் புத்தகமாய்த் திரட்டி இங்கிலிஷில் மொழி பெயர்த்து இரு பாஷைகளிலும் அச்சடித்துப் பிரசரித்தார். புரைசைபாக்கத்தில் இருந்த பொன்னம்பலம் என்னும் புலவர் ஒருவர் கிறிஸ்து மார்க்கத்துக்கு விரோதமாய் வரைந்த தூஷணைப் புத்தகம் ஒன்றுக்கு இவர் பாநடையாகவும் வசன நடையாகவும் திக்காரம் என்னும் ஒரு மறுப்புரை எழுதினர். இதனைச் சென்னைக் கல்லூரிப் பண்டிதர் எவரும் மெய்ச்சிச் சம்ஸ்கிருதத்திலும் தமிழிலும் அதற்குச் சாற்றுகவி கொடுத்ததும்போதாமல் இவருக்கு ஒரு மார்புப் பதக்கத்தையும் ஒரு சோடு சூரத்துச் சால்வைகளையும் வெகுமதி ஈந்தார்கள். எல்லிஸ் துரை பாடிய தரவு கொச்சகக் கலிப்பா இறுதியிலே நமச்சிவாய எனும் பஞ்சாட்சரம் சேர்ந்திருந்தமையால் அவர் சைவராயினர் என ஊரார் உளறிய அபவாதம் நீங்குதற்பொருட்டு இவர் அதன்மேல் ஒரு வியாக்கியானம் எழுதி, ஏகதேவனைக் கருதியே எல்லிஸ் துரை நமச்சிவாய என வழங்கினர் என்று திருட்டாந்தப்படுத்திச், சைவரது எதிர்க்கூற்றை நிராகரித்தார். தமது அந்திய காலம்வரையிற் சென்னைத் துரைத்தனத்தாரின் கீழ் மொழிபெயர்ப்புக்காரரும் பண்டிதருமாகவே இருந்து ௧௮௪௰ ம் ௵ புரட்டாசி ௴ ௨௧ ௳ இவர் தேகவியோகமாயினர்.

முத்துத்தாண்டவர்.—Muththuththandavar.

இவர் சோழநாட்டிலே, சிதம்பரத்துக்குச் சமீபமான சீகாழியில் இருந்தவர். இவரது பெற்றோர் இருபேரும் அங்குள்ள கோயிலிலே சேவைசெய்த மேளகாரர். இப் புலவரது சுயநாமம் தாண்டவன். இவர்க்குச் சிறுமையிற்றானே ரோகம் ஒன்று உண்டுபட்டிருந்ததனாற் தம் சாதித் தொழிலில் இவர் அமையாது காலந்தோறும் ஆலய தரிசனம் செய்து தம் பொழுது போக்குவாராயினர். இவ்வாறு திரியும் ஒருநாள் இராத்திரி அம்மாள் இவர்க்குத் தரிசனமாகி ஒரு வட்டகையிலே அன்னம் கொண்டுவந்துகொடுத்து இவர் பசியைப் போக்கி: நீ இனிச் சிதம்பர தலம் சென்று அங்கே பாடிக்கொண்டிருப்பாயாகில் உன்

பிணி தீரும் என்றனராம். இச் சம்பவத்தின் பின்பே முத்துத்தாண்டவர் எனும் பேர் அக்கோயில் ஸ்தானிகரால் இவர்க்கு இடப்பட்டது. அது முதல் இவர் வரகவியாய்ச் சிதம்பரம் சென்று தமது சீவாந்தம் வரைக்கும் சிவ கீர்த்தனை பாடுவதையே விநோதமாகக் கொண்டார். இவர் அன்றாடன்று பாடி முடிந்து வீட்டுக்குப் போகும் சமையம் ஐவைந்து பொற் பணம் படிக்காசாகக் கோயில் வாசற்படியில் வைத்திருக்கக் கண்டு எடுத்துப்போவாராம். காலையில் எழுந்து கோயிலுட் பிரவேசிக்கும் போது முதன் முதல் என்ன தொனி காதில் விழுமோ அதையே பல்லவியாகக் கொண்டு கீர்த்தனை சொல்லத் தொடங்குவார் என்ப. இவர் பாடப்பெற்ற கீர்த்தனங்கள் யாவையும் ஓர் புத்தகமாய்ச் சேர்த்திருக்கின்றார்கள். அது ஆக்கியோன் நாமப்படி முத்துத்தாண்டவர் பதம் எனப் பேர் பெறும். இவரது கீர்த்தனை ஒவ்வொன்றும் பாடுவார் நெஞ்சிற் பத்திவிசுவாசம் எழுப்பிவிடற்பாலது. ''மாணிக்கவாசகர் பேறெனக்குத்தர வல்லாயோ அறியேன்'' என்னும் கீர்த்தனை ஒன்றைப்பாடி முடித்த ஒரு தினத்தில் இவர் சிவத்தோடு ஒன்றி விட்டார் என்றது சைவர் விசுவாசம். இலக்கண இலக்கியம் கற்றுணர்ந்த பண்டிதர் அல்லாத போதும் இவருடைய பாடல் சொற்சுவை, பொருட்சுவை, சந்தம் ஆதியவற்றால் மிக மேன்மை உற்றது.

முத்துராசன்.—**Muththurasan.**

இவர் சோழ நாட்டாராகிய செந்தியப்பன் என்னும் ஒருவனுடைய புத்திரர். யாழ்ப்பாண இதிகாசங்களுள் ஒன்றாகிய கைலாயமாலை பாடினார் இவரே. இதற்குக்:

''சுற்றோர் மகிழக்கயிலாயமாலைதனை
நற்றமிழினாற்றொகுத்து நாட்டினான்—சுற்றுறையூர்ச்
செந்தியப்பன்றந்த சிறுவன்முத்துராசனென்னும்
வந்தகவிராசர்மகுடம்''

என்னும் வெண்பாச் சான்றாகும். கயிலாயமாலை கலிவெண்பாவாய் இயற்றப்பட்டது. அதிலே யாழ்ப்பாணம் பூர்வீகத்திற் குடியேறிய வரலாறு சவிஸ்தாரமாகச் சொல்லப்பட்டிருக்கின்றது.

முத்துராமமுதலியார்.—**Muththurama Mudeliar.**

இவர் மகா உச்சித வித்துவசிரேட்டர். சிறீமகாபாரத கீர்த்தனம் பாடினார் இவரே. இவர் தந்தையார் கோ. சபாபதி முதலியாரது சிறிய பிதா.

முருகேச ஐயர்.—**Murukasa Ayer.**

இவர் காரதீவைச் செனனநாடாகக் கொண்டவர். ௧௭௦௦ ம் ௵ வரையில் எதோ ஒரு கலக காரணத்தால் இந்தியாவிலிருந்து காரதீவிற்கு வந்து குடியேறின மேருகிரி ஐயரின் பிரபௌத்திரராகிய கார்த்திகேசையரின் புத்திரர். தமிழ், சமஸ்கிருத பாஷாதிராய்ச் சோதிட வைத்திய சாஸ்திரங்களிற் பேர் எடுப்புற்றவர். ௧௮௯௦ ம் ௵ வரையில் இறந்துவிட்டார். இவர்

செய்த பிரபந்தங்கள், தன்னையமகவந்தாதி, தன்னைநாயகரூஞ்சல், குருக்கேத்திர நாடகம் என்பன. இவரது புத்திரராகிய கார்த்திகேசையர் தமது தந்தையைப்போலச் சோதிடம் ஆயுள்வேதங்களில் வல்லவராகி விதானமாலையை அச்சிட்டுப் பிரசரித்து இயற்றமிழ்ப் போதகாசிரியர் என்னும் நாமதேயத்தோடு இப்போதும் காரதீவிற் சிறப்புற்றிருக்கின்றார்.

மெய்கண்டதேவனார்.—**Meykandathavanar**.

இவர் திருப்பெண்ணாகடத்திலே, வேளாளர் மரபிலேபிறந்து, திருவெண்ணெய் நல்லூரிலே, நன்மாமனார் வீட்டிலே வளர்ந்தவர். இவர்க்குச் சுவேதவனப் பெருமாள் என்று பெயர். இவர் பாலிய வயசிலே, சிலர் சொல்லியபடி இரண்டு வயசிலே, சிலர் சொல்லியபடி மூன்று வயசிலே, பரஞ்சோதி முனிவரிடம் தீட்சை பெற்றவர். இப் பரஞ்சோதி முனிவர் கைலாசத்தில் இருந்து வந்தவர் என்றும், அவருக்குச் சத்தியஞான தரிசிகளும், அவருக்குச் சனற் குமாரரும், அவருக்கு நந்திதேவரும், அவருக்குச் சிவனும் ஆசிரியர்கள் என்ப.

பரஞ்சோதி முனிவர், ரௌரவாகமத்திலே, பாசவிமோசனப் படலத்திலே, பன்னிரு சூத்திரங்களாற் சிவன் முன்னரே நந்தி தேவருக்கு உபதேசித்த சிவஞானபோதத்தை இச் சுவேதவனப்பெருமாளுக்கு ஓதி, அதற்கு உரை கூறுமாறும் போதித்து, மெய்கண்ட தேவனார் எனும் முக்கியம் பொருந்திய நாம தேயத்தையும் இவர்க்குச் சூட்டினர். இவர் சிவ ஞான போத நூலைத் தமிழிலே பாஷாந்தரப்படுத்தி வார்த்திகம் என்னும் பொழிப்புரையோடு அதனை சுகூ மாணவகர்க்கு ஓதி வைத்தார். இவர் பரஞ்சோதி முனிவரிடம் மாத்திரமல்லப், பொல்லாப் பிள்ளையாரிடமும் உபதேசம் பெற்றவர் என்று சொல்வாரும் உண்டு.

இவரது மாணாக்கருள்ளே, திருத்துறையிற் பிறந்தவரும், ஆதி சைவரும், சகலாகம பண்டிதர் என்று பெயர் வகித்தவருமாகிய அருணந்தி சிவாசாரியர் மிகத் தலைமை பெற்றவர். அவர் இவர்க்குச் சீஷனான வரலாற்றை முன்னே அவரது சரித்திரத்திலே சொல்லியிருக்கின்றோம்.

இம் மெய்கண்டதேவனார் செய்த சிவஞானபோத நூலைப் பழைய வட்டுகோட்டைச் சாஸ்திரசாலைத் தலைவராகிய ஒயிசிங்டன் தேசிகர் (Rev. H. R. Hoisington, M. A.) ஆங்கிலபாஷையில் மொழி பெயர்த்து அச்சிடுவித்தனர். இந்த நூலிலுள்ள சூத்திரங்கள் சிலவற்றிற்கு "உதயதாரகை"ப் பத்திரத்திலே கஅகுஎ ம் ஞு வரையில் சூசனம் எழுதப் பட்டிருக்கின்றன. இப் பண்டிதரது தேகவியோக காலம் பின்வரும் பாவினால் நிர்ணயிக்கப்படும்.

> "சித்திரையத்தமுமாபதி யாவணித்திங்கடனில்
> உத்திரஞ்சீர்கோண் மறைஞானசம்பந்தரோதுகன்னிச்
> சுத்தமெய்ப்பூரமருணந்தி யைப்பசிச் சோதிதன்னில்
> வித்தகமெய்கண்ட தேவர் சிவகதிமேவினரே."

மோசீகீரனார்.—**Mochekeeranar.**

இவர் மதுரைக் கடைச் சங்கப் புலவர்மார் சுகூ பதின்மரிலொருவர்.

பொதுமறை என்று வியப்புப் பெயர் பெற்ற திருவள்ளுவர் குறளுக்கு இவர் சொன்ன புகழ்க்கவி வெண்பாவன்றி வேறு தனிப் பாக்களாவது, பாடல்களாவது, நூல்களாவது செய்திருந்தாரோ தெரிந்திலது. இவரது பாடல்மாதிரிக்கு மேலே சுட்டிய வெண்பாவை இவ்விடம் தாலுற்றோம். அதுவருமாறு:

"ஆண்டபாலேழாறிரண்டு பெண்பாலடுத்தன்பு
பூண்பாலிருபாலோராறாக—மாண்பாய
காமத்தின்பக்கமொரு மூன்றாகக்கட்டுரைத்தான்
நாமத்தின்வள்ளுவனார்நன்கு."

யாழ்ப்பாணநாயனார்.—**Yalppanannyanar.**

இவர் சோழநாட்டிற் சீவித்த ஒரு பாடகர். இவருக்கு வீரராகவர் என மறு நாமம். யாழ்வாசிக்கும் தொழில்பற்றியே இவர்க்கு யாழ்ப்பாணர் என்று நாமதேயம் கொடுக்கப்பட்டது. இவர் குருடராயிருந்தபடியாற் தமது பிரியையின் பிரிய தயவையிட்டுச் சீவனம்பண்ணி வருநாளையில் ஒருநாள் வழக்கம் போலச் சரி நேரத்தில் ஆகாரம் அகப்படாமையாலே பொறுமையின்றி அவளுடன் சினந்து விகாதித்து: யான் இலங்கை யாத்திரை போகின்றேன் என, அவள் கடுகடுத்து: அங்கே என்ன ! கொம்பன் யானையும் கொழுத்த பூமியும் பெறும் பொருட்டா என்று பரிகாசம் பண்ணினாள்.

இவ்வாறு கண்ணாட்டி நையாண்டி செய்தும், இவரோ தாம் எடுத்த கருமத்திலே தளர்ச்சிகொள்ளாராகி இலங்காபுரிக்குச் சென்று இராசனைக் காணும்பொருட்டு அரமனைக்கு ஏக, அந்தகனுக்குத் தரிசனம் கொடுப்பது தோஷம் என்று அரசன் பின்னிற்க, இவரோ அதி ஆவலாய் வேண்டுதல் செய்தமையால், ஈற்றில் அரசன் திரைமறைவில் நின்று இவரது பாடலைக் கேட்க ஒருப்பட்டான். அரசன் அரைச்சல்லடம் பூட்டி அம்பொடு வில் ஏந்தி வேடரூபமாய்த் திரைமறைவில் நிற்க, இவரோ அவனைப் பூர்வீக தாசரதியாக நினைந்து:

"வாழுமிலங்கைக்கோ மானில்லை மானில்லை
ஏழுமராமரமு மீங்கில்லை—ஆழி
அலையடைத்த திண்புயா வாகித்தா வுன்கைச்
சிலையெடுத்த வாறேது செப்பு"

என்று பாடினர். இப் பாடல் கேட்டுமகிழ்ந்த அரசன், ஒருமுறை சுயகோலத்துடனும் மற்ற முறை தனது ராணியின் கோலத்துடனும் பின்னும் அத்திரைமறைவில் நிற்க, இவரோ யாரும் அதிசயிக்கும் வண்ணம் அவ் இரு தோற்றங்களையும் மட்டிட்டு, அவற்றை வர்ணித்து அவற்றின்மேற் பத்துக்கீதங்கள் பாடி யாழில்வாசிக்க, அரசன் மேலும் உள்ளக் களிப்புக்கொண்டு ஒரு கொம்பன் யானையையும் யாம் வசிக்கும் இந்த யாழ்ப்பாணச் சீமையையும் இவர்க்குப் பரிசு கொடுத்தான். மனைவி செய்தபரிகாசம் உண்மையாயிற்று. அரசன் பரிசளித்த இந்த நாடு முன்னே மணற்காடாயும் திடராயும் இருந்தும் யாழ்ப்பாடியாரின் கைக்கு வந்த காரணத்தால் யாழ்ப்பாணம் என்ற பெயரையும் பெற்று இவரது பிரயத்தனத்தால் உலகம் மெச்சிப் பாராட்டும் மகா பிரபலியமான நாடாகவும் வந்திருக்கின்றது.

நமது பாடல்கேட்டு உள்ளம்பூரித்த அரசன்இந்த மணற்றிடர் நாட்டைத் தமக்குக் கொடுத்தவுடன் வீரராகவராம் இந்த யாழ்ப்பாணர் தெக்கண இந்திக்குச் சென்று, சனங்களை அழைத்து வந்து, இதனைக்குடியேற்றிய பின்பு அக் குடிசனங்களை ஆளும் பொருட்டுச் சோழ ராசாவின் புத்திரனும் ஓர் பார்ப்பினி வயிற்றிலே செனமித்தவனும் ஆகிய ராசகுமாரன் ஒருவனை அழைத்து வந்து, அவனுக்கு ஒருகை கூழங்கையாய் இருந்ததன் பொருட்டு விசய கூழங்கைச் சிங்கையாரியச் சக்கரவர்த்தி என்னும் பெயரோடு அவனுக்கு முடி சூட்டிச் சிங்காசனத்தில் ஏற்றினர். கயிலாய மாலையிற் சொல்லியிருக்கிறபடி இச் சம்பவம் கலியப்தம் மூவாயிரத்தில் நடந்தேறியிருப்பதால் அது கிறிஸ்தாப்தம் ௧௦௧ம் ௵மாயிருத்தல் வேண்டும். இந்தக் கணக்கை ஆதாரமாக்கிப் பார்க்கில் இப் புலவர்க்கு எங்கள் யாழ்ப்பாணச் சீமையைப் பரிசளித்தவன் வாசவன் எனும் பெயர் தரித்த இராசனாய் இருத்தல் வேண்டும். அவனே கிறிஸ்தாப்தம் ௬௨—௧௬ ஆண்டுகளுக்கு இடையிலே அனுராசபுரத்திலிருந்து அரசுபுரிந்தவன். இப் புலவர் பாடிய கீர்த்தனையிலோ பரராசசிங்கம் எனும் நாமம் கண்டிருக்கின்றது. ஆயின் அந்த நாமம் எந்த ராசனுக்கும் சாற்றப்படலாம்.

வேறு சில இதிகாசங்களிலே, இந்த யாழ்ப்பாடியாரின் பாடலால் மனமகிழ்ந்து நமது தேசத்தை இவர்க்கு உபகரித்தவன் சயதுங்க பரராசசிங்கம் என்றும், அவன் மாவிட்டபுரத்துக்குச் சமீபத்திலுள்ள கீரிமலைத் தீர்த்தத்திலே ஸ்நானமாடிக் குதிரைமுகம் மாறப்பெற்றசோழராசன் குமாரத்தி மாருதப்புரவீக வல்லியிடம் உக்கிரசிங்க மகாராசாவுக்குப் பிறந்தவன் என்றும், அவனிடம் இப் புலவர் தாம் பெற்ற இக் நாட்டைத் தம் சீவ பரியந்தம் அரசு புரிந்து இறந்துவிட, அதன் பின்பே யாழ்ப்பாணத்திருந்த பாண்டிமழவன் எனும் பெருவேளாளன் மதுரைக்குச் சென்று கூழங்கையனை சிங்கையாரியன் எனும் சோழ ராசனைக் கூட்டிக்கொண்டு வந்து முடி சூட்டிவைத்தான் என்றும், அதன்பின் அவன் வமிசத்தார் பட்டத்துக்கு வந்து அரசு புரிந்தார்கள் என்றும் சொல்லியிருக்கக் காண்கிறோம்.

இந்த வீரராகவர் விபீஷணாழ்வாரிடம் சேவித்து இருந்தவர் என்றும், அவரே இம் மணல் மேட்டைக் கொடுத்தவர் என்றும், அதை வாங்கின பின்பு இவர் அயோத்தியாபுரிக்குச் சென்று சீதாராமரின் மைத்துனனான குலகேதுவின் மகனை அழைத்து வந்து சக்கரவர்த்தியாக மகுடாபிஷேகம் பண்ணி வைத்தார் என்றும், வேறுவகைக் கதையும் கண்டோம். எப்படியாயினும் யாழ்ப்பாணர் பாட வல்ல புலவர் என்றதில் மயக்கமில்லை.

யூகிமுனி.--Yukimuni.

இவர் சித்தர் பதினெட்டுப் பேருள் ஒருவர். வைத்திய சிந்தாமணி பாடினர் இவரே. சதாசிவன் தேவிக்கும், தேவி நந்திக்கும், நந்தி அச்சுவினி தேவர்க்கும், அச்சுவினிதேவர் அகத்தியர்க்கும், அகத்தியர் புலத்தியர்க்கும், புலத்தியர் தேரையர்க்கும், தேரையர் நமக்குங்கூற, நாம் இந்த நூலைப் பாடினோம் என்று இந்தச் சித்தர் சொல்லியிருக்கிறார். பாடல்மாதிரிக்கு வைத்தியசிந்தாமணி விருத்தம் ஒன்றை இதன்கீழ்த் தருகின்றோம். அதாவது:

"தானனை நால்வேதத்தோதுப்பாய்நின்ற தர்க்கானவாயுருவேதத்தோடைந்தாம்
தேனனைசிருட்டிகுலத்துற்பலித்ததேவனூர்தன்வந்திரிசொன்னநீதி
வானனைவாகமத்தைமேதினிக்குள் மருவியேயுரைத்திடவேவண்மையாக
வேஞன வைத்தியசிந்தாமணியிலுள்ள விவரமெல்லாம்வெளியாகச்சொல்லு
வேனே."

லோரேன்ஸ் புலவர்.—Lawrence Pulavar.

இவர் இலங்கை வடமாகாணத்தைச்சார்ந்த மன்னாருக்குச் சமீபத்திலுள்ள மாதோட்டத்திலே பச்சைக்குளம் என்னும் கிராமத்திலே பிறந்தவர். குலாசாரத்தால் வேளாளர்; மதாசாரத்தாற் கதலிகர். பிரான்சீஸ் சவரியார் மூலமாய்க் கதலிகமதம் மன்னாருள் நுழைந்த காலத்தில் இவருடைய பெற்றோர் அம் மதானுசாரிகளானார்கள். இரட்சாபெருமான் பேரிலும் அவர் தாயார் பேரிலும் பற்பல கீதங்களை இவர் பாடினர். புத்தளத்திலே அல்லாப்பிச்சை அண்ணாவியார் எனும் சோனகப்புலவர் ஒருவரோடு கணப்பொருத்தத்தின் பேரில் இவர் வாதாடிச் சயங்கொண்டார்.

ஒருதருணம் கொழும்பிலிருந்து மாதோட்டத்துக்கு வந்த புலவர் ஒருவர் இவரிலே தமது யூகத்தைச் செலுத்தும் அபிப்பிராயம் உடையராய் இவரை நோக்கி: ஒய்! மாதோட்டத்தான் சடா மெத்தப் பெரிதா என, இவர் உத்தரமாய்: ஆமாம்! கொழும்பான் கோவேறுகழுதையைப் பார்க்கக் கொஞ்சம்பெரிது எனச் சொல்லி அவர் மமதையையும் வாய்த் துடிப்பையும் அடக்கினர். இவர் எதாயினும் காத்திரங்கொண்ட புலமையிற் கையிட்டிருந்ததாகக் காணேம். இவர் இருந்தகாலம் கிறிஸ்தாப்தம் ௧௭௫௦ம் ஆண்டுவரையில் இருக்கலாம்.

வண்ணக்கஞ்சாத்தனர்.—Vannakkang Chaththanar.

இவர் மதுரைக் கடைச்சங்கப் புலவர் ௪௯ பேருள் ஒருவர். வள்ளுவர் நூற்கு இவர் சொன்ன புகழ்க் கவி பின்வருவது:

"ஆரியமுஞ்செந்தமிழு மாராய்ந்திதனினிது
சீரியதென்றொன்றைச் செப்பரிதால்—ஆரியம்
வேதமுடைத்துத் தமிழ்திருவள்ளுவனூர்
ஓதுகுறட்பாவுடைத்து."

வண்ணக்களஞ்சியப்புலவர்.—Vannakkalenchyap Pulavar.

சமயாசாரத்தால் இஸ்லாமியராகிய இவர்க்கு முகமது இபுறுகீம் என்று மறுநாமம். இவர் மதுரையைச் சார்ந்த மீசல் என்னும் சிற்றூரிலே பிறந்து மதுரை மடத்தைச் சார்ந்த தம்பிரான் ஒருவரிடம் கல்விகற்றுத், தமிழ், சம்ஸ்கிருதம், மலையாளம், எனும் முப்பாஷைகளிலும் வல்லராகி ௨௦ நூல்களை இயற்றி இருக்கின்றார். இயற்றிய இத்தொகைநூல்களுள் முகியித்தீன் புராணம் விசேஷித்தது. அதனை இவர் நாகூர்ப் பள்ளிவாயிலில் அரங்கேற்றக் கொண்டுபோனபோது அங்கிருந்த வித்துவான்கள் பலர் அவர்க்கு

எதிரிகளாகி வாதிட்டு இவரது பாடலிற் குற்றங்காட்டி ஆட்சேபங்தொடுக்க, இவர் அஞ்சாது அவ்வவர் ஆட்சேபங்களைப் பராகபடித்து, அவற்றிற் கெல்லாஞ் சமாதானம் சொல்லி அவர்கள் வாய் மூடச்செய்தனர்.

இந்தத் தருணத்தில், இவர் காண்பித்த சாதுரியாலங்காரத்தைக் கண்ணுற்றிருந்த அந்த வூர்த் தனவந்தர் ஒருவர் இவர்மேல் அபிமானம் வைத்துத், தம் புத்திரியை இவர்க்கு மணமுடித்துக் கொடுத்ததால், அது முதல் அங்கேயே வசித்து இற்றைக்கு ௰ வருஷங்களின் முன்னே அக வயசிலே இவர் இறந்துவிட்டார். இவருடைய பௌத்திரர் பலர் சீவனோடு இருக்கிறார்கள். கிரந்தங்கள் அன்றி இவர் பாடப்பெற்ற தனிப்பாக்களோ எண்ணிறந்தவைகளாம். வண்ணப் பாக்களை விநோதமாய்ப் பாடுபவர் ஆதலால் வண்ணக் களஞ்சியப் புலவர் என்னும் காரணப் பேர் இவர்க்கு இடப்பட்டது.

வயிரமுத்துப்பிள்ளை.--Vyramuththup Pillai.

இவர் யாழ்ப்பாணம் மானிப்பாய்க் கோயிற்பற்றைச் சேர்ந்த நவாலிக் கிராமத்திலே முன்பின் ௭௰ வருடங்களின் முன்னே பிறந்தவர். வன்னிய சிங்க முதலியார்க்குப் பௌத்திரரும் விநாசித்தம்பி என்பவர்க்கு மூன்றும் புத்திரருமாகிய இவர் வட்டுக்கோட்டைச் சாஸ்திர சாலையிலே கல்வி கற்று அரங்கேறி, அநேக வருஷங்களாக அமரிக்க மிஷனரிமாரிடம் லிகிதராகவும் சில வருடங்களாகக் கோப்பாய்ச் சர்ச்சு மிஷன் தமிழ் வித்தியாசாலை ஆசிரியராகவும் இருந்தார் அல்லாது, சில காலமாக மிஷன் பணிவிடையை விட்டுத் தாமே இங்கிலிஷ் பாடசாலை ஒன்றை ஸ்தாபித்து அதை நடாத்தி வந்தவர். யோனதன் ஹோமர் என்பது இவர்க்குப்பாடசாலைநாமம். இங்கிலிஷில் வல்லவராகித்தன் நாமதேயப்படி "ஹோமர்ஸ் கிறமர்" என்னும் இங்கிலிஷ் இலக்கணம் ஒன்றை இயற்றி அதை மானிப்பாய் இயந்திர சாலையில் அச்சடிப்பித்தார்.

தமிழ் இலக்கண இலக்கியத் தேர்ச்சி உடையராயிருத்தலோடு சம்ஸ்கிருதமும் தெரிந்தவராதலில் உடுவிலில் வசித்த சந்திரசேகர பண்டிதர் செய்த தமிழ் அகராதிக்குச் சம்ஸ்கிருதச் சொற்களை எடுத்துச் சேர்ப்பதில் ஏற்பட்டிருந்தவர் ஆதலால், அந்த அகராதிப் பாயிர விருத்தத்திலே "விநாயகன்றரு வயிரமுத்தெனுந்திகழ் வடதமிழ்க்கலைக்கு-வல்லவனும்" என்று, மெஸ். நெவின்ஸ் ஆசிரியராற் குறிக்கப்பட்டார் இவரே. எம்மாற் செய்யப்பட்ட கன்னெறிக்கொத்துக்கு இவர் கொடுத்த புகழ்க் கவி இவரது பாடல் வல்லமைக்குச் சான்றாகும்.

குலாசாரத்தால் வேளாளரும் சமயாசாரத்தாற் கிறிஸ்தவரும் ஆகிய இவரது பிரதம தாரப் புத்திரர், மெஸ். இஸ்ரேயல் ஹோமர் அப்பாச்சிப்பிள்ளை இப்போது கொழும்பிலுள்ள வர்த்தகசாலை ஒன்றிலே தகுந்த வேலையில் அமர்ந்திருக்கின்றார். இரண்டாம் தாரத்தின் இரண்டாம் புத்திரர்,மெஸ்.யோ.ஹோமர் பிறகிட்ட பங்குனி மீ நியாய சாஸ்திரம் கற்கும் நோக்கமாய் 'அத்வக்காத்' திரைக்கு முதலாம் பரீட்சை கொடுத்துச் சித்திபெற்றார். இவர் மருகர் மானிப்பாயில் இருக்கும் வைத்தியர் நவரத்தினம். சுபாபத்தே நோய்கொண்டவராகிச் சிலநாளை வயிற்றுளைவால் இறந்துவிட்டார். இவரது சுற்றமித்திரர் சீர்சிறப்பாய் இருக்கிறார்கள்.

வரதபண்டிதர். —Varatha Pandither.

இவர் பிராமணர். அரங்கநாதன் என்பார் இவர்க்குத் தந்தை. உடுவிற்கோயிற்பற்றைச் சேர்ந்த சுன்னாகக் குறிச்சியிலே கிறிஸ்தாப்தம் ௬௭௦௦ ம் ஆண்டு வரையில் இருந்தவர். சதுர்வேதம், ஆயுருவேதங்களில மிகுந்த அனுபவசாலி அன்றி, இலக்கண இலக்கியங்களில் மிகவும் பயின்று திறமையுற்ற பாவாணருமாகிச் சிவராத்திரிப் புராணம், ஏகாதசி புராணம் என்னும் இரு புராணங்களையும் பாடினர். சிவராத்திரிப் புராணத்தில் ஏகநு விருத்தங்களுள. இதனைச் சிலகாலத்துள் வல்வையம்பதி ஶ்ரீ. ஶ்ரீ. ச. வயித்திலிங்கபிள்ளை அச்சிடுவித்தனர். வட்டுநகர் ஶ்ரீ. ஶ்ரீ. நா. சிவசுப்பிரமணிய ஐயர் அச்சிடுவித்த பின்னோர் சிவராத்திரிப்புராணமும் உளது. அதனை செல்லைநாதர் என்னும் ஒருவர் பாடினர். அதிலே ௩௦௬ விருத்தங்களுள. இரண்டும் வேறு என்பதற்குப் பாடலும் பாடற்றொகையும் திருட்டாந்தம் காட்டும்.

மேற்குறித்த இரு புராணங்களைவிட அமுதாகரம் என்னும் பெயரிய ஓர் வைத்திய நூலையும் இவர் செய்தனர். அதிலே ௬௪௦ விருத்தங்களுள.

> "ஐயமின் மூந்நூற்றை யிருவிருத்தம்
> செய்ய செந்தமிழாற் றெரித்துரைசெய்தனன்
> சங்கைமாநதி சூழ் காசிமாநகரும்
> பங்கமில் பங்கயப் பைந்துணர்மாலையும்
> ஆதிநான்மறைசேரந்தண ராவணையும்
> கோதகலோதிமக் கொடியுமிங்குடையோன்
> கன்னி யங்கமுகிற் கயலினங்குதிக்குந்
> துன்னிய வளவயற் சுன்னைநன்னுடன்"

என்று அவ் வயித்திய சாஸ்திரத்திற் கூறியிருப்பது, இவரது வருணம், பூர்வீகம், ஊராதியவற்றை விளக்கும். இவர் வைத்திய நிபுணர் என்பது:

> "இந்தமருந்தின்பெருமையிருபிறப்பு மொருபிறப்பிலெய்தாநிற்கும்
> அந்தணர்தங்குலத்துதித்த சேகநாதனருளரங்கநாதன்றன்பால்
> வந்தருளுஞ்சுதன்வரதபண்டிதன் மூத்தவல முறையுஞ்செய்துகொண்டு
> வந்தமருந்திருநான்குமாநாகங் கடித்திடினுமாறுந்தானே"

என்று சொல்லப்பட்டதால் விளங்கும். இம் மூன்று பாடல்களே அல்லாது பிள்ளையார் கதையையும் இவரே பாடினர். ஆண்டுக்காண்டு இவ்வூர்த்தமிழ்க் கோயில்களிலே முதல் இருபது தினங்களிலும் சொற்பமாயும் உகர் தினத்திலே பெருங்கதை என்னும் பெயரோடு முழுவதும் வாசிக்கப்பட்டு வருவதும் இதுவே. இக் கதையைச் சுன்னைசத்தில் வசிப்பவரும் சங்கர பண்டிதர் மருகரும், ஏழாலைச் சைவ வித்தியாசாலை உதவி உபாத்தியாயரும் ஆகிய ஶ்ரீ.ஶ்ரீ சி. சுந்தரம்பிள்ளை அச்சிடுவித்தனர். இப் புலவரது பாடல் மாதிரிக்குப் பிள்ளையார் கதைக் காப்பு வெண்பாவை இங்ஙனம் தருகின்றோம்:

> "சுரும்புமிளநீருங் காரெள்ளுந் தேனும்
> விரும்புமவல்பயறு மேன்மேல்—அருந்திக்
> குணமுடையனுய்வந்து குற்றங்கடீர்க்கும்
> கணபதியேயிக்கதைக்குக் காப்பு."

இவ் வரத பண்டிதர் அச்சுவேலியிலே விவாகம் செய்து அங்கே இருந்தபோதே பிள்ளையார் கதையைப் பாடினர் என்றும், இவர் இருந்து இறந்தகாலவ அச்சுவேலிச் சந்ததிக்கு அணித்தாய்ப் புலவனார் வளவு என்று இந்த

நாள் வரைக்கும் அழைக்கப்பட்டு வருகின்றது என்றும், அப் பகுதியார் ஒருவர் சொல்லக் கேட்டோம்.

வரதுங்க பாண்டியன்.—Varathunka Pandian.

இவர் கல்விக் களஞ்சியம் எனப்பிரதிஷ்டை பெற்று மதுராபுரியில் இருந்து செங்கோல் ஓச்சிய அதிவீரராம பாண்டியனுக்குத் தம்பி. தமயனைப் போலவே தகுந்த வித்துவானாகிய இவர் பிரமோத்தர காண்டம் எனும் கிரந்தம் ஒன்றை இயற்றினர். இப் பாடல் மதுரைச் சங்கத்தவரால் மெய்ச்சப்பட்டு அவரது சபையில் அரங்கேறிற்று.

"கறங்குதிரைப்பெருங்கடல்சூழவனிபுரந்திகல்கடிந்துகலியைமாற்றி
மறந்திகழவிலங்கிவலவேல் வரதுங்கராமனியல்மதுரைச்சங்கம்
சிறந்தவறுகாற்பீடந்தனிற் பிரமோத்தரகாண்டந்தென்சொல்லாக்கி
அறந்தழைக்குங்கவிஞர்செவிக் காரமுதமாகவரங்கேற்றினனே"

எனும் விருத்தம் அக்கருத்தினைத் திருட்டாந்தப்படுத்தும். இப்பாடலில் உ௨ அத்தியாயங்களிலே கக௨௬ விருத்தங்களுள. சைவ மகிமையை எடுத்துக் கூறும் இந்த நூலே அல்லாது வடநூலிற் கொக்கோகர் செய்த மதன நூல் என்னும் கொக்கோக நூலையும் இவர் தமிழிற் பாடினர். இதிலே க அத்தியாயங்களிலேயும் ௬௬௫ செய்யுட்களுள. கொக்கோகம் பாடினர் இவர் என்றதற்கு :

"விதிமுன்னாளேர்வடமொழியால் விரித்தும்வகுத்துமுறைமுறையே
துதிகொண்டிடச்சொல்காமநூலதனைத் தொகுத்தான்கொக்கோகன்
புதியவமிர்தமெனவதனைத்தமிழாற் புகன்றான் புகழ்வழுதி
மதிவெண்குடையோன் வரதுங்கராமனென்னுமன்னவனே"

என்னும் விருத்தம் சான்றாகும். பிரமோத்தர காண்டத்துக்குக் காஞ்சீபுரம் சபாபதிமுதலியார் பொழிப்புரை இயற்றினர். இவ் இரு நூல்களே அல்லாது தனிப்பாக்களும் சில பாடினர். பாட்டு மாதிரிக்கு அவற்றுள் ஒன்றை இவ் விடம் தருதலுற்றோம்:

"அஞ்சலென்றகாதலமுங் கண்பணகங்கணமு
மரைக்கிசைந்த புலியுடையு மம்புலிச்செஞ்சடையும்
கஞ்சமலர்ச்சேவடியுங் கனகழலுஞ்சிலம்பும்
கருணைபொழிதிருமுகமுங்கண்களோருமூன்றும்
நஞ்சையுண்டமணிமிடறுமுந்நூலுமார்பும்
நலந்திகழ்வெண்ணீற்றொளியுமதிமானுமழவும்
பஞ்சடிச்சிற்றிடை யுமையாளொப்பவனபாகமுமாய்ப்
பால்வண்ணனுளத்திருக்கப் பயமுண்டோவெமக்கே."

இந்தப் புலவருக்கு வேப்பத்தூர் ஈசானமா முனிவர் ஆசிரியராயிருந்தார் என்றதற்குத் :

"தேசானசிவஞானச் செஞ்சுடரான்மும்மலமாம்
மாசானவருள்கற்றி மன்னுயிரைப்புரந்தளித்துத்
தூசாவணயுரிபசைத்தோன் றொல்சமையநிறுத்துகிம்பை
ஈசானமாமுனிவனிணையடியை யிறைஞ்சுவாம்"

என்னும் குருவணக்கச் செய்யுள் சான்றாகும்.

வரந்தருவான்.—Varumtharuvan.

இவர் பாரத மகா காவியம் பாடிய வில்லிபுத்தூர் ஆழ்வார்க்குப் புத்திரர். இவரைப்பற்றி யாம் அறிந்த சரிதம் இம்மட்டேயன்றி வேறில்லை. இவரே பாரதத்திற்குச் சிறப்புப்பாயிரம் செய்தவர். இதற்குப் பின் வரும் கவிசாட்சி:

"இருக்காதிமறைமொழிந்தோ னியம்பியவிப்பெருங்கதையையாருங்கேட்கச்
சுருக்காகப்புராணமுறைசொல்லுகவென்றலி னவனுஞ்சொல்லலுற்றான்
பெருக்காளர்முதலாய பெருங்குலத்தோரிக்கதையின் பெற்றிகேட்டார்
செருக்காக வவன்மைந்தன் வரந்தருவானிப்பதிகஞ்செப்பினனே."

இப் பதிகப் பாடலில் இருபத்துமூன்று விருத்தங்களுள.

வள்ளி.—Valle

இவரும் ஔவையாரின் சகோதரியார். "குறவர் கோமான் கொய்தினைப் புனஞ் சூழ்- வண்மலைச் சாரலில் வள்ளி வளர்ந்தனள்" என்று இவரது சகோதரராகிய கபிலர் தம் அகவலிற் சொல்லியபடி,வள்ளிமலைச் சாரலிலே இவர் பிறந்து வளர்ந்தவர். பெற்ற இடத்திலே இவருடைய தாய் இவரை விட்டுப் பிரிதல் கூடாது மனசு வருந்தி கைந்தபோது,

"அன்னவயிற்றி லகுந்திவளர்த்தவன்றான்
இன்னும்வளர்க்கானோ வென்றாயே—மின்னரவம்
சூடும்பெருமான் சுடுகாட்டினின்றுவிளை
யாடும் பெருமானவன்"

என்று இப் பிள்ளையார் கூறித் தமது தாயைத் தேற்றினர் என்ப. கந்தசுவாமியை நோக்கித் தவசு செய்து அவராற் பாணிக்கிரகணம் செய்யப்பட்ட வள்ளி அம்மாள் இவர்தாம் என்றார் சில சரிதர்.

விசாகப்பெருமாளையர்.—Vechakapperumal Ayer.

இவர் சென்னைமாபுரிக்குச் சமீபத்திலே, திருத்தணிகை என்னும் பதியிலே, வீரசைவத்தைச் சார்ந்திருந்த ஓர் மகான். முன்னர்க் கூறப்பட்ட கந்தப்பையரது சேஷ்ட புத்திரர். தம் கனிஷ்டராகிய சரவணப்பெருமாள் ஐயரைப் போலவே திகாந்தம் எட்டிய பெரும் கீர்த்தியுற்றவர். இவர் சென்னை ராசதானியில் இருந்த துரைத்தனக் கலாசாலையிலே தமிழ்த் தலைமைப் புலமை நடாத்தி அரிதும் பெரிதும் சிறிதுமான பற்பல புத்தகங்களைத் திருத்தி அச்சடித்துப் பிரசரித்த இயற்றமிழ் ஆசிரியர். பவணந்தி முனிவர் செய்த நன்னூலுக்குக் காண்டிகை உரை செய்தவர் இவரே. தேகவியோகமான கல்விமான் உவின்ஸ்லோ பண்டிதர் இயற்றிய திராவிட ஆங்கில அகராதிக்கு இவர் பெரிய உபயோகியாயிருந்தார். இவர் புலவராகிப் பெரும் பாடல்கள் இயற்றினர் என நாம் உணராத போதும் பற்பல தனிப்பாக்கள் பாடினர் எனக் கண்டிருக்கின்றோம். இவரது பாடல் மாதிரிக்குச் சுப்பிரமணிய ஐயர் செய்த திருவிளையாடற் கீர்த்தனைக்குச் சாற்றுகவியாய் இவர் பாடிய தனி விருத்தம் ஒன்றை இதன் கீழ்த் தருகின்றோம்:

"செழியர்பொருட்டெழின்மதுரைச் சிவன்செய்திருவிளையாடற் சிறப்பைச்செல்வே, மொழிபெயர்ப்பாமியாப்பினருட் பரஞ்சோதிமுனிமொழிந்தமுறையேயின்பு பொழியுமிசைக்கீர்த்தனமாய்ப் புகன்றுபெரும்பசும்பைடைசூள் புலியோர்போற்றும், கழிபெருஞ்சீர்மழவையிற் சுப்பிரமணிய மறையவனுக்கவிஞன்மாதோ."

விசுவநாதசாஸ்திரியார்.—Visuvanatha Chasthiriar

இவர் யாழ்ப்பாணம் வட்டுக்கோட்டையைச் சார்ந்த அராலிக் குறிச்சியில் இருந்த ஓர் பிராமணர். நாராயண சாஸ்திரியாரது மைந்தர். வானசாஸ்திரத்தோடு வித்தாண்மையிற் பெரும் புகழ் வகித்தவர். இலங்கை யாழ்ப்பாணக் கணித சாஸ்திரிகளாற் கணிக்கப்பட்டபஞ்சாங்கங்களுக்குள்ளே இவர் கணித்தவற்றுக்குப் பெரும் மானம் உண்டு. இவரது கணிதத் திறமையைப் பற்றிக் கேள்வியுற்ற இலங்கை நீதி ராசாவாகிய சர் அலெக்சாந்தர் யோன்ஸ்தன்(Sir Alexander Johnston) இங்கிலாந்து அரசராகிய நான்காம் ஜோட்சு (George 4th) க்கு இவரைப்பற்றிப் பாராட்டி வியந்து நிருபம் அனுப்பி, "இராசாவின் கணிதர்" என்னும்பட்டப்பெயரை இவர்க்குப் பெற்றுக் கொடுத்தனர். இவர் ஒன்பது தலைமுறையான சாஸ்திரிகளின் குடும்பத்தைச் சேர்ந்தவர் என்று இலங்கை ராசாங்க லிகிதராகிய சர் எம்மர்சன்தெனண்டு (Sir Emerson Tennent) துரை இவரைப்பற்றி எழுதி இருக்கின்றார்.

இவ்வாறு கோவறிந்த கணித சிங்கமாகிக் கீர்த்திப் பிரதாபமுற்றிருந்தாராயினும் சந்திரகிரகணம் ஒன்றை யிட்டு வட்டுக்கோட்டைச் சாஸ்திரசாலைத் தலைவராகியபூர் பண்டிதர்க்கு (Rev.Dr.Poor) இவர் பரிதிமுன் மதியெனச் சவி மழுங்கித் தோல்வி போயினர். கஅஉஅ ம் ஆண்டு பங்குனி மீ உஅ உ தோற்றிய அச் சந்திர கிரகணம் பரிசத்தில் கஅ நிமிடங்களும் விமோசனத்தில் உச நிமிடங்களும் இவரது கணிதத்திற் பிழைப்பட்டன. இவர் சொன்ன பிரமாணமும் பிழைத்துப் போயிற்று. சாஸ்திரியார் எட்டிலேந்து பங்குப் பிரமாணம் என்றார். பண்டிதர் நாலில்மூன்றுபங்கு என்றார். அதுவேசரியாயிற்று. இவ்வாதத்தையிட்டுக் கிரகண மோசம் என்னும் பெயருள்ள சிறு புத்தகம் ஒன்று பூர் தேசிகரால் அப்பொழுதே எழுதி அச்சடித்துப் பிரசரிக்கப்பட்டது.

இவர் வல்ல கணிதரே அல்லாது பெரும் பெயர் வாங்கிய புலவருமாகி, மாவைக்குறவஞ்சி, வண்ணைக்குறவஞ்சி, குருநாதர் கிள்ளைவிடுதூது எனும் பெயரிய மூன்று பாடல்களை இயற்றினர். இவற்றுள் முந்தினது சோழராசாவின் மகள்கீரிமலையிலே தீர்த்தமாடிக் குதிரைமுகம்மாறப்பெற்றாள் என்ற காரணத்தால் மாவிட்டபுரம் எனும் பெயர் வாங்கிய மாவை மகிமையைப் பேசுவது. இரண்டாவது வண்ணார்பண்ணைச் சிவன்கோயில்மேலது. மற்றது குருநாதர் எனும்மறுநாமம்பூண்ட கந்தசாமியின் பிரதிஷ்டையைப்பேசுவது. இந்த மூன்று பாடல்களே அல்லாது வாக்கிய கரண கிரகணம் எனும் நூலையம் இவர் இயற்றினர். அது கிரகணம் கணிக்கும் விவரங்களைத் தெரிவிப்பது. பத்திய ரூபமாக இயற்றப்பட்ட இந் நூல் ஒயிசிங்தன் தேசிகர் செய்த சோதி சாத்திரநூலிற் சேர்த்து அச்சடிக்கப் பட்டிருக்கின்றது.

இவரிடம் சோதிடம் கற்ற மாணவகர் பலருள் வட்டுக்கோட்டைச்

சாஸ்திரசாலை ஆசிரியருள் ஒருவராகி அமரிக்க மிஷனுக்காகப் பஞ்சாங்கம் கணித்த சோமசேகரம்பிள்ளை (Mr. Dashiel) ஒருவர். சாஸ்திரசாலைக்கு நாம் சென்ற கஅ௲உ ம் ௵ விசுவநாத சாஸ்திரியார் உயிருடன் இருந்தார். இவரது பந்துக்கள் அநேகர் இந்த மிஷத்திலும் சேவிக்கின்றார்கள். சிலர் வாழையடி வாழைகளாய்க் கணித சாஸ்திரிகளாகவே இருக்கின்றார்கள். இவரது பாடல்மாதிரிக்கு வண்ணைக்குறவஞ்சிக் காப்பை இவ்விடம் தருகின்றோம்:

"சித்திரமுளரிக்கண்ணர் சிறந்தவாமனத்தராசை
வத்திரமுடையாரஞ்சக்கரத்தர் பொன்வளைத்தாமத்தர்
இத்திரவயன்மாலீசர்வர்களிலிறைவரான
அத்தர்தாள்வணங்கி வண்ணைக்குறவஞ்சி யறைகுவேனே."

விசுவநாதபிள்ளை. வீ. ஏ.—Visuvanatha Pillai, B.A.

இவர் மானிப்பாய்க் கோயிற்பற்றில் உள்ள சுதுமலைக் குறிச்சியிலே, வேளாளர் குலத்திலே, கிறிஸ்தாப்தம் கஅ௨0 ம் ஆண்டளவிலே பிறந்தவர். பழைய வட்டுக்கோட்டைச் சாத்திரசாலையில் கஅ௲உ ம் ௵ தொடக்கமாய் எம் பாடசாலைத் தோழராயிருந்து அச்சாலையில் நாங்கள் அரங்கேறிய பின் இவர் மறுபடியும் அவ்விடம் தரித்துச் சிலகாலத்தால் அச் சாஸ்திரசாலைக்கு ஆசிரியராகி,அது நிறுத்தப்படு வரைக்கும் அதனோடும் சம்பந்தப்பட்டிருந்தவர். நாம் "உதயதாரகைப்" பத்திராதிபராக முன்னர் ஒரு வருடம் வரையில் அதை நடாத்தி வந்தவர். இவர் யாழ்ப்பாணம் விட்டு இந்தியாவிற்குச் சென்று அங்கே அநேகவருடங்களாகத் துரைத்தன சேவையில் ஏற்பட்டிருந்தார்.

இந்திய இலங்கை யாழ்ப்பாணங்களிலுள்ள சுதேசிகளுள் முதன்முதல் வீ. ஏ. வித்தியாபட்டம்பெற்ற இருவருள் இவரொருவர். சென்னைத்துரைத்தன உத்தியோகத்தை விட்டு யாழ்ப்பாணம் திரும்பியபின் தமது மனைவியின் சென்ன ஊராகிய சங்கானைக்கோயிற்பற்றைத் தமது உறைவிடமாக்கி அவ்விடம் வசிக்கும்போதே சொற்ப பீடைகண்டு தேகவியோகமாயினர். இவர் ஓர் கல்விமான் என யாவராலும் பாராட்டப்பெற்றவர். இங்கிலிஷ், தமிழ் எனும் உபய பாஷைகளில் நன்குதேர்ந்தவரன்றிச் சம்ஸ்கிருதமும் அறிந்தவர். கணிதசாஸ்திரத்தில் அதி உழைப்பாளியாகிப் பீஜகணிதம் என்னும் ஆங்கில கணிதநூலைத் தமிழில் மொழிபெயர்த்தார்.

வானசாஸ்திர வல்லராய்ப் பலவருஷங்களாக அமரிக்க மிஷனரிமாருக்காகத் தமிழ்ப் பஞ்சாங்கம் கணித்து வந்தவர். கிறிஸ்துமார்க்கத்தில் மிக்க பிடிவாதமும் சாதனையும் கொண்டவராய், அம்மதத்திற்கு விரோதமாய்ச் சைவர் எழுதி அச்சடித்துப் பரப்பிய சைவதூஷண பரிகாரம் என்னும் புத்தகத்துக்கு விரோதமாய்ச் சுப்பிரதீபம் என்னும் புத்தகம் ஒன்றனை எழுதி, அதனை கிராகரித்துப் பறக்கடித்தனர். இப்புத்தகம் மானிப்பாய் இயந்திரசாலையிலும் பின்பு சென்னைபுரி இயந்திரசாலையிலும் பதித்துப் பிரசுரிக்கப்பட்டது. சென்னைத் துரைத்தன வாசம் இவரது கிறிஸ்துமதானுசாரக்கொள்கையைப் பலட்சயப்படுத்தி விட்டதனாற் சேற்றில் நட்ட கம்பம் போல இவரது கிறிஸ்துமத விசுவாசம் அந்திய காலத்தில் ஈடாடினது மெய்யாய்ப் பெரும் பரிதாபமே.

தனிப்பாக்கள் பாடினதை விடக் காத்திரங்கொண்ட பாடல்களுக்கு இவர் ஆக்கியோரல்லர். இவரது ஏகபுத்திரனும் திரளான சுற்றமித்திரரும் இப்போது சுகசீவிகளாய் இருக்கிறார்கள். இவர் பிறகிட்ட கஅ௨ம் வருஷம் முன்பின் சுக வயசிற் தேகவியோகமாயினர். இவரது பாடல் மாதிரிக்கு, எம்மாற் செய்யப்பட்ட நன்னெறிக்கொத்துக்கு இவர் சாற்றுகவியாய்த் தந்த விருத்தம் ஒன்றை இவ்விடம் தரலுற்றோம்:

"மதிக்கோமேழக்கீண்டிடித்திழிதேன்றமிழ்மாமுடிமேற்
குதித்தோடவாழ்ந்த கயலைக்கடன்மேய்ந்து குவலயத்தோர்
விதித்தாடநன்னெறிக்கொத்தமுதஞ்சொரி வித்தகர்க்கும்
மதத்தோடருவியுரவுமழைக்குங்கைம்மாறிலையே."

வித்துவான் சாமிநாதபிள்ளை.—Viththuvan Saminatha Pillai.

வருணசாரத்தாற் கங்காகுலத்தினரும், மதானுசாரத்தாற் கதலிகருமாகிய இவர் புதுச்சேரியைத் தம் செனன ஸ்தானமாகக் கொண்டவர். இளமையிற்றானே கலாமுளை இவரில் அங்குரிக்க இவர் யாவரும் மெய்ச்சும் பண்டிதரானார். செனன ஊர்விட்டுச் சென்னைபுரிசென்று அங்கே எல்லிஸ்துரையின் கடாட்ச வீட்சணம் பெற்று அவருக்கு ஆசிரியராகித் தம்புகழை எங்கும் பரிமளிக்கவிட்டனர். நசரைக் கலம்பகம், சாமிநாதன் பிள்ளைத்தமிழ் என்னும் இருபாடல்களுக்கு இவர் ஆக்கியோர். இளவயசிற் செய்த இவ்விரண்டையும் கவிவாணர் மிகப் பாராட்டாதபோதும், முதுவயசிலே பாடினதும் ஞானதிக்கர் காப்பியம் என்னும் நாமதேயம் பெற்றதுமான ஓர் பாடலைக் கல்விமான்கள் யாவரும் பாராட்டினர்.

கிறிஸ்த வேதநூலிலே இருந்தெடுத்த பற்பல சரிதங்களே இக்காப்பியத்துக்குப் பீடிகையாகும். இவரது பாடல் மாதிரிக்காக அக்காப்பிய விருத்தமொன்றனை இதன்கீழ்த் தருவம்:

"பல்லுயிர்க்கொருதந்தையாம் பரிதியவ்வுயிரைக்
கொல்லுருத்தவலக்கூவெனுந்தாயுளத்திரங்கிச்
செல்லியைத்திரைத் தெரிசன மறைக்கவுமகார்க்தக்
கல்லியன்முலைப்பால்சுரந்தளித்தெனக்காண்டுமே."

சூரியன் தன் பிள்ளைகளைக் காய்ந்துகொள்ளாதபடி மாதாவாகிய பூமிதேவி முகில் என்னும் திரைப்புடவையால் அவர்களை மறைத்து அருவியென்னும் முலைப்பாலால் அவர்களை ஊட்டுகிறாள் என்றது இக்கவியின் சாரம்.

விநாயகமூர்த்திச்செட்டியார்.—Venayagamurththich Cheddiar.

இவர் யாழ்ப்பாணம் வண்ணார்பண்ணையில் இருந்த சின்னத்தம்பிச் செட்டியாரது சேஷ்ட புத்திரர். இவரது தந்தை சகோதரங்களை நாம் அறிவோம். சகோதரர் ஒருவர் சிலகாலம் எம்முடன் வட்டுக்கோட்டையிற் கல்விகற்றவர். வண்ணார்பண்ணையிலே மெய்ஞ்ஞானோதய அச்சியந்திரசாலை வைத்து "விஞ்ஞானவர்த்தனி" என்னும் பத்திரிகையைப் பிரசரிக்கும் ஈ. ஈ. மு. மூத்ததம்பிச் செட்டியார்க்கு இவர் தாய்மாமனார். இவர் உரு வயசிலே விவாகம் செய்து கொடிய இருபலாற் பீடிக்கப்பட்டுத் தேசாந்தரம் யாத்திரை பண்ணித் திரிந்து ஈற்றிற் கதிர்காமத்துக்குப் போனபோது தாம் கண்டவற்றை ஓர் கொண்டிச் சிந்தாகப்பாடி அதற்குக் கதிரையாத்திரை விளக்கம் என்

னும் பெயர் கொடுத்தனர் அந்தப் பாடலுக்கு நல்லூர்க் கந்தப்பிள்ளை\ குமாரர் பரமானந்தப்புலவர் சிறப்புக் கவிபாடினர்.

மேற்படி பரமானந்தரும் அவர் கனிட்டர் ஆறுமுகநாவலரும்பாடின பல கீர்த்தனைகள் சேர்த்து இந் நொண்டி அச்சிடப்பட்டிருக்கின்றது. இவர் இலக்கண இலக்கியம் தேர்ந்தவரோ அன்றோ யாம்சொல்லுதல் கூடாது. ஆயினும் இவர் பாடல் சிறப்புடைத்து. பாடல் மாதிரிக்குச் சதிரையாத்திரை விளக்கக் காப்பை இவ்விடம் தரலுற்றோம்.

' சீரார் கதிரைமலைச் செவ்வேடன்சந்நிதிக்கு
நேராகச்சென்று வந்த நீணெறியை—ஆராதே
காதலுடன்செப்புதற்குக் கம்பதும்பத்தாவனமுகன்
பாதமலர்ச் சென்னியில்வைப்பாம்.''

இப் பாடலைத் திருநெல்வேலி ா.ா. சுப்பிரமணியர் இராமநாதர் என்பவர் அச்சிடுவித்தார். இவர் புலவரே அல்லாது கேட்டோர் மனசு இரங்கவும், கனியவும் தக்கதாகச், சுதி, தாளம், மெட்டு, இலயங்களுடன் இசைக்கருவி சேர்த்துச் சங்கீதம் பாடுவதில் மிக வல்லவர். ஆறுமுகநாவலர் பாடிய கீர்த்தனங்கள் பலவற்றை இவர் கதிர்காமத்துக்குக் கொண்டுபோய்ப் படித்து அரங்கேற்றினர். இவரது மனைவி ஏலவே இறந்துவிட இவரது புத்திரி ஒருத்தியோடு புத்திரர் இருவர் உயிருடன் இருக்கின்றார்கள். இவர் இறந்து சில வருஷங்கள் மாத்திரமே.

வில்லிபுத்தூராழ்வார்.—Villipuththur Alvar.

இவர் கிறிஸ்தாப்தம் அறுநூறும் ஆண்டுவரையிலே, கோயம்புத்தூரிலே, சனி நகரிலே வாழ்ந்திருந்த ஓர் வேதியர். சமையாசாரத்தால் வைஷ்ணவர் அன்றி, அம் மதத்தாருட் பெரியோர் என்று கண்ணியம் பெற்று விளங்கிய ஆழ்வாருள் ஒருவர். இவர் இலக்கண இலக்கியப் பாராவாரங்களைக் குடித்துச் சொரியும் கலாமேகம் என்றதற்கு இவர் பாடப்பெற்ற பாரதகாவியம் சாட்சி பகரும். கம்ப நாட்டாழ்வார் இயற்றிய இராமாயணம், திருத்தேவர் இயற்றிய சிந்தாமணி, கச்சியப்பர் இயற்றிய கந்தபுராணம் என்னும் சிலவற்றைத் தவிர்த்தாற் செம்பாகம், சொல்லணி, பொருளணி ஆதிய அலங்காரங்களில் இவர் பாடிய காவியத்திற்கு உயர்ந்த பாடல்களின்றும். சேர பூபதியாகிய ஆட்கொண்டான் அரசனுடைய கேள்விக்கு இசைந்தே அதனை இவர் பாடினர் என்றதற்கு அதன்சிறப்புப் பாயிரத்திலே:

''எங்குமிவனிசைபரப்பிவருநாளில் யாமுரைத்தலிந்தநாட்டிற்
கோங்கர்குலவரபதியாட்கொண்டானென்றொருவண்மைக்குரிசிறேன்றி''எ-ம்
''பிறந்ததிசைக்கிசைகிற்பப்பாரதமாம் பெருங்கதையைப்பெரியோர்தங்கள்
சிறந்தசெவிக்கமுதமெனத் தமிழ்மொழியின்விருத்தத்தாற்செய்கவென்றான்''

என்றும் சொல்லியிருப்பது திருட்டாந்தமாகும். இம் மகா காவியத்தை இவரைக்கொண்டு அரசன் பாடுவித்ததற்கு இருந்த அபிப்பிராயம் பின்வரும் பரம்பரைக் கதையாற் றுலாம்பரமாம்.

வில்லிபுத்தூரர் தம் பெற்றோராற் தமக்கும் சகோதரனுக்கும் கிடைத்த தாயாதியைத் தம்பிக்குப் பங்கு கொடுக்காது தாமே அபகரித்துக்கொள்ளப்

பார்ப்பதை அவன் அறிந்து அரசனிடம் போய் முறையிட, அரசன் அதன் பேரில் ஓர் விளக்கம் வையாது அதைத் தன் உள்ளத்தில் அடக்கிக் கொண்டு இவரைக்கூவி: மகாபாரதத்தைத் தமிழிற் பாடும்படி ஆஞ்ஞாபித்தனன். அம் மொழியைச் சிரந்தாங்கிய இப்புலவரேறு அதனைப் பாடி முடித்து அரசன் சபையிற் கொண்டு போய் அரங்கேற்றியபின் இவருடைய தம்பி அரசனது உத்தரவுப்படி பழைய வழக்கைப் புதுப்பிக்க, அரசன் இவரை அழைத்து: ஓ! ஓ! பாரதகாவியம் பாடிய புலவர் சிகாமணியின் பாடு இப்படியா என்று விம்மிதத்தனாய் விசாரிக்க, இவர் இச் சொல் அம்பினாற் குற்றுண்டு. தன் தம்பி பாண்டுராசனின் தாயாதியைப் பாகஞ் செய்து கொடாது போராடி நாசப்பட்ட திரிதராட்டிரன் சரிதத்தை நினைந்து முழு ஆஸ்தியையும் தம்பி கையில் ஒப்புவித்துச் சிறீரங்கத்திற் போய் வசித்தனர் என்ப.

இப் பரம்பரைக் கதைக்கு மாறாக: இவர் அருணகிரியிலே சிவ நிந்தனை செய்ததனாற் கண்ணொளி மழுங்க, அதற்கு நிவாரணமாக ஓர் பாடல் செய்ய ஏவப்பட்டும் வைஷ்ணவமதாபிமானியாதலாற் கண்ணன்கதையைத் தொடங்கியதாய் நடித்து. இடைக்கிடை சிவஸ்துதி கொழுத்தினரென வேறொரு பட்சத்தார் கூறுவர். இக் கதையை முன்னர் அருணகிரியார் சரித்திரத்திற் கூறாது விட்டனமாதலால் இப்போது இவ்விடம் கூறுகின்றோம். இவ் வித்துவாமிசர் தேசங்கடோறும் திரிந்து புலவரோடு வாதிட்டு அவர்களது கர்வ பங்கஞ்செய்து விருது பெற்று வருங்காலத்தில் அருணகிரிக்குச் சென்று அங்குள்ள கவீச்சுரரை வாதுக்கு வாருங்கள் என்று அழைத்தனர். அவர்களோ கருடன் சமுகத்துக்கு அஞ்சிப் பறந்தொளிக்கும் ஏழைக் கோழிக் குஞ்சுகள் போல இவர் சமுகத்துக்கு அஞ்சி, அந்தோ! இப் பாதகன் எமது காதுகளிற் கொழுக்கி மாட்டி இழுத்து அறுப்பானே என்று விரைந்து ஓடிக், கோபுரத்தில் இருந்த அருணகிரியாரிடம் சென்று சமாசாரத்தைச் சொல்லி முறையிட்டார்கள்.

அவர் கோபுரத்தை விட்டுக் கீழே இறங்கி வில்லிபுத்தூரரைக் கண்டு வந்த காரணம் வினவியபின் இவரை நோக்கி: ஓய்! வித்துவானே, நீர் முந்தி ஓர் அந்தாதி பாடுதிர், அதற்கு நாம் பொருள் கூறுவம். பின்னர் யாம் ஒன்று பாடுவம், அதற்கு நீர் பொருள் கூறுவீராக. இதில் அவரவர் வெல்வி தோல்வி விளங்கட்டும் என்று கூற, இவர் சம்மதித்து அழகரந்தாதி என்று பெயரிய நூறு செய்யுட் கொண்ட அந்தாதியைப் பாடினர். அதற்கு அருணகிரியார் பொருள் கூறியபின் கந்தரந்தாதி எனும் பாடலைச் சொற்றனர். அதற்கு இவர் விரைவிலே பொருள் உரைத்து வந்தும் நிசம் பாட்டாகிய

"திதத்தத்தத்தித்தத்திதிதா தைதாததுத்தித்தத்திதா
திதத்தத்தத்தித்திதித்தித்ததேதசத்துதித்தித்கதா
திதத்தத்தத்தித்தத்தைதாததிஃதுதைதாதத்தது
திதத்தத்ததித்தித்தித்தீதீததிதுதித்தோத்ததே"

என்னும் கவியிற் கலங்கி மயங்கி ஈற்றில் ஆற்றாமை கண்டு தாம் இதுவரையிற் தம்மோடு வந்து வாதிட்டுக் கெலிக்கப்பட்ட புலவர்மாருடைய காதுகளிற் பூட்டி அறுத்து வந்த குறட்டை எடுத்து அவர்க்கு நீட்டிச்: சுவாமீ, இத்தால் எமது காதை அறுத்துவிடும் என்று வேண்ட, அவரோ அதனை வாங்காது கன்னதானம் செய்தனர் என்று சைவர் சாதிக்க, வைஷ்ணவர் தோற்றார் இவரன்று அவர் என்றே சாதிப்பர்; இவ்வாறு நேரிட்ட வாது முடிந்து

இவர் திரும்பின போது அங்குள்ள சிவாலயம் தமது கண்ணுக்குத் தோன்றாது திரையிட்டு மறையுங்கள் என்று தம்மவர்க்குப் பணித்துச் சிவநிந்தை செய்ய, அதைக்கேட்டு நின்ற சைவர் அருணகிரியாரண்டைக்கு ஓடித் தாம் கண்டதைச் சொல்ல, அவர் கோபதீரராய்ப்,

"புரத்தைநரசிங்கத்தைப் போர்வேளைக்கூற்றை
எதிர்த்தவர்க்குத் தாசனெதிரே—நிரைத்தபுகழ்த்
தேன்காட்டுஞ்சோணகிரித் தேசிகனைப்போற்றாமல்
ஏன்கேட்டுப்போருன் இவன்"

என்னும் வெண்பாப் பாட இவரது கண்கெட்டுப் போயின என்றும், மறுபடி இவர் போய் மன்னிப்புக் கேட்க அவர் அருள் செய்தமையாற் கண்ணொளி பெற்றார் என்றும், இந்த அபராதம் நீங்குதற் பொருட்டுச் சிவசம்பந்தமான நூலொன்று செய்யும் என்று அருணகிரியார் சொல்ல, இவர் தம் மதத்தர் கூறும் அபவாதத்துக்கு அஞ்சிச் சிவ கதை விரவி வருவதாகிய பாரதத்தைப் பாடினர் என்றும் "மாதவன் சரிதம்" என்று இவர் சுட்டியது விஷ்ணுவையன்று சிவனை என்றும் சைவர் சாதிப்பார்.

"மன்னுமாதவன் சரிதமுமிடையிடை வழங்கு-மென்னுமாசையால் யானுமீதியம்பதற் கிசைந்தேன்" என்றதில் மாதவன் என்றது சிவன் என்று பொருள் கொள்ளற்கு, அரிச்சுனன் தவ நிலையில் "வள்ளலெனையாளுடைய மாதவனு மாதவனு மல்லமர் தொடங்கியுறவே" எனச் சிவனைச் சுட்டி இருப்பது தகுந்த நியாயமாய் இருக்கும். அது நிற்க, இப் பாரதத்திலே சிவனைச்சார்ந்து வரும் பதங்களையும் பொருட்களையும் வைஷ்ணவர் தம் தேவனைச்சார மாற்றுகின்றார் என்று சைவரும், விஷ்ணுவைச் சாரும் பதங்களையும் பொருட்களையும் சைவர் தம் தேவனைச்சார மாற்றுகின்றார் என்று வைஷ்ணவரும் ஒரு கட்சியார்மேல் ஒரு கட்சியார் தோஷம் ஏற்றி வைரம் சாதித்துப் புத்தகங்கள் எழுதிப் பிரசரித்திருக்கக் கண்டோம்.

இவர் பாடிய பாரத காவியத்தில் ஆதி பருவம் முதற் சௌப்திக பருவம் ஈறாகப் ௧௦ப் பருவங்களிலே பாயிரப்பாட்டுகளையுஞ் சேர்த்து ௪,௩௩௯ விருத்தங்களுள. இக்காப்பியத்தை நல்லாபிள்ளை பின்னும் பெருங்காப்பியமாக்கி மகாபாரதத்திலுள்ள அநேக கதைகளைப் பாடி அதிலே நுழைத்தனர். வில்லிபுத்தூராழ்வார் குமாரர் வரந்தருவார் பாரதத்திற்குப் பாயிரம் பாடினர். இப் புலவர் பாடல் மாதிரிக்குக் காப்பு விருத்தத்தைத் தருகின்றோம்.

"நீடாழியுலகத்துமறைநாலொடைந்தென்று நிலைநிற்கவே
வாடாத தவவாய்மை முனிராசன் மாபாரதஞ்சொன்னநாள்
ஏடாகமாமேருவெற்பாகவங்கூரெழுத்தாணி தன்
கோடாகவெழுதும்பிரானைப் பணிந்தன்புகூர்வாமரோ."

வீரகவிராயர்.—**Verakavirayar.**

பல்வளமும் செறிந்து செழித்து ஓங்கிய நல்லூரைத் தமது சென்ன தேசமாகக்கொண்ட இவர் மதுரையிலிருந்த வித்துவ சபையாரால் நன்கு மதிக்கப்பட்டு மேம்பாடுற்ற புலவர். இவர் கி. பி. ௧௫௨௪ம் ஆண்டு வரையில் திரிசங்குமகாராசாவின் குமாரனான அரிச்சந்திர மகாராசாவின் கதையை ஓர் புராணமாப் பாடி, அதற்கு அரிச்சந்திரபுராணம் எனும் நாமதேயமிட்டனர். இப்புராணத்திலே ௧௨ காண்டமும் ௧,௨௧௨ விருத்தங்களுமுள. இப்பாடலின் கனிவையும் இனிமையையும், காட்டுதற்காக மயானகாண்டத்திலே

சங்கிரமதி தன்குமாரன் உலகதாட்சணன் பாம்பினாலே கடியுண்டு இறந்து கிடந்த காட்சிகண்டு புலம்பலுற்றதைக் குறிக்கும் ஒருகவியை இங்ஙனம் தருதலுற்றோம்:

"செங்கோலறத்தின் முறையேசெலுத்ததிறலோனெவர்க்குமுரவோன்
வெங்கோபயாவன விறன்மன்னனெம்மை விடுவிக்கவெண்ணிவருநாள்
பங்கேருகத்து மலர்போல் விளங்குவதன மகிழ்ந்தபரிவால்
எங்கேயெனுசைமகனென்றுரைக்கினினியேது சொல்வன்மகனே."

வீரபாண்டியப்புலவர்.—Verapandiap Pulavar.

இவர் கி. பி. கஎம் சதாப்தத்தின் பிற்கூற்றிலே தூற்றுக் குடியிலே இருந்தவர். இவரது தந்தை ஓர் தையற்காரன். பாலியப் பிராயத்தே இவரது உள்ளத்திற் கல்வி முளை அங்குரித்து வெளிநாடியதாற் தம் பிதாவின் புன்தொழிலை விரும்பாது கலாப்பியாசஞ்செய்து கவிவாணருள் ஒருவராகிப் பாஞ்சாலம் குறிச்சிப் பாளையப்பட்டுக்காரனாகிய கட்டப்பொம்ம நாயக்கனது தண்ணளியும் கடாட்சமும் பெற்று, அவன் வாசல் வித்துவானாகி அவனது பரிபாலத்தின் கீழ் இருந்தார். மறுபடி அவ் ஊரை விட்டுத் தமது சொன்ன ஊரை நாடிப்போய் அங்கிருந்த பரவப்பிரதானியாகிய தொன் காபிரியேல் வாஸ் பல்தனோ என்பவனது தயை பெற்று அவனால் உபசரிக்கப் பட்டுக் காலந்தள்ளினர்.

இவர் அற்பசொற்ப பாக்களன்றிக் காத்திரம் கொண்ட கிரந்தங்கள் ஏதும் செய்தவரல்லர். இவர் வாக்கு வல்லபத்திற் சிறந்தவர் என்றது விளங்கப் பற்பல கதைள் இருந்தபோதும், ஒன்றை மாத்திரம் இவ்விடம் சொல்வம். இவர் ஒரு முறை ஒரு தாசியின் பரதநாட்டியம் பார்த்து மகிழ்ச்சி கொண்டிருந்தபோது தன் குலச் சிறுமையை மறந்த பின்னோர் புலவன், இவரது குலத்தை இழுத்துக் கேலி பண்ணுதற்காக இவரைக் கூவி, அத் தாசியைச் சுட்டிக்காட்டி: ஓய்! ஓய்! புலவரே, தையல் நல்ல தையல் பார்த்தீரா என்றான். அவ்வாறு சொன்னவன் சாதியில் இடையன் ஆதலால், இவர் அவன் குலத்தைச் சுட்டுதற்கும் தருணத்துக்குத்தக்க பொருள் பயத்தற்குமாக: ஓய்! என்னகாணும்! ஆட்டுக்குத் திறமான தையல் என்று எதிரியின் அகமுகக் கமலங்கள் கூம்பச்செய்தனர். இவர் தமது தாதாக்களாகிய கட்டப்பொம்ம நாயக்கன், பரவப்பிரதானி என்னும் இருவர்பேரிலும் சில பிரபந்தங்கள் பாடியிருக்கின்றார்.

வீரராகவமுதலியார்.—Verarakava Mudeliar.

இந்த வித்துவான் கி. பி. பதினெட்டாம் சதாப்தத்தில் இருந்தவர். காஞ்சிபுரத்திற் பூசிக்கப்படும் வரத ராச சுவாமியின் தேவிபேரிலே பெருந்தேவித்தாயார் பதிகம் எனப்பெயரிய பாடலொன்றைச் செய்தாரல்லாது திருவேங்கடக் கலம்பகத்தையும் இசைத்தனர். அந்தகக்கவிவீரராகவ முதலியார், முத்தமிழ்க் கவிவீரராகவமுதலியார் என முன்னர்க் கூறப்பட்டார் இருபேரை விட இவர் வேறேயொருவர் என்றது எமது கருத்து.

வீராசாமிச்செட்டியார்.—Veerasamichchettiar.

இவர் சென்னைத்துரைத்தன வித்தியாசாலைத் தமிழ்ப்புலவருள் ஒருவர்.

வழக்கமாய் அஷ்டாவதானம் வீராசாமிச் செட்டியார் என்று அழைக்கப்பட்டார். இவரது ஜெனன மரணகால வரையறை தெரியாதபோதும் இவர் தற்கால வித்துவானே: மார்க்காசாரத்தால் இவர் வைஷ்ணவ சமயி. கஅசுஅம் ௵ நாம் சென்னபட்டணத்துக்குப் போயிருந்த தருணத்தில் இவரைக் கண்டு அறிமுகமானோம். வேதாகமம் திருத்தும் காரியகர்த்தருள் இவரும் ஒருவராய் இருந்தார். அந்த வேளையில் உவின்ஸ்லோ பண்டிதரிடம் அகராதிவேலையிலும் ஏற்பட்டிருந்தவர். இரண்டு மூன்று பாரதப் பாட்டுகளுக்கு இவர் பிரசங்கம் பண்ணக் கேட்டோம். ஓ! மா சாதுரிய அலங்காரப் பிரசங்கிதான். உமது நாமதேயத்தின் பொருள் யாது என்று பேர்சிவல் தேசிகர் இவரைக் கேட்டபோது: வீரராகவ சாமி என்றது மருவி வீராசாமி என்றாயிற்று என்று இவர் சொன்ன உத்தரம் இந்த நிமிஷமும் எமது கன்னங்களில் விண் என்று ஒலித்துக்கொண்டிருக்கிறது.

இவர் விநோதரசமஞ்சரி என்னும் பெயர் கொடுத்துச் செந்தமிழ் நடையில் ஓர் கதைப் புத்தகம் திரட்டி அச்சடித்துப் பிரசரித்தார் அன்றிக் கலியாண எசல் என்னும் சமவாதத்தோடு யாழ்ப்பாணம் ஈ. ஈ. வைரமுத்தாபிள்ளையின் கேள்விப்படி தீவுபற்றிலுள்ள நயினாதீவு நாகதம்பிரான் பேரில் ஒரு பதிகமும் பாடினர். அட்டாவதான வித்தையிலே கீர்த்தி பெற்ற இவ் வித்துவானது பாடல் மாதிரிக்காக நாக தம்பிரான் பேரில் விருத்தமொன்றை இவ்விடந்தருவம்:

"அண்டகோடிகளெலாமொருதலையினிசுமந்தருளுதலினாலல்லவோ
அம்புயப்பிரமன் படைக்கத்தொடங்கினனகிலமுஞ்சிதைவிலாமல்
புண்டரிகலோசனன் பாதுகாக்கின்றான் புராந்தகன்சங்கரித்துப்
புகழ்மருவுகின்றானிணங்கிநீ தயை செய்து புரியாதிருந்தனையெனில்
எண்டிசைகளுங் கடல்களுங்கிரிகளும் புவியுமெப்படி நிலைத்திருக்கும்
எவ்விதத்தினிலக்தமுவர்தொழில்பேறு மீசனரவிந்தபாதத்
தொண்டர்களுறைந்திடுமிலங்கைநயினாதீவு துதி பெறும்படி யமர்ந்தோய்
சுரலோகபோகேந்திரர் நரலோகயோகேந்திரர் தொழவீறுநாகேந்திரனே."

வேண்பாப்புலி.—Venpappuly

இவரது சுயநாமதேயம் யாதோ தெரிந்திலது. ஐம் பாவிலொன்றும் பாக்களுட் புலி எனக் கூறப்படுவதுமான வெண்பாக்கள் பாடும் திறமை பற்றியே இப்பெயர் இவருக்கு வந்திருக்கலாம். இவர் கி. பி பதினேழாஞ் சதாப்தத்திலிருந்தவர். கலாப்பியாசத்தில் முதிர்ந்து கல்வி வல்லவர் என்னும் புகழ்ப் பெயரோடு துறவி வேஷம் பூண்டு யாசித்துத் திரிந்தவர். சிவகங்கை இராசாவின் வேண்டுகோளின்படி சிலகாலம் அவனது அரமனையிலும் வசித்தவர்.

இவர் பெரும் புலி எனப் பேர்பெற்றிருந்தும் யாதாயினும் ஓர் காத்திரம் கொண்ட நூலாவது பாடலாவது இயற்றினதில்லை. எழுந்தமானமாய்ப் பாடுவதில் அதி வீரராகும் இவரைப் பற்றிய கதையொன்றை இவ்விடம் சொல்வோம்: ஒருதருணத்தில் இவர் வெற்றிலைக் கட்டொன்றைக் கொண்டு தெரு மார்க்கமாய்ப் போன போது, வெற்றிலைக் குத்தகைக் காரன் தம்பா முதலி என்பவன் இவரைக் கண்டு, இவரியார் என்று உணராமையாலும் களவாண்டு போகின்றார் என்ற ஆசங்கையினாலும்: "இதென்ன எங்கே

களவாண்டனை என்று வினவ, இவர் தற்சணம் வெறி கொண்டார்போல மனம் கொதி கொண்டு நெருப்பெழவிழித்து:

"தம்பாமுதலி சகலகலைஞானமுள்ள
வெண்பாப்புலியென்றால் வேறாரோ—திண்புவியில்
குத்தகையில் வெற்றிலையைக் கொண்டுவந்தாலென்னபயம்
புத்திகெட்டமாடே,நீபோ"

என்று பாடிக் குத்தகைகாரனைத் திடுக்கிட வைத்தார். மேற்படி வெண்பாவை இவரது பாடல் மாதிரிக்குக் கொள்க.

வெள்ளிவீதியர் —**Vellivecthiar**.

சரித்திரம் தெரியாச் சங்கப் புலவருள் இவரும் ஒருவர். இவர் முப்பானூல் எனப்படும் குறள்மேற் சொன்ன சாற்று கவி பின் வருவது:

"செய்யாமொழிக்குந் திருவள்ளுவர்மொழிந்த
பொய்யாமொழிக்கும் பொருளொன்றே—செய்யா
அதற்குரியாரந்தணரே யாராயினேனை
இதற்குரியாரல்லாதாரில்."

வெற்றிவேலர்.—**Vettivaler.**

இவர் யாழ்ப்பாணம் சாவகச்சேரிக் கோயிற்பற்றுக்குச் சேர்ந்த மீசாலை வடக்குக் குறிச்சியிலே இருந்தவர். மாப்பாணமுதலியார் என்பவருக்குப் புதல்வர், முள்ளிப்பற்றிலே நொத்தாரியாய் இருந்தஞல் வழக்கமாய் வெற்றிவேலுச் சட்டம்பியார் என்று இவர் அழைக்கப்பட்டார். பாலிய வயசிலே கல்வி விருப்பம் இவரில் அளவிற்கு மிச்சமாய் இருக்கக்கண்ட இவர் பிதா இவர்க்குக் கல்வி பயிற்றும்படி புகழ் படைத்த ஆசிரியர் இருவரை அழைப்பித்து, அவர் மூலம் கசடறக் கல்வி கற்கச் செய்தமையால் இலக்கண இலக்கியங்களிற் தேற்றமுற்றுக் கியாதம் தங்கிய புலவருமாயினர். "கற்றாரைக்கற்றார் காமுறுவர்" என்னும் ஆன்றோர் வாக்கிற்கு மேற் கோளாய்க் கல்வி வல்லவரோடு அளவாய்ப் பேசும் ஆசை மேலிட்டு இருபாலை, மானிப்பாய் என்னும் ஊர்களுக்குப் பலதரமும் போக்கு வரவு செய்பவர். சேனாதிராய முதலியார்க்குத் தந்தையாகிய நெல்லைநாதமுதலியார் இவர்க்கு நண்பராம்.

இவர் இரண்டு குறவஞ்சிகளைப் பாடினர். அவற்றுள் ஒன்று மல்விற் குறவஞ்சி. மல்வில் என்பது கிழக்கே யானையிறவிற்குச் சமீபத்திலுள்ள கிராமம். அங்குள்ள கோயிலைப் பற்றியதே அக் குறவஞ்சி. பாடல் அதிக சிறப்பும் புதை பொருளு முற்றதென அதனைக் கண்டார் கூறக் கேட்டோம். கச்சாய்க்குக் கிழக்கே காவி வரைக்குமுள்ள பிரதான ஸ்தலச் சிறப்புகள் அக் குறவஞ்சியிற் பாராட்டி வருணிக்கப்பட்டன. மற்றக் குறவஞ்சி வன்னியிலுள்ள தனவான் ஒருவனுடைய கேள்விப்படி பாடப் பட்டது. அதற்குக் கைம் மாறாக நூறு மாடுகள் பரிசளிக்கப்பட்டன.

புலவராய் மாத்திரமல்ல ஆயுள் வேதியராய் வைத்தியத்திலும், கானம் பாட வல்லராய்ச் சங்கீதத்திலும் இவர் கீர்த்திபெற்றவர். துக்க ராகங்களிற் புராண படனஞ் செய்யும்போது கன்னெஞ்சரும் கண்ணீர் விடாம லிருப்பது

அரிதாம். ஆசிரியராகிப் பற் பல மாணவகர்க்கு இவர் பாட மோதியும் வைத்தார். இவரிடம் பாடம் கேட்டாருட் தொண்ணூற்றைந்து வயசினையுடைய கிழ மாணவகரொருவர் மீசாலை வடக்கிலே இப்போதும் உயிருடன் சீவித்திருக்கின்றார் என்று கேள்வியுற்றோம். இவர்கால மெழுதமட்டுவாள் மணியகாரன் இருமரபந்துய்ய சலசேகரப்புதுசல்ல மாப்பாணமுதலியார் காலமே. எண்பது வயசிலே இவர் தேகவியோகமாயினர். மீசாலை வடக்கிலே கட்டைபறித்தான் என்னும் இடத்திலுள்ள கோயிலொன்று இவர்க்கு ஞாபகஸ்தம்பம் போல இக்காளிலும் இருக்கின்றது.

வென்றிமாலைக் கவிராசர்.—Veurymalyk Kavirayar.

இவர் ஒரு மறையவர். திருச்செந்தூர்ச் சுப்பிரமணியர் கோயில் மடைப்பள்ளி வேலைக்காரர்; இவர் ஒருமுறை சரியான நேரத்தில் நைவேத்தியம் ஆயத்தம் செய்யாது விட்டதால் அத் தானத்தார் இவர்மேற் சினந்து இவரைத் தண்டிக்க, இவர் யான் இந்த வகை ஈனப்பட்டு வயிறு வளர்ப்பதைப் பார்க்க இறந்துவிடல் உத்தமம் என்று நினைந்து, கடலில் விழப்போகவே சுப்பிரமணியர் இவரைத் தடுத்து: நீ நமது ஸ்தல மகிமையைப் புராணமாய்ச் செய் என்றனராம். இவரோ: யான் கல்விகல்லா முழுமகனாயிருக்கப் புராணம் பாடுவது எவ்வாறும் என்று அவர் மொழியை மறுக்க: அவர் கெவ்வலூரிலே வாசம்பண்ணும் கிருஷ்ண சாஸ்திரியிடம்போ, அவன் சம்ஸ்கிருதத்திலிருந்து மொழிபெயர்த்து நமது தலமகிமையைக் கூறுவன், அதைக் கேட்டவுடன் உனக்குப் பாடும் சக்தி வரும் என்று ஓத, இவர் அச்சொற் கடவாது செய்து பாடினர் என்ப.

இவர் பாடிய திருச்செந்தூர்த் தலபுராணத்திலே பத்து அத்தியாயங்களிலே ௯௱௪ விருத்தங்களுண்டு. இதனை இவர் பாடி அரங்கேற்றக் கொண்டு போனபோது, திரிசுதந்தரத்தர் இவரை நோக்கி: நீ கற்றறியா மூடனாய் இருக்கின்றாயே. ஆதலால் சாங்கள் நின் பாடலை அரங்கத்தில் விடோம் என்று மறுத்துவிட, இவரோ வெட்கமும் துக்கமும் மேலிட்டு அப்புராணப் புத்தகத்தைக் கடலுட் சுழற்றி விட்டு ஓடிப்போக, அது கடன்மேல் மிதந்து ஓரூர்சென்று அங்குள்ளார் மூலமாக மறுபடி அரங்கத்தில் வந்தது என்பது பரம்பரை. இக் கவிவாணர் திருச்செந்தூர்த் தலபுராணம் பாடினர் என்றதற்குப் பின்வரும் விருத்தம் சாட்சிபகரும்:

"நறைகமழஞ்செந்திபுரத்தலபுராண நால்வேதம்பயில்கிருஷ்ணசாத்திரிகூறப்
பொறையினொடுதமிழிசையாற் புலவோர்கேட்கப் புத்தமுதஞ்செவிக்கெனப்
புனைதல் செய்தான்--நிறைவடநூற்கடலையெல்லாந் தாமேநீந்தி
நின்றனலி நெஞ்சகத்தினிலவயே கண்ட--மறையவர்கடிலகனெங்கள்
செந்தூர்வென்றி மாலைகவிராசகலைவாணியானே."

இக் கவிவாணரது பாடல் மற்றைய பாடல்களினின்று வேற்றுமைகொண்டது. இப் புராணத்தைத் திருத்தி வண்ணார்பண்ணையிலும் அச்சடித்தனர்.

வேணுகோபால ஐயர்.—Vanukopala Ayar.

இவர் திருவனந்தபுரத்தில் வசித்த வித்துவ சிரேட்டர். சம்ஸ்கிருதத்திலிருந்த பாகவதத்திற்கு இசையத் தமிழ்ப்பாகவத வசனம் இயற்றினர். இவர் இருந்த காலம் இறந்த காலங்கள் அகப்படவில்லை.

வேதகிரிமுதலியார்.—Vathakiri Mudeliar.

இவர் களத்தூரிலே துளுவவேளாளர் குலத்திலே கிறிஸ்தாப்தம் ௧௭௯௫ம் ௵ பிறந்தவர். சுவாமிநாத முதலியாரது புத்திரர். சென்ன வூரிற்றானே வித்தியாரம்பம் செய்து கல்வி கற்றும், அவ்விடம் கற்றவற்றோடு திர்ப்தி அடையாது சென்னபட்டணம் சென்று, அங்கே இராமானுசகவிராயரைத் தம் அருமை ஆசிரியராகக் கொண்டு, அதிதேற்றமுற்று அவ்விடத்திலேயே தமிழ்ச் சங்கத் தலைமையும் பெற்றார். இவரது கலைத் திறமை தெற்கே மதுரா புரி வரைக்கும் எட்ட அங்குள்ள சுதேசப் பிரபுக்கள் இவர் மேல் வசீகர முற்று அங்கு வரும்படி இவரை அழைக்க, அந்த அழைப்பிற்கு இசைந்து அவ்வூர் சென்று அங்கேயும் தமிழ்த் தலைமைப் புலவராயினரல்லாது அங்கே வதிந்த மிஷனரிமாருக்கு ஆசிரியருமானார்.

௲௮௱௫௰ம் ௵ நாம் மதுரைக்குப் போயிருந்தபோது, திருப்புவனத்திலாக் கும், இவரைக் கண்டு சம்பாஷித்திருக்கின்றோம். கம்ப ராமாயணத்திலே இர ண்டொரு விருத்தங்களுக்கு அர்த்தம் கேட்டதின் பேரிற் சற்றே வெறுப்புக் கொண்டு "இராமாயணம் நமது பாதநூலி" என்று இவர் சொல்லியது அன்று போல் இன்றும் எமக்கு ஞாபகமாயிருக்கின்றது. மதுரையிலே ஏழெட்டு வருடம் வசித்ததின் பின்னர்ச் சௌக்கியக் குறைவாற் புதுச்சேரிக்குப் போய் அங்கிருந்த கதலிக கல்லூரிக்குப் பண்டிதராகி, மறுபடி அந் நகரத் தையும் விட்டுப் பழைய படியே சென்னைமாபுரிக்குத் திரும்பி, அங்கே அச்சியந்திர சாலை ஒன்றை ஸ்தாபித்துத், தொன்னூல் விளக்கம், குறள், நாலடியார், காரிகையாதியாம் பல நூல்களை அச்சடித்துப் பிரசரம்பண்ணினர்.

இலக்கண இலக்கியங்களிற் தெளிவுபெற்று முதிர்ந்து விளங்கிய பண்டி தரன்றிப் பாடும் திறமையிலும் செந்தமிழ் வாசக நடையிலும் மிகு கியாதம் பெற்றவர். யாழ்ப்பாணத்தில் இருந்த கல்விமான்கள் சிலர்க்கும் இவர்க்கும் இடையே நடந்த இலக்கண இலக்கியத் தருக்க வரலாறுகள் சிலவற்றை ௲௮௱௪௰—௫௰ம் ௵ங்களுக்கு இடையே பிரசரிக்கப்பட்ட "உதயதாரகை"ப் பத்திரங்களிலே காண்பார் இவரது திறமையை யதார்த்தமாய் நிதானித்து அறி வார்கள். அப்போது இவரைப்பற்றிக், குறித்த பத்திரத்திற் பிரசரிக்கப்பட்ட விருத்தம் ஒன்று இவரது வித்துவ சாமர்த்தியத்தின் பேரில் அக்காலத்தார்க்கு இருந்த கருத்தை உணர்த்தும் ஆதலின் அதனை இவ்விடம் வரைதலுற்றேம்:

"ஞானவடிவானசுடர்பாதமலர் சூடியவனுமமறவாதபுனிதன்
நாதனருள்வேதமறையோதுமறை போசருவினேதகிறைஞானசரிதன்
நாளுமனுநீதிவழுவாதுபரனைசலிசுவாசரெவர்நாடுமறிஞன்
நாவலர்சிரோமணியெனவொளிரு போசனுயர்ஞாலமதிராசகவிஞன்
தேனமிர்தமாமதுரபாடலெனுநீரிலகு தேவதமிழாயகடலைச்
சீரியகுசாநுனியனுமதிபெருடமிசை தேடியதனாலுகரையுந்
தேறுமண்நேருகவல மாவலபுவனவீரனுயர் மேருதணதீரசதுரன்
தேர்புலவர்யாருமொரு தூயவடிவாயதெனவேதிகழ்விலாசகவலஞன்
வானசரமேயதருணவள மாரியிடுதாரனறியாதெதிர்புகும்
வாதிகளைமோதுமது சூதகிகர்வேதகிரி மாதவனிறைதரமுற
வாலியதொனூல்பலவினுலகுமைசாலும்விதிவாய்மையொடாராய்வுபுரியா
மாமதிலையநாளும்வளர்தாரகைபினுலக வானிருளையேகடிசெய்தான்
மேனிசரின்ஞானதபனேசயனு மாநிலமின்மீதபிரகாசமதுவாய்
மேயினசெபாதருளுமோருதவியிநுதனுமேதகையபோதவுதவி
மீனவளினனதமிழ்மாவண மணமேவுபுயவேதகிரிராசனுதவி
மேதினியிலியாதநிசரோசமினிர்பூதலமுந்தலமுமேனுமரிதே."

இவர் மனுநீதிசதகம், மனுவிக்கியானசதகம், நீதிசிந்தாமணி, சன்மார்க்க சாரம் எனும் நான்கு கிரந்தங்களை இயற்றினர். இவற்றுள் முன்னைய மூன்றும் தனித்தனி நூறு நூறு செய்யுட்கொண்டன. பின்னையதில் ௧௧௦ செய்யுட்களுள. ௧௮௪௨ம் ௵ யாணிப்பாய் அச்சியந்திர சாலையிற் பிரசரம் பெற்ற தமிழ் அகராதியிலுள்ள அனுபந்தத்திற்சம இவரே ஆக்கியோர். பதினோராவது நிகண்டிற்குப் பல பாக்கள் பாடிச் சேர்த்து அச்சிடுவித்தனர். நைடதத்திற்கும் உரை எழுதி அச்சிடுவித்தார். உச்சிநேரத்திலே சூரியன் கிரகணிக்கப்பட்டாற் போல முன்பின் நடு வயசிலே ௧௮௬௨ம் ௵ நௌ பிராயத்தில் இவர் தேகவியோகமாயினர். இவரது புத்திர பௌத்திரர் தற்போதும் வேலணையில் இருக்கின்றார்கள்.

வேதநாயகசாஸ்திரியார்.—**Vathanayaka Chastriar**.

இவர் கிறிஸ்தாப்தம் ௧௭௭௪ம் ௵ புரட்டாசி மீ ௭௨ திருநெல்வேலியிலே. செட்டிகள் வருணத்திலே பிறந்தவர். சமயாசாரத்தால் இவர் புரோத்தெஸ்தன் கிறிஸ்தவர் இவரது பிதா, தேவசகாயம்பிள்ளை என்பவர்; ரோமான் சமயியா யிருந்தபோதும் இவர் அம்மதம் விட்டுச் சம்மதமாகவே புரோத்தெஸ்தனாயினர். இவர் பன்னிரு வயசினராய் இருந்தபோது தேசிகருட் பிரபலம்பெற்றவராகிய சுவாற்ஸ் ஐயராற் தஞ்சாவூர்க்கு அழைக்கப்பட்டு அவரிடம் கல்வி கற்றார். தஞ்சாவூர் அரசனும் துளசிமகாராசாவின் தத்தபுத்திரனுமாகிய சரபோசிமகாராச இவருடன் கூடிக் கல்விபயின்றவராதலில் இவ்விருபேர்க்கும் இடையேயுள்ள நேச பந்தம் மிகப் பெரிதாயிருந்தது.

இவருக்குச் சிறு வயசிற்றானே பாடும் திறமும் வரமும் இருந்தமையால் "வேதநாயகன் ஆடுவான் பாடுவான்" என்று சுவாற்ஸ் ஐயர் இவரைக் குறித்துச்சொல்லியிருந்தார். இவர் கிறிஸ்து சமயத்தில் மிகுந்த பிடிவாதமும் பத்தி வைராக்கியமுமுள்ளவராயிருந்தாராயினும், வித்தியா கர்வத்தால் ஒருவரையும் மதியாது பேசுவாரன்றிச் சில போதுநெறி தவறித்தாறுமாறாகவும் நடப்பவர். பேரின்பக்காதல், பெத்தலகேம் குறவஞ்சி முதலாய்ச் சிறிதும் பெரிதுமான நூற்றிருபது புத்தகங்களை இவர் இயற்றினர். எம்மூர்ச் சனங்களுக்குள்ளே பெரிதாய்ப்பரம்பிவந்த குருட்டுவழி என்னும் புத்தகமும் இவராற் செய்யப்பட்டது. பேரின்பப்பாடல்களையல்லாது வேறுபாடல்களை இவர் பாடினதில்லை. இவர் பாடல்கள் சில மிக நூதனமானவைகள்.

எமது சமய தேவர்களுக்கு ஸ்துதியாகச் சிலபாடல்கள் செய்துகொடும் என்று சரபோசி மகாராசா கேட்டபோது, இவர் அவரைநோக்கி: இராசனே, என்கடவுள் பேரிலேயன்றிப் பின்னொரு சமயக் கடவுள் பேரிலே ஓர் கவிதை சொல்லேன் என்று பகிரங்கமாக மறுத்தனர். இவர் வீட்டிலே கற்றுச்சொல்லிகள் பாடகர்களாய் அநேகருளர். இவர் சதுர்வைத்துப் பிரசங்கம் கூறுந்தருணத்திலே திரளான சனங்கள் வந்துகூடுவார். இவர்க்கு நான்கு புத்திரரும் இரண்டு புத்திரிகளுமுளர். சில வருடங்களின் முன்னே யாழ்ப்பாணம் வந்து பல இடங்களிலும் பஜனை வைத்துப்போய்க் கொழும்பிற் சடுதியில் இறந்துபோன ஞானதீப அம்மாள் என்னும் பெண்பிள்ளை இவரது நேச புத்திரியாம்.

இவர் ஒரு முறை திரிசிராப்பள்ளியிலே சதுர்வைத்த போது அங்கிருந்த சபையார் யாரும் ஏகோபித்துச் சுவிசேஷக் கவிராய வேதநாயக சாஸ்திரியார் என்னும் பட்டத்தை இவர்க்குச் சூட்டினர். அடிக்கடி மிஷனரிமார் கூடி வேதாகமமொழிபெயர்ப்புச் செய்கின்றார் என்னும் சங்கதி இவர்க்குக் கன்ன கடூரமாயிருந்ததனால் அதற்கு விரோதமாய்ப் "புதுத்திருத்தலின் கூக்குரல்" என்னும் ஓர் புத்தகம் எழுதினர். கஅசுஉ௴ தை ௴ உஎ வ ஞாயிற்றுக்கிழமை கூo வயசிலே இவர் பரலோக பிராப்தியானார். தமக்கு அந்தியகாலம் கிட்டியதை அறிந்தவுடன் தம் சமுசாரத்தவரை ஒருங்குசேர அழைத்து அவர்கள் கலக்கமற்றிருக்கும்படி யோசனை சொல்லி ஆசீர்பதித்து: மேசியாவின் மன்றாட்டிருக்கிறது; வேதநாயகன் பாட்டிருக்கிறது, "ஏன் மயங்கிறாய் மனமே" என்று தேற்றி அப்பால் உயிர்விட்டார்.

தற்காலம் கிறிஸ்தவர்கள் பாடி ஆராதிக்கும் கீர்த்தனங்கள் பலவற்றிற்கு இவரே ஆக்கியோர். இவர் பாடல்கள் பளபளப்புஞ் சந்தமுமுற்றனவன்றி மிகு காரமும் அனலும் பொருந்தியன.

வேதலிங்க பட்டர்.—Vathalinga Paddar.

இவர் சாதியில் அந்தணர். பிறந்தகாலம் இறந்தகாலம் தெரியப்படாப் புலவர். இவர் இயற்றின நூல் துயபகோனம் என்னும் பெயர் பெறும்.

வேதாந்ததேசிகர்.—Vathantha Thesikar.

இவர் கி. பி. பதினான்காம் சதாப்தத்தில் இருந்தவர். வைஷ்ணவர்களுக்குள்ளிருந்த தென்கலை வடகலை என்னும் இரண்டு பிரிவுகளில் வடகலைப் பிரிவின் தலைவராகிப், பரமபதசோபனம் என்னும் நூலைத் தென்மொழி வட மொழி என்னும் இருபாஷைகளிலும் இயற்றிய பிரபல கவிஞர்.

க ம். வேலப்பதேசிகர்.—Valappa Thesikar I.

இந்த நாமதேயம் பெற்றார் பலருளர். அவருட், திருவாவடுதுறையிலிருந்த இராமலிங்க தேசிகரிடம் தீட்சை பெற்றவரும் சங்கரநாயனார் கோயிலிலிருந்து இறந்தவருமாகிய வேலப்ப தேசிகரிடம் தீட்சை பெற்ற வேலப்ப தேசிகர்கள் இருவர். அவ் இருவருள் முதலாம் முன் வேலப்ப தேசிகராகிய இவர் பெரும் கீர்த்தி பெற்றிருந்து பறியலூர்ப் புராணம் பாடித் திருப்பெருந்துறையிலே நிரியாணம் அடைந்தனர்.

உ ம்.வேலப்பதேசிகர்.—Valappa Thesikar II.

இவரும் மேலே சொல்லியபடி வேலப்ப தேசிகரிடம் உபதேசம் பெற்றுப் பின்வேலப்ப தேசிகர் என்னும் பெயரோடு சின்னப் பட்டம் பெற்றிருந்தவர். இந்த உ ம் வேலப்பதேசிகர் முந்தினவரைப் போலவே புலவராகிப் பஞ்சாக்கரப் பஃறொடை எனப் பெயரிய ஞான நூலொன்றை இயற்றினர். இஃது பண்டார சாஸ்திரம் எனப் பெயருடைத்தான பதினான்கு நூல்களுள் ஒன்று. இவரது நிரியாண ஸ்தலம் பேரூர். மகாத்துமாவாகிய சிவஞான முனிவர் இவருக்கு மாணாக்கர்.

வேலையதேசிகர்.—Valia Thesikar.

இவர் காஞ்சிபுரத்திலிருந்த குமாரசாமிப் பண்டாரத்தின் மத்திய புத்திரர். தமது தந்தை இறந்தபின் இவர் தம் சகோதரராகிய சிவப்பிரகாசர், கருணைப் பிரகாசதேசிகர் என்னும் இருபெயருடனும் கூடித் திருநெல்வேலிக்குப் போய், அங்கே சிந்துபூந்துறை மடத்தில் இருந்த வெள்ளியம்பலத் தம்பிரானிடம் "கற்க கசடற" என்னும் ஆன்றோர் மொழிப்படி இலக்கண இலக்கியங்களில் நன்கு கற்றுத் தேற்றமுற்றுப் பெரும் கவியாகி,

நல்லூர்ப்புராணம்	நமச்சிவாயமாலை
வீரசிங்காதன புராணம்	கிருஷ்ண சரித்திரப் பாரிசாதலீலை
இஷ்டலிங்கக் கைத்தலமாலை	மயிலத்திரட்டைமாலை

என்னும் ஆறுபாடல்களை இயற்றினாரன்றித் தமது சகோதரர் ஆரம்பித்தும் முற்றுப்பெறாது விட்ட காளத்தி புராணத்தையும் முற்றுவித்து முப்பத்திரண்டு பிராயத்திலே பெருமாத்துறை ஊரிலே காலஞ்சென்றார். தம் சகோதரர் இறந்தபோது இவர் பிரலாபித்துச் சொல்லிய வெண்பாவை இவர் பாடல் மாதிரிக்காக ஈண்டுக் கூறுவம்:

"அல்லிமலர்ப்பண்ணவனுமாராய்ந்தறிகவிதை
சொல்லுமிருவரிடைத்தோன்றியயான்—முல்லை
அரும்பிற்பொலியுமணிமுறுவனல்லாய்
கரும்பிற்கணுநிகர்த்தேன்காண்."

வைத்தியநாதச்செட்டியார்.—Vyththianathach Cheddiar.

அச்சுவேலித் தெற்கிலே வைசியர் குலத்திலே அரிகரபுத்திரச் செட்டியார் செய்த தபோபலமே ஒருருவானாற்போல அவர்க்குப் புத்திரராய்ப் பிறந்த இவர், அங்குள்ள நெல்லியவோடை அம்மாள் கோயிற் பூசகரும் வல்ல பாவாணருமாகி, அக்கோயிற் தேவிமேற் பல பாக்களுடன் பிள்ளைக் கவியும் ஒன்றை இயற்றினர். பாடல் மாதிரிக்காக அப் பிள்ளைக்கவி விருத்தங்களில் ஒன்றை இவ்விடம் தருவோம்:

"பவளத்தியற்றுங் கலசமிசைப் பன்னீரதனுலலவார்த்துப்
பதுமராகவடுப்பில்வைத்துப் பசுநங்கனகத்தழல்கொழுத்தித்
திவளும் வைர விறகடுக்கிச் சிறந்ததவளவரிசிபெய்து
சோவடித்து நீறணிந்து செவ்வேயிறக்கிப் பசுங்கிரணம்
தவழும் பச்சையிலைமீது தயங்கப்படைத்துச் சராசரங்கள்
தழைக்கவளர்க்குமகுட்கௌரி தகைசேர் நெல்லியவோடைவளர
குவளைவிழிச்சி மெய்ஞ்ஞானக் கொழுந்தேசிற்றில்சிதையேலே
குன்றமுலைச்சி மாரியம்மாள் கோதாய் சிற்றில் சிதையேலே."

இவர் கி. பி. ௧௭௫௨ ம் ௵ பிறந்து ௧௮௩௪ ம் ௵ தேகவியோகமாயினர்

வைத்தியநாத தம்பிரான்.—Vyththeanatha Thambiran.

யாழ்ப்பாணம் மல்லாகக் கோயிற்பற்றைச் சேர்ந்த அளவெட்டிக் கிராமத்தைத் தமது செனன ஸ்தலமாகக்கொண்ட இவர், யாழ்ப்பாணம் ஞானப்பிரகாச தம்பிரான்காலத்தர். தென்மொழி வடமொழி என்னும் துவிதீய பாஷைகளிலும் வல்லவர். இவர்க்குப் பாத்தியப்பட்டிருந்த காணி பூமிகளைச்

சகோதரியும் மைத்துனனும் பலாத்காரமாய் அபகரித்ததன் பொருட்டு இவர் அவர்களுடன் வெறுப்புற்றுத் தம் சென்னை நகரைவிட்டுக் கண்டிக்குச் சென்று, அங்கே இராசரீகம் செய்துகொண்டிருந்த முத்துச்சுவாமி மகாராசாவின் பேரில் ஒரு பிரபந்தம் பாடி, அவன் ஈந்த விருதும் பரிசும் வாங்கி ஊர்க்குத் திரும்பாது அவ்விடமிருந்து சிதம்பரம் சென்றார். அங்கே இருந்தபோது ஆரியர் சற்பதில் ஆசைமேலிட்டுச் சிலரைத் தம் ஆசிரியராகக் கொண்டு அகல மிகத் தேற்றம் பெற்று, அப்பாஷையிலிருந்த வியாக்கிரபாத இருஷியின் சரித்திரத்தைத் தமிழில் மொழிபெயர்த்துப் புராணமாக்கினர்.

வைத்தியநாத நாவலர்.—**Vyththeanatha Navalar.**

இவர் முன்னர்க் கூறிய சுவாமிநாத தேசிகர் காலத்திலே, தஞ்சாவூர்ச் சமஸ்தானத்தைச் சேர்ந்த கும்பகோணத்திற்குச் சமீபத்துள்ள திருவாரூரிலே, பரம்பரைச் சைவாசாரியர் குலத்திலே பிறந்தவர். இலக்கண இலக்கியங்களைப் பழுதறத் தேர்ந்த புலவர் பெருமானாகிய இவர் சுவாமிநாத தேசிகருடன் கலந்திருந்து பந்தி போசனஞ் செய்தபோது நடந்த சம்பாஷணையையும், அவருடன் தொல்காப்பியமாதி நூல்களைப் பாராட்டிக் கொண்டிருந்ததையும், அவர் செய்த அரியவிதிகள் அடங்கிய இலக்கணக் கொத்தை அவர் வாசிக்கக் கேட்டு இனிது மகிழ்ந்திருந்த விருத்தாந்தத்தையும், அத்தேசிகரது சரித்திரத்தோடு சேர்த்துப் பேசியிருக்கின்றோம். இவர் பவணந்தி முனிவர் செய்த நன்னூலின்மேற் குற்றம்பாரித்து இலக்கண விளக்கம் என்னும் நூலை இயற்ற அதற்குச் சதாசிவ நாவலர் பாயிரம் செய்தனர்.

> "திருவாரூரிற்றிருக் கூட்டத்திற்
> தமிழ்க்கிலக்காகியவைத்தியநாதன்
> இலக்கணவிளக்கம் வகுத்துரையெழுதினன்"

என்று சுவாமிநாத தேசிகராற் தமது இலக்கணத்திலே பேசப்பட்டார் இவரே. இவர் இலக்கண விளக்கம் செய்தது மாத்திரமல்லத் தாமே அதற்கு உரையும் எழுதினர். இவர் இயற்றிய இலக்கண விளக்கத்தைப் பிழைப்படுத்தி அதற்கு மாறாகத் திருவாவடுதுறை ஆதீனத் தம்பிரான் சிவஞான சுவாமிகள் இலக்கணவிளக்கச் சூறாவளி எழுதினர்.

சுப்பையர்.—**Chuppiar.**

வைதீகப் பிராமணராகிய இவரது முன்னோர்கள் இந்தியாவிலே கோதாவரி நதித் தீரத்திலுள்ள ஒரு நாட்டிலே குடியிருந்தவர்கள். இவரது பிதாவாகிய மேருகிரி ஐயர் அந்நாட்டில் நிகழ்ந்த கலககாரணத்தால் ௧௭௭௦ ம் ௵ வரையில் நாகபட்டணத்தில் உருவேறிக் கோவளத்துறையிலே இறங்கிக் காரைதீவிலிருந்த பிராமணருடன் சம்பந்தம் கலந்தவர். அவர்க்கு மூத்த மைந்தனாகிய இவர் தமது தந்தையைப் போலவே தெலுங்கு, ஆரியம், தமிழ்களில் வல்லவர். சங்கீதசாஸ்திரத்திலே மிக்க பாண்டித்திய முடையவராய் வடதேசத்துக்குப் போக்குவரவு செய்து சங்கீதச் சுப்பையர் என்று வழக்கமாய் அழைக்கப்பட்டார். நல்லைநாயக நான்மணிமாலை, காரைக்குறவஞ்சி என்னும் இரண்டு பாடல்கள் இவரால் இயற்றப்பட்டன. இவர் காலம் கி. பி. ௧௭௯௫ ௵.

காசிநாதர்.—Stansbury Kasinathar.

வண்ணார்பண்ணை கிழக்குப்பகுதியில் வாசஞ்செய்த மாப்பாணர் என்பவர்க்குப் புத்திரராகிய இவர் அமெரிக்க மிஷனைச் சார்ந்த வட்டுக்கோட்டைச் சாஸ்திரசாலையிலே கல்வி கற்று அரங்கேறியவர். இலக்கண இலக்கியங்களிலே பயின்று, வாதுசெய்வாரை உருட்டிப்பறக்கடிக்கும் திறராதலில் "உருட்டன்" என்று யாவராலும் அழைக்கப்பட்டவர். இவர் பாடும் வரமுடையராதலில் விரிந்து கிடந்த கம்பராமாயணக்கடலைக் கூர் மதிமத்தால் மதித்துத் திரட்டி இராமாயணச்சுருக்கம் எனும் ஓர் பாடல்செய்து அதனை மானிப்பாய் இயந்திரசாலையிலே அச்சடித்தற்கேற்ற முயற்சியிற் கையிடவே, "நின்றானிருந்தான் கிடந்தான் றன்கேளலறச் சென்றான்" என்ற ஆன்றோர் மொழி போல இற்றைக்குச் சில வருஷங்களின்முன் தேகவியோகமாயினர். இவர் சமயாசாரத்தாற் புரோத்தெஸ்தன் கிறிஸ்தவர். குலாசாரத்தால் வேளாளர்.

மாட்டின் அப்புக்குட்டி.—Henry Martyn Appukkutty.

இப் பண்டிதர் யாழ்ப்பாணம் கரையூரைச் சென்ன ஊராகக் கொண்டவர். காபிரியேல் என்பவர்க்கு மைந்தர். இவர் முதற் றெல்லிப்பளையில் ஸ்தாபிக்கப்பட்டிருந்த தருமப் பாடசாலையைச் சேர்ந்து, அவ்விடத்தால் வட்டுக்கோட்டைச் சாஸ்திரசாலை சென்று, ஏதொரு சாதினிய பாடத்தையும் ஒரு தரத்துக்கு மேலே இருதரம் பார்க்கவேண்டா ஞாபகசாலியாய் இருந்தமையாற், பிடித்ததெல்லாம் இரும்பென்றாற் போற், படித்ததெல்லாம் மனசில் அமையப் பெற்றவராய், விரைவிலே பாண்டித்தியம் அடைந்து, மைந்தன் ஒருவன் தந்தையானாற்போல, அச் சாஸ்திரசாலையிற்றானே ஆசிரியருமானார். "என்னிருகண்ணினுமிதயமாமலரினும்-துன்னியெக்காலமுந் துலங்கி வாழ் தோன்றல்"என எட்டுவருடக்காலமாக எமக்கும் இவர் சிரேட்ட ஆசிரியர். இங்கிலிஷ் இலக்கண இலக்கியங்கள், சாத்திரங்கள், கணிதங்களில் அன்றித் தமிழ் இலக்கண இலக்கிய வல்லவராய்ப் பதிசாஸ்திரக் கரை கண்டோர் இவரென்ன அநுலும் மிக்க விற்பன்னம் அடைந்தவர். தேவ பத்தியில் முதிர்ந்து பிரசங்கியாகவும் தெரிவு செய்யப்பட்டார்.

நாற்பத்தாறு வருடம் நிலை கொண்டு நிற்கும "தாரகை"யை ஆரம்பித்து நடாத்தினருளும் இவர் ஒருவர். மணிவட்டம், நாழிகை வட்டங்களைத் திருத்தச் சுதேசிகளுள் முதன் முதல் அறிந்தோர் இவரே. செப்படி வித்தையைத்தானும் மிக ஒப்பிதமாய் விளையாடவல்லவர். இவ்வகைச் சாமர்த்தியராய் ௧அ௪௩ம் ஆண்டு வரையிலாக்கும் அச் சாத்திரசாலையோடு சம்பந்தப்பட்டிருந்து அப்பால் டயிக் மன்னவரின் தாட்சணியத்தால் அரசாட்சி "ஸ்தோர்க்"கணக்கப்பிள்ளையாயினர். "சுப்பிரீங் கோடு" கூடும் காலத்திற் துவிபாஷித முதலியார் வேலையையும் நடத்தினர். ௧அ௬௨ம் ஆண்டு வரையில் அச்சியந்திரம் கொடுவரும் கருத்தோடு சென்னபட்டணம் போய்த் திரும்பிச் சிலநாட்களுட் தேகவியோகமாயினர். இவரது ௬ம் தாரமனைவியும் பிள்ளைகளும் சுக சீவிகளாய் இருக்கின்றார். மூத்த புத்திரன் மெஸ். யோன் மாட்டின் தற்காலம் கதலிக பாடசாலைப் பரீட்சகராயிருக்கின்றார். ௬ம் தாரத்துடன் பழையபடியே கதலிகராயினர். பற்பல தனிப்பாக்கள் கீதங்களோடு என்தர் விலாசம் முதலாம் சில பாடல்களையும் பாடினர்.

முற்றிற்று.

ஸ்ரீமத். ஜே. ஆர். ஆணல்ட்

ஆசிரியர் அவர்களின்

சீவியசரித்திரம்.

இஃது, அவர் குமாரரும், அவர்க்குப் பின் சிலகாலம்
"உதயதாரகை"த் தமிழ்ப்பத்திராதிபராயிருந்தவரும்,
யாழ்ப்பாணம் டிஸ்திறிக்கோட்டு
நியாயதுரந்தரருமான

மேஸ். எஸ். ரீ. ஆணல்ட்

என்பவரால்

எழுதப்பட்டது.

LIFE OF THE LATE

MR. J. R. ARNOLD,

AUTHOR, EDITOR, POET, AND TAMIL SCHOLAR.

EDITED BY HIS SON,

S. T. ARNOLD,

PROCTOR, D. C., JAFFNA.

Strong and Asbury, Printers, Manippay, Jaffna.
1897.

நூன்முகம்.

தந்தையின் சரிதத்தை மைந்தனெழுதுவது தகுதியோ என்று பன்முறை சிந்தனைசெய்து மயக்கத்தளர்வடைந்தோமெனினும், செந்தமிழ்ப்பாவலராய்ப் பண்டைக்காலத்துச் சிறந்துவிளங்கின பிரபல வித்துவாம்சர்களான கம்பர், வில்லிபுத்தூரார் என்பவர்களாலியற்றப்பட்ட இராமாயணம், மகாபாரதம், என்னும் ஒப்பற்ற நூல்களுக்கு முறையே புகழ்க்கவி சொற்றதும், சிறப்புப்பாயிரம் பாடியதும், நூலாசிரியர்களின் குமாரரான அம்பிகாபதி, வரதருவார் என்பவர்களன்றோ என நினைந்து தேற்றமடைந்தேம். அன்றியும் தற்காலிக அங்கிலோ நூலாசிரியர் அமைச்சர்முதலிய மகான்களின் சரிதங்களைப் பலமுறைகளில் அவர்களின் நெருங்கிய பந்துக்களே வரைந்து பிரசுரித்தார்களன்றோ? பேர்பெற்ற இதிகாசரும் புலவருமான மக்கோலே பிரபுவின் (Lord Macaulay) சரிதத்தை அவர் மருகரான சர் ஜோட்ச் திறவல்யன (Sir George Trevelyan) என்பவரும், இராணிநாயகியாரின் பிரதான அமைச்சராயிருந்து பெரும் புகழ்படைத்த அபடீன் ஏழ்பிரபுவின் (Earl of Aberdeen) சரிதத்தை அவர் குமாரரும் எமது தேசாதிபதியாயிருந்து இப்போது ஸ்தான்மோர் பிரபு என்னும் (Lord Stanmore) கௌரவபட்டம் பெற்றிருப்பவருமான சர் ஆதர்கோடனும் எழுதினான்றோ?

"தந்தையாரின் சரிதமெங்கே" "அவர்பேரில் அவர் நண்பர் கூறின சரமகவிகளெங்கே" என்று பற்பல இஷ்டர்கள் வினவிய வினுக்களுக்கு நாம் இச்சரிதத்தைப் பிரசுரித்தலினாலன்றி வேறெவ்வாறு விடைகூற இயல்வேம்? பிறர் கூறுவாராயின் விசேடித்துக் கூறுவாரென்று எண்ண இடமுண்டெனினும், சரித்திர விபரங்கள் யாவற்றையும் அறிந்துரைத்தற்கு மற்றோர்க்குப்போதிய வழிவகைகளும் வசதிகளுமில்லாதிருக்குமாதலினால், நாமவற்றை அவரிஷ்டர்யாவரும் வாசித்துணரும்பொருட்டு இங்ஙனம் சுருங்கச்சொல்லுவான் துணிந்தேம். அன்றியும் பத்திரவாயிலாகவும், பாக்கள்மூலமாகவும் சகோதரபத்திராதிபர்களும் பிறவித்துவான்களுமுமொழிந்தவற்றை அவர் கூற்றாகவே இங்ஙனம் தருகின்றனமே.

"சொற்றவற்றியலான்மற்றையபிறவும்
தெற்றெனஉணர்தல்தெள்ளியோர்கடனே"

ஆதலினாற் சிறியானொருவன் துணிந்த இத்துணிபைப் பெரியோர் யாரும் பொறுத்தருளபுரிக.

Manippay, Feb. 20, 1897. **S. T. Arnold.**

PREFATORY SKETCH.

The attempt on the part of a son to write the life of his father may appear to be presumptuous. At least, it so seemed to the writer himself, when the suggestion was made to him to publish the life of his father the late Mr. J. R. Arnold. Nevertheless, it soon occurred to his mind that instances were not wanting, where children and next of kin were obliged to publish the lives of their parents and relatives. Among our own poets, Kampan, the author of the far-famed Ramayana, had to obtain a eulogistic recommendation from his own son, Ambikapathy. And the prefatory sketch of the epic of the Mahabharata was written by Varantharuvan, a son of the author Villiputtooran.

In English literature, such instances are abundant. To compare great things with small, Sir Arthur Gordon's (now Lord Stanmore) life of his father, the late Earl of Aberdeen, might be cited as an illustration. The writer needs hardly assure his readers that, in undertaking this task, he was actuated by no selfish end, and that he has simply complied with the request of several of his late father's friends.

Others would, certainly, have done better justice to the subject of the sketch, but their opportunities for collecting details might not, perhaps, have been as great as those of the writer. Facts and figures are just what the writer has brought out, and as for estimate of character, etc., words of contemporary journalists and poets have been largely availed of.

The friends and admirers of the late Mr. J. R. Arnold, alias A. Sathasivampillai, as Author, Editor, Poet, and Tamil Scholar, are chiefly to be found in the Tamil community, and hence it is that the life has been written in Tamil. But he has left behind not a few friends among other communities in India and Ceylon, not to speak of other places. For the benefit of such friends, it has been thought expedient to subjoin in English an outline of his life in chronological order.

1820.—Oct. 11. Birth of the late Mr. J. R. Arnold, alias Arunasalam Sathasivampillai at Navaly, in the parish of Manippay, Jaffna, Ceylon.

1831.—He began to study English in the English school at Manippay, conducted by the American Mission.

1832.—Joined the Batticotta Seminary, then under the presidency of the late Dr. Poor.

1835.—Embraced the Christian faith and was admitted into the church.

1840.—Graduated from the Seminary, then presided over by Rev. H. R. Hoisington, together with his classmates Messrs. Wm. Nevins, Carroll, Evarts, Roger Stickney, and others—and became a teacher in the Manippay English School.

1844.—Proceeded to Madura with Rev. J. C. Smith and returned with him after some months.

Appointed teacher in the English School at Chavagachcherri.

Published his first poem, called *Tiruchchatakam*, consisting of 100 stanzas on Jesus Christ.

1846.—Transferred to the English School at Uduville.

At this time, he also taught Tamil to Miss Capell, a missionary lady stationed at Uduville.

1846.—July 9. His marriage with Miss Margaret E. Nitchie, alias Muttupillai, solemnized at Uduville Church.

1847.—Appointed a teacher in the Uduville Female Boarding School.

1848.—Birth of his first child, Charles, who died 2 years later.

Proceeded to Madras with Dr. Spaulding to take part in the revision of the Tamil Translation of the Bible.

1851.—Birth of his 2nd child, Sarah Ponnupillai, who died in 1874, after marrying the late Mr. Thomas Mather alias Muttuvelu.

1852.—Published a poem, called *Meyvethasaram*, being a poetical compend of the Bible.

1854.—Became Head Master of the Female Boarding School.

Birth of his daughter Eliza Sinnatankachchi, who is married to Mr. William Mather, Agent of the Ceylon Steamship Company and Managing Director of the Jaffna Commercial Corporation.

1857.—June 1st. Succeeded his class-mate Mr. Carroll alias D. C. Visvanathapillai, B. A., as Tamil Editor of the *Morning Star*. Continued so to the end of his life, holding at times other appointments together with the Editorship.

1858.—Published his *Universal History* in Tamil.

1859.—Published a Moral Poem, called *Nannerikkottu*.

1860.—Elected President of the Jaffna Native Evangelical Society, of which he was Vice President from 1853 to 1856, and Secretary from 1856 to 1860 Continued to be President till 1867.

1861.—Published a "*Compend of Astronomy*" in Tamil.

1864.—Editorial office transferred from Batticotta to Manippay.

1867.—Feb. 8. Birth of his son Mr. S. T. Arnold, Proctor, D. C., Jaffna.

1869.—Published his "*Moral Tales*," entitled *Nannerik Kathasangiraham*.

1870.—Feb. 10. Birth of his youngest son Mr. S. C. Arnold

of the Ceylon Steamship Company.

1873.—Became Tamil Instructor to Rev. Dr. Howland.

1874.—Brought out a 2nd edition of his Poem called *Tiruchchatakam.*

1875.—Nov. 15. Death of his wife.

1879.—Became Tamil Instructor to Rev. R. C. Hastings.

1880.—Had a severe illness and was supposed to be dying. Restored to health under the treatment of Dr. Ramupillai.

1881.—Appointed Professor of Tamil Literature in Jaffna College. While holding this office, he taught Tamil to Miss. K. E. Hastings, Mrs. R. C. Hastings and Prof. F. K. Sanders, Ph. D, now of Yale University.

1886.—Published his Galaxy of Tamil Poets, or *Pavalar Charitra Teepakam.*

1887.—Published his poem on Married Life, called *Illaranondy.*

1890.—Published his Christian Lyrics, called *Keertana-Sangraham*, and another Poem, called *Vellai Anthathy.*

1891.—Retired from active life, though yet holding his Editorship.

1893.—Brought out a Second Edition of his "Moral Tales."

1895—Published the Family Mirror, or *Kudumpa Tarpanam*

1895—Dec. 2. Last illness commenced. Treated by Drs. Scott, Paul and Mills.

" Feb. 11. Spoke his parting words to his children and next of kin.

" " 20th. Died peacefully at his residence at Manippay, at 5 P.M.

" " 21st. Funeral Service conducted by Rev. Messrs Elyatamby, Nathaniel and Bryant. Rev. R. C. Hastings and Dr. Scott took part in the service.

☞ Three more poems are yet to be published.

ஸ்ரீமத். ஜே. ஆர். ஆணல்ட்

ஆசிரியர் அவர்களின்

சீவிய சரித்திரம்.

“உதயதாரகை”ப் பத்திராதிபராயும், பற்பல “சிறந்த நூல்களுக்கு” ஆக்கியோனையும், செந்தமிழ்ப் பாஷையிற் பிரபலம்பெற்ற ஓர் பாவலராயும், இலங்கையிலும் இந்தியாவிலும் நன்றாய் அறியப்பட்ட ஸ்ரீ மத் ஜே. ஆர். ஆணல்ட் ஆசிரியர் யாழ்ப்பாணத்திலுள்ள மானிப்பாய்க் கோவிற்பற்றைச் சேர்ந்த நவாலியிலே ௧௮௨௦ம் ௵ ஐப்பசி ௴ ௧௧ ந் திகதிக்குச் சரியான விக்கிரம ௵ புரட்டாதி ௴ ௨௮ ந் ௳ சனனமானார். இவருடைய தமிழ்ப் பெயர் **சதாசிவம்பிள்ளை.** இவர் தந்தையார்பெயர் அருணசலம். அவர் தந்தையார் கதிரித்தம்பிச் சட்டம்பியாரென்று இன்றுவரைக்கும் பலரால் விதந்து பேசப்படுபவரான ஓர் கல்விமான். அவர் தந்தையார் உலாந்தா அரசாட்சியாரிடம் உத்தியோகம்பெற்றிருந்தவரும், தெல்லிப்பழைப் பிரபுக்களுளொருவரும், அங்ஙனநின்று மானிப்பாய்க்குவந்து வாரித்தம்பி ஆராய்ச்சியார் என்பவரின் இரண்டாம் புதல்வியை வதுவைசெய்தவருமான புவிராசசிங்கக் குலசேகரமுதலியார்.

பத்திராதிபரின் தாயார் மானிப்பாயிலே கண்ணியம்பெற்றிருந்த கதிர்காமக் கணக்கர் காசிநாதக் கணக்கர் என்னும் இரு சகோதரரில் இளையோரான காசிநாதக் கணக்கரின் ஏழுபுத்திரிகளுள் மூன்றாம் புத்திரியான் ஆனந்தப்பிள்ளை எனப் பெயரிய ஓர் உத்தமி. இவ்வுத்தமி பெற்ற பிள்ளைகள் எழுவரில் இவரே கனிஷ்டர். பத்திராதிபரின் பெற்றாரிருவரும் கொழுத்தசைவா. பத்திராதிபர் தமது கரத்தினால் வரைந்துவைத்த சீவியக் குறிப்புகளிற் தமது தந்தையாரைப்பற்றி எழுதியிருக்கும் ஓர் சிறுக் குறிப்புப் பின்வருவது:— “என் தந்தை நான் சிறுபிராயமாயிருக்கும்போது இறந்தனர். பேதிநோயே மரணகாரணம். என் வீட்டில் எனக்கே முதன்முதற் பேதிநோயுண்டுபட்டதாம். என் பிதா என்னைத் தம் அன்பான கைகளில் ஏந்திப்போய் எமது வீட்டுக்குச் சமீபத்திலிருந்த முருகமூர்த்திகோயிலிற் தீர்த்தம் வாங்கிப் பருக்கினது எனக்கு இன்னும்

ஞாபகத்திலிருக்கிறது. கொள்ளைநோயானது அத்தருணத்தில் என் பிதாவோடு ஒரு தமயனையும் சகோதரியையும் பலியெடுத்துப்போக, அடியேனோ தீர்த்தமுண்டதாலல்லத் தெய்வாதீனத்தாற் பிழைத்துக்கொண்டேன்".

ஆசிரியர் சிறுபிராயத்திலே தமது கிராமத்திலுள்ள ஓர் தமிழ்ப் பாடசாலையிலும், பின்பு அமரிக்கன்மிஷன்பாடசாலையொன்றிலும், கல்விகற்று, ௧௮௩௧ ம் ௵ மானிப்பாயிலிருந்த இங்கிலிஷ் பாடசாலையிற்சேர்ந்தார். அப்போது கனம்பொருந்திய உவுட்வாட்ஐயர் (Rev. Mr. Woodward) மானிப்பாய் மிஷன் ஸ்தான விசாரணைக்காரனாயிருந்தார். "அக்காலத்திலே தேவாலயமும் மிஷன் வீடுகளும் அக்கினிக்கிரையாயின. நான் படித்த பள்ளிக்கூடமே சிலகாலம் ஆராதனைஸ்தானமாயிருந்தது." என்று ஆசிரியர் கூறுகின்றார்.

௧௮௩௨ ம் ௵ அவர் வட்டுக்கோட்டைச்சாஸ்திரசாலை (Batticotta Seminary) மாணக்கருளொருவரானார். அப்போது பூர் பண்டிதர் (Dr. Poor) சாஸ்திரசாலைத் தலைவராயிருந்தார். "௧௮௩௫ ம் ௵ ஆத்ம இரட்சிப்பின்மேற் காதலுற்றவனாய் யேசுரட்சாமூர்த்தியின் திருப்பாதமே கெதியெனக்கொண்டு அவ்வாண்டு பங்குனி மீ௴ ௨௩ ௳ திருச்சபையுடன்சேர்ந்தேன்" என்பது ஆசிரியர் கூற்று. சாஸ்திரசாலையிற் கற்ற எட்டுவருடக் காலத்திற் சில வருடங்கள் தவிர மற்றும்படி இவரே தமது வகுப்பாரின் சட்டம்பிப்பிள்ளை (Monitor) யாய் இருந்தார். ௧௮௪௦ ம் ௵ ஸ்ரீ மத் நெவின்ஸ் ஆசிரியர், ஸ்ரீ மத் கறல் விசுவநாதபிள்ளை, டாகதர் எவ்வேட்ஸ், ம. றீ. றீ. ஸ்ரீஜேஸ் அரசரத்தினமுதலியார், கனம். ஸ்திக்கினிபோதகர் முதலிய மகான்களோடு சாஸ்திரசாலையால் அரங்கேறித் தாம் கல்விகற்ற மானிப்பாய் இங்கிலிஷ் பாடசாலையிற்றானே ஓர் ஆசிரியரானார். அரஙகேற்றகாலத்திற் கனம். ஓயிசிங்தன் ஐயர் (Rev. H. R. Hoisington) சாஸ்திரசாலைத் தலைவராயிருந்தார். மானிப்பாயிலே ஆசிரியத்தொழில் நடத்தத்தொடங்கினபோது கனம். அற்சிங்ஸ் ஐயர் (Rev. S. Hutchings) அவ்விடத்தில் மிஷனாரியாயிருந்தார். அக்காலத்தில் இவ் ஆசிரியரிடங் கற்ற மாணக்கர்களுள் சர்ச்சுமிசியோனிலிருந்திறந்துபோன கனம். அன்திபோதகர் (Rev. T. P. Handy) ஒருவர். அற்சிங்ஸ் ஐயரின்பின் கனம். ஜே. சீ. சிமித்து ஐயர் (Rev. J. C. Smith) மானிப்பாய்க்கு மிஷனாரியானார். ஆசிரியர் ௧௮௪௪ ம் ௵ அவருடன் கூடி மதுரைக்குப் போய் அவ்விடத்தாற் றிரும்பியபின்னர், அவர்க்குத் தமி

மூசிரியராயிருந்த அவர் வருவைசெய்யும்படி மறுபடியும் மது ரைக்குச் செல்லக், கனம். மைனர் ஐயரோடு (Rev. E. S. Minor) சிலகாலம் வேலையாயிருந்து அதன்பின் சாவகச்சேரியிலுள்ள அங் கிலோ பாடசாலையிற் சிலகாலம் பாடம் ஓதவித்தார். அக்காலத் தில் அங்கே இவரிடம் கற்ற மாணுக்கருள் ரீ. ரீ. சிற்சிங்க உடை யாரொருவர். அப்போது கனம். மெக்ஸ் ஐயர் (Rev. B C. Meigs) அவ்விடத்தில் மிஷனரியாயிருந்தார்.

௧அசகூ ம் ஸூ உடுவிலிலுள்ள அங்கிலோ பாடசாலை உபாத்தி யாயரானார். அப்போது இவரிடம் கற்ற மாணுக்கருள் ரீ. ரீ. பிற க்தர் சங்கரபபிள்ளை, கனம். யோன் நயில்ஸ் போதகர் (Rev. J. Niles), கனம். தானியேல் நயில்ஸ் போதகர் (Rev. D. P. Niles) என்பவர்கள் சிலர். பெண்பாடசாலை உபாத்தியாயிருந்த மிஸ் கப்பெல் (Miss. Capell) என்னும் மிஷனரியும் அக்காலத்தில் இவ ரிடம் தமிழ் வாசித்தார்.

௧அசகூ ம் ஸூ ஆடி ௴ கூ ௩ ௨ இவர் மேற்சொல்லிய கதிர்காம க்கணக்கரின் வழித்தோன்றலும், கோவிந்த உடையார் சயம்பரின் புத்திரியும், உடுவிற் பெண்பாடசாலை மாணுக்கியுமான மார்க்கறற் கிற்சி (Miss. Margaret Nitchie) முத்துப்பிள்ளை என்னும் தமது சுற்றத்தவளைப் பாணிக்கிரகணஞ் செய்தார். ௧அசஎ ம் ஸூ உடு விற் பெண்பாடசாலை ஆசிரியர்களுளொருவராக நியமனம்பெற்று, ௧அ௫௪ ம் ஸூ அதன் தலைமை ஆசிரியருமானார். இடையிலே ௧அசஅ ம் ஸூ ஸ்போல்டிங் பண்டிதரோடு (Dr. Spaulding) செ ன்னபட்டணஞ்சென்று, வேதாகம மொழிபெயர்ப்புத் திருத்தலி லும் பங்குபற்றினர். கனம். பேர்சிவல்ஐயருடன் கூடி (Rev. P. Percival) அவர்க்கு முன்ஷியாகச் சென்ற ஸ்ரீ மத் ஆறுமுக நாவ லரும், உடுவிலைச்சேர்ந்த ஸ்ரீ மத் நதானியேல் சந்திரசேகர பண் டிதரும் அப்போது உடன்சென்றுருளிருவர். உவின்ஸ்லோ பண் டிதருடைய (Dr. Winslow) வீட்டிலே திருத்தம் நடைபெற்றது. கனம். பிறதட்டன் ஐயர், றொபேட்ஸ் ஐயா (Rev. Messrs Brotherton & Roberts) முதலிய பலர் அவ்வப்பகுதிப் பிரதிநிதிகளா க வுத்தருணஞ் சென்றிருந்தார்கள்.

"உதயதாரகை"ப் பத்திரிகையைச் சிறிதுகாலமாக நடத்திவந்த இவருடைய வகுப்புத்தோழனான ஸ்ரீ மத் கறல் விசுவநாதபிள்ளை ௧அ௫௭ ம் ஸூ வைகாசி ௴ சென்னபட்டணஞ் சென்று வேறுமு யற்சியிலேற்பட்டமையால், அவருடையஇடத்துக்கு இவரே நியமி

க்கப்படுதல்வேண்டுமென்று அமரிக்கன்மிசியோன் தீர்மானஞ்செய்ய, ஆசிரியர் உடுவிற்பெண்பாடசாலையை ஆனி மீ௳ கரு திகதியோடு விட்டுவிடவேண்டிவந்தது. உடுவிலிலுள்ள சிநேகிதரை விட்டுப் பிரியும்போது ஆசிரியர்க்கிருந்த மனத்துக்கத்தை அவருடைய சொந்த மொழிகளால் விபரிப்பது நன்றென்றெண்ணுகிறோம். அவையாவன:—

"நான் பத்துப் பன்னிரண்டுவருஷமாய் வேலையாயிருந்து நேசம் பூண்ட என் சிநேகிதரைப பிரிதல் எனக்கு மிக அருமையாயிருந்தது. உடுவில் உடையாரான (Mr. Carpenter) மாரிமுத்து, மெஸ். பேச் (Mr. Page) என்பவர்களே அவ்விடச் சிநேகிதரில் மிக முக்கியமானவர். "கலந்தாரைக்கைவிடுதல் கானகநாட விலங்கிற்கும் விள்ளலரிது" என்றால் நெடுங்காலம் நேசம்பூண்டவரை விட்டுப் பிரிதல் எளிதாகுமா? நான் என் பிரிவையிட்டு உள்ளங்கலங்கி "எருஷலேமுக்குப் போகிறேன், அங்கே எனக்கு என்ன நடக்குமோ அறியேன்" என்று பவுல் அப்போஸ்தலன் சொன்ன வாக்கியத்தை முகவாக்கியமாயெடுத்துப் பாடசாலையாருக்குப் பயணஞ் சொன்னபோது, ததும்பிக் கண்ணீர் சொரியாக் கண்களும், விம்மிக் குரலெடுத்தழா வாய்களுமிருந்தனவோ அறியேன். அடுத்த நாட் சபையாருக்கும் சிநேகிதர்க்கும் அழைக்கப்பட்ட கூட்டமொன்றிற் பயணஞ்சொல்லிச் சமுசாரம் பிள்ளைகளுடன் என் சென்னலூர் நோக்கினேன்."

௧௮௫௭ ம் ஆண்டு ஆனி மீ௳ கரு உ கனம். எம். டீ. சான்றர்ஸ் ஐயரிடம (Rev. M. D. Sanders) "உதயதாரகை"ப் பொறுப்பைக் கையேற்று, மானிப்பாயிலுள்ள தமது வீட்டிலிருந்து தினந்தம் வட்டுக்கோட்டைக்குப் போய்க் கடமைபார்த்துவந்தார். ௧௮௬௬ ம் ஆண்டு மார்கழி மீ௳ கருந உ வட்டுக்கோட்டையை விட்டு மானிப்பாயிற்றானே ஏஸ்திங்ஸ பண்டிதருடைய (Rev. E. P. Hastings, D. D.) பராமரிப்பின்கீழே "தாரகை"யை நடத்திவந்தார். ஏழு வருடங்களுக்கு மேற்பட்ட மேல்விசாரணைக்காரனாயிருந்த கனம். சான்றர்ஸ் ஐயர் சென்னலூர் நோக்கிச்செல்லநேரிட்டபோது, இம மாறுதல் நேர்ந்தது. பிரிந்தபோது ஐயர் வியாகுலமடைந்து இத்தனை வருடங்களாக ஓர் விகற்பமுமின்றிக் கடமைபார்த்துவந்தோம் என்று மிகவும் பாராட்டிப் பேசினார். அததருணம் ஐயர் ஞாபகசின்னமாய்ப் பத்திராதிபர்க்கு உபகரித்த "மேலான கிறிஸ்தசீவியம்" எனப் பெயரிய ஓர் இங்கிலிஷ்புத்தகத்தின் முதலொற்றை

யிலே "மெஸ். ஜே. ஆர். ஆனல்டுக்கு அவருடைய நண்பனாகிய எம். டீ. சான்றர்ஸ கொடுத்தது." என்று வரையப்பட்டிருக்கிறது. விலையுயர்ந்த அப்புத்தகத்தை அவருடைய அரிய திரவியங்களுளொன்ருய்த் தமது பின்சந்ததியாருக்கு வைத்துப் போயினர்.

௧௮௫௰ ம் ௵ தொடக்கம் மரணபரியந்தம், அதாவது, ஏறக்குறைய நாற்பது வருடங்களாகத் தாரகைப் பத்திராதிபராக இருந்தனரெனினும், இடையிலே ௧௮௭௫ ம் ௵ தொடங்கி அவுலந்துபண்டிதருக்கும் (Rev. S. W. Howland, D D.) ௧௮௭௯ ம் ௵ தொடங்கிக் கனம். றிச்சேட் ஏஸ்திங்ஸ் ஐயருக்கும் (Rev. R. C. Hastings, M. A.) தமிழாசிரியருமாயிருந்தார். ௧௮௮௧ ம் ௵ தொடங்கி, ௧௮௯௧ ம் ௵ வரைக்கும் யாழ்ப்பாணக் கல்லூரித் தமிழாசிரியராயிருந்தார். மேற்சொல்லியவர்களேயன்றிச் சிலவருடங்களாகத் தந்தை தாயரோடு வட்டுக்கோட்டையில் மிஷனரியாயிருந்து இப்போது அமரிக்காவுக்குப் போய் வதுவைசெய்திருக்கும் மெஸ். கதறீன் ஏஸ்திங்ஸ் அம்மாவும் (Miss. K. E. Hastings), யாழ்ப்பாணக் கல்லூரி ஆசிரியர்களுளொருவராயிருந்து இப்போது அமரிக்காவிலே "யேல்" சருவகலாசாலை ஆசிரியராயிருக்கும் சான்றர்ஸ் பண்டிதரும் (Prof. F. K. Sanders, Ph. D.), உடுவிற் பெண்பாடசாலைத் தலைவியான மிஸ். சூசன் அவுலந்து அம்மாவும் (Miss. Susan Howland) இவரிடம் தமிழ் கற்றவர்களிற் சிலர். சுதேசிகளுக்குள் இவருடைய மாணாக்கர் மாணாக்கிகளான நூற்றுக்கணக்கானோர் பிரதிட்டைபெற்றிருக்கின்றார்கள். தமிழ்ப் புலவர் சிகாமணிகளாய் இப்போது விளங்காநிற்கும் பலர் இவருடையமாணாக்கர்களே.

௧௮௯௧ ம் ௵ ஆனிமாதத்துடனே யாழ்ப்பாணக்கல்லூரிச் சம்பந்தத்தை விட்டு இளைப்பாறினாராயினும் "தாரகை"ப் பொறுப்பையோ விட்டுவிடவில்லை. கல்லூரியை விட்டுப் பிரிந்த தினத்திலே அவருடைய அன்பான மாணாக்கரும் நேசரான உபாத்தியாயர்களும் சேர்ந்து "ஒற்லி" மண்டபத்திலே (Otley Hall) தங்களைச் சந்தித்துப்போகும்படி அதி வாஞ்சையுடனே அழைத்தார்கள். வேடிக்கையும் பகிரங்க ஆரவாரக் களிப்பும் சுபாபத்தே அவர்க்குப் பிரியமல்லாதபோதும், அவர்கள் வேண்டுமையாய்க் கேட்டமையால் "மாட்டேனென்று மறுக்காது சம்மதித்து" ஆனி மீ ௨௫ ந் திகதி கல்லூரி மண்டபஞ் சென்றார். மாணாக்கரன்றிக் கல்லூரித் தலைவரான அவுலந்து பண்டிதரும்; ஆசிரியர்களான மெஸஸ் இற்சுகோக்,

உவாலஸ், என்ஸ்மன், கிங்ஸ்பரி, குக், அட்சன் என்பவர்களும், கன ம். சிமித் ஐயர் முதலாம் வேறு சிலரும், சமுகமாயிருந்தார்கள். சிரேட்ட வகுப்பினருளொருவனான சாள்ஸ் என்னும் மாணவன் ஒருபசார பத்திரத்தை வாசித்துப் பூஞ்செண்டொன்றுடனே ஓர் சிறந்த நாழிகைவட்டத்தையுங் கல்லூரி மாணக்கரின் நாமத்தினே உபகரிக்க, அச்செயலைப் பாராட்டிக் கல்லூரியார் காட்டிய அன்பை விதந்து அவரும் சில உபசார வார்த்தைகளை மொழிந்தார். அவர் பேச்சின்பின்பு அவ்வேளைக்கென்று நவமாயியற்றப்பட்ட தான பின்வரும் கீர்த்தனத்தை மாணக்கர்கள் பாடினார்கள்.

வெண்பா.

மாணிப்பதியில் வயங்கும் ஜே. ஆர். ஆனல்ட்
கோனேயெம்நேசங் குலவு பெரு—மானேநீர்
செய்யாமற்செய்த செயலுக்கு வானகமும்
வையகமுமாறறலரிது.

பதம்.

இராகம், அமிர்தகல்யாணி. தாளம், சாப்பு.

பல்லவி.

எப்படி யாம் விடைபுரிவோம்—எமக்
கினிய குரவருமை எவ்விதம் பிரிவோம்.

அனுபல்லவி.

செப்பும்பலகலை செமினரிதனிற் கற்றுச்
செழும்பொருளெமக்கீந்தீர் திகழுமன்புற்று—எப்படி.

சரணங்கள்.

1. மன்னுந் தமிழ்க்கடல் வீழ்ந்து—அதன்
மாவிலக்கண லக்ய வகைகளிலாழ்ந்து
இனனமுதருந்தினீர் எமதிதயம்போழ்ந்து
ஏகனல்லறிவெயில் ஏற்றினீர்தாழ்ந்து—எப்படி.
2. இன்புற்ற வெம்மபிமானி—அதி
ஈவிரக்கந்தயைக் கிணையில்சன்மானி
அன்புபொறுமைக் கடைக்கலம்புகழ்மானி
யம்பதிமேவுநல் லறிவோர் பிரதானி—எப்படி.
3. என்ன நாம் செய்திட்ட பாவம்—நீர்
எம்மைவிட்டகன்றிட ஏதண்டு கோபம்

மன்னு ஜே. ஆர். ஆனல்ட் மகிபா எம்மனஸ்தாபம்
மாற்றரிதென்செய்வோம் மகாபிரலாபம்—எப்படி

கலித்துறை.

எத்திக்கு நின்புக ழேற்றிட்ட தீபமெனப் புலனோர்
யுத்திக்குமேலவர் மெய்ச்சிடும்வார்த்தைக ளோதவல்லாய்
இத்திக்குவிட்டெமை நீங்கியும் நீங்காதிருக்கவென்றும்
தித்திக்கு நின்மொழி கேட்பதெக்காலந் தெளிந்திலமே.

தேம் பாடப்பட்டபின் கல்லூரித்தலைவரெழுந்து உள்ளன்பு மிகுந்து ஆசிரியருழியத்தை விதந்து பாராட்டி உபசாரஞ் சொல்லினர். னும். சிமித் ஐயர் முதலியோரும் நயந்து புகழ்ந்து பேசினார்கள்.

இவ்வாறாக ௧௮௯௧ ம் ௵ நய்க்கூற்றோடு பகிரங்க கடமைகளினின்று இளைப்பாறினாராயினும், பத்திராதிபராகவும், பாவலராகவும், பரோபகாரியாகவும், இவர்க்கிருந்த கடமைகளோ இறக்கும் பரியந்தம் இவரைவிட்டகன்றில.

ஆறு புத்திரர்க்கும் நாலு புத்திரிகட்குந் தாயாகிய ஆசிரியரின் மனைவி ௧௮௭௫ ம் ௵ கார்த்திகை ௴ ௧௫ ந் ௳ இறந்துபோனார். இறக்கும்போது அவர்க்கு வயது நாற்பத்தைந்து. நாலு புத்திரரும், இரண்டு புத்திரிகளும் இளமையிற்றானே இறந்துபோனார்கள். ௧௮௪௮ ம் ௵ பிறந்த சாள்ஸ் எனப் பெயரிய சிரேட்டபுத்திரன் ௧௮௫௦ ம் ௵ இறந்தான். ௧௮௫௧ ம் ௵ பிறந்த சேரா பொன்னுப்பிள்ளை என்னும் புத்திரி ௧௮௬௯ ம் ௵ மெஸ். தோமஸ் மேதர் முத்துவேலு (Mr. Thos. Mather) என்பவரை வதுவைசெய்து ஓர் புத்திரனை யீன்றபின் ௧௮௭௪ ம் ௵ இறந்தாள். அடுத்த புத்திரியான இலைசா சின்னத்தங்கச்சி ௧௮௫௪ ம் ௵ பிறந்து ௧௮௭௧ ம் ௵ மெஸ். உவில்லியம் மேதர் (Mr. Wm. Mather) என்பவரை விவாகஞ்செய்து ஓர் பாரியசமுசாரத்தின் தலைவியாயிருக்கின்றாள். மெஸ். மேதர் இலங்கைப் புகைக்கப்பற்சங்கத்தின் யாழ்ப்பாண முகாமைக்காரனாகவும், புதிதாக உற்பத்திபெற்ற யாழ்ப்பாண வியாபார சமுதாயத்தின் விசாரணைக்கர்த்தராகவும், இருக்கின்றார். ௧௮௬௭ ம் ௵ மாசி ௴ ௮ ந் திகதி பிறந்த ஒன்பதாம் பிள்ளையே தற்காலம் யாழ்ப்பாண டிஸ்திறிக்கோட்டு நியாயதுரந்தரர்களுளொருவராயிருக்கும் மெஸ். தம்பையா ஆனல்ட் (Mr. S. T. Arnold). ௧௮௫௪ ம் வருஷத்துக்கும், ௧௮௬௭ ம் வருஷத்துக்கும் இடையே பிறந்த மூன்று புத்திரரும் இரண்டு புத்திரிகளும் முன் சொல்லியபடி சிறுபிராயத்திற்றானே இறந்துபோனார்கள். ௧௮௭௦

ம் ௵ மாசி ௴ ௪௦ந் ௳ பிறந்த இவருடைய கனிஷ்டபுத்திரரான மெஸ். சின்னப்பா ஆனல்ட் (Mr. S. C. Arnold) தமது மைத்துனரோடு இலங்கைப் புகைக்கப்பற் சங்கத்திலே வேலையாயிருக்கின்றார். ௧௮௭௫ம் ௵ மனைவி இறந்துபோக அக்காலந்தொட்டுப் பத்திராதிபரே தமது சிறுவரிருவருக்கும் தந்தையுந்தாயுமாகி அவர்களை வெகு கரிசனையாக வளர்த்து ஆதரித்துவந்தார்.

பத்திராதிபர் பாடிய பாடல்களிலே இரட்சாபெருமான் மேற்றான "திருச்சதகம்" என்பதே முதலாம் பாடல். இது அவருடைய ௨௪ம் பிராயத்தில், அதாவது ௧௮௪௪ம் ஆண்டு வரையில், இயற்றப்பட்டு, ௧௮௪௯ம் ஆண்டு வரையிற்பிரசரிக்கப்பட்டது ௧௮௭௪ம் ௵ இந்நூல் இரண்டாம்முறையாகப் பிரசரிக்கப்பட்டபொழுது ஆக்கியோன் தமது பாயிரத்திற் சொல்லியவற்றிற் சில வசனங்கள் வருமாறு.—"புல்மை விஷயத்தில் இதுவே எம் முதற்கனி. இரட்சாபெருமானாகிய இயேசுநாயகர்பேரிற்கொண்ட அன்பே இதைப் பாடும்படி நம்மை அருட்டிவிட்டது. தன் பாவதோஷத்தின் பேரில் மனங்கசந்து புலம்பிப் பச்சாத்தாபமடையும் ஓர் பெரும் பாவி இரட்சாமூர்த்திக்கு ஓலமிட்டு, அவர் அருளையும் இரக்கத்தையும் விதந்து, தன்னைத் தடுத்தாட்கொள்ளவேண்டுமென்று அவரை இரந்தபாவனையாகவே இது பாடப்பட்டது. இருபத்தைந்து வருடங்களின்முன் பரோபகாரிகள் சிலர் இதைத் தம்பொறுப்பிலேற்று, ஐயாயிரம் பிரதிகளை அச்சடித்துப் பரப்பினார்கள். சிலநாட்களின்முன் கண்டியிலும், கொழும்பிலும், சலாபத்திலுமிருக்குமெம் மிஷ்டர்கள் சிலர் இதன் பிரதிகள் சிலவற்றைத் தமக்கு அனுப்பும்படி கேட்டுக்கொண்டார்களாதலாலும், எம் இளம்பிராயத்திற் பாடப்பட்ட இதிலே பல திருத்தங்கள் அவசியஞ் செய்யப்படவேண்டுமென்று எமக்குத் தோற்றியபடியாலும், எம் பொறுப்பிற்றானே இதை அச்சிடத் துணிந்தோம். சூரியனுக்குக் கீழே பூரணமானவைகள் அருமையாதலால் இதைத்திருத்தியும் பூரணமாக்கினோமெனத் துணியோம். முடப்பிள்ளையானாலும் மூத்தபிள்ளையென்றாற்போலக் குற்றங்குறையிருப்பினும், ஈதெமது முதற்பாடலாதலாலும், திரு யேசுநாயகர்மேற் பாடப்பட்டதாதலாலும், நேரிடுங் குற்றங்களைப் பொருட்டாயெண்ணாது மறுபடியும் இதை வெளியில்விடுகிறோம்." பாடல்மாதிரிக்காக, இத் திருச்சதகத்தின் ஓர் பா இங்ஙனம் தீட்டப்படுகின்றது:—

"இரவிகாணுதவம்புயமலரா திந்தலாவாவிராத்திரியும்
இசைபெறுதன்னைதந்தையரில்லா விளையமைந்தருமெழிலடையார்
சுரபிநீக்கிடுகன்றுகடியர் நவிரா துணைவனில்சுரிகுழல்சிறவான்
தோயமேலோடுர்தோணிகள்சுக்கான்றுறந்திடிற்றுளும்புதலோயா
புரவியுங்கவியர்தவறிஞலமையா புதுமையோவின்னபோனீயுன்
புரையினல்லருளாலென்னுளம்புகுந்து போதமீந்துறைந்திடாயெ
ன்னில்
விரவியவதர்மம்விலகியோடிடுமோ வீடுபெற்றுய்வனேவதனுல்
மெல்லடிசரணமாளெனவிரந்தேன் வேதனேயேசுநாயகனே."

"திரிபதார்த்தங்களையும் சற்குருநாட்டம் முதலியவைகளையுங்குறித்து ஓர் சீடனும் குருவும் சம்பாஷணைபண்ணும் பாவனையாகச் செந்தமிழ் விருத்தப்பாவாற் செய்யப்பட்ட" தும் "மெய்வேதசாரம்" எனப் பெயரியதுமான இரண்டாம் பாடல் கஅருஉம் ஹூ பிரசுரிக்கப்பட்டது. இதற்கு இவர் நண்பரும், தற்காலம் ஊர்காவற்றுறைப் பொலீஸநீதிபதியாயிருப்பவருமான ஸ்ரீமத் குமாரசுவாமிமுதலியார் கதிரைவேற்பிள்ளையும், அளவையம்பதியிலிருந்திறந்த புலவர்சிகாமணியும், "திருவாக்குப்புராண" ஆக்கியோருமான ம. நீ. நீ. கனகசபாபிள்ளையும், நூலாசிரியரின் மாணாக்கருள் ஒருவரான ஆனைக்கோட்டை நீ. நீ. குமாரவேற்பிள்ளை அருணாசலபிள்ளையும் சிறப்புக்கவிகள் கூறினார்கள். திரிபதார்த்தப்படலம், சந்தேகநிவிர்த்திப்படலம் என்னும் இரு படலங்களாக இந்நூல் இயற்றப்பட்டது. மாதிரிக்காக முதற்படலத்திலுள்ள முதல்மூன்று பாக்களையும் இங்ஙனம் தீட்டுகின்றோம்.

1. "நலமாகுங் கேவலமாநகாந்தேடி-ஞாலமதாம்பெரும்பதவை நடந்திளைத்துப்
பலமாயச்சமயமெனுங் குழிவீழ்ந்தாழ்ந்து-பதறிமனநடுங்கிமதிக்கரங்கணிட்டி
வலமாகநீர்தியெழுந்தின்னுஞ்சத்ய-வழிகாணுநசைதூண்டவந்தசிடன்
சிலதாசர்பின்றொடரச்செல்லுஞான-தேசிகனைத்தெருவதிலே தரிசித்தானே.

2. தரிசித்தான்புகைகண்டோர்தீயுண்டென்று-சாதிக்குமாறதுபோற்றிருநீழ்கையிற்
பரிசுத்த வாகமமொன்றிருத்தலானும்-பால்வருவோர்பராபரன்மேற்பலவும்பேசி

வருவித்தவொலிகாதிற்புகுதலாலும்-வையகத்திலஞ்ஞானதிமி ரங்காயும்

குருவித்திங்கிவரெனவே யகத்துட்டேர்ந்து-குலவுகமலாசர ணங்கும்பிட்டானே.

3. கும்பிடல்செய் தறிவேகவாதமோதக்-கோடொடிந்தசாய் ந்துவிழும்விருட்சமானக்

கம்பமுடன் காலருகே கிடந்தான் றன்னைக்-கரமிரண்டு நீட்டி யெடுத்தாகஞ்சேர்த்து

நம்பியுனக் குற்ற விசாரங்களெல்லாம்-நவில்லையெனக் கை கொடுவாய்பொத்திநின்று

தம்பமெனத்துளக்கமிலாநிலைசேர்ஞானத்-தக்கோன்றன் முக ம்பார்த்துச்சாற்றுவானே".

இதற்கு அநுபர்தமாக "ஸ்தோத்திரவிஞ்சதி" "கீர்த்தனவிஞ்சதி" "நன்னெறிமாலை" என்னும் மூன்று சிறுபாடல்களையும் இதனோடு பி ரசுரித்தார்.

இவற்றிற்குப்பின் "சற்போதசரணம்"என்னும் பாடலை இயற்றி னா. மெய்யறிவுறுத்தல், ஞானவிண்ணப்பம் எனனுமிருபிரிவுகளட ங்கிய இந்நூலை இவர் நண்பரான உடுவில் மாரிமுத்து உடையார் தமது பொறுப்பிற் பிரசுரஞ்செய்வித்தார்.

பராபரப்பத்து, அரசர்ப்பத்து, கல்விப்பத்து, கொடைப்பத்து, முதலிய அநேக பத்துக்களாகச் சன்மார்க்க விஷயங்களின்பேரில் இயற்றப்பட்ட "நன்னெறிக்கொத்து" என்னும் பனுவல் கதுநிகும லுப் பிரசரிக்கப்பட்டது. இதற்கு மேற்சுட்டிய ம. ஶ்ரீ. ஶ்ரீ. கனக சபாபிள்ளையும், ஆக்கியோனுடையவகுப்புத்தோழனாகிய ம. ஶ்ரீ. ஶ்ரீ. சுறல் விசுவநாதபிள்ளையும், நாகபட்டினம் ம. ஶ்ரீ. ஶ்ரீ. வி. வயிரமு த்தாபிள்ளையும், வட்டுக்கோட்டை அங்கிலோ பாடசாலைக்கு அப் போது தலைவராயிருந்து மறுபடி அரசாட்சியாரால் வித்தியாதரி சியாக நியமனம்பெற்ற மெஸ். பிறக்கன்றிட்சு என்பவரும் (Mr. R. Breckenridge), மானியம்பதி ம. ஶ்ரீ. ஶ்ரீ. கதிரேசையர் சுப்பை யரும் சாத்துகவிகள் கூறினார்கள். நிலைமண்டில ஆசிரியப்பா, அ றுசீர்க்கழிநெடிலடி ஆசிரியம், வெளிவிருத்தம், கட்டளைக்கலித்து றை, நேரிசைவெண்பா, இன்னிசைவெண்பா, குறள்வெண்பா, வஞ் சித்துறை, வஞ்சிவிருத்தம், கலிவிருத்தம், தரவுகொச்சகக்கலிப்பா, முதலிய பல்லினமான பாடல்களாக இந்நூல் இயற்றப்பட்டது. அரசர்ப்பத்திலுள்ள முதல்மூன்று வெளிவிருத்தங்களையும் இங்ங னம் தருவோம்:—

1. "தன்குடைமன்னுயிர் தன்புறகாலைச்சலியானும்
வன்கணிலாவெளியோர்செய் பெரும்பிழைமறவானும்
புன்கணகன்றிடுபுலவர்தமக்கருள் புரியானும்
நன்குறுநல்லரசென்று தெரிந்தவர்நவிலாரே.

2 ஆறிராறிரஞ்சலிரென்றே யறையானும்
கூறீர்கூறீர்நுங்குறையென்றேகூறானும்
தேறீர்தேற்றீர்செய்வதெனென்றேதெளியானும்
மாறேறுதருநல்லரசெனவோதா மகிதலமே.

3. நாடுதிருத்திநலந்தெரிதந்துநடப்பானும்
வாடுகுடிக்குறுகளைகனைனத்துணைவருவானும்
பாடுறுதண்ணளியோடுறுபூமிபரிப்பானும்
தேடரிதாகிய நல்லரசென்றுதெரிப்பாரே."

௧௮௮௭ம் ௵ வெளிப்பட்ட "இல்லறநொண்டியும்" ௧௮௯0ம் ௵ வெளிப்பட்ட "கீர்த்தனசங்கிரகம்" "வெல்லையந்தாதி" எனப் பெயரிய பாடல்களும் தற்காலத்தவரால் நன்குயறியப்பட்டுள்ளன. "இல்லறநொண்டி" உத்தமஆடவர், அதமஆடவர், நற்குணப் பெண்டிர், துற்குணப்பெண்டிர் என்னும் நாற்பாலினரின் பேரில் நொண்டித்தருமாதிரியாகவும் வசனநடையாகவும் இயற்றப்பட்டது. புத்தகரூபமாக வெளிப்படச் சிலவருடங்களின் முன்னர் இதன் பாகங்கள் சில "உதயதாரகைப்"பத்திரிகையிற் பிரசரிக்கப்பட்டிருந்தன. அவைகளை வாசித்தோர் சிலர் இவற்றைத் திரட்டி ஓர் புத்தகமாய்ப் பிரசரித்தாலோ என்று விருப்பங்காட்டினதால், மேலுஞ் சில பாகங்களை நவமாயியற்றி அவற்றுடன் சேர்த்தே ௧௮௮௭ம் ௵ புத்தகரூபமாய் இதனைப் பிரசரித்தார்.

"கீர்த்தனசங்கிரகம்" முன் "மெய்வேதசார"த் திக்கு அனுபந்தமாய்ப் பிரசரிக்கப்பட "கீர்த்தனவிஞ்சதி"யிலுள்ள இருபது கீர்த்தனங்களோடு வேறு அநேக கீர்த்தனங்களையும் "வர்ணசந்தபேதங்களுக்காக" ஆனந்தக்களிப்பு, எச்சரிக்கை, பராக்கு, இலாலி என்னுஞ் சில பாவினங்களையும் சேர்த்துப் பிரசரிக்கப்பட்டது பெரும்பான்மைப் பொருள்பற்றித் தன் நாமகரணத்தைபபெற்ற இந்நூல் பரோபகாரசிந்தைகொண்ட லீற்சுதுரைசாணிகள் (Misses Leitch) இங்கிலாந்திலிருந்து நூலாசிரியர்க்கு அனுப்பிய ஓர்கடிதத்தின்பெறுபேறாகவே இயற்றிப் பகிரங்கப்படுத்தப்பட்டது.

"வெல்லையந்தாதி" யேசிரட்சாமூர்த்தி பிறந்த பெத்தலேகேம் நகர்மேற்று. கிறிஸ்த பிள்ளைகளுக்கு உபயோகப்படும்பொருட்டு

அந்தாதிரூபமமைந்த நூறு கலித்துறைகளாக இயற்றப்பட்ட. இந் நூலிலுள்ள நூறுங் கலித்துறையை இங்ஙனம் தீட்டுகின்றோம்:—

"ஆநந்தர் தர்திடு வெல்லைப் பதியிடை யாயருடன்
ஆநந் தனனெனச் சாத்திரி மார்தொழ வாங்குசிறு
ஆநந் திடாக்கொட் டகம்வாழ்ந் திருந்திட்ட வம்பாமன்
ஆநந்த னூர்திரு மைந்தாவர் தாளென் னகமலரே."

கத்தியரூபமாக இவ்வாசிரியர் இயற்றியநூல்களுட் "சாதாரண இதிகாசம்" கஅருஅ ம் ஸுு பிரசுரிக்கப்பட்டது. இதிலே உலகச்சிருட்டிப்புத் தொடங்கித் தற்காலம்வரைக்கும் நடந்த விசேஷசம்பவங்கள் பொழிப்பாய்ச் சொல்லப்பட்டிருக்கின்றன. சஅ0 பக்கங்களுள்ள ஓர் பெரியபிரபந்தமான இந்நூலை அமரிக்கன் மிசியோன் தமது செலவிலே பிரசுரஞ்செய்தார்கள். இதன் பாயிரத்திலே ஆக்கியோன் கூறும் முடிபுரையைமாத்திரம் இங்ஙனம் தருவோம்:—

"சிலநாடுகள் தவிர மற்றும் ஒவ்வொரு நாட்டின் சரித்திரம் முற்றுப்பெறும்பொழுது, அந்தந்த நாட்டிலுள்ள அரசர், பண்டிதர், ஆதியான சிரேஷ்டர்களின் பெயர் அட்டவணைகளைக் காலவரையறையாய் அமைத்திருக்கிறோம். நூலின் முடிவிலே விசேஷ சம்பவங்களின் காலநிரூபணைவிளக்கமொன்றைஏற்படுத்தியிருக்கிறோம். இந்நூலில் அநேககாரியங்கள் பிண்டித்துச் சொல்லப்பட்டிருப்பதால் அவற்றின்விரிவுகளை உய்த்துணரவிரும்புவார் நம்மேற் குற்றம்பாரியாமற பெருநூல்களைத் தேடி உணர்வாரென்றுநம்புகிறோம்.

"இந்நூல மாணுக்கராகிய குருடர் இதிகாசமாகிய பண்டசாலையுட் செல்லக் கோல்கொடுத்து வழிகாட்டிப்போகும் ஒரு பாலனுக்குச் சமமாமென்றும், இதிகாசமாகிய பெருங் கடலைக் குடித்து ஏப்பமிடுகின்ற புராணிகர்க்கு ஒரு சிறு ஞாபகப்பத்திரமாயிருக்குமென்றுந் துணிகின்றோம்.

"இந்நூல் தமிழுக்கு அரிய புத்திரனாயிருப்பதாற் கலைமாதாக்கள் அனைவரும் இதற்குப் பாலூட்டி மடியிடைவைத்துத் தாராட்டி மனசிடைவைத்து ஓராடிக் "குற்றங்களைந்து குறைபெய்து" வளர்ப்பார்களென்று நம்புகிறோம்".

கஅரு௯ ம் ஸுு "வானசாஸ்திரம்" என்னும் நூலொன்றை இயற்றிப் பிரசுரிப்பித்தார். இதற்குக் கனம். ஏஸ்திங்ஸ் பண்டிதரும் (Rev. E. P. Hastings, D. D.) கனம். சான்டர்ஸ் ஐயரும் (Rev. M. D. Sanders) புகழுரை கூறினார்கள்.

௧௮௬௯ம் ஹு "நன்னெறிக்கதாசங்கிரகம்" என்னும் புத்தகம் பிரசுரிக்கப்பட்டது. இதிலே வாசிக்குந்தோறும் இன்பம்பயக்கும் நற்பது மதுரமும் வேடிக்கையும் விநோதமுமான கதைகளுள. இதன் பாயிரத்திற்சொல்லிய காரியங்கள் யாரும் அறிதற்குரியன ஆதலால் அவற்றை இங்ஙனம் தருகின்றோம்.—

"இன்பமும் விநோதமுமான கதைகளை வாசிக்கும் வாஞ்சை எமது தேசத்தாருக்குள் மிகுதியென்பது பிரத்தியட்சமாயினும், நன்மார்க்கநேசங் குடிகொண்ட எவ்வகை ஆண்களும்பெண்களும் வாசிக்க யோக்கியமான சன்மார்க்கக் கதைப்புத்தகம் எம் நாட்டுக்கு அருமருந்துக்கொப்பதென்பது நெடுங்காலம் எமக்குத் துணிவு. மதனகாமராசன்கதை, பதுமைகதை, விவேகசாரமாதியான இன்பரசகதை பல தமிழில் உண்டென்பதை நாம் மறுக்கவில்லை. ஆயின் அவைகளிற் சில பெரும்பான்மைபற்றிச் சன்மார்க்கநடைப்பிரியரான இரண்டுபேர் ஒருவர்முகத்தை ஒருவர் கூச்சம் நாணமின்றிப் பார்த்து வாசிக்கத் தகுந்தவைகளல்ல, சில வாசிப்போரது விவேகத்தை அதிகரிக்கச்செய்யத்தகும் பல தந்திரோபாயங்களாற் தேங்கினும், சாதாரணமாய்ச் சிற்றின்ப துராசைகளைமூப்பி வாலிபர் மனங்களைக் கறைப்படுத்துங் காமசாரஞ்சார்ந்தனவன்றி ஞானசாரஞ்சார்ந்தனவல்ல. ஆமாம் அக்கதைகளுட்பல சன்மார்க்கரான நாயகன் நாயகிதாமும் ஓரிடமிருந்து வெட்கமின்றி வாசிக்கத்தகாதவைகள. மனசில் நினைப்பினும் அருவருக்கும் அவலட்சணமானவைகள்.

"இம்முகாந்தரங்களால் எந்நாட்டுக்கிணங்கியதும் நன்னெறிகாட்டற்கு உபயோகமானதுமாகிய ஓர் சன்மார்க்கக் கதைப்புத்தகத்தைப் பரோபகாரசிலர் யாவரேனும் எழுதினாலோ என்னுமாசையும், நாமாயினும் ஒன்றைத் தொடங்கினாலோ என்னும் வாஞ்சையும் இற்றைக்குப் பதினேழிருபதுவருஷங்களின்முன எம் உள்ளத்தைக் கொள்ளைகொண்டன. இதுபற்றி உடுவிற் பெண்பாடசாலை உபாத்தியாயராயிருந்த அப்போதே சாவகாசத்துக்கேற்கப் பத்திருபது கதைகளை எழுதிச் சேர்க்க ஆரம்பித்தோம். அவ் உபாத்திமைத்தொழிலால் இப்போது ஏற்பட்டிருக்கும் உதயதாரகைப் பத்திராதிபதித் தொழிலுக்கு அழைக்கப்பட்டபோது, சாவகாசத்தாழ்ச்சியால் அவ் அலுவலைப் பின்போட்டு ஆயத்தமானவற்றிற் சிலவற்றை "நன்னெறிக்கதாமாலிகை" என்ற முகவுரையுடன் தாரகைப் பத்திரிகையிற் தோற்றச்செய்து, மறுபடி புத்தி போதனைக்குரிய

வேறு சிலவற்றை இடைக்கிடை எழுதியும்வந்தோம். எப்படிச்செய்தும் ஒரு கதைப்புத்தகத்தைப் பூரணப்படுத்தி அரங்கேற்றவேண்டும் என்னும விருப்பம் எம் உள்ளத்தை விட்டு ஒருபோதுங்குடியெழும்பினதில்லை.

“ஆதலாற் பத்திரிகைப் பணிவிடைக்குரிய நாட்கள் நேரங்களைத் தவிர்த்து அகப்பட்ட கால்மணி அரைமணி இடைநேரங்களை அம்முகாந்தரத்திற்கென்று நேர்ந்து அதி கஷ்டப்பட்டு இப்போது எம் நேசர் கண்காண்கிறபடி இப்புத்தகத்தை முற்றுப்பெறுவித்தோம். இலக்கநிரையில் இதில் நாற்பதுகதைகள் என்றிருந்தபோதினும் மிகுதிபற்றிக் கதைகடோறும் அங்குமிங்கும் குழைமறை காய்கள் போற் பற்பல கதைகளைக் கலந்து தூவினோமாதலாற் தொகையில் நாற்பதுக்கிருமடி மும்மடிக் கதைகளுள. பேதாபேதங்கொண்ட இக்கதைகளை எல்லாம் எம் புத்திசாமர்த்தியத்தினாலும் மனோகற்பித வலிமையினாலும் எழுதினோமென்று வீம்படியோம்.

“சில கதைகளை இங்கிலிஷிலிருந்து மொழிபெயர்த்து, வேட்டைவாளியானது புழுக்களின் உருவைப் பேதப்படுத்தினாலொப்ப எம இஷ்டப்பிரகாரங் கூட்டிக் குறைத்துப் பேதப்படுத்தி வேற்றுருவாக்கிக்கொண்டோம். வேறு சிலவற்றை எம் சுயஞாபகக்களஞ்சியத்திலிருந்து எடுத்துத் தொடைத்துத் துப்புரவுபண்ணிப் பற்பல வர்ண மையூட்டிப் புதிய ரூபமாக்கிக்கொண்டோம். இப்போது வழங்குங் கதைப்புத்தகங்களிலிருந்து ஒன்றையும் நாம் பெயர்த்தெடுத்ததில்லையாயினுஞ் சில பிறவற்றில்இருப்பவைகட்கு ஒத்திருக்கலாமென்று நினைக்கிறோம். சிறு விதையிலிருந்து கப்புவிட்டுக் கிளைத்தெழும்பும் பெருவிருட்சங்களைப்போலப் பொதுப்படச் சிறிய கதைத்தொடக்கத்திலிருந்து பெரிய கதைகளை வருவித்துக்கொண்டோம். எந்தெந்தக் கதைகளையும் எவ்வளவுதூரமனோதியமும் நேரமும் அகப்படுமோ அவ்வளவுதூரக் கற்பனையும் வர்ணனையுங் கூட்டிச் சிறப்பித்தோம். முனனே நாம் தாரகைக்கு வரைந்தவற்றுட் சிலவையும் வேண்டுந்தோறுந் தட்டியும்வெட்டியும் பரரூபத்தோடு இங்ஙனம் சேர்த்தோம.

“எத்திறத்தவர்க்கும் பிரயோசனப்படவேண்டும் என்பதே நோக்கமாதலிற் கூடியவரையில் வாசகங்களைச் செம்பாகமாக எழுதப் பிரயாசப்பட்டோம். முன்னே குறிசதபடி, இற்றைக்குப் பதினைந்து வருஷங்களின்முன்னும் இடைக்கிடையும் எழுதப்பட்டனபலவாதலால் ஒரே போங்கும் நடையுமாய் எல்லாமிராவென அறிக்கையிடுகிறோம். அவசரம் நுழைக்கவேண்டிய கருதலான பதங்க

ளுக்கு அரும்பதவிளக்க அகராதி சேர்த்திருக்கிறோம். பெருஞ்சொற்பிரயோகம் மிகுதியென அந்நியர் குறைகூறுவாராயினும் தமிழ் படித்தோர் குறைகூறாரென்பது நமது கருத்து.

எம்மூர்ப் பெண்களாதியாய் எவரும் பழமொழிப்பிரீதியராதலால், அவற்றிற் சற்றும் ஒறுப்பின்றித் தாராளமாய்ச் சேர்த்துக்கொண்டோம். அச்சுப்பிழைகளைத் திருத்தத்தானும் சரி சாவகாசம் நமக்கில்லாமையாற் பல தவறுகள் நுழைந்தனவாயினும் அவசியமான சிலவற்றிற்குமாத்திரம் திருத்தம் சேர்த்திருக்கிறோம். "குற்றங்களைந்து குறைபெய்துவாசித்தல் கற்றறிந்த மாந்தர் கடன்" ஆதலாலும், அவர் "புன்சொலாயினும் பொறுத்தருள்செய்வரே" என்பதாலும், இப்புத்தகத்தைக் கூச்சமின்றி அரங்கத்தில் விடுகிறோம். திருச்சதகம், மெய்வேதசாரம், சற்போதசரணம், நன்னெறிக்கொத்து ஆதியாம் பலவற்றை அங்கிகரித்த நயவு இன்னுமுண்டின்னுமுண்டு என்னுமோர் துணிவு எம்முள்ளத்தைக் கிள்ளி அருட்டுவதாற் பாலர், முதியோர், அறிவுளார், அறிவிலார், சிறியர், பெரியர், ஸ்திரிகள், புருஷர்கள் என்னும் பலவகுப்பாரும் இதை ஏற்று அங்கிகரித்துப் பாராட்டிச் சீராட்டுவார் என்னுந் தைரியத்துடன் இதை அவர்கள் சமுகம் விடுத்தோம். சருவசிவதயாபரராகிய திரியேக தேவன் இதை ஆசீர்வதிப்பாராக.

இங்ஙனம், ஆக்கியோன்.

மானிப்பாய், மாசி ௴ ௨௰ உ ௧௮௭௧ ௵."

இந்நூல் இரண்டாம்முறையாக ௧௮௯௫ ம் வருஷம் பிரசரிக்கப்பட்டிருக்கிறது.

௧௮௮௬ ம் வருஷம் "பாவலர் சரித்திரதீபகம்" என்னும் நூல் பிரசரிக்கப்பட்டது. தமிழ்ப்பாஷையிலே பாடல்களை இயற்றிக்காலந்துக்குக்காலம் சிறந்து விளங்கிய நானூற்றுக்கு மேற்பட்ட புலவர்களின் சரிதங்களடங்கிய இந்நூல் செந்தமிழ்ப்பாஷாபிமானம் பூண்ட யாவராலும் ஆவலோடு அங்கிகாரஞ்செய்யப்பட்டது. வெகு பிரயாசையுடன் செய்து முடிக்கப்பட்ட இந்நூலுக்கு ஊர்காவற்றுறைப் பொலீஸ்கீதவானாகிய ம. றீ. றீ. கு. கதிரைவேற்பிள்ளை, சுன்னாகம் ம. றீ. றீ. அ. குமாரசாமிப்பிள்ளைமுதலியோர்புகழுரை கொடுத்தார்கள்.

முந்தியவர் சொல்லிய கலித்துறை வருமாறு:—

"என்னுசைநண்பன் சதாசிவநாவலனித்தரையிற்
பொன்னுசைநான்கும்போற்றுபுலவர்புகழுடம்பு

பின்றுதொழித்திடக்காலவினைஞன்விளைத்தவிருள்
பின்றுகவிந்தச்சரித்திரதீபத்தைப்பெய்தனனே".

தமிழ்ப் பண்டித சிகாமணிகளாற் சன்மானிக்கப்பட்ட இப்புத்தகத்தினருமையை விளங்கின அரசாட்சியாரும் இதனைத் தமிழ்ப்பாடசாலைகளிலே ஏழாந்தர வாசிக புத்தகங்களுளொன்றாகவும் பாவிக்கலாம் என்று பாடசாலை முகாமைக்காரர்களுக்கு உத்தரவுசெய்தார்கள்.

"குடும்பதருப்பணம்" எனப்பெயரிய நூல் ௧௮௬௫ம் வருஷம் அச்சிடப்பட்டது. இது அவ்வத்தேசத்தாரது குடும்ப பழக்கவழக்கங்களை விம்பிப்பதே நோக்கமாக இயற்றப்பட்டதெனினும், இல்வாழ்வார் அவசியம் அறிதற்பாலனவாகிய தேவநிண்ணயம், சகோற்பத்தி, மானுஷோற்பவம், தெய்வவழிபாடு, மிர்த்தியுநிச்சயம், நரகவாதனை, மோட்சானந்தம்என்னும் ஏழுவிஷயங்களைஏழதிகாரங்களாக்கி முன்னும் பின்னும் நிறுத்தி, இடையில் விவாகம், ஸ்திரிபுருடலக்கணம், கற்பு, கல்வி, சிதனம், ஆபரணம், இல்வாழ்வார்கடப்பாடு, போசனக்கிரமம், பவித்திரமாதிய 18 விஷயங்களின்பேரிற் பதினெட்டு அதிகாரங்களுடைத்தாகி மொத்தம் இருபத்தைந்து அதிகாரங்களாக அமைக்கப்பெற்றது.

மேலே விபரிக்கப்பட்ட நூல்களேயன்றி இவ் ஆசிரியர் கையினுலெழுதப்பட்ட பிரபந்தங்களும் பாடல்களும் இனனும பலவுள. ௧௮௯௦ ம் ஆ நூறு வெண்பாக்களடங்கியதாக இயற்றப்பட்ட "ஞானவெண்பா" வும், தமது அந்தியகாலபாவிப்புக்காக ௧௮௯௯ம் ஆ இயற்றிக் காலந்தோறும் படித்துவந்த "பஞ்சரதின"மும், அதன்பின் இயற்றப்பட்ட "சுகமரணபீஷ்ட"மும் இன்னும் பிரசரிக்கப்படாதிருக்கின்றன.

ஆசிரியரும், புலவரும், ஆக்கியோரும், பத்திராதிபருமா யிருந்தமாத்திரமன்றி, வைதீக பகிரங்க விஷயங்களிலும் அதிகமாய்ப் பங்குபற்றியிருந்தார். யாழ்ப்பாணச் சுதேச சுவிசேஷசங்கம் இவரால் நேசிக்கப்பட்ட ஓர் சங்கம். ௧௮௬௯ம் ஆ தொடங்கி மூன்றுவருடங்களாக அதன் உபசபாநாயகராயும், ௧௮௭௪ ம ஆ தொடங்கி நான்குவருடங்களாக அதன் லிகிதராயும், ௧௮௯௦ ம் ஆ தொடங்கி ஏழுவருடங்களாக அதன சபாநாயகராயும் தெரிவுசெய்யப்பட்டாராதலின் இச்சங்கத்தின் ஆதிகால ஆதார தம்பங்களுளொன்றுயிவரிருந்தாரென்பது பிரத்தியட்சம். அச்சங்கத்தின் வருடாந்தக்கூட்டங்களிலும் அமரிக்கன்மிசியோனின் வருடாந்தக்கூ

ட்டங்களிலும் இவர் பலமுறைகளிற் பிரசாரணஞ்செய்தார். அப்பிரசாரணங்களைக் கேட்டோர் பலர் அத்தகைய வாசால அலங்கார பிரசாரணங்களை நாமினியெப்போதுதான் கேட்போமென்று பல முறைகளிற் றுன்புடன் பேசக் கேட்டோம். மானிப்பாய் மத்திய அங்கிலோ பாடசாலைக்கு முகாமைக்காரனாகவும், வட்டுக்கோட்டை அங்கிலோபாடசாலைக்குத் தனபதியாகவும், இவா அநேகவருடங்களாய் உததியோகம் பார்த்துவந்தார். யாழ்ப்பாணக்கல்லூரியின் ஆரம்பகால காரியகர்த்தருளிவருமொருவர். அக்கல்லூரித் தமிழ்ப்பண்டிதராகமுன்னர் அதன் தராதல பத்திரபரீட்சகர்களுளொருவருமாயிருந்தார். யாழ்ப்பாண வர்த்தகசங்கத்தை இவருடைய நண்பனுன கனம். அன்றுபோதகர் (Rev. T. P. Hunt) ஸ்தாபிக்க எத்தனித்தபோது, இவரும் அவர் முயற்சியை மிகவும் மெய்ச்சி யாழ்ப்பாணச் சுதேசிகளின் ஐக்கியதாக்கும் முயற்சிக்கும் முதற்பலனாகக் கிளர்ந்த இவ்வர்த்தகசங்கத்தின் அங்கத்தவராய்த் தேசாதிபதியின் உத்தரவுபத்திரம் பெற்ற முதலெழுவரிலொருவரும் சங்கத்தின முதற்றனபதியுமானார். யாழ்ப்பாணக் கலாசங்கத்தின் காலத்தில் (Jaffna Board of Education) இவரே அதன் பொக்கிஷபதியாயிருந்தார். நவாலித் திருச்சபையின் ஆரம்பகாலந்தொட்டுத் தமது மரணபரியந்தம் அதன் ஆதார தம்பங்களுளொன்றும் தனபதியாயுமிருந்தார். சுப்பிரீங்கோட்டு யூரிமாகளுளொருவராகவும் பலவருடங்களாகக் கடமைபார்த்துவந்தார். ௧௮௯௬ம் ௵ சட்டநிருபணசங்கத்திலே தமிழ்ப்பிரதிநிதியாயிருந்த சர் முத்துக்குமாரசாமி (Sir Muttu Cumarasamy) இறந்தபோது அவருடைய இடத்துக்குக் கௌரவ இராமநாதனை நியமிக்கவேண்டுமென்று வலிகாமம் மேற்கிலுள்ள தமிழ்ச்சாதியத்தவர்கள் சங்கானையில் வைத்த பகிரங்ககூட்டத்திலே இவரும் அவர் அனுசாரியாய் நின்று அவருடைய விசேட இலட்சணங்களை எடுத்து விஸ்தரித்து ஓர் பிரசாரணஞ் செய்தார்.

இவ்வாறே பத்திரிகைமூலமாகப் பகிரங்கவைதீக வித்தியாவிஷயங்களிற் பங்குபற்றியதுபோற் பிறவாற்றானும அத்தகையவிஷயங்களிலே ஏராளமாகப் பங்குபற்றிவந்தார்.

௧௮௭௬ ம ௵ தமதுமனைவி இறந்துபோனமையாலும், அசௌக்கியகாரணததாலும், இராக்காலங்களில் வைக்கப்படும் பகிரங்க கூட்டங்களுக்கு அக்காலந்தொட்டுப் போகாதொழிந்தாரெனினும், தமது மைந்தனுடைய கல்லூரி அரங்கேற்ற அப்பியாசங்காண்டற்பொருட்டு ௧௮௯௭ ம் ௵ ஆனி மீ ௨௩ ௳ இரவு யாழ்ப்பாணக்

கல்லூரிக்குச் சென்று கூட்டத்திற் பிரசன்னராயிருந்தார். அக்காலத்திற் கல்லூரிஆசிரியர்களுளொருவராயிருந்தும், முன்னோர்போனும் அத்தகைய அப்பியாசங்களிற் பிரசன்னராயிராததானும் மைந்தனின் அரங்கேற்றநாளாதலானுமாக்கும் கல்லூரித்தலைவரான கனம். ஏஸ்திங்ஸ்பண்டிதர் அவரையும் குறிப்புரைகூறுகவென்றழைக்க அவரும் பிரசங்கபீடத்தின்மீதெழுந்துநின்று தமதுள்ளக்கிடக்கைகளை வெளிவிட்டபோது அவையோரால் மிகவும் ஆனந்தபரவசமாயங்கிகரிக்கப்பட்டார்.

கஅ௮0 ம் ௵ பங்குனி ௴ ஆசிரியர்க்குக் கடுமையான சுரமுண்டாகிச் சன்னிகண்டு இறந்தும்பானுரென்று யாவராலும் எண்ணப்பட்டுப் பிரேதசேமத்துக்காகப் பேடகமுமஅழைப்பிக்கப்பட்டும், கிருபாசமுத்திரராகிய எமபெருமான் திருச்சித்தப்படி அவர் ஈற்றிற் சௌக்கியமடைந்தது அற்புதசம்பவங்களுளொன்றுபோல அனேகரால் மதிக்கப்பட்டது. "ஓர்போது தாயை இழந்திருந்த இருசேய்களுக்கும் உயிர்ப்பிச்சையருளத் தேவன் திருவுளங்கொண்டார்போலும்" என்று ஆசிரியர் இதைப்பற்றிப் பின்னர்க் கூறினுர். அப்போது இவர்க்கு வைத்தியசகாயஞ் செய்தவர்கள் சுதேசவைத்தயருட் சிரேட்டம்பெற்ற வண்ணார்பண்ணை ம. பீ. றீ. இராமுப்பிள்ளைஅவர்களும், அவ் வைத்தியரிடம் வைத்தியவித்தையையோர்ந்து ஆசிரியர்க்கு மாணக்கரும் சமுசாரவைத்தியரும் பிரணசிநேகிதருமாய் விளங்காநின்ற சுதுமலைவாசரான ம. றீ. றீ. கதிரவேற்பிள்ளை அவர்களுமே. துன்பமாயிருந்தகாலத்து ஏஸ்திங்ஸ் பண்டிதரும் பாரியாரும் அவரைத் தரிசித்து அவர் பிள்ளைகளுக்கு ஆறுதல்கூறி அனுதாபசிந்தைகாட்டி "இராமுப்பிள்ளை நல்லவைத்தியர், சீக்கரம் சுகம்வரும்" என்று தைரியவாக்குக் கூறிச்சென்றது ஆசிரியரிலே அவர்கள் கொண்டிருந்த நேசத்தை மாத்திரமோ சுதேச வைத்தியத்தில் அவர்கட்கிருந்த நம்பிக்கையையும் ஒருவாறு வெளிப்படுத்தியது.

இவ்வாறு இவர் சுகமபெற்றது கல்லூரிஆசிரியராய்ப் பல்லாண்டு கடமைபார்த்தற்கும், பாவலர்சரித்திரதீபகமாதிய நூல்களை இயற்றற்கும், தமது சிறுவரிருவர்க்கும கல்விபயிற்றி அவர்களைச் சீவியஓட்டத்துக்கு ஆயத்தப்படுத்தற்கும் ஏதுகரமாயிருந்தது.

இவரின் மரணகாரணமான நோய் எழுபத்தைந்தாம் பிராயம் முடிந்தபின்னர் தொடங்கியது. வலப்பாதத்திற்றோன்றிய ஓர் விரணமே அந்நோய். கஅகூ0 ம் ௵ மார்கழி ௴ உ௩ வ தொடங்கி இரண்டரைமாதக்காலமாய்ப் படுக்கையிலிருந்து கஅகூக ம்

௵ மாசி ௴ ௨௰ ௳ பிற்பகல் ௫ மணியளவிற் பரலோக பிராப்தியானார். துன்பமாயிருந்தபோது டாக்தர் ஸ்கொற் ஐயரும் (Rev. T. B. Scott, M. D.), டாக்தர் உவில்லியம் போலும் (Dr. Wm. Paul), டாக்தர் மில்சும் (Dr. Mills) இவர்க்கு வைத்தியசகாயஞ்செய்தார்கள். நோய்வாய்ப்பட்டிருந்த காலமெல்லாம் அவர் மிகவும் ஆறுதலும்மனப்பாக்கியமுமுடையராயிருந்தாரன்றிச் சற்றேனும் முறுமுறுக்கவில்லை. மரணத்துக்குப் பயமோ என்று ஒருவர் கேட்க, "ஓடச்சிறகிருந்தாலுங்குவராதிங்கிருக்கேன்" என்று தமது பாடலிலோர்வரிமூலமாக விடைபகர்ந்தார். தமது அந்தியகாலத்துக்கென்று பாடிவைத்திருந்த பாடல்களாகிய சுகமரணபீஷ்டம் முதலியவற்றைப் படுக்கையிலே பலதரந் தமது புத்திர பௌத்திரர்களைக்கொண்டு வாசிப்பித்து ஆறுதலடைந்துவந்தார். இப்புத்தகத்தின் முகப்பிற்றோற்றும அவருடைய பிரதிமைப்படம் துன்பமாகிச் சிலநாட்களால் அதாவது ௧௮௯௫ ௵ மார்கழி ௴ ௧௧ ௳ சித்திரிக்கப்பட்டது. மரிக்கச் சிலநாட்களின் முன்னர் தமது புத்திர புத்திரிகளையும் மருமக்களையும் பௌத்திர பௌத்திரிகளையும் அழைத்து அவர்கட்குத் தமது பிரியாவிடைகூறினார். மரிக்கும்பரியந்தம் அவர்க்கு நல்லறிவிருந்தது. மரிக்கச் சிலநிமிடங்களின்முன்னும் கட்டிலாலிறங்கிக் கதிரையின்மீது சிலநிமிடமிருந்தார். சவுக்கியம் வருகிறது என்று அவர்க்கு அருமையானவர்கள் காத்திருந்த நேரத்திலே அவர் எவரினுமரியரான ஆண்டவர் திருச்சமுகத்துக்குச் செல்லலுற்றார்.

தமது மரணத்துக்கு நாலுவருடங்களின்முன் அதாவது ௧௮௯௫ ௵ மார்கழி ௴ ௨௪ ௳ வரையிற் பிள்ளைகளுக்கும் பிறர்க்கும் தாம் சொல்லவேண்டிய பிரியாவிடையை எழுத்திலும் எழுதியிருந்தார். தமது சரித்திரப் பொழிப்பைக் கூறி அதன்முடிவிலே அவர் எழுதியது:—"இவ்வாறு என்பரமதந்தையார் எனக்கு அநுக்கிரகித்த தாலந்துகளை நான் அவமாக்காது ஆதாயம்பண்ணினேன். இனி என் தேக பலங் குன்றவும் நோய் கிளம்பவுங் காண்கிறேன். என் வாழ்நாள்முடிவுக்கு இனித் தூரமல்ல. இன்றோ நாளையோ அறியேன். என் சுற்ற மித்திரர் அயலார் யாவர்க்கும் என் அன்பான வந்தனந் தருகிறேன்" இதன்பின்பு, தமது பிள்ளைகளுக்கேற்ற புத்திமதிகள பலவற்றை எழுதி அவற்றின முடிவிலே "என் பிரயாணமும் வரவரக் கிட்டுகிறது. என் அரிய புத்திரரே, நேசரே, உற்றாரே, மற்றோரே, சபையாரே, போதகரே, அயலாரே யார்க்கும் வந்தனம். ... உங்களெல்லாரையும் திரு யேசுநாதர் ஆசீ

ர்வதிப்பாராக. யெகோவா நம. யேசுநாதநம." என்று கூறி முடித்தார்.

மரித்த மற்றநாள் முற்பகல் பதினொருமணியளவில் இவருடைய பிரேதசேம ஆராதனை நடத்தப்பட்டது. உடுவிற்சபைப் போதகரான கனம். எஸ். இளையதம்பியும். மானிப்பாய்ச்சபைப்போதகரான கனம். நதானியேலும் (Rev. W. P. S. Nathaniel), நவாலிச்சபைக்கு அப்போது உபதேசிகராயிருந்து இப்போது போதகராயிருக்கும் கனம். பிறையன்றும் (Rev. R P. Bryant), கனம். ஏஸ்திங்ஸ்ஐயரும் (Rev. R C. Hastings), கனம். ஸ்கொற் ஐயரும் (Rev. Dr. Scott) ஆராதனையிற் பங்குபற்றினார்கள். இவர்களுள் இவரிடம் தமிழ்ப்பாஷை கற்ற ஏஸ்திங்ஸ் ஐயரவர்கள் சொல்லியவற்றின் சாரத்தைச் "சன்மார்க்கபோதினிப் பத்திரிகையிலே பிரசுரிக்கப்பட்டபடி இங்ஙனந் தருகின்றோம்.

"ஒருமாணுக்கன் உபாத்தியாயரைக் குறித்துப் பேசவேண்டிவந்தது. உபாத்தியாயர் போய்விட்டார். மாணுக்கனும் போகப்போகிறான். அன்புக்குரிய உபாத்தியாயரின் மரணத்தினால் மாணுக்கனுக்கு எவ்வளவு துக்கமிருக்கும். அமரிக்காவிலிருந்து வந்து இவருடைய மாணுக்கராயிருந்தவர்களில் தற்போது நாலுபேரிருக்கிறோம். அதாவது, நானும், என் சகோதரியும், அவுலந்தையரும், சகோதரியுமே.

"நான அமரிக்காவில் நின்றுவந்தபோது எனது தம்பி ஓடிவந்து உமக்கு உபாத்தியாயர் மெஸ். ஆனல்ட் என்றார். நான் அதைக்கேட்டுச் சந்தோஷப்பட்டேன. ஏனெனில் அவரது திறமையை அமரிக்காவிலிருக்கும்போதே நான் அறிந்திருந்தேன். அவராலியற்றப்பட்ட புஸ்தகமொன்றும் அங்கே என்வசமிருந்தது. மறுபடி அவரிடம்படிக்க ஆரம்பித்தேன். அவர் தங்கடமையிற் சற்றேனும வழுவி நடவார். அவர் கூ மணிக்கு அங்கிருக்கவேண்டியவராயின அதற்கு முன்னே அவரை அவ்விடத்திற் காணலாம். நான் படிக்கு மறையிற்போய்ப் பார்க்கும்பொழுது அங்கே வந்திருப்பார். ஒருநாளாவது பிந்திவந்திருக்கமாட்டார். எப்போதும் அவர் கையில் ஓர் புஸ்தகம் அல்லது கடதாசியைக் காணலாம். படிப்பிக்கும்பொழுது தானும்படித்துக்கொள்ளுவார். அமரிக்காவின் அரசாட்சிவிஷயங்களையும் நடபடிகளையும பழக்கவழக்கங்களையும்விசாரிப்பார். ஓர்சொல்லுக்குக் கருத்துக்கேட்டால் தனக்குத் தெரியாவிடின் நாளைக்கு யோசித்துச் சொல்வேனெனபார். அல்லது அகராதியைப்பாரும் என்பார். மற்றையோர்போலத் தமக்குத் தெரியாதென்

று சொல்ல வெட்கப்படமாட்டார். உண்மையாய் அறிந்ததை அறி வேனென்றும், அறியாததை அறியேனென்றும் சொல்வார். இவர் எப்போதாவது மிஷனுக்கு விரோதமாய்ப் பேசினதை நான் கேட்டதில்லை. மிஷனிலே தவறில்லை என்றதனாலல்லத் தமக்குச்செய்த நன்மையைநினைந்தே அவர் எதிர்பேசினதில்லை. இப்படியே நேர்மையும் நிதார்த்தமுமுள்ள ஓர் உத்தம ஆசிரியரை இழந்தோம்" என்றிவை முதலிய பலவும் பேசி முடித்தார்.

திரளான இனசன மித்திரர்கள் அத்தருணத்திற் சமுகமாயிருந்தார்கள். இரட்டைப்பரிபூட்டிய இரதத்திலே ஆசிரியருடையதேகம் மானிப்பாயிலுள்ள மயானஸ்தானத்துக்குக் கொண்டுபோய்ச்சேமிக்கப்பட்டது. சேமித்த இடத்திலே அவர் புத்திரர்கள் ஓர் ஞாபகபேடகத்தைக் கட்டி எழுப்பியிருக்கிறார்கள்.

ஆசிரியரின் தேகவியோகத்தைப்பற்றிக்கேள்விப்பட்ட அவர் நேசர் பலர் தந்திவழியாகவும் தபால் மூலமாகவும் அவர் புத்திரர்க்கு ஆறுதல்வார்த்தை சொல்லி அனுப்பினார்கள். சகோதரபத்திராதிபர்கள் தமது உள்ளக்கிடக்கைகளை வெளிவிட்டார்கள். பாவலர் பலர் சாமகவிகளைவரைந்தனுப்பினார்கள். பத்திராதிபர்கள் கூற்றுகளிற் சிலவற்றை இங்ஙனம் தருகின்றோம். சாமகவிகளை அநுபந்தத்திற் காண்க. "சன்மார்க்கபோதினி"ப் பத்திராதிபர் கூறியதிலோர்பகுதி வருமாறு:—

"ஏறக்குறைய நாற்பதுவருடங்களாய் உதயதாரகைப் பத்திரிகையை நடாத்திவந்தவரும், யாழ்ப்பாணக்கல்லூரித் தமிழாசிரியராயிருந்தவரும், சுதேச அங்கிலோ பாஷைகளிற் பாண்டித்தியமுடையவரும், பல சிறந்த நூல்களுக்கு ஆக்கியோனுமாகிய ஜே. ஆர். ஆனல்ட் என்றும், மறுநாமத்தால் அ. சதாசிவம்பிள்ளையென்றும் அழைக்கப்பட்டுவந்த இவர் சென்ற ௨௦ ந் வ. வியாழக்கிழமை பின்னேரம் ௫ மணிவரையிலே தமது ௭௬ ம் வயதில் தேகவியோகமானாரென்பது சஞ்சலசங்கதியே. ஆங்காங்குள்ள விசேஷமனுஷரிறக்க அவர் மரித்தார் இவர் மரித்தாரெனத் தீட்டி அவரவர்க்காயனுதபித்த பத்திராதிபராது மரணசங்கதியை நாம் கூறநேர்ந்தது எவ்வளவு விசனமான காரியம்.

"இவர் வானசாஸ்திரம், சாதாரண இதிகாசம், நன்னெறிக்கதாசங்கிரகம், பாவலர் சரித்திரதீபகம், குடும்பதருப்பணம் முதலிய கத்திய ரூப நூல்களையும், மெய்வேதசாரம், திருச்சதகம், நன்னெறிமாலை, இல்லறநொண்டி, கீர்த்தனசங்கிரகம், வெல்லையந்தாதி,

ஙன்னெறிக்கொத்து முதலிய பத்திய ரூபநூல்களையும் இயற்றி அச்சியந்திரோபாயத்தால் வெளிவிட்டவர். இன்னும் ஞானவெண்பா, பஞ்சரத்தினம், சுகமரணுபீஷ்டம் என்னும் பத்தியரூபநூல்களையும், அச்சிட ஆயத்தமாயிருந்தவர். அவரெண்ணம் ஒருபுறமாயிருக்கப் பரமகடவுளின் சித்தம் மறுபுறமாயிருந்தது. இவர் பிரிவுடனே நாம் நமக்குப் புத்திகூறும் போதகரையும், ஆசிரியரையும் சுற்றமித்திரரையும் இழந்தோம். நம்மூர்ச் சுதேசபாஷாவல்லபிகள் தம்முடனொத்த ஓரரிய ரத்தினத்தை யிழந்தார்கள். அமரிக்கன்மிஷன் சுதேச கிறீஸ்தவர்களிற் பத்திவிசுவாசம் அதிகரித்த ஓர் கற்ற பண்டிதரை இழந்தது. நூலாசிரியர் தமக்குத் தூண்டுகோலும் துணைக்கருவியுமாயிருந்த ஒருத்தமரை யிழந்தார்கள். கவிவாணர் தம்மைத் தைரியப்படுத்தி அறிவை வளர்க்கும் அன்பரை இழந்தார்கள். ஆசிரியர் விசேஷ அறிவுபொருந்தி ஒளிகான்ற தம்மோடொத்த உத்தமபண்டிதரை இழந்தார்கள். மாணவர் தமக்கரிய கலைஞானங்களைத் தெரிவித் தறிவுபெருகச்செய்த ஆசிரியரை இழந்தார்கள். மைந்தர் தமக்குத் தேவையானதெதுவோ அவை யாவற்றையுங் குறையின்றிச் செய்துமுடித்த அரிய அன்புள்ள தந்தையை யிழந்தார்கள். மருகர் தம்வாழ்விலதிபிரீதியும் பட்சமுமுற்றிருந்த தந்தைபோன்ற மாதுலரை யிழந்தார். சுற்றத்தார் தமக்கு ஓர் சிரசாகவும் நடுவராகவும் உதவியாளராகவும் நேசராகவுமிருந்த் வச்சிரக்குன்றத்தை யிழந்தார்கள். வறிஞர்பட்சமுள்ள ஓர் அன்னதாதாவை யிழந்தார்கள். இப்படியே இவர் மரணம் எப்பாலார்க்குமு துயரை வருவித்தது."

"பாலியர்நேசன்" பத்திராதிபர் சொல்லியவற்றிலோர்பகுதிவருமாறு:—"எம்மூர்க்கிறீஸ்தசபைப் பிதாக்களுள் ஒருவரும் நாற்பதுவருஷங்களாக "உதயதாரகை"க்குத் தமிழ்ப்பத்திராதிபராயிருந்து தமிழ்மாதின் சிறப்புச் செழிக்க அதை நடத்திவந்தவருமான மெஸ். ஜே. ஆர் ஆணல்ட் ஆசிரியர் சென்ற ௨௦ ந் ௳ வியாழக்கிழமை பிற்பகல் மனுக்குலத்தவர்களின் கடைசிச் சத்துருவாகிய மரணத்தின் வசமாயினர். ஆசிரியரின் ஆவி தன் கூடுவிட்டுப்பெயர்ந்ததென்னும் துயரசெய்தி ஊர்களௌங்குஞ்செல்ல, கேட்டவர்களின் மனங்களாகிய தாமரைமலர்கள் சூம்பிக் கூம்பின. விலையுயர்ந்தவரும் அருமையானவருமான ஒருவர் தங்களை விட்டுப்பிரிந்து திரும்பிவரவிடாத ஊருக்குப்போயிருக்க, அவர்கள்மனங்கள் கூம்பாமற் பின்னென்னசெய்யும். நற்குணமலர்களாற் சோடிக்கப்ப

ட்டு நறுமணம்பரப்பிக்கொண்டிருந்த ஒரு நல்ல மனசனை இனி என்றுதானகாண்போம்.இறந்துபோன எம்ஆசிரியர் உபசாரங்களிற் குறைவற்றவர். நல்ல மந்திரி. எவரினும் அனுதாபமுள்ளவர். மிக்க நயவசனி. ஊசி தான செனறுழியெங்கும் ஓர் அடையாளம் விட்டுவைத்துப்போதல்போல, ஆசிரியரும் தன்சீவியத்தில் எந்தெந்தக் காரியத்திற் கையிட்டாரோ அந்தந்தக்காரியத்திற் பின்னடியார் பார்த்து நடக்கத் தகுந்த அடையாளம்விட்டுப்போயிருக்கிறார். கல்விமானும், ஆசிரியருக்குரிய இலட்சணங்கள் அமையப்பெற்றவரும், புலவரும், இராகவிநோதரும், ஆக்கியோனுமாகிய இவருடைய சீவியப்பொழிப்பைத் திரட்டிச் சிலவசனங்கள் தீட்டுகிறோம்.

* * * * * * * * *

"இவருடைய மரணத்தினால் யாழ்ப்பாணத்திலுள்ள திருச்சபைகள் ஓர்பெரிய வீரனைஇழந்தன. மாணக்கர் "நிலம்மலைநிறைகோல் மலர்நிகர்"மாட்சிமைகளுள்ள ஆசிரியரைஇழந்தனர். வித்துவசபை ஓர் கல்விமானை இழந்தது. பததிராதிபர்கள் மெத்தனவும் சாந்தமுமுள்ள உத்தமதோழனை இழந்தனர். சகலரும் கனிவான வார்த்தைகள் பேசும் அன்பின் ஓர் பிதாவைஇழந்தனர். இவரது பிரிவாற்றாமல் அம்புபட்ட மான்போற் கதறும் மக்களோடும் மற்றவர்களோடுங்கூடி நாமும்புலம்புகிறோம்."

"சத்தியவேத பாதுகாவலன்" பத்திராதிபர்கூற்றி லோர்பகுதி வருமாறு:—"இவர் தமிழ்க் கல்விவளர்ச்சியின் தூண்டுகோலாயிருந்துவந்தாரன்றிப் பலநூல்களுக்கு ஆக்கியோனுமானார். இவரோடு தமிழ்க் கல்விகேள்விகளில் முதிர்ந்த பழைய மனிதரின் நாம இடாப்புச் சமைகடையாகிறதென நினைக்கிறோம். இவரோடு அமரிக்கன்மிசியோன் சுதேசகிறிஸ்த கிரீதீபங்களிலொன்று அவிந்தது என்போம். இவரோடு யாழ்ப்பாணத் தமிழ்மங்கையணிந்திருந்த இரத்தினங்களுளொன்று விழுந்ததென்போம். இவர் நெடுங்காலந் தாரகைத்தமிழ்ப்பத்திராதிபராயிருந்து அதனை யெவருமொப்ப வெகு திறமையோடு நடத்திவந்திருக்கிறார். இவரை இழந்து புலம்புகின்ற தாரகைப் பத்திராபிமானிகள், மக்கள், இனசன சிநேகிதருடன பத்திராதிப சகோதரரொருவரை யிழந்ததினால் நாமும் மிகுந்த மனத்துயரடைகின்றோம்."

மட்டுக்களப்பிற் பிரசரிக்கப்படும் "மாணவன்" பத்திராதிபர் கூறியதிலோர்பாகம் வருமாறு:—"யாழ்ப்பாணத்தின் அரிய இரத்தினங்களான பலருள் ஒருவரான மெஸ். ஆணல்ட் அவர்களும் அ?

தோ! சென்றமீ ௨௦ ந் உ. இகவாழவு இனிப்போதுமென்றுற்போலப் பரவாழ்வுக்காளாகினர். இவர் நவாலியிற்பிறந்து, யாழ்ப்பாண உயர்ச்சிக்கு ஏல அடியிட்ட அமரிக்கன்மிசியோன் பழயசெமினரியிற் கல்விகற்று, கலாமேகமாய்த் தன் வாணுளைக் கழித்துவந்தார். முந்தி உடுவில் விடுதிப பெண்பாடசாலையிலும், பிந்தி யாழ்ப்பாணக் கல்லூரியிலும் தமிழ்வித்தைபுகட்டும் ஆசிரியராயிருந்தாரன்றி, ௨௦ வருடங்களாய் யாழ்ப்பாணத்தில் முந்தியுதித்த புதினப்பத்திரமாம் உதயதாரகைத் தமிழ்ப்பத்திராதிபராய் எவரும் வியக்க இசையோடு வசையின்றி நடாத்தியும் வந்தார். மரித்தும் பேசுகின்றார் என்று சொல்லப்படுமாறு சொற்சுவை பொருட்சுவை செறிந்த பலநூல்களை இயற்றினுர். அதியாராய்வோடு தேடியெடுத்துத் திரட்டிய "பாவலர்சரித்திரதீபகம்" மிகவும் சன்மானிப்புக்குரியது. நாற்பதுவருடக்காலமாய் எத்தனையெத்தனையோ மானிடரின் மரணத்தையெழுதிவிட்ட இம்மகானின மரணமுமெழுதக் காலமானதோ' காலமே நீ கொடியன்! மா கொடியன! யேசுபெருமானைஅறிந்தநாட்தொட்டு அவர் பாதசுவடுநடந்துவந்த அடியான் இவர்' ஆகவே இன்று அவர் சமுகத்தில் இவர் இருப்பாரென நம்புகின்றோம்., தந்தையையிழந்து புலம்பும் மைந்தர் சுற்றத்தாரோடு நாமும் புலம்புகின்றோம."

இப் பத்திரிகைகளேயன்றி "ஒப்சேவர்", "இன்றிபென்றன்", "பேற்றியற்" முதலிய அங்கிலோ புதினப்பத்திரங்களும், "இஸ்லாமித்திரன" முதலிய வேறு தமிழ்ப்பத்திரங்களும் ஆசிரியரின்சீவியத்தை விதந்தும், அவர் மரணத்தைப்பற்றி மனங்கசந்தும், பேசலுற்றன. அவரது ஆஞ்ஞைக்குட்பட்டிருந்த "உதயதாரகை" யும் அவருடைய முகரூபசித்திரத்தைப் பிரசரித்து அவர் சரித்திரத்தைச் சுருங்கச்சொல்லி விளங்கவைத்துக் கருங்கோடுகளாகிய துயர்க்குறியோடு வெளிப்பட்டுப் பிரலாபகோலங்கொண்டது. எனினும் பிரலாபமேன்? "கர்த்தருக்குள் மரிக்கிறவர்கள்' பாக்கியவான்கள்" என்று பரிசுத்தவேதம் சாட்சிகூறவும், ஆசிரியரின் பிரயாசபலன்களிற் பல புகழுடம்புபெற்று அவர்க்கு ஞாபகசின்னங்களாகவும் பிறர்க்கு உபயோகமாகவும் இன்னு மெம்மோடிருக்கவும் அவரிஷடர்யாவருங் கர்த்தருக்குள்ளே ஆறுதலடைந்திருப்பதே உத்தமநிலைமையாகும்.

அநுபந்தம்.

ஆசிரியரின் மரணசங்கதி கேட்டவுடன்
அவர் நண்பரும் புல்வர்திலகருமான
உடுப்பிட்டி ம. ஸ்ரீ ஸ்ரீ அ. சிவசம்புப் புலவர்
எழுதி அனுப்பிய
சரமகவிகள்.

கலித்துறை.

முன்பொரு நாட்சிறு காலையிற் பேசி முறைகலந்த
வன்பொரு வாமலை யைந்தாண்டு காறு மயிர்ப்பொன்றின்றி
யின்பொரு வாப்பல் லுதவிசெய் தோயையெங் ஙியான்மறப்பே
னென்பொரு ளேமெய்ச் சதாசிவ நாவல னேவிழியே. க

சொல்லருங் கால முழுதும் பழுதிலுந் தூயரல்லார்
புல்லலர் கண்ட பொழுதேயுட் யேர் புணர்வரென்ற
தொல்லை மொழியைத் துணிவுடைத் தென்று துலக்கிவைத்த
நல்லமெய்க் காட்டொரு நீயே சதாசிவ நாவலனே. உ

என்னி லெனக்கினி யானே நல்லோருக் கிணைவிழியே
தென்னிலங் கைக்கு விளக்கே சதாசிவத் தெள்ளமுதே
பொன்னிலங் காதலித் தையோவொருதனி போந்தனையோ
நின்னி லெனக்கினி யாரோ வுளமொதத நேசத்தரே. ௩

மெய்யாக மக்க டுணைவருக் கேனுமிம் மேதினியோர்
செய்யா வுதவிகள் செய்யாம லென்னிடைத் தேடிச்செய்த
வையா சதாசிவ நாவல நின்பிரி வாற்றவற்றே
பொய்யா முலகத்தி லின்பிலை யென்ற பொருளுண்மையே. ௪

நின்போ லெனைத்தின நேசிக்கு மாறுநின் னெஞ்சமொத்த
மன்போலும் வாழ்வுடை மக்கடம் பாலில் வழங்கினையோ
முன்போ தருந்தகைச் சாதுகள் யாரு முடியில்வைத்துப்
பொன்போலப் பேணுஞ் சதாசிவ நாவலப் புண்ணியனே. ரு

இன்ப வசனப் புணர்ப்புங் கவிதை யிசைப்புமவை
முன்பக ரும்பிர சங்கமு மெய்யு முகமலர்வு
மன்பு மருளு மடக்கமுந் தூய்மையு மாய்ந்தபொற்பு
மென்ப சதாசிவ நாவல யார்க்களித் தேகினையே. சு

கற்றுரைக் காமுறு வார்கள்கற் றோரெனக் காணுமொழிக்
குற்றறு 'யொருதனி நீயே மெய்க்காட்டென வூர்கடொறு
மற்றுருஞ் சோர்வற நாநா மெனவினி வாதிடுவார்
சொற் றாழ்விலாத சதாசிவ நாவலத் தூயவனே. எ

ஆசிரியவிருத்தம்.

கன்னலங்கட்டி யினு மதிகசுவை குலவிடுங் கவிதைமழை பொழிமே
கமே-கற்றவர்க ணயனமே புருஷமணியே மெய்க் கலாசங்க
மாபீடமே
நன்னலமெலாங் குடியிருக்குமனையே கருணை நரலையே பத்திவிதை
யே-நம்பினர்க் கினியசஞ்சீவியே சந்ததமு நட்பின் மதுரிக்கு
மமுதே,
தென்னிலங்காபுரிக் கிரியொளிர் விளக்கே திறம்பாச் சதாசிவச்சீர்
ச்-செல்வமே மானியம்பதியிலரசே குரவர் திலகமே சீர்ப்பிள
ம்பே,
யின்னலங்கடலின் மருமக்களையு மக்களையு மெம்மையுங் கிளைகட
மையு-மெய்த்திட வமிழ்த்திநீ யின்பநிலைவைகிடுவதேற்குமோ
நின்னருட்கே. அ

வெண்பா.

மேலார் சிரத்திலெஞ்சின் வீற்றிருக்குஞ் சீருடைநின்
போலா ரினிநம் புலமைகொளற்—பாலார்க
ளான்றோர் பரவு மருணு சலச்செல்வன்
றோன்றால் சதாசிவனே சொல். கூ

ஆர்தானு மெய்திடுஞ்சீ ரத்தனையுந் தன்னுடைய
சீர்தா னெனமகிழ்விற் றேய்கியிடு—நேர்தான்
சிறக்குஞ் சதாசிவப்பேர்ச் சீமா னியலை
மறக்குமோ நல்லோர் மனம். க0

ஈண்டை யனுபவமோ வெந்தாய் சதாசிவச்சீ
ராண்டகா யுங்க ளனுபவமோ—மாண்டதென
வார்வாயிற் கேட்போ மவியத்தே நின்பிரிவா
மீர்வாளுட் போழ்ந்திடப்பட் டேம். கக

சந்ததமு நீள்சீர்ச் சதாசிவச் சீமா னிறப்பால்
வந்த துயர்சிறிது மாற்றியதே—தந்தை
யறிவு மகனறிவென் றுய்ந்தவர்கள் சொன்ன
நெறியகலா வாக்குமன நேர்ந்து. கஉ

காரைநகர் ம. ஸ்ரீ. ஸ்ரீ. கா. சிவசிதம்பர ஐயரவர்கள்

ஆசிரியரின் மரணசங்கதி கேட்டவுடன்

சிங்கப்பூர்ப்பகுதியிலிருந்து எழுதி அனுப்பிய

சரம கவிகள்.

நேரிசைவெண்பா.

தேசுறு தொண்ணூற்றுறிற் றிப்பியஞ்சால் சீர்மாசி
மாசிலிருபஃததனின் மன்னுகுரு—பேசிடுகில்
அற்பார் சதாசிவனு மாசிரிய னவியொரீஇச்
சிற்பரன்றாள் சேர்ந்த தினம்.

எண்சீர்க் கழிநெடிலடி ஆசிரியவிருத்தம்.

இறந்தாலும் திசையெங்கும் புகழைநட்டா யென்றுனு முலகமெங்
கும் புகலும்வண்ணம்
பிறந்தாலும் சதாசிவனும் பெயரும்பெற்றுப் பெருமவிந்த வுலகத்
திற் பின்னர்யாரும்

மறந்தாலு மவர்மனந்தான் மறக்குங்கொல்லோ மற்றுநின்றன்பெ
யரதுவே சாட்சியாகும்
வறந்தாலும் பூதரமே போலயார்க்கும் தமிழ்வழங்கு சதாசிவனு
ம்புலவரேறே.

நேரிசையோத் தாழிசைக்கலிப்பா.

பூசுரர்கள் வேள்வியிடைச் சிதறு பொரிபோல
ஆசகல்சீர் புன்னை யணிமலர்க ளேவியிட
கதலியெலாந் தாசரெனக் களிகொண்டு தலைசாய்க்கும்
அதுலமிலாச் சோலைசெறி யண்ணலார் மானி
நன்னகரில் வாசனுய் நாற்கவிக்கு வேந்தாய்
என்னேசம் நீங்கா திருந்த சதாசிவகேள்.

இஃதாறடித்தரவு.

கற்றோர் தமக்குநெறி கற்பிக்கு மென்றிசினோர்
பெற்றநீ யெம்மை விட்டுப் பெயர்ந்ததும் பெருமைத்தோ!
எல்லாரும்போல விகவாழ்வை விட்டனையேல்
அல்லன் மிக நின்கிளைஞ ரடைவதென்ன வதிசயமோ!
எச்சீரு மெவ்வளவு மிங்கிருக்க வதை விட்டே
நச்சியே வானத்து நண்ணினதோர் நன்மைத்தோ!

இவை ஈரடி யிடைநிலைப்பாட்டு மூன்று.

நல்லது: இஃதிடைநிலை.

கடுகளவேனுங் கருணை யின்றி
நின்கிளைவருந்த நினையா தகன்றாய்
ஆனால்—நீரிலெழுத்தே நிகரு முடம்பெனப்
புகலுமுரையைப் புதுக்கினையெனினும்
அங்கே யன்பொடு சால
வாழி வாழிய பன்னெடு வைகலே.

இது ஆறடி நேரிசை யாசிரிய மடக்கியல்.

ஒருபொருண்மேல் மூன்றடுக்கிவந்த ஆசிரியத்தாழிசை.

திருவார்ந்த மாநிகர்ச் செல்வன் சதாசிவவேள்
கரவாக யாங்கவலக் கலங்காமற் போயினனேல்
வருவானோ கண்காண வழங்குவா யெல்லிழாய்!

திக்கெல்லாம் புகழும் சிறீமான் சதாசிவவேள்
இக்குவலயம் விடுத்தே யேகினனே யாமாயில்
தொக்க துயர்மாற்றத் தோன்றுவனோ வெல்லிழாய்!

புவிபோற் பொறையுடைய புலவன் சதாசிவவேள்
கவிராச ரேங்கக் கரந்தானே யாமாயில்
தவ வுலகி லின்னுஞ் சாருவனோ வெல்லிழாய்!

அடிமறிமண்டில ஆசிரியப்பா.

தலைக்கோல் சிவணிய தூயகன்னீதி
மலைக்கே சிவணிய மாண்புறுசுகுணம்
விலைக்கே யருமணி விபுதன் சதாசிவம்.

வேற்றொலி வெண்டுறை.

சீர்த்திசேர் பிரதிவக்தர் தம்பையாசின்னப்பா வென்னும் பாலர்
வார்த்தை யொன்று முரையாம லெந்தாய்நீ யெங்குற்று யென்று மாழ்க
மூர்த்தமது தனைநீங்கிச் சதாசிவனே யாதொன்றும் மொழியா நின்றாய்
பிறர்நித மனமுறு துயரமதிரிய
அறைதரு நிறைகுண மறுவறு நெறியாய்.

கோச்சகம்.

கல்விக் களஞ்சியமே கற்றோர்கள் சேகரமே
நல்வித்வசனர் நாப்புகழ் சிந்தாமணியே
சொல்விற்பனர் திகழ்ந்து தோன்றியிடு தாரணிக்கு
எல்லையிலாப் புகழ்த் தலைவ.

சவலைவெண்பா.

பன்னூற்றுறைபடிந்து பாலர்தமைத்தேற்றி
நன்னூல் விரித்துரைத்த நாதனே
சதாசிவ நன் ஞவலனே தக்கதோ சாற்றாய்
சதாசிவனும்பேருனக்குத்தான்.

சன்மார்க்கநாட்டிச் சகத்தைக் கழியென்னுப்
பன்மார்க்கமெற்குப் பகர்ந்தவனே
நன்னுர் சதாசிவனே நட்பொரீஇச் சென்றனையோ
பின்னுருதவியிங்கு பேசு.

கலித்துறை.

கல்லாக்கயவர் களவாய்ப்பிறர்கவி கைப்பற்றியே
சொல்லானதிற்சில மாற்றித்தம்பாவெனச் சொல்லிடுதற்
பொல்லாமதமுறு நாகங்களஞ்சிடு பூட்கயன்னுய்
நல்லாய் சதாசிவ யாருமினிக்கவி நானிலத்தே.

நிலைமண்டில ஆசிரியப்பா.

வருந்தலை வாழி வருந்தலைவாழி
கேண்மதி நெஞ்சே கேண்மதி நெஞ்சே
முள்ளியங் காட்டிற் புள்ளியக் தரக்கு
உரி போர்த்தன்ன பொரியரை வேங்கை
கண்ணுறீஇக் கறுவுகொள் காமர் கடுப்புடை
வலியுடை நோன்றாஅள் வள்ளுகிர் முட்கிளை
கனைவா ரொலியாற் கயத்திரளஞ்சி
ஒதுங்குறை சார லுலப்பில நிவந்த
மானியம்பதியினன் மருவலர்க்கேறு
ஓவற விமைக்கும் பருதி யொண்கதிர்
புகுதொறூஉம் புகுதொறூஉம் போக்கிய புகழினன்
புவிராசசிங்கக் குலசேகரப் பெயர்
முதலியார் வம்மிசக் கிரி நனிவிளக்கம்
கருணகரமெனு மருணசலவேள்
செகமெலா மெச்சப் பகர்தவமானேன்

மக்களு ளுயர்ந்த மாண்புறு மறிவுறீஇ
பொன்ரு வாய்மையன் குன்றே பொறையெனூஅ
முன்னோர் புகலிய விலக்கண மொழிக்கு
இலக்கியமாக விருந்திடும் பிரபு
நல்லாசிரியன் அறிவின் தொழுக்கிப்
பொன்னினை ருஉழ்ப்பச் சுரும்பினம் புலம்பு
துன்னி யொளிருங் குவளையந் தொங்கலான்
எறும்வலி படைத்த மறுவிலா மேழி
தீட்டி யொளிருஞ் சிறந்த விருதன்
மறுவறு கங்கைப் பெருங்குல மகிபன்
காவலர் விருந்தெனும் பாவலர் சரித்திர
தீபக முதலிய செந்தமிழ் நூல்கள்
நிலமிசைத் தந்தோன் கலையெலா முணர்ந்தோன்
சமன் செய்து சீர்தூக்கு கோலது வைய
நீதி கோடா நின்றர சோம்பு
வயங்கிள ரங்கில மன்னவர் வகுத்த
விதிவிலக் குணர்ந்து வியன் சமுதாயம்
தன்னிடை நியாய சரமழை தூற்று
தம்பையாபிள்ளையைத் தனக்கிணைதானென
விளங்கு சின்னப்பா வெனுஞ் சுதன் றன்னை
மகாரெனப் பெற்று மனமகி ழின்பம்
மாதவர் புகழு முவில்லியம் மேதரை
மருகனுய்க் கொண்ட மற்று நற்பாக்கியம்
அகனிலம் புகழ்வுறூஉம் ஆணல்ட் சதாசிவம்
மைந்தருஞ் சுற்றமும் நண்பரு மாழ்க
நீங்கினனென்று வருந்தலெ வாழி
கேண்மதி நெஞ்சே! கேண்மதி நெஞ்சே!
அன்னோன்—உயிர்தொறூஉ முயிர்தொறூஉ முற்றினிதருளும்
பரனடி யிருமலர் படிந்தன னின்பமே.

வெளிவிருத்தம்.

பரவரிய பலகிரந்தம் தந்தனன்காண் புலவீர்காள்
புரைதவிரு நன்னெறியிற் போயினன்காண் புலவீர்காள்
பொருவரிய சதாசிவனைப் பாடுமின் புலவீர்காள்

நிந்தாஸ்துதி.

அறுசீர்க்கழிநெடிலடியாசிரியவிருத்தம்.

பொதியுறை முனிவனேங்கப் புகன்ற செந்தமிழைக் கொண்டீர்
விதுவெனுங் குணத்தையுள்ளீர் வியன்மலையனைய நெஞ்சீர்
கதுமெனச் சேடன் வெட்கிப் பாதலத்தொழியக் கண்டீர்
இதுநிசம் பெற்றீர் பின்ன ரும்மை யென்புகழ்தல் யானே.

வஞ்சிவிருத்தம்.

இல்லையென் மொழி யெண்ணிடாச்
சொல்லையுள்ள சதாசிவம்
அல்ல னீங்கி யடைந்தனன்
எல்லையில் பர வின்பமே.

கலித்துறை.

தென்னன் வளர்த்த செந்தமிழ்ச்செல்வன் றிசைபரந்து
பன்னும் புகழின னங்கிளபாஷையிற் பண்டிதனாற்
றுன்னுஞ்சதாசிவ நாவலன்சீரினைச் சொல்லிடுதல்
மின்னும் பருதிக் கொளிநல்கல்போன்றிடு மேதினிக்கே.

வயாவிளான்ம. ஸ்ரீ. க. வேலுப்பிள்ளையவர்கள்
ஆசிரியரின் மரணசங்கதி கேட்டவுடன்
கோலாலம்பூரிலிருந்து எழுதி அனுப்பிய
சரம கவிகள்.

பின்முடுகு வெண்பாவும் வெண்டுறையும்.

ஆயிரத்தென் னூற்றுத்தொண் ணூற்றுரு மாண் டிரண்டாய
மேயமதிதேதி விளங்கிருபான்—நேயகுரு
வாசரத்தின் மானினத்தின் மாரசத்சதாசிவத்தின்
தேக மிக்கின் வாசமற்றதே. க

பொல்லே னெனக்கினிய புத்திமதி யூட்டியெனை
நல்லோ னெனமதித்து நற்றருணத்—தெல்லையில்லா
வுரத்துப்பத் திரத்தெற்சத் தருத்துக்கத் தினிற்புக்கத்
திரத்தற் பெற் களித்திற்புற் றாய். உ

ஐயாநீ யாரு மறியமெய்யுட் சொல்லொத்துப்
பொய்யாவன்பேழையென்மேற்பூட்டியதை—நைவுற்றேன்
நினைத்துவே தனத்தையே நிதத்திலே மனத்திலே
இருத்துமா வசத்தையே கினேன். ங

இறந்துநான் போமளவி லேயொழிய வுன்னை
மறந்துபோ மோவென்மனமுன்—சிறந்தன்பைப்
பெற்றுப்பற் றற்றற்பர்க் குற்றுச்சொற் றித்துக்கத்
திற்புக்குற் றுட்கற்பெற் றேன். ச

வெண்பா.

தேகமெலி வுற்றேனே சிந்தைகலங் குற்றேனே
சோகமிக வுற்றுச் சுழன்றேனே—மாநிலகர்
கொண்டசதாசிவனே கோமானே ஐயாநீ
பொன்றினு யென்றறிந்த போது. ரு

அன்பான சொல்லையோ வன்றுசெய்த நன்றியையோ
மன்போ லிருந்தமகிமையையோ—பின்பிலங்கும்
பொய்யாத நேர்மை பொறையருளையோவியந்து
ஐயாநான் சொல்லி அழ. சு

உன்மகவு போலுள் ளுருகியுப தேசித்து
என்வாழ் வெதிர்பார்த் திருந்தாயே—அன்னைபிதாக்
கொண்ட கருணைகொண்ட கோமானே புன்மதியேன்
என்று மறப்பே னிதை. எ

மாலைமாற்றுவெண்பா.

தாவா சதாசிவா சாதே யதிநீத
தீவாச னேசநே தேசானே—மானிமா
னேசாதே நேசனேச வாசிதே நீதியதே
சாவாசி தாசவா தா. அ

எழுசீர்க் கழிநெடிலடி விருத்தம்.

என்னிரு விழியே யெனதரும் பொருளே யெனதிருதயத்தின் மாசுறுமல்
மன்னியோங்கன்பின் விருக்கமேபோத வாரியே ஞானமாமழையே
அன்னியர்க்கிரங்கும் பெரும்புகழ்க்குன்றே ஐயனேயுன்னைவிட்டிழந்து
என்னவாய்த் துயரந் தனையொழித்திருப்பே னென்செய்வே னேழையானேனே. க௯

"என்மகன்போல்வா ரேகிழ்வருத்த மென்னைவந்தணுகியததினால்
என்கரம்விறைக்கு தெழுதவாதலினால் இம்மட்டின் முடிக்கிறேன் விரைவில்
என்கிழமுகத்தை விழிக்கினிவா"வென் றெற்குயர் கொழும்புநீவிடுத்த
உன் கடைக்கடிதந்தனை நினைத்தடியே னுழலுகேன் நெடுந்துயர்க் கடலே. ௨0

அரியவுன்மதுர மொழியையும்போத மாமருஞ்சுவையையுங் கருத
அரியமாறின்னன் றியையுமெற்கொருவ ராமெனுந் திடத்தையுந் தேட
அரியநின்முகத்தின் றரிசனத்தையுஞ்சா மக்கணத்தருகையுங்காண
அரியநானிதையார்க் காறுவேன் சொல்லி ஐயநான் பெருந்துயர்க் காளே. ௨௧

அடியன்மேலன்புற் றெழுதிநீ கொழும்புக் கனுப்பிய கடிதமைந்தாலும்
அடியன்மேல்வைத்த கருணையித்துணைத்தென் றறிந்துன் னீர்மைமந்தரிலறிவில்
அடியனுமொருவனேயெனக் கருதி யவர்பயம் பத்திபூண்டிருந்தேன
அடியனுனமரண சமுகத்தையிழந்தேன் அதான்மிக வருந்துகின் றேனே. ௨௨

பிறந்தவரிறத்த றிடந்துயருறுமுன் பேதைமையென்னை யென்பவர்க்கு
இறந்தவர்க்குலகர் துயருற்றிடமென் றிறைகொடுப்பேனலால் வெட்கப்

பிறந்தொழிந்திருக்கே னறிவிலாக்கொடியபேதையேன்நீபுரிநன்றி
மறந்திடிலேயீங் கதுமறந்திருப்பேன் மானியம்புர சதாசிவனே.கரு

ஆரியம் பேறென்றோரதோ தீவத்தவனுறு மக்கனமறியாப்
பூரியோனெனத் தற்காட்டவேயுனையப் போதம்கானினைந்து கெக்
குருகிச்
சீரியாவெனக்கிப் படிவருமெனச்சிர் தித்திலேன் சிறிதெனுமென்று
மாரிபோல் விழிநீர் சொரிந்தன ன்தைகான் மறக்குநா ளென்தநாள
ய்யோ கசு

நாற்பத்தேண்சீர்க் கழிநெடிலடிஆசிரியவிருத்தம்.

தேண்டிரைபரந்தொளி ரிலங்கைமகுடம்வீண கானமதினுதி
லதம் [ம்
செய்யவளமருமானி யம்பதியெனுங்கிரிச் சிகரமிசை வைத்தசுடர
செப்புகாராளபதி புவிராஜசிங்ககுல சேகரநன்முதலி மரபில் [வு
தேசுற்றிலங்குமரு ணுசலேந்திரனன்று செய்தமெய்த்தவசின்விளை
தித்திக்குமினியரச வசனமதுகொண்டுபிறர் சிந்தைமகிழ்விக்குமித
யம்
சிறிதெனினுமொருவர்புரி நன்றிமறவாதபர சேவகாருண்யசிங்கம்
திருமருவுவட்டுநகர் மருவுசெமினேரியிற் செய்யகலையுண்டசரபம்
செந்தமிழொடாங்கிள மெனுங்கடல்கடந்து நடனம்பயில்சிறந்தவங்
கம்

வண்டிரைமலர்ப்புனையு மார்க்கறற்றம்மையை மணஞ்செய்
நகமுந்தசையுமாய்
மண்டலமதித்தசகிதத்துவிரதத்தைமெய் வைத்துவளர்சிந்தாமணி
வாலசூரியனென்ன வாழ் சிறீதம்பைய மன்புகழ்ச் சின்னப்பவேள்
வண்குலவிலங்கை வங்கச்சங்கவக்ரமகி பதியுவில்யம்மேதரின்
மணமங்கைமுதலினோ ரைப்பயந்தன்புமீஇ மழலைமொழிகேட்டு ம
டிமேல்
வைத்துமுத்தஞ்செய்த வுத்தமகுணத்தந்தை மகராஜமணநிவேசம்
மன்பரவுமுடுவையுறு பெண்பாடசாலையொளிர் வட்டுநகரக்களக
வண்
மாணவகர்மாணவகிகட் கித்தியாபர மகாரஷ்ணப்ரசங்கம்

எண்டிசையுமெச்சுர் திருச்சதக மெய்வேத சாரயில்லறநொ
ண்டியின் [ல்
இசைபெருகுகீர்த்தனு சங்கிரகநன்னெறிக் கொத்துநசரூர்தம்மே
ஏதமிலவெல்லையர் தாதியிதிகாசமிசை வல்லபாவலர்சரிதமெய்
இதயகசிதந்தரு கதாசங்கிரகம்வான சாத்திரமிருங்குடும்ப
இயல்விரித்துரை தர்ப்பணம் பஞ்சரத்தினம் ஞானவெண்பாவாதி
யாம
இலகுபிரதிக்கர்த்த ஞானுகரம்புலவ ரேத்துஞ்சபாரஞ்சிதம்
எழின்மருவுபொறையுறுதி சரதவசனம்பத்தியிரியாமணிப்பேடகம்
இன்கலைபரன்புபுனிதஞ் சமயநெறிவிளங் தேறுகனகாபிஷேகம்

பண்டிசைத்திடுதார காமங்கையைத்தமிழ்ப் பாஷாமிர்தூட்டி
மிகுநாற்
பஃதாண்டுபாலனஞ்செய்வித்வவிகசிதம்பாவிநாயனையவென்மேற்
பட்சமிகவைத்தெற் சயத்திற்களிப்பேறு பரிமிதம்பத்மகலசம்
பன்னுமாதுலர்தமக் கொருவிருந்துளமடம் பரிகரிக்கும்மருந்து
படியரசர்புலவர்நிதி மகிபர்குணமகிபர்நய பரவிநயமனனவேத
பாரகர்மதித்துப சரித்து மெச்சுந் தெய்வபயபலித பத்திக்கனி
பண்புறு சிறீ சதாசிவ மகிபனித்தலப் பற்றினைவிடுத்தநூந
பண்டுமறைகொண்டசுக கண்ட பரமண்டலப் பதிவாழ்வு மருவினு
னே. கரு

கட்டளைக் கலித்துறை.

மணத்தைக்கமழ்வன சத்தடமானிமன் னுவுறவின்
கணத்துக்குமிங்கிணை கல்விக்குமிங்கிணை காதலுறும்
பணத்துக்குமிங்கிணை செல்கின்ற பாவல ருஞ்சிறந்த
குணத்துக்குமிங்கிணைசொல்வர்களோசற்குணக்குன்றமே. கசு

உறக்கஞ் சிறிதுவர் துற்றுலும் பூவிலொருவனென்று
சிறக்கும பெருமைவர்துற்றுலும் சொற்செகச் சீபதிகள்
மறக்கும்படி தண்டமிட்டாலும் வேலன் மனத்தைவிட்டு
இறக்கும்பொழுதன்றிமாறுதுன்னுற்கொண்டவித்துயரே. கஎ

ஆசிரியரின் மாணாக்கருளொருவரான

நவாலி ம. ஸ்ரீ. ஸ்ரீ மு. அப்பாத்துரைப்பிள்ளைகூறிய

சரமகவிகள்.

நேரிசைவெண்பா.

ஈழத்திரத்தினமே யின்பப்பொறைக்குன்றே
பிழைகெடயாவரையும் பேணினாய்—ஆழி
மதித்திட்டபோதெழுந்த மாமருந்துதானோ
உதித்திட்டதுன்வாயினூற்று. க

அப்பாதுரையேயென் றாதரவினோடழைத்து
ஒப்பரியபன்னூலுணர்த்திவைத்தீர்—செப்புமொரு
கைம்மாறுசெய்யவுண்டோ காசினியில்வான்முகிற்கு
அம்மாபதிலளிப்பாரார். உ

கல்விமங்கைதானுழந்தாள் கற்றோர்துணைபிரிந்தார்
பல்புதினமாதம்பலங்குறைந்தாள்—நல்குரவு
ளூற்றருளங்குலைந்தா ருத்தமனெம்மாசிரிய
னிற்றதாலிந்தவிடம். ௩

பாவலனேநாவலனே பத்திக்கொழுஞ்சுடரே
தாவுமிசைநட்டதவக்குன்றே—மேவியநின்
வித்தாண்மையெங்கே விறலெங்கேவாசால
தத்துவமெங்கே விடுத்தாய்தான். ச

ஆசிரியவிருத்தம்.

மரணமெனும் பேழ்வாய்ப்பேயுநின்கொடுமைக் குடைந்திட்டமா
ந்தர்தம்மைக்
கரணமுடன்நீயெடுத்த பழிதூற்றிப்பத்திரத்திற் கடிந்ததாலோ
தருணமிதிற்பதிவிருந்து தழைத்தவுடல்கருகி வரத்தயைதானின்றி
யருணவிளஞ்சிறுகுமரரந்தோவென்றரற்றியழவடர்த்திட்டாயே

பேதமுற்று ரோரிருவர் நடுநின்று நீதிநிலை பெரிதுங்கூறி
யாதரவி னுடனவர்க்குட் சமாதானங்கற்பித்தாங் கறநூல்சாற்றுந்
தாதாவென் றுணர்ந்திலையோ தருமாநீ நடுவனென்றுற் றுங்காய்
கொல்லோ
ஏதேது விளைந்திடுமோ சதாசிவமே யிங்கிவரு மென்செய்தாயே. ௬

நாறுமுடை லிங்கிதவுஞ் சுமையதிக நீக்கிடுவாய் நம்பாவென்று
கூறுமுறை கொண்டுனருள் கூட்டிடுவா யெனுமோலர் கூடிற்றே
யோ
தேறுமுறை சொல்லொன்றே தெரிந்துரைத்த நயந்துரைத்த செ
ல்வற்கின்று
ஆறுமொரு சுகமரண மளித்திட்ட வதிசயமா ரளக்கவல்லார். ௭

தேனொடுநற் சருக்கரையுந் தித்திக்கு முக்கனியுஞ் சேர்ந்தொன்றாக
ஆனமுதி னுடன்கூட்டி யட்டிடுநல் லடிசில்சுவைத் தென்ன வீண்
டும்
மானவர்க்கங் கினிவாகி நற்பயனை வழங்கியநின் வாசாலப்பே
ரானவொரு பிரசங்க மார்புகல விருக்கின்று ரவனிமீதே. ௮

கட்டளைக்கலித்துறை.

பொருளோ டருள்கல்வி யென்னுமுச்செல்வமும் பூர்த்தியதாய்
உருள்வாரி சூழிவ் வுலகினி லும்பிலு முற்றவரார்
இருளா ரிதய மலரிரிந்தோட விகபரத்தே
தெருளோ டுதித்த தினகரனாகிய தேசிகனே. ௧

அருணாசலவே ளளித்துக் களித்த வரும்பொருளைக்
கருணாகர னெனக் கண்டோர் துதிக்குமெய்க் கற்பகத்தை
மரணாந்தகார மடுவாய்மடுத்து மறைக்கவற்றோ
தெருணுடையைந்தரி னேடுபென்னூல்க டிகழ்ந்திட்டவே. ௨௦

ஆசிரியர்குமாரரும் யாழ்ப்பாணம் டிஸ்திறிக்

கோட்டு நியாயதுரந்தரருமான

எஸ். ரீ. ஆணல்ட் எனப் பெயரிய

சதாசிவம்பிள்ளை தம்பையாபிள்ளை சொல்லிய

பிரலாபகவிகள்.

கட்டளைக் கலித்துறை.

என்பெய ரென்புக ழென்பொரு ளேது மிருப்பினவை
யுன்பெய ருன்புக ழுன்பொரு ளானவி யுற்றனவா
லன்பொரு வாம லனுதின நேசித் தருமையதா
யின்புட னேபுரந் தாயினி யாரெனக் கின்றுணையே. க

ஆண்மக வொன்று நிலத்தில தென்றுமிக் காவலித்துங்
கான்முளையாய்க் கடைக் காலத்தடியனைக் கண்டுமனந்
தான்மகிழ் வுற்றுமுன் வார்த்திக காலத்துத் தண்டமெடுத்
தென்மகச் சேவகஞ் செய்திடற் கேயென் றியம்பினையே. உ

அன்னையெட் டாண்டதெற் காகும் பொழுதி லருகிடவு
மென்னையொர் தாழ்வு மிலாதெனக் கீன்ற விருவருமாய்
மன்னி யெவரும் வியக்கப் புரந்தனை மன்னவனே
யின்னுமொர் காலை யெனக்குமுன் மேவ விசைந்திலையே. ஙு

தம்பியென் றன்றியென் றன்னையென் பேரதைச் சாற்றிவிளித்
திம்பரோர் காலு மழைத்ததென் னெஞ்சத் திருந்திலதே
யம்பர மெங்கனு மாவலித் தேகினு மையவுனின்
செம்பதம் போன விடந்தனைக் கண்டிலன் செய்வதெனே. ச

செந்தமிழ்ப் பாஷையைச் செவ்விதி னோர்ந்திடு சீடவெனுத்
தந்தனை யேகலை தாயொடு தந்தையுஞ் சற்குருவு
மெந்தை யிவற்றுட னின்னு மிசைக்கரி யின்னலறுய்ச்
சிந்தையி னிற்கவுந் தேடுவ தேனெனச் செப்புவையே. ரு

நேரிசைவெண்பா.

என்றனைப்போன் றேயிருநீ யென்றிசைத்துச் சென்றனையே
யுன்றனைப்போ லானிருக்க வொப்பேனோ—அன்றெனினும்
உன்மொழியைத் தட்டிடவு மோர்மமிலே னென்புரிவே
னின்மொழியா லோர்கா லியம்பு. ௬

வந்தனையோ தம்பியென வாய்திறந்து சொல்லுமொழி
இந்தவுல கெல்லா மிணையன்றே—சிந்தைகுளிர்
தின்னுமொரு காலுன் னினியகுர லின்கானந்
தன்னையடைக் தேமகிழத் தா ௭

அன்பே யுருவானா யன்னையிலுந் தண்ணளியாய்
நின்போ லினியெனக்கு நீணிலத்தி—லின்புடையார்
யாவருள ரென்றறியேன் யானினியென் செய்வதெனப்
பாவலனே பண்பு பகர். ௮

போனார் வருவதிலாப் பூவுலகத் தின்வாழ்க்கை
கோனே சிலநாளாற் குன்றுவதே—யானாலும்
நல்லாரை யோர்போதும் நான்மறவே னென்றலவோ
சொல்லாமற் சொல்லு முலகு. ௯

ஆண்டிருபத் தொன்பா னடியே னுடலவனா
யீண்டிருந்து காத்த விசையோனே—மீண்டு
மிறந்து மிறவானா யென்னிதயத் தெனாருஞ்
சிறந்திடலா னல்குமிகச் சீர். ௧௦